പുരാവൃത്തവും
കവിതയും

AF742177

മലയാള സാഹിത്യ വിമർശനത്തിനുള്ള
തിരുനെല്ലൂർ കരുണാകരൻ അവാർഡും
അബുദാബി ശക്തി തായാട്ട് അവാർഡും നേടിയ കൃതി.

INSIGHT PUBLICA ®

INSIGHT PUBLICA
Nadakkave, Kozhikode, Kerala
www.insightpublica.com
e-mail: insightpublica@gmail.com
Puravrithavum Kavithayum
(Malayalam)
Dr. Santhosh Vallikkat
First Edition: September 2016
Second Edition: April 2024

ISBN 978-93-5517-377-5
Cover Design: Dwijith C.V.
Printed and Published by
InsightinPublica Printers & Publishers Pvt Ltd.
₹449

പുരാവൃത്തവും കവിതയും

ഡോ. സന്തോഷ് വള്ളിക്കാട്

INSIGHT PUBLICA ®

1971 മെയ് 30ന് ജനനം. അച്ഛൻ വള്ളിക്കാട്ട് ഗോവിന്ദൻകുട്ടി മേനോൻ, അമ്മ മീനാക്ഷി. പട്ടാമ്പി ഗവ:സംസ്കൃത കോളേജിൽ നിന്ന് മലയാള സാഹിത്യത്തിൽ ബിരുദാനന്തരബിരുദം, കാലിക്കറ്റ് സർവ്വകലാശാലയിനിന്ന് വിദ്യാഭ്യാസത്തിൽ ബിരുദാനന്തര ബിരുദം, മധുരകാമരാജ് യൂണിവേഴ്സിറ്റിയിനിന്ന് വിദ്യാഭ്യാസത്തിൽ എം.ഫിൽ ബിരുദം, കാലിക്കറ്റ് സർവ്വകലാശാലയിനിന്ന് ഗവേഷണ ബിരുദം എന്നിവ നേടി.. വിദ്യാഭ്യാസത്തിലും മലയാള സാഹിത്യത്തിലും യു.ജി.സി. നടത്തുന്ന നാഷണൽ എഡ്യൂക്കേഷണൽ ടെസ്റ്റ് പാസായി.

പ്രൈമറി, സെക്കണ്ടറി, ഹയർസെക്കണ്ടറി തുടങ്ങിയ രംഗത്ത് അധ്യാപന പരിചയം. 17 വർഷം അധ്യാപക പരിശീലനരംഗത്ത് പ്രവർത്തിച്ചു. കോട്ടയ്ക്കൽ ഫാറൂഖ് ബി.എഡ് കോളേജിന്റെ പ്രിൻസിപ്പലായി 7 വർഷം ജോലിചെയ്തു. ചങ്ങനാശ്ശേരി എൻ.എസ്.എസ് ട്രെയിനിംഗ് കോളേജിൽ അധ്യാപകനായിരുന്നു. ഇപ്പോൾ മഞ്ചേരി എൻ.എസ്.എസ് കോളേജിൽ മലയാള വിഭാഗം അസിസ്റ്റന്റ് പ്രൊഫസ്സറായി ജോലി ചെയ്യുന്നു. മത്സരപരീക്ഷകൾക്കും, മാനേജ്മെന്റ് പരിശീലനങ്ങൾക്കും, അധ്യാപക പരിശീലനങ്ങൾക്കും റിസോഴ്സ് പേഴ്സൺ. വിദ്യാഭ്യാസ രംഗവുമായി ബന്ധപ്പെട്ട പതിനാറോളം പുസ്തകങ്ങൾ ഇംഗ്ലീഷിൽ പ്രസിദ്ധീകരിച്ചിട്ടുണ്ട്

കൃതികൾ:
വിവരവിനിമയ സാങ്കേതികവിദ്യ സർഗ്ഗാത്മക വിദ്യാഭ്യാസത്തിൽ
ഇൻഫർമേഷൻ കമ്മ്യൂണിക്കേഷൻ ടെക്നോളജി
നിന്നെ ഞാനറിയുന്നു
നാട്ടരങ്ങ്
അറിവാണ് സ്വാതന്ത്ര്യം
പുരാവൃത്തവും കവിതയും

ഭാര്യ: ദീപ സന്തോഷ് (എടരിക്കോട് പി.കെ.എം.എം. ഹയർസെക്കണ്ടറി സ്കൂൾ അധ്യാപിക)
മക്കൾ: ശിശിര, ശശിന
വിലാസം: മാനസ, കോട്ടയ്ക്കൽ (തപാൽ), മലപ്പുറം - 676 503
ഫോൺ: 9447353421
svallikkad@gmail.com

ഡോ. സന്തോഷ് വള്ളിക്കാട്

ഉള്ളടക്കം

മുഖവുര

മനുഷ്യപാരമ്പര്യത്തിന്റെ നിത്യഹരിതസ്മൃതികളാണ് പുരാവൃത്തങ്ങൾ അഥവാ മിത്തുകൾ. സമൂഹബോധമനസ്സിലെ സത്തകളുടെ പ്രതീകങ്ങളും പഴമയുടെ ശാദ്വലങ്ങളിൽ നിന്നുള്ള പാകമൊത്ത ഫലങ്ങളുമാണ് ഇവ. ഒരു ദേശത്തിന്റെയോ വിഭാഗത്തിന്റെയോ പ്രകൃതിപ്രതിഭാസങ്ങളെ വിവരിക്കുന്നതും അലൗകികഘടകങ്ങൾ അടങ്ങുന്നതുമായ പാരമ്പര്യകഥ എന്നും പുരാവൃത്തങ്ങളെ വിശേഷിപ്പിക്കാറുണ്ട്. 'പാരമ്പര്യോപദേശം' തന്നെയായ പുരാവൃത്തങ്ങൾ സംസ്കാരത്തിന്റെ ഉപലബ്ധിയാണ്. ആൻഡ്ര്യു ലാങ് അഭിപ്രായപ്പെട്ടത് മിത്ത് മനുഷ്യന്റെ ആദ്യകാല പുരോഗതിയുടെ ഒരു ചരിത്രമാണെന്നാണ്. സംസ്കാരത്തിന്റെ അതിജീവനമായിട്ടാണ് മിത്തിനെ ഇ.ബി. ടെയ്‌ലർ കാണുന്നത്. പ്രാകൃത മനുഷ്യന് സംസ്കാരത്തിലേക്ക് പരിവർത്തനമുണ്ടാകുമ്പോൾ മിത്തുകൾ വിടവ് കൂട്ടിയിണക്കുമെന്ന് ലേവിസ്ട്രാസ് പറയുന്നു. സർഗ്ഗാത്മകമായ ഒരു സ്വപ്നമെന്ന നിലയിൽ മിത്ത് കാലത്തിന്റെ സംതൃപ്തികരമായ ഒരു സങ്കൽപമാണ്.

മിത്ത് ഒരു തരം കാവ്യഭാഷയാണെന്ന് വിക്കോയും, ഭാഷയുടെ രോഗമാണ് മിത്തെന്ന് മാക്സ് മുള്ളറും അഭിപ്രായപ്പെട്ടിട്ടുണ്ട്. മനുഷ്യന്റെ പ്രാക്തന സ്മൃതികളായ പുരാവൃത്തങ്ങൾ മനുഷ്യസംസ്കൃതിയുടെ ഗർഭഗൃഹങ്ങളാണ്. പുരാവൃത്തങ്ങൾ ആശയവിനിമയത്തിന് ഏറെ ഉപയോഗിക്കപ്പെടുന്നതിനാൽ ജർമ്മൻ തത്വചിന്തകനായ ഹെർമൻ ബ്രോക്ക് 'മിത്തുകളുടെ കാലം' എന്നാണ് ഈ നൂറ്റാണ്ടിനെ നിർവചിച്ചിട്ടുള്ളത്. നാടോടിക്കഥകളായ പുരാവൃത്തങ്ങൾ ഏതോ ഒരുകാലത്ത് നടന്ന യാഥാർത്ഥ്യങ്ങളാണെന്ന് വിശ്വസിച്ചുവരുന്നു. അതതുസമൂഹത്തിന്റെ സംസ്കാരവുമായി ഇവ ബന്ധപ്പെട്ടുകിടക്കുന്നു. പൈതൃകത്തിന്റെ സംപ്രേഷണം ഇവയുടെ ധർമ്മമാണ്. പുരാവൃത്തങ്ങളുടെ ധർമ്മവും ഭാഷയും ഇനിയും വിശകലനം ചെയ്യപ്പെടേണ്ടതായിട്ടുണ്ട്. വ്യത്യസ്ത സംസ്കാരങ്ങൾ നിലനിൽക്കെത്തന്നെ ഒരു പൊതുസംസ്കാരത്തിന്റെ ഉടമകളായി നമ്മെ നിലനിർത്തുന്ന ഘടകങ്ങളിൽ ഒന്ന് പുരാവൃത്തങ്ങളാണെന്നു

പറയാം. ജീവിതത്തിന്റെ ഉപ്പുരസമൂറുന്ന അവ വിദൂരഭൂതകാലത്തിന്റെ സൂക്ഷ്മരേഖകളാണ്.

എല്ലാ ദേശത്തെയും എല്ലാ കാലത്തേയും എഴുത്തുകാരെ പ്രചോദിപ്പിച്ചിട്ടുള്ള സാഹിത്യസാമഗ്രിയാണ് (Literary source material) പുരാവൃത്തങ്ങൾ. അവ എഴുത്തുകാരന് കാലാതിവർത്തിയായ പ്രകാശം നൽകുന്നു. വർത്തമാനത്തിനും ഭാവിയ്ക്കും ഒരുപോലെ സഫലമാകുന്ന ഭൂതകാലത്തിന്റെ ഈടുവെയ്പ്പുകളായി പുരാവൃത്തങ്ങൾ സാഹിത്യത്തിലും സ്ഥാനംപിടിച്ചിരിയ്ക്കുന്നു.

മാനവ ജീവിതത്തെ ആമൂലാഗ്രം സ്വാധീനിച്ചു നിൽക്കുന്ന ഈ പാരമ്പര്യ ഘടകങ്ങൾ (Traditional elements) ജീവിതഗന്ധിയായ സാഹിത്യത്തിൽ സ്വാധീനം ചെലുത്തുന്നത് സ്വാഭാവികം മാത്രം. മനുഷ്യ ജീവിതത്തിലെ മൗലിക പ്രശ്നങ്ങൾക്ക് ഏതുകാലത്തായാലും മാറ്റമില്ലെന്ന തിരിച്ചറിവായിരിക്കാം ഒരുപക്ഷെ ഈ കടന്നുവരവിനു പിന്നിലുള്ളത്. മനുഷ്യജീവിതം ഉള്ളിടത്തോളംകാലം പ്രസക്തമാകുന്ന ചിരന്തനസത്യങ്ങൾ ഉൾക്കൊള്ളുവാൻപോന്ന സിദ്ധിവിലാസമാണ് പുരാവൃത്തങ്ങളുടെ ഈ സർവാതിശായിത്വത്തിന് ഹേതു.

കവിതയിലാണ് മിത്തുകൾ സമൃദ്ധമായി കാണുന്നത്. കവിത ആധുനികമാകുന്തോറും കൂടുതൽ പുരാവൃത്തങ്ങൾ സ്വീകരിച്ചു കാണുന്നു. ആധുനിക ജീവിതത്തിന്റെ സങ്കീർണ്ണതകളെ അവതരിപ്പിക്കുവാൻ പ്രാദേശികവും വൈദേശികവുമായ മഹാപാരമ്പര്യത്തിൽ നിന്നു സ്വീകരിച്ച ഒട്ടേറെ പുരാവൃത്തങ്ങൾ ആധുനിക കവികൾക്ക് സമർത്ഥമായ ഉപാധികളായിത്തീർന്നിട്ടുണ്ട്. ആധുനിക കവികൾ തങ്ങളുടെ ആശയങ്ങളെയും വികാരങ്ങളെയും അനുഭവങ്ങളെയും ശക്തമായി ആവിഷ്കരിക്കാൻ സമൂഹത്തിന്റെ അബോധത്തിൽ സ്ഥിതിചെയ്യുന്ന മിത്തുകൾ സ്വീകരിക്കുകവഴി അനുഭവ സംവേദനം കൂടുതൽ അഗാധമായിത്തീരുന്നു. ചരിത്രാതീതകാലത്തെ ചരിത്രമുറങ്ങുന്ന പുരാവൃത്തങ്ങൾ കവികൾക്ക് ആശയങ്ങളുടെ വറ്റാത്ത ഉറവകളാണ്. അവ നമ്മുടെ ആധുനിക കാവ്യസംസ്കാരത്തിൽ ചെലുത്തിയ സ്വാധീനത്തെക്കുറിച്ചാണ് ഈ പഠനം.

പത്തൊൻപതാം നൂറ്റാണ്ടിന്റെ പകുതി മുതൽ പുരാവൃത്തങ്ങളെ വിശകലനം ചെയ്യാനുള്ള ശ്രമങ്ങൾ ആരംഭിച്ചിരുന്നു. സാമൂഹികശാസ്ത്രത്തിന്റെയും നരവംശശാസ്ത്രത്തിന്റെയും മന:ശാസ്ത്രത്തിന്റെയും മേഖലകളിലുണ്ടായ വികാസമാണ് സാഹിത്യവിമർശനത്തിൽ പുരാവൃത്താധിഷ്ഠിതമായ വിമർശന പദ്ധതിക്ക് (Myth Criticism) തുടക്കം കുറിച്ചത്. ആദിപ്രരൂപാത്മക നിരൂപണം (Arche Typel Criticism) എന്ന വിമർശനശാഖ അങ്ങനെ പുഷ്ടി പ്രാപിച്ചു. കൃതികളിൽ സൂചിതമായിട്ടുള്ള ആദിബിംബങ്ങളെ ആധാരമാക്കിയിട്ടുള്ള പുരാവൃത്താധിഷ്ഠിതമായ വിമർശനരീതി മലയാള സാഹിത്യശാഖയിൽ അത്രയേറെ വളർന്നിട്ടില്ല.

നിയതമായ അർത്ഥഭാവങ്ങളെ മാത്രം ഉല്പാദിപ്പിക്കാൻ കഴിയുന്ന ഒരു സമൂഹത്തിന്റെ സൃഷ്ടിയായിട്ടാണ് നാടോടി സാഹിത്യത്തെ സാധാരണകണക്കാക്കി വരുന്നത്. ഭാഷയും രൂപശില്പവും ചേർന്നാണ് ഈ അർത്ഥപരിധി നൽകുന്നത്. ആ ഭാഷയും രൂപശില്പവും തകർക്കപ്പെടുമ്പോൾ മാത്രമാണ് കൃതികളിലെ നാനാർത്ഥങ്ങൾ വായിച്ചെടുക്കാൻ ആസ്വാദകന് കഴുയുക. ''നമ്മിൽ നിന്ന് നമ്മിലേക്കു തന്നെയുള്ള സന്ദശമാണ് മിത്ത്. ഉള്ളിലുള്ളതിനെ പുറത്തുള്ളതെന്ന പോലെ കരുതാൻ നമ്മെ ശക്തരാക്കുന്ന ഒരു രഹസ്യഭാഷയാണത്'' എന്ന് എറിക് ഫ്രോം മിത്തുകളെപ്പറ്റി പറയുന്നത് ഈ അർത്ഥത്തിൽ എന്തുകൊണ്ടും ശ്രദ്ധേയമാണ്. ഈ രഹസ്യഭാഷ (Secret Language) കവിയുടെ സർഗശക്തിയിലൂടെ വ്യാഖ്യാനിക്കപ്പെടുകയാണ് ചെയ്യുന്നത്. ഇവ ഓരോ കവിക്കും വ്യത്യസ്ത സമീപനശേഷി നൽകുന്നു. ഒരു പുരാവൃത്തം തന്നെ വ്യത്യസ്തമായ വീക്ഷണകോണിലൂടെ പുനരവതരിപ്പിക്കാൻ കവികൾക്കു കഴിയുന്നത് ഇതിനാലാവണം. ജി. യുടെ പെരുന്തച്ചനും വൈലോപ്പിള്ളിയുടെ തച്ചന്റെ മകനും വിജയലക്ഷ്മിയുടെ തച്ചന്റെ മകളും ഇങ്ങനെ സൃഷ്ടിക്കപ്പെട്ടതാണ്.

മിത്ത്, ഐതിഹ്യങ്ങൾ, ഗോത്രചിഹ്നങ്ങൾ എന്നിവയെല്ലാം കവിതയിൽ നേരിട്ടും അലങ്കാരങ്ങളായും കടന്നുവരാറുണ്ട്. ചിലപ്പോൾ ഇതൊരു ആശയവിനിമയോപാധിയായി മാറുന്നു. ഭാഷയെ മറ്റൊരു തലത്തിലേക്കുയർത്തി പുതിയൊരു ഭാഷ പുരാവൃത്തങ്ങൾ സൃഷ്ടിക്കുന്നു. പുരാവൃത്തങ്ങളിലെ ഭാഷയിലെ ഏകകം സ്വനിമം അല്ല. സാധാരണ ഭാഷയുടെ തലത്തിൽ നിന്നും ഉയർന്ന തലത്തിലുള്ളതാണതിന്റെ ഘടകങ്ങളും ഘടനയും. ഒരർത്ഥത്തിൽ ഭാഷപോലെത്തന്നെ മിത്തുകളും വാങ്മയമായതുകൊണ്ട് ഭാഷണഘടകം തന്നെയാണവ. ഭാഷപോലെ മിത്തിനും ഒരടിസ്ഥാനതലവും വൈയക്തിക തലവുമുണ്ട്.

ഭാരതീയ സാഹിത്യത്തിൽ തുടക്കം മുതൽ അതിന്റെ വളർച്ചയ്ക്കൊപ്പം വികസിച്ച, അതിന്റെ ഊടുംപാവുമായി വർത്തിച്ച ചരിത്രം അവകാശപ്പെടാവുന്നവയാണ് പുരാവൃത്തങ്ങൾ. ഓരോ ഭാരതീയന്റെയും പ്രജ്ഞയിൽ അറിഞ്ഞും അറിയാതെയും ഉറഞ്ഞുകൂടിയ സംസ്കൃതിയുടെ ആദ്യനാളങ്ങൾ പുരാവൃത്തങ്ങളുടെ സ്രോതസ്സിൽ നിന്ന് നാമ്പെടുത്തവയാണെന്ന് പറയുന്നതിൽ തെറ്റില്ല. ഇത് കേരളീയ സംസ്കാരത്തെയും മലയാള സാഹിത്യത്തെയും, പ്രത്യേകിച്ച് കവിതയെയും, അധികമായി സ്വാധീനിച്ചിട്ടുണ്ട്. ''വിത്തും മണ്ണും വെള്ളവുമെല്ലാം പ്രകൃതിയിൽ നിന്നു കിട്ടുന്നവയാണെങ്കിലും അവ എങ്ങനെ, എപ്പോൾ, എവിടെ ഏതെല്ലാം തരത്തിൽ ഉപയുക്തമാക്കണമെന്ന് നിശ്ചയിക്കുന്ന കർഷകന്റെ കൃത്യമാണ് പുരാവൃത്തം നട്ടുനനച്ച് പുതിയ കൃതിയുണ്ടാക്കുന്ന കവി നിർവ്വഹിക്കുന്നത്'' എന്ന് എം. ലീലാവതി അഭിപ്രായപ്പെടുന്നു. ഇത്തരം കൃതികൾക്ക് ജീവിതത്തോടും സമൂഹത്തോടുമുള്ള ബന്ധവും അവയുടെ വർഗ്ഗീകരണവും ഈ പഠനത്തിലൂടെ ലക്ഷ്യമിടുന്നു.

പുരാവൃത്തങ്ങളുടെ പരസ്പരബന്ധത്തെക്കുറിച്ചും അവ സംക്രമിപ്പിക്കുന്ന വികാരത്തിന്റെ ഭാഷയെക്കുറിച്ചും, അതിന്റെ സാമൂഹ്യവും പ്രാകൃതികവുമായ ചുറ്റുപാടുകളെക്കുറിച്ചും പഠിക്കുന്നതിലൂടെ ഒരു ജനതയുടെ സാംസ്കാരിക ചരിത്രം ഉരുത്തിരിഞ്ഞുവരും. ഇത് ആധുനിക മലയാളകവിത എത്രത്തോളം ഉപയോഗപ്പെടുത്തി എന്ന് കണ്ടെത്തുന്നന്നതിനുള്ള ശ്രമമാണ് ഈ പുസ്തകം.

കവിത ആധുനികമാകുംതോറും മിത്തുകളുടെ ധാരാളിത്തം കൂടാനുള്ള കാരണവും അവയുടെ സംവേദനത്തിലെ കാലിക പ്രശ്നങ്ങളും കണ്ടെത്തുക എന്നതും ഈ പഠനത്തിൽ ഉൾപ്പെടുന്നു. ഇതിവൃത്തഘടന സൃഷ്ടിക്കുന്നതിലും കവിയുടെ ദർശനം രൂപപ്പെടുത്തുന്നതിലും പുരാവൃത്തങ്ങൾ വഹിക്കുന്ന പങ്ക് എത്രത്തോളമുണ്ടെന്നു കണ്ടെത്തി, കേവലം ആവർത്തനം മാത്രമായി മാറാതെ പുതിയ അർത്ഥ സംവേദനം ഇവ സാധ്യമാക്കുന്നുണ്ടോ എന്ന് ഈ ഗ്രന്ഥം അന്വേഷിക്കുന്നു.

പുരാവൃത്തങ്ങളെക്കുറിച്ചുള്ള നവനിരീക്ഷണങ്ങൾ പ്രയോജനപ്പെടുത്തിക്കൊണ്ട് പഴയ പരികല്പനകൾ പുതുക്കിപണിയുക, ആധുനിക മലയാള കവിതയിൽ മിത്തുകളുടെ സ്വാധീനവും സമകാലിക പ്രസക്തിയും അന്വേഷിക്കുക, കവിതയിലെ മിത്തുകളുടെ ഭാഷാപരവും സാമൂഹികവും രാഷ്ട്രീയപരവുമായ അർത്ഥങ്ങൾ കണ്ടെത്തുക എന്നിവയും ഈ പഠന ഗ്രന്ഥത്തിന്റെ ലക്ഷ്യമാണ്.

മാനവചരിത്രത്തിന്റെ ഒരു രേഖയെന്ന നിലയിൽ പുരാവൃത്തങ്ങൾക്ക് നിയതമായൊരു മൂല്യമുണ്ട്. സ്വതന്ത്രമായൊരു സംസ്കാരരൂപമാണത്. തത്വചിന്തകന്മാരും വേദാന്തികളും തത്വചിന്തയുടെയും മതത്തിന്റെയും പേരിൽ പുരാവൃത്തത്തെ അനുപേക്ഷണീയമായി കരുതുന്നു. നരവംശശാസ്ത്രജ്ഞർക്കും സാമൂഹികശ്സ്ത്രജ്ഞർക്കും ഒരു തരത്തിലല്ലെങ്കിൽ മറ്റൊരു തരത്തിൽ അവരുടെ പഠനപദ്ധതിയിൽ മത്തുകളെ അംഗീകരിക്കേണ്ടിവരുന്നു. സാഹിത്യകാരന്മാർക്ക് പുരാവൃത്തങ്ങൾ ആശയങ്ങളുടെ വറ്റാത്ത ഉറവകളാണ്. സാംസ്കാരിക ശക്തിയെന്ന നിലയിൽ പുരാവൃത്തങ്ങളെ ഗൗരവമായിത്തന്നെ പരിഗണിക്കണമെന്ന് പലരും ഊന്നിപറഞ്ഞിട്ടുണ്ട്. ഏതു നിലയിലും ഇവയുടെ പ്രാധാന്യം നിഷേധിക്കാവുന്നതല്ല.

ഓരോരോ പുരാവൃത്തത്തിനും അതിന്റെ ധർമ്മമുണ്ട്. അത് ചിലപ്പോൾ പ്രകൃതിയുമായുള്ള ഏറ്റുമുട്ടലുകളെ സമരസപ്പെടുത്തുന്നതോ, വ്യത്യസ്ത സംസ്കാര സമന്വയവേളകളിലെ സംഘർഷങ്ങളെ സമരസപ്പെടുത്തുന്നതോ ആയിരിക്കാം. അതുമല്ലെങ്കിൽ വർത്തമാനകാലത്തെ ആവാഹിച്ച് കൂടെ കൊണ്ടുപോകാനുള്ള രൂപമായിരിക്കാം. സമൂഹമനസ്സിന്റെ നിലനില്പിന് ഇത് ആവശ്യമാണ്. മനുഷ്യന്റെ മൗലിക പ്രശ്നങ്ങളെയും വ്യത്യസ്ത സമൂഹങ്ങൾ തമ്മിലുള്ള സംഘർഷങ്ങളുടെ പ്രശ്നങ്ങളെയും അപഗ്രഥിക്കാൻ പുരാവൃത്തങ്ങൾ ഒരു പരിധിവരെ സഹായിച്ചേക്കും. നമ്മുടെ ചരി

ത്രത്തോടൊപ്പം സാംസ്കാരിക സമന്വയത്തിന്റെ പിന്നാമ്പുറം വിശദമാക്കാൻ ഇവ നമ്മെ സഹായിക്കുന്നുണ്ട്. ഇവ കവിതയിൽ ചെലുത്തിയ സ്വാധീനത്തെക്കുറിച്ചുള്ള പഠനം അങ്ങനെ എന്തുകൊണ്ടും പ്രസക്തമാകുന്നു.

ആധുനികതയും പരമ്പരാഗത സംസ്കൃതിയും തമ്മിൽ ചരിത്രവശാൽ ഉണ്ടായിവന്ന കരണപ്രതികരണങ്ങൾ ലോകസംസ്കാരത്തിലെങ്ങും ചരിത്ര സന്ദർഭങ്ങൾ സൃഷ്ടിച്ചിട്ടുണ്ട്. അങ്ങനെ സൃഷ്ടിക്കപ്പെട്ട ചരിത്രസന്ദർഭങ്ങളിൽ നിന്നാണ് ആ സന്ദർഭത്തിൽ പിറന്ന വാങ്മയങ്ങളെല്ലാം അർത്ഥം തേടുന്നത്. വ്യവസായ പ്രമുഖമായ ഒരു സാമ്പത്തികാധുനികത, അണുകുടുംബകേന്ദ്രീകൃതമായ ഒരു സാമൂഹികാധുനികത, ദേശീയരാഷ്ട്രവ്യവസ്ഥയുടെ ഒരു നൈതികാധുനികത, ദേശാഭിമാനം, സ്വാതന്ത്ര്യബോധം എന്നിവയിലധിഷ്ഠിതമായ ഒരു രാഷ്ട്രീയാധുനികത എന്നിങ്ങനെ പലമുഖങ്ങളുള്ള ആധുനികത ദേശീയവും പ്രാദേശികവുമായ സംസ്കൃതികളിൽ കയറിപ്പറ്റിയിരിക്കുന്ന ഒരു കാലഘട്ടമാണിത്. പുതിയൊരു ആഗോള സംസ്കൃതിയുടെ രൂപവൽക്കരണം നടക്കുന്ന ഇക്കാലത്ത് സാഹിത്യകാരൻ സ്വന്തം സ്വത്വം തേടി നടത്തുന്ന യാത്രയെക്കുറിച്ചുള്ള ഈ പഠനത്തിന് ഏറെ പ്രസക്തിയുണ്ട്.

കവിത ഇന്ന് വിനോദങ്ങളുടെയും വാർത്താമിനിമയോപാധികളുടെയും പലതരത്തിലുള്ള വെല്ലുവിളികൾ നേരിട്ടുകൊണ്ടിരിക്കുന്ന കാലഘട്ടത്തിലായതിനാൽ എഴുത്തുകാരൻ സ്വന്തം കലയുടെ എല്ലാതരം സാധ്യതകളും അറിഞ്ഞിരിക്കേണ്ടതുണ്ട്. സാഹിത്യം എല്ലായ്പ്പോഴും അത് രൂപംകൊണ്ട പ്രദേശത്തിന്റെ ചരിത്രം, ഭൂമിശാസ്ത്രം, പുരാവൃത്തങ്ങൾ, നാട്ടറിവുകൾ എന്നിവയുടെ സ്വാധീനത്തിന് വിധേയമായിട്ടുണ്ട്. ''പുരാവൃത്തത്തിന് കാവ്യഭാവനയുമായി ഒരു ബന്ധവുമില്ല. ഭാഷാപരമായ ആശയപ്രകടനത്തിനുള്ള ഒരു ഉപാധിയായി ഇതിനെ കണക്കാക്കാമെങ്കിലും കവിതയുമായി ഇതിനു ബന്ധമില്ലെന്നുമാത്രമല്ല, അതിന് വിപരീതവുമാണ്. ആശയവിനിമയോപാധിയാണ് കവിത. പക്ഷേ, വൈകല്യം സംഭവിക്കാത്ത ഒരു വിവർത്തനവും അതിന്റെ കാര്യത്തിൽ സാധ്യമല്ല. എന്നാൽ ഏറ്റവും മോശമായ വിവർത്തനമായിരുന്നാൽ പോലും പുരാവൃത്തമെന്ന നിലയിൽ അതിനുള്ള മൂല്യം സൂക്ഷിക്കാൻ ആ വിവർത്തനത്തിന് സാധിക്കുന്നു'' എന്ന് രാഘവൻ പയ്യനാട് രേഖപ്പെടുത്തുന്നു. ഈ നിലയ്ക്ക് കവിതയിൽ പ്രയോഗിച്ച പുരാവൃത്തങ്ങളെ അറിയാനും ഭാഷ ഉയർത്തുന്ന പ്രശ്നങ്ങൾ കണ്ടെത്താനുമുള്ള ശ്രമങ്ങൾ നടക്കേണ്ടതുണ്ട്.

നമ്മുടെ ആധുനിക ശാസ്ത്രവബോധം പ്രാക്തന സമുദായത്തിന്റെ സങ്കല്പ സ്വപ്നങ്ങൾ എന്ന നിലയിൽ പുരാവൃത്തങ്ങളെ നിരാകരിക്കാൻ താൽപ്പര്യപ്പെടുന്നു. ചരിത്രത്തിന്റെ പ്രായോഗികതാബോധം അവയെ നിറം പിടിപ്പിച്ച നുണകൾ എന്ന നിലയിൽ തള്ളിക്കളയുന്നു. സാഹിത്യകാരനെ സംബന്ധിച്ചിടത്തോളം, ഒരു

സമൂഹത്തിന്റെ ആദിമനസ്സിനെ പ്രതിഫലിപ്പിക്കുന്ന പുരാവൃത്തങ്ങളുടെ അതിശയോക്തിയിലും സ്വപ്നതലങ്ങളിലും സംസ്കാരത്തിന്റെ തുടർച്ചയാണ് അയാൾ അന്വേഷിക്കുന്നത്. വർത്തമാനത്തിന് ചേരുംവിധം ഭൂതകാലത്തെ വീണ്ടും കണ്ടുപിടിക്കാനുള്ള ഒരു ശ്രമത്തിന്റെ ഭാഗമായിരിക്കാമിത്. ചരിത്രപരമായ കണിശതകൾക്കപ്പുറം അവർക്ക് പുരാവൃത്തങ്ങൾ ഭാവനയുടെ സാധ്യതകൾ ആവിഷ്കരിക്കുന്ന ഒരു തലമായിത്തീരുന്നു. മൂർത്തസത്യങ്ങൾപോലെ ഘനീഭവിച്ചു നിൽക്കുന്ന പുരാവൃത്തങ്ങളിൽ പുതിയ അർത്ഥതലങ്ങൾ കാണാൻ കവികൾക്കു കഴിയുന്നു. തന്റെ ഭാവുകത്വത്തിന്റെ മൂശയിൽ അത് പുനഃസൃഷ്ടിക്കപ്പെടുന്നു. നാടോടിയായ സാഹിത്യത്തിന്റെ ഈ രൂപശില്പം വ്യത്യസ്ത ജനവിഭാഗത്തിന്റേതായതിനാൽ സംവേദനത്തെ സംബന്ധിച്ച സങ്കീർണ്ണതകൾ എത്രത്തോളമുണ്ടെന്നറിയുക പ്രസക്തമാണ്. പുരാവൃത്തങ്ങളിലേക്ക് തന്റെ ഭാവത്തെ സന്നിവേശിപ്പിച്ച് വായനക്കാരനിലേക്ക് കവി പ്രവേശിക്കുമ്പോഴുണ്ടാകുന്ന വൈവിധ്യങ്ങളിലെ പുതിയ സംവേദനമാതൃകകളും അതിന്റെ വ്യാവർത്തക ധർമ്മങ്ങളും എല്ലാംകൂടി മലയാള കവിതയുടെ ആധുനികതയിൽ ഒരു സംക്രമണഘട്ടത്തിന്റെ ഛവി കലർത്തിയിട്ടുണ്ട്. മനുഷ്യവർഗ്ഗത്തിന്റെ നൈരന്തര്യങ്ങൾ ആവിഷ്കരിക്കപ്പെടാൻ ഇവയ്ക്ക് കഴിയുന്നുണ്ടോ എന്നറിയാൻ ഈ അന്വേഷണം ഏറെക്കുറെ സഹായകമാകും.

കേരളോൽപ്പത്തിയെക്കുറിച്ചുള്ള പരശുരാമകഥ മലയാളത്തിലെ പലകവികൾക്കും കവിതയിൽ അസംസ്കൃതവസ്തുവായി മാറിയിട്ടുണ്ട്. 'ബ്രഹ്മവർച്ചസത്തിനെ ക്ഷത്രലക്ഷ്മിയായ്ച്ചേർത്ത ഭയത്രാതാവായ പരശ്വധധാരിയാണ് നമുക്കു ബന്ധു'വെന്ന വള്ളത്തോളിന്റെ കല്പന പൗരന്മാരുടെ ദേശാഭിമാനവും നിർഭയതയും ആവശ്യപ്പെടുന്ന ഒരു കാലത്തിന് അനുയോജ്യമാണ്. വല്ലായ്മവരുത്തുന്നത് ദേവനാണെങ്കിൽപോലും സഹിക്കുവാൻ കഴിയുമായിരുന്നില്ലെന്ന സൂചനയാണ് 'ശിഷ്യനും മകനിലും' കാണുന്നത്. ഇത് ഭാരതീയന്റെ തന്റേടവും കരുത്തും കാണിക്കാൻ വേണ്ടി ഉപയോഗിച്ചതായിരിക്കാം. ബാലാമണിയമ്മ 'മഴുവലിച്ചെറിയുക' എന്ന പ്രവൃത്തി പരിത്യാഗത്തിന്റെ പരകോടിയായി കാണുമ്പോൾ, ആദിമ കുടിയേറ്റ സമൂഹത്തിന് അന്നം കണ്ടെത്തുന്നതിനുവേണി വനഭൂമികളുടെ ഘനസാന്ദ്രതയിലേക്ക് ആണ്ടിറങ്ങിച്ചെല്ലുന്ന ആയുധം എന്ന നിലയിൽ ഈ വെണ്മഴുവിനെ വൈലോപ്പിള്ളി അഭിവാദ്യം ചെയ്യുന്നു. ജാഡ്യത്തിന്റെയും അകർമ്മണ്യതയുടേയും നിത്യശത്രുവും, മാനുഷ്യകത്തിന്റെയും പുതുവീര്യത്തിന്റെയും വ്യാഖ്യാനവുമായി അങ്ങനെ വെൺമഴു മാറുന്നു. അന്ത്യശ്വാസത്തിലും, ഹുങ്കാരിയായ രാമപരശ്വധം കടലിൽ വീണു താഴുന്നതും ഭൂകമ്പസമാനമായ സമുദ്രചലനമുണ്ടാകുന്നതും വർണിക്കുന്ന കെ. എൻ എഴുത്തച്ഛൻ ചിരസുഹൃത്തായ പരശുവിനെ പിരിയുന്ന സന്ദർഭത്തിൽ ഹ്യൂമനിസ്റ്റ് വീക്ഷണത്തിന്റെ ഏറ്റവും പുതിയൊരങ്കുരം സൃഷ്ടിക്കുന്നു. ഒരു കവിയുടെ ഉള്ളിലെ ചരിത്രകാരനോ, സാമൂഹ്യശാ

സ്ത്രജ്ഞനോ, മന:ശാസ്ത്രജ്ഞനോ ഒക്കെയാകാം മിത്തുകളെ സമീപിക്കുന്നതെന്ന് പുരാവൃത്ത ദർശനത്തിലുണ്ടായ ഈ വൈവിധ്യം വ്യക്തമാക്കുന്നു. മിത്തുകൾ പലതും സാർവ്വലൗകികമായ അടിവേരുള്ളവയാണ്. ഗ്രീക്ക്-ഭാരതീയ-ഈജിപ്ഷ്യൻ-സെമിറ്റിക് മിത്തോളജികൾ താരതമ്യപഠനത്തിന് വിധേയമാക്കി ഒട്ടേറെ സദൃശ കല്പനകൾ കണ്ടെത്തിയിട്ടുണ്ട്. നമ്മുടെ സാഹിത്യകാരന്മാർക്ക് വൈദേശികമായ പല മിത്തുകളും കവന വിഷയമായിട്ടുണ്ട് പുരാവൃത്ത കഥാവിഷ്കാരമുള്ള ഇത്തരം കൃതികളുടെ വശ്യശക്തിക്കാലംബം അന്തരാത്മാവിൽ കുടികൊള്ളുന്ന വർഗ്ഗചേതനയുടെ അഭിവ്യക്തി തന്നെയായിരിക്കണം. അങ്ങനെ സംവേദനത്തിന്റെ പ്രശ്നങ്ങൾ ആധുനിക കവിതയിൽ മാനസിക വ്യാപാരത്തിന്റെ അപഗ്രഥനത്തിലേക്ക് നീങ്ങുന്നു. മനുഷ്യ മനസ്സിന്റെ സങ്കീർണ്ണതകൾ അതാതുകാലത്തെ മനോവ്യാപാരങ്ങളിൽ പ്രതിഫലിക്കും പോലെ മിത്തുകളിലെ അനന്ത വൈചിത്ര്യ വൈവിധ്യങ്ങൾ കവിതകൾക്ക് പുതിയ അർത്ഥതലങ്ങൾ നൽകുന്നതെങ്ങനെയെന്നും കണ്ടെത്താനുള്ള ശ്രമമാണ് ഈ പഠനം.

മിത്തുകൾക്ക് ഗൗരവപൂർവ്വമായ സമീപനവും വൈവിധ്യവും കൈവരുന്നത് നവോത്ഥാനാന്തര സാഹിത്യത്തിലാണ്. വൈവിധ്യമാർന്ന മാതൃകകൾ ബോധപൂർവ്വവും അല്ലാതെയും കൃതിയിൽ ഉൾപ്പെടുത്തി മിത്തുകളിലെ ഭാഷയ്ക്കുള്ളിലെ സംസ്കാരക്രമത്തിന്റെ പുതിയ അർത്ഥതലങ്ങളെ കണ്ടെടുക്കുന്നത് പ്രധാനമായും കാല്പനിക കവികളുടെ രണ്ടാം തലമുറയിലാണ്. ജി. ശങ്കരക്കുറുപ്പ്, ഇടശ്ശേരി ഗോവിന്ദൻ നായർ, വൈലോപ്പിള്ളി ശ്രീധരമേനോൻ, ഒ. എൻ. വി. കുറുപ്പ്, സുഗതകുമാരി തുടങ്ങി അഞ്ചു കവികളുടെ കവിതകളാണ് ഇവിടെ പഠനവിധേയമാക്കുന്നത്.

പുരാവൃത്തങ്ങളെ കവികൾ എങ്ങനെ പ്രയോജനപ്പെടുത്തുന്നു എന്ന തിരിച്ചറിവ് സാഹിത്യകാരന്റെ സൃഷ്ടിപ്രക്രിയയ്ക്കും, ആസ്വാദകന്റെ സാഹിത്യാഭിരുചിക്കും, ഈ മേഖലയിൽ പഠനം നടത്തുന്ന സാഹിത്യവിദ്യാർത്ഥികളുടെ പഠനങ്ങൾക്കും സഹായകമാകുമെന്ന് പ്രതീക്ഷിക്കുന്നു. ഇനിയങ്ങോട്ടുള്ള കവിതയുടെയും കവിതാവിമർശനത്തിന്റെയും ദിശാഗതി നിർണ്ണയിക്കാനും ഈ പഠനം ഒരളവോളം സഹായകമാകുമെന്ന് കരുതുന്നു. ഈ ഗവേഷണ പഠനത്തിന് എനിക്ക് മാർഗ്ഗനിർദ്ദേശം നല്കിയ കാലിക്കറ്റ് സർവ്വകലാശാല മലയാള വിഭാഗം മുൻ അധ്യാപകൻ ഡോ. എസ്. നാരായണൻ, ഈ പുസ്തകത്തിന്റെ പ്രസാധനം നിർവഹിക്കുന്ന ഇൻസൈറ്റ് പബ്ലിക്ക, എന്റെ കുടുംബാഗങ്ങൾ, സുഹൃത്തുക്കൾ, സഹപ്രവർത്തകർ തുടങ്ങി എല്ലാവരോടുമുള്ള നന്ദി രേഖപ്പെടുത്തിക്കൊണ്ട് ഈ പുസ്തകം വായനാലോകത്തിനു സമർപ്പിക്കുന്നു....

ഡോ. സന്തോഷ് വള്ളിക്കാട്

അധ്യായം ഒന്ന്

പുരാവൃത്തം - സ്വരൂപവും ഘടനയും

പുരാവൃത്തങ്ങളുടെ പുരാവൃത്തം

പ്രപഞ്ചപ്രതിഭാസങ്ങൾക്കുമുന്നിൽ അത്ഭുതപരതന്ത്രനായിനിന്ന പ്രാക്തനമനുഷ്യൻ പ്രാപഞ്ചിക ശക്തികളെക്കുറിച്ച് സ്വയം ചോദിച്ച ചോദ്യങ്ങളുടെ വിശദീകരണങ്ങളായിരിക്കാം ഒരു പക്ഷെ പുരാവൃത്തങ്ങൾ. മനുഷ്യവർഗ്ഗം സഞ്ചയിച്ചുവെച്ച അനുഭവങ്ങളുടെയും സ്മൃതികളുടെയും അന്യാദൃശമായ ഈടുവെയ്പ്പുകളാണ് ഇവ. മാനവരാശിയുടെ അനുഭവങ്ങളുടെ നിധികുംഭങ്ങളായി പുരാവൃത്തങ്ങളെ കരുതാം. "മിത്ത് മനുഷ്യസംസ്കാരത്തിന്റെ ഒരവിഭാജ്യഘടകമാണ്, അതൊരു നിർജ്ജീവമായ കഥയല്ല, സജീവമായൊരു ഊർജ്ജസ്രോതസ്സാണ്. അതൊരു ബൗദ്ധികമായ വിശദീകരണമോ കലാത്മകമായ സങ്കല്പനമോ അല്ല, മറിച്ച് പ്രാചീന വിശ്വാസത്തിന്റെയും ധാർമ്മിക സ്ഥൈര്യത്തിന്റെയും ശാസ്ത്രീയ വിളംബരമാണ്."[1] മിത്ത് സജീവമായൊരു സാംസ്കാരിക യാഥാർത്ഥ്യമാണ്. സ്വന്തമായ മിത്തോളജി രചിക്കാത്ത ഒരു ജനസമൂഹത്തെയും ലോകത്തിലൊരിടത്തും കണ്ടെത്താൻ കഴിയില്ല. മനുഷ്യരാശിയുടെ പൈതൃകത്തിന്റെയും പാരമ്പര്യത്തിന്റെയും ഭാഗമായ മിത്തോളജിയുടെ പ്രത്യക്ഷമോ പരോക്ഷമോ ആയ സ്വാധീനത്തിന് വിധേയമാകാത്ത ഒരു മനുഷ്യനും കാണുകയുമില്ല.

സമൂഹത്തിന്റെ ആത്മവൃത്താന്തകഥനമാണ് പുരാവൃത്തങ്ങൾ. പ്രാക്തന സംസ്കാരത്തിന്റെ സംഭാവനയെന്ന നിലയിൽ പുരാവൃത്തങ്ങൾക്ക് വിശ്വാസങ്ങളെ ആവിഷ്കരിക്കുകയെന്ന ധർമ്മമുണ്ട്. മതപരമായ നിഗൂഢതയുടെ നിയതരൂപമാണ് ഇവ എന്നതാണ് ഇതിനു കാരണം. സദാചാരത്തിന്റെയും മതത്തിന്റെയും പൊതുവായ ഉറവിടമെന്നനിലയിൽ പുരാവൃത്തം മാനവചിന്തയുടെ വളർച്ചയിൽത്തന്നെ നിർണ്ണായക പങ്കുവഹിച്ചിട്ടുണ്ട്. ഒരു ആത്മപ്രചോദനശക്തി പുരാവൃത്തത്തിൽ നിന്ന് ഉൾക്കൊള്ളാൻ കഴിയും. ജിവിതത്തിന്റെയും സമൂഹത്തിന്റെയും ജീവത്തായ ഒരു അംഗമായി പുരാവൃത്തങ്ങൾ സമൂഹത്തിന് ഒരു സന്ദേശം നൽകുന്നു. സാംസ്കാരിക പൈതൃകത്തിന്റെ സംപ്രേഷണം പുരാവൃത്തങ്ങളുടെ മുഖ്യധർമ്മമാവുമ്പോൾ അവ ചരിത്രത്തിന്റെ പ്രവേശനസ്ഥാനത്ത് നിലയുറപ്പിക്കുന്നു.

പുരാവൃത്തം - നിർവ്വചനങ്ങൾ

മിത്ത് എന്ന ഇംഗ്ലീഷ്പദത്തിന് സമാനമായി പുരാവൃത്തം എന്ന പദമാണ് മലയാളത്തിൽ ഉപയോഗിക്കുന്നത്. പുരാവൃത്തത്തിന് നിഘണ്ടു നൽകുന്ന അർത്ഥം 'പണ്ടു കഴിഞ്ഞത്' എന്നാണ്. മിത്ത് എന്ന പദത്തിനാകട്ടെ പുരാവൃത്തം, ഗൂഢാർത്ഥകഥ, ഐതിഹ്യകഥ എന്നിങ്ങനെ വിഭിന്നാർത്ഥങ്ങളുമുണ്ട്. മുത്തോസ് (Muthos) എന്ന ഗ്രീക്ക് പദത്തിൽ നിന്നാണ് മിത്തിന്റെ ഉൽപത്തി.[2] ക്ലാസിക്കൽ ഗ്രീക്കിലെ മിത്തോസ് (Mythos) എന്ന പദത്തിന് സത്യമോ അസത്യമോ ആയ കഥ അഥവാ ഇതിവൃത്തം എന്നാണർത്ഥം. പ്ലാറ്റോയുടെ റിപ്പബ്ലിക്ക് (The Republic) എന്ന കൃതിയിലാണ് ആദ്യമായി മിത്ത് എന്ന പദം പ്രയോഗിച്ചുകാണുന്നത്.[3] ഒരു സംഭവത്തിന്റെ കഥാരൂപേണയുള്ള വിവരണം എന്ന കേവലാർത്ഥത്തിലാണ് പ്ലാറ്റോ ഈ പദം പ്രയോഗിച്ചിട്ടുള്ളത്.

"Myth is a collective term used for one kind of symbolic communication and specially indicates one basic form of religious symbolism as distinguished from symbolic behaviour (cult, ritual) and symbolic places or objects (such as temple and icons)" എന്ന് എൻസൈസ്ക്ലോപീഡിയ ബ്രിട്ടാനിക്കയും. 'ഏതെങ്കിലും പ്രാപഞ്ചിക വസ്തുതയുടെയോ പ്രതിഭാസത്തിന്റെയോ വിശദീകരണമായിത്തീരുന്നതും ദേവകളും അമാനുഷികന്മാരും കഥാപാത്രങ്ങളുമായതുമായ പുരാണ കഥ എന്ന്' സി. മാധവൻപിള്ളയുടെ ഇംഗ്ലീഷ് മലയാളം നിഘണ്ടുവിലും, 'ഏതെങ്കിലും വസ്തുതക്കോ പ്രകൃതിദൃശ്യത്തിനോ പ്രകൃതി സംഭവത്തിനോ വ്യാഖ്യാനം നൽകുന്ന പുരാണകഥ' എന്ന് റ്റി. രാമലിംഗപിള്ളയുടെ ഇംഗ്ലീഷ് - മലയാളം നിഘണ്ടുവിലും 'മിത്ത്' എന്ന പദത്തിന് അർത്ഥം നൽകിക്കാണുന്നു. സമാനാർത്ഥമുള്ള മലയാളപദമായി 'പുരാവൃത്ത' ത്തെ കാണിക്കുകയും ചെയ്യുന്നു.

ഇത്തരം സാങ്കേതികമായ വിശദാംശങ്ങൾക്കപ്പുറം പുരാവൃത്തങ്ങൾക്ക് പുതിയ അർത്ഥതലങ്ങൾ കൈവരുന്ന നിർവചനങ്ങളും ഉണ്ടായിട്ടുണ്ട്. "Myth is a message from ourselves to ourselves, a secret language which enables us to treat inner as if outer event"[4] എന്നാണ് എറിക് ഫ്രോം നിർവ്വചിച്ചിട്ടുള്ളത്. പുരാവൃത്തങ്ങൾ ഭാഷയുടെ രോഗമാണെന്ന് അഭിപ്രായപ്പെട്ടത് മാക്സ്മുള്ളറാണ്. ഭാഷയുടെ അനാരോഗ്യത്തിൽ നിന്ന് പുരാവൃത്തങ്ങൾ ജനിച്ചുവെന്ന് അദ്ദേഹം സിദ്ധാന്തിക്കുന്നു. പ്രപഞ്ചത്തിന്റെയും ജീവിതത്തിന്റെയും ആന്തരികാർത്ഥം ആവിഷ്കരിക്കുന്ന കഥകളുടെ ഒരു സങ്കലനമെന്ന നിലയിലും പുരാവൃത്തം നിർവചിക്കപ്പെട്ടിട്ടുണ്ട്.[5] ഭാഷയുടെ രോഗത്തിൽ നിന്നല്ല സംസ്കാരത്തിന്റെ പ്രാകൃതമായ ദശയിൽ നിന്നാണ് പുരാവൃത്തങ്ങൾ ഉണ്ടായതെന്നാണ് ആൻഡ്രൂലാങിന്റെ പക്ഷം.

മിഥ്യാബോധമുളവാക്കുന്ന ചരിത്രം - ഭൂതകാലത്തെക്കുറിച്ചുള്ള ഒരു കഥ എന്നിങ്ങനെ ലെവിസ്ട്രോസ് മിത്തിനെ വിശേഷിപ്പിക്കുന്നു.[6] ദൃശ്യമായ പ്രതിഭാസത്തിന്റെ അടിസ്ഥാനത്തിൽ ആദൃശ്യമായ യാഥാർത്ഥ്യങ്ങളുടെ ആവിഷ്കരണമാണവയെന്നും അദ്ദേഹം അഭിപ്രായപ്പെടുന്നു. ജനസമൂഹത്തിന്റെ ഒരു സ്വപ്നമെന്നനിലയിൽ പുരാവൃത്തത്തെ നിർവ്വചിക്കപ്പെട്ടിട്ടുണ്ട്. സ്വപ്നവും മിത്തും തമ്മിലുള്ള അടുത്തബന്ധം ഉള്ളടക്കത്തിൽ മാത്രമല്ല, രൂപത്തിലും വ്യക്തമത്രെ.[7]

ഏതെങ്കിലും പ്രകൃതിപ്രതിഭാസത്തെ വിശദീകരിക്കാൻ സഹായിക്കുന്നതും ഒരു വർഗ്ഗത്തിന്റെയോ വംശത്തിന്റെയോ പൊതുസ്വാത്തായിട്ടുള്ളതും പ്രകൃത്യാതീതാംശം ഉൾക്കൊള്ളുന്നതുമായ ഒരു പരമ്പരാഗത കഥ എന്ന കാൽവിൻ എസ്. ബ്രൗണിന്റെ നിർവ്വചനം[8] മിത്തിനെ സംബന്ധിച്ച് ഏറെക്കുറെ ശരിയാണ്. മിത്തിന്റെ പ്രാകൃത ചരിത്രപരതയെ സ്പർശിക്കുന്ന നിർവ്വചനമാണ് സി.എച്ച്. സ്റ്റീൻബർഗ്ഗിന്റെ മിത്ത് പ്രാകൃതചരിത്രത്തിന്റെ രൂപമാണെന്നുള്ളതിൽ അടങ്ങിയിരിക്കുന്നത്.[9] പ്രാചീന മനുഷ്യരുടെ വംശകഥ പരമ്പരാഗതമായും വായ്മൊഴിയായും പ്രചരിച്ച് മിത്തുകളായിത്തീർന്നതായി കാണാം. വീരന്മാരെക്കുറിച്ചുള്ള കഥകളും പുരാവൃത്തങ്ങളായിത്തീർന്നിട്ടുണ്ട്. പ്രപഞ്ചോത്പത്തിയും മനുഷ്യസൃഷ്ടിയും പ്രകൃതിപ്രതിഭാസങ്ങളും മിത്തുകളായി ഭവിച്ചിട്ടുള്ള കഥകൾ മിക്കവാറും എല്ലാ ജനവിഭാഗങ്ങളുടെയും ഇടയിലുണ്ട്. ചരിത്രാതീത വിഷയങ്ങളെയും ഐതിഹ്യംകലർന്ന ചരിത്രസംഭവങ്ങളെയും അടിസ്ഥാനമാക്കി കാലദേശങ്ങൾക്കതീതമായി ലോകജീവിതക്രമത്തിന്റെ സാങ്കല്പികവും അനുഷ്ഠാനികവുമായ പ്രതിരൂപാത്മക സങ്കല്പകഥകളാണ് പുരാവൃത്തങ്ങൾ എന്ന് സാമാന്യമായി നിർവ്വചിക്കാൻ മേലുദ്ധരിച്ച വസ്തുതകൾ സഹായിക്കുന്നു.

''പുരാവൃത്തങ്ങളിൽ വസ്തുതകളും സങ്കൽപ്പങ്ങളും അഭേദ്യമാംവിധം കെട്ടുപിണഞ്ഞുകിടക്കുന്നു. ഈ കലർപ്പ് ഭാവനാജന്യമായ ഒരു ചരിത്രമായിത്തീരുന്നു. കണിശമായി എന്തു സംഭവിച്ചുവെന്ന് അത് നമ്മോട് പറയുകയില്ലായിരിക്കാം. പക്ഷേ, അത്രതന്നെ പ്രധാനമായ ചിലത് അത് പറഞ്ഞുതരുന്നുണ്ട്.''[10] ഭാവനയുടെ അംശത്തോടൊപ്പം ചരിത്രത്തിന്റെ അംശങ്ങളും ഒരുപോലെ മിത്തിൽ പ്രതിഫലിക്കുന്നതായി ചില നിർവചനങ്ങൾ സാക്ഷ്യപ്പെടുത്തുന്നു. ''മിത്ത് ലിഖിത രൂപത്തിലുള്ള ഒരു നിശ്ചിത സാഹിത്യ കൃതിയല്ല. അതിപുരാതനമായ വാചാസമൂഹ (oral societies)ങ്ങളിലാണ് മിത്തുകൾ ജന്മമെടുത്തത്.''[11] അതുകൊണ്ടുതന്നെ ഒഴുകി നടക്കുന്ന കഥയാണ് മിത്തെന്നു പറയാറുണ്ട്. ''മിത്ത് ഒരു കെട്ടുകഥയല്ല, തുടരെ തുടരെ നിരീക്ഷിക്കാൻ കഴിയുന്നതും നിരന്തരമായി ആവർത്തിക്കപ്പെടുന്ന സത്യസ്ഥിതികൾ ഉള്ളടങ്ങുന്നതുമാണ് എന്ന്'' യുങ് അഭിപ്രായപ്പെടുന്നുണ്ട്. ചുരുക്കത്തിൽ പുരാവൃത്തങ്ങൾ രൂപമെടുക്കുന്നതിനു പിന്നിലുള്ള പ്രചോദനം പാരമ്പര്യഘടകങ്ങളെയും സംസ്കാരങ്ങളെയും ബലപ്പെടുത്തുകയും അതിന്റെ ആവശ്യകതയെ ബോധ്യപ്പെടുത്തുകയും ചെയ്യുക എന്നതാണെന്നു കരുതാം.

മിഥോളജി

മിഥോസ് (Mythos), ലോഗോസ് (Logos) എന്നീ പദങ്ങൾ ചേർന്ന സമസ്ത പദമാണ് മിഥോളജി. ദേവന്മാരുടെയും വീരനായകന്മാരുടെയും കഥാപരമ്പരയെന്നാണ് ഇതിന്റെ അർത്ഥം. ഇതിഹാസം എന്ന കല്പിതാർത്ഥവും പിന്നീട് രൂപപ്പെട്ടിട്ടുണ്ട്. ഇതിഹാസം എന്ന സംസ്കൃതപദത്തിന് ചരിത്രം എന്നാണ് അർത്ഥം. സുനിശ്ചിതവും ഏകകാലികവുമായ ഗണനാക്രമത്തിൽ അടുക്കിവെച്ചിരിക്കുന്ന മിത്തുകളുടെ പരമ്പരയായി നമുക്കിതിനെ കാണാം. പരസ്പരബന്ധങ്ങളും അന്യോന്യപൂരകങ്ങളുമായ പുരാവൃത്തങ്ങളെ ഒന്നിച്ചുവിവക്ഷിക്കുന്ന പദമായും മിത്തോളജിയെ പരാമർശിക്കുന്നുണ്ട്.

ഓരോ ദേശത്തിനും ഓരോ സമൂഹത്തിനും അവരുടേതായ പുരാവൃത്തസഞ്ചയമുണ്ട്. ''ലോകത്തെയും അതിൽ മനുഷ്യനുള്ള സ്ഥാനത്തെയും വിവരിക്കുന്ന കഥകളുടെ ശേഖര''[12]മെന്ന് മിഥോളജിയെ വിശേഷിപ്പിച്ചിരിക്കുന്നു. മനുഷ്യരാശിയുടെ അവരോഹണത്തിൽ അവർ പിന്നിട്ട അവരോഹണ കാലഘട്ടത്തിന്റെ സംഭാവനയായി ഈ പുരാസങ്കല്പ സഞ്ചയങ്ങളുടെ ഉപലബ്ധിയെ കാണാം. ''ഒരു വ്യക്തി തന്റെ മതത്തോട് ബന്ധപ്പെട്ട് ചിന്തിക്കുകയും സങ്കൽപിക്കുകയും ചെയ്യുന്നതെന്തോ അതാണ് അയാളുടെ മിഥോളജി''[13] എന്ന് കെ. എം. തരകൻ അഭിപ്രായപ്പെടുന്നു. നാടൻ ജനസമൂഹത്തിന്റെ പുരാവൃത്തസഞ്ചയത്തെ ഫോക് മിത്തോളജി (Folk Mythology) എന്നാണ് പറയുന്നത്. ജനസമൂഹങ്ങളുമായി ബന്ധപ്പെട്ട പുരാവൃത്തങ്ങളുടെ സഞ്ചിതമായ യഥാർത്ഥ രൂപം എന്ന് മിത്തോളജിക്ക് അർത്ഥം സൂചിപ്പിച്ചിട്ടുള്ളത് ജനകീയമായ അർത്ഥത്തിലത്രെ. പുരാവൃത്ത പഠനത്തെ സൂചിപ്പിക്കാനും മിത്തോളജി എന്ന പദം ഉപയോഗിക്കാറുണ്ട്. നരവംശശാസ്ത്രജ്ഞനെ സംബന്ധിച്ച് വിവിധ വർഗ്ഗങ്ങളുടെ പുരാവൃത്തങ്ങളെക്കുറിച്ചുള്ള ശാസ്ത്രീയമായ താരതമ്യപഠനമാണ് മിത്തോളജി.

പുരാവൃത്തങ്ങളുടെ ആവിർഭാവം - ചില സിദ്ധാന്തങ്ങൾ

പ്രകൃതി സിദ്ധാന്തം (Nature Theory)

പ്രകൃതിയാണ് പുരാവൃത്തങ്ങളുടെ രൂപികരണത്തിലെ പ്രഥമ സാന്നിദ്ധ്യം.[14] ആദ്യഘട്ടത്തിലെ പുരാവൃത്തങ്ങൾ പ്രകൃതിയെ പ്രതീകാത്മകമായി കാണുകയോ പ്രകൃതിയിൽ നിന്ന് പ്രതീകങ്ങൾ സ്വീകരിക്കുകയോ പ്രകൃതിയെ മതാത്മകമായി ദർശിക്കുകയോ ചെയ്തതിന്റെ ആവിഷ്ക്കാരമാണ്. പ്രപഞ്ചത്തിന്റെ രൂപഭാവങ്ങൾ പ്രാചീന മനസ്സുകളെ വിസ്മയിപ്പിക്കുകയും അതിൽ നിന്നുണ്ടായ അന്വേഷണത്വര പ്രപഞ്ചത്തിന്റെ ഉൽപത്തി, അതിനു പിറകിൽ പ്രവർത്തിക്കുന്ന ശക്തി തുടങ്ങിയവയെക്കുറിച്ചും, മുറതെറ്റാതെ വന്നുപോകുന്ന ഋതുക്കൾ, പ്രകൃതിയുടെ ക്ഷോഭവും സാന്ത്വനവും, കാറ്റ്, വെയിൽ, മഴ, മഞ്ഞ് തുടങ്ങിയ പ്രതിഭാസങ്ങൾ എന്നിവയെക്കുറിച്ചും കഥകൾ ചമച്ചു. എല്ലാ നാട്ടിലേയും പ്രാചീന പുരാവൃത്തങ്ങൾ ഇവ

യാണ്. ഭാരതീയരുടെ ഇന്ദ്രൻ, ഗ്രീക്കുകാരുടെ അപ്പോളോ ദേവൻ, സുമേറിയക്കാരുടെ എൻലിൽ (Enlil), ബാബിലോണിയക്കാരുടെ മാർഡൂക്ക് (Marduk), മൊസൊപ്പൊട്ടോമിയക്കാരുടെ ഷമാഷ് (Shamash) തുടങ്ങിയവരെക്കുറിച്ചുള്ള സങ്കല്പങ്ങൾ പ്രകൃതി പുരാവൃത്തങ്ങളാണ്.

ചാർട്ടർ സിദ്ധാന്തം (Charter Theory)

സാമൂഹിക സ്ഥാപനങ്ങളുടെയും ആചാരനുഷ്ഠാനങ്ങളുടെയും ചാർട്ട് മിത്ത് ഉൾക്കൊള്ളുന്നു. സാമൂഹിക ജീവിതത്തെ ശക്തമായി പ്രതിഫലിപ്പിച്ച് അതിന്റെ ദൗത്യം നിറവേറ്റുന്ന കഥകളാണ് ഇവ. ആചാരാധിഷ്ഠിതമായ സമൂഹങ്ങളിൽ ആചാരവും അനുഷ്ഠാനവും പുരാവൃത്തമായിത്തീരുന്നു. മുടിയേറ്റുപോലുള്ള അനുഷ്ഠാനങ്ങൾ ഇതിന് ഉദാഹരമാണ്.

മനഃശാസ്ത്ര സിദ്ധാന്തം (Psychological Theory)

കിർക്കിന്റെ അഭിപ്രായത്തിൽ മിത്തുകൾ സമൂഹത്തിന്റെ മാനസികാനുഭവങ്ങളാണ്. സമൂഹത്തിൽ ഹാനികരമാവുന്ന ഭാവങ്ങളേയും പ്രവണതകളേയും വിമലീകരിക്കുകയും ഉൽകണ്ഠകളും സങ്കീർണതകളും കുറയ്ക്കുകയും ചെയ്ത് സമൂഹാംഗീകാരം ലഭിച്ച മാധ്യമങ്ങളിലൂടെ അവയെ തുറന്നുവിടുന്നു. വ്യക്തികളുടെ തൃഷ്ണകൾ സ്വപ്നങ്ങളിലൂടെ ബഹിർഗമിക്കുന്നതുപോലെ സമൂഹതൃഷ്ണകളെ പുരാവൃത്തം പുറത്തുവിടുന്നു. സ്വപ്നവും പുരാവൃത്തവും അങ്ങനെ ആരോഗ്യമുള്ള വ്യക്തിയേയും സമൂഹത്തെയും നിലനിർത്തുന്നതിലെ പ്രധാന കണ്ണിയാകുന്നു. പ്രളയം, നരകം, ബലി തുടങ്ങിയ സങ്കല്പങ്ങൾ ഉദാഹരണമായി എടുക്കാം.

മനുഷ്യൻ ജീവിക്കുന്ന യഥാർത്ഥ ലോകവും ജീവിക്കാൻ ആഗ്രഹിക്കുന്ന സാങ്കല്പിക ലോകവും തമ്മിലുള്ള പൊരുത്തക്കേടുകളിൽ നിന്ന് വൈരുദ്ധ്യാത്മക സ്വാഭാവമുള്ള പുരാവൃത്തങ്ങൾ പിറവിയെടുക്കുന്നു. അസുരൻ-ദേവൻ, നരകം-സ്വർഗ്ഗം, ചെകുത്താൻ-ദൈവം, ശാപം-മോക്ഷം എന്നീസങ്കല്പങ്ങളെല്ലാം ഈ വസ്തുതയെ ഉദാഹരിക്കുന്നു. സ്വത്വത്തെ തിരിച്ചെടുക്കാനുള്ള ത്വരയും പുരാവൃത്തമായി രൂപാന്തരം പ്രാപിക്കുന്നു. ബൈബിളിലെ നഷ്ടസ്വർഗ്ഗത്തെക്കുറിച്ചുള്ള ഗൃഹാതുരത്വം, കൃതയുഗത്തെക്കുറിച്ചുള്ള ഭാരതീയ സങ്കല്പം, ഓണത്തെക്കുറിച്ചുള്ള കേരളീയ പുരാവൃത്തം തുടങ്ങിയവ ഇത്തരത്തിലുള്ളതാണ്.

ചരിത്ര സിദ്ധാന്തം (Historical Theory)

പുരാവൃത്തത്തിലെ ഓരോകഥാപാത്രത്തിലും ചരിത്രാംശമുണ്ട്. ചരിത്രപുരുഷനായ രാജാവിനോ, വീരനായകനോ പിന്നീട് പുരാവൃത്ത പരിവേഷം കൈവന്നതാവാം. കതിവന്നൂർ വീരന്റെ പുരാവൃത്തം, പരുശുരാമകഥ, മഹാബലിയുടെ കഥ തുടങ്ങിയവ ഉദാഹരണമാണ്.

ഭൗതിക സിദ്ധാന്തം (Physical Theory)

ഭൗതികവസ്തുക്കളുടെ നിഗൂഢവും മതാത്മകവുമായ വിവരണ

മാണ് ഒട്ടുമിക്ക പുരാവൃത്തങ്ങളും. അഗ്നിക് മതാത്മകപരിവേഷം സിദ്ധിച്ചപ്പോൾ അഗ്നിദേവനുണ്ടായി - ഇതുപോലെ മഴയിൽ നിന്ന് ഇന്ദ്രനും, ജലത്തിൽ നിന്ന് വരുണനും.

ഹേതുസിദ്ധാന്തം (Aeteological Theory)

യഥാർത്ഥ ലോകത്തിൽ നിന്ന് പുരാവൃത്തങ്ങൾ കാരണങ്ങളും വിശദീകരണങ്ങളും സ്വീകരിക്കുന്നു. അഹല്യശിലയായതും, ബ്രഹ്മാവ് ചതുർമുഖനായതും, ധൃതരാഷ്ട്രർ അന്ധനായതും, പാണ്ഡു മരിക്കാനിടവന്നതും ഒക്കെ ലൗകികമായ കാരണങ്ങൾ കൊണ്ടാണ്.

പ്രതീകാത്മക സിദ്ധാന്തം (Allegorical Theory)

പുരാവൃത്തങ്ങളെല്ലാം അന്യാപദേശപരമോ പ്രതീകാത്മകമോ ആണ് എന്ന് ഈ സിദ്ധാന്തം സ്ഥാപിക്കുന്നു. സാന്മാർഗികമോ, മതപരമോ, തത്വശാസ്ത്രപരമോ ആയ വസ്തുതകളെ കൂടുതൽ ഗാഢമായി അവതരിപ്പിക്കാൻ പ്രതീകരൂപം കൈവരിക്കുന്നു. മഹാബലിയെ പാതാളത്തിലേക്ക് ചവിട്ടിതാഴ്ത്തിയ കഥ അസുരചക്രവർത്തിയും ദേവനും തമ്മിലുള്ള സംഘർഷത്തിന്റെ കഥയാണല്ലോ. വിഷ്ണു രശ്മികളെ ലേപനം ചെയ്യുന്നവൻ ആയതിനാൽ സൂര്യന്റെ പ്രതീകമാണ്. ഒന്നാമത്തെ കാല്വെപ്പ് സൂര്യോദയവും രണ്ടാമത്തെത് മധ്യാഹനവും മൂന്നാമത്തെത് ലോകത്തെ മുഴുവൻ അപ്രത്യക്ഷമാക്കുന്ന ഇരുട്ടുമാണ്. സൂര്യോദയം മുതൽ അടുത്ത സൂര്യോദയംവരെ നടക്കുന്ന പ്രകൃതി പ്രക്രിയ ഈ പുരാവൃത്തത്തിൽ അന്തർലീനമാണ്. കാമ, ക്രോധ, ലോഭ മോഹങ്ങളുടെ പ്രതീകങ്ങളാണ് കാമദേവനും, ശിവനും, ഇന്ദ്രനുമൊക്കെ.

വൈദിക സിദ്ധാന്തം (Spiritual Theory)

വൈദികകഥകളിൽ നിന്നോ കഥാപാത്രങ്ങളിൽ നിന്നോ ഉടലെടുത്തതും വികാസം കൊണ്ടതുമാണ് ഓരോ പുരാവൃത്തത്തിന്റെയും ആന്തരിക ഘടന എന്ന് ഈ സിദ്ധാന്തം പറയുന്നു. ഋഗ്വേദ ദേവതയായ പൃഥിയിൽ നിന്ന് സീത രൂപപ്പെട്ടതുപോലെ.

പുരാവൃത്ത പഠനങ്ങൾ - സമീപനം

പുരാവൃത്തങ്ങളെക്കുറിച്ചുള്ള പഠനങ്ങളിൽ പ്രധാനമായവ ഘടനാത്മക നരവംശശാസ്ത്രത്തിന്റെയും മന:ശാസ്ത്രത്തിന്റെയും ഘടനാത്മക ഭാഷാശാസ്ത്രത്തിന്റെയും സംഭാവനകളാണ്. നരവംശശാസ്ത്രത്തിലൂന്നി പുരാവൃത്തങ്ങളെ പഠിച്ചവരിൽ ജെയിംസ് ജെ. ഫ്രേസർ, ബ്രോണിഷ്ലോ മെലിനോവ്സ്കി, ക്ലോദ് ലവിസ്ട്രാസ്, ഇ. ആർ. ലീച്ച് തുടങ്ങിയവർ ഉൾപ്പെടുന്നു.

പുരാവൃത്തങ്ങളുടെ ആന്തിരികമായ ഘടനയെ കണ്ടെത്താൻ ലെവിസ്ട്രാസ് ശ്രമിച്ചു. മനുഷ്യമനസ്സിന്റെ ഘടന എല്ലായിടത്തും ഒരുപോലെയാണെന്ന് വാദിക്കുന്ന അദ്ദേഹം നരവംശസംസ്കൃതികളുടെ ചിന്താഘടനയിൽ സമവാക്യങ്ങളും സാമ്യരേഖകളും കാണുന്നു. മനുഷ്യന്റെ പ്രതീകാത്മക ആശയവിനിമയഭാഷയാണ് മിത്തുകളെന്ന് അദ്ദേഹം വിലയിരുത്തുന്നു. മിത്തുകളിലെ കഥനാംശങ്ങൾക്ക് (Mythemes) പ്രാധാന്യം നൽകിയ അദ്ദേഹം അവ നിഗൂഢമായ ചില

സന്ദേശങ്ങൾ നൽകുന്നുണ്ടെന്ന് സമർത്ഥിക്കുന്നു.[15] കഥാഘടനയുടെ അക്ഷതല (Syntgmatic)ത്തിലും ലംബതല (Paradigmatic) ത്തിലുമുള്ള ബന്ധങ്ങളെ അപഗ്രഥിച്ചുകൊണ്ടുള്ള ഘടനാവിശകലന രീതിയിലൂടെ അർത്ഥതലങ്ങളുടെ വിപുലനം സാധ്യമാക്കുകയും, അവയെ സന്ദർഭനിഷ്ഠമായി വ്യാഖ്യാനിച്ചുകൊണ്ട് അതിലന്തർഹിതമായിട്ടുള്ള ധർമ്മം കണ്ടെത്തുകയും ചെയ്യുന്ന രീതിയാണ് ലെവിസ്ട്രാസ് സ്വീകരിക്കുന്നത്. വിരുദ്ധദ്വന്ദ്വങ്ങളുടെ ബന്ധത്തെ അപഗ്രഥിക്കുന്നതിലൂടെ കഥാഘടനയുടെ ആന്തരവിശകലനം പൂർണ്ണമാകുന്നു. വിരുദ്ധദ്വന്ദ്വമേഖലകൾ മനുഷ്യസഹജമാണെന്നും അവയുടെ പരിഹരണമോ നിഷ്കാസനമോ ആണ് മനുഷ്യ നന്മയുടെ മൂല്യമെന്നും, അതിനാൽ ഇതാണ് പുരാവൃത്തങ്ങൾ അടിസ്ഥാന ധർമ്മമായി നിറവേറ്റുന്നതെന്നുമാണ് ലെവിസ്ട്രാസിന്റെ വാദം.

മിത്തും പ്രാചീന മന:ശാസ്ത്രവും എന്ന ഗ്രന്ഥത്തിൽ പുരാവൃത്തങ്ങളുടെ സാമൂഹ്യസന്ദർഭങ്ങളെപ്പറ്റിയും മിത്തുകൾ ഒരു ഉത്തരവും ശാസനയും ഒരു പ്രായോഗിക സഹായിയുമാവുന്നതിനെപ്പറ്റിയും ചില സിദ്ധാന്തങ്ങൾ മെലിനോവ്സ്കി അവതരിപ്പിക്കുന്നു. വിശ്വാസത്തെ ഊട്ടിയുറപ്പിക്കുകയും മൂല്യബോധത്തെ സംരക്ഷിക്കുകയും ചെയ്യുന്ന പുരാവൃത്തങ്ങളിൽ മനുഷ്യന്റെ പുരോയാനത്തിനുള്ള പ്രായോഗിക നിയമങ്ങൾ ഉൾക്കൊള്ളുന്നു എന്ന് അദ്ദേഹം വാദിക്കുന്നു. ഫങ്ഷനലിസം അഥവാ പ്രയോജനവാദത്തിന്റെ സഹായത്തോടെ മെലിനോവ്സ്കി സാമൂഹിക പ്രതിഭാസങ്ങൾക്കും ആചാരങ്ങൾക്കും വിശ്വാസങ്ങൾക്കുമെല്ലാമുള്ള അനുജ്ഞാപാത്രങ്ങൾ (characters) മിത്തുകളിൽ കണ്ടെത്തുന്നു.

മതശാസ്ത്രകാരന്മാരായ ഏണസ്റ്റ് കാസ്സിറർ, മിർസിയ ഏലിയാദ തുടങ്ങിയവർ നരവംശ പ്രത്യേകതകളുമായി ബന്ധിപ്പിച്ച് മിത്തുകളെയും മതത്തെയും കുറിച്ച് പഠിച്ചു. അലിശരി അത്തി, റജാഗറോദി, എറിക് ഫ്രോം തുടങ്ങിയ സാമൂഹ്യശാസ്ത്രകാരൻമാർ സാമൂഹ്യശാസ്ത്രകോണിൽ നിന്നുകൊണ്ട് മിത്തുകളെയും മതങ്ങളെയും പഠിച്ചു. സിഗ്മണ്ട് ഫ്രോയിഡ്, കാൾ കുസ്താവ് യുങ്, ഒട്ടോറാങ്ക്, റാഡ്ക്ലിഫ് ബ്രൗൺ തുടങ്ങിയ മന:ശാസ്ത്രകാരന്മാർ മിത്തുകളും ഡപ്ത് സൈക്കോളജിയും കൂട്ടിയിണക്കി പഠനങ്ങൾ നടത്തി.

അബോധ മനസ്സിനെയും, അതിന് പുരാവൃത്തം, സ്വപ്നം എന്നിവയുമായുള്ള ബന്ധത്തെയും കുറിച്ചുള്ള ഫ്രോയിഡിന്റെ സിദ്ധാന്തം പുരാവൃത്ത പഠനത്തിൽ വളരെയേറെ സ്വധീനം ചെലുത്തി. മിത്തുകളെ രണ്ടുരീതിയിലാണ് ഫ്രോയിഡ് സമീപിച്ചത്.

(1) അബോധപൂർവ്വമായ മോഹങ്ങളുടെയും ഭയങ്ങളുടേയും ജന്മചോദനകളുടേയും ആവിഷ്കാരമായി മിത്തിനെ സമീപിക്കുന്ന രീതി.

(2) വിചിത്രമായ ഭ്രമാത്മകതയിലൂടെയും വക്രീകരണങ്ങളിലൂടെയും സത്യത്തെ വെളിപ്പെടുത്തും എന്നതുകൊണ്ട് വിശകലനോപാധിയായി മിത്തിനെ ഉപയോഗിക്കുന്ന രീതി.

പാപബോധവും മോഹസാക്ഷാത്കാരവുമൊക്കെ സ്വപ്നങ്ങളി ലെന്നപോലെ മിത്തുകളിലും ആവിഷ്കൃതമാവുന്നു. മനുഷ്യവർഗ്ഗ ത്തിന്റെ മോഹാത്മകഭ്രമകല്പനയുടെ അവശിഷ്ടങ്ങളായും യുവ ത്വമാർന്ന മാനവികതയുടെ ലൗകികസ്വപ്നങ്ങളായുമാണ് മിത്തുകളെ ഫ്രോയിഡ് ദർശിക്കുന്നത്.

യുങ്ങിനെ സംബന്ധിച്ചിടത്തോളം പുരാവൃത്തങ്ങൾ സാമൂഹിക അബോധ മനസ്സിന്റെ ഉൽപ്പന്നമാണ്. മിത്തിൽ നിഴലിക്കുന്നത് ചരി ത്രാതീതകാലത്ത് മനുഷ്യനുണ്ടായ അനുഭവങ്ങളാണ്. അതുകൊ ണ്ടുതന്നെ അവയിൽ പ്രത്യക്ഷപ്പെടുന്നത് പ്രാക് രൂപങ്ങളുടെ മൂല ഭൂതരൂപങ്ങളാണ്. "സഹജവാസനകളുടെ തന്നെ അബോധബിംബങ്ങൾ ആണ് പ്രാക് രൂപങ്ങൾ"[16] എന്ന് യുങ് അനുമാനിക്കുന്നു.

ഭാഷാശാസ്ത്രത്തിന്റെ സഹായത്തോടെ പുരാവൃത്തങ്ങളെ സമീ പിച്ചവരിൽ ഏണസ്റ്റ് കാസിറർ, എറിക്ഫ്രോം, മാക്സ്മുള്ളർ എന്നി വരും, സ്ട്രക്ചറിലിസ്റ്റുകളായ റൊളാങ് ബാർത്ത്, ഴാക്ക് ദരിദ, സൊ സ്സൂർ, മിഹേയേൽ ബക്തിൽ, നോം ചോംസ്കി, വ്ളാദിമർ പ്രോപ്പ് എന്നിവരും ഉൾപ്പെടുന്നു. പുരാവൃത്തങ്ങളിലെ വാമൊഴി ഘടനയിലെ ഘടകങ്ങൾക്കുള്ള ധർമ്മപരമായ പരസ്പരബന്ധത്തെക്കുറിച്ച് പ്രോപ്പ് വിലയിരുത്തുന്നു. നാടോടിക്കഥകളുടെ ഭൂമിശാസ്ത്രം എന്നാ ണ് ഇത് അറിയപ്പെട്ടത്. ഘടനയിലെ ഘടകങ്ങൾക്കുള്ള സ്വധർമ്മ പരമായ സവിശേഷതകളെ 'ഫങ്ഷണൽ യൂണിറ്റ്' എന്നദ്ദേഹം വി ളിച്ചു. ബൈബിൾ മിത്തുകളുടെ ഘടനാപരമായ വ്യാഖ്യാനങ്ങൾ എന്ന എഡ്മണ്ട് ലീച്ചിന്റെ പുസ്തകവും സ്റ്റിക് തോംസന്റെ റെഡി ന്ത്യൻ കഥകളുടെ പഠനവും രൂപിമപഠനത്തിൽപ്പെടുന്നവയാണ്.

മിത്തുകളുടെ പഠനത്തിന് ഘടനാവാദം (Structuralism) വലിയ സംഭാവനകളാണ് ചെയ്തിട്ടുള്ളത്. ഘടനാവാദത്തിൽത്തന്നെ ആഖ്യാ നഘടനാപഠനവും ആശയഘടനാപഠനവുമുണ്ട്. ആഖ്യാനഘടനാ പഠനം, ഒരു പാഠത്തിൽ ഒന്നിന് പുറകെ ഒന്നായിവരുന്ന ആഖ്യാന ഘടകങ്ങളെ നിരത്തിവെച്ച് അവയുടെ പ്രത്യക്ഷഘടനയെക്കുറിച്ച് അറിവ് സ്വരൂപിക്കുന്നു. ഇതിൽനിന്ന് വ്യത്യസ്തമായി ആശയഘട നാപഠനം ഒരേ പാഠത്തിലും അതിന്റെ പാഠാന്തരങ്ങളിലും പല തല ങ്ങളിലായി ചിതറിക്കിടക്കുന്ന ആശയങ്ങളെ യഥോചിതം സമന്വയി പ്പിച്ചുകൊണ്ട് ഒരു പുതിയ പാഠം സൃഷ്ടിച്ച് അതിന്റെ സാംസ്കാ രികമായ അർത്ഥം കണ്ടെത്തുന്നു. ആഖ്യാനഘടനാപഠനത്തെ Systamatic Structuralism എന്നും ആശയഘടനാപഠനത്തെ Paradigmatic Structuralism എന്നും വിളിക്കുന്നു. ഇവയിൽ ആദ്യം പറഞ്ഞ ആഖ്യാനഘടനാപഠനമാണ് ഈ രംഗത്തെ ഏറ്റവും പുതിയ വിജ്ഞാ നശാഖയായ ആഖ്യാനവിജ്ഞാനീയം (Narratology) എന്ന പഠന പദ്ധതിക്കു നിമിത്തമായത്. ഒരേ മിത്തിനു തന്നെ കാലാന്തരത്തിലും ദേശാന്തരങ്ങളിലും വരുന്ന മാറ്റങ്ങളെക്കുറിച്ചന്വേഷിക്കുന്ന ശാഖയാ ണ് തീമാറ്റോളജി.

ഫോക്‌ലോർ പഠനശാസ്ത്രത്തിന്റെ ഉപജ്ഞാതാക്കളായ ഗ്രിം സഹോദരൻമാരിൽ ജേക്കബ് ഗ്രിം പുരാവൃത്ത പഠനത്തിന് ഒരു ശാസ്ത്രീയ പദ്ധതി ആവിഷ്കരിക്കുകയുണ്ടായി. പുരാവൃത്തങ്ങളുടെ ഉൽപ്പത്തിയെക്കുറിച്ച് മാക്സ്മുള്ളർ കൂടുതൽ അന്വേഷണങ്ങൾ നടത്തി. പത്തൊമ്പതാം നൂറ്റാണ്ടിൽ സൗരപുരാവൃത്തം (സോളാർ പദ്ധതി) ആദരണീയമായിത്തീർന്നു. മാക്സ്മുള്ളർ താരതമ്യപുരാവൃത്ത ശാസ്ത്രത്തെപ്പറ്റി ചിന്തിച്ചയാളാണ്. ഭാഷയ്ക്ക് അമൂർത്തമായ ആശയങ്ങളെ പ്രേഷണം ചെയ്യാൻ കഴിയാതിരുന്ന കാലത്ത് പുരാവൃത്ത കാവ്യപരമായ ഒരു യുഗമുണ്ടായിരുന്നുവെന്ന മാക്സ്മുള്ളറുടെ ആശയങ്ങളെ മോഡേൺമിത്തോളജി എന്ന ഗ്രന്ഥത്തിലൂടെ ആൻഡ്രൂലാങ് എതിർക്കുകയുണ്ടായി. സൗരപുരാവൃത്തമെന്ന ആശയത്തെ ജോർജ് വില്യം കോക്സ് വികസിപ്പിച്ചെടുത്തു. ഡാനിയൽ ബ്രിന്റൻ അതിനെ കൂടുതൽ ശക്തമാക്കി. അമേരിക്കൻ ചരിത്രകാരനായ ജോൺ ഫിസ്ക്ക് താരതമ്യപുരാവൃത്തശാസ്ത്രത്തിന്റെ രംഗത്ത് പ്രവർത്തിക്കുകയും 'മിത്ത്സ് ആൻഡ് മിത്ത് മേക്കേർസ്' എന്ന ഗ്രന്ഥം രചിക്കുകയുമുണ്ടായി.

കലാവിമർശനരംഗത്തും സാഹിത്യവിമർശനരംഗത്തും പുരാവൃത്തങ്ങളെ ഇണക്കിയെടുത്തുവരാണ് നോർത്രൊപ്രൈഫ്രെ, സൂസൻ. കെ. ലാംഗർ, സൂസൻ സ്വന്റാഗ്, ടി. എസ്. എലിയട്ട്, ഡബ്ലിയു. ബി. യേറ്റ്സ്, റജാഗരോദി, റിച്ചാർഡ് ചയ്സ് തുടങ്ങിയവർ. ഇവരുടെ വിമർശന പദ്ധതി ആധുനിക നിരൂപകന്മാർക്ക് ഒട്ടേറെ വെളിച്ചം നൽകിയിട്ടുണ്ട്.

ശാസ്ത്രമെന്നപോലെ പ്രപഞ്ചത്തെ വ്യാഖ്യാനിക്കുകയും പ്രാപഞ്ചിക പ്രതിഭാസങ്ങളെ വ്യക്തമാക്കിത്തരികയും ചെയ്യുക എന്നതാണ് പുരാവൃത്തങ്ങളുടെ ലക്ഷ്യം എന്നു പറയാറുണ്ട്. ലോകത്തിലെ നിഗൂഢതകൾക്ക് പ്രതിരൂപാത്മകഭാഷയിൽ വിശദീകരണം നൽകുന്ന പുരാവൃത്തങ്ങളുടെ വിശകലനത്തിന് അനവധി പരിമിതികളുണ്ട്. കഥയുടെ സാംസ്കാരിക പശ്ചാത്തലത്തെയോ ചരിത്രമാനങ്ങളെയോ കണ്ടെത്തുന്നതിലൂടെയും അവയുടെ ആശയഖണ്ഡത്തെ ഇതര വിജ്ഞാന ശാഖകളുമായി ചേർത്തുവെച്ചുകൊണ്ട് ആലോചിക്കുന്നതിലൂടെയും മാത്രമേ ഇത്തരം പരിമിതികളെ മറികടന്നുകൊണ്ട് പുരാവൃത്തവിശകലനം പൂർണ്ണമാക്കുവാൻ സാധിക്കൂ.

റിച്ചാർഡ്ചേസ് മിത്തുപഠനത്തെക്കുറിച്ചെഴുതിയ ഒരുപ്രബന്ധത്തിൽ പ്രസക്തമായ ചില കാര്യങ്ങൾ മിത്തിനെപ്പറ്റിചൂണ്ടിക്കാണിക്കുന്നു:

മിത്ത് ഒരു ജ്ഞാനാർജ്ജന സമ്പ്രദായമാണ്. ശാസ്ത്രത്തെപ്പോലെ മിത്തും ഏകകാലത്ത് ഒരു സമ്പ്രദായവും ക്രമപ്പെടുത്തിയ അനുഭവസംഹിതയുമാണ്.

സാധാരണ ജീവിതത്തിലെ വസ്തുതകൾക്ക് ദാർശനികമായ അർത്ഥം നൽകുന്ന നിയാമകശക്തിയുള്ള വിസ്തൃതമായ ബിംബമാണ് മിത്ത്.

കവിതയെ ഉറപ്പിച്ചു നിർത്തുന്ന ഒരു അന്തർഘടനയാണ് മിത്ത്. മിത്ത് കഥയാണ്, ആഖ്യാനമാണ്, കവിതയുമാണ്.

മിത്ത് കലതന്നെയാണ്; ഒരു ജ്ഞാനാർജ്ജന സമ്പ്രദായമാണ്; ഒരു ചിന്താസംഹിതയാണ്; ഒരു ജീവിതമാർഗ്ഗമാണ്.

സ്ഥലകാലങ്ങൾക്കതീതമായി ആന്തരികഭാവങ്ങൾക്ക് സർവകാലപ്രസക്തി നൽകിക്കൊണ്ടാണ് മിത്തുകൾ നിലനിൽക്കുന്നത്.

മനുഷ്യന്റെ ഏതെങ്കിലുമൊരു ആഭിമുഖ്യത്തെ തൃപ്തിപ്പെടുത്താനാണ് മിത്ത് ശ്രമിക്കുന്നത്. നമ്മുടെ വികാരം ഉജ്ജ്വലിപ്പിച്ച യാഥാർത്ഥ്യത്തെ ഇവ പകർത്തുന്നു. പ്രകൃതി സഹജമായതിനെ പ്രകൃത്യാതീതമായവയുമായി സംയോജിപ്പിക്കുകയും വൈയക്തികമല്ലാത്തതിനെ വികാരം സന്നിവേശിപ്പിച്ച് വൈയക്തികമാക്കി ലക്ഷ്യോന്മുഖമാക്കുകയും ചെയ്യുന്നു.

ചടുലവും ചലനാത്മകവുമായ ആദിമ സംസ്കാരത്തിന്റെ ശക്തിയും മേന്മയും വസ്തുനിഷ്ഠതയും മിത്തുകളിൽ കുടികൊള്ളുന്നു. ബിംബങ്ങളെയും കല്പനകളെയും സത്തകളെയും മാനസിക സംഘട്ടനങ്ങളെയും ഉദ്ഗ്രഥിക്കുന്ന കർമ്മംകൂടി മിത്തുകൾ ചെയ്യുന്നു. അതുകൊണ്ട്തന്നെ നമ്മുടെ ശ്രദ്ധയെ ആകർഷിക്കുന്ന സംഭവങ്ങളുടെ കാര്യകാരണബന്ധമുള്ള ധാരണയാണ് മിത്ത് എന്ന കാര്യത്തിൽ തർക്കമില്ല.

കൂട്ടായി ജീവിക്കുന്ന മനുഷ്യന് കൂട്ടായ്മയോടുകൂടിയ ഒരു മാനസിക തലമുണ്ടെന്ന വിശ്വാസം ശാസ്ത്രീയടിസ്ഥാനത്തിൽതന്നെ വിശദീകരിക്കപ്പെട്ടത് ഗുസ്താവ് യുങിന്റെ പഠനങ്ങളേടുകൂടിയാണ്. ജനിച്ചുവീഴുന്ന കുഞ്ഞിന്റെ മനസ്സ് ശൂന്യമാണെന്ന ധാരണ ശരിയല്ലെന്നും വർഗ്ഗചേതനയുടെ മുദ്രകൾ അതിൽ പതിഞ്ഞുകിടപ്പുണ്ടെന്നും യുങ് സ്ഥാപിച്ചു. ഓരോജീവിയുടെയും ഭ്രൂണവളർച്ചയിൽ അതിന്റെ വംശപരിണാമചരിത്രത്തിലെ വിഭിന്ന ദശകൾ ആവർത്തിക്കുമെന്ന് ഒരു ജൈവജനിതക നിയമം (Biogenitic law) ഉണ്ട്. കശേരുകികളുടെ (Vertebrates) ഭ്രൂണ വളർച്ചയിൽ പരിണാമ ശ്രേണിയിലെ ഇതേവരെയുള്ള എല്ലാഘട്ടങ്ങളെയും സൂചിപ്പിക്കുന്ന ദശകൾ കാണാം. തവളകൾ അവയുടെ പരിണാമ ഘട്ടത്തിൽ വാൽമാക്രികളായി കുറച്ചുകാലം കഴിയുന്നത് ഇതിന് ഉദാഹരണമാണ്. ഒരു ജന്തുവിന്റെ വ്യക്തി ജീവിത വൃത്തിയിൽ (Ontogeny) വംശ ചരിത്രത്തിന്റെ (Phylogeny) നിരവധി അടയാളങ്ങളുണ്ട് എന്ന പുനരാവർത്തന സിദ്ധാന്തം (Recapitualation Theory) യുങിന്റ നിഗമനങ്ങൾക്ക് അടിസ്ഥാനം നൽകുന്നുണ്ട്. മനുഷ്യവർഗ്ഗത്തിന്റെഅബോധചേതസ്സിനെയും ഉപവർഗ്ഗ അബോധമാനസിക തലങ്ങളേയും ചേർത്ത് യുങ് സമൂഹാബോധചേതസ്സ് എന്നു വ്യവഹരിക്കുന്നു (Transpersonal or Collective Unconscious).[17] വ്യക്തി ബോധമനസ്സിലെ സംഘാതങ്ങൾ സഹജങ്ങളും (in born) സമൂഹ ബോധമനസ്സിലെ സംഘാതങ്ങൾ ആർജിതങ്ങളും (acquired) ആണെന്നും യുങ് സ്ഥാപിക്കുന്നു.

പുരാവൃത്തങ്ങളുടെ രുപീകരണത്തിനു പിറകിൽ ഒരു ഗോത്രമനസ്സിന്റെ പ്രവർത്തനം ഉണ്ടായേതീരൂ. ഒരു പൊതു ലക്ഷ്യത്തിലേക്ക് ഏകാഗ്രമായി മുന്നേറുന്ന സമൂഹത്തിന് പൊതുവായ ഒരു മനസ്സും ഉണ്ടാകണം. അത്തരം കാലഘട്ടം ഒരു നാടോടികാലഘട്ടവും (Folk period) ആ മനസ്സ് ഒരു നാടോടി മനസ്സും (Folk conscious) ആയിരിക്കും. ചരിത്രം വർഗ്ഗങ്ങളും വ്യക്തികളുമായി വിഭജിക്കപ്പെടുമ്പോൾ ഈ മനസ്സ് നമുക്ക് നഷ്ടമാവുന്നതായി എം. എൻ. വിജയൻ പറയുന്നു. [18] ഒരു നാടിന്റെ ഭാഗധേയം ഒരു ജനനകൂട്ടായി നിർമ്മിച്ചുകൊണ്ടിരുക്കുന്ന കാലഘട്ടത്തിൽ സമൂഹാഭിമുഖമായി തന്റെ വ്യക്തിത്വം വ്യാപരിക്കുന്ന ഒരു കവിയുടെ രചനയിൽ ആദിപ്രരൂപങ്ങളും പുരാവൃത്തങ്ങളും വലിയ ഒരളവിൽ സ്വാധീനം ചെലുത്തും.

പുരാവൃത്തം - ചില തരംതിരിവുകൾ

മതം, പഴങ്കഥകൾ, നരവംശശാസ്ത്രം, സാമൂഹ്യശാസ്ത്രം, മാനസികാപഗ്രഥനം, സുകുമാരകലകൾ, ഐതിഹ്യങ്ങൾ, പുരാണങ്ങൾ എന്നവയുമായെല്ലാം ബന്ധപ്പെട്ടുകിടക്കുന്നവയാണ് പുരാവൃത്തങ്ങൾ. ചരിത്രം, തത്വദർശനം, ശാസ്ത്രം, ദൃഷ്ടാന്തകഥകൾ, സത്യകഥനം എന്നിവയുടെ എതിർ ധ്രുവത്തിലാണ് ഇവയുടെ സ്ഥാനം. വ്യപകമായ അർത്ഥത്തിൽ സൃഷ്ടിയേയും അന്ത്യത്തേയും (destiny) ആവിഷ്കരിക്കുന്ന അജ്ഞാതകർതൃകങ്ങളായ കഥകളാണ് പുരാവൃത്തങ്ങൾ. അവ ''എന്തുകൊണ്ട് ലോകം ഇങ്ങനെയായിരിക്കുന്നു, എന്തുകൊണ്ട് ഈ രീതിയിൽ പ്രവർത്തിക്കുന്നു എന്ന് ഒരു സമൂഹം അതിന്റെ വരും തലമുറകൾക്കു നൽകുന്ന വിശദീകരണമാണ്.''[19]

നാടോടി പാരമ്പര്യത്തിൽപ്പെട്ട കഥകളെ ഗദ്യാഖ്യാനങ്ങൾ (Prose narratives) എന്നാണ് പാശ്ചാത്യർ വിളിക്കുന്നത്. ഗദ്യാഖ്യാനങ്ങളെ പുരാവൃത്തം (Myth), പഴങ്കഥ (Legend), നാടോടിക്കഥ (Folk tale) എന്നിങ്ങനെ വില്യം ബാസ്കം മൂന്നായിത്തിരിക്കുന്നു.[20] പുരാവൃത്തം അതീതഭൂതകാലത്തിൽ സംഭവിച്ചിട്ടുള്ളതാണെന്ന് അത് പ്രചാരത്തിലുള്ള സമൂഹം വിശ്വസിക്കുന്നു. മതബദ്ധവും ചരിത്രവുമായി ബന്ധമുള്ളതുമായ പുരാവൃത്തങ്ങളിലെ പ്രധാനപ്പെട്ട കഥാപാത്രങ്ങൾ പൊതുവെ മനുഷ്യരായിരിക്കുകയില്ലെങ്കിലും മാനുഷിക ധർമ്മങ്ങൾ ആരോപിക്കപ്പെട്ടവരായിരിക്കണം.

പഴങ്കഥ സമീപഭൂതകാലത്തിൽ സംഭവിച്ചതായി വിശ്വസിക്കപ്പെട്ടുവരുന്നതും മതബദ്ധമെന്നതിനേക്കാൾ മതനിരപേക്ഷവും പ്രധാനപ്പെട്ട കഥാപാത്രങ്ങൾ മനുഷ്യരായിട്ടുള്ളതുമാണ്. കെട്ടുകഥകളാണ് നാടോടിക്കഥകൾ. അംഗീകൃത വിശ്വാസപ്രമാണങ്ങളും ചരിത്രവുമായും ഇതിനു ബന്ധമുണ്ടായിരിക്കുകയില്ല. ഏതുകാലത്തും ഏതുസ്ഥലത്തും സംഭവിക്കാനിടയുള്ളവയായിരിക്കും അവ.

പുരാവൃത്തങ്ങളേയും പഴങ്കഥകളേയും രണ്ട് വിഭാഗങ്ങളായിട്ടാണ് ബാസ്കം കാണുന്നതെങ്കിലും ചില അംശങ്ങൾ രണ്ടിലും പൊതുവെ കാണുന്നതുകൊണ്ട് രണ്ടിനെയും ചേർത്ത് ഒരു വിഭാഗമായി

(Myth-legend) തിരിക്കുന്നതിൽ തെറ്റില്ലെന്നും അദ്ദേഹം അഭിപ്രായപ്പെടുന്നു. വാങ്മയ രൂപത്തിലുള്ള പരമ്പരാഗതകഥ (Traditional Oral Tale) എന്ന കിർക്കിന്റെ[21] വിശാലമായ നിർവ്വചനം പുരാവൃത്തത്തിന് ഇണങ്ങും.

സംസ്കാരത്തിന് രണ്ട് പാരമ്പര്യങ്ങൾ കല്പിക്കുന്നതുപോലെ പുരാവൃത്തത്തിനും രണ്ട് ധാരകളുണ്ട്. ഉന്നത പാരമ്പര്യത്തിൽപ്പെട്ടവയെ അധിതൃപുരാവൃത്തം (ഹയർ മിത്ത്) എന്നും നിമ്ന പാരമ്പര്യത്തിൽപ്പെട്ടവയെ ഉപതൃപുരാവൃത്തം (ലോവർ മിത്ത്) എന്നും പറയപ്പെടുന്നു. മതഗ്രന്ഥങ്ങളിലെയും പുരാണാദികളിലെയും പവിത്രാഖ്യാനങ്ങളാണ് അധിതൃ പുരാവൃത്തങ്ങൾ. ഇവ അഭിജ്ഞരുടെ മിത്തുകളാണ്. അപരിഷ്കൃത ജനസമൂഹത്തിന്റെ സംഭാവനയാണ് ഉപതൃപൂരാവൃത്തങ്ങൾ. സംസ്കാരത്തിന്റെ മാർഗ്ഗത്തിൽ ഇവ രണ്ടും സമാന്തരമായിട്ടാണ് ഒഴുകുന്നത്. ചിലപ്പോൾ ഇവ പരസ്പരം ബന്ധപ്പെടുന്നുമുണ്ട്.

ഉള്ളടക്കത്തിന്റെയും സ്വഭാവത്തിന്റെയും വൈവിധ്യം കണക്കിലെടുത്ത് പുരാവൃത്തങ്ങളെ ഉല്പത്തിപുരാവൃത്തം, പ്രകൃതി പുരാവൃത്തം, ഖഗോളപുരാവൃത്തം, വീരപുരാവൃത്തം, ആനുഷ്ഠാനിക പുരാവൃത്തം എന്നിങ്ങനെയും തരം തിരിക്കാം.

ഉല്പത്തി പുരാവൃത്തം

സൃഷ്ടിയെ സംബന്ധിക്കുന്ന പുരാവൃത്തങ്ങളാണ് ഇവയിൽ അടങ്ങുന്നത്. പ്രപഞ്ചോല്പത്തി, മനുഷ്യോല്പത്തി, വർഗോല്പത്തി, ദേവതോല്പത്തി, പാപോല്പത്തി എന്നിങ്ങനെ പ്രകൃതിയുടേയും സൃഷ്ടിയുടേയും അസ്തിത്വം വിവരിക്കുന്ന കഥകളാണിവ. തെക്കൻ കരിയാത്തൻ ദൈവത്തോറ്റം, ശൗണ്ഡിക പുരാണം, കലിയൻപാട്ട്, വയനാട്ടുകുലവൻ തോറ്റം തുടങ്ങിയവയിൽ ഉല്പത്തി സംബന്ധിക്കുന്ന പുരാവൃത്തങ്ങളുണ്ട്.

പ്രകൃതി പുരാവൃത്തം

പ്രകൃതി പ്രതിഭാസങ്ങൾക്ക് ദേവസങ്കല്പം ചെയ്തുകൊണ്ടുള്ള ബന്ധത്തിൽ നിന്നാണിവ ഉണ്ടായത്. ഗോത്രചിഹ്ന വിശ്വാസവുമായി ബന്ധപ്പെട്ട എന്തും പാവനമാണെന്നു വിശ്വസിച്ച ഒരു സമൂഹത്തിന്റെ സൃഷ്ടിയാണിവ. ഋതുക്കൾ, ഇടി, മിന്നൽ, മഴ എന്നിവയെക്കുറിച്ച് ദേവതാസങ്കല്പം ചെയ്തുകൊണ്ടുള്ള പുരാവൃത്തങ്ങൾ ഇവയിൽപെടുന്നു.

ഖഗോളപൂരാവൃത്തം

ഖഗോള പുരാവൃത്തം (Atsronomical Myth) സൗരാരാധനയുമായി ബന്ധപ്പെട്ടതാണ്. സൗരപുരാവൃത്തം, ചാന്ദ്രപുരാവൃത്തം, താരകപുരാവൃത്തം എന്നിവ ഇതിൽപ്പെടുന്നു. ഗ്രീക്കുകാരുടെ അപ്പോളോ പുരാവൃത്തവും, രോഹിണിയെ സംബന്ധിക്കുന്ന ഇന്ത്യൻ പുരാവൃത്തവും ഈ ഇനത്തിൽപെട്ടവയാണ്.

വീരപുരാവൃത്തം

സാംസ്കാരിക നായകന്മാരെ പുരസ്കരിച്ചുള്ളവയാണിവ. വീര പുരുഷന്മാരും സ്ത്രീരത്നങ്ങളും പരേതരായ പൂർവ്വികരും അലൗകിക ശക്തിയോ അർദ്ധ ദൈവികശക്തിയോ ഉള്ളവരായി സങ്കല്പിക്കപ്പെടുന്ന കഥകളാണിവ. കതിവന്നൂർ വീരനും മറ്റും ഇതിന് ഉദാഹരണമാണ്.

നാടൻ പുരാവൃത്തങ്ങൾ

കല്പിതമായ ഇതിവൃത്തം ഉൾക്കൊള്ളുന്നവയാണിവ. നിത്യജീവിതവുമായി ഗാഢബന്ധം പുലർത്തുന്ന നാടൻ പുരാവൃത്തങ്ങൾ ആവിഷ്ക്കരണത്തിലും പ്രതിപാദ്യത്തിലും ലാളിത്യമുൾക്കൊള്ളുന്നവയാണ്. മൃഗങ്ങൾപോലും ഇത്തരം കഥകളിൽ വീരനായകന്മാരാകാറുണ്ട്. പുലയരുടെ കെന്ത്രോൻ പാട്ടിലെ 'ചോതിയും പിടയും', ചുടലക്കളിത്തോറ്റം എന്നിവ ഈ വിഭാഗത്തിൽപ്പെടുന്നു.

ഇതിഹാസപുരാവൃത്തങ്ങൾ

മഹാഭാരതം, രാമായണം, മറ്റ് പുരാണകഥകൾ എന്നിവയിലെ ഇതിവൃത്താംശങ്ങളുടെ ആഖ്യാനമാണ് ഇവയിലൂടെ നിർവ്വഹിക്കപ്പെടുന്നത്. കഥാകഥനത്തിൽ ചില മൂല്യങ്ങളുടെ പ്രതിഷ്ഠാപനം നിർവ്വഹിക്കുക ഇവയുടെ ലക്ഷ്യമാണ്. കളംപാട്ടുകൾ ഇവയ്ക്ക് ഉദാഹരണമാണ്.

സങ്കരപുരാവൃത്തങ്ങൾ

ഇതിഹാസ പുരാവൃത്തങ്ങളുടെയും നാടൻ പുരാവൃത്തങ്ങളുടെയും സങ്കലനമാണ് ഇത്. പുരാണകഥയുടെ കേവലമായ പുനരാഖ്യാനമല്ല ഇവിടെ നിർവ്വഹിക്കപ്പെടുന്നത്. പുരാണകഥകളിൽ നിന്ന് ഇതിവൃത്താംശം സ്വീകരിക്കുന്നതോടൊപ്പം സങ്കല്പാധിഷ്ഠിതമായ കഥകളെ അവയുമായി സമർത്ഥമാംവിധം സംശ്ലേഷിപ്പിക്കുകയും ചെയ്യുന്നു. പുരാണകഥകളിൽ നിന്ന് തികച്ചും വ്യത്യസ്തമായ അന്തരീക്ഷം സൃഷ്ടിക്കുവാനും അവയുടെ കാലാനുസാരിയായ വ്യാഖ്യാനം നിർവ്വഹിക്കാനും ഇതിലൂടെ കഴിയുന്നു. മാത്രമല്ല സമകാലജീവിതവുമായി ഇവയെ ബന്ധിപ്പിക്കുന്നതിനായി ഇതിവൃത്തഘടനയിൽ ആവശ്യമായ മാറ്റങ്ങൾ വരുത്തുകയും ചെയ്യുന്നു. കറുന്തിനിപ്പാട്ട്, വെലിക്കളപ്പാട്ടുകൾ, ഉച്ചാടനപ്പാട്ടുകൾ എന്നിവ ഈ വിഭാഗത്തിൽപ്പെടുന്നു.

പുരാവൃത്തവും അനുഷ്ഠാനവും

പുരാവൃത്തവും അനുഷ്ഠാനവും വ്യാമിശ്രരൂപത്തിൽ കലർന്നു കിടക്കുന്നവയാണ്. പുരാവൃത്തത്തിന്റെ ക്രിയാംശം തന്നെയാണ് അനുഷ്ഠാനമെന്ന് ചൂണ്ടിക്കാണിക്കപ്പെട്ടിട്ടുണ്ട്.[22] മിത്തുകൾ അനുഷ്ഠാനത്തിന്റെ അടിത്തറയാണെന്ന് കെർക്ക് പറയുന്നു. അനുഷ്ഠാനവുമായി ബന്ധമില്ലാത്ത കഥകളെ മലിനോവ്സ്കി പാവനമായി കണക്കാക്കുന്നില്ല. 'മിത്ത് അനുഷ്ഠാനങ്ങളിൽ നിന്ന് ഉണ്ടായതാണ്;

അനുഷ്ഠാനം മിത്തിൽ നിന്ന് ഉണ്ടായതല്ല'[23] എന്ന് ഡബ്ല്യൂയു. ആർ സ്മിത്ത് പറയുന്നു. ഇവയുടെ അടിസ്ഥാനത്തിൽ ആനുഷ്ഠാനിക പുരാവൃത്തം എന്ന ഒരു തരംതിരിവുതന്നെ ഉണ്ടായിട്ടുണ്ട്. അനുഷ്ഠാനം മിത്തിന്റെ നാടകീയമായ ആവിഷ്ക്കാരമാണ്. മിത്തിൽ സാങ്കല്പികതലവും (Conceptual level) അനുഷ്ഠാനത്തിന് പ്രായോഗികതലവും (Action level) ഉണ്ട്.

ആരാധന, ആഘോഷം തുടങ്ങിയവകളിലെന്നപോലെ അനുഷ്ഠാനങ്ങളിലും പുരാവൃത്തസ്വാധീനം കാണുവാൻ കഴിയും. അനുഷ്ഠാനങ്ങൾ പലതും പ്രതിരൂപാത്മകങ്ങളാണ്. അനുഷ്ഠാനപ്രധാനമായ പലതും പ്രതിരൂപാത്മകങ്ങളും പുരാവൃത്തങ്ങളുമായി ബന്ധപ്പെട്ടവയുമാണ്.

പുരാവൃത്തവും ഐതിഹ്യവും

'വായിക്കേണ്ട വിഷയങ്ങൾ' എന്നർത്ഥമുള്ള 'ലെജണ്ടാ' (Legenda) എന്ന ലത്തീൻ പദത്തിൽ നിന്നാണ് ഐതിഹ്യം എന്നർത്ഥമുള്ള 'ലെജണ്ട്' (Legend) എന്ന ഇംഗ്ലീഷ് പദം നിഷ്പന്നമായത്. 'ഇതി' (ഇപ്രകാരം), 'ഹ' (പ്രസിദ്ധം) എന്നീ പദങ്ങളിൽ നിന്നാണ് 'ഐതിഹ്യം' എന്ന സംസ്കൃത ശബ്ദം ഉണ്ടായത്. ഇതിഹയും ഐതിഹ്യവും അമരകോശമനുസരിച്ച് പാരമ്പര്യോപദേശത്തിന്റെ പേരുകളാണ്. പുരാവൃത്തങ്ങൾ വിദൂരഭൂതകാലത്തിന്റെയും ഐതിഹ്യങ്ങൾ ആസന്ന ഭൂതകാലത്തിന്റെയും സംഭാവനകളായിട്ടാണ് കരുതപ്പെടുന്നത്. പുരാവൃത്തങ്ങൾ പുരാണങ്ങളേക്കാൾ പഴക്കമുള്ളതും ഐത്യഹ്യങ്ങൾ അർവാചീനങ്ങളുമാണ്.

മുഖ്യകഥാപാത്രം പുരാവൃത്തത്തിൽ അമാനുഷിക ശക്തിയായിരിക്കുമ്പോൾ ഐതിഹ്യത്തിൽ ചരിത്രപുരുഷനാണ്. ഐതിഹ്യത്തിൽ ഭാവന കുറവും പുരാവൃത്തത്തിൽ അത് ഏറിയും ഇരിക്കുന്നു. ഐതിഹ്യത്തിന് സാമൂഹികശാസ്ത്രപരമായ അടിസ്ഥാനമാണെങ്കിൽ പുരാവൃത്തത്തിന് മതപരമായ പശ്ചാത്തലമാണുള്ളത്. പുരാവൃത്തങ്ങൾ കാലദേശങ്ങൾക്കതീതമായിവർത്തിക്കുമ്പോൾ ഐതിഹ്യങ്ങൾ അതിന്റെ പ്രാദേശികസ്വഭാവം കാത്തു സൂക്ഷിക്കുന്നുണ്ട്. പുരാവൃത്തവും ഐതിഹ്യവും ഒരേകഥയിൽ ഇഴചേർന്നുംവരാം.

"ചരിത്രപരമായ സ്വല്പം വസ്തുതകൾ അടങ്ങുന്നതും വ്യക്തികളെക്കുറിച്ചുള്ള ജീവിതസംഭവങ്ങൾ വിവരിക്കുന്നതുമായ കഥകളാണ് ഐതിഹ്യങ്ങൾ."[24] പുരാവൃത്തങ്ങളിലെന്നപോലെ ഐതിഹ്യങ്ങളിൽ കാല്പനികമായ ആശയങ്ങൾക്ക് സ്ഥാനമില്ല. പുരാവൃത്തങ്ങളുടെയും ഐതിഹ്യങ്ങളുടെയും അതിർത്തി രേഖ വളരെ നേരിയതാണ്. അലൗകികമായ കഥാപാത്രങ്ങളും സംഭവപരമ്പരകളും ചരിത്രത്തെ ഐതിഹ്യത്തിൽ നിന്നുവേർതിരിക്കുന്നു. "അലൗകികമായ ഭാവനാംശങ്ങൾ പുരാവൃത്തസംബന്ധിയാകുമ്പോൾ ഒരു പ്രത്യേകയിനം ഐതിഹ്യവും രൂപംകൊള്ളുന്നു. ഇതിനെ ദിവ്യൈതിഹ്യങ്ങൾ എന്നുവിളിക്കാം."[25]

ഐതിഹ്യങ്ങളെ വർഗ്ഗീകരിക്കാൻ ഒട്ടേറെ ശ്രമങ്ങൾ നടന്നിട്ടുണ്ട്. ഇവയിൽ കർട്ട് റാങ്കേയുടെ വിഭജനമാണ് ഏറ്റവും പ്രധാനം. ഉത്പത്തിപരമായ ഐതിഹ്യങ്ങൾ (Etiological legends), ചരിത്രപരമായ ഐതിഹ്യങ്ങൾ (Historical legends), അലൗകിക പുരാവൃത്തപരമായ ഐതിഹ്യങ്ങൾ (Supernatural legends), മതപരമായ ഐതിഹ്യങ്ങൾ (Religious legends) എന്നിങ്ങനെ നാലുവിഭാഗമായിട്ടാണ് അദ്ദേഹം ഐതിഹ്യങ്ങളെ തരംതിരിക്കുന്നത്.

സാഹിത്യചരിത്രത്തിലെ ഐതിഹ്യങ്ങൾ

രേഖപ്പെടുത്തിവെച്ച വിവരങ്ങൾ കുറവായതിനാൽ പഴയ കവികളെക്കുറിച്ചും ഗ്രന്ഥകാരന്മാരെക്കുറിച്ചുമുള്ള നമ്മുടെ അറിവ് പരിമിതമായിരുന്നു. ലഭ്യമായിട്ടുള്ള വിവരങ്ങളിൽ മിക്കതും ഐതിഹ്യരൂപത്തിലുള്ള ആഖ്യാനങ്ങളാണ്. തലമുറകളിലൂടെ കൈമാറിവന്ന ഇത്തരം കഥകളുടെ ധർമ്മം വിശകലനാർഹമാണ്. മിക്ക കഥകളിലും ആവർത്തനത്തിന്റെ അംശമുണ്ട്. കഥാപാത്രങ്ങളും രംഗങ്ങളും മാറുമ്പോൾ പാത്രധർമ്മങ്ങൾപോലുള്ള ചില അംശങ്ങൾ പലതിലും മാറാതെ നിൽക്കുന്നതായി കാണാം.

കവിയുടെ പേരിന്റെ ഉത്പത്തിക്കു പിന്നിലെ കഥകൾ പറയുന്ന ഐതിഹ്യങ്ങൾ നിരവധിയുണ്ട്. വേദങ്ങൾ വിഭജിച്ചതുകൊണ്ട് വേദവ്യാസനും, വല്മീകത്തിൽ നിന്നുണ്ടായതുകൊണ്ട് വാല്മീകിയും, കാളിയുടെ ദാസനായിത്തീർന്നതുകൊണ്ട് കാളിദാസനും ഉണ്ടായതത്രേ. കവികളുടെ അസാമാന്യമായ ബുദ്ധിസാമർത്ഥ്യം വർണിക്കുന്ന ഐതിഹ്യങ്ങളാണ് മറ്റൊരിനം. മേല്പത്തൂർ നാരായണഭട്ടതിരിയെപ്പറ്റിയും കാക്കശ്ശേരി ഭട്ടതിരിയെപറ്റിയും ഉള്ള കഥകൾ ഇതിന് ഉദാഹരിക്കാം. കലാസാഹിത്യസിദ്ധികൾ മനുഷ്യനിർമ്മിതമല്ലെന്നും മറിച്ച് ദൈവദത്തമാണെന്നും സ്ഥാപിക്കുന്ന ഒട്ടേറെ ഐതിഹ്യങ്ങളുണ്ട്. കാളിദാസന്റെ കഥ ഇതിനുദാഹരണമാണ്. പഴം ഭക്ഷിച്ച് കവിത്വസിദ്ധി നേടിയ കവികളെക്കുറിച്ചുള്ള പല കഥകളുണ്ട്. കണ്ണശ്ശപണിക്കരും, വാസുദേവഭട്ടതിരിയും, അയ്യിപ്പിള്ളി ആശാനും ഇങ്ങനെ കവികളായവരാണ്.

കവികളെ താരതമ്യം ചെയ്തും നിരവധി ഐതിഹ്യങ്ങൾ പ്രചരിച്ചിട്ടുണ്ട്. പൂന്താനത്തെയും മേല്പത്തൂരിനെയും സംബന്ധിക്കുന്ന കഥയും, ഉണ്ണായിവാര്യരെയും കുഞ്ചൻ നമ്പ്യാരെയും ബന്ധപ്പെടുത്തുന്ന കഥകളും ഇതിൽ ചിലതാണ്. കൃതികളുമായി ബന്ധപ്പെട്ട ചില ഐതിഹ്യങ്ങൾ ഏറെ ശ്രദ്ധേയമായവയാണ്. മേല്പത്തൂർ നാരായണീയം രചിച്ചതും ചെറുശ്ശേരി കൃഷ്ണഗാഥ രചിച്ചതും രാമപുരത്തുവാര്യർ കുചേലവൃത്തം രചിച്ചതും ഇങ്ങനെയുള്ള ഐതിഹ്യങ്ങളാണ്. ഇത്തരം ഐതിഹ്യങ്ങൾ പലതിനും രൂപത്തിലും ഭാവത്തിലും സാരൂപ്യം ദർശിക്കാം. സാഹിത്യത്തിന്റെ പ്രയോജനത്തെക്കുറിച്ചും സാഹിത്യകാരന്റെ പ്രതിഭാവിലാസത്തെപ്പറ്റിയും ചിന്തിക്കാൻ പ്രേരണ നൽകുന്നവയാണ് ഇത്തരം ചില ഐതിഹ്യങ്ങൾ.

നാടോടിക്കഥകളും പുരാവൃത്തങ്ങളും

നാടോടിക്കഥകളും ഐതിഹ്യങ്ങളും പുരാവൃത്തങ്ങളും പരസ്പരം ബന്ധപ്പെട്ടവയാണ്. നാടൻ ഐതിഹ്യങ്ങളും നാടൻ പുരാവൃത്തങ്ങളും നാടോടിക്കഥകളുടെ ഭാഗമായിട്ടാണ് പലരും കാണുന്നത്. യക്ഷി-കിന്നര കഥകളിലും മറ്റുമുള്ള അലൗകികവും അമാനുഷവുമായ ഘടകങ്ങളായിരിക്കാം ഇതിന്നാസ്പദം. ഇവയെ പൊതുവെ ഗദ്യാഖ്യാനം എന്ന സംജ്ഞയിലാണ് ചിലർ ഉൾപ്പെടുത്തി കാണുന്നത്. ഐതിഹ്യവും പുരാവൃത്തവും യഥാർത്ഥവസ്തുതകൾ അടങ്ങുന്നവയാണെങ്കിൽ യക്ഷിക്കഥകളിലും മറ്റ് നാടോടിക്കഥകളിലുമുള്ള അലൗകിക ഘടകങ്ങൾ കല്പിതങ്ങളായിട്ടാണ് ചിലർ വിവക്ഷിക്കുന്നത്.

ഒരു മിത്തോ ഒരു ഐതിഹ്യമോ ഒരു സമൂഹത്തിൽ നിന്ന് മറ്റൊരു സമൂഹത്തിലേയ്ക്ക് വിശ്വാസമില്ലാതെ സ്വീകരിക്കപ്പെട്ടാൽ കടംകൊണ്ട സമൂഹത്തിൽ അതൊരു നാടൻ കഥയായിത്തീരുന്നു. ഇങ്ങനെ ഒരേ ആഖ്യാനം ഒരു സമൂഹത്തിന് പുരാവൃത്തവും മറ്റൊരു സമൂഹത്തിന് ഐതിഹ്യവും വേറൊരു സമൂഹത്തിന് നാടൻകഥയുമായി രൂപംമാറുന്നു.

കഥാപാത്രങ്ങളെ അടിസ്ഥാനമാക്കി നാടോടിക്കഥകളെ ജന്തുകഥകൾ, അലൗകിക കഥകൾ, ലൗകിക കഥകൾ എന്നിങ്ങനെയും തരംതിരിച്ചുകാണുന്നു. ജന്തുകഥകൾ മൃഗകഥകളെന്നും സദാചാര കഥകളെന്നും രണ്ടായിതിരിച്ചിട്ടുണ്ട്. ജീവിതത്തിന്റെ രൂപഭാവങ്ങൾ കൂടുതൽ സങ്കീർണ്ണമായിക്കൊണ്ടിരിക്കുന്ന ആധുനികകാലത്ത് പഴയ മാതൃകയിലുള്ള കഥകളിൽ നിന്ന് വ്യത്യസ്തമായി തൊഴിൽ സ്മൃതികളായും ആത്മസ്മൃതികളായും സ്ഥാനാന്തര സ്മരണകളായും മറ്റും ആഖ്യാനം ചെയ്യപ്പെടുന്ന നാടൻകഥകളും പ്രത്യക്ഷപ്പെട്ടു തുടങ്ങിയിട്ടുണ്ട്.

ഉർവ്വരാരാധനയും പുരാവൃത്തങ്ങളും

മനുഷ്യന്റെ സാമൂഹികജീവിതക്രമമായിരിക്കണം ഉർവ്വരാരാധനയുടെ സൃഷ്ടിക്ക് നിമിത്തം. ഫലഭൂയിഷ്ടമായ കൃഷിസ്ഥലത്തിന് 'ഉർവ്വര' എന്ന പേരുണ്ട്. കാർഷിക സംസ്കാരവുമായി ബന്ധപ്പെട്ട പാശ്ചാത്യ ദേശങ്ങളിലും ഭാരതത്തിലും ഉർവരദേവതാ സങ്കല്പങ്ങൾ കാണാം. നമ്മുടെ സാമൂഹിക ജീവിതത്തിൽ ആചാരങ്ങളിലും ആരാധനകളിലും കാർഷിക (പ്രകൃതി) വസ്തുതകൾക്കുള്ള സ്ഥാനം വളരെ പ്രധാനമാണ്. പ്രകൃത്യാരാധന ഉർവരപൂജയുടെ ഭാഗമാണ്. പൊങ്കൽ (പൊങ്ങൽ), ഉച്ചാർവേല, പൊങ്കാല, ഏർപ്പ്, കലംകനിപ്പ് തുടങ്ങിയ ഉത്സവാഘോഷച്ചടങ്ങുകളിലും, ഉദയൻപൂജ, വിഷുക്കണി തുടങ്ങിവയിലും പ്രകൃത്യഭിനിവേശം കാണാം. തെയ്യം, തിറ, കണ്യാർകളി തുടങ്ങി ഒട്ടേറെ അനുഷ്ഠാനകലാനിർവ്വഹണങ്ങളിലും ഉർവ്വരാരാധനയുടെ അംശങ്ങളടങ്ങിയിരിക്കുന്നു.

ഉർവരദേവതകൾ സൃഷ്ടി, സമൃദ്ധി, നാശം, ദാരിദ്ര്യം തുടങ്ങി ചില ധർമ്മങ്ങൾ അനുഷ്ഠിക്കുന്നവയാണ്. ഇത്തരം ഉർവര സങ്കൽപ്പങ്ങൾക്കു പിന്നിലും പുരാവൃത്ത സാന്നിദ്ധ്യമുണ്ട്. പുരാവൃത്തങ്ങളുടെ ക്രിയയിലൂടേയുള്ള വിശ്വാസപ്രഖ്യാപനമായി ഈ അനുഷ്ഠാനാചാരങ്ങൾ മാറുന്നുണ്ട്.

ആദിപ്രരൂപങ്ങൾ

''അനാദിയായ സമഷ്ടിചേതസ്സിൽ വർത്തിക്കുന്ന സാകാരവും നിരാകാരവുമായ സത്തകളെ'യാണ് ആദിപ്രരൂപങ്ങൾ എന്നുവിളിക്കുന്നത്.[26] വ്യക്തിയുടെ അബോധമനസ്സിൽ കുട്ടിക്കാലം മുതൽ അടിഞ്ഞുകൂടിയ അനുഭവങ്ങളും ഭയവും ഉൽകണ്ഠയും പോലെ സമൂഹത്തിന്റെ അബോധമനസ്സിലും കാലാകാലങ്ങളായി അടിഞ്ഞുകിടക്കുന്ന സങ്കല്പങ്ങളുടെയും സ്വപ്നങ്ങളുടെയും ഒരു സാംസ്കാരികാംശമുണ്ട്. ഈ വർഗ്ഗാനുഭവങ്ങളുടെ സ്മരണകൾ ആവിഷ്ക്കരിക്കപ്പെടുമ്പോഴാണ് ആദിപ്രരൂപങ്ങൾ ജനിക്കുന്നത്. ''ആദിരൂപങ്ങൾ ആദിമ ഊർജ്ജ സംഭരണകേന്ദ്രങ്ങളാണ്. പ്രാതിനിധ്യ സ്വാഭാവത്തോടുകൂടിയ ബിംബങ്ങൾ, പ്രത്യേക രീതിയിലുള്ള മനുഷ്യവികാരങ്ങൾ, പ്രവർത്തനമാതൃകകൾ എന്നിവയിലൂടെ ആദിരൂപങ്ങൾ (Archteypes) പ്രകടരൂപം കൊള്ളുന്നു''[27] എന്ന് എൻ. വിജയൻ നിരീക്ഷിക്കുന്നു.

നമ്മുടെ വ്യക്തിപരമായ മനസ്സിനപ്പുറത്ത് മറ്റൊരു മാനസിക സത്തയുണ്ട്. സാമൂഹികവും, സാർവ്വത്രികവും, കേവലവുമായ സ്വാഭാവത്തോടുകൂടിയതും എല്ലാ വ്യക്തികളിലും ഒന്നുപോലെ ഉള്ളതുമായ ഒരു മനസ്സാണിത്. ഈ സമൂഹാബോധമനസ്സ് പൂർവ്വികരിൽ നിന്ന് പൈതൃകമായി ലഭിച്ചതാണ്. ഇതിൽ അനേകം ആദിപ്രരൂപങ്ങൾ കുടികൊള്ളുന്നു. പ്രതീകങ്ങൾ ബാഹ്യവസ്തുക്കളാണ്. അവയുമായി സംവദിക്കുകയും പ്രതികരിക്കുകയും ചെയ്യുന്ന മനസ്സിലെ ചില ആന്തരബലങ്ങൾ അഥവാ ആവേഗങ്ങളാണ് ആദിരൂപങ്ങൾ[28] എന്ന് എൻ. വി.കൃഷ്ണവാരിയർ പറയുന്നു. ഇങ്ങനെ അനാദിയായ അതിപ്രാക്തന പ്രതീകങ്ങളാണ് ആദിപ്രരുപങ്ങളെന്നു വന്നുകൂടുന്നു. പുരാതന വംശങ്ങളുടെ സാമൂഹികാനുഭവങ്ങൾ ചില പ്രാകൃത രൂപങ്ങളിൽ അടിമനസ്സിൽ അടിഞ്ഞുകിടപ്പുണ്ട്. ഇവയാണ് ആർക്കി ടൈപ്പുകൾ. ഫ്രോയിഡ് ഇതിന് ടോട്ടം (Totem) എന്നാണുപറയുന്നത്.

എം. ലീലാവതി ആദിപ്രരൂപങ്ങളെ മൂന്നായി തരംതിരിക്കുന്നു.[29] ആദ്യ വിഭാഗമായ ചിത്രാകാരങ്ങളിൽ മഹാമാതാവ്, മഹാപിതാവ്, ദിവ്യശിശു, വീരനായകൻ, കാമുകൻ, കാമിനി, അനിമ, അനിമസ്, മായാവി(നി) തുടങ്ങിയ നരവർഗ്ഗസാമാന്യമായ മാനുഷാകാര പ്രരൂപങ്ങളും, ശിവൻ, പാർവ്വതി, കാളി, കൃഷ്ണൻ, രാധ, ഉണ്ണികൃഷ്ണൻ, മേരി, യേശു, ഉണ്ണിയേശു ഇത്യാദി ഉപവർഗ്ഗ സാമാന്യങ്ങളായ മനുഷാകാരങ്ങളും ജന്തുരൂപങ്ങളും പ്രതിരൂപാത്മകമായ വൃത്തമണ്ഡലാദികളും മറ്റും ഉൾപ്പെടുന്നു.

രണ്ടാമത്തെ വിഭാഗമായ പ്രക്രിയകളിൽ ബലിത്യാഗാദികളോടുകൂടിയ യജ്ഞം, സത്താപരിണാമസൂചകമായ രാപാന്തരപ്രാപ്തി,

ഒടുങ്ങാത്ത അന്വേഷണത്വരയുടെ ആവിഷ്കാരമായ പ്രയാണം മുതലായവ ഉൾപ്പെടുന്നു.

മൂന്നാം വിഭാഗമായ പ്രതിഭാസങ്ങളിൽ ഉദയാസ്തമയങ്ങൾ, ഋതുപരിണാമങ്ങൾ മുതലായ പ്രകൃതിപ്രതിഭാസങ്ങളും ഉൾപ്പെടുന്നു.

അന്തർജ്ഞേയരൂപങ്ങൾ എന്നാണ് ഭാരതീയർ ആദിപ്രരൂപങ്ങൾക്കു പറയുന്നത്. അനാദിവാസന എന്ന് അഭിനവഗുപ്തനും സമൂഹാബോധചേതസ്സിൽ ചിരന്തനമായി വർത്തിച്ചുപോരുന്ന അനുഭൂതി സാരസഞ്ചയം എന്ന് യുങ്ങും വ്യപദേശിക്കുന്നത് ഒരേ തത്വത്തിന്റ മർമ്മമാണ്. ഒരർത്ഥത്തിൽ ഓരോ മിത്തും ഓരോ ആദിപ്രരൂപമാണ്. കഥയുടെ ആഖ്യാനത്തെക്കുറിച്ചാവുമ്പോൾ, അതു മിത്തും മിത്തിന്റെ പൊരുളിനെക്കുറിച്ചാവുമ്പോൾ അത് ആദിപ്രരൂപവുമാണ്.[30]

ആദിപ്രരൂപങ്ങളും പുരാവൃത്തങ്ങളും തമ്മിലുള്ള ചില വ്യത്യാസങ്ങൾ

ആദിപ്രരൂപങ്ങൾ	പുരാവൃത്തങ്ങൾ
സത്തകളാണ്	സത്തയിൽ വേരുള്ളവയാണ്
കേവലമാതൃകകളാണ്	കഥാമാതൃകകളാണ്.
അനാദി സങ്കല്പത്തിൽ അധിഷ്ഠിതമാണ്	ആനാദിയല്ല.
സാമാന്യങ്ങളാണ്	സവിശേഷങ്ങളാണ്
സംഘചേതനാപരമാണ്	വ്യക്തിചിത്തബന്ധിതങ്ങളാണ്
പ്രതിഭാസങ്ങളും പ്രക്രിയകളുമാണ് മാധ്യങ്ങൾ	കഥാപാത്രങ്ങളാണ് മാധ്യമങ്ങൾ
അബോധപ്രേരകങ്ങൾ	ബോധപ്രബലങ്ങൾ

ആദിപ്രരൂപാത്മക നിരൂപണം

ജെ. ജി. ഫ്രേയ്സറുടെ 'ദ ഗോൾഡൻ ബോ' എന്ന ഗ്രന്ഥപരമ്പരയോടെയാണ് ആദിപ്രരൂപാത്മക വിമർശനം (Archteypal criticism) സാഹിത്യത്തിൽ ആരംഭിക്കുന്നത്. താരതമ്യാത്മക നരവംശശാസ്ത്രജ്ഞനായ ഫ്രെയ്സറോടൊപ്പം കേംബ്രിഡ്ജ് സൂകൂളിൽ ഗിൽബർട്ട് മുറെ, ജയ്ൻ. ഇ. ഹാരിസൺ, ജെസ്സി. എൽ. വെസ്റ്റൺ, സി. എച്ച്. ഹുക്കെ, ലോർഡ് റഗ്ലാൻ, ഇ. എം. ബട്ലർ; തിയോഡാർ എച്ച്. ഗാസ്റ്റർ എന്നിവരും ഈ പഠനശാഖയെ വളർത്തിയവരാണ്. കാൾഗുസ്താവ് യുങിന്റെ നിരീക്ഷണപഠനങ്ങൾ ഈ ശാഖയ്ക്ക് വളറെയേറെ സംഭാവനകൾ നൽകിയിട്ടുണ്ട്. തിയോഡാർ റീക്ക്, ഓട്ടോ റാങ്ക്, എറിക് ഫ്രോം, വിൽസൺനൈറ്റ്, ബോദ്കിൻ, ബോച്ചോലാർഡ്, ചെയ്സ്, ക്യാംബെൽ, നോർത്ത് റോപ്പ് ഫ്രൈ, ഓഡൻ തുടങ്ങിയവർ യുങിന്റെ പഠനങ്ങൾക്ക് അനുബന്ധമായി ഈ വിമർശനശാഖയെ പരിപോഷിപ്പിച്ചവരാണ്.

വ്യത്യസ്ത കാലാവസ്ഥകളിൽ നൂറ്റാണ്ടുകളിലൂടെ കടന്നുവന്ന മനുഷ്യന്റെ ഭാവന പ്രകൃതിയോട് എങ്ങനെ പ്രതികരിച്ചു എന്നും

മനുഷ്യസമൂഹത്തെയാകമാനം ഒരുമിപ്പിക്കുന്ന ശക്തികളായി ഏതെല്ലാം ഘടകങ്ങൾ പ്രവർത്തിച്ചു എന്നും ഫ്രെയ്സറുടെ പഠനം കാണിച്ചുതരുന്നു. സമൂഹാബോധമനസ്സിൽ അടിഞ്ഞുകൂടിക്കിടക്കുന്ന ആദിപ്രരൂപങ്ങൾ അബോധമനസ്സിന്റെ സൃഷ്ടിയായ സാഹിത്യത്തിൽ ഇമേജുകളായും മറ്റും കടന്നുവരും എന്നും, അതിനാൽ ഇവയെ അടിസ്ഥാനമാക്കിയുള്ള സാഹിത്യപഠനം കവിയുടെ വ്യക്തിസത്തയിലേക്കും താരതമ്യപഠനത്തിലേക്കും വെളിച്ചംവീശുമെന്നും യുങിന്റെ പഠനങ്ങളെ തുടർന്ന് സിദ്ധാന്തങ്ങളുണ്ടായി. മോദ് ബോദ്കിന്റെ 'ആർക്കിടൈപ്പൽ പാറ്റേൺ ഇൻ പോയട്രി' എന്ന ഗ്രന്ഥത്തെതുടർന്നാണ് സാഹിത്യനിരൂപണത്തിൽ ആർക്കിടൈപ്പ് എന്ന പദം പ്രയോഗിച്ചുതുടങ്ങിയത്. കവിത പ്രകൃതിയുടെ അനുകരണമല്ല, മറിച്ച് മറ്റു കവിതകളുടെ അനുകരണമാണ് എന്ന് നിർദ്ദേശിക്കുന്ന നിരൂപണമാണ് നോർത്ത് റോപ്പ് ഫ്രൈയുടെ അഭിപ്രായത്തിൽ ആർക്കിടൈപ്പൽ ക്രിട്ടിസിസം. ഒരു കവിതയെ മറ്റൊരു കവിതയുമായി ഇണക്കുന്ന കീഴ്വഴക്കങ്ങളെയും സാഹിത്യരൂപങ്ങളെയും പ്രതീകങ്ങളെയും ആണ് അതു പഠിക്കുന്നത്. [31]

പുരാവൃത്തങ്ങളെയും ആദിപ്രരൂപങ്ങളെയും അടിസ്ഥാനമാക്കിയുള്ള സാഹിത്യവിമർശനത്തിനെതിരെ വിമർശനങ്ങളും ഉയർന്നിട്ടുണ്ട്. വെങ്കലയുഗത്തിലും ഇരുമ്പുയുഗത്തിന്റെ ആരംഭത്തിലും ഗ്രീസിൽ ഉയർന്നുവന്ന സംസ്കാരത്തെ മനുഷ്യരാശിയുടെ സംസ്കാരത്തിന്റെ ബാല്യദശയായി യുങ് കണക്കാക്കുന്നത് ഒരിക്കലും യാഥാർത്ഥ്യത്തിനു നിരക്കുന്നതല്ലെന്ന് റോബർട്ട് ഗ്രെവ്സ് പറയുന്നു.[32] കവിതയിലുള്ളത് വ്യക്തിഗതബിംബങ്ങളാണെന്നും അതിനെ ആദിപ്രരൂപങ്ങളുമായി ബന്ധിപ്പിക്കരുതെന്നും രണ്ട് ജനതകളുടെ സംസ്കാരങ്ങൾ വ്യത്യസ്തമായിരിക്കുന്നതിനാൽ സർവ്വമനുഷ്യർക്കും പൊതുവായ ഒരു ആർക്കിടൈപ്പ് ഉണ്ടാകില്ലെന്നും എതിർ വാദങ്ങളും ഉയർന്നു.

ഇത്തരം വിമർശനങ്ങൾ നിലനിൽക്കുമ്പോഴും പുരാവൃത്തങ്ങൾ കൂടുതൽ കൂടുതൽ പഠനവിധേയമാകുന്നുണ്ട്. പുരാവൃത്തശേഖരണവും അവയുടെ താരതമ്യപഠനവും, ഒരു ക്ലാസിക്കൽ പുരാവൃത്തം കാലഘട്ടങ്ങളിലൂടെ കടന്നുവന്നപ്പോൾ അതിനുണ്ടായ മാറ്റങ്ങളെക്കുറിച്ചുള്ള പഠനവും, ഒരു പ്രത്യേക എഴുത്തുകാരന്റെ രചനകളിൽ ഒരു പുരാവൃത്തത്തിന്റെ ഏതേതംശങ്ങൾക്കാണ് കൂടുതൽ ഊന്നൽ ലഭിക്കുന്നതെന്ന് മനസ്സിലാക്കി ആ എഴുത്തുകാരന്റെ സർഗ്ഗപ്രതിഭയിലേക്ക് പ്രകാശം തെളിക്കുന്ന പഠനവും ഇപ്പോൾ ലോകത്തെമ്പാടും നടന്നുവരുന്ന ചില പുരാവൃത്ത പഠനരീതികളാണ്.

പ്രതീകം – ഫാന്റസി

പുരാവൃത്തങ്ങളിൽ സങ്കല്പവും യാഥാർത്ഥ്യവും തമ്മിൽ വ്യത്യാസമില്ലെന്ന് ഏണിസ്റ്റ് കാസിറർ പറയുന്നു. യാഥാർത്ഥ്യത്തിന്റെ വ്യാഖ്യാനരൂപങ്ങളെ സ്വയം ഉൾക്കൊള്ളുന്നവയാണ് അവ. സ്വതന്ത്രമായൊരു പ്രതീകാത്മകരൂപമാണ് പുരാവൃത്തം എന്ന് അദ്ദേഹം

സിദ്ധാന്തിക്കുന്നു. ആദിമമനുഷ്യൻ പ്രതീകാത്മകമായി ആത്മാവിഷ്കാരത്തിന് ശ്രമിച്ചിട്ടുണ്ടെന്നതിന് തെളിവാണ് പുരാവൃത്തങ്ങളെന്ന് ഇമ്മാനുവേൽ കാന്റും അഭിപ്രായപ്പെടുന്നു. പരസ്പരവിരുദ്ധ ശക്തികളുടെ ഒരു നാടകീയമായ ലോകമാണ് പുരാവൃത്തങ്ങൾ. മിത്ത് ബുദ്ധിപരമായ വ്യാപാരമല്ലെന്നാണ് കാസിറ്ററുടെ അഭിപ്രായം. ഭാവനയുടെ ആവിഷ്കാരമാണത്. പുരാവൃത്തപരമായ ഉപലബ്ധി വൈകാരിക ഗുണങ്ങളാൽ നിറയ്ക്കപ്പെട്ടതത്രെ. കെർക്ക് ഈ ഭാവനയെ 'ഫാന്റസി' എന്നാണ് വിളിക്കുന്നത്. യഥാർത്ഥജീവിതത്തിൽ അസാധ്യമായ സംഭവങ്ങളുടെ ആവിഷ്കാരം അതിൽ കാണുമെന്നതാണ് അതിനു കാരണം. ഫാന്റസിയോടും പ്രതീകാത്മകതയോടുമുള്ള ഈ മമത മനുഷ്യൻ അനാദികാലം മുതൽ തുടങ്ങിയതാകയാൽ സാഹിത്യത്തിലും പുരാവൃത്തങ്ങൾ പരിഗണനാർഹമായിത്തീർന്നു. മനുഷ്യഭാവനയ്ക്ക് അനന്തസാധ്യതകൾ നൽകുന്നു എന്നതിനാലും ഭാവനാപരമായ അനുഭൂതിയുടെ വാഹനമെന്നനിലയിലും പ്രതീകകല്പനകളായി പുരാവൃത്തങ്ങൾ മാറുന്നു. യാഥാർത്ഥ്യത്തിലേക്ക് ഒരു സത്യം സംഭാവനചെയ്യാൻ കഴുയുന്നതോടൊപ്പം പുരാവൃത്തങ്ങൾക്ക് ലോകത്തെ അതിൽ പ്രതിഫലിപ്പിക്കാനും കഴിയുന്നുണ്ട്.

അന്യാപദേശം

സാരൂപ്യം അവലംബിച്ചുള്ള അപ്രസ്തുത പ്രശംസാലങ്കാരത്തിന്റെ സങ്കേതമുപയോഗിച്ച്, അപ്രകൃതവർണ്ണനയിലൂടെ പ്രകൃതത്തെ ധ്വനിപ്പിക്കുന്നതാണ് അന്യാപദേശം (Allegory). ധർമോപദേശം, തത്വപ്രതിപാദനം, പരിഹാസം എന്നിവയാണ് മിക്കപ്പോഴും അന്യാപദേശത്തിന്റെ ലക്ഷ്യം. പ്രതിരൂപവും (Symbol) അന്യാപദേശവും തമ്മിൽ വ്യത്യാസമുണ്ട്. ''അമൂർത്തമായ ആശയങ്ങൾ ഭാഷാചിത്രണമായി മാറ്റപ്പെട്ടതാണ് അലിഗെറി. ഗോചരവസ്തുക്കളിൽ നിന്നുള്ള ഒരു അമൂർത്തീകരണമാണത്........... അതിന്റെ മിഥ്യാപ്രതിരൂപങ്ങൾ വിലകുറഞ്ഞതാണ്.... നേരെമറിച്ച്, പ്രതീകമാകട്ടെ പൂർണമോ ഭാഗികമോ ആയ അനശ്വരതയുടെ തെളിമയാണ്.''[33] ഗ്രീക്ക് പുരാവൃത്തങ്ങളെ അപഗ്രഥിച്ചു പഠനം നടത്തിയവർ അന്യാപദേശപരമോ, ദൃഷ്ടാന്തപരമോ ആയ കഥകൾ അവയിൽ കണ്ടെത്തിയിട്ടുണ്ട്. പ്രകൃതാർത്ഥ സൂചനയ്ക്കായി അപ്രകൃതമായ കാര്യം പറയാൻ പുരാവൃത്തങ്ങളെ ആധുനിക മലയാള കവികളും ഉപയോഗിക്കുന്നുണ്ട്.

മതം, മന്ത്രവാദം

''മിത്തിന് ചരിത്രപരമായ വല്ല അടിസ്ഥാനവുമുണ്ടെങ്കിൽ അത് മതപരമായ പ്രാധാന്യമാകാം'' എന്ന് ലാർഡ് റാഗ്ലൻ പറയുന്നു. മതപാരമ്പര്യത്തിന്റെ അവിഭാജ്യഘടകമെന്ന നിലയിൽ ഇവയ്ക്ക് അനുഷ്ഠാനവുമായി ബന്ധമുണ്ട്. മതവിശ്വാസങ്ങളാണ് പുരാവൃത്തങ്ങൾക്ക് പവിത്രകഥയുടെ പരിവേഷം നൽകുന്നത്. മനുഷ്യസംസ്കാരത്തിന്റെ വികാസത്തിൽ മിത്ത് എവിടെയാണ് അവസാനിക്കുന്നതെന്നും

മതം എവിടെയാണ് തുടങ്ങുന്നതെന്നും ചൂണ്ടിക്കാണിക്കുക പ്രയാസമാണെന്ന് ഏണിസ്റ്റ് കാസിറർ പറയുന്നു.

ഓരോ പുരാവൃത്താഖ്യാന സഞ്ചയത്തിനും അടിസ്ഥാനമായ ഒരു തരംതിരിവുണ്ടായിരിക്കും. അത് അതിന്റെ തത്ത്വങ്ങൾ ശാസ്ത്രീയാശയങ്ങളിൽ നിന്നല്ല, മതവിശ്വാസങ്ങളിൽ നിന്നാണ് കടം കൊള്ളുക എന്നതിനാലാണ്. ഈ നിലയ്ക്ക് മിത്തിലെ അനുഷ്ഠാനാംശം നഷ്ടമാകുമ്പോൾ അവ കേവലം കഥകളായിത്തീരുന്നു. ഇക്കാരണത്താൽ യുക്തിയുടെ മാനദണ്ഡംകൊണ്ട് പുരാവൃത്തങ്ങളെ അളക്കുവാൻ ശ്രമിക്കുന്നത് വിഫലമാകുന്നു.

മതത്തേക്കാൾ പ്രാചീനമാണ് മന്ത്രവാദം. അമാനുഷശക്തികളിലുള്ള വിശ്വാസവും പ്രാകൃതികശക്തികളിലുള്ള വിശ്വാസവും രണ്ടിലുമുണ്ട്. പ്രാകൃതിക ശക്തികളെയും വിപത്തുകളെയും മന്ത്രശക്തി കൊണ്ട് നിയന്ത്രിക്കുകയും നേരിടുകയും ചെയ്യാമെന്നവിശ്വാസമാണ് മന്ത്രവാദത്തിന്നടിസ്ഥാനം. ഇതിൽ പലതും പുരാസങ്കല്പങ്ങളുമായി ബന്ധപ്പെട്ടുകിടക്കുന്നവയാണ്. വിശ്വാസത്തെയും സദാചാര നിഷ്ഠയെയും പ്രതിഫലിപ്പിക്കുന്ന പുരാവൃത്തങ്ങൾ മന്ത്രവാദം, അനുഷ്ഠാനം, ആചാരം, സാമൂഹികഘടന എന്നിവയിൽ ഒരു ഉത്തരവാദിയുടെയും ശാസനത്തിന്റെയും പ്രായോഗിക വഴികാട്ടിയുടെയും നിലയിൽ പ്രവർത്തിക്കുന്നുണ്ട്.

ഭാഷ

മനുഷ്യനെ ഒരു സാമൂഹിക ജീവിയായി മാറ്റുവാൻ സഹായിച്ചത് മുഖ്യമായും ഭാഷയാണ്. മനുഷ്യവർഗ്ഗത്തിന്റെ സാമൂഹികവും സാംസ്കാരികവും ഭൗതികവും വൈജ്ഞാനികവുമായ വികസനത്തിന്റെ സവിശേഷതകൾ അവരുടെ ഭാഷയിൽ പ്രതിഫലിക്കും. പ്രാക്തന പദങ്ങൾ ഒരു കാലഘട്ടിൽ നിന്ന് മറ്റൊന്നിലേക്ക് സംക്രമിക്കുമ്പോൾ അവയുടെ മൂലാർത്ഥം നഷ്ടപ്പെടുകയും ആശയങ്ങളിൽ സംശയങ്ങൾ ഉദിക്കുകയും ചെയ്യുമെന്നും അത് പുരാവൃത്തങ്ങളുടെ രൂപീകരണത്തിന് കാരണമാകുമെന്നും മാക്സ്മുള്ളർ സിദ്ധാന്തിക്കുന്നു. പദങ്ങളുടെ അർത്ഥപരിണാമപ്രക്രിയയുടെ ഫലമായാണിത് സാധിക്കുന്നത്.

ഭാഷയുടെ ഘടകങ്ങളായ ശബ്ദമോ വർണ്ണമോ ഒറ്റയ്ക്ക് അർത്ഥമില്ലാത്ത താണെന്നും മറ്റു ശബ്ദങ്ങളുമായി ചേരുമ്പോൾ മാത്രമാണ് അർത്ഥമുണ്ടാകുന്നതെന്നും അതുപോലെ മിത്തിന്റെ ശരിയായ അർത്ഥം അടിയിലുള്ള ഘടനയുടെ ബന്ധങ്ങളാണെന്നും ലെവിസ്ട്രാസ് അഭിപ്രായപ്പെടുന്നു. പുരാവൃത്തങ്ങളുടെ പാഠഭേദങ്ങളിലും ഉപരിതലാർത്ഥത്തിൽ മാറ്റം കാണാം. എന്നാൽ അടിസ്ഥാനപരമായ ബന്ധം സ്ഥിരമായി നിൽക്കുന്നതാണെന്നും അദ്ദേഹം വാദിക്കുന്നു. ഭാഷയെപ്പോലെ മിത്തും ഗൂഢാർത്ഥ പദസഞ്ചയ (code) മാണെന്ന് ലെവ്സ്ട്രാസ് പറയുന്നു. ജ്ഞാനാത്മകമോ, സാമൂഹികമോ, സാംസ്കാരികമോ ആയ ഒരു പ്രശ്നത്തിന്റെ വ്യാഖ്യാനമാണ് മിത്തിന്റെ

നിഗൂഢമായ ഘടനയെന്നും, സമൂഹത്തിലെ ലഭ്യമായ കോഡുകളാൽ മിത്തുകളെ അത് നിർമ്മിക്കുന്നുവെന്നും അദ്ദേഹം വിശ്വസിക്കുന്നു.

കഥയുടെ പദവിന്യാസത്തെ പരിഗണിച്ച് പുരാവൃത്തങ്ങളുടെ പൈതൃക ഘടനാവിഷ്കാരണത്തിന് ശ്രമിച്ച വ്യക്തിയാണ് പ്രോപ്പ്. വാങ്മയാഖ്യാനങ്ങളുടെ ഭാഷാശാസ്ത്രപരവും വ്യാകരണപരവുമായ അന്വേഷണങ്ങൾക്ക് പ്രോപ്പിന്റെ പ്രവർത്തനങ്ങൾ സഹായിച്ചിട്ടുണ്ട്. പുരാവൃത്തങ്ങൾ ആശയ വിനിമയോപാധിയായി മാറുന്നതിനാൽ ഭാഷയുടെ ധർമ്മങ്ങൾ അനുഷ്ഠിക്കുന്നുണ്ട്. വാക്കുകളുടെ അർത്ഥം പ്രയോഗംകൊണ്ട് മാറിമാറി വരുന്നു. അർത്ഥം പ്രകടിപ്പിക്കുന്ന രീതിയിൽ തന്നെ മാറ്റം വന്നിരിക്കുന്നു. പുരാവൃത്തങ്ങളുടെ ഭാഷയിലും ഈ സംവേദനത്തിന്റെ പ്രശ്നങ്ങൾ അടങ്ങിയിട്ടുണ്ട്.

പുരാവൃത്തവും സാഹിത്യവും

''സാഹിത്യത്തിൽ ആദിയിലുള്ളത് മിത്താണ്, അതിന്റെ അന്ത്യത്തിലുള്ളതും മിത്തുതന്നെ''[34] ഈ നൂറ്റാണ്ടിലെ ഏറ്റവും വലിയ മിത്ത് രചയിതാക്കളിലൊരാളായ ബോർഹസിന്റെ ഈ വാക്കുകൾ പുരാവൃത്തവും സാഹിത്യവുമായുള്ള ബന്ധത്തെക്കുറിച്ച് വ്യക്തമാക്കുന്നു.

പാരമ്പര്യത്തെ ശക്തിപ്പെടുത്തുകയും കൂടുതൽ മൂല്യവും മഹത്വവും അതിന് സമ്മാനിക്കുകയും ചെയ്യുന്നതാണ് പുരാവൃത്തത്തിന്റെ ധർമ്മമെന്ന് മലിനോവ്സ്കി പ്രസ്താവിക്കുന്നു. നിശ്ചിതമായ ചില മൂല്യങ്ങളുടെ പ്രതിഷ്ഠാപനം നിർവ്വഹിക്കുകയെന്നുള്ളത് പുരാവൃത്തത്തിന്റെ പ്രധാന ധർമ്മമാണ്. അതുകൊണ്ടു തന്നെയായിരിക്കും വിശ്വാസങ്ങളുടെ നിയമപത്രം (Charter of Beliefs) എന്ന് പുരാവൃത്തങ്ങളെ ചിലർ വിശേഷിപ്പിച്ചത്.[35] പുരാവൃത്തങ്ങളിൽ പ്രധാനപ്പെട്ട ഒരു വിഭാഗം പ്രബോധനാത്മകങ്ങളായ കഥകളാണ്. അവ പ്രപഞ്ചത്തെയും സംസ്കാരത്തെയും വ്യാഖ്യാനിക്കുന്നതൊടൊപ്പം സമൂഹത്തിന്റെ ആഗ്രഹങ്ങളെ അവയിലൂടെ സാക്ഷാൽക്കരിക്കുവാനും ശ്രമിക്കുന്നു. ഭാഷയിലെ വാക്യഘടനയ്ക്ക് (syntax) തുല്യമായ പുരാവൃത്തത്തിന്റെ ഘടനയിലൂടെ അർത്ഥംസംവേദനം ചെയ്യപ്പെടുന്നുണ്ടെന്ന് ലെവിസ്ട്രോസും കണ്ടെത്തിയിട്ടുണ്ട്. ഇങ്ങനെയുള്ള പുരാവൃത്തങ്ങൾ ദേശകാലപരിത:സ്ഥിതികൾക്കതീതമായി പ്രപഞ്ചജീവിതത്തിന്റെ ആത്യന്തിക സത്യങ്ങളിലേക്ക് പ്രകാശം പരത്തുന്ന പ്രതീക കല്പനകളായിത്തീർന്നിരിക്കുന്നു. ആധുനിക ജീവിത സമസ്യകൾക്ക് ഉത്തരം കണ്ടെത്താനുള്ള ശ്രമത്തിന്റെ ഭാഗമായി ഏതുകാലത്തേയും എല്ലാ ദേശത്തെയും എഴുത്തുകാരെ പുരാവൃത്തങ്ങൾ പ്രചോദിപ്പിക്കുകയും, മാറിവരുന്ന തലമുറകൾക്ക് വെളിച്ചം വീശുന്ന ഒരു സാഹിത്യ സാമഗ്രിയായി (Literary Source) പുരാവൃത്തങ്ങൾ മാറുകയും ചെയ്തിട്ടുണ്ട്. നമ്മുടെ വാക്കിലും കർമ്മത്തിലും ഒരുപോലെ സ്വാധീനം ചെലുത്താനും കാലാതിവർത്തിത്വത്തോടെ നിൽക്കാനും കഴിയുന്ന പുരാവൃത്തങ്ങൾക്ക് വർത്തമാന കാലത്തിലേക്ക് നവ്യമാനത്തോടെ പുന:സൃഷ്ടിക്കാനും പുന:പ്രതിഷ്ഠിക്കാനുമുള്ള വ്യാപ്തിയുമുണ്ട്.

‘‘സാഹിത്യത്തിന്റെ ഘടനാതത്വങ്ങൾ ഉരുത്തിരിയുന്നതുതന്നെ മിത്തിൽ നിന്നാണെന്നും പുനർനിർമ്മിതമായ മിത്തോളജിതന്നെയാണ് സാഹിത്യമെന്നും’’[36] നോർത്രോപ് ഫ്രൈ സിദ്ധാന്തിക്കുന്നു. മിത്തിന്റെ അനുഷ്ഠാനഘടകത്തിൽ നിന്ന് നാടകവും വെളിപാടുകളുടെ അംശത്തിൽ നിന്ന് ഭാവഗീതവും, കേന്ദ്രസ്ഥമായ വിശ്വവൈജ്ഞാനിക ഘടനയിൽ നിന്ന് ഇതിഹാസവും രൂപമാർന്നതായി ഫ്രൈ വ്യക്തമാക്കുന്നു.

യൂളിസ്സസ്സിൽ ജയിംസ് ജോയ്സും, വെയ്സ്റ്റ്ലാൻഡിൽ ടി. എസ്. എലിയറ്റും മന:പൂർവ്വമായ പ്രാധാന്യത്തോടുകൂടി സമകാലിക വസ്തുതകളെ പുരാവൃത്തങ്ങളുമായി തുന്നിച്ചേർത്തു. ഹെർമ്മൻ ഹെസ്സ, തോമസ്മൂർ, കാഫ്ക തുടങ്ങിയവർ മൈത്തിക ആദിരൂപസങ്കല്പങ്ങളെ അവരുടെ ആവിഷ്കാരത്തിനുള്ള ഉപാധികളാക്കി. പല എഴുത്തുകാരുടെയും മൈത്തികശൈലി പൗരാണികതയേയും സമകാലികതയേയും ഒന്നിച്ച് ഇണക്കിക്കൊണ്ടുപോകുന്ന രീതിയിലുള്ളതാണെന്ന് ടി. എസ്. എലിയറ്റ് പറയുന്നു. [37]

സാർവ്വലൗകിക സത്യങ്ങൾ പ്രപഞ്ചം ചെയ്യുന്ന കഥാസന്ദർഭങ്ങളാണ് മിത്തുകൾ. മനുഷ്യബോധത്തിന്റെ ഉള്ളറകളിലേക്ക് ചൂഴ്ന്നിറങ്ങുകയും കാലാകാലങ്ങളിൽ പ്രസക്തമായി നിന്നുകൊണ്ട് അർത്ഥവിനിമയം നടത്തുകയും ചെയ്യുന്ന കഥകളാണിവ ഗ്രീക്ക്, ലത്തീൻ, ഹീബ്രു ഭാഷകളിൽ ഉണ്ടായിട്ടുള്ള പ്രാചീന കഥകൾ മിത്തുകളായി പിൽക്കാല സാഹിത്യത്തിന് ഊർജ്ജമേകി നിൽക്കുന്നു. ലോകസൃഷ്ടിയുടെ കഥയും, നോഹയുടെ കഥയും, പ്രൊമിത്യൂസിന്റെയും എപ്പിമെത്യൂസിന്റെയും കഥകളും പാശ്ചാത്യ സമൂഹത്തോടൊപ്പം നമ്മുടെ സാഹിത്യത്തിന്റെ ബോധാബോധതലങ്ങളിലും നിത്യവിസ്മയമായി തുടരുന്നു. ബൈബിളിലെ മുടിയനായ പുത്രനും നല്ല ശമരിയക്കാരനും, ഭാരതത്തിലെ വേദോപനിഷത്തുകളിലേയും പുരാണേതിഹാസങ്ങളിലേയും ഉൾത്തളങ്ങളും നമ്മുടെ സാഹിത്യത്തിന്റെ പ്രഭവവും പ്രഭാവവുമാണ്.

പുരാവൃത്തങ്ങൾക്ക് ഓരോ കാലഘട്ടത്തിലും വായനയും (Reading) വ്യാഖ്യാനവും (Interpretation) ഉണ്ടായിട്ടുണ്ട്. പ്രാചീനകാലം മുതൽതന്നെ ലോകസാഹിത്യത്തിൽ പുരാവൃത്തങ്ങളെ അധികരിച്ച് സാഹിത്യനിർമ്മിതി തുടർന്നു പോന്നിരുന്നു. വിഭിന്ന സാഹിത്യരൂപങ്ങളിൽ കലാപരതയോടെ പുരാവൃത്തങ്ങൾ പുനരാവിഷ്കരിക്കപ്പെട്ടിട്ടുണ്ട്. പുരാവൃത്തങ്ങളുടെ പ്രയോഗം സാഹിത്യകൃതികളിൾ പ്രധാനമായും മൂന്നുവിധത്തിലാണ് കാണുന്നത്.

പുനർസൃഷ്ടി

ഇത്തരം കൃതികളിൽ പുരാവൃത്തങ്ങൾ നേരിട്ട് പ്രമേയമായി ഉപയോഗിക്കുന്നു. അവയിൽ കാര്യമായ മാറ്റമൊന്നും സാഹിത്യകാരൻ വരുത്തുന്നില്ലങ്കിലും പ്രതിപാദ്യത്തിൽ സ്വന്തം ഭാവന കലർത്താറുണ്ട്.

പുനരവതരണം

പുരാവൃത്തങ്ങളുമായി ബന്ധപ്പെട്ട പ്രമേയങ്ങൾ കൃതികളിൽ സ്വീകരിക്കുകയും അവയിൽ സ്വന്തം സാഹിത്യദർശനത്തിനനുസരിച്ച് മാറ്റങ്ങൾ വരുത്തുകയും വ്യാഖ്യാനിക്കുകയും ചെയ്യുന്നു.

കേവല പ്രതീകകല്പന

പുരാവൃത്തങ്ങളെ ഇത്തരം കൃതികളിൽ പ്രമേയമാക്കി മാറ്റുന്നില്ല. സാന്ദർഭികമായ പരാമർശം കൊണ്ട് കഥാസന്ദർഭമോ കഥാപാത്രങ്ങളോ പ്രതീക കല്പനകളായി മാറുകയും അവയെ ഇതിവൃത്തത്തിന്റെ കെട്ടുറപ്പിനായി ഔചിത്യപൂർവ്വം സന്നിവേശിപ്പിച്ച് സൃഷ്ടിയിൽ ഭാവ വൈശദ്യം നൽകുകയുംചെയ്യുന്നു.

പുരാവൃത്തവും സാഹിത്യവിമർശനവും

നരവംശശാസ്ത്രത്തിൽ (Anthropology) നിന്നാണ് ആദിരൂപ പരമായ സമീപനം ഉരുത്തിരിയുന്നത്. സർ ജെയിംസ് ഫ്രെയസ് 1890 – 1915 കാലത്തു പ്രസിദ്ധപ്പെടുത്തിയ സുവർണ്ണരേഖ (The Golden Bough) എന്ന ബൃഹത്തായ ഗവേഷണ ഗ്രന്ഥമാണ് ഇതിന് ആധാരം. യുങിന്റെ മന:ശാസ്ത്രവും ഇതിന്റെ വികാസത്തെ സഹായിച്ചിട്ടുണ്ട്. മന:ശാസ്ത്രപരമായ സമീപനം പോലെതന്നെ ഇതും മനുഷ്യന്റെ അനുഭവത്തിലെ യുക്തിരഹിതമായ അംശത്തെയാണ് മുഖ്യമായും ലക്ഷ്യമാക്കുന്നത്. നമ്മുടെ അനുഭവത്തിലും സങ്കല്പത്തിലും ചില അടിസ്ഥാനമാതൃകകൾ (ആദിരൂപങ്ങൾ) ഉണ്ടെന്നും അവ ഏറെക്കുറെ കാലാദിദേശാതി വർത്തികളാണെന്നും പ്രാകൃത മനുഷ്യർ ആവിഷ്കരിച്ച പുരാണ സങ്കല്പ (Myth) ങ്ങളിലും അനുഷ്ഠാന (Ritual) ങ്ങളിലും മതങ്ങളിലും അടങ്ങിയ ഈ മാതൃകകൾ ഇന്നും മനുഷ്യന്റെ നിഗൂഢ മനസ്സിലൂടെ നിയന്ത്രിക്കുന്നു എന്നും ഉള്ള ചിന്താഗതിയാണ് ഈ സമീപനത്തിന്റെ അടിസ്ഥാനം. കഥാഘടന (Plot) യിലും കഥാപാത്ര (Character) ങ്ങളിലും കല്പന (Image) കളിലും ആദിരൂപങ്ങളുടെ ആവർത്തനം സഫലമായി നിർവ്വഹിക്കാൻ കഴിഞ്ഞാൽ അമ്മാതിരികൃതികൾ വായനക്കാരന്റെ ആത്മസത്തയെ ആഗാധമായി സ്പർശിക്കും. ഇംഗ്ലീഷിൽ മോഡ് ബോഡ്കിൻ (Maud Bodkin) എഴുതിയ 'കവിതയിലെ ആദിരൂപസ്വരൂപങ്ങൾ' (Archteypal Pattern in Potery) , നോർത്രോപ് ഫ്രൈ (Northrop Fraye) യുടെ 'നിരൂപണത്തിന്റെ സന്ധിബന്ധങ്ങൾ' (Anatomy of Criticism), റോബർട്ട് ഗ്രേവസ് (Robert Graves) രചിച്ച 'ധവളദേവത' (The White Goddess) എന്നിങ്ങനെ നിരവധി ഗ്രന്ഥങ്ങൾ ഈ രീതിയിലുണ്ടായ വിമർശനഗ്രന്ഥങ്ങളാണ്. വൈലോപ്പിള്ളിയുടെ ഓണപ്പാട്ടുകാരുടെ അവതാരികയിൽ എം. എൻ. വിജയനും, എൻ. വി. കൃഷ്ണവാരിയരുടെ നീണ്ടകവിതകളുടെ അവതാരികയിൽ സി. ജെ. തോമസും ഈ രീതിയെ സ്പർശിക്കുന്നു. ആശാന്റെ നായികമാരെ പറ്റിയും ഇടശ്ശേരിയുടെ കാവിലെപ്പാട്ടിനെപറ്റിയും എം. ലീലാവതി ആദിരൂപപരമായ വിശകലനങ്ങൾ നടത്തിയിട്ടുണ്ട്.

മിത്ത്, പ്രതീകം, രൂപകം, ബിംബം, ആദിരൂപം ഇവയെല്ലാം സമൂഹത്തിന്റെയും ചരിത്രത്തിന്റെയും പശ്ചാത്തലത്തിൽ ഊന്നിക്കൊണ്ട് ഐന്ദ്രിയാനുഭൂതിയിൽ നിന്ന് സൗന്ദര്യാനുഭൂതിയിലേക്കുള്ള ഓരോ കുതിപ്പുകളാണ്. ''അനുഷ്ഠാനങ്ങളുടെ മുൻഗാമിയും ചരിത്രാതീത സംഭവങ്ങളെയും, ഐതിഹ്യം കലർന്ന ചരിത്ര സംഭവങ്ങളെയും ആധാരമാക്കി, ദേശകാല പരിതസ്ഥിതികൾക്കതീതമായി ലോകജീവിതത്തിന്റെ മൗലിക സത്യങ്ങളിലേക്ക് വെളിച്ചം വീശുന്ന അസാങ്കല്പികവും പ്രതിരൂപാത്മക സത്യം നിഴലിപ്പിക്കുന്നതുമായ ഒരു കഥയാണ് മിത്ത്''[38] എന്ന നിർവ്വചനമനുസരിച്ച് സാർവ്വലൗകിക സത്യങ്ങൾ പ്രപഞ്ചനം ചെയ്യുന്ന കഥാസന്ദർഭങ്ങൾ പുരാവൃത്തങ്ങളായി മാറുന്നു. പുരാണങ്ങളിലേയോ ഇതിഹാസങ്ങളിലേയോ കഥാസന്ദർഭങ്ങൾക്കപ്പുറം ദേശകാല പരിസ്ഥിതികൾക്കതീതമായി പ്രപഞ്ചജീവിതത്തിന്റെ ആത്യന്തിക സത്യങ്ങളിലേക്ക് വെളിച്ചം വീശുന്ന പ്രതീക കല്പനകൾവരെ പുരാവൃത്തങ്ങളായി മാറും.

പുരാവൃത്തവും നോവലും

മരിക്കാത്തകഥകളായ പുരാവൃത്തങ്ങളുടെ മായികത നോവലിന്റെ ആഖ്യാനശൈലിയോട് അടുത്തുനിൽക്കുന്നതാണ്. ഇതുകൊണ്ടുതന്നെയാവണം പുരാവൃത്തങ്ങളെ അധികരിച്ചുകൊണ്ട് നോവലുകളും, നോവലുകളിൽ പുതിയ പുരാവൃത്തങ്ങളും രൂപപ്പെട്ടുവന്നത്. ജെയിംസ് ജോയ്സിന്റെ 'യൂളിസസ്സ്' പുരാവൃത്തത്തെ ആധാരമാക്കിയുള്ള നോവലാണ്. മറാഠിയിൽ കെ. എം. മുൻഷിയുടെ 'സത്യഭാമ' ഹിന്ദിയിൽ ശിവാജി സാമന്തിന്റെ 'കർണ്ണൻ', ഒറിയയിൽ പ്രതിഭാറായിയുടെ 'ദ്രൗപതി', വി. എം. ഖണ്ഡേദ്കറിന്റെ 'യയാതി' തുടങ്ങിയവ പുരാവൃത്തത്തെ അധികരിച്ചുണ്ടായ നോവലുകളാണ്. മലയാള നോവലിൽ പാറപ്പുറത്ത്, എം. ടി. വാസുദേവൻ നായർ, പി. കെ. ബാലകൃഷ്ണൻ, ഒ. വി. വിജയൻ, തകഴി തുടങ്ങിയവരുടെ കൃതികൾ പുരാവൃത്തസ്വാധീനമുള്ളവയാണ്. തകഴിയുടെ ചെമ്മീൻ, എം.ടി. യുടെ രണ്ടാമൂഴം, ഒ. വി.വിജയന്റെ ഖസാക്കിന്റെ ഇതിഹാസം സേതുവിന്റെ പാണ്ഡവപുരം, നിയോഗം, ആനന്ദിന്റെ മരുഭൂമികൾ ഉണ്ടാകുന്നത്, ഗോവർദ്ധനന്റെ യാത്രകൾ, എം. മുകുന്ദന്റെ ആദിത്യനും രാധയും മറ്റുചിലരും തുടങ്ങിയവ പുരാവൃത്തങ്ങളുടെ സ്വാധീനം പ്രകടിപ്പിക്കുന്ന രചനകളാണ്. ഇത്തരം കൃതികൾ ആസ്വാദകർക്കിടയിൽ ഏറെ വായിക്കപ്പെട്ടു എന്നതും ശ്രദ്ധേയമാണ്.

എം.ടി. വാസുദേവൻ നായരുടെ 'രണ്ടാമൂഴം' ഭീമന്റെ മാനസികാവസ്ഥകളുടെ ചിത്രീകരണമാണ്. അമാനുഷിക സങ്കല്പത്തിൽ നിന്നിറങ്ങി സാധാരണക്കാരന്റെ ചിന്തയിൽ ഊന്നി ഭീമൻ അനുഭവയാഥാർത്ഥ്യങ്ങളെ വിചിന്തനം ചെയ്യുന്നുണ്ട് ഈ കൃതിയിൽ.

കടപ്പുറത്തിന്റെ (അരയസമൂഹത്തിന്റെ) ഒരു പുരാവൃത്തമാണ് തകഴിയുടെ ചെമ്മീൻ എന്ന നോവലിന് ആധാരം. സേതുവിന്റെ നിയോഗം മരുത്തിന്റെ പുത്രനായ ഭീമന്റെ കഥയുടെ പുനഃസൃഷ്ടിയാണ്. മരം, എണ്ണപ്പാടം, ദൈവത്തിന്റെ കണ്ണ്, ഹിരണ്യകശിപു, ഗുഹ

എന്നീ എൻ. പി. മുഹമ്മദിന്റെ നോവലുകളിൽ പുരാവൃത്ത സാന്നിദ്ധ്യം സജീവമാണ്. പുനത്തിൽ കുഞ്ഞബ്ദുള്ളയുടെ സ്മാരകശിലകൾ വടക്കൻമലബാറിലെ കടത്തനാട്ട് ജനസഞ്ചയത്തിന്റെ നാടൻ പുരാവൃത്തങ്ങൾകൊണ്ട് നിറഞ്ഞ കൃതിയാണ്.

പി. കെ ബാലകൃഷ്ണന്റെ 'ഇനി ഞാനുറങ്ങട്ടെ' എന്ന നോവൽ പിന്നിട്ട ജീവിതപ്പാതകളെക്കുറിച്ചുള്ള ദ്രൗപതിയുടെ വിചാരധാരയാണ്. മക്കളുൾപ്പെടെ ബന്ധുക്കൾ പാണ്ഡവശിബിരത്തിൽ കത്തിയെരിഞ്ഞതിലെ വ്യഥയും ഭർത്താക്കന്മാരാൽ അവഗണിക്കപ്പെട്ടതുകൊണ്ടുള്ള അപമാനഭാരവും പേറുന്ന ദ്രൗപതിയെയാണ് ഈ നോവൽ അനാവരണം ചെയ്യുന്നത്.

അമാനുഷിക ശക്തിയുള്ള കർണ്ണന്റെ മാനുഷികമായ ദൗർബല്യവും മന:സംഘർഷങ്ങളും വ്യഥയും ആവിഷ്ക്കരിക്കുന്ന നോവലാണ് വി.ടി നന്ദകുമാറിന്റെ 'എന്റെ കർണ്ണൻ'. എസ്.കെ. മാരാർ 'അനുയാത്ര' എന്ന നോവലിൽ സത്യവതിയുടെയും കുന്തിയുടെയും ജീവിതയാത്രയിലെ സങ്കീർണ്ണതകൾ സമ്മിശ്രമായി അവതരിപ്പിക്കുന്നു.

കുന്തിയുടെ ജീവിതകഥതന്നെയാണ് വിജയാലയം വിജയകുമാറിന്റെ 'ആത്മദു:ഖം എന്റെ ദു:ഖം' എന്ന നോവലിലെ പ്രമേയം. മഹാഭാരതയുദ്ധാനന്തരം വനവാസത്തിനുപോയ കുന്തി തന്റെ ജീവിതാനുഭവങ്ങൾ അയവിറക്കുന്ന മട്ടിലാണ് രചന. കെ. ബി. ശ്രീദേവി 'അമ്മേ ഗാന്ധാരി'യിൽ മാതൃത്വത്തിന്റെ മഹത്വം ഗാന്ധാരിയുടെ ത്യാഗത്തിലൂടെയും വിശുദ്ധിയിലൂടെയും ആവിഷ്ക്കരിക്കുന്നു.

കെ. സുരേന്ദ്രന്റെ 'സീതായനം' സഹനശക്തിയും മഹത്വവുമാർന്ന സ്ത്രീത്വത്തിന്റെ ഉടമയായി സീതയെയും സ്വധർമ്മാനുഷ്ഠാനത്തിന്റെ മൂർത്തരൂപമായി രാമനെയും ചിത്രീകരിക്കുന്നു. ടി. ആർ. ശങ്കുണ്ണിയുടെ 'വേദസാക്ഷി' എന്ന നോവൽ ഗാന്ധാരിയോടൊത്തുള്ള വനവാസകാലത്തെ കുന്തിയുടെ ഗതകാലജീവിത സ്മരണകളാണ്. ഭീഷ്മരെ പ്രധാനകഥാപാത്രമാക്കി വി. പി. മുഹമ്മദ് രചിച്ച 'ഹോമധേനു' അദ്ദേഹത്തിന്റെ ജീവിതത്തിലെ തീവ്രദു:ഖം ഹൃദയസ്പൃക്കായി ചിത്രീകരിക്കുന്നു. അക്ബർകക്കട്ടിലിന്റെ 'സ്ത്രൈണം' ഒരു ജന്മത്തിൽതന്നെ സ്ത്രീയും പുരുഷനുമായി ജീവിക്കാൻ വിധിക്കട്ടെ ഭംഗസ്വനൻ എന്ന മഹാഭാരത കഥാപാത്രത്തെ അവതരിപ്പിക്കുന്നു. ഏകലവ്യൻ പ്രധാനകഥാപാത്രമായിവരുന്ന നോവലാണ് കെ. പി. ജയിംസിന്റെ 'വ്യാസഭാരതം'. കൃഷ്ണകുമാരിയുടെ 'കുന്തി' പാണ്ഡവർക്കുമേലുള്ള കുന്തിയുടെ സ്വാധീനം വെളിപ്പെടുത്തുന്ന നോവലാണ്.

പുരാവൃത്തവും നാടകവും

യവനനാടകങ്ങളിലെ കഥാബീജങ്ങൾ മിക്കതും പുരാവൃത്തങ്ങളായിരുന്നു. ഈസ്കിലസും, സോഫോക്ലിസും, യൂറിപ്പിഡിസും പുരാവൃത്തങ്ങളെ അധികരിച്ച് രചന നടത്തി വിജയിച്ചവരാണ്. ആധുനികജീവിതാസ്തിത്വത്തിന്റെ സങ്കീർണവും നൂതനവുമായ സമസ്യ

കളെ അനാവരണം ചെയ്യാൻ ആൽബേർകാമു 'മിത്ത് ഓഫ് സിസിഫസ്' അവതരിപ്പിച്ചു. സാമുവൽ ബക്കറ്റിന്റെ വൈറ്റിംങ്ങ് ഫോർ ഗോദെ, കാഫ്കയുടെ മെറ്റമോർഫോസിസ് തുടങ്ങിയവ പുരാവൃത്ത സ്വാധീനം പ്രകടിപ്പിക്കുന്ന കൃതികളാണ്. മഹാഭാരതം ആദിപർവ്വത്തിലെ ശാകുന്തളകഥ കാളിദാസന്റെ ശാകുന്തളമായും, ഉണ്ണായിവാര്യരുടെ നളരചരിതമായും പിറന്നു. കുമാരസംഭവം, രഘുവംശം തുടങ്ങിയ കൃതികൾ ഇതുപോലെ പുരാവൃത്ത പ്രസിദ്ധമാണ്. ഭാസന്റെ നാടകങ്ങളും ഇതിൽപ്പെടുന്നു.

മലയാളനാടകത്തിൽ സി. ജെ. തോമസിന്റെ നാടകങ്ങളിലും കാവാലം നാരായണപ്പണിക്കരുടെ നാടകങ്ങളിലും പുരാവൃത്തസ്വാധീനം പ്രകടമാണ്. അവനവൻ കടമ്പ, ദൈവത്താർ, ആ മനുഷ്യൻ നീതന്നെ, അവൻ വീണ്ടും വരുന്നു, ശലോമി തുടങ്ങിയവ ഇതിന് ഉദാഹരണമാണ്. സി. എൻ. ശ്രീകണ്ഠൻ നായരുടെ കാഞ്ചനസീത, ലങ്കാലക്ഷ്മി, സാകേതം തുടങ്ങിയവ പ്രസിദ്ധങ്ങളായ പുരാവൃത്ത നാടകങ്ങളാണ്.

പുരാവൃത്തവും കലകളും

കലയുടെ ആവിഷ്കാരണ തന്ത്രം പുരാവൃത്തത്തിന്റെ അനുഷ്ഠാനവുമായി ബന്ധപ്പെട്ടതാണ്. നാടോടികലകൾക്കൊക്കെ പുരാവൃത്തത്തിന്റെ അനുഷ്ഠാനതലമുണ്ട്. ദൈവികമായ പുരാവൃത്തങ്ങൾക്കുപുറമെ വീരനായക പുരാവൃത്തം വരെ നാടോടികലകൾക്ക് അടിസ്ഥാനമാകാറുണ്ട്. കതിവന്നൂർവീരൻ, തച്ചോളിമാണിക്കോത്ത് ഒതേനൻ തുടങ്ങിയ തെയ്യങ്ങൾ ഇതിൽപ്പെടുന്നു. മുടിയേറ്റ്, കുമ്മാട്ടി തുടങ്ങിയ കലാരൂപങ്ങളിലും പുരാവൃത്തം അടങ്ങിയിട്ടുണ്ട്.

മലയാളത്തിൽ പുരാവൃത്ത പ്രസിദ്ധങ്ങളായ ഒട്ടേറെ സിനിമകൾ ഉണ്ടായിട്ടുണ്ട്. കടത്തനാട്ട് മാക്കവും, തച്ചോളി ഒതേനനും, കടവങ്കോട്ട് മാക്കവും ആദ്യകാലത്തും വൈശാലി, പെരുന്തച്ചൻ, ഒരു വടക്കൻ വീരഗാഥ, ചെമ്മീൻ തുടങ്ങിയവ പിന്നീടും ഉണ്ടായി. പുരാവൃത്തത്തിന്റെ സ്വരൂപഘടനയിൽ വരുത്തിയ വ്യതിയാനങ്ങൾക്കൊണ്ട് ജനശ്രദ്ധയാകർഷിച്ച സിനിമകളും ഇവയിൽ ഉണ്ട്.

പുരാവൃത്തവും കവിതയും

''മിത്തുകളെ ഉപയോഗപ്പെടുത്തുന്ന-ഉപയോഗപ്പെടുത്താതെ ഗത്യന്തരമില്ലാത്ത-ഒരു സാഹിത്യ വിഭാഗമാണ് കവിത. കവിതയിൽ നിന്ന് മിത്തുകളും അവയെ സംബന്ധിക്കുന്ന സങ്കല്പങ്ങളും എടുത്തുകളഞ്ഞാൽ കവിതയില്ല എന്ന് എം. ഗോവിന്ദൻ പറയുന്നു. ആധുനിക കാവ്യബോധത്തിൽ ഏറെ അർത്ഥ സാധ്യതകൾ പുരാവൃത്തങ്ങൾക്ക് അവകാശപ്പെടാം. ആധുനിക ജീവിതത്തിന്റെ സമസ്യകളിൽ നിന്നോ സങ്കീർണ്ണതകളിൽ നിന്നോ ഉണ്ടാവുന്ന പ്രചോദനത്തിൽ ഒരാവിഷ്കരണ തന്ത്രമെന്ന നിലയിൽ പുരാവൃത്തവിധാനം (Myth making) കവിതയിൽ സ്വീകരിക്കപ്പെടുന്നു. ''മിത്തിൽ അമാനുഷിക

ലോകത്തിലൂടെ മാനുഷികതയുടെ അടിസ്ഥാനം കണ്ടെത്താനുള്ള തീവ്രശ്രമമുണ്ട്. അതുകൊണ്ടാണ് സത്യമന്വേഷിക്കുന്ന കവികൾ എപ്പോഴും മിത്തുകളിലേക്കു മടങ്ങുന്നത്''[39] എന്ന എൻ. പി. മുഹമ്മദിന്റെ വാക്കുകൾ ഇവിടെ ഏറെ പ്രസക്തമാണ്. മലയാളകവിതയിൽ പുരാവൃത്ത സാന്നിദ്ധ്യം തുടക്കം മുതൽ തന്നെ കണ്ടുവരുന്നു. ഇതിനെ രണ്ട് ഘട്ടമായി തിരിക്കാം.

പൂർവ്വഘട്ടം

മലയാളത്തിന്റെ ആദ്യകാവ്യമായ രാമചരിതം തൊട്ടുതന്നെ പുരാവൃത്തപ്രമേയങ്ങളുടെ സ്വാധീനം പ്രകടമായി കാണാം. ആര്യമായ ഇതിവൃത്തത്തെയും ദ്രാവിഡമായ രചനാ സങ്കേതങ്ങളെയും ഉൾച്ചേർത്തുകൊണ്ട് മലയാളകവിതയിൽ ഇതിഹാസാന്തർഗതമായ കഥ എങ്ങനെ ആവിഷ്കൃതമാക്കാം എന്നതിന് മാതൃക നൽകുകയാണ് രാമചരിതകാരൻ. പുരാവൃത്ത പാത്രസങ്കൽപ്പത്തിൽ മൗലികമായ വ്യതിയാനങ്ങൾ വരുത്താതെതന്നെ സ്വന്തം ലക്ഷ്യത്തിനനുസരിച്ച് എങ്ങനെ പരിഷ്ക്കാരങ്ങൾ വരുത്താം എന്നതിനെക്കുറിച്ച് വ്യക്തമായ ബോധം ചീരമാകവിക്കുണ്ടായിരുന്നു. പാട്ട് പ്രസ്ഥാനത്തിൽ ഉൾപ്പെട്ട കണ്ണശ്ശകവികളും ഇതിവൃത്തത്തിനു പുരാവൃത്ത ഘടനയെ ആശ്രയിക്കുകയും അതിനെ ശക്തമായ രീതിയിൽ ആവിഷ്ക്കരിക്കുകയും ചെയ്തവരാണ്.

പുരാവൃത്ത പ്രമേയം കാവ്യവിഷയമാകുമ്പോൾ എത്രത്തോളം സ്വാതന്ത്ര്യം വിനിയോഗിക്കാം എന്നതിനെക്കുറിച്ച് വ്യക്തമായ കാഴ്ച്ചപ്പാടു പ്രകടമാക്കുന്ന കൃതിയാണ് ചെറുശ്ശേരിയുടെ കൃഷ്ണഗാഥ. തന്റെ ദേശത്തോടും മാനസികാവസ്ഥയോടും പുരാവൃത്തങ്ങളെ അടുപ്പിച്ച് നിർത്തിയ ചെറുശ്ശേരിക്കവിതയിൽ നാടോടി മനസ്സിന്റെ ശക്തമായ സാമീപ്യമുണ്ട്. എല്ലാകാലത്തും നമ്മുടെ കവികൾ പുരാവൃത്തങ്ങളിൽ ആകൃഷ്ടരായിരുന്നു എന്നതിന്റെ തെളിവാണ് തുടർന്നു വന്ന എഴുത്തച്ഛന്റെ കിളിപ്പാട്ടുകളിലും കാണുന്നത്. തുഞ്ചത്താചാര്യൻ പുരാകല്പനകളെ അവതരിപ്പിച്ചത് ധർമ്മോദ്ബോധനത്തിനും ഭക്തിമാഹാത്മ്യപ്രകീർത്തനത്തിനുമായിരുന്നു.

സാമൂഹ്യ യാഥാർത്ഥ്യങ്ങൾ ഹാസ്യത്തിലൂടെ ചിത്രീകരിക്കാൻ ശ്രമിച്ച കുഞ്ചൻ നമ്പ്യാരും പുരാവൃത്തങ്ങളിലൂടെയാണ് സഞ്ചരിച്ചത്. അതിലൂടെ ഒരു ജനതയുടെ രക്തത്തിലും ആത്മാവിലും ആഴത്തിൽ പറ്റിപ്പിടിച്ചിട്ടുള്ള സ്വപ്നങ്ങളും ആദർശങ്ങളും നിത്യതയുടെ പരിവേഷമണിഞ്ഞു. പുരാവൃത്തകഥാപാത്രങ്ങളെ ഭൂതകാലത്തിൽ നിന്ന് വർത്തമാനകാലത്തിലേക്ക് കൂട്ടിക്കൊണ്ടുവന്ന് വിമർശനാതീതരായി സമൂഹത്തിലാരുമില്ലെന്ന് നമ്പ്യാർ തെളിയിച്ചു.

കേരളവർമ്മ കാലഘട്ടത്തിൽ എ. ആർ. രാജരാജവർമ്മയും, കെ. സി. കേശവപ്പിള്ളയും പുരാവൃത്തങ്ങളിൽ നിന്ന് പ്രമേയങ്ങൾ കണ്ടെത്തിയവരാണ്. അറബിമലയാള സാഹിത്യത്തിൽ മൊഹിയുദ്ധീൻ മാലയും സുഖും പടപ്പാട്ടും പുരാവൃത്ത ദർശനത്തിൽ ഊന്നി

നിന്നുകൊണ്ട് രചിക്കപ്പെട്ടവയാണ്. ഭാഷാകവിതയുടെ ഈ പൂർവ്വ ഘട്ടത്തിൽ പുരാവൃത്തങ്ങളുടെ ആവിഷ്കാരണത്തിന് വൈവിധ്യവും ജീവിതബന്ധവും ഒട്ടൊക്കെ കുറവായിട്ടാണ് അനുഭവപ്പെടുന്നത്.

ആധുനികഘട്ടം

ഇതിവൃത്തങ്ങൾക്ക് പുരാവൃത്തങ്ങളെ ആശ്രയിച്ചവരിൽ ആധുനിക കവിത്രയവും ഉൾപ്പെടുന്നു. പുരാവൃത്തങ്ങൾ പുനരാഖ്യാനം ചെയ്യുമ്പോൾ വർത്തമാനകാല ജീവിതത്തിന്റെ ചേതനയും തുടിപ്പും പരമാവധി ഉൾക്കൊള്ളാൻ ഇവരുടെ കൃതികൾക്കു കഴിഞ്ഞിട്ടുണ്ട്.

കുമാരാനാശാൻ തന്റെ കവിതയിലൂടെ, മിത്തിന്റെ പഴയരൂപത്തിൽ നിന്നുകൊണ്ട്, അതിന് പുതിയമാനം കൊടുക്കാൻ ശ്രമിച്ച കവിയാണ്. രാമായണത്തിലെ സീതയെ അത്യന്തം നാടകീയമായ ഒരു സന്ദർഭത്തിൽ പ്രതിഷ്ഠിച്ച് ആ കഥാപാത്രത്തിന്റെ വ്യക്തിത്വത്തെ അദ്ദേഹം കാല്പനീകരിച്ചു. ശ്രീരാമനോടുള്ള പ്രണയവും കീഴടങ്ങാൻ കൂട്ടാക്കാത്ത അഹംബോധവും തമ്മിലുള്ള സംഘർഷമാണ് സീതാകാവ്യത്തെ നാടകീയമാക്കുന്നത്. സ്ത്രീത്വത്തിന്റെ ഉദാത്ത സങ്കല്പമായി ഭാരതീയ മനസ്സുകളിൽ ലയിച്ചുകിടക്കുന്ന പുരാവൃത്തമാണ് സീതയുടേത്. സ്ത്രീ സങ്കല്പത്തിന്റെ സങ്കീർണ്ണ ഭാവങ്ങൾ ഇഴപിരിച്ച് ഒരു ആധുനിക സ്ത്രീ നേരിടുന്ന സ്വത്വപ്രതിസന്ധിയാണ് കുമാരനാശാൻ 'ചിന്താവിഷ്ടയായ സീത' യിലൂടെ ആവിഷ്കരിക്കുന്നത്. വാല്മീകിയുടെ സീത ത്രേതായുഗത്തിൽ നിന്ന് ഈ നൂറ്റാണ്ടിൽ വന്നു പിറന്നാൽ എങ്ങിനെയിരിക്കും എന്നതിന്റെ തെളിവാണ് ആശാന്റെ സീത. ആശാന്റെ നളിനീ ദിവാകരന്മാർ പാർവ്വതീപരമേശ്വരന്മാരുടെ പ്രണയബന്ധത്തിന്റെ പുതിയൊരാഖ്യാനമാണെന്ന് മുണ്ടശ്ശേരിയും വ്യക്തമാക്കിയിട്ടുണ്ട്.

വർത്തമാനകാലത്തെ പ്രതീക്ഷാനിർഭരമായി കാണുന്ന വള്ളത്തോൾ നാരായണമേനോന്റെ 'ശിഷ്യനും മകനും', 'അച്ഛനും മകളും', 'മഗ്ദലനമറിയം' തുടങ്ങിയ കൃതികൾ പുരാവൃത്തങ്ങളെ സ്വന്തം ചിന്താധാരയ്ക്കനുസൃതമായി രുപപ്പെടുത്തി കാവ്യവിഷയമാക്കിയവയാണ്. മൂർത്തവും അമൂർത്തവുമായ ഒട്ടേറെ പുരാവൃത്ത ബിംബങ്ങൾ വള്ളത്തോൾ കവിതയിൽ പ്രത്യക്ഷപ്പെടുന്നുണ്ട്. 'രാവണന്റെ അന്തഃപുരഗമനം' എന്ന കവിതയിൽ ജീവിതഭാഗ്യരത്നഖനിയായ വീരമാതാവായാണ് രാവണൻ മണ്ഡോദരിയെ കാണുന്നത്. ഒരു ചിത്രം, കർമ്മഭൂമിയുടെ പിഞ്ചുകാൽ, കിളിക്കൊഞ്ചൽ, ഇന്ദ്രനും മഹാബലിയും, അമ്പാടിയിൽ ചെല്ലുന്ന അക്രൂരൻ, ഭക്തിയും വിഭക്തിയും, ഒരു തോണിയാത്ര തുടങ്ങി പുരാവൃത്ത പരാമർശമുള്ള ഒട്ടേറെ കവിതകൾ വള്ളത്തോൾ രചിച്ചിട്ടുണ്ട്.

നിലനിൽക്കുന്ന കാലത്തിന്റെ ദുഃഖസ്ഥിതി പരിഹരിക്കാൻ പുരാവൃത്താശയങ്ങളെ സംരക്ഷിച്ചുകൊണ്ട് അധ്യാത്മിക സൗന്ദര്യത്തിന്റെ പ്രകാശനമായി കവിതയെ മാററിയ കവിയാണ് ഉള്ളൂർ എസ്. പരമേശ്വരയ്യർ. യഥാർത്ഥ ഭക്തിയ്ക്ക് ജാതിയോ കുലമോ തടസ്സമ

ല്ലെന്ന ആശയം ഉണർത്തിക്കൊണ്ട് 'കർണ്ണഭൂഷണം' പുരാവൃത്തകഥയിൽ ഊന്നിനിന്ന് ദാനത്തിന്റെ മഹത്വം യുക്തിവാദപരമായി ചർച്ചചെയ്ത് സമർത്ഥിക്കുന്നു. 'പിംഗള'യും 'ചിത്രശാല'യും പുരാവൃത്തങ്ങളെ ആസ്പദമാക്കി രചിച്ചവയാണ്.

പുരാവൃത്തസന്ദർഭങ്ങളും കഥാപാത്രങ്ങളും സാർവജനനീയമായ ആശയങ്ങളും പ്രതീകങ്ങളുമായി മാറുന്നത് കാല്പനിക കവികളുടെ രണ്ടാം തലമുറയിലാണ്. പി. കുഞ്ഞിരാമൻ നായരുടെ സുഭദ്ര, ശിവതാണ്ഡവം, വേണുഗോപാലൻ, ദൂരദർശിനിയിൽകൂടി, സൗന്ദര്യദേവത, പ്രണയ പ്രതീക്ഷ തുടങ്ങിയ കവിതകൾ നഷ്ടസ്വർഗ്ഗബോധത്തിന്റെ പുരാവൃത്തപരമായ കാഴ്ച്ചപ്പാട് വിശദമാക്കുന്നു. ചങ്ങമ്പുഴയുടെ ദേവയാനിയും വസന്തോത്സവവും പുരാണകഥാപരാമർശമുൾക്കൊള്ളുന്നവയാണ്.

പാലാ നാരായണൻ നായരുടെ കവിതകൾ പൗരാണിക കഥാസന്ദർഭങ്ങളുടെ പുനരാഖ്യാനം കൊണ്ട് ശ്രദ്ധേയമാണ്. വയലാർ രാമവർമ്മയുടെ താടകയെന്ന ദ്രാവിഡരാജകുമാരി, രാവണപുത്രി എന്നിവ പുരാവൃത്ത പ്രമേയത്തെ സ്വന്തം കാഴ്ച്ചപ്പാടിലൂടെ വിശദമാക്കുന്ന കവിതകളാണ്.

മനുഷ്യന്റെ സഹജമായ ഹിംസാവാസന പറിച്ചെറിഞ്ഞാലും വിട്ടുമാറാതെ അവന്റെ സംസ്കാര ചരിത്രത്തിൽ നിണ പ്രവാഹങ്ങൾ സൃഷ്ടിച്ചു കൊണ്ടിരിക്കുമെന്ന് 'മഴുവിന്റെ കഥ'യിലൂടെ ബാലാമണിയമ്മ സൂചിപ്പിക്കുന്നു. നീതിയും കാരുണ്യവും സമന്വയിപ്പിക്കാൻ ആഹ്വാനം ചെയ്യുന്ന കവിതയാണ് 'വിഭീഷണൻ'. 'യയാതി', 'ത്യാഗം' തുടങ്ങിയ കവിതകളും പുരാവൃത്തസംബന്ധിയാണ്.

ഒളപ്പമണ്ണ സുബ്രഹ്മണ്യൻ നമ്പൂതിരിപ്പാടിന്റെ 'പാഞ്ചാലി' കുലാചാരമനുസരിച്ച് ഒരു ഹൃദയം രണ്ടുപേർക്കായി പങ്കിടാനാവാതെ കുഴയുന്ന തണ്ടാത്തിപ്പെണ്ണിന്റെ ആത്മസംഘർഷമാണെങ്കിലും കവിത പുരാവൃത്ത പശ്ചാത്തലം ദീക്ഷിക്കുന്നുണ്ട്. തിരുവോണവുമായി ബന്ധപ്പെട്ട പുരാവൃത്തത്തെ മുൻനിർത്തി സമകാലിക ജീവിതത്തിലെ മൂല്യച്ച്യുതികളേയും ജീർണ്ണതകളേയും വാചാലമായി ചർച്ചചെയ്യുന്ന കാവ്യമാണ് അക്കിത്തം അച്യുതൻ നമ്പൂതിരിയുടെ 'ബലിദർശനം'. എൻ. വി. കൃഷ്ണവാരിയർ പഴയപാട്ട്, അലക്സിസ് പുണ്യവാളൻ തുടങ്ങി ചില പുരാവൃത്ത കവിതകൾ രചിച്ചിട്ടുണ്ട്.

എം. ഗോവിന്ദന്റെ മേനക, സ്നാപകയോഹന്നാൻ കിളിപ്പാട്ട്, അരയാലിന്റെ മൂജ്ജന്മം, നോക്കുകുത്തി തുടങ്ങിയ കവിതകൾ പുരാവൃത്തങ്ങൾക്ക് പുതിയൊരു കാഴ്ചപ്പാട് നൽകുന്നു. നിഷേധിക്കപ്പെട്ട ഭക്തിസാഫല്യത്തിന്റെ നെടുവീർപ്പുകളായ യൂസഫലി കേച്ചേരിയുടെ കവിതകളും സിസ്റ്റർ മേരീ ബനീഞ്ഞയുടെ മിസ്റ്റിക് കവിതകളും മിക്കവാറും പുരാവൃത്തങ്ങളെ അധികരിച്ചുണ്ടായവയാണ്.

സാർത്ഥകമായ ജീവിത നിമിഷങ്ങളേയോ സന്ദർഭങ്ങളേയോ ജീവിതത്തിലെ ചില ഐറണികളേയോ മൂർത്തമാക്കുന്ന അപർണ,

റിപ്പബ്ലിക്ക്, ഭൂമികന്യയെത്തേടി, ഉർവ്വശീനൃത്തം തുടങ്ങിയ വിഷ്ണു നാരയണൻ നമ്പൂതിരിയുടെ കവിതകൾ പുരാവൃത്തബിംബങ്ങൾക്കൊണ്ട് സമൃദ്ധമാണ്.

പുരാവൃത്ത വൈവിധ്യത്തിലും അവതരണരീതിയുടെ സൗകുമാര്യതയിലും ഏറെ മുന്നിൽ നിൽക്കുന്ന കവിതകൾ രചിച്ചവരാണ് ജി. ശങ്കരക്കുറുപ്പ്, വൈലോപ്പിള്ളി, ഇടശ്ശേരി, സുഗതകുമാരി, ഒ.എൻ.വി.കുറുപ്പ് എന്നിവർ. വിശ്വദർശനത്തിന്റെ കാറ്റും വെളിച്ചവും ഉൾക്കൊണ്ട ജി. ശങ്കരക്കുറുപ്പിന്റെ കവിതകളിൽ ഓടക്കുഴൽ തേടി, മറ്റൊരു നചികേതസ്സ്, യശോധര, വൃന്ദാവനം, രാഗലഹരി, പ്രേമഭിക്ഷ, പെരുന്തച്ചൻ, പാണനാർ, ചന്ദനക്കട്ടിൽ, നോഹയും പൊന്മയും തുടങ്ങി ഒട്ടേറെ കവിതകൾ പുരാവൃത്തങ്ങളുടെ ശക്തവും തീക്ഷ്ണവുമായ സാന്നിദ്ധ്യം അനുഭവപ്പെടുത്തുന്നവയാണ്.

മണ്ണിനെ പാരമ്പര്യത്തിന്റെ പ്രകാശമായും കവിതയെ അതിൽ നിന്ന് ജ്വലിക്കുന്ന വിവിധ വർണ്ണങ്ങളായും കാണുന്ന ഇടശ്ശേരി ഗോവിന്ദൻനായരുടെ 'ബുദ്ധനും ഞാനും നരിയും'. 'ബിംബിസാരന്റെ ഇടയൻ', 'കാവിലെ പാട്ട്', 'പൂതപ്പാട്ട്', 'വൃന്ദാവനത്തിലെ രാധ', 'വസുദേവൻ', 'ഹനുമൽസേവ തുഞ്ചൻപറമ്പിൽ', 'ലവണാസുരവധത്തിലെ ഹനുമാൻ', 'മാർക്കണ്ഡേയൻ' തുടങ്ങി നിരവധി കവിതകൾ പുരാവൃത്ത വൈവിധ്യത്താൽ ശ്രദ്ധേയമായവയാണ്.

മനസ്സിൽ ഗ്രാമത്തിന്റെ വിശുദ്ധിയും നൈർമല്യവും കാത്തുസൂക്ഷിച്ച് ജീവിതത്തിന്റെ കടലിനെ മഷിപ്പാത്രമാക്കി കവിത രചിച്ച വൈലോപ്പിള്ളി ശ്രീധരമേനോന്റെ കവിതകൾ പലതും പുരാവൃത്താവതരണത്തിൽ വൈവിധ്യം പുലർത്തുന്നവയാണ്. ഓണപ്പാട്ടുകാരും, ഉജ്ജ്വലമുഹൂർത്തവും, തൃശ്ശൂരിലെ തിരുവാതിരകളും, തച്ചന്റെ മകനും, ആയിരത്തൊന്നു രാവുകളും ഇക്കൂട്ടത്തിൽ ചിലതുമാത്രമാണ്.

സുഗതകുമാരിയുടെ കൃഷ്ണ നീയെന്നെയറിയില്ല, ശ്യാമരാധ, രാധയെവിടെ, ഒരു നിമിഷം, കാടാണ്, ഗജേന്ദ്രമോക്ഷം, പുണ്യരാത്രി, കുരുക്ഷേത്രത്തിൽ തുടങ്ങി ഒട്ടേറെ കവിതകൾ പുരാവൃത്തങ്ങളിൽനിന്ന് ജന്മമെടുത്തുവയാണ്. രാധാകൃഷ്ണകവിതകളുടെ ഒരു പ്രത്യേക വിഭാഗം തന്നെ സുഗതകുമാരി കവിതകളിലുണ്ട്.

ഒ. എൻ.വി.കുറുപ്പിന് തന്റെ കവിതയുടെ രചനാശില്പത്തിൽ ഒഴിച്ചുകൂടാൻ കഴിയാത്ത ഒന്നാണ് പുരാവൃത്തങ്ങൾ. സ്വയംവരം, ഭൈരവന്റെ തുടി, ഭൂമിക്കൊരു ചരമഗീതം, ഓർഫ്യൂസിനൊരു ഗീതം, മുത്തിയും ചോഴിയും, ശാർങ്ങ്കപക്ഷികൾ തുടങ്ങി ഒ.എൻ.വി. കവിതകളിലുടനീളം ഭാരതീയവും പാശ്ചാത്യവുമായ പുരാവൃത്തങ്ങളുടെ സ്വാധീനം പ്രകടമാണ്.

പുതിയ മേച്ചിൽപുറങ്ങൾ തേടുന്ന മലയാളകവിതയിൽ എൻ. എൻ. കക്കാടിന്റെ തീർത്ഥാടനം, വജ്രകുണ്ഡലം, വേരുകൾ, അയ്യപ്പപ്പണിക്കരുടെ കുരുക്ഷേത്രം, മൃത്യപൂജ, സച്ചിദാനന്ദന്റെ ബോധവതി, അഹല്യ തുടങ്ങി പുരാവൃത്തങ്ങൾക്ക് പുതിയ വ്യാഖ്യാനങ്ങൾ

നൽകുന്ന കവിതകൾ പിറവിയെടുത്തുകൊണ്ടിരിക്കുന്നു. പുരാവൃത്തങ്ങൾ അന്യോപദേശ (Allegory) ങ്ങളായി വർത്തിച്ചുകൊണ്ട് ധർമോപദേശം, തത്വപ്രതിപാദനം, പരിഹാസം തുടങ്ങിയവ നിർവഹിക്കുന്നുമുണ്ട്. ജീവിതാസ്ഥിത്വത്തിന്റെ സങ്കീർണ്ണവും നൂതനവുമായ ചില സമസ്യകൾ 'സിസിഫസ്' പുരാണത്തിൽ ആവിഷ്കൃതമായത്, സാർവ്വലൗകികമനുഷ്യാവസ്ഥകളുടെ ആവർത്തന നിരർത്ഥകതകളായി മലയാളകവിതയുടെ ഇങ്ങേതലയ്ക്കൽ വി. മധുസൂദനൻനായരുടെ 'നാറാണത്തുഭ്രാന്ത'നിലൂടെ പുനരാവിഷ്ക്കരിക്കപ്പെടുന്നു.

ധാർമ്മിക സങ്കല്പങ്ങൾ താരതമ്യേന ജഡമായി മാറുന്ന കാലങ്ങളിൽ സാഹിത്യകാരന്മാർ സ്വന്തം രചനകളെ പ്രാചീനാർത്ഥധ്വനികൾകൊണ്ട് സമ്പുഷ്ടമാക്കാൻ പൗരാണിക കഥാസൂചനകൾ സ്വീകരിക്കാറുണ്ട്.[40] വിശ്വാസാനുഷ്ഠാനങ്ങളുടെ ഭാവചിത്രങ്ങളായ പുരാവൃത്തങ്ങൾ കവിയുടെ ഉള്ളു തുറക്കാൻ ഭാഷയെപ്പോലെ സഹായിക്കുന്ന ഒരു കാലഘട്ടമാണിത്. ഭാരതീയാലങ്കാരികന്മാർ ഉദാത്തമെന്ന പേരിൽ നിർവ്വചിച്ചുദാഹരിച്ച അലങ്കാരത്തിനപ്പുറം നിഗൂഢതയും, അസാധാരണത്വവും, നിത്യനൂതനത്വവും, സ്ഥായിത്വവും ഇവയ്ക്ക് അവകാശപ്പെടാം. സാഹിത്യകാരന്റെ വ്യക്തിത്വമാണ് ഇവയെക്രമീകരിച്ച് മാറ്റങ്ങൾക്ക് വിധേയമാക്കി കവിതകൾ ആവിഷ്കരിക്കുമ്പോൾ വെളിപ്പെടുന്നത്.

സ്വന്തം ആന്തരാനുഭൂതികൾ ദീപ്തങ്ങളായി പ്രകാശിപ്പിക്കുവാൻ പുരാവൃത്തങ്ങൾക്ക് കഴിയും എന്ന് ദൃഢമായി വിശ്വസിക്കുന്നതുകൊണ്ടാണ് ഹൈന്ദവ, ക്രൈസ്തവ, യവന മിത്തുകളെ പുനരാഖ്യാനം ചെയ്യാൻ നമ്മുടെ കവികൾ തയ്യാറാവുന്നത്. വർത്തമാനകാലജീവിതത്തിന്റെ സങ്കീർണതകളെ ആവിഷ്കരിക്കാൻ പുരാവൃത്തബിംബങ്ങളെ ആശ്രയിക്കുന്നവരാണ് മിക്ക ആധുനിക കവികളും. ദർശന സൗന്ദര്യതലങ്ങളിൽ ഇത്തരം കവിതകൾ ആസ്വാദനത്തിന് പുതിയ ദിശാബോധം നൽകുന്നുണ്ട്. സംവേദനത്തെ തീവ്രമാക്കാനും കവിതയെ ധ്വനിപ്രധാനമാക്കാനും വേണ്ടിയാണ് ആധുനിക കവി മിത്തുകളിൽ ഇറങ്ങിച്ചെന്ന് ബിംബങ്ങൾ തേടുന്നത്. ഈ അന്വേഷണം ആധുനിക മലയാള കവിതയ്ക്കും കവിതാസ്വാദനത്തിനും പുതിയ മാനങ്ങൾ നൽകുന്നു.

അടിക്കുറിപ്പുകൾ

1. അച്യുതൻ, എം. നോവൽ പ്രശ്നങ്ങളും പഠനങ്ങളും, എസ്. പി. എസ്. എസ്. കോട്ടയം 1983. പുറം. 10.
2. A myth is a tale and in the original sense of the Greek word 'Muthos' any tale would be an oral communication. (Cassell's Encyclopaedia of Literature, Vol. 1 (Ed.), S. H. Steinberg, Cassell & Company Ltd. , London 1953, . 372).
3. Kirk, G. S. , The Nature of Greek Myths, Penguin, Great Brittain 1976, p. 22.
4. Faromm, Erich, The Same Socitey, New York, 1955.
5. Alan W. Watts, Myth and Ritual in Christiantiy, p. 7.

6. Edmund Leach, Claud Levi-tSrauss, p. 54.
7. Rank Otto, The Myth of the Birth of the Hero, p. 7.
8. A traditional tale common to the members of atribe, a race or nation, usually involving the supernatural and serving to explain some natural phenomenon. (Brown Calvin S. (Gen. Ed.): The Readers Companion to World Literature, Mentor Books, New York, 1959, p. 309).
9. A myth is a form of primitive history (Steinberg S. H. (Ed.), Cassells Encyclopaedia of Literature, Vol. 1, Cassell & Company Ltd. , London 1953, p. 372).
10. നെഹ്റു, ജവഹർലാൽ, ഇന്ത്യയെ കണ്ടെത്തൽ (പരിഭാഷ സി. എച്ച്. കുഞ്ഞപ്പ), പു. 130.
11. അപ്പൻ കെ. പി. , മാറുന്ന മലയാളനോവൽ, ഗൗതമ പബ്ലിക്കേഷൻസ്, തിരുവനന്തപുരം 1988, പുറം 10.
12. William Benton (Publisher), Britanical Junior Encyclopedia, Vol. 10, p. 365.
13. തരകൻ, കെ. എം. , മലയാള നോവൽ സാഹിത്യ ചരിത്രം, കേരള സാഹിത്യ അക്കാദമി, തൃശൂർ 1990. പുറം. 78.
14. Kirk, G. S. , The Nature of Greek Myths, Peguin Books, Britain 1974. p. 22.
15. Levi-tsrauss - The tSructural Study of Myths, p. 87.
16. കുമാരൻ മാമ്പുഴ. ഇതിഹാസത്തിലേക്ക് തിരിച്ചുപോകുമ്പോൾ, ഭാഷാപോഷിണി, പുസ്തകം 19, ലക്കം 5 ഒക്ടോ. 1995.
17. Psychology and Religion: West and East, Collected works of CG Jung Vol. II, London: Routledger Kegan Paul, 1969, p. 12.
18. വിജയൻ. എം. എൻ, കവിതയും മനശാസ്ത്രവും, മാതൃഭൂമി, കോഴിക്കോട് 1987. പു. 15.
19. Rena Wellek and Warren Austin, Theory of Literature, p. 191.
20. William Bascon, The Forms of Folklore, Sacred Narrative, (Ed: Alan Dundes), Universtiy of California Press, Berkeley 1984, p. 7.
21. Kirk, G. S. , On Defining Myths, (Ed.) Alan Dundis, p. 54.
22. അയ്യപ്പപ്പണിക്കർ, കെ. , അനുഷ്ഠാനകലകളും മലയാളദൃശ്യവേദിയും, അയ്യപ്പപ്പണിക്കരുടെ ലേഖനങ്ങൾ 1950-1980, ഡി. സി. ബുക്സ്, കോട്ടയം 1985. പുറം. 207.
23. Philip. P. Wiener (Ed), Dictionary of the History of Ideas, Vol. III, p. 310.
24. Zong in - Sob, Folk tales from Korea (Itnroduction) p. 21.
25. പയ്യനാട് രാഘവൻ, ഫോക്‌ലോർ, കേരളഭാഷാ ഇൻസ്റ്റിറ്റ്യൂട്ട്, തിരുവനന്തപുരം 1997. പു. 181.
26. Forms or images of a collective nature which occur practically all over the earth as constituents of myth and at same time as 'autochthonous' individual, products of unconscious origin" (C. G. Jung, Psychology and Religion p. 63).
27. വിജയൻ, എൻ. , മനോവിജ്ഞാനപ്രവേശിക, പേജ് 36.
28. കൃഷ്ണവാരിയർ, എൻ. വി. , കാവ്യഭാഷയിലെ പ്രശ്നങ്ങൾ, പുറം 436.
29. ലീലാവതി, എം. , ആദിപ്രരൂപങ്ങൾ സാഹിത്യത്തിൽ - ഒരു പഠനം, കേരളഭാഷാ ഇൻസ്റ്റിറ്റ്യൂട്ട്, തിരുവനന്തപുരം 1993.

30. Hence the myth is the archteype, though it might be convenient to say myth only when referring to narrative, and archteype when speaking to significance. (Northrop Frye, The Archteypes of Literature, Twentieth Century Criticism (Ed.) William J. Handy, 1974, p. 240).

31. Northrop Frye, q. by Charusheel Singh in Contemporary literary Theory. B. R. Publishing Corporation, Delhi 1990. p. 76.

32. ഗ്രീക്ക് പുരാണകഥാസാഗരം, കറന്റ് ബുക്സ്, കോട്ടയം 1972. പുറം. 31.

33. വിഷ്ണുനമ്പൂതിരി, എം. വി. , നാടൻപുരാവൃത്തം, വിജ്ഞാനകൈരളി, വാല്യം 31, ലക്കം, 9, സപ്തംബർ 2000. പുറം 10.

34. കാരിമറ്റം മൈക്കിൾ, ബൈബിൾ തീർത്ഥാടനം, ആദിചരിത്രം ഉൽപത്തി 1994, പുറം. 64.

35. Herskovits, M. J. , Cultural Anthropology, p. 230.

36. റാഫി പോഞ്ഞിക്കര, സ്വർഗ്ഗദൂതൻ, നാഷണൽ ബുക്ക്സ്റ്റാൾ, കോട്ടയം 1964. പുറം. 67.

37. ബഞ്ചമിൻ, ഡി. , ക്രിസ്ത്യൻ മിത്തോളജി സുഗതകുമാരിയുടെ കവിതയിൽ, ഭാഷാസാഹിതി, പുറം. 18.

38. സോമനാഥൻപിള്ള, പി. ജി. , മിഥിന്റെ പ്രകാശവലയം, സാഹിത്യലോകം 15. 5 സപ്തം. ഒക്ടോ. 1990. പു. 28.

39. മുഹമ്മദ് എൻ. പി. , വീരരസം സി. വി. കൃതികളിൽ, സി. വി. നാഷണൽ ഫൗണ്ടേഷൻ, കറണ്ട് ബുക്സ്, തൃശൂർ 1988. പുറം 119.

40. "In a period when values are relatively stable, authors tend to use classical myths merely allusively enriching the poetic qualtiy of their work with layers of order connotations. In an age mere obviouslyt raditional there is likely to the more of new interpretations". (Amur. G. S. (Ed), Essays on Comparative Literature and Linguistics, Sterling Publishers, New Delhi, 1984, p.110).

അധ്യായം രണ്ട്

ജി. ശങ്കരക്കുറുപ്പിന്റെ കവിതകളിലെ പുരാവൃത്ത ദാർശനിക ദീപ്തി

പ്രകൃതിഗായകൻ, സിംബലിസ്റ്റ്, മിസ്റ്റിക്ക് കവി എന്നീ വിശേഷണങ്ങൾക്കർഹനായ ജി. ശങ്കരക്കുറുപ്പ് പ്രപഞ്ചത്തിന്റെ ആഴവും പരപ്പും ദർശിച്ച് ആ അനുഭൂതി കവിതയായി മലയാളത്തിന് സമ്മാനിച്ച കവിയാണ്. അദ്ദേഹത്തിന്റെ കാവ്യകലയുടെ പരിണാമത്തെ മൂന്ന് ഘട്ടങ്ങളായി വിവേചിക്കുവാൻ കഴിയും. സ്വന്തം ശക്തികളുടെയും അഭിനിവേശങ്ങളുടെയും യഥാർത്ഥരൂപം കണ്ടെത്താൻ ശ്രമിക്കുന്ന കവിതകളാണ് പ്രാരംഭഘട്ടത്തിൽ ജി. എഴുതിയത്. വിശ്വസൗന്ദര്യത്തിന്റെ ആരാധകനായി, അഭൗമമായ പ്രേമോപാസകനായി കേവലം മാനുഷികവും ലൗകികവുമായി വികാരങ്ങളെയും അനുഭവങ്ങളെയും ആവിഷ്കരിക്കുന്ന യോഗാത്മക കവിതകളാണ് രണ്ടാമത്തെ ഘട്ടത്തിൽ അദ്ദേഹം എഴുതിയത്. പ്രാപഞ്ചിക രഹസ്യങ്ങളോടും പരുപരുത്ത ജീവിത യാഥാർത്ഥ്യങ്ങളോടും ആഭിമുഖ്യം പ്രദർശിപ്പിക്കുന്ന കവിതകളാണ് മൂന്നാമത്തെ ഘട്ടത്തിലേത്. മലയാള കവിതയിൽ ഭാവഗീതപാരമ്പര്യം വളർത്തിയെടുക്കുകയും ദാർശനികദീപ്തി നൽകുകയും ചെയ്തു എന്നത് ജി.യെ സംബന്ധിച്ചിടത്തോളം ശ്രദ്ധേയമാണ്. പുരാവൃത്തങ്ങളുടെ സ്വാധീനം ജി.യുടെ കവിതകളിൽആദ്യന്തം പ്രകടമാണ്. പ്രതീകങ്ങളായി, കാവ്യബിംബങ്ങളായി, ആശയങ്ങളായി, ചിന്തകളായി, ഭാവനകളും വിചാരങ്ങളുമായി ആ സ്വാധീനം അദ്ദേഹത്തിന്റെ കവിതകൾക്ക് പരഭാഗശോഭ നൽകുന്നു.

പുരാവൃത്തസംബന്ധിയായി ജി. ശങ്കരക്കുറുപ്പിന്റെ രചനകളിൽ പ്രധാനം ശിവതാണ്ഡവം, പെരുന്തച്ചൻ, പാണനാർ, യശോധര, ചന്ദനക്കട്ടിൽ, നോഹയും പൊന്മയും തുടങ്ങിയവയാണ്. പ്രധാനമായും ഈ ആറ് കവിതകളാണ് ഈ അധ്യായത്തിൽ പഠനവിധേയമാകുന്നതെങ്കിലും സമാന പുരാവൃത്തങ്ങളെ ഇതര കവികൾ കവിതകളിൽ ഏതുവിധേന ഉപയോഗിച്ചിരിക്കുന്നു എന്നും അന്വേഷിക്കുന്നുണ്ട്. അതുപോലെ ജി. ശങ്കരക്കുറുപ്പിന്റെ മറ്റ് പുരാവൃത്തകവിതകൾ തുടർന്നുവരുന്ന അധ്യായങ്ങളിലും നിരീക്ഷണവിധേയമാക്കുന്നു.

ജി.യുടെ ഏറ്റവും മികച്ച ഉദാത്ത കവിതകളിലൊന്നാണ് 'ശിവതാണ്ഡവം'. സ്വന്തം ആത്മാവിലുള്ള രണ്ട് സത്യങ്ങളായ പ്രണമ്രതയും ഐഹികതയും സമന്വയിച്ച് തന്റെ ചിരന്തനമായ ആത്മീയപ്ര

ശ്നത്തിന് നിർണ്ണായകമായ ഉത്തരം കണ്ടെത്തുകയാണ് ശിവതാണ്ഡവത്തിലൂടെ കവി. മനസ്സിന്റെ സംഘർഷാത്മകതയെയും നിഗൂഢവ്യാപാരങ്ങളെയും വ്യക്തിയുടെ അഹംബുദ്ധിയിലധിഷ്ഠിതമായ ആത്മീയവ്യഥയേയും കടഞ്ഞുണ്ടാക്കിയ കവിതയാണ് 'പെരുന്തച്ചൻ'. സ്വന്തം ആത്മാവിനകത്തെ മാനുഷാകാരപ്രതീകമായി പാണനാർ മനുഷ്യമനസ്സിലെ പരംപൊരുളിനെ വിളിച്ചുണർത്തുന്ന കവിതയാണ് 'പാണനാർ'. 'യശോധര' ലോകത്തിന്റെ കണ്ണീരൊപ്പാൻ ഇറങ്ങിത്തിരിച്ച സിദ്ധാർത്ഥനിലൂടെ സ്വന്തം ജീവിതത്തിന്റെ ക്ഷണികതത്വം തിരിച്ചറിയുന്ന തീക്ഷ്ണവും ഊഷ്മളവുമായ ജീവിതാനുഭൂതി നൽകുന്ന കവിതയാണ്. നാടോടി പുരാവൃത്തത്തിന്റെ പശ്ചാത്തലത്തിൽ മാതൃസ്നേഹത്തെ മൂർത്തമാക്കി ചിത്രീകരിക്കുന്ന കവിതയാണ് 'ചന്ദനക്കട്ടിൽ'. തന്റെ കവിതയെക്കുറിച്ചും കവികർമ്മത്തെക്കുറിച്ചുമുള്ള വെളിപ്പെടുത്തലുകൾ നോഹയുടെ പുരാവൃത്തത്തിലൂടെ സാധ്യമാക്കുന്ന കവിതയാണ് 'നോഹയും പൊന്മയും'. പുരാവൃത്തങ്ങളുടെ സ്വീകരണത്തിലും പ്രയോഗത്തിലും വൈവിധ്യം ദർശിക്കുന്ന ജി.യുടെ മികച്ച രചനകൾകൂടിയാണ് മേലുദ്ധരിച്ച കവിതകൾ എന്നത് ഈ പഠനത്തെ സംബന്ധിച്ചിടത്തോളം പ്രസക്തമാണ്.

ശിവതാണ്ഡവം – അഹന്താനിരാസത്തിന്റെ പുരാവൃത്തം

അനുഭവവും സ്വപ്നവും ഘനീഭൂതമായ പുരാവൃത്തങ്ങളെ സമകാലചരിത്രത്തിന്റെ പശ്ചാത്തലത്തിൽ പുനരവതരിപ്പിക്കാനുള്ള ശ്രമത്തിന്റെ ഭാഗമാണ് ജീവനസംഗീതത്തിലെ 'ശിവതാണ്ഡവം'[1] എന്ന ജി.യുടെ കവിത. പ്രപഞ്ചത്തിന്റെ രഹസ്യചലനങ്ങൾ ശിവതാണ്ഡവമെന്ന പ്രതിരൂപത്തിലൂടെ ഈ കവിതയിൽ ആവിഷ്ക്കരിക്കുന്നു. കലയും ശാസ്ത്രവും അനുഷ്ഠാനവും സമ്മേളിച്ചതാണ് ശിവതാണ്ഡവമെന്ന പുരാവൃത്തം. പ്രകൃതിയും മനുഷ്യനും തമ്മിലുള്ള ബന്ധവും ജീവിതത്തിന്റെ സങ്കീർണ്ണതകളും ഈ പ്രതീകത്തിൽ വിലയിച്ചിരിക്കുന്നു. പ്രകൃതിപ്രതിഭാസങ്ങളുടെ പിന്നിലെ ഊർജ്ജസ്പന്ദനത്തിന്റെ പ്രതിനിധീകരണമാണ് ശിവതാണ്ഡവം.

ദക്ഷനാൽ അപമാനിതയായി ദേഹത്യാഗം ചെയ്ത സതിയുടെ മൃതദേഹം പേറിക്കൊണ്ട് ശിവൻ സംഹാരതാണ്ഡവമാടി. സൃഷ്ടിസ്ഥിതിസംഹാരങ്ങളിൽ സംഹാരത്തിന്റെ അധിദേവനായ ശിവൻ മനുഷ്യധികാരത്തിന്റെ മൂർദ്ധന്യത്തിലാണ് ക്രോധത്തിന്റെ മൂന്നാം കണ്ണ് തുറക്കുകയും സംഹാരനൃത്തമാടി ലോകത്തിലെ ദുഷ്ടശക്തികളെ സംഹരിക്കുകയും ചെയ്യുന്നത്. ഭാരതീയ ചേതനയിൽ വിലയിച്ചുകിടക്കുന്ന ഈ പുരാവൃത്തത്തെ കവി തന്റെ അബോധത്തിൽനിന്ന് ബോധമേഖലയിലേക്കാവാഹിക്കുന്നത് ഭാവനയെ കോരിത്തരിപ്പിച്ച ഒരു സന്ധ്യാസൗന്ദര്യത്തിന്റെ പശ്ചാത്തലത്തിലാണ്. താണ്ഡവമാടുന്ന അർദ്ധനാരീശ്വരനെ സന്ധ്യ തന്റെ മൂടുപടം നീക്കി കാണിച്ചുകൊടുക്കുന്നതായി ചിത്രീകരിക്കുന്നു.

വിതതമാം വ്യോമാകാശം
പാറീടുന്നു കെട്ടഴിഞ്ഞു
ചിതറുന്നുണ്ടാനക്ഷത്ര-
രുദ്രാക്ഷമാല!
ആടിയുലഞ്ഞൊരുപുറ-
ത്തേക്കു ചാഞ്ഞുകിടക്കുന്നൂ
ചൂടിയോരമ്പിളിക്കല
ഹർഷവിഹ്വലം
തുടുപ്പുവറ്റാത്തോരന്തി-
മങ്ങലാമാക്കാട്ടാനത്തോ-
ലുടുത്തിരിക്കുന്നതഴ-
ഞ്ഞിഴഞ്ഞാലോലം.
മതിമറന്നാടീടുന്നൂ
തൂനിലാവിൻ ഭസ്മമുതിർ-
ന്നുതിർന്നു വീഴുകയാണെൻ
മുഗ്ദ്ധജീവനിൽ!

സൃഷ്ടിസ്ഥിതിസംഹാരപ്രക്രിയകളെ സ്വന്തം താണ്ഡവനടനത്തിലൂടെ നിർവ്വഹിക്കാൻ കഴിവുള്ള വിശ്വരൂപിയായ ശിവനെ മൂവന്തിക്ക് പ്രപഞ്ചമഹാനടയിൽ ദർശിക്കുന്ന കവി ഈ വിരാട് പുരുഷനെ ദർശിക്കാനുള്ള ശക്തി അനുവാചകനും പകർന്നുതരുന്നു.

മൂന്നുഖണ്ഡങ്ങളുള്ള ഈ കവിതയുടെ ആദ്യഭാഗത്ത് ആ മഹാനടന്റെ കമനീയമായ നടനലീലയ്ക്ക് പശ്ചാത്തലമൊരുക്കുകയാണ് ചെയ്തത്. രൂപകപരമ്പരയിലൂടെ ആ മഹാനടനം വിശ്വജീവിതനടനമാണെന്ന് കവി ധ്വനിപ്പിക്കുന്നു. വിസ്തൃതമായ ആകാശമാകുന്ന കേശം കെട്ടഴിഞ്ഞുപാറുന്നു; നക്ഷത്രനിരയാകുന്ന രുദ്രാക്ഷമാല പൊട്ടിച്ചിതറുന്നു; അമ്പിളിക്കല ഒരു വശത്തേക്ക് ചാഞ്ഞുകിടക്കുന്നു; തുടുപ്പുവറ്റാത്ത അന്തിവെട്ടമാകുന്ന കാട്ടാനത്തോലഴിഞ്ഞിഴയുന്നു; തൂനിലാവാകുന്ന ഭസ്മം ഉതിർന്നുതിർന്നു വീഴുന്നു; ഈ കാഴ്ചയിൽ കവിചിത്തം ഹർഷപൂരിതമാകുന്നു.

വിശ്വരൂപനർത്തനത്തിന്റെ പ്രതീകങ്ങൾ ഓരോന്നോരോന്നായി വെളിപ്പെടുത്തുന്നതാണ് കവിതയുടെ രണ്ടാം ഖണ്ഡം. ആ മഹാനടന്റെ മൂന്നുകണ്ണുകൾ ഭൂതവർത്തമാനഭാവികാലങ്ങളുടെ പ്രതീകമാകുന്നു.

ഒരു മിഴിഭൂതകാല-
മൊരുമിഴി ഭവൽക്കാല-
മൊരുമിഴി ദരോന്മീലദ്-
ഭവിഷ്യത്കാലം.

ശിവന്റെ കയ്യിലെ ഡമരു (ഉടുക്ക്) വാണ് സാധാരണയായി കാലപ്രതീകമായി കല്പിക്കപ്പെടാറുള്ളതെങ്കിലും ഇവിടെ കവി ചൈതന്യപൂർണ്ണമായ മറ്റൊരു പ്രതീകം തിരഞ്ഞെടുക്കുന്നു. താണ്ഡവനൃ

ത്തത്തിൽ ദശഹസ്തനായും നടരാജനൃത്തത്തിൽ ചതുർബാഹുവായുമാണ് ശിവൻ സാധാരണ പ്രകീർത്തിക്കപ്പെടാറുള്ളതെങ്കിലും ഇവിടെ കവി ശിവന് അഷ്ടബാഹുക്കളുള്ളതായും അവ എട്ടു ദിക്കുകളുടെ പ്രതീകമായും കാണുന്നു.

ത്രിണയനനെട്ടുദിക്കു-
മെട്ടുബാഹുക്കളിൽ പ്രതി-
ക്ഷണം വിടർന്നീടുമാറു
വിശ്വജീവിതം
നടിക്കുന്നൂ, സ്വച്ഛന്ദമാം
താളലയ സങ്കല്പങ്ങൾ
തുടിക്കുന്നു പഞ്ചഭൂത-
രാഗങ്ങൾ പാടി!

പഞ്ചഭൂതരാഗങ്ങൾപാടി, മൃദുരൗദ്രസൗമ്യതാമസസാത്ത്വിക ഭാവ ചടുലമായ സനാതനനടനകേളി തുടരവേ, യുഗാന്തര നൂപുരങ്ങൾ പൊട്ടിത്തകരുന്നു. ശിവനൃത്തം അങ്ങനെ ഈശ്വരന്റെ പഞ്ചകൃത്യങ്ങളുടെ പ്രതിനിധീകരണമായി മാറുന്നു. മരണത്തിന്റെ മസ്തകത്തിൽ കാൽവെച്ച് പൊട്ടിച്ചിരിയിരമ്പുന്ന ഭാവത്തോടെ വിശ്വാത്മാവ് നൃത്തമാടുമ്പോൾ

ചെവിയൊന്നു വിടർന്നെങ്കിൽ -
സ്സർവ്വത്തിലുമാദിതാളം
ശ്രവിച്ചെന്നിലെഴുന്നഞാ-
നൊന്നലിഞ്ഞെങ്കിൽ,

എന്നാണ് കവിയുടെ പ്രാർത്ഥന.

എങ്കിലെൻ ജീവിതഗീത-
മാലയത്തിൽ വിശ്വവശ്യ-
ശങ്കരാഭരണരാഗ-
മാർന്നുയർന്നേനേ!
മരണമെൻ മുൻപിൽ വന്നാ-
ഷാട്ടുകേൾക്കാനിരുന്നേനെ,
ചരണങ്ങൾ മീട്ടിയേനേ
യുഗതന്ത്രികൾ.

എന്നാണ് കവിയുടെ പ്രതീക്ഷ. കാരണം ആ മഹനീയ നടന്റെ കമനീയ രൗദ്രവിശ്വരൂപനർത്തനം കവിയുടെ ഉൾക്കണ്ണ് തുറപ്പിച്ചിട്ടുണ്ട്. ഉടുക്കേന്തിയ കരം ആകാശത്തേയും ഭൂമിയേയും അനന്തമായ ആത്മാക്കളേയും സൃഷ്ടിച്ചു. ഉയർത്തിയ കൈ എല്ലാ സൃഷ്ടികളെയും രക്ഷിക്കുന്നു. തീയേന്തിയ കരം സകലപ്രപഞ്ചത്തെയും മാറ്റിമറിക്കുന്നു. ഭൂമിയിൽ ഉറച്ചുനിൽക്കുന്ന പാദം ഇഹത്തിൽ ക്ഷീണിതമാവുന്ന ആത്മാവിന് അഭയമായിത്തീരുന്നു. ഉയർത്തിയ കാൽ അന്വേഷിച്ചെത്തുന്നവന് അഭയസ്ഥാനമായി മാറുന്നു.

സംഹാരകനായ കാലൻ കാലത്തിന്റെ വ്യക്തിഗതരൂപമാണ്. കവിത എഴുതിത്തുടങ്ങിയ കാലംതൊട്ടേ കവിയെ വിടാതെ പിടികൂടിയ അത്യന്തനിഗൂഢമായ രഹസ്യമായിരുന്നു കാലമെന്ന സങ്കല്

പം. ശാസ്ത്രവിജ്ഞാനത്തിന്റെ മുക്കുംമൂലയും തപ്പിനോക്കിയിട്ടും ആ ജിജ്ഞാസ തൃപ്തമായില്ല. ''സംഹാരകനായ കാലനെയും വെല്ലുന്ന ദക്ഷിണാമൂർത്തി എന്ന സങ്കല്പത്തിന്റെ വികാസം ഈ കവിതയിലുണ്ട്. ആ അർത്ഥത്തിൽ കാലത്തെക്കുറിച്ച് ജി. എഴുതിയ കവിതകളുടെ പൂരകമാണ് 'ശിവതാണ്ഡവം' എന്നു പറയാം. കാലാരിയുടെ വിശ്വനടത്തിലൂടെ, യുഗാന്തരനൂപുരങ്ങൾ പൊട്ടിത്തകർന്നടരുന്ന സൃഷ്ടികർമ്മത്തിന്റെ ആവിഷ്കാരത്തിലൂടെ കാലാധിയുടെ അതിജീവനമായി കവിത മാറുന്നു'' എന്ന നിഗമനം[2] യുക്തിയുക്തമാണ്.

അഹന്താനിരാസത്തിലൂടെ കവി കാലത്തെ അതിജീവിക്കുകയും ആ അതിജീവനത്തിന്റെ ലഹരിയിൽ കവിയുടെ ഗാനം വിശ്വവശ്യ 'ശങ്കരാഭരണ' രാഗമായി മാറുകയും ചെയ്യുന്നു. ഏകമൂലശ്രുതിയിൽ നാനാജീവസ്വരങ്ങളെ ആകലനം ചെയ്യുന്ന ധീരഗാനമാണ് തന്റെ കവിതയെന്ന് കവി പ്രഖ്യാപിക്കുന്നു.

ഏകമൂലശ്രുതിയിലീ
നനാജീവസ്വരങ്ങളെ-
യാകലനം ചെയ്യും ധീര-
ഗാനമെൻഗാനം.

കവിയുടെ എന്നിലെ ഞാൻ അലിഞ്ഞില്ലാതായി സമൂഹത്തിന് മംഗളമാശംസിക്കുന്ന ഗാനമായി മാറുന്നു. ശിവനൃത്തം ഓരോ ഹൃദയത്തിന്റെയും അഹന്തയിലാണ് നിർവ്വഹിക്കപ്പെടുന്നതെന്ന് വ്യാഖ്യാനിച്ചാൽ മായയുടെ തമസ്സ് അകറ്റി, കർമ്മബന്ധങ്ങളുടെ ചരട് വിച്ഛേദിച്ച്, അവിദ്യയെ ചവിട്ടിയരച്ച് ഈ നൃത്തം ആത്മാവിനെ ആനന്ദപുളകിതമാക്കുന്നു. ഈ പുരാവൃത്തത്തിന്റെ പ്രതീകതലം പ്രപഞ്ചസ്പന്ദത്തിന്റേതാണ്. മനുഷ്യാത്മാവിനെ മായാമുക്തമാക്കുന്ന ഈ നൃത്തം പ്രപഞ്ചത്തിന്റെ കേന്ദ്രത്തിൽ അഥവാ ചിദംബരത്തിലാണ് നടക്കുന്നത്. .

സംഹാരത്തിൽതന്നെ തുടങ്ങുന്ന സൃഷ്ടികർമ്മത്തിന്റെ സങ്കീർണ്ണത മൂന്നാമത്തെ ഖണ്ഡത്തിൽ കൂടുതൽ സാന്ദ്രമാകുന്നു.

വിരിമാറിൽ നീലവേണി
ചിന്നീടവേ തലചാച്ചു
പരിമളമിളകുന്ന
നെടുവീർപ്പോടെ
മേവും സഹനർത്തകിയാം
പ്രകൃതിതൻ സുഖമൂർച്ഛ
താവും ഭാവമനോരമ-
സ്നിഗ്ദ്ധകപോലം
മുകരുന്നൂ സദാശിവൻ

പ്രകൃതി പുരുഷസങ്കല്പം അർദ്ധനാരീശ്വര പരിവേഷ ദീപ്തിയണിയുന്നു. മാനവസംസ്കൃതിയുടെ പുരോയാനത്തിനു നിമിത്തമാ

കുന്ന സൃഷ്ടികർമ്മവും അഹന്തയ്ക്കെതിരായ രൗദ്രനൃത്തവും ഈ പുരാണമിഥുനങ്ങളിൽ സമ്മേളിക്കുന്നു.

വേർതിരിയാതൊരിക്കലും
സർഗയുമലാസ്യാഹ്ലാദാൽ
പാതിപെണ്ണായ്, പാതിയാണായ്
പരിപൂർണ്ണനായ്

എന്നിങ്ങനെ നേരത്തെതന്നെ ഈ അദ്വൈതഭാവത്തെ കവി ചിത്രീകരിച്ചിട്ടുണ്ട്.

ലോകമെമ്പാടുമുള്ള മിഥോളജിയിൽ സ്ത്രീപുരുഷ ദ്വന്ദ്വഭാവങ്ങളെ അതിജീവിക്കാനുള്ള ശ്രമങ്ങളുണ്ട്. ശിവപാർവ്വതീസങ്കല്പം ഈ ശ്രമത്തിന്റെ ഭാഗമാണെന്ന് ജോസഫ് കാംപെൽ ചൂണ്ടിക്കാട്ടുന്നു.[3] ജനകജനനീ സത്തകൾ ഒന്നായി കെട്ടിക്കിടക്കുകായിരുന്നു എന്ന് മാവോറി പുരാവൃത്തത്തിൽ കാണാം. ഔരനോസ് (നാകം) പിതാവും ഗൈയ (ഭൂമി) മാതാവുമായിരുന്നെന്നും ഇവരൊന്നായിരുന്നെന്നും ഗ്രീക്ക് പുരാവൃത്തത്തിൽ പരാമർശമുണ്ട്. ഈ രീതിയിൽ ''ഈശ്വരന്റെ ഉഭയലിംഗപ്രതീകങ്ങൾ (Hermaphroditic images) അഭാരതീയാബോധമനസ്സിലും കുടികൊള്ളുന്നുണ്ടെന്ന് മനശാസ്ത്രജ്ഞന്മാർ ചൂണ്ടിക്കാണിച്ചിട്ടുണ്ടെങ്കിലും ഭാരതീയമായ അർദ്ധനാരീശ്വര സങ്കല്പംപോലെ വിശ്വവശ്യതയോ ബ്രഹ്മാണ്ഡവൈപുല്യമോ പ്രചണ്ഡോർജ്ജസ്വലതയോ അവയ്ക്കില്ല. അതിനെ സ്പർശിച്ചുണർത്തുന്ന കലാരൂപമേതും നമനസത്തേതോയുകൂടിയ ഭാരതീയചേതനയിൽ ഒരു വൈദ്യുതാഘാതംപോലെ ഉത്തേജകമായിത്തീരുന്നു''വെന്ന ലീലാവതിയുടെ നിരീക്ഷണ[4]ത്തിന്റെ അടിസ്ഥാനത്തിൽ ജി.യിലെ കവിനേടിയ നിർവൃതി ഈ പുരാവൃത്തത്തിന്റെ വശീകരണശക്തിയുടെ അനന്തരഫലമാണെന്നു കണ്ടെത്താം.

വിവിധഭാഷകളായി ശിവന്റെ തൃക്കൈയ്യിലെ കടുന്തുടിയുടെ ധ്വനി വികസിക്കുന്നു; വചനത്തിന്റെ ശക്തിപ്രഭാവം പ്രകടമാകുന്നു.

അവിടത്തെത്തൃക്കൈയിലെ
ക്കടുംതുടിയുടെ ധ്വനി
വിവിധഭാഷകളായി
വികസിക്കുന്നൂ;
സ്വയാന്തർനിഹിതമാം
താളരാഗലയംഛന്ദോ-
മയം ജഡപദങ്ങൾക്കു
ചിറകാകുന്നു.
ചിറകടിച്ചുയരുന്നി-
തെന്റെ കൊച്ചുമൊഴിപോലും
മറകൾക്കപ്പുറത്തേ-
ക്കനായാസമായ്!

തൃക്കണ്ണിലെ ചിൽപ്രകാശമാണ് അറിവിലേക്കും യുക്തിയിലേക്കും ധർമ്മാധർമ്മവിവേചനത്തിലേക്കും മനുഷ്യനെ ഉണർത്തുന്നത്. മനു

ഷ്യാത്മാവിനെ മോഹാന്ധകാരത്തിൽനിന്നുണർത്തുന്ന രൗദ്രനൃത്തം ക്രമേണ മനുഷ്യവർഗ്ഗത്തിന്റെ പരിഷ്കൃതിയിലേക്കുള്ള ഉണർച്ചയായി മാറുന്നു.

ലോകംമുഴുവൻ തന്റേതായിരുന്നിട്ടും ഭിക്ഷയാചിക്കുക എന്നത് ഈ ദേവന്റെ സ്വഭാവവൈരുദ്ധ്യങ്ങളിലൊന്നാണ്. ലോകസമ്പത്തുകൾ മത്സരപൂർവ്വം കയ്യടക്കുകയും ദേവനെ മറക്കുകയും ചെയ്ത ജനത, സ്നേഹഭിക്ഷക്കായി വന്ന ദേവന്റെ നേരെ 'കുരയ്ക്കുന്ന അഹന്തയെ' അഴിച്ചുവിടുന്നതായി കവി കാണുന്നു. പുരാവൃത്തം ഇവിടെ സമകാലാവസ്ഥയ്ക്കനുസരിച്ച് പുന:സൃഷ്ടിക്കപ്പെട്ടിരിക്കുന്നു. ആസുരാഹങ്കാരത്തിന്റെ ആധിപത്യത്തിലാണ്ട മർത്യലോകം സ്നേഹഭിക്ഷുവായ രുദ്രന് മുന്നിൽ കരളിന്റെ വാതിലുകളടയ്ക്കുന്നു. ജാതി, മത, വർഗ്ഗരാഷ്ട്രങ്ങളുടെ കലമ്പലിൽ സ്നേഹഭിക്ഷനൽകാൻ മറന്നുപോയ മനുഷ്യൻ ദുർമൃതികളുടെയും ദുരന്തങ്ങളുടെയും മുമ്പിലെത്തിനിൽക്കുന്നു. മർത്യജീവിതത്തെ കർമ്മഫലങ്ങൾക്കു വിട്ടുകൊടുത്ത ഈ പിതൃസത്തയാകട്ടെ ഒഴിഞ്ഞ കപാലവുമായി നിന്ന് പൊട്ടിച്ചിരിക്കുന്നേയുള്ളൂ.

മുവന്തിയിൽ പ്രതിഫലിച്ച പ്രകൃതിയ്ക്ക് ശിവരൂപം കല്പിക്കുന്ന കവി മൃത്യുഞ്ജയനായ അദ്ദേഹത്തോട് ആസുരമായ ഈ അഹങ്കാരത്തെ ധ്വസ്തദർപ്പമാക്കിവീഴിച്ച് അതിനുമുകളിൽ നടനമാടാൻ പ്രാർത്ഥിക്കുകയാണ്. അഹന്തയുടെ സംഹാരമാണെങ്കിലും അതിന്റെ മുകളിലെ നടനം പുതിയൊരു സർഗ്ഗപ്രക്രിയയാണ്.

രജസ്തമോഗുണങ്ങളുടെ ആസുരതയുടെയും, സാത്വികവൈദികതയുടെയും വേദിയായ മനുഷ്യമനസ്സ് വിശ്വത്തോട്, സമൂഹജീവിതത്തോട്, പ്രതികരിക്കുന്നത് എങ്ങനെയാണെന്ന് ഈ കവിതയിൽ നിരീക്ഷണവിധേയമാവുന്നു. വിശ്വരൂപമാർന്ന സൃഷ്ടിസ്ഥിതിസംഹാരങ്ങളുടെ സ്വാഭാവികവ്യവസ്ഥ ഈ പ്രതികരണത്തിന് പ്രതിഫലം വിധിക്കുന്നു. ബാഹ്യമായി കമനീയ രൗദ്രഭാവമാർന്ന ശിവരൂപമുള്ള ഈ വ്യവസ്ഥ സംരക്ഷണവും സംഹാരവും ഉള്ളിലടങ്ങുന്ന പിതൃസത്തയാണ്. മനുഷ്യന്റെ അഹന്തയ്ക്കും അവജ്ഞയ്ക്കും മുമ്പിൽ വിശ്വപ്രകൃതിയുടെ സംഹാരാത്മകരൂപം വെളിപ്പെടുന്നു. ശുഭാപ്തിവിശ്വാസിയായ കവിയുടെ വിനമ്രത, ഈ നൃത്തതാളത്തെ ജീവിതതാളധ്വനിയായി കണ്ടെത്തുന്നു. അത് ഷഡ്പദങ്ങൾക്ക് ചിറകേകുകയും സ്വന്തം കൊച്ചുമൊഴിക്കുപോലും മറകൾക്കപ്പുറത്തേക്ക് പ്രവേശനമരുളുകയും ചെയ്യുന്ന ശക്തിയാകുന്നു. വിശ്വമെന്ന മൂർത്തതയാണ് ഈ പിതൃസത്തയ്ക്ക് കവി ആധാരമാക്കുന്നത്.

വൈരുദ്ധ്യങ്ങളുടെ സംയോജനത്തിലൂടെയുള്ള പൂർണ്ണത ശിവസങ്കല്പത്തിൽ അന്തർലീനമാണ്. ലാസ്യതാണ്ഡവങ്ങളും, കടുമൃദുരൗദ്രസൗമ്യതാമസസാത്വിക ഭാവങ്ങളും ഒത്തുചേർന്നതാണ് സൃഷ്ടിസംഹാരങ്ങൾക്ക് ആധാരമായ അർദ്ധനാരീശ്വരസങ്കല്പം. ഉപനിഷത്തിലെ പുരാണമിഥുനങ്ങളെ മാറ്ററും സ്പിരിറ്റുമായി തിരിച്ചറിഞ്ഞ്, അദൃശ്യഭ്രമണം തുടർന്നുകൊണ്ടിരിക്കുന്ന നീഹാരികാപാളി

കൾ പുതിയ സൗരയൂഥങ്ങൾ തുറന്ന്, ശിവതാണ്ഡവം കാണുന്നുണ്ടാകുമെന്ന് ശാസ്ത്രവിജ്ഞാനവുമായി സംയോജിപ്പിച്ച് കവി വെളിപ്പെടുത്തുന്നു. മൂവന്തിയ്ക്ക് ഇമചിമ്മിനോക്കിനിന്നുപോയ ആ കമനീയ നടനലീല ഓരോ ഖണ്ഡത്തിലും ഓരോ രീതിയിലാണ് തുടങ്ങുന്നത്. ഒന്നാംഖണ്ഡത്തിൽ നടനലീലയായും, രണ്ടാംഖണ്ഡത്തിൽ രൗദ്രവിശ്വരൂപനർത്തനമായും, മൂന്നാംഖണ്ഡത്തിൽ നീലലോഹിതനൃത്തമായും തുടങ്ങുന്ന നടനം കവി അവസാനിപ്പിക്കുന്നത് 'സദാശിവോച്ചണ്ഡതാണ്ഡവ'ത്തിലാണ്. സൃഷ്ടി, സ്ഥിതി, സംഹാരം, തിരോഭാവം, അനുഗ്രഹം, എന്നീ കൃത്യങ്ങളിലൊടുവിലത്തേതാണ് സദാശിവക്രിയയായ അനുഗ്രഹം.

എവിടെയൊക്കെ വൈരുദ്ധ്യങ്ങളുടെയും ദ്വന്ദ്വങ്ങളുടെയും സമീകരണം മനസ്സിൽ സമസ്യയായിത്തീരുന്നുവോ അവിടെയൊക്കെ ശിവതാണ്ഡവബിംബം നടനം ചെയ്ത് ഉച്ചനീചാവസ്ഥകളെ തുടച്ചുനീക്കുമെന്നതാണ് ആധുനിക ജീവിതസമസ്യകളുടെ പശ്ചാത്തലത്തിലും ഈ കവിതയെ പ്രസക്തമാക്കുന്നത്. സ്വന്തം മനസ്സിലെ വ്യഷ്ടി സമഷ്ടി സംഘർഷപ്രശ്നം പരിഹരിക്കുന്നതോടൊപ്പം സമൂഹമനസ്സിലും ആനന്ദനൃത്തമായി കവിത മാറുന്നത് ഈ അർത്ഥത്തിലാണ്.

ശിവപുരാവൃത്തം ഇതരകവിതകളിൽ

ഒ.എൻ.വി. കുറുപ്പിന്റെ 'വീരതാണ്ഡവം'[6] എന്ന കവിതയിൽ പാണനാരെപ്പോലെ പാടുന്ന കവിയുടെ ഗാനത്തിനൊപ്പം വീരതാണ്ഡവമാടാൻ ശിവനെ ക്ഷണിക്കുകയാണ്.

ആടുക! ചോരഞരമ്പുകൾ കെട്ടി–
മുറുക്കിയൊരുൾത്തുടികൊട്ടി–
പ്പാടുന്നു ഞാൻ: ദേവാ! നിൻപദ–
താഡിതമാവുക ഭുവനം!
ഉൽക്കടഝംഝാ വാതമുണർത്തി
വിടർത്തുക കരമിരുപാടും!
ഉഗ്രഫണങ്ങൾ വിരിച്ചാടട്ടേ
നിൻ തിരുവാഭരണങ്ങൾ!

മനസ്സിനകത്ത് അഹന്തയെ ഉച്ചാടനം ചെയ്യാൻ നടക്കുന്ന ശിവതാണ്ഡവം തന്നെയാണിത്.

ഉദ്ധതഹൃദയതടങ്ങളിൽവിളയും
ദുർമതമോഹശതങ്ങൾ
ഉച്ഛ്വസിതോജ്ജ്വലവഹ്നിജ്വാലയി–
ലൊരുപിടി വെണ്ണീറാക്കി
നിൻതിരുമാറിൽ, ചഞ്ചല
ചടുലം കപാലമാലകളാടും
നിൻ തിരുമാറിലണിഞ്ഞാലും!
ജയദുന്ദുഭിനാദമുണർത്തൂ!

നിൻപദധൂളികണക്കേ
ജ്യോതിർഗ്ഗോളഗണങ്ങൾ പറത്തൂ!
നിൻപദതാളതരംഗിതമാവും
പാരും താരാപഥവും!

ചോരഞെരമ്പുകൾ കെട്ടിമുറുക്കി കവി പാടുമ്പോൾ ദേവനോട് താണ്ഡവമാടാൻ അപേക്ഷിക്കുന്നു. തന്റെ കവിതയുടെ ശക്തി വെളിപ്പെടുത്താനാണ് ഒ.എൻ.വി. ഈ പുരാവൃത്തത്തെ ഉപയോഗിച്ചിരിക്കുന്നത്.

പി. കുഞ്ഞിരാമൻ നായരുടെ 'ശിവതാണ്ഡവം'[7] എന്ന കവിത ശൂന്യതയുടെ താളത്തിനൊത്തുചവിട്ടുന്ന മനുഷ്യജീവിതത്തെക്കുറിച്ചാണ്. ഇന്നുകണ്ടവരെ നാളെ കാണാത്തതരത്തിൽ അനാദ്യന്തമായ പ്രപഞ്ചത്തിന്റെ സൃഷ്ടിസംഹാരവ്യവസ്ഥ പുരോഗമിക്കുമ്പോൾ അന്ത്യദിനത്തിന്റെ വാതില്ക്കലെത്തിയപോലെ കവിക്കനുഭവപ്പെടുന്നു.

അന്തരാഭൗതികത്വത്തിൽ വിളറിയ
ഒന്നായി ശൂന്യതതൻനെടുംതാളത്തി-
നൊത്തുചവിട്ടും ശിവമയതാണ്ഡവം
ഹൃത്തുമന്ത്രിക്കയാം – "നിത്യതൻശിവ-
നൃത്ത കലാഭ്യാസമീമർത്ത്യജീവിതം?"

ഏതോ നിയോഗത്തിനൊപ്പിച്ച് നിർവ്വികാരമായ താളം ചവിട്ടലായി ജീവിതത്തെ കവിഹൃദയം തിരിച്ചറിയുന്നു. ജീവിതത്തെ നിയന്ത്രിക്കുന്ന ദേവന്റെ നൃത്തമനോഹാരിതയായി ശിവതാണ്ഡവത്തെ ജി. ശങ്കരക്കുറുപ്പ് കാണുമ്പോൾ ശ്മശാനശൂന്യതയിലെ ജീവിതത്തിന്റെ നിരർത്ഥകമായ താളം ചവിട്ടലായാണ് പി. കുഞ്ഞിരാമൻനായർ കാണുന്നത്. ആദ്യകവിതയിൽ പുരാവൃത്തം പ്രതീകത്തിന്റെ തലത്തിലും രണ്ടാമത്തേതിൽ രൂപാത്മകബിംബമായും വർത്തിക്കുന്നു.

ഭഗത്സിംഗിന്റെ രക്തസാക്ഷിത്വത്തെ പ്രകീർത്തിച്ചുകൊണ്ടുള്ള കവിതയിൽ സച്ചിദാനന്ദൻ വിഷപാനംചെയ്ത ശിവനെ പ്രതീകമായി സ്വീകരിക്കുന്നു.[8]

ഇതാ നിന്റെ ശിരസ്സ് കൈലാസത്തോളമുയരുന്നു
അരാച്ചാരുടെ കയർ നിന്റെ കഴുത്തിൽ പത്തിവിടർത്തുന്നു
വിമോചനസമരം നിന്റെ തലയിൽ തിങ്കൾ ചൂടിക്കുന്നു
നിന്റെ ജടയിൽനിന്നൊഴുകുന്ന രക്തഗംഗ
ഞങ്ങളുടെ വരണ്ടഭൂമിയെ ഫലസമൃദ്ധമാക്കുന്നു.
നീലിച്ച കണ്ഠത്തിന്റെ വിഷകോപ്പയിൽനിന്ന്
ഇന്നും നിലയ്ക്കാത്ത ഭാവിയുടെ ഗാനം പതഞ്ഞുയരുന്നു.
ജയ് സ്വരാജ്, ജയ് സ്വരാജ്
ഇൻക്വിലാബ് സിന്ദാബാദ്!

അമൃതമഥനത്തിനുശേഷം അവശേഷിച്ച ലോകനാശകമായ കാകോളം ഭക്ഷിക്കുകയും, കെല്പറ്റ ഭൂമിക്കുവേണ്ടി സ്വർഗ്ഗഗംഗയുടെ പതനം ശിരസ്സിലേറ്റുവാങ്ങുകയും ചെയ്ത ശിവൻ ത്യാഗത്തിന്റെ പ്ര

തീകമായി ഇവിടെ പ്രത്യക്ഷപ്പെടുന്നു. ത്യാഗസന്നദ്ധതയിലൂടെ ഭഗത്സിംഗ് ശിവനുമായി ഏകീഭവിക്കുന്നു. ഇന്ത്യൻ ദേശീയപ്രസ്ഥാനത്തിൽ ജീവത്യാഗം വരിച്ച ഭഗത്സിംഗിന്റെ ജീവിതത്തെ അനശ്വരമാക്കാനാണ് ഈ പുരാവൃത്തം സച്ചിദാനന്ദനെ സഹായിക്കുന്നത്.

പതിനാലാം നൂറ്റാണ്ടിലെ കാശ്മീരിയോഗിനിയായ ലാൽദെദ് അതിർത്തികളെക്കുറിച്ച് സംസാരിച്ചാൽ എങ്ങനെയിരിക്കുമെന്ന് സങ്കൽപ്പിച്ചെഴുതിയ 'ലാൽദെദ് അതിർത്തികൾക്കെതിരെ സംസാരിക്കുന്നു'[9] എന്ന സച്ചിദാനന്റെ കവിതയിൽ ശിവതാണ്ഡവപുരാവൃത്തം കേവലപ്രതീകമായി കടന്നുവരുന്നുണ്ട്. ജാതിമതാദിഭേദങ്ങളെ വെല്ലുവിളിച്ച് നഗ്നയായ ശിവയോഗിനിയായി കാശ്മീരിൽ ഉടനീളം അലഞ്ഞുതിരിഞ്ഞ ലാൽദെദ് കാണുന്ന കാഴ്ചകളിൽ കാശ്മീരിന്റെ കലഹകലുഷിതമായ അന്തരീക്ഷമാണുള്ളത്.

താമരപ്പൂക്കൾ നിറഞ്ഞിരുന്ന തോണികളിൽ
അനാഥശവങ്ങളൊഴുകിനടന്നു.
അസ്ഥികളുടെ മഴ പെയ്തു
അവശിഷ്ടങ്ങളടിഞ്ഞുകൂടിയ നിർജനഹിമരാശിയിൽ
ശിവൻ താണ്ഡവമാടി
ഡമരുവിന്റെ മുഴക്കം എന്നെ ഉണർത്തി.

ഈ ഡമരുവിന്റെ ഉണർത്തലിലാണ് കാശ്മീർ കലാപഭൂമിയിലെ ഭീകരതാണ്ഡവം കാഴ്ച്ചയാകുന്നത്. കവിതയിലുടനീളം നൃത്തത്തിന്റെ അലയായി ശിവസാന്നിധ്യം നിറഞ്ഞുനിൽക്കുന്നു. ഭീകരാക്രമണത്തിന്റെ തീഷ്ണതവെളിപ്പെടുത്തുക എന്ന ലക്ഷ്യമാണ് ഈ പുരാവൃത്തത്തെ പ്രതീകമാക്കുന്നതിലൂടെ കവി കൈവരിക്കുന്നത്.

പോയവർഷത്തിൽനിന്ന് പുതിയവർഷത്തിലേക്ക്, പഴയവീട്ടിൽ നിന്ന് പുതിയ വീട്ടിലേക്ക്, മാറുമ്പോൾ എൻ.എൻ. കക്കാട് എഴുതിയ കവിതയാണ് 'ആയിരത്തിതൊള്ളായിരത്തി അറുപത്തിമൂന്ന്'.[10] ഇന്ത്യാ ചൈനാ സംഘട്ടനത്തിന്റെ പിരിമുറുകിയ അന്തരീക്ഷത്തിലെഴുതിയ ഈ കവിതയിൽ ശത്രുസംഹാരോദ്യതയായ ഭാരതാംബയെ അവതരിപ്പിക്കുമ്പോൾ ശിവതാണ്ഡവത്തെ കവി പ്രതീകമായി സൂചിപ്പിക്കുന്നു.

ദേവദാരുദ്രുമപ്പുൽത്തറയ്ക്കങ്ങുമേ-
ലാഭിരാമം പുലിത്തോൽ വിരിച്ചങ്ങനെ
ഇരിപ്പൂ സർവ്വഭീഷണൻ
രുദ്രൻ പദ്മാസനസ്ഥിതൻ
ഞെട്ടിക്കണ്ണു തുറക്കുന്നൂ,
നെറ്റിയിലെക്കണ്ണു തിളങ്ങുന്നൂ
നിത്യദ്ധൂർജ്ജടികരഗതഡമരുക-
ഡു മുഡുമുപടുരവമുയരുന്നൂ.

ഭാരതജനതയുടെ ശത്രുദാഹകമായമുഖം അനാവരണം ചെയ്യുന്നതിന് ഇതിനേക്കാൾ ശക്തമായ ഒരു രംഗം പുരാവൃത്തത്തിൽ നിന്ന് സൂചിപ്പിക്കാനാവില്ല. ഒരു ജനതയെ കർമ്മമാർഗ്ഗത്തിലേക്കുണർത്താൻ ശിവന്റെ സംഹാരതേജസ്സു വഹിക്കുന്ന മൂന്നാംകണ്ണ്

തുറന്നു എന്ന പ്രയോഗത്തിലൂടെ കഴിയുന്നു. ജടയഴിഞ്ഞാടുന്ന ശിവ താണ്ഡവത്തിന്റെ ഡമരുകനാദം പാഞ്ചജന്യത്തോടൊപ്പംചേർന്ന് അസത്യത്തിൽനിന്ന് സത്യത്തിലേക്ക് നയിക്കുന്നു. ശത്രുസംഹാരം താമസമായ കൂട്ടക്കൊലയല്ലെന്നും നിർഭയത്വത്തിലൂടെയുള്ള ശാശ്വ തസാഹോദര്യമാണെന്നും കവിതയിൽ കവി സൂചിപ്പിക്കുന്നുണ്ട്.

പെരുന്തച്ചൻ - കലാകാരന്റെ മനസ്സിന്റെ തുറന്ന പ്രഖ്യാപനം

പറയിപെറ്റ പന്തിരുകലത്തിന്റെ കഥ തലമുറകളിലൂടെ വാമൊഴി പ്രചാരം (oral transmission) നേടുകയും 'ഐതിഹ്യമാല'[11] യിൽ സമാഹരിക്കപ്പെടുകയും ചെയ്തതാണ്. വരരുചിയ്ക്ക് പറയിയിൽ ഉണ്ടായ പന്ത്രണ്ടുമക്കളെ വിവിധ സമുദായക്കാർ എടുത്തുവളർത്തി. ഈ മക്കളുടെയൊന്നും ശരിയായ പേർ അറിയില്ലെങ്കിലും പ്രാക്തന കേരളത്തിന്റെ മിത്തിക്കൽ ലജന്റുകളായി (Mythical legend) ഇവർ നിലകൊള്ളുന്നു. വരരുചി പരമ്പരയിൽ പുത്രത്യാഗം പാരമ്പര്യമാ യിതന്നെ നിറവേറ്റിയ പെരുന്തച്ചൻ മനുഷ്യനിലെ കലാകാരനെ നിർദ്ധാരണം ചെയ്യാൻ സാദ്ധ്യതതരുന്ന ഒരു പുരാവൃത്തമാണ്. ആശാരി സമൂഹത്തിന്റെ അവചപുരാവൃത്തമെന്ന നിലയിലല്ല വിപുലവും അഗാധവുമായ ഒരാശയം പറയാൻ വകയുള്ള ഉച്ചപുരാവൃത്തം എന്ന നിലയിൽതന്നെയാണ് ജി. ശങ്കരക്കുറുപ്പ് ഈ പുരാവൃത്തത്തെ സമീ പിച്ചിരിക്കുന്നത്.

കുലത്തൊഴിലിലുള്ള വൈദഗ്ദ്യത്തിൽ മകൻ തന്നെ അതിശയി ക്കുന്നതിൽ അസഹിഷ്ണുവായ പെരുന്തച്ചൻ ഉളിയെറിഞ്ഞു മകനെ കൊന്നുവെന്നതാണ് പുരാവൃത്തത്തിന്റെ അന്തഃസത്ത. ''അച്ഛന്റെ വാത്സല്യാഭിമാനങ്ങളെ എങ്ങനെ സന്ദർഭവശാൽ വളർന്നുവന്ന കലാ കാരാസൂയ വഞ്ചിച്ചു എന്ന് സ്വയം 'ട്രേയ്സ്' ചെയ്യുകയാണ് മനസ്സി ലൂടെ''[12] എന്ന് കവിതയുടെ ആമുഖത്തിൽ ജി. എഴുതിയിട്ടുണ്ട്. സ്നേഹവാത്സല്യങ്ങൾ നിറഞ്ഞ ബോധമനസ്സും അസൂയപുകയുന്ന ഉപബോധമനസ്സും തമ്മിലുള്ള ബലപരീക്ഷണമാണ് ഇവിടെ കാവ്യ വിഷയം. ക്രൂരമായ അസഹിഷ്ണുതമൂലം ജീവിതാന്ത്യംവരെ തീ തിന്നേണ്ടിവന്ന പ്രഗല്ഭനും പ്രശസ്തനുമായ ഒരു തച്ചന്റെ ചിത്ത വ്യാപാരമാണ് ഇവിടെ സൂക്ഷ്മമായ നിരീക്ഷണത്തിനും വിദഗ്ദമായ ആവിഷ്ക്കരണത്തിനും വിധേയമായി 'പെരുന്തച്ചൻ'[13] എന്ന കവിത യായി പിറന്നത്.

പെരുന്തച്ചന്റെ വാർദ്ധക്യം ബാധിച്ചു തളർന്ന ശരീരത്തിനുള്ളിലെ ഡിഫൻസ്മെക്കാനിസം (Defence Mechanism) നഷ്ടപ്പെട്ട മനസ്സ് നാടകീയ സ്വഗതാഖ്യാനമെന്ന (Dramatic monologue) ആവി ഷ്കരണ തന്ത്രത്തിലൂടെ ആവിഷ്ക്കരിച്ചുകൊണ്ടാണ് കവിത തുട ങ്ങുന്നത്.

ഇത്തിരിക്കൊരു സുഖം
തോന്നുന്നുണ്ടെനിക്കിന്നെൻ-

പൊത്തിലെത്ര നാളായ് ഞാൻ
ചുരുണ്ടു കിടക്കുന്നു!
വാതമെന്നെലുമ്പിലെ
മഞ്ജയൊക്കെയും കാർന്നൂ.
പ്രേതമായ്ത്തീർന്നൂ ഞാനെ-
ന്നാകിലും ശ്വസിക്കുന്നൂ.

പ്രായാധിക്യത്തോടൊപ്പം പുത്രവിയോഗവും തളർത്തിയ പെരുന്തച്ചൻ ഇബ്സന്റെ രാജശില്പിയെ (Master builder) ഓർമ്മിപ്പിക്കുന്ന കഥാപാത്രമാണ്.[14] അദ്ദേഹത്തിന്റെ മനസ്സ് ഉമിത്തീപോലെ ചിന്തകൾ കൊണ്ട് നീറിപ്പുകയുകയാണ്.

പെരുന്തച്ചന്റെ ഉപബോധമനസ്സിന്റെ വിജയമാണ് മകന്റെ മരണത്തിൽ കൊണ്ടെത്തിച്ചത്. അത് തച്ചന്റെ ഉള്ളിലെ പാപബോധത്തെ നീറ്റുന്നു. ''തന്നെത്തന്നെ ലോകത്തിന്റെ മുമ്പിൽ രക്ഷിക്കാൻ യുക്തി കണ്ടെത്തുന്ന കലാകാരനെ അന്തഃക്കരണം സ്വയം ശിക്ഷിക്കുന്നു''[15] എന്നാണ് കവി ഈ പാപബോധത്തെ വിവരിക്കുന്നത്. അഹന്തയും ദുരഭിമാനവും അസൂയയും വരുത്തിവെച്ച മഹാപാപം ഓർമ്മിച്ച് അയാൾ ജീവച്ഛവമായി കഴിഞ്ഞുകൂടി. മനഃപൂർവ്വം ഒരവിവേകവും കാണിച്ചിട്ടില്ലെന്നും തനിക്ക് മകനോട് സ്പർദ്ധയേ ഇല്ലായിരുന്നുവെന്നും, സംഭവം കേവലം ഒരു കൈപ്പിഴമാത്രമായിരുന്നുവെന്നും കുറെ യുക്തികളിലൂടെ മനസ്സിൽ ഊട്ടിയുറപ്പിക്കുന്നു. അങ്ങനെ ദുഃസ്സഹാനുഭവങ്ങളുടെ തീച്ചൂളയിൽനിന്ന് അബോധപൂർവ്വം ആത്മരക്ഷോപായം കണ്ടെത്തുന്ന മനഃശാസ്ത്രപ്രക്രിയയ്ക്ക് തച്ചൻ വിധേയനായിത്തീരുന്നു. നാട്ടുകാരുടേത് കേവലം അപവാദമാണെന്നു സ്ഥാപിക്കാൻ തച്ചന്റെ മനസ്സ് തിടുക്കപ്പെട്ടുകൊണ്ടിരുന്നു.

കർമ്മശേഷി നിശ്ശേഷം നശിച്ചിട്ടും പെരുന്തച്ചന്റെ അന്തരംഗത്തിൽ സൃഷ്ടികൗതുകം വറ്റാതെ നിൽക്കുന്നുണ്ട്.

ഉളിവെയ്ക്കുമ്പോൾ കട്ട-
പ്പൊന്നുപോൽ മിന്നും പ്ലാവും
കളിവഞ്ചി വെട്ടീടാൻ
കാതലാർന്ന തേന്മാവും
നിറയെ പൂത്തും കായ്ച്ചും
നില്ക്കുമീ മീനക്കാല-
ത്തിറയത്തു ചെന്നൊന്നു
നോക്കുവാൻ കഴിഞ്ഞെങ്കിൽ!
എന്നാശിക്കുന്നു.
പണിചെയ്യുവാൻ
മേലാതാകിലും തൊങ്കിത്തേങ്ങി
ഷണിയാലയിൽപ്പുക്കൊ-
ന്നിരിക്കാൻ കഴിഞ്ഞെങ്കിൽ,
-എങ്കിൽ, ഞാൻ മുഴക്കോലു-
മുളിയും പണിക്കൂറിൽ

പങ്കിടാറുള്ളാഹ്ലാദ-
മിന്നും ഹാ! നുണഞ്ഞേനെ!

എന്നിങ്ങനെ ആജന്മവാസന, പൂതലിച്ച തടി പ്രേതതുല്യം കിട ക്കുമ്പോഴും, തലപൊക്കുന്നു.

പെരുന്തച്ചന്റെ ഈ മനോരാജ്യങ്ങളെല്ലാം ബോധധാരാ സമ്പ്രദാ യത്തിലൂടെയാണ് പകർത്തുന്നതെങ്കിലും കഥാപാത്രത്തിന്റെ ചിന്ത കൾക്കൊപ്പം കവിയുടെ ചിന്തകളും കെട്ടുപിണഞ്ഞുകിടക്കുന്നുണ്ട്. ഈ വൈകാരികാവസ്ഥയുടെ തീവ്രതയ്ക്കായി പുരാവൃത്തത്തിൽ ചില മിനുക്കുപണികളും കവി വരുത്തിയിട്ടുണ്ട്. ക്ഷേത്രധ്വജത്തിനു മുകളിൽ മകൻ ഗരുഡന്റെ രൂപം കൊത്തിയതും, അച്ഛനും മകനും അഷ്ടദിക്പാലകരൂപം കൊത്തിയതും, നായർ മുഖ്യന്റെ പരിഹാസ ചോദ്യവും, മകൻ വീടുവിട്ടുപോയതും, ഊരാണ്മക്കാരുടെ കല്പന യും ഇതിൽപ്പെടുന്നു. കൂട്ടത്തിൽ പെരുന്തച്ചന്റെ ഭാര്യയായി 'നാനി' എന്ന ഒരു കഥാപാത്രത്തെയും സൃഷ്ടിച്ചു.

കരിവെറ്റിലത്തുണ്ടും
കൊട്ടടയ്ക്കയും നൂറിൻ-
തരിയും പുകയില-
ഞെട്ടിയും തപ്പിത്തപ്പി
-വെടിവെയ്ക്കിലും കൂടി
കേൾക്കില്ലാ- കൂനിക്കൂടി
പ്പടിമേലിരിക്കുന്നൂ,
'നാനി'യും വയർചുങ്ങി.

ഈ നാനിയാകട്ടെ പെരുന്തച്ചന്റെ മനോരാജ്യങ്ങളിലൂടനീളം സ്ഥാനം പിടിക്കുന്നുമുണ്ട്.

അപരാധബോധത്തിന്റെ മാനസികസംഘർഷത്തിൽ ആത്മര ക്ഷോപായമായി ഒരാൾക്ക് അനേകം യുക്തി സങ്കല്പങ്ങൾ ഉരുത്തി രിയുമെന്ന് മനഃശാസ്ത്രം പറയുന്നു. ഇതാണ് വ്യക്തിത്വത്തിന്റെ സമായോചന ക്രിയാതന്ത്രം (Adjustment Mechanism). ഏകാന്ത തയിലെ പെരുന്തച്ചന്റെ ചിന്തയും സാധാരണ മനുഷ്യരെപ്പോലെ അപരാധബോധത്തിന്റേതാണ്. രക്ഷാതന്ത്രങ്ങൾ ഉപയോഗിച്ച് സ്വയം ന്യായീകരിക്കാൻ ശ്രമിക്കുന്നുമുണ്ട്.

ഞാനതിലസൂയാലു-
വായിപോ, ലേതച്ഛന്നു
മാനമല്ലാമട്ടൊക്കെ
മകനെപ്പുകഴ്ത്തുമ്പോൾ?

എന്ന ചോദ്യം മനുഷ്യമനസ്സിന് സഹജമായ അപസമായോജന തന്ത്രത്തിന്റേതാണ്. അതുപോലെത്തന്നെ

എൻകരം തോറ്റാലെന്താ-
ണെന്മകൻ ജയിക്കുമ്പോൾ,
എൻ കണ്ണിലുണ്ണിക്കേലും
പുകളെൻ പുകളല്ലേ?

കൊച്ചനെ സ്തുതിക്കുമ്പോ–
ളെന്മുഖം മങ്ങീപോലും.
തച്ചനായാലും ഞാനൊ–
രച്ച നല്ലാതായ്പോമോ?

എന്നിടത്തും ഈ യുക്തീകരണം തന്നെയാണ് കാണാൻ കഴിയുന്നത്. പുത്രമഹത്വത്തിൻമ്മേൽ ചൊരിയുന്ന എല്ലാ പ്രശംസാ പുഷ്പങ്ങളും യഥാർത്ഥത്തിൽ പിതാവിന്റെ ശിരസ്സിലാണ് പതിക്കുന്നതെന്നുമാത്രം.

ആ മകൻ ഗ്രസിച്ചതു–
മഭ്യസിച്ചതു, മെത്ര
കേമനായാലും, തന്റെ
യച്ഛനിൽനിന്നാണല്ലോ.

എന്ന ഭാഗത്ത് താൻ ഉളിപിടിപ്പിച്ച കൈക്കുകിട്ടുന്ന ഏതു സ്തുതിയും തനിക്കുകൂടിയുള്ളതാണെന്ന അഹന്ത പുറത്തേക്ക് തലനീട്ടുന്നുണ്ട്. തനിക്കൊരിക്കലും പുത്രന്റെ അപമൃത്യു മനഃപൂർവ്വം വരുത്താനാവില്ലെന്നും, തനിക്കു പറ്റിയത് കേവലം കൈപ്പിഴയാണെന്നും താഴെക്കൊടുത്ത ഈരടികളിലൂടെ തച്ചൻ സ്ഥാപിക്കാൻ ശ്രമിക്കുന്നതു കാണാം.

1.ഞാനവന്നപമൃത്യു
നേരിടാനാ,രെന്തൊക്കെ
ത്താനധിക്ഷേപിച്ചാലു–
മച്ഛനാണിച്ഛിക്കുമോ?

2.ഊർന്നു കൈയറിയാതെ,
യറിയാതെയാണുളി,
നേർന്നു ഞാൻ മകന്റെമേ–
ലിതുപോയി വീഴൊല്ലേ!

3.ആരു വിശ്വസിക്കും കൈ–
പ്പിഴയല്ലാതെ, ന്നെത്ര
പേരുരച്ചാലും? തന്തയ്–
ക്കിതു ചെയ്യുവാനാമോ?

4.ആയിരം മണിയുടെ
നാവു പൊത്തീടാമൊറ്റ–
വായിലെ നാവാർക്കാനും
കെട്ടുവാൻ കഴിയുമോ?

താൻ പുത്രഹത്യ മനഃപൂർവ്വം ചെയ്തിട്ടില്ലെന്ന് തച്ചൻ അസന്നിഗ്ദമായി പറയുമ്പോഴും അതീതകാല സംഭവങ്ങളുടെ പരാമർശത്തിൽ തെളിയുന്ന യുക്തികളും വസ്തുതകളും അതിനെതിരായ തെളിവുകൾ ഉയർത്തുന്നു. പെരുന്തച്ചൻ പണിത ക്ഷേത്രത്തിലെ ധ്വജത്തിന്റെ

അഗ്രത്തിൽ മകൻ കൊത്തിവെച്ച ഗരുഡവിഗ്രഹം ജീവനുണ്ടെന്നു തോന്നിക്കുമെന്ന് നാട്ടുകാർ പറഞ്ഞുണ്ടാക്കിയതാണെങ്കിലും പിന്നീട് രണ്ട് ഗോപുരത്തിന്റെ തട്ടിലും അഷ്ടദിക്പാലക വിഗ്രഹങ്ങൾ അച്ഛനും മകനും കൊത്തിവെച്ചപ്പോൾ മകന്റെ വിഗ്രഹത്തിന് കൂടുതൽ ജീവനുള്ളതായും താൻ പരാജയപ്പെട്ടതായും തോന്നിയെന്ന് പെരുന്തച്ചൻ സമ്മതിക്കുന്നു.

കണക്കും കോപ്പും മൂത്താ-
ശാരിക്കു കൂടും ശില്പ-
ഗുണമച്ചെക്കന്നേറും-

എന്ന നാട്ടുകാരുടെ അഭിപ്രായം ആലയിൽ അടുത്തടുത്തിരുന്ന് വേല ചെയ്യുമ്പോഴും അച്ഛനെയും മകനെയും തമ്മിൽ ക്രമേണ മിണ്ടാതാക്കി. മകന്റെ മൗനത്തേക്കാൾ പിതാവിന്റെ മൗനം അർത്ഥഗർഭമാവും. പുത്രനെ ചൊല്ലി അഭിമാനിക്കുമ്പോഴും പിതാവിന്റെ ഉള്ളിൽ സ്പർദ്ധ വളർന്നു തുടങ്ങിയ നിമിഷങ്ങളാണിവ.

അച്ഛനും മകനും നിർമ്മിച്ച യന്ത്രപ്പാവകളുടെ പരാമർശത്തിലും പുത്രന്റെ നേർക്കുള്ള അമർഷവും തച്ചന്റെ കടുത്ത അപമാനബോധവും സ്ഫുരിക്കുന്നുണ്ട്.

ചന്ദനമാണെങ്കി-
ലുരഞ്ഞാൽ മണം പൊങ്ങും;
നിന്ദയാലല്ലെൻ കുഞ്ഞും
തൻമിടുക്കുടൻ കാട്ടി-
എന്ന് മകനെ ന്യായീകരിക്കുന്നുണ്ടെങ്കിലും
വാശിയാലടിയെനി-
ക്കേറ്റതുപോലെ തോന്നി!

എന്ന പരാമർശവും, ആകാശത്ത് രണ്ട് ചന്ദ്രനിടമില്ലാത്തതിനാൽ മകൻ കൂടുവിട്ടുപോയി എന്ന പ്രയോഗവും അസുഖവും നീരസവും നിറഞ്ഞ അന്തരീക്ഷം അവർക്കിടയിൽ നിലനിന്നിരുന്നു എന്നതിന് തെളിവാണ്. അതുകൊണ്ടായിരിക്കണം

ഉമിനീറും പോൽ നീറി-
യെന്മനം;- എന്നാലും ഞാ-
നുരിയാടിയില്ലൊറ്റ-
യക്ഷരം പിരിയുമ്പോൾ
എന്ന അവസ്ഥ സംജാതമായത്.

മകനോടാലോചിച്ച് ആനപ്പന്തൽ ഭംഗിയാക്കണമെന്ന തമ്പുരാന്റെ ആജ്ഞ തച്ചന്റെ മനസ്സിലെ ഈർഷ്യയും അസൂയയും അപമാന ബോധവും മുമ്പത്തേതിനേക്കാൾ പതിന്മടങ്ങാക്കിയിരിക്കുമെന്നതിന് ചുവടെക്കൊടുത്ത പരാമർശങ്ങൾ ദൃഷ്ടാന്തമാണ്.

1.പോരുവാൻ തോന്നീ, പക്ഷേ
പോന്നില്ല;-കാലത്തോള-
മാരുമോതാറില്ലെന്നോ-
ടന്യനോടാലോചിക്കാൻ

2.––––––––– മകനുള്ള
മാനമച്ഛനുമില്ലേ?
മരമോമരാശാരി?

തമ്പുരാന്റെ ആജ്ഞ ധിക്കരിക്കാൻ കഴിയാത്തതിനാൽ മാത്രമായിരിക്കും തച്ചൻ മകനെ വിളിച്ചിരിക്കുക. എന്നാൽ ഇതോടെ തച്ചന്റെ മനസ്സിന്റെ എല്ലാ നിയന്ത്രണങ്ങളും തെറ്റുന്നു.

"ഞാനതുനോക്കാ, മച്ചൻ
മോന്തായം കേറ്റിക്കോളൂ"
–മോനനുവദിക്കണോ
മോന്തായം മോളിൽ കേറ്റാൻ?

സമനില തെറ്റിയ നിമിഷങ്ങളായിരിക്കും പിന്നീട് മോന്തായത്തിൽ പണിയെടുക്കുമ്പോൾ തച്ചന്റെ ചിന്തകളെ നിയന്ത്രിച്ചിരിക്കുക. കേവലമൊരു കൈപ്പിഴയായി ഉളിവീണുവെന്ന പരാമർശത്തിൽ
'ഊർന്നു കൈയറിയാതെ
യറിയാതെയാണ്" എന്ന ആവർത്തനം കുറ്റബോധത്തിന്റേതാണ്. ഉളിവീഴുന്നതുവരെ തനിക്കു നഷ്ടപ്പെട്ടിരുന്ന മനോനിയന്ത്രണം ഒരു നിമിഷാർദ്ധംകൊണ്ട് 'ഉളി മകന്റെ തലയിൽ വീഴൊല്ലേ' എന്ന പ്രാർത്ഥനയോടെ തിരിച്ചുപിടിക്കുന്നുണ്ട്. ''അറിയാതെയാണെന്ന് ആവർത്തിച്ചുറപ്പിക്കുന്നതും. ഊർന്നപ്പോൾ തന്നെ അത് മകന്റെ മേൽചെന്നു വീഴൊല്ലേ എന്നു നേർന്നതും ഒക്കെ ഉഗ്രമായ ഒരു മനസ്താപത്തിന്റെ പൊട്ടിത്തെറിക്കലാണ്. ഉന്നം തെറ്റാതിരിക്കാൻ അയാൾ പ്രത്യേകം ശ്രദ്ധിച്ചിരുന്നതായി ഈ അത്യന്തതിരസ്കൃത വാച്യധ്വനി വ്യക്തമാക്കുന്നുണ്ട്'' എന്ന് പുനലൂർ ബാലൻ ഇതിനെ ശരിയായി നിരീക്ഷിക്കുന്നു.[16]

ആ മകനെനിക്കന്നു–
വടിയായിരുന്നേനേ,
ഭീമമാമപമൃതി
പിണയാതിരുന്നെങ്കിൽ!
"പിണയ്ക്കാതിരുന്നെങ്കി"–
ലെന്നു ഹാ, തിരുത്തുന്നു–
ണ്ടുണരുന്നൊരെന്നന്ത–
ക്കരണം കൂടെക്കൂടെ

എന്ന വരികളിലൂടെ ഈ കൃത്യം ബോധപൂർവ്വം ചെയ്തതാണെന്ന സത്യം മറനീക്കി പുറത്തുവരുന്നുണ്ട്. ''അസൂയാജന്യമായ പുത്രനാശേച്ഛയാണ് ബോധമനസ്സിന്റെ അനുവാദം നോക്കാതെ കൈയിൽനിന്ന് ആമുഹൂർത്തത്തിൽ ഉളിതട്ടിത്താഴത്തിട്ടത്'' എന്ന് സംഭവഗതിയെ വ്യാഖ്യാനിക്കാനനുവദിക്കുന്ന വർണ്ണനയിലെ പദപ്രയോഗത്തെ മുൻനിർത്തി ലീലാവതിയും അഭിപ്രായപ്പെടുന്നു.[17]

രോഗവും വാർദ്ധക്യവും ദുരന്തത്തിന്റെ മുറിവുകളും തളർത്തിയ തച്ചന്റെ വൃദ്ധമാനസം ഇപ്പോൾ ഒരു ഊന്നുവടിയായി ആ മകനെ സങ്കല്പിക്കുമ്പോൾ വിങ്ങിപ്പൊട്ടുന്നു. ''ഇന്നെന്താ കണ്ണിൽ വെള്ളം പൊടിയാൻ'' എന്ന നാനിയുടെ ഒറ്റ ചോദ്യത്തിൽ ആ ദാരുണസംഭവത്തിനുശേഷം ഇന്നോളം കരയാതിരുന്ന പെരുന്തച്ചന്റെ മാനസിക പ്രകൃതി, സ്വഭർത്താവിന്റെ പ്രകൃതവും അയാൾക്ക് പുത്രന്റെ ഉയർച്ചയിലുണ്ടായ നീരസവും അടുത്തറിഞ്ഞ നാനിക്ക് യാതൊരു തെളിവും കൂടാതെ തന്നെ അറിയാൻ കഴിഞ്ഞിരിക്കുന്നു'' എന്ന് എൻ. കൃഷ്ണപ്പിള്ള തച്ചന്റെ ഈ കണ്ണീരിനെ വ്യാഖ്യാനിക്കുന്നു.[18]

അസംഭവ്യതയ്ക്കും സംഭവ്യതയ്ക്കും ഇടയ്ക്കുള്ള പുരാവൃത്തത്തിന്റെ സംഘർഷാവസ്ഥ, അമാനുഷികമായ സിദ്ധിയും മാനുഷികമായ ദൗർബല്യവും തമ്മിലുള്ള പൊരുത്തപ്പെടായ്കയിലേക്ക് എത്തുന്നതാണ് ജി. യുടെ പെരുന്തച്ചൻ എന്ന കവിത. പെരുന്തച്ചനിലെ കലാകാരനും പിതാവും തമ്മിലുള്ള വടംവലിയിൽ കലാകാരൻ ഒരു പടി മുന്നോട്ടു നീങ്ങുന്നു. പക്ഷേ തീവ്രമായ വിരഹവ്യഥയും, വ്യക്തിയുടെ രണ്ടുതലങ്ങളിലെ സമതുലിതാവസ്ഥയുടെ നഷ്ടവും പെരുന്തച്ചൻ എന്ന കലാകാരനെ സർഗ്ഗസിദ്ധിയുടെ ഭഗ്നാവശിഷ്ടം മാത്രമാക്കിത്തീർക്കുന്നു. കണക്കിലെ കൃത്യതയാണ് പെരുന്തച്ചന്റെ കലയുടെ പൂർണ്ണതയെങ്കിൽ ഉപബോധമനസ്സിന്റെ ത്വര (Urge) സാക്ഷാത്ക്കരിച്ച അദ്ദേഹത്തിന്റെ മികച്ച കൃത്യം പുത്രഹത്യയാണ്. ''ആ ഉപബോധപ്രവർത്തനം പ്രാകൃതമായിരുന്നിട്ടുകൂടി, കലാകാരന്റെ അന്തരംഗത്തിൽ ഒരു കൂരാണി തറഞ്ഞുകയറി. വിരക്തിയുടെ അന്ത്യനാളുകളിൽ ആ കൂരാണിയെ നിർവചിക്കാൻ ശ്രമിക്കുകയാണ് പെരുന്തച്ചൻ'' എന്ന ശശികുമാറിന്റെ[19] അഭിപ്രായത്തിന്റെ വെളിച്ചത്തിൽ പ്രതികൂലവിമർശനത്തെ പൊതുവെ ഇഷ്ടപ്പെടാത്ത ജി. ശങ്കരക്കുറുപ്പ് പെരുന്തച്ചൻ പുരാവൃത്തം സ്വീകരിച്ചതിന്റെ സാംഗത്യം കണ്ടെത്താൻ കഴിയും.

മകൻ അപമൃത്യുവിൽപ്പെട്ടാലും പേരക്കിടാങ്ങളില്ലാത്ത പെരുന്തച്ചന്റെ കഥയവസാനിക്കുന്നില്ല. കലാകാരന്റെ പ്രാകൃതമായ അഹന്തയും, ചോരചിന്തിയും വ്യക്തിത്വം നിലനിർത്താനുള്ള ക്രൂരമായ മാനസികാവസ്ഥയും ഈ പുരാവൃത്തം തുറന്നുകാട്ടുന്നു. നാടകീയമായ കല്പനകളിലൂടെയും ബിംബ സംവിധാനത്തിലൂടെയും തനതായൊരു ആഖ്യാനശൈലിയാണ് ജി. പെരുന്തച്ചന് നൽകിയിരിക്കുന്നത്. മനുഷ്യമഹത്വത്തിൽ അടിഞ്ഞുകൂടിയ പ്രകാശവും ഇരുട്ടും, 'അഹ'ത്തിന്റെ ആധിപത്യ പ്രവണതയും തുറന്നുകാട്ടാൻ ഈ പുരാവൃത്തത്തിനു കഴിയുന്നു എന്നതാണ് ഇതിന്റെ സാർവകാലിക പ്രസക്തി.

പെരുന്തച്ചൻ പുരാവൃത്തത്തിന്റെ ആഖ്യാനഭേദങ്ങൾ

പെരുന്തച്ചന്റെ പുരാവൃത്തത്തെ അധികരിച്ചുണ്ടായ ഇതര കവിതകളിൽ പ്രധാനം വൈലോപ്പിള്ളിയുടെ 'തച്ചന്റെ മകനും' വിജയലക്ഷ്മിയുടെ 'തച്ചന്റെ മകളു'മാണ്. പെരുന്തച്ചന്റെ പുരാവൃത്തം മക

നിലൂടെയും മകളിലൂടെയും ഇതൾ വിടർത്താനുള്ള ശ്രമമാണ് ഈ രണ്ട് കവിതകളും ചെയ്യുന്നത്. ഇവ പരസ്പരം പൂരകവും ചേർത്തു വെച്ച് വായിക്കേണ്ടതുമാണ്.

വൈലോപ്പിള്ളിയുടെ തച്ചന്റെ മകൻ

ജി. യുടെ പെരുന്തച്ചൻ എന്ന കവിതയിൽ നിന്നുള്ള പ്രചോദനമാണ് വൈലോപ്പിള്ളിയ്ക്ക് 'തച്ചന്റെ മകൻ' എഴുതാൻ നിമിത്തമായത്. [20]

ഞാനുമുണ്ടടു, ത്തപമൃത്യു, വിന്നടിപ്പെട്ട
മനുഷ്യാത്മാവിപ്പാരിൽ തങ്ങണം കാലംവരെ.

എന്ന സങ്കല്പത്തിന്റെ അടിസ്ഥാനത്തിൽ[21] തച്ചന്റെ മുമ്പിൽ പ്രത്യക്ഷപ്പെടത്തക്ക സിദ്ധിയുള്ള പുത്രൻ, അങ്ങിനെ ചെയ്യുന്നത് ദുർബലനായ അദ്ദേഹത്തെ തകർത്തിക്കളയുമോ എന്ന് ഭയന്ന് അരികിൽത്തന്നെ അപ്രത്യക്ഷനായി നിൽക്കുകയാണ്. ജി. യെപ്പോലെ നാടകീയ സ്വഗതാഖ്യാനശൈലി തന്നെയാണ് ഈ കവിതയ്ക്ക് വൈലോപ്പിള്ളിയും സ്വീകരിച്ചിരിക്കുന്നത്. ജി. യുടെ പെരുന്തച്ചനിലെ രംഗങ്ങൾ മകന്റെ വീക്ഷണത്തിൽ ക്രമപ്പെടുത്തിയാണ് രചന നിർവ്വഹിച്ചിരിക്കുന്നത്. ഒരു സന്ധ്യാവേളയിൽ വെറ്റിലനൂറ് തേച്ച് കൈയ്യിലെടുത്ത കാര്യം വിസ്മരിച്ചും, ഇത്തിരി കഞ്ഞി വച്ചത് മോന്താൻ അമ്മ പറഞ്ഞത് ഗൗനിക്കാതെയും, ഉച്ചതൊട്ട് ഒരേയിരിപ്പിരിക്കുന്ന പിതാവിനെ അദൃശ്യനായി ശുശ്രൂഷിക്കുന്നതിൽ ചാരിതാർത്ഥ്യമടയുന്ന പുത്രനെ അവതരിപ്പിച്ചുകൊണ്ട്, ജി. നിർത്തിയേടത്തുനിന്നാണ് വൈലോപ്പിള്ളി കവിത തുടങ്ങുന്നത്.

പാങ്ങുവിട്ടെങ്ങാൻ കണ്ണുകാണാതെ വീണാലോ, ഞാൻ
താങ്ങുവാനടുത്തുണ്ടു, നീണ്ട രാവുകൾ തോറും
കരളിൽ കരളുന്ന ചിന്തയാലച്ഛൻ പായി-
ലുരുളും നേരം വീശി ഞാനുറക്കുന്നൂ, പക്ഷേ
എങ്ങനെയുറക്കും ഞാനച്ഛനെക്കിനാവിലു-
മംഗുലി ചൂണ്ടിക്കുറ്റപ്പെടുത്തും തന്നോർമ്മയെ?

പെരുന്തച്ചനെ അളവറ്റ് സ്നേഹിക്കുകയും, അദ്ദേഹത്തിന്റെ പേരിൽ അഭിമാനം കൊള്ളുകയും, അദ്ദേഹത്തോട് വിധേയത്വം പ്രകടിപ്പിക്കുകയും ചെയ്യുന്ന ഒരു മകനെ നമുക്കിവിടെ കാണാം. പിതാവിന്റെ മനസ്സിൽ ഉഗ്രമായി നീറിപ്പുകയുന്ന ഓർമ്മ അവശേഷിക്കുന്നതായി അറിയുമ്പോൾ ആ മകൻ നിർവ്യാജം ദുഃഖിക്കുന്നു.

കൈപ്പിഴയറിയാത്ത കൈ പിഴച്ചുപോയ്, ദൈവം
തൽപ്രിയം നടത്തി, യാരങ്ങയെപ്പഴിചൊല്ലും?
അച്ഛൻ മകനെകൊന്നു എന്നാണെങ്കിൽ താൻ
അച്ഛനെക്കാൾ വലിയവനാണെന്നു വരും.

അതുകൊണ്ട് മകൻ അങ്ങനെ വിശ്വസിക്കുവാൻ ഇഷ്ടപ്പെടുന്നില്ല. ഉൽകൃഷ്ടനായ പിതാവിൽ മഹത്വം ദർശിക്കുന്ന മകൻ

ഉന്നതകലാബോധമുള്ളവ,ർക്കൊരപൂർവ്വ-
സുന്ദരകലയാകാം തലകൊയ്യലുമത്രേ.

വെട്ടിയെന്നത്രേലോകം, എൻ നാവുമധുരിപ്പൂ,
നട്ട കൈയല്ലോ കൊയ്തൂ, ഞാനനുഗൃഹീതനായ്.
ഹാ, നുണ, ഞാനെങ്ങനെയത്രയ്ക്കു ചെറുതായി-
ക്കാണുമച്ഛനെ, യെന്നെയത്രമേൽ വലുതായും!

എന്നാണ് ചിന്തിക്കുന്നത്. ഒരു പക്ഷെ ആളുകൾ പറയുന്ന അപവാദം കേട്ട്കേട്ട്, ചെയ്യാത്ത തെറ്റ് സ്വയം ഏറ്റെടുത്ത് മനസ്സിനെ കുറ്റബോധത്തിന്റെ നെരിപ്പോടിൽ വീഴ്ത്തിയിരിക്കാം തച്ചൻ. പിതാവിന്റെ വാത്സല്യത്തിന്റെ ആഴം അവന് നന്നായി അറിയാമായിരുന്നുവെന്നും, മകനെ കൊല്ലാൻ അച്ഛനെ പ്രേരിപ്പിക്കുന്ന യാതൊരു കാരണവും ഉണ്ടായിരുന്നില്ലെന്നും, അച്ഛനോടൊത്ത് സ്വാഭിമാനം ജോലിചെയ്തിരുന്ന പ്രശസ്തിയുടെ നാളുകളെക്കുറിച്ചുള്ള ആ മകന്റെ സ്മരണകളിൽ നിന്ന് വ്യക്തമാകുന്നു.

എങ്കിലുമൂറ്റം കൊൾവേ, നച്ഛന്റെ പണിക്കൂറിൽ
പങ്കെടുത്തു ഞാൻ സ്വർഗ്ഗം കണ്ടല്ലോ പലകാലം
കാമിനീ കമിതാക്കളൊത്തു ചേരുവ,തത്ര
കാമനീയകമുറ്റതായിരിയ്ക്കില്ലാ, പക്ഷേ!
ചിറകേന്തിയാത്മാവു പറന്ന ദിനങ്ങൾ, സു-
സ്വരസാന്ദ്രമായ്, സ്വർണ്ണം പൂശിയ, സുദിനങ്ങൾ
വസന്തർത്തുവിൽ പൂവുംകായുംപോൽ, സങ്കല്പത്തി-
ലസംഖ്യം കലാശൈലികുമിഞ്ഞ ദിവസങ്ങൾ.
അതുനാൾ കൈവേലയിലഴകായ് രൂപം കൊള്ളു-
മയിനിപ്പിലാവിലുമമൃതിൻ പരിമളം!

പിഞ്ചിൽ പഴുത്താലോ എന്നു കരുതിയാണ് പിതാവ് കൊച്ചന്റെ പണി കൊള്ളാമെന്ന് മറ്റുള്ളവർ സ്തുതിച്ചാലും മിണ്ടാതിരുന്നത് എന്ന് ആ മകനറിയാം.

കൊണ്ടാടീ ചിലരെന്നെ, "ക്കൊച്ചന്റെ പണികൊള്ളാം",
മിണ്ടാറില്ലവിടുന്നു, ഞാൻ പിഞ്ചിൽ പഴുത്താലോ?
അല്ലെങ്കിൽ ധ്വനിപ്പിച്ചു പറയും, പറയും മു-
മ്പുള്ളിന്റെ ചലനങ്ങളൂഹിയ്ക്കും ശരിയ്ക്കു ഞാൻ.

ഇങ്ങനെ അച്ഛനെ ചോദ്യംചെയ്യാത്ത മകന്റെ 'കലർപ്പറ്റ ഉദാത്തത' കാവ്യനീതിയ്ക്കു നിരക്കാത്തതാണെന്നു നിരീക്ഷിക്കപ്പെട്ടിട്ടുണ്ട്.[22] നിന്ദ്യവും പ്രാകൃതവുമായ ഹത്യ ആരാധനയുടെ സുഗന്ധവും ത്യാഗത്തിന്റെ വിശുദ്ധിയും കൊണ്ട് വെൺപ്രകാശമായി മാറിയത് പാതകിമഹാനും വധിക്കപ്പെടേണ്ടവൻ ഉദാത്തമനസ്കനും ആയതിനാലാണ്. ജി. യുടെ പെരുന്തച്ചനിൽനിന്ന് തച്ചന്റെ മകനുള്ള മാനം (Dimension) വ്യത്യസ്തമായിരിക്കുന്നത് ഇക്കാര്യത്തിലാണ്.

കുറ്റബോധത്തിൽ അരക്ഷിതനായി പിടയുന്ന പിതാവിനോട് മകൻ സഹതാപം കാണിക്കുക സ്വാഭാവികമാണെങ്കിലും, അസൂയാവിഷം പെരുത്ത് മകന്റെ വധത്തിൽ കലാശിച്ച പിതാവിന്റെ പ്രവൃത്തി പ്രമേയത്തിന്റെ അന്തഃസത്തയോട് നീതികാണിക്കുന്നില്ല. പുത്രനെക്കൊണ്ട് പിതാവിനെ എല്ലാ കുറ്റങ്ങളിൽനിന്നും മുക്തനാക്കി

പ്രതിഷ്ഠിക്കുകവഴി മനുഷ്യഹൃദയത്തിന്റെ യഥാർത്ഥവും സങ്കീർണ്ണവുമായ ചലനങ്ങളെ ആവിഷ്കരിക്കുന്ന ക്ലേശത്തിൽനിന്ന് കവി തന്ത്രപരമായി ഒഴിഞ്ഞുമാറിയിരിക്കുന്നു. എന്നാൽ തച്ചന്റെ ദൗർബല്യം അവതരിപ്പിക്കുന്ന സന്ദർഭത്തിൽ മാത്രം ഹൃദയസത്യത്തോട് അടുത്തുവരുന്നുണ്ട്.

ചൊല്ലുമാറില്ലേ താതൻ പിന്നെയും, "കലാകാര-
ന്നില്ലാത്മ സുഹൃത്താരും, ഇഷ്ടനന്ദനൻപോലും.
തലയാനതൻചോടും തൻചോടുമളക്കുന്നൂ
പലനാൾ പിമ്പേവരും കൊച്ചുകൊമ്പന്മാർ ഗൂഢം,
തൻചുവടൊപ്പം തടംവെയ്ക്കവേ, നേതാവിനെ,
വഞ്ചനയാലേ കുത്തിമറിച്ചു മുന്നേറുവാൻ."

ഒരു വിഭക്തമനസ്സിന്റെ തേങ്ങലുകളിലൂടെ അന്തഃകരണസത്യം ആവിഷ്ക്കരണ വിധേയമാക്കിയ ജി.യുടെ 'പെരുന്തച്ച'നിൽ നിന്ന് വ്യത്യസ്തമായ മാനമാണ് വൈലോപ്പിള്ളി 'തച്ചന്റെ മകന്' നൽകിയത്. പുരാവൃത്തങ്ങൾ കൈകാര്യം ചെയ്യുമ്പോൾ കവിയുടെ സാംസ്കാരിക പരിസരവും സമകാലികാനുഭവങ്ങളും അതിൽ സ്വാധീനം ചെലുത്താം. ഉളിയന്നൂർ തച്ചന്റെ കഥയുടെ അസ്തിത്വം തന്നെ സ്നേഹബന്ധങ്ങൾക്കതീതമായി ജ്വലിക്കുന്ന കലാകാരന്റെ പ്രാകൃതവാസനയാണ്. വ്യക്തിചേതനയിൽ തിമർത്തുനർത്തനം ചെയ്യുന്ന അധമവാസനകൾ എക്കാലത്തെയും മനുഷ്യാത്മാവിനെ ഭരിക്കുന്ന യാഥാർത്ഥ്യമാണ്. അന്തരംഗസത്യത്തിന്റെ സങ്കീർത്തകനായ കലാകാരന്റെ വികാരത്തിലെ പ്രാകൃതിക സൗന്ദര്യമാണ് ഈ പുരാവൃത്തത്തിന്റെ ഉൾത്തുടിപ്പ്. പ്രാകൃതികതയുടെ വിഷബീജം ഉള്ളിൽ പേറിനടക്കുന്ന കലാകാരനെ സൃഷ്ടിച്ചുകൊണ്ട് ജി. ഈ പുരാവൃത്തസത്തയെ സാക്ഷാത്കരിച്ചപ്പോൾ, പ്രാകൃതികത്വത്തെ നിഷേധിച്ച് ഔപചാരികതയുടെ ദിവ്യതകലർത്തി എന്നത് വൈലോപ്പിള്ളിയുടെ തച്ചന്റെ മകനിൽ തിന്മയായിത്തീർന്നിർന്നിരിക്കുന്നു. അതുകൊണ്ടാണ് തിന്മയുടെ സത്യം പെരുന്തച്ചനെ സുന്ദരമാക്കിയപ്പോൾ നന്മയുടെ സത്യം തച്ചന്റെ മകനെ അസുന്ദരമാക്കിയെന്ന് എൻ. മുകുന്ദൻ നിരീക്ഷിച്ചത്.[23]

'തലയാനയുടെ കൊമ്പും ചുവടുമളക്കുന്ന കുട്ടിക്കൊമ്പൻ തരം കിട്ടുമ്പോൾ അതിനെ വഞ്ചിച്ചു കുത്തിമറിച്ച് മുന്നേറുന്നു' എന്ന പരാമർശത്തിൽ ആദിമഗോത്രജീവിതം മുതൽ തുടർന്നുപോരുന്ന, സ്ഥാനമാനങ്ങൾക്കുവേണ്ടിയുള്ള ചതി, അഹന്ത, പക തുടങ്ങിയവ പ്രകാശിപ്പിക്കുന്നു. കലാകാരന്റെ അഹന്തയെ സൂചിപ്പിക്കുമ്പോൾ വന്മരങ്ങളുടെ നിഴലിൽ അകപ്പെട്ടതുകൊണ്ട് വളരാൻ കഴിയാതെ പോയ താൻ എത്രപാടുപെട്ടു വെളിച്ചത്തിലെത്താൻ എന്ന് മകനിലൂടെ കവി ചിന്തിക്കുന്നുണ്ട്. കവിയുടെ ജീവിതത്തിലും ഇത്തരം അനുഭവങ്ങൾ ഉണ്ടായിട്ടുണ്ടാവണം. കലാകാരന് ഇഷ്ടപുത്രൻ പോലും സുഹൃത്തായിട്ടുണ്ടാവില്ലെന്നും, മത്സരിച്ച് മുന്നേറണമെന്നുമുള്ള തത്വം സ്വന്തം ജീവിതാനുഭവങ്ങളെ മുൻനിർത്തിയാവണം വൈലോപ്പിള്ളി ആവിഷ്ക്കരിച്ചത്. '' 'കണക്കും കോപ്പും മൂത്താശാ

രിക്ക്' കൂടും. ശില്പഗുണമച്ചെക്കന്നേറും എന്ന് പെരുന്തച്ചനെയും മകനെയും ചേർത്ത് ആളുകൾ പറഞ്ഞതുപോലെയും, മകനോടാലോചിച്ച് പണിയാൻ പെരുന്തച്ചനോട് ആജ്ഞാപിച്ചതുപോലെയും ചില സംഭവങ്ങൾ അടിക്കടിയുണ്ടായി''[24] എന്ന് വൈലോപ്പിള്ളിയെപ്പറ്റി പറഞ്ഞതിനെ ഈ പശ്ചാത്തലത്തിൽ നിരീക്ഷിക്കണം.

കളവാണിമാർക്കനുരാഗസിന്ദൂരച്ചെപ്പ്
കളിച്ചപ്പൈതങ്ങൾക്ക് വർണ്ണ പൂങ്കിളികളും
ആവഴിപിടി, ച്ചമർത്ത്യനെയും മനുഷ്യനായ്
ഭാവനം ചെയ്തേ, നച്ഛ നനുകമ്പയാർന്നാലും
നിത്യജീവിതശില്പം കൊത്തിനേൻ മരത്തണ്ടിൽ
ക്ഷുദ്രമാണെനാലുമെ,ന്താളുകൾക്കതിൽ കമ്പം!
എന്ന് ജി. ശങ്കരക്കുറുപ്പിന്റെ കവിതകളെയും
കൂടുതൽ വെളിച്ചവും വായുവും വീശും കൊച്ചു-
വീടുകളുണ്ടാക്കുവാൻ, കൊരുത്ത ചക്രങ്ങളാൽ
ആറ്റിലെ വെള്ളം മേലോട്ടേറ്റുവാ,നൊഴുക്കിലും
കാറ്റിലും തിരിയുന്ന ചക്കുകൾ ചമയ്ക്കുവാൻ
പണിപ്പെട്ടിതെൻകുറുമ്പ്... .

എന്ന് സ്വന്തം കവിതകളെയും വൈലോപ്പിള്ളി വിലയിരുത്തുന്നതായി ഈ വരികളെ വ്യാഖ്യാനിക്കാം. ജി. യുടെ കവിത രാജപാതയിൽ സഞ്ചരിക്കുമ്പോൾ താൻ അതിൽ നിന്ന് വളരെ അകലെ ഇടവഴി താണ്ടുകയാണെന്ന് വൈലോപ്പിള്ളി എഴുതിയിട്ടുണ്ട്.[25] ജി. യുടെ കവിത കയ്പക്കയാണെന്നും അതിന്റെ കയ്പ് കവിയുടെ കുറുമ്പാണെന്നും വൈലോപ്പിള്ളി രേഖപ്പെടുത്തിയിട്ടുമുണ്ട്.[26]

കവിയെ സംബന്ധിച്ച ആത്മാവിഷ്ക്കാരത്തിന്റെ സത്ത പുരാവൃത്തങ്ങളിൽ പ്രതിഫലിപ്പിക്കുന്നതിന്റെ നിദർശനമായാണ് 'തച്ചന്റെ മകൻ' എന്ന കവിത രൂപപ്പെട്ടത്. സ്വന്തം കാവ്യകലയെക്കുറിച്ച് ആത്മാഭിമാനം കൊള്ളുന്ന കവിവ്യക്തിത്വം തച്ചന്റെ മകനിൽ ആരോപിക്കപ്പെടുമ്പോൾ പുരാവൃത്തത്തിന്റെ സത്യസന്ധമായ വികാരചൈതന്യത്തോട് നീതിപുലർത്താൻ കവിക്കു കഴിഞ്ഞില്ല.

വിജയലക്ഷ്മിയുടെ തച്ചന്റെ മകൾ

പുതുമയുള്ള ആശയങ്ങൾ ആർജ്ജവത്തത്തോടെ മലയാളകവിതയ്ക്കു നൽകിയ ആധുനിക കവയത്രിയാണ് വിജയലക്ഷ്മി. പെണ്ണെഴുത്ത് മലയാളത്തിൽ ശക്തിയാർജ്ജിക്കുന്ന, കാലഘട്ടത്തിലാണ് വിജയലക്ഷ്മിയുടെ 'തച്ചന്റെ മകൾ' പിറക്കുന്നത്.[27] പെരുന്തച്ചന് ഒരു മകൾ ഉണ്ടായിരുന്നതായി സങ്കല്പിച്ച് അവളുടെ ഭാഗത്തു നിന്നുകൊണ്ട് കഥാസന്ദർഭങ്ങളെ പുനർവായിക്കുകയും പ്രതികരിക്കുകയുമാണ് വിജയലക്ഷ്മി തച്ചന്റെ മകൾ എന്ന കവിതയിൽ.

സ്വേച്ഛയാ വെയിലേറ്റ് സ്വതന്ത്രമായി വളരാൻ ശ്രമിക്കാതെ അച്ഛനാകുന്ന വൻമരച്ചോട്ടിൽത്തന്നെ നിന്ന ഏട്ടന്റെ കണ്ഠനാളം അച്ഛന്റെ വീതുളി ഛേദിച്ചതിന് തച്ചന്റെ മകൾ സാക്ഷിയാണ്. ആ വിധി

അവൾക്കും സ്വീകാര്യമല്ലാത്തതിനാൽ തന്റെ ഉളിപ്പെട്ടിയും മുഴക്കോലുമായി അവൾ യാത്രയാകുന്നു. പ്രത്യേക കാരണങ്ങളൊന്നുമില്ലാതെതന്നെ അവൾ അച്ഛൻ തന്നെ കൊല്ലുമെന്ന് ഭയക്കുന്നു. മകനെ അച്ഛൻ കൊന്നുവെന്ന ജനാപവാദം അവൾ വിശ്വസിക്കുന്നില്ല. ജ്യോത്സ്യൻ പ്രവചിച്ച ദുർമരണം പെരുന്തച്ചനെ മകളുടെ മുമ്പിൽ കുറ്റവിമുക്തനാക്കുന്നു. രാത്രി വീടുവിട്ടുപോകാനാണ് മയൻ സ്വപ്നദർശനം നൽകി അവളോട് പറഞ്ഞതെങ്കിലും ഗുരുനിന്ദ പാതകമാണെന്നു കരുതി പുലരുവോളം നിന്നതാണ്. വരരുചിയുടെയും പെരുന്തച്ചന്റെയും പുത്രത്യാഗം 'തച്ചന്റെ മകളിൽ' നേരെ തിരിച്ചാവുന്നു. മകൾ അച്ചനെ ഉപേക്ഷിക്കുന്നു.

ഊർധ്വമൂലമധഃശാഖമശ്വത്ഥ–
മോർക്കിലേകാമണുക്കൾക്കുമാശ്രയം.
വായകീറിയ ദൈവം പ്രജയ്ക്കിര–
യേകുമെന്നു മുത്തച്ഛനേ ചൊല്ലിപോൽ.

എന്ന് അച്ഛന്റെ കാര്യമോർത്ത് അവൾ സ്വയം സമാധാനിക്കുന്നു. പെരുന്തച്ചൻ അവൾക്ക് അച്ഛനും ഗുരുവുമാണ്.

പോരവ്യുൽപത്തി, പ്രായോഗികംകൂടി–
യാവണം വിദ്യ, ശാസ്ത്രമർമ്മങ്ങൾക്കു
ജീവനേകലേ മർത്യന്റെ വൈഭവം.

എന്ന മഹാശയന വചനത്തോടൊപ്പം അച്ഛന്റെ അത്ഭുത കൃത്യങ്ങളായ വിചിത്രമായ കുളം തീർത്തതും, പാലത്തിൽ പാവയെ ഘടിപ്പിച്ചതും, കുടുന്തുടികൾകൊണ്ട് അമ്പലത്തിന്റെ ആരൂഢം ഉറപ്പിച്ചതും, അഗ്നിഹോത്രിയ്ക്ക് ഏകദൈവതം ഉപദേശിച്ചതും ഓർക്കുന്നു. വീടുവിട്ടുപോകാൻ നിൽക്കുന്ന മകളുടെ ഓർമ്മകളിൽ സഹോദര സ്നേഹവും തുളുമ്പി നിൽക്കുന്നു.

രാജപുത്രനെപ്പോലെ യുന്മാദിയായ്
പ്പോയ്മരിക്കാൻ പ്രതികാര ഭൂമിയിൽ
ആവതില്ലെനി, ക്കില്ലാ, ഗുരുനിന്ദ
പാതകമെന്നു വിശ്വസിക്കുന്നു ഞാൻ.
പോര, വിശ്വാത്ഭുതങ്ങൾ നിർമ്മിക്കുമ–
ച്ചേതനയ്ക്കൊരു പാളിച്ച പറ്റിയാൽ
ആരുചോദിക്കുവാൻ? മദയാനതൻ
നേരെയാരുണ്ടു ചെല്ലാൻ തളയ്ക്കുവാൻ?
ആവതില്ലെനിക്കെന്നിളം ചോരയാ–
ലാരചിക്കുവാനങ്ങേക്കു മംഗളം.
അതുകൊണ്ടു മാത്രമല്ല
ക്ഷുത്തടങ്ങാത്ത ദുർമരണത്തിന്റെ
സർപ്പമെൻ കാൽച്ചുവട്ടിലുണ്ടിപ്പൊഴും
ചോരതേഞ്ഞു കറുത്തൊരാവീതുളി
പാളിവീണിടാമെന്റെ പായയ്ക്കുമേൽ

എന്ന ബോധവും വീടുവിട്ടുപോകാൻ അവളെ പ്രേരിപ്പിക്കുന്നു. സർഗ്ഗാത്മകതയുടെ സ്വതന്ത്രചിഹ്നങ്ങളായി അവളുടെ കയ്യിലെ മട്ട

വും മുഴക്കോലും മാറുന്നു. വായുവിൽ പാറുന്ന ചോരക്കറ പിടിച്ച വീതുളി പാരമ്പര്യത്തിന്റെ അടയാളമാണ്. അസ്വാതന്ത്ര്യത്തിന്റെ ചിഹ്ന ങ്ങളെ അലങ്കാരമായി കൊണ്ടുനടക്കാൻ തയ്യാറില്ലാത്ത സ്ത്രീ ത്വമായി തച്ചന്റെ മകൾ ഇവിടെ മാറുന്നു. സ്വയം പണിയെടുത്ത് ഒറ്റയ്ക്കു പുലർന്നുകൊള്ളാമെന്നുള്ള ഒരു കലാകാരിയുടെ സ്വാത ന്ത്ര്യ പ്രഖ്യാപനമാണ് ഇവിടെ തച്ചന്റെ മകളിലൂടെ വിജയലക്ഷ്മി പ്രകടമാക്കുന്നത്. കുടുംബം എന്ന സ്ഥാപനത്തോടും അധികാരഘ ടനയോടും വിഘടിച്ചുനിൽക്കുന്ന ഒരു വ്യക്തിത്വം കവിതയിലുട നീളം നിറഞ്ഞുനിൽക്കുമ്പോഴും അതിനെ ഗൃഹാതുരത പിടികൂടു ന്നുണ്ട്.

സ്ഥലകാലങ്ങളെ കവച്ചുവെക്കുന്ന വിരാട് രൂപിയായ പെരുന്ത ച്ചനെയാണ് വിജയലക്ഷ്മി അവതരിപ്പിക്കുന്നത്. ആയിരം ക്ഷേത്ര ഗോപുരങ്ങൾ താങ്ങുന്ന ഗംഭീരചിത്തം, മഹാശയൻ, വന്മരം, വിശ്വാ ത്ഭുതങ്ങൾ നിർമ്മിക്കും ചേതന, മദയാന, ഗംഭീരരൂപം, ബ്രഹ്മദേവൻ തുടങ്ങിയ വിശേഷണങ്ങൾ അദ്ദേഹത്തിന് നൽകിയിരിക്കുന്നു. ഇതി ലധികവും അടിച്ചമർത്തലിന്റെയും അധികാരത്തിന്റെയും പ്രതീക ങ്ങളാണ്. കുടുംബമെന്ന സ്ഥാപനത്തോടും കലാരംഗത്ത് നില നിൽക്കുന്ന അധികാരഘടനയോടും വിഘടിച്ചു നിൽക്കുന്ന കവിമ നസ്സിനെ തച്ചന്റെ മകളിലൂടെ വിജയലക്ഷ്മി വെളിപ്പെടുത്തുകയാണ്. ''കലാകാരന്മാരുടെ കുടുംബത്തിൽ അരങ്ങേറിയ കിടമത്സരത്തില കപ്പെട്ട ഒരു പെണ്ണിന്റെ പ്രതികാരമാണിത്. വിനീതമെങ്കിലും ധീരമായ സ്വരത്തിൽ, സ്വന്തം സഹോദരന്റെ ജീവഹാനിക്കുത്തരവാദിയായ അച്ഛനെ നിരാകരിച്ചുകൊണ്ട് അയാളുടെ വീതുളിയ്ക്കിരയാകാതി രിക്കാൻ വിസമ്മതിച്ച് വീടൊഴിഞ്ഞുപോകുന്ന തച്ചന്റെ മകൾ, സ്ത്രീ എന്ന നിലയ്ക്കും കലാകാരി എന്ന നിലയ്ക്കുമുള്ള തന്റെ അസ്തി ത്വത്തിന്റെ സാധൂകരണം കണ്ടെത്താൻ ശ്രമിക്കുകയാണ്'' എന്ന് ഈ കവിതയെ രാജകൃഷ്ണൻ വിലയിരുത്തുന്നുണ്ട്.[28]

ഒരു എഴുത്തുകാരി എന്ന നിലയ്ക്കുള്ള തന്റെ സ്വാതന്ത്ര്യബോധം ഈ കവിതയിൽ വിജയലക്ഷ്മി പ്രകടമാക്കുന്നുണ്ട്. സമകാലിക ജീവിതാവസ്ഥകളിൽ കുടുംബത്തിലും അധികാരഘടനയിലും സ്ത്രീ കളും കലാകാരികളും അനുഭവിക്കുന്ന അസ്വാതന്ത്ര്യത്തിന്റെ അടയാ ളങ്ങൾ തുറന്നുകാട്ടാനും സ്വാതന്ത്ര്യ പ്രഖ്യാപനം നടത്താനും പെ രുന്തച്ചൻ പുരാവൃത്തം ഈ കവിതയിൽ വിജയലക്ഷ്മിക്ക് ആയുധ മായി മാറിയിരിക്കുന്നു.

ഇടശ്ശേരി ഗോവിന്ദൻനായരുടെ 'പുരപ്പണി'[29] എന്ന കവിതയിലും പെരുന്തച്ചൻ പ്രതീകമായി കടന്നുവരുന്നുണ്ട്. യഥാർത്ഥത്തിലുള്ള ഒരു പുരപ്പണിക്കാലത്ത് ഒരു കവിതയെഴുതാൻ നിർബന്ധി തനായിത്തീർന്നതിന്റെ ഫലമാണ് ഈ കവിത എന്ന് കവി ആമുഖ മായി പറയുന്നു. പുരപ്പണി സ്വകർമ്മത്തിന്റെ പ്രതീകമായി കവിക്കു തോന്നുന്നു.

ചൊടിച്ചു കാലമാം പെരുന്തച്ചൻവന്നു
ശപിച്ചൊരമ്പലപ്പണി മറിച്ചാമോ?

എന്നാണ് അവസാനം കാണാതെ നീണ്ടുപോകുന്ന പുരപ്പണിയെപ്പറ്റി കവി പറയുന്നത്.[30]

മുകളിൽ പ്രസ്താവിച്ച കവിതകളിലെല്ലാം പുരാവൃത്തങ്ങൾക്ക് പുതിയ ധർമ്മവും കഥാപാത്രങ്ങൾക്ക് പുതിയ മനസ്സും കവികളുടെ കാഴ്ച്ചപ്പാട് നേടിക്കൊടുത്തിരിക്കുന്നു. ജീവിതത്തെയും കലയെയും കുറിച്ച് പുതിയ വ്യാഖ്യാനങ്ങൾ നൽകുന്ന വ്യക്ത്യാധിഷ്ഠിത വെളിപാടുകളായി പെരുന്തച്ചനെ സംബന്ധിക്കുന്ന പുരാവൃത്തത്തിന്റെ ഈ പുനരാഖ്യാനങ്ങൾ മാറിയിരിക്കുന്നു. കലാകാരന്റെ മനസ്സിന്റെ സങ്കീർണ്ണതകളും നിഗൂഢതകളും ചിത്രീകരിക്കാനാണ് ഇവിടെ ഈ പുരാവൃത്തം കവികൾ സ്വീകരിച്ചിരിക്കുന്നത്.

പാണനാർ– അകർമണ്യതയ്ക്കെതിരെ സൃഷ്ടിയുടെ ആദിതാളം

പന്തിരുകുലത്തിലെ മറ്റൊരു പ്രമുഖാംഗമാണ് തിരുവരങ്കത്തു പാണനാർ. സ്വന്തം ശക്തിയിൽ അഹങ്കരിച്ച് ഭോഗാസക്തിയിൽ മുഴുകി മദിച്ച ദേവഗണം ചൈതന്യം വാർന്നൊഴുകി അകർമണ്യതയിൽ മുങ്ങിക്കഴിയവേ, സംഭ്രാന്തനായ വിരിഞ്ചൻ ഉറങ്ങിപ്പോ പ്രപഞ്ചാത്മാവിനെ വിളിച്ചുണർത്താൻ തിരുവങ്കത്തു പാണനാരെ ക്ഷണിക്കുകയും എളിയവനായ പാണൻ തന്റെ കടുന്തുടികൊട്ടി വിളിച്ചുണർത്തുകയും ചെയ്തു എന്ന പുരാവൃത്തമാണ് ജി. ശങ്കരക്കുറുപ്പിന്റെ 'പാണനാർ'[31] എന്ന കവിതയുടെ പ്രമേയം. എട്ടുഖണ്ഡങ്ങളിലായി എഴുതപ്പെട്ട ഈ കവിതയിൽ അകർമണ്യതയെ ഇല്ലായ്മ ചെയ്യാൻ പാണനാർ മുഴക്കുന്ന കടുന്തുടിയിലൂടെ സൃഷ്ടിയുടെ ആദിതാളങ്ങളിലേയ്കും കവി നമ്മെ നയിക്കുന്നു.

എട്ടുദിക്കും നടുങ്ങുമാറ് ഗംഭീരമായ ശബ്ദത്തിൽ കൊടുങ്കാറ്റ് പാടിയ സ്തവങ്ങളോ, നാകം പ്രകമ്പിക്കുമാറ് കടലുകൾ മുഴക്കിയ പടഹസഹസ്രഘോഷങ്ങളോ, ചടുലമായി കടാക്ഷിച്ച് കൺമിടറി മഹാലക്ഷ്മി വിളിച്ച പ്രേമവിഹ്വലമായ വിളികളോ പ്രപഞ്ചപെരുമാളിന്റെ നിദ്രാനിമഗ്നമായ ആത്മാവിനെ സ്പർശിക്കാതെ പോയി. വിശ്വത്തിന്റെ സുകൃതക്ഷയം പ്രകടമായപ്പോൾ പ്രപഞ്ചനാശം അടുത്തെന്നുകണ്ട വിരിഞ്ചൻ പരിഭ്രാന്തി പ്രകടിപ്പിച്ചപ്പോൾ വാങ്മയ സ്വരൂപിണിയായ വാണീദേവി ഉപായം പറഞ്ഞു.

തിരുവരങ്ങത്തു–
ണ്ടൊരുവരകവി;
വരുത്തുകവിഭോ, ഭവാനപ്പാണനെ.

മറ്റുള്ളവർ പരാജയപ്പെട്ടിടത്ത് കവി വിളിച്ചാൽ പ്രപഞ്ചാത്മാവ് ഉണരും എന്നും കൂട്ടിച്ചേർത്തു.

കവി വിളിക്കട്ടെ;
പ്രപഞ്ചാത്മാവുടൻ
കവിയുമത്ഭുതം കലർന്നുണർന്നേല്ക്കും.

വിരിഞ്ചന്റെ അഭ്യർത്ഥനകേട്ട് വന്നുചേർന്ന പാണനാർ കാലത്തിന്റെ നടുമുറികൊണ്ട് തുടിയുണ്ടാക്കി, സൂര്യചന്ദ്രൻമാരെക്കൊണ്ട് വട്ടംമാടി, പകലും രാവുമാകുന്ന വർണ്ണകലർപ്പുള്ള ചരടുകൾ കോർത്തുമുറുക്കി. ആ കടുന്തുടി കൈയ്യിലേന്തിയപ്പോൾ സന്ധ്യകൾ തൊങ്ങലുകളായി ഞാന്നുകിടന്നു. വെളിച്ചത്തിന്റെ നൂലുണ്ടകൾ അതിനുമേൽ കിടന്നാടി. തുടർന്ന്,

പടുമുഴക്കങ്ങൾ
യുഗങ്ങളിൽ നിന്നു
യുഗങ്ങളിലേക്കു കടക്കും താളത്തിൽ
കടുംതുടികൊട്ടി-
പ്പരൻപുമാനായ
ഭഗവാന്റെ തിരുനടയ്ക്കലുച്ചത്തിൽ
കുയിലിനേക്കാളും
മധുരമായിത്തൻ
തുയിലുണർത്തിന്റെ പുതിയ പല്ലവി
പകുതിപാടി- മേ-
ലുലകങ്ങളേഴു-
മതിന്റെ യാരോഹസ്വരങ്ങളായ് മാറി;
പകുതിപാടി- കീ-
ഴുലകങ്ങളേഴു-
മതിന്നവരോഹസ്വരങ്ങളായ് മാറി.

യുഗങ്ങളിൽനിന്ന് യുഗങ്ങളിലേക്കു കടക്കുന്ന താളം പിടിച്ചു കൊണ്ട് തുടികൊട്ടി രാഗമാലപിച്ചപ്പോൾ വിശ്വാത്മാവ് കണ്ണുതുറക്കുകയും വിശ്വഹൃദയം വിടരുകയും സൃഷ്ടിയുടെ പടർപ്പുകളിലെങ്ങും ആമോദം പരക്കുകയും ചെയ്തു. സ്നേഹാത്മാവ് ആ പാട്ടുകാരനെ അടുത്തുചെന്ന് അകമഴിഞ്ഞ് അനുഗ്രഹിച്ചു.

കവി ഈ പുരാവൃത്തത്തെ കവിതയിൽ മറ്റൊരു തലത്തിലാണ് വികസിപ്പിക്കുന്നത്. ഈ കഥ ദേവലോകത്തിലല്ല മനുഷ്യമനസ്സിലാണ് നടക്കുന്നത്. മനുഷ്യനിലെ ദേവൻ ഉറങ്ങുകയും ഭയങ്കരവിനാശത്തിന്റെ സ്വപ്നം കാണുകയും ചെയ്യുന്ന ആധുനിക കാലഘട്ടത്തിൽ സ്നേഹസ്വരൂപിയായ ഈശ്വരനെ വിളിച്ചുണർത്തുവാൻ എക്കാലത്തേയും പഴമ്പാണനാരായ സാക്ഷാൽ കവിയെ ആഹ്വാനം ചെയ്യുന്നു.

വരൂവരൂകവേ,
നരനിലെ സ്നേഹ-
സ്വരൂപനാകിന പരമ്പുരുഷനെ
വിളിച്ചുണർത്തുക
യുഗോദയരാഗ-
ലളിതഗീതിയാൽക്കടുന്തുടികൊട്ടി.

ഉണർന്നിരിക്കുന്ന
ഭയവും ശങ്കയും
ക്ഷണമുലകിൽ നിന്നിറങ്ങിപ്പോവട്ടെ!
ഉണർന്നെണീക്കട്ടെ
നരദേവൻ വിശ്വ–
ഗുണത്തിനായിട്ട്; വരൂ മഹാകവേ!

മനുഷ്യൻ സത്യത്തെ സേവിച്ച്, വരവും ശക്തിയും സംഭരിച്ച്, പ്രകൃതിയെ മൂക്കുകയറിൽ ബന്ധിച്ച് കറവപശുവാക്കി കറന്നെടുത്തു. ഗോളാന്തരങ്ങളിലേക്ക് അവൻ ജൈത്രയാത്ര നടത്തിക്കഴിഞ്ഞു. പ്രകൃതിയോട് മല്ലിടുന്ന മനുഷ്യന്റെ ധീരതയിലും ശാസ്ത്രീയപുരോഗതിയിലും കവിയ്ക്ക് അഭിമാനമുണ്ടെങ്കിലും മനുഷ്യന്റെ ധാർമ്മിക ബോധം അതിനൊപ്പം ഉയരാത്തതിലുള്ള പരിതാപവുമുണ്ട്. പ്രബുദ്ധവും സർഗ്ഗാത്മകവുമാവാത്ത ഈ മനുഷ്യചെയ്തികൾ സർവ്വനാശത്തിന്റെ പേക്കിനാവുകൾ വിതച്ച് നരനിലെ ദേവനെ നിദ്രാധീനനാക്കിയിരിക്കുന്നു. ആ സമയം, എല്ലാം നിയന്ത്രിക്കാൻ കെല്പ്പുള്ള മനുഷ്യനിലെ ദേവനെ ഉണർത്താനുള്ള ആത്മാവബോധത്തെ ആവാഹിക്കാൻ പ്രേരിപ്പിക്കുന്ന ഉണർത്തുപാട്ടായി പാണനാർ മാറുന്നു. കവിയുടെ വൈദഗ്ദ്ധ്യം ദുഷ്ടശക്തികളുടെ വായ്ത്തല മടക്കുമെന്നും സമൂഹത്തെ ശുദ്ധീകരിക്കാൻ പ്രാപ്തമാകുമെന്നും ജി. ശങ്കരക്കുറുപ്പിന്റെ 'പാണനാർ' എന്ന കവിത പ്രഖ്യാപിക്കുന്നു.

ശിവതാണ്ഡവം പോലെ പാണനാരുടെ ഏകാന്തദീപ്തമായ നാദവും അഹങ്കാരത്തിന്റെയും നിദ്രയുടെയും നേർക്കുള്ള ഏറ്റവും ശക്തമായ വെല്ലുവിളിയാണ്. കവിയും സൃഷ്ടാവും പുരുഷനും ഒന്നിക്കുന്ന ഒരു പുതുലോകദർശനം ജി. പാണനാരിൽ കാഴ്ച്ച വെക്കുന്നു. പുരാവൃത്തസത്തയോട് ആധുനിക കാലഘട്ടത്തിന്റെ സംവാദം ഇത്രയും ശക്തമായി സാധിച്ച മലയാളകവിതകൾ വിരളമാണ്.

പന്തിരുകുല പുരാവൃത്തം– ഇതരകവിതകളിൽ

ആധുനികലോകത്തിന്റെ സമസ്യകൾ ഏറ്റവും ശക്തമായി ആവിഷ്ക്കരിച്ച കവിയാണ് എൻ. എൻ. കക്കാട്. ഏകാന്തജീവിയായ ആധുനികമനുഷ്യനെ പ്രതിനിധീകരിക്കാൻ 'വേരുകൾ'[32] എന്ന കവിതയിൽ എൻ. എൻ.കക്കാട് തിരഞ്ഞെടുക്കുന്നതും പാക്കനാരുടെ ബിംബമാണ്.

പന്തിരുകുലത്തമ്മയായൊരു
പറയിത്തള്ളയെ കണ്ടു ഞങ്ങൾ
പറപറക്കും മുടിയുമായി
പാതയിലൊരു ചട്ടിയുമായ്;
ഇന്നലെയും മിനിഞ്ഞാന്നും
നിന്നെത്തേടിനടന്നു ഞങ്ങൾ
ഇന്നിവിടെ, പാക്കനാരെ,
നിന്നെക്കണ്ടുപിടിച്ചു ഞങ്ങൾ...

ജനിമൃതികളൊടുങ്ങി മോക്ഷം നേടിയ പുണ്യാത്മക്കൾ കളഹംസങ്ങളായി ഭൂമിയിൽ ജീവിക്കുന്ന പുണ്യാത്മാക്കളെ ദർശിക്കാൻ ഇടയ്ക്കു വരാറുണ്ട് എന്ന സങ്കൽപ്പത്തിനെ ആധാരമാക്കിയാണ് കവിത. പ്രകൃതത്തിൽ കളഹംസങ്ങൾ ഏകാകിയായ പാക്കനാരോട് അമ്മയുടെ ദയനീയാവസ്ഥയെക്കുറിച്ച് സൂചിപ്പിക്കുന്നു. ഇത് പാക്കനാരിൽ ചലനങ്ങളൊന്നും ഉണ്ടാക്കുന്നില്ല. വളരെ നിർവ്വികാരനായി

ശരി, യിന്നലെയല്ലോ
പന്തിരണ്ടുപേർ ഞങ്ങളൊത്തുകൂടേണ്ടും ശ്രാദ്ധം
പോകുവാൻ കഴിഞ്ഞില്ല.

എന്ന മറുപടി പറയുകയും ചെയ്തു. ആധുനിക മനുഷ്യാവസ്ഥ മനുഷ്യനിലെ മനുഷ്യത്വം ചോർത്തിക്കളഞ്ഞതിന്റെ പ്രതീകമാണ് ഇവിടെ പാക്കനാർ.

ആരെയും കാണാതെ പരസ്പരം അറിയാതെ തിരക്കിലലയുന്ന തന്റെ സഹോദരങ്ങളെ പാക്കനാർ സമൂഹത്തിൽ കണ്ടെത്തുന്നു-

നിശ്ശബ്ദം പറക്കുമാപ്ലിമത്തിൽ
പിൻസീറ്റിലിരിക്കുമാ പ്രഭുവെയറിയില്ലേ?
എന്റെ സഹോദരനുപ്പുകൊറ്റനാണയാൾ
പത്തുമില്ലുകൾക്കുടമസ്ഥൻ
ആരെയും കണ്ടില്ലെന്നമട്ടിലല്ലല്ലീയാത്ര!

സമ്പത്ത് മനുഷ്യബന്ധങ്ങളിൽ വിതച്ച ദൈന്യാവസ്ഥയാണിത്. അജഗജാന്തരമുള്ള സാമൂഹികാവസ്ഥ സഹോദരന്മാർക്കിടയിൽ പോലും അന്യത്വം സൃഷ്ടിക്കുന്നതായി സൂചിപ്പിക്കാൻ പന്തിരുകുലത്തിന്റെ പുരാവൃത്തം കക്കാട് ഉപയോഗിച്ചിരിക്കുന്നു. പല സംസ്കാരവും പാരമ്പര്യവുമുള്ള നാഗരികർ എല്ലാവരും പന്തിരുകുലംപോലെ ഒറ്റപ്പെട്ടവരാകുന്നു. എല്ലാ സുഖങ്ങളും വിലയ്ക്കു വാങ്ങുന്നവന്റെ പ്രതിനിധിയായ ഉപ്പുകൊറ്റൻ അമ്മ ഭിക്ഷയാചിക്കുന്നതും, സഹോദരൻ ഉപജീവനത്തിനായി കഷ്ടപ്പെടുന്നതും കണ്ടില്ലെന്നു നടിക്കുന്നു. കൊടുംതിരക്കിൽ, എല്ലാത്തിനും സാക്ഷിയാകുന്ന, തികച്ചും അപരിചിതരെപ്പോലെ കഴിയേണ്ടിവരുന്ന നാഗരികന്റെ ഏകാന്തത പാക്കനാരിലൂടെ ആവിഷ്ക്കരിക്കാൻ പുരാവൃത്തബിംബം കക്കാടിനെ സഹായിച്ചിട്ടുണ്ട്.

"തപസ്സ്"[33] എന്ന കവിതയിൽ സച്ചിദാനന്ദൻ ആത്മാവബോധത്തെ ആവാഹിക്കാൻ പ്രേരിപ്പിക്കുന്ന ഉണർത്തുപാട്ടായി പാണനാരുടെ കടുന്തുടി മുട്ടലിനെ ചിത്രീകരിക്കുന്നു.

കരുവന്നൂർപുഴ മലവെള്ളം കൊണ്ടു
കവിഞ്ഞു ചോരയായൊഴുകുമ്പോൾ
തിരുവരങ്കന്റെ കടുന്തുടിമുട്ടി
ക്കടന്നുപോം കാറ്റുമൊഴിയുന്നു:
കിഴക്കുള്ളാമലയില്
ഉദിച്ചല്ലോ ഭഗവാന്

തൊഴുതിതേ ഭഗവാനേ
ഉണരുതേ ശിവശിവ
തിരുവരുളുണരുക...
അവനവന്റുള്ളീന്ന്
മലയുടെ മഞ്ഞീന്ന്
തിരുവരുളുണരുക...'

സൂര്യോദയം പോലെ പ്രകാശവത്തായ ആത്മബോധമുണ്ടാക്കാൻ കരുത്തുറ്റ തുയിലുണർത്തായി ഇത് മാറുന്നു. എല്ലാ പരാധീനതകളിൽ നിന്നുമുള്ള പ്രസാദാത്മകമായ ഉയിർത്തെഴുന്നേൽക്കലിന് ഇത് മാർഗ്ഗദർശകമായിത്തീരുന്നു.

പാടിയതിന്റെ പൊരുളുകൾ പാഴായതിലുള്ള ദുഃഖമാണ് 'പാണന്റെ ദുഃഖ'[34] മെന്ന ഒ. എൻ. വി. കവിത. കാണാത്ത പട്ടിന്റെ നേർമ്മകൾ വാഴ്ത്താൻ വിധിക്കപ്പെട്ട പാണന്മാരായി സമൂഹം മാറിക്കൊണ്ടിരിക്കുമ്പോൾ രാജാവ് നഗ്നനാണെന്ന് വിളിച്ചുപറയാൻ ധൈര്യം കാണിക്കാത്തവരുടെ മുമ്പിൽ പകച്ചുനിൽക്കുന്ന ചോദ്യം ഇതാണ്.

തുയിൽനാട്ട്യം കൊള്ളുന്നോരെ
തുടികൊട്ടിയുണർത്തണമോ?

ദാരിദ്ര്യവും പട്ടിണിയും, നാടുവാഴുന്ന അധികാരത്തിന്റെ ഭീഷണമുഖവും ആധുനികലോകാവസ്ഥയിലെ പാണനാരെ പാടിയ പാട്ടിന്റെ പൊരുളുകളെക്കുറിച്ച് ചിന്തിപ്പിക്കുന്നു. പാണനാരുടെ പുരാവൃത്തം കേവലബിംബ കല്പനയായി ഉപയോഗിക്കുമ്പോൾ ശക്തമായ വൈകാരികാസ്വാസ്ഥ്യം അനുവാചകനിലേക്ക് സംക്രമിക്കുന്നതായി അനുഭവപ്പെടുന്നു.

'പഴയ പാണൻ'[35] എന്ന ഒ. എൻ. വി. കവിതയിൽ ശപ്തമായ ജഡതതൻ ശിലയ്ക്കുള്ളിൽനിന്ന് ഉഷസ്സിനെ വിളിച്ചുണർത്താൻ പാണനാരെ അന്വേഷിക്കുകയാണ് കവി. ശ്രുതിഭരിതമായി അവൻ അയച്ച ബാണങ്ങൾ ചിതറിക്കിടക്കുന്നത് എടുത്തുകളിക്കുന്നത് കുഞ്ഞുങ്ങളാണ്. ആത്മാവിന്റെ ദലപുടങ്ങളിൽ സ്പന്ദിച്ചുണരുന്ന ദിവ്യാനുരാഗമെന്ന ഉജ്ജ്വലവികാരത്തെ വിളിച്ചുണർത്താൻ പാണനാരിന്ന് എവിടെപോയി എന്ന് കവി തിരയുന്നു.

തുയിലുണർത്താൻ, വിളിച്ചുണർത്താൻ, കരൾ
ത്തുടിയുടെ താളമാത്രയിലുച്ചമാം
ശ്രുതിയിലായിരം പാട്ടുകൾ പാടിയ
പഴയപാണനാരിന്നെങ്ങുപോയെങ്ങുപോയ്?
തിരുവരങ്ങി, ലവൻ പണ്ടു പാടിയ
തിരുവരങ്ങിൽ നിന്നെങ്ങുപോയെങ്ങുപോയ്?

ആദിമസ്പന്ദത്തെ വിളിച്ചുണർത്തിയ പാണനാർ ആധുനിക മാനവജീവിതത്തിന്റെ സ്പന്ദങ്ങൾ തിരിച്ചറിയാൻ സഹായകമാണെന്നു കവി കരുതിയതുകൊണ്ടാവാം ഈ പുരാവൃത്തത്തെ കവിതയിൽ സാന്നിദ്ധ്യമാക്കിയിരിക്കുന്നത്.

നിസ്വാർത്ഥമായ ദാമ്പത്യപ്രണയത്തിന്റെ കവിതയാണ് സുഗത കുമാരിയുടെ 'അത്രമേൽ സ്നേഹിക്കയാൽ'.[36] തന്നിലെല്ലാം അർപ്പിക്കുന്ന പ്രിയതമന് പത്നി അണിയിക്കുന്ന കിരീടത്തിൽ പാണനാരുടെ പുരാവൃത്തവും കടന്നുവരുന്നുണ്ട്. സൃഷ്ടിസഞ്ചയത്തെ ഉള്ളലിഞ്ഞു സ്നേഹിക്കുന്ന ഈശ്വരന് കവി തന്റെ കവിതയും ആരാധനാകിരീടമായി സമർപ്പിക്കുന്നു.

ഉറങ്ങും പ്രപഞ്ചത്തെ-
യുറക്കംനടിച്ചെന്നും
തിരിഞ്ഞു കിടക്കുന്ന
പരമാത്മാവെപ്പോലും
വിളിക്കാനുണർത്തുവാൻ
പോന്നതാമിച്ഛാശക്തി;
വിരൽത്തുമ്പിലോനിത്യ-
ജീവിതമഹാസിദ്ധി !...

കാലത്തിന്റെ ദീർഘമായ പഥങ്ങളിൽ എല്ലാം മറവിയിലാണ്ടുപോയാലും അനശ്വരമായിവർത്തിക്കുന്ന ഗാനം പൊഴിക്കാൻ കഴിയുന്ന ഇച്ഛാശക്തി തനിക്കുണ്ടെന്ന പ്രഖ്യാപനത്തിനാണ് ഈ പുരാവൃത്തം കേവലപ്രതീകമായി കവിതയിൽ ഉപയോഗിച്ചിരിക്കുന്നത്.

പ്രാദേശിക പുരാവൃത്തങ്ങളിൽ ഏറെ ശ്രദ്ധേയമായ പറയിപെറ്റ പന്തിരുകുലത്തിന്റെ കഥയാണ് മധുസൂദനൻനായരുടെ 'നാറാണത്തുഭ്രാന്തൻ'[37] എന്ന കവിത. നാറാണത്തുഭ്രാന്തന്റെ ജീവിത മുഹൂർത്തങ്ങളിലൂടെ കടന്നുപോകുമ്പോൾ പന്തിരുകുലത്തിലെ മറ്റംഗങ്ങളുടെ കഥയും സാന്ദർഭികമായി കടന്നെത്തുന്നു. വരരുചി എന്ന ബ്രാഹ്മണശ്രേഷ്ഠന് വിധിവൈപരീത്യാ പറയിയിലുണ്ടായ പന്ത്രണ്ടു മക്കളെ വ്യത്യസ്ത ജാതിമതസ്തർ എടുത്തുവളർത്തിയ ഈ കഥ കേരളത്തിലെ ജാതവ്യവസ്ഥയുടെ പരിണാമത്തിൽ ഉണ്ടായതാവണം. നാറാണത്തുഭ്രാന്തന്റെ കഥ ഗ്രീക്കിലെ സിസിഫസ് പുരാണത്തിനോട് സാമ്യമുള്ളതാണ്. സാർവ്വകാലിക മനുഷ്യാവസ്ഥയുടെ ആവർത്തന നിരർത്ഥതകൾ വെളിവാക്കുന്ന പുരാവൃത്തമാണിത്. ധാർമ്മിക സങ്കല്പങ്ങൾ ജഡമായിക്കൊണ്ടിരിക്കുന്ന ആധുനിക കാലത്താണ് നാറാണത്തുഭ്രാന്തന്റെ നവീന വ്യാഖ്യാനം വി. മധുസൂദനൻനായർ നടത്തുന്നത്.

ഓരോ ശിശുരോദനത്തിലും കേൾപ്പു ഞാൻ
ഒരു കോടിയീശ്വരവിലാപം!
ഓരോ കരിന്തകരികണ്ണിലും കാണ്മു ഞാൻ
ഒരു കോടി ദേവനൈരാശ്യം!
ജ്ഞാനത്തിനായ് കുമ്പിൾനീട്ടുന്ന പൂവിന്റെ
ജാതിചോദിക്കുന്നു വ്യോമസിംഹാസനം
ജീവന്റെ നീതിക്കിരക്കുന്ന പ്രാവിന്റെ
ജാതകം നോക്കുന്നു ദൈത്യന്യായാസനം
ശ്രദ്ധയോടന്നം കൊടുക്കേണ്ട കൈകളോ

അർത്ഥിയിൽ വർണവും വിത്തവും തപ്പുന്നു.
ഉമിനീരിലെരിനീരിലെല്ലാം ദഹിക്കയാ-
ണൂഴിയിൽ ദാഹമേ ബാക്കി'

അദമ്യമായ ഈ ദാഹം മാനുഷികമൂല്യങ്ങളെ പാടെ നശിപ്പിച്ചിരിക്കുകയാണ്. ഈ സർവ്വനാശത്തിന്റെ ഇടിവെട്ടലിൽ ഭൂമിതകരും മുമ്പ് ഭ്രാന്തൻ സ്വപ്നം കാണുന്നത് പ്രജ്ഞാതേജസ്സുമായി (Cosmic consciousness) പിറവിയെടുക്കുന്ന മാനവനെയാണ്. കവിയുടെ ഈ സ്വപ്നം സ്പന്ദനമായി കവിതയിലൂടെ അനുവാചകനിലേക്ക് സംക്രമിക്കുന്നത് പുരാവൃത്തത്തിന്റെ ശക്തികൊണ്ടു മാത്രമാണ്. ഗ്രീക്ക് മിത്തോളജിയിൽ സിസിഫസ് പുരാണം (Myth of Sysiphus) എന്നറിയപ്പെടുന്ന ഈ സമസ്യ ജീവിതാസ്തിത്വത്തിന്റെ സങ്കീർണ്ണവും നൂതനവുമായ ആധുനികകാലബന്ധ സാധ്യതകൾ ആരായുന്നുണ്ട്. സാർവകാലിക മനുഷ്യാവസ്ഥയുടെ ആവർത്തന നിരർത്ഥകതകൾ വെളിവാക്കുവാനും ധാർമ്മികസങ്കല്പജഡാവസ്ഥയ്ക്കു നേരെ കരുത്തുറ്റ വാങ്മയമായി നിലകൊള്ളുവാനും മധുസൂദനൻനായരുടെ 'നാറാണത്തുഭ്രാന്തനും' കഴിയുന്നു.

യശോധര – ജീവിതത്തിന്റെ ക്ഷണികത

ബൗദ്ധപുരാവൃത്തത്തെ അടിസ്ഥാനമാക്കി ജി. ശങ്കരക്കുറുപ്പ് രചിച്ച കവിതയാണ് 'യശോധര'.[38] സർവ്വദുഃഖങ്ങൾക്കും പരിഹാരമായ ശാശ്വത സത്യംതേടി കൊട്ടാരസുഖം വിട്ടിറങ്ങിപ്പോയ സിദ്ധാർത്ഥകുമാരൻ ബോധിവൃക്ഷച്ചുവട്ടിൽ ബോധോദയം സിദ്ധിച്ച പുരാവൃത്തം ഒട്ടേറെ മലയാളകവിതയിൽ പുനരാഖ്യാനങ്ങൾക്കും ബിംബകല്പനകൾക്കും വിധേയമായിട്ടുണ്ട്. ബൗദ്ധപുരാവൃത്തത്തിലെ നായികയായ യശോധരയുടെ മനസ്സുവായിക്കാനുള്ള ശ്രമമാണ് ജി. ശങ്കരക്കുറുപ്പിന്റെ കവിത.

എട്ടുവർഷത്തിനുശേഷം വീണ്ടും രാജധാനിയിലേക്ക് ഭിക്ഷുരൂപത്തിൽ തിരിച്ചുവരുന്ന സിദ്ധാർത്ഥൻ ഭാര്യയായ യശോധരയുടെ വൈകാരികാവസ്ഥ ഒട്ടും തന്നെ ഉൾക്കൊള്ളുന്നില്ല.

എട്ടുവസന്തസൗഭാഗ്യങ്ങൾ താൻ വിട്ട
ചുട്ടനെടുവീർപ്പിനാലേ കരിഞ്ഞുപോയ്;
ഏറെനാളേവം കഴിഞ്ഞിട്ടു തന്മുൻപി-
ലാറേഴു ശിഷ്യരൊത്തെത്തീ പ്രിയതമൻ;
ഒറ്റയ്ക്കടുത്തൊന്നുവന്നാൽ മിഴിനീരു
വറ്റിയ തൻകൺകളൊന്നു കണ്ടാൽ മതി;
ചെയ്തില്ലതുപോലുമെങ്ങും കൃപാമൃതം
ചെയ്തു നടക്കും ഘനാഘനമാകിലും
താനായിരുന്നു സർവ്വസ്വമവിടേക്കു
താനാരുമല്ലാത്തമട്ടിൽ നിന്നൂ വരൻ

യശോധരയുടെ നേർക്ക് അൽപ്പംപോലും മമത വെളിവാക്കുന്നതായിരുന്നില്ല വിരക്തനായ സിദ്ധാർത്ഥന്റെ പ്രവൃത്തി. അവളെ അനുഗ്രഹിച്ച് 'ശാന്തി' എന്നു മാത്രം ഉരുവിട്ട് പ്രസന്നവദനനായി അദ്ദേഹം

നിന്നു. ഉപേക്ഷിച്ചുപോയ എട്ടുവർഷവും യശോധര തപസ്സിലായിരുന്നു. ലോകത്തിന്റെ കണ്ണീർ തുടയ്ക്കാനിറങ്ങിപ്പോയ സിദ്ധാർത്ഥനെ മാത്രം ആരാധിച്ച് അദ്ദേഹം ലോകത്തിന്റെ സ്വത്താണെന്നും തനിക്ക് അദ്ദേഹത്തിൽ വിശേഷിച്ച് യാതൊരു അവകാശവും ഇല്ലെന്നുമുള്ള രൂക്ഷസത്യത്തിനോട് പൊരുത്തപ്പെടാൻ യശോധര തപസ്സുചെയ്തു. എന്നിട്ടും അദ്ദേഹം കൊട്ടാരത്തിലേക്ക് തിരിച്ചു വന്നപ്പോൾ യശോധരയുടെ മനസ്സ് പിടഞ്ഞു.

ഒരു അപരാധവും ചെയ്യാത്ത തന്നെയും മകനെയും ഒരു വാക്കുപോലുമുരിയാടാതെ കൈവിട്ടുപോയ നാഥന്റെ പ്രവൃത്തിയെക്കുറിച്ചും സ്നേഹരാഹിത്യത്തെക്കുറിച്ചും യശോധരയുടെ മനസ്സ് നിരന്തരം ചോദ്യം ചെയ്തുകൊണ്ടിരിക്കുന്നു.

നാരിക്കു സ്വാത്വികശുദ്ധി പാടില്ലയോ?
നാരി പുരുഷനു ചങ്ങല മാത്രമോ?
–ഒന്നനങ്ങുമ്പോൾ കരയുന്ന ചങ്ങല
ഒന്നു കുടഞ്ഞാൽ മുറുകുന്ന ചങ്ങല?

കണ്ണീരൊലിപ്പിച്ചുകൊണ്ട് ജീവിതം കാൽക്കലർപ്പിക്കുമ്പോൾ ഒന്നു പിടിച്ചെഴുന്നേൽപ്പിക്കുമെന്ന് യശോധര മോഹിച്ചു. വിരക്തിയുടെ വിടർത്തിയ പത്തി എന്നാണ് അപ്പോൾ അനുഗ്രഹിക്കാനുയർത്തിയ കൈപ്പത്തിയെക്കുറിച്ച് അവൾക്കു തോന്നുന്നത്. സിദ്ധാർത്ഥന്റെ മുഖം ശാന്തവും പ്രസന്നവുമായിരുന്നു. തന്നോടുള്ള അനാസ്ഥ ഒരു കൂരമ്പുപോലെ യശോധരയുടെ മനസ്സിൽ തറച്ചു. കൂരമ്പേറ്റു പിടയുന്ന അരയന്നത്തോട് കാട്ടിയ കരുണയെങ്കിലും താൻ അർഹിക്കുന്നില്ലേയെന്ന് അവളുടെ മനസ്സ് മന്ത്രിച്ചു. പാരിന്റെ കണ്ണുനീർ കാണുന്നവന് യശോധരയുടെ കണ്ണുനീർ കാണാൻ കഴിയുന്നില്ലേ എന്ന പരിതാപമായിരുന്നു അവൾക്ക്.

പരിത്യക്തയായ യശോധരയുടെ ലോകത്തിപ്പോൾ സ്നിഗ്ദമായി അവശേഷിക്കുന്നത് രാഹുലൻ മാത്രമാണ്. ശരണത്രയിയായ മൂന്നു രത്നങ്ങളുടെ പൈതൃകം ഏറ്റുവാങ്ങുവാൻ അവനെ പിതാവിന്റെ സമീപത്തേക്ക് പറഞ്ഞയക്കുന്നതോടെ സ്വന്തം ജീവിതം ചാരിതാർത്ഥമായിത്തീർന്നതായി യശോധര കരുതുന്നു.

മൂന്നുലോകം കൊടുത്താലും ലഭിക്കാത്ത
മൂന്നുരത്നങ്ങളുണ്ടച്ഛന്റെ കൈകളിൽ
പൈതലേ, ചെന്നു കൈകൂപ്പി നീ വാങ്ങുക–
പ്പൈതൃകം, കൈയിലൊരുമ്മ വെയ്ക്കട്ടെ ഞാൻ.

ശരണത്രയീധനനായ വാത്സല്യമൂർത്തിയുടെ മുൻപിൽ കൈമലർത്തിയ കുമാരനോട് സിദ്ധാർത്ഥൻ പറഞ്ഞത് ഇപ്രകാരമാണ്:

'ഇച്ചുരയ്ക്കത്തൊണ്ടുമാത്രമാണെൻ മുതൽ
കൊച്ചുകൈകൾക്കിതു താങ്ങുവാനാകുമോ?
മുത്തച്ഛനേകും മകുടത്തെ വാങ്ങുക;
മുഗ്ദമാമിക്കൈ കുഴയുമിതേന്തിയാൽ'.

കളിക്കോപ്പ് തനിക്കുവേണ്ടെന്നും അച്ഛനോടൊപ്പം വിശാലമായ വാനവും പാതയും മുട്ടുന്നിടത്തേക്ക് താനുമുണ്ടെന്നും പറഞ്ഞ് ഇറങ്ങുമ്പോൾ ചാരിതാർത്ഥഭാവത്തിൽ യശോധരയുടെ കണ്ണുകൾ വിടരുന്നു. അവൾ തന്നോടുതന്നെ പറയുന്നു.

........'എനിക്കൊന്നു–
മില്ലിനി, യെല്ലാം കൊടുത്തു കഴിഞ്ഞു ഞാൻ'.

താൽക്കാലികമായ ഒരാവേശത്തിനോ അപരിപക്വമായ മനസ്സിന്നോ സമ്മാനിക്കാവുന്ന ഒന്നല്ല സന്ന്യാസം എന്നത് മകൻ തെളിയിച്ചു.

മേടയിലിരുന്നുകൊണ്ട് ജീവിതത്തിന്റെ നിസ്സാര ശൂന്യതകളെ നേരിൽക്കണ്ട തനിക്കും അഷ്ടാംഗവ്രതം സ്വീകാര്യമാകുമെന്ന് യശോധര പ്രത്യാശിക്കുന്നു.

സർവ്വം ക്ഷണികമാം, സർവ്വവും ശൂന്യമാം
സർവ്വവും ദുഃഖമാം: എല്ലാമറിഞ്ഞു ഞാൻ,
ആലിൻ തണലിലിരിക്കാതെ, യീമേട–
മേലിരുന്നിട്ടും വിയോഗസമാധിയാൽ.
നാരിയായ്പോയി ഞാനഷ്ടാംഗമാം വ്രതം
നാഥനെനിക്കു വിലക്കുമോ നിർദ്ദയം?
നാരിയായ്പോയി ഞാനാത്മീയ നിർവൃതി
നാഥനെനിക്കുമനുവദിക്കില്ലയോ?

ന്യായമായ വിവേചന ചിന്തയോടെ സിദ്ധാർത്ഥന്റെയും തന്റെയും ജീവിതത്തെ വിശകലവിധേയമാക്കുന്ന ഈ യശോധര, പുരാവൃത്തത്തിലെ കഥാപാത്രത്തിൽ കവികല്പിതമായ അംശംകൂടി ചേർത്തു സൃഷ്ടിക്കപ്പെട്ടവളാണ്. രതിയും വിരക്തിയും തമ്മിലുള്ള സംഘർഷം തന്നെയാണ് ഇവിടെ പ്രമേയമെന്ന് ലീലാവതി കണ്ടെത്തുന്നുണ്ട്.[39] തന്റെ ചുടുനെടുവീർപ്പുകൊണ്ട് കരിഞ്ഞുപോയ എട്ടു വസന്ത സൗഭാഗ്യങ്ങളെ ഓർത്തു നീറുന്ന മനസ്സുള്ളവളാണെങ്കിലും തന്റെ ജീവിത സർവസ്വം താതനൊന്നിച്ച് ഇറങ്ങിത്തിരിച്ചപ്പോൾ യശോധരയ്ക്ക് ക്ഷണികതയുടെ തത്വത്തെക്കുറിച്ചുള്ള 'ബോധം' ഉദിച്ചു. എല്ലാം ക്ഷണികമാണെന്നുള്ളതാണല്ലോ ബുദ്ധമതത്തിലെ പരമതത്വം.

മറ്റൊരു നചികേതസ്സ് – മൃത്യുഭീതിയുടെ ഉദാത്തീകരണം

നചികേതസ്സിന്റെ കഥ തൈത്തരീയ ബ്രാഹ്മണത്തിലും കഠോപനിഷത്തിലുമുണ്ട്. നചികേതസ്സിന്റെ പിതാവായ ഉദ്ദാലകൻ'വിശ്വജിത്ത്'എന്ന യാഗം നടത്തി. യാഗാനന്തരം സർവ്വവും ദാനം ചെയ്യണമെന്നാണ് നിയമം. തന്നെയും ആർക്കെങ്കിലും ദാനമായി നൽകുമോ എന്ന് ശങ്കിച്ച നചികേതസ്സ് സംശയനിവാരണത്തിനായി പിതാവിനെ സമീപിച്ചു. പാൽവറ്റി എല്ലും തോലുമായ പശുക്കളെ ദാനം ചെയ്യുകയായിരുന്ന ഉദ്ദാലകൻ 'കസ്മൈമാം ദാസ്യസി?'' എന്ന നചികേതസ്സിന്റെ ചോദ്യത്തിന് ''മൃത്യുവെ ത്വാദ ദാമി'' എന്ന് മറുപടി കൊടുത്തു. ഇതുകേട്ട് മൃത്യുദേവനായ യമന്റെ അടുത്തേക്ക് സ്വ

മേധയാ യാത്ര തിരിച്ച നചികേതസ്സ് ബുദ്ധിയാലും ജ്ഞാനത്താലും അദ്ദേഹത്തിന്റെ പ്രീതി നേടുകയും ബ്രഹ്മജ്ഞാനം ഗ്രഹിച്ച് മുക്തി നേടുകയും ചെയ്ത് തിരിച്ച് വന്ന് തന്റെ പിതാവിന് ഗോദാന മാഹാത്മ്യം ഉപദേശിക്കുകയും ചെയ്തു.

ഈ പുരാവൃത്തത്തിൽ നിന്ന് ഭിന്നനാണ് ജി. ശങ്കരക്കുറുപ്പിന്റെ 'മറ്റൊരു നചികേതസ്സ്'[40] എന്ന കവിതയിലെ ദരിദ്രകർഷകന്റെ മകൻ. അവന്റെ തിരിച്ചുവരവിന്റെ ലക്ഷ്യം ഗോദാന മാഹാത്മ്യം ഉപദേശിക്കലല്ല; മറിച്ച് അച്ഛനമ്മമാരുടെ സങ്കടത്തിന് പരിഹാരം മാത്രമാണ്. മകനെ മരണത്തിന്റെ സമീപമെത്തിച്ച സംഭവമാകട്ടെ, വീട്ടിലെ ഓമനയായ പശുക്കിടാവിനെ ദാരിദ്ര്യം മൂലം പിതാവ് വിൽക്കാൻ തീരുമാനിച്ചതാണ്.

ജ്വരഖിന്നമായ സ്വപ്നാനുഭവത്തിന് നചികേതസ്സിന്റെ പുരാവൃത്തം പശ്ചാത്തലമായിത്തീരുകയാണ് ഇവിടെ. ബാലൻ താൻ ദർശിക്കുന്ന കാലന് ഭീകരമായ രൂപമില്ലെന്നും നയനം ദയാദീപ്തമാണെന്നും കണ്ടെത്തുന്നു.

മിത്രമേ, ഭവാനെഞാ–
നിങ്ങനെ വിളിക്കുവാൻ
മാത്രമങ്ങുന്നെൻ പേരിൽ
സൗഹൃദം പൊഴിയുന്നു.
കയറില്ലല്ലോ കൊടും–
ശൂലമില്ലല്ലോ കൈയിൽ
പ്രിയദർശനൻ ഭവാൻ;
–മർത്ത്യരെന്തെല്ലാം ചൊല്വൂ!

നടന്ന കഥയും, കൊച്ചു മൺകുടിലിനുള്ളിൽ ദീനരായിരിക്കുന്ന അച്ഛനമ്മമാരെക്കുറിച്ചും ബാലൻ കാലന് വിവരിച്ചുകൊടുക്കുന്നു. പൂവാലിയെ കടക്കാരന് വിൽക്കേണ്ടിവരുമ്പോഴാണ് ജ്വരബാധിതനായി കീറപ്പായയിൽ കിടക്കുന്ന അവൻ നചികേതസ്സിനെപ്പോലെ ''തന്നെ വിൽക്കുന്നത് ആർക്കാണാവോ?'' എന്ന് ചോദിക്കുന്നതും ''കാലന്'' എന്ന് സ്നേഹശീലനായ അച്ഛൻ തത്കാലത്തെ ദേഷ്യത്തിൽ പൊട്ടിത്തെറിച്ചതും. പനിയേറി കാലപുരിയിലെത്തിയ അവനുമുന്നിൽ കാലൻ സത്യത്തിന്റെ വ്യക്തമായ ചിത്രം വരച്ചിടുന്നു.

രോഗമി,ല്ലസുഖമി–
ല്ലില്ല, സമ്പന്നന്മാർതൻ
ഭോഗചാപലം, കടം
വന്നലട്ടലുമില്ല,
ശാന്തി, ശാശ്വത ശാന്തി
മാത്രമുണ്ടജ്ഞന്മാർ സം–
ഭ്രാന്തി കൊള്ളുകയാണു
മൃത്യുവെന്നെങ്ങാൻ കേട്ടാൽ?
ഏകവുമചലവു–

മായ വായുവിൽ നിന്നു
ലോകത്തിൽ പലതരം
കാറ്റുകൾ പിറക്കുന്നു,
നിശ്ചലമൃതിയിൽ നി-
ന്നാണു ജീവിതമെല്ലാം
നിച്ചിലുമുണ്ടാകുന്ന-
തതിലേ ലയിക്കുന്നു.

കവി അവതരിപ്പിക്കുന്ന യമദേവൻ സൗമ്യസ്നിഗ്ധ ഗംഭീരാകാര നും മൊഴിയിൽ സൗമ്യവചസ്സുകൾ നൽകി ആശ്വാസമേകുന്നവനുമാണ്. ജീവിതത്തെ മരണത്തിന്റെ ചെങ്കുത്തായ പാതയിലൂടെയുള്ള പ്രയാ ണമായാണ് കാണേണ്ടത്. ഏതു നിമിഷവും കാൽതെറ്റി വീഴാമെന്ന തിനാൽ എല്ലാവരും മരണത്തെ ഭയപ്പെടുന്നു. വേദനയും ദുഃഖവുമി ല്ലാത്ത, ധനികരുടെ ഭോഗചാപല്യങ്ങളും ദരിദ്രന്റെ കടബാധ്യ തകളുമില്ലാത്ത, മധുരോദാരമായ ഒരു അനുഭവമാണ് മരണം. യഥാർത്ഥത്തിൽ നിശ്ചലമൃതിയിൽ നിന്നാണ് ജീവിതമുണ്ടാകുന്നത്; അത് അതിൽതന്നെ വിലയം പ്രാപിക്കുകയും ചെയ്യുന്നു. ജി. യുടെ മൃത്യുദർശനം എന്റെ വേളിയിലും ഇന്നു ഞാൻ നാളെ നീയിലും ഇതുപോലെ പ്രതിഫലിച്ചിട്ടുണ്ട്.

മൃത്യുലോകത്തിൽനിന്ന് തിരിച്ചുവന്ന ബാലന്റെ അനുഭവം നോക്കുക-

ദൂരെ ദൂരെ നിന്നടു-
ത്തടുത്തുവന്നെത്തീടും
ധീരമാം കുതിരതൻ
കുളമ്പിൻ ശബ്ദംപോലേ
സ്ഫുടമായ് പിന്നെപ്പിന്നെ
കേൾക്കയായ് ഞാനെൻ നെഞ്ചു
മിടിക്കും മിടിപ്പുകൾ
വന്നു വേദന വീണ്ടും.
കണ്ണു ഞാനകത്തേക്കു
തിരിച്ചപ്പൊഴക്കണ്ട
കല്യ മംഗള രൂപം
മാഞ്ഞുകൺതുറന്നപ്പോൾ.
വിമ്മിവിമ്മിക്കേണെന്റെ
മാറത്തുകൈവെച്ചുകൊ-
ണ്ടമ്മയുമരികെയു-
ണ്ടച്ഛനുമിരിക്കുന്നു!

യമദേവന്റെ ആശംസകളോടെ, നല്ല ചിന്തയും നല്ല കർമ്മവും ഫുല്ല സൗഭഗമാക്കുന്ന ലോകത്തിലേക്ക് മകൻ തിരിച്ചുവരികയാണ്. അച്ഛനമ്മമാർ തൂകുന്ന സ്നേഹത്താൽ സുരഭിലമാകേണ്ട കൗമാര ത്തിലേക്ക് വീണ്ടും മകൻ തിരിച്ചെത്തുന്നു. 'ജീവിതത്തെ മൃതിയുടെ ഒരു ക്ഷണികവികാരമായി മാത്രം കാണുകയും, മൃതിയെ അതിമാ ത്രമാദർശവൽക്കരിക്കുകയും ചെയ്യുന്ന കവി സ്വന്തം മൃത്യുഭീതി

ഉദാത്തീകരിച്ച് (Sublimation) അതുളവാക്കുന്ന ആത്മവ്യഥയിൽ നിന്ന് മോചനം നേടാൻ ശ്രമിക്കുന്നു' എന്ന് ഡി. ബഞ്ചമിൻ അഭിപ്രായപ്പെടുന്നത് ഈ കവിതയെ സംബന്ധിച്ച് പ്രസക്തമാണ്.[41] നചികേതസ്സിന്റെ കഥയുടെ ലക്ഷ്യമല്ല ഇവിടെ കവിക്കുള്ളതെന്ന് കവി തന്നെ വ്യക്തമാക്കിയിട്ടുണ്ട്.[42] അതുകൊണ്ട് ഈ പുരാവൃത്തം കേവലബിംബമായി കവിതയെ സ്പഷ്ടമായ അർത്ഥതലങ്ങളിൽ എത്തിക്കുകയും ചെയ്യുന്നു.

ചന്ദനക്കട്ടിൽ– ഒരു നാടോടി പുരാവൃത്തം

കുട്ടിക്കാലത്ത് അമ്മ പറഞ്ഞു കൊടുത്ത കഥയാണ് 'ചന്ദനക്കട്ടിൽ'[43] എന്ന കവിതയുടെ ബീജമെന്ന് ജി. ശങ്കരക്കുറുപ്പ് വ്യക്തമാക്കിയിട്ടുണ്ട്. അഞ്ചുദശകത്തിലേറെ കൊല്ലം കഴിഞ്ഞാണ് ആത്മാവിൽ അലിഞ്ഞുചേർന്ന ആ കഥാമാധുരി കാവ്യസുധയായി പ്രവഹിച്ചത്. മനുഷ്യബന്ധങ്ങൾക്ക് പ്രാധാന്യം കല്പിക്കാതിരുന്ന ഫ്യൂഡൽ കാലഘട്ടമാണ് ഈ കവിതയുടെ പശ്ചാത്തലം.

വെമ്പലനാട്ടിലെ തമ്പുരാന്റെ തമ്പുരാട്ടിക്ക് കട്ടിൽ തീർക്കുവാൻ ചന്ദനമരം തേടി ഒരു കൂട്ടം സേവകർ തമ്പുരാനെ തൊഴുതിറങ്ങുന്നതോടെ കവിതായാരംഭിക്കുന്നു.

വെമ്പലനാട്ടിലെത്തമ്പുരാന്റെ
തമ്പുരാട്ടിക്കൊരു കട്ടിൽവേണം;
കട്ടിൽ കടയുവാനാക്കിഴക്കൻ–
കാട്ടിലെച്ചന്ദനം തന്നെവേണം;
ആനക്കൊമ്പാവണം മേലാപ്പിന്ന്,
ആനമുഖം വേണം കാലുകളിൽ.
മേനോക്കിയച്ചനും മേനോന്മാരും
മേലെഴുത്തിന്നുള്ള പിള്ളമാരും
പത്തെൺപതിലേറെ നായന്മാരും
കൊത്തുപണിക്കാരും തച്ചന്മാരും,
–തമ്പുരാട്ടിക്കുള്ള മോഹമല്ലേ,
തമ്പുരാൻ കല്പിച്ചിരിക്കയല്ലേ,
വാക്കത്തി കോടാലിയൊക്കെയായി
വാക്കയ്യ പൊത്തിത്തൊഴുതിറങ്ങി.

വഴിനീളെ അവർ പറയുന്ന കഥകൾക്ക് തമ്പുരാക്കന്മാരുടെ പ്രതാപമായിരുന്നു വിഷയം. തിരുവായ്ക്കെതിർവായില്ലാതിരുന്ന ഒരു കാലത്തിന്റെ മൂർത്തമായ ചിത്രം കവി ഇവിടെ കുറിച്ചിടുന്നു.

'തലയും ചൊറിഞ്ഞു തിരിച്ചുവന്നാൽ
തലയോടുകൂടി വിടില്ലൊരാളെ
ഫലമെന്തു പിന്നെക്കുടിലിൽ വന്നാൽ
തലയിരിക്കില്ലാ കഴുത്തിലെങ്കിൽ!'

നർമ്മബോധം ജനിപ്പിക്കുന്നതാണെങ്കിലും അത്യന്തം രൂക്ഷമാണ് ഈ പ്രസ്താവന.

ഭാരതം വായിച്ചുകൊണ്ടിരുന്ന മരുമകന്റെ 'കബന്ധമെന്നാലെന്താണെന്ന സംശയം തീർക്കാൻ ഒരു നാടുവാഴി കിഴവൻ പരിചാരകനെ അടുത്തുവിളിച്ച് തലവീശിക്കാണിച്ചുകൊടുത്തതും, മുടിയേറ്റിൽ കാളിവേഷം കെട്ടിയ മാതുലൻ നാടുവാഴിയുടെ കല്പനയനുസരിച്ച് ദാരികൻ കെട്ടിയ മരുമകന്റെ തല വാൾകൊണ്ട് വെട്ടിയെടുത്ത് തളികയിലാക്കി തൃപ്പടിയിൽ വെച്ചതുമായ കഥകൾ യാത്രയിലുടനീളം അവർ പറയുന്നു.

നെല്ലും പണവും കുമിഞ്ഞവർക്ക്
കൊല്ലും കൊലയും കുലാധികാരം!'എന്ന് സമുദായ നീതി അവരെ ഓർമ്മിപ്പിച്ചുകൊണ്ടിരുന്നു. ഈ ഉപകഥകളിലൂടെ പഴയൊരു കാലഘട്ടത്തിന്റെ സജീവചിത്രം കൃതിയുടെ ഭാവസൗന്ദര്യത്തിന് ഊന്നൽ നൽകി തുന്നിചേർത്തിരിക്കുന്നു.

ചന്ദനമരം കണ്ടെത്തിയ അവർ ഉത്സാഹത്തിമർപ്പോടെ അതിനെ വെട്ടിയെടുക്കാൻ സമീപിച്ചപ്പോൾ മരത്തിന്റെ പൊത്തിൽനിന്ന് ഒരു കൊച്ചുപെൺകിടാവിന്റെ ശബ്ദം കേട്ടു.

വെട്ടല്ലേ കൊത്തല്ലേ നായന്മാരേ,
വെട്ടല്ലേ കൊത്തല്ലേ തച്ചന്മാരേ!'

ഒരു നിമിഷത്തെ അമ്പരപ്പിൽനിന്ന് മുക്തിനേടിയ അവർക്ക് ആനറാഞ്ചിപ്പക്ഷി ഓമനിച്ചു വളർത്തുന്ന മനുഷ്യക്കുഞ്ഞിനെയും ചന്ദനമരത്തോടൊപ്പം കൊട്ടാരത്തിലേക്ക് കൊണ്ടു പോരേണ്ടിവന്നു. പിഞ്ചുകുഞ്ഞിന്റെ അമ്മയെ ഓർത്തുള്ള ഹൃദയവേദന അവരാരും അറിഞ്ഞില്ല. തള്ളപക്ഷി ഞാറപ്പഴവുമായി തിരിച്ചെത്തിയപ്പോൾ മരമോ കൂടോ കുഞ്ഞിനെയോ കാണാഞ്ഞ് ചിറകിട്ടടിച്ച് നിലവിളിച്ചു. നിലാവിൽ നിണംപോലെ വീണുകിടക്കുന്ന തന്റെ കുഞ്ഞിന്റെ ചെമന്ന പട്ടുതുണി അടയാളമാക്കി അരമനവാതിലോളമെത്തിയ തള്ളപക്ഷി അതിന്മേൽ തലതല്ലി ചത്തുവീണു.

അമ്മതൻ സ്നേഹം മണത്തറിഞ്ഞു
പൊന്മകളെക്കൊണ്ടുപോയ മാർഗ്ഗം
അരമന തന്റെയടഞ്ഞ വാതിൽ-
ക്കരികത്തണഞ്ഞതു ചത്തുവീണു.

മാതൃസ്നേഹത്തെ ഉദാത്തമാക്കുന്ന വരികളാണ് ഇവ. നാടോടിക്കഥകളിൽ പ്രായേണ മാതൃപ്രതീകങ്ങളായി പക്ഷികൾ പ്രത്യക്ഷപ്പെടാറുണ്ട്. മടിയിൽ നിന്നിറങ്ങിപ്പോകുന്ന മകളെക്കുറിച്ചുള്ള മാതൃവ്യഥ സമൂഹമനസ്സിൽ ചിരന്തനമായി കുടികൊള്ളുന്നു. അതിനെ പ്രകാശിപ്പിക്കുന്ന പുരാവൃത്തമാണ് ചന്ദനക്കട്ടിലിലുള്ളത്. ഈ പക്ഷി അങ്ങനെ ഒരു ചിരന്തന മാതൃപ്രതീകമായി മാറുന്നു. അമ്മമാർ മക്കളെ ചിറകിൻ കീഴിൽ സംരക്ഷിക്കുന്നുവെന്ന കല്പന സമൂഹബോധത്തിന്റെ സുരക്ഷിതത്വസങ്കല്പവുമായി ബന്ധപ്പെട്ടതാണ്. പുത്രീവ്യഥയനുഭവിക്കുന്ന ഒരു മാതാവിന്റെ സ്ഥാനമാണ് ചന്ദനക്കട്ടിലിലെ ആനറാഞ്ചിപക്ഷിക്ക് കവി കല്പിച്ചുനൽകുന്നത്.

കന്നിനിലാവിൽ ചിരിച്ച രാവിൽ
മിന്നിത്തിളങ്ങുന്ന മട്ടുപ്പാവിൽ
ചന്ദനക്കട്ടിലിൽ ചെന്നിരിക്കാൻ
ചാടുവാക്കോതും പ്രിയൻ വലിക്കെ,
അവളുടെ കൺകളിൽ നിന്നുരണ്ടു-
കവിളിലും കൂടിയൊലിച്ചു കണ്ണീർ:
ചിറകാർന്നൊരമ്മയപ്പറ്റിയോർത്തോ
ചിറകുവിടർത്തുന്ന ഭാഗ്യമോർത്തോ?

കാലക്രമത്തിൽ ഇളമുറക്കാരനായ തമ്പുരാന്റ പട്ടമഹിഷിയായി ആ പെൺകുട്ടി അവരോധിക്കപ്പെട്ടിട്ടും ചന്ദനക്കട്ടിൽ അവളുടെ പഴയ ഗേഹത്തേയും സ്നേഹമയിയായ തള്ളപക്ഷിയെക്കുറിച്ചുള്ള സ്മരണകളെയുമുണർത്തിക്കൊണ്ട് അവശേഷിച്ചു.

ഒരു നാടോടിക്കഥ ഹൃദയസ്പൃക്കാവും വിധം അവതരിപ്പിച്ചതിലാണ് ചന്ദനക്കട്ടിൽ എന്ന കവിതയുടെ വിജയം കുടികൊള്ളുന്നത്. നാടോടി പുരാവൃത്തങ്ങളുടെ അടിസ്ഥാനത്തിൽ എഴുതപ്പെട്ട കവിതകളെല്ലാം ഇത്തരത്തിൽ വിജയം കൈവരിച്ചവയാണ്. അതീതകാലാന്തരീക്ഷം രൂപപ്പെടുത്തിയതിലും, കഥ കാണും പോലെ തോന്നിപ്പിക്കുന്ന ചിത്രകല്പനകൾ കോർത്തിണക്കിയതിലും, കഥാപാത്രസന്നിവേശത്തിലും, നാടകീയമായ ആഖ്യാനശൈലിയിലും, ഗാനാത്മക രീതിയിലും ശങ്കരക്കുറുപ്പിന്റെ തൂലിക മികച്ച പ്രകടനമാണ് കാഴ്ച്ച വെച്ചിരിക്കുന്നത്. സമൂഹമനസ്സിൽ ക്രിസ്റ്റലീകൃതമായിക്കിടക്കുന്ന ഒരു ചിരന്തനാനുഭൂതിയെ അതിനനുയോജ്യമായ രൂപവിന്യാസത്തോടെ ചിത്രീകരിക്കാൻ കഴിഞ്ഞിരിക്കുന്നു ഈ കവിതയിൽ.

മാതൃത്വത്തിൽ നിന്ന് പറിച്ചെറിയപ്പെടുന്ന മക്കളെക്കുറിച്ചുള്ള സമൂഹമനസ്സിന്റെ പൊള്ളുന്ന വ്യഥയും അതിനൊപ്പം അഴകുള്ളതെല്ലാം സ്വന്തമാക്കാൻ ആഗ്രഹിക്കുന്ന പ്രതാപികളായ നാടുവാഴികളുടെ താൽപര്യങ്ങൾക്കിടയിൽപ്പെട്ട് അനാഥമാകുന്ന മനുഷ്യബന്ധങ്ങളുടെ കഥയും വിളക്കിച്ചേർത്തപ്പോൾ ചുട്ടുപൊള്ളുന്ന ഒരനുഭവം ഈ കവിത സമ്മാനിക്കുന്നു. ചിറകിന്റെ ചൂടും സംരക്ഷണവും സുരക്ഷിതത്വവും മാതാവിന്റെ മമതയുടെ പ്രതീകമാണ്. മക്കളെ നെഞ്ചിൽ നിന്നടർത്തിയെടുക്കുന്ന കാലത്തിന്റെ ശിലാഭിത്തിയിൽ തലതല്ലിമരിക്കുന്ന മാതാവ് ജീവിതത്തിലെ അനിവാര്യ ദുരന്തങ്ങളിലൊന്നിനുള്ള ഒരു ആലംബനവിഭാവമാണ്. ഈ തീക്കട്ട വിഴുങ്ങാതെ ലോകത്തിലെ അമ്മമാരായ അമ്മമാർക്കൊന്നും ഒരിക്കലും ജീവിക്കാനാവില്ല.

നോഹയും പൊന്മയും - കവികർമ്മത്തിന്റെ വെളിപ്പെടുത്തൽ

ജി. ശങ്കരക്കുറുപ്പിന്റെ 'നോഹയും പൊന്മയും'[44] എന്ന കവിത അധർമ്മ പ്രളയത്തിലാണ്ട ആധുനിക കാലഘട്ടത്തിൽ മനുഷ്യത്വത്തിന്റെ കാല്പാടുകൾ തേടിപ്പോയ ഗാനപൊന്മയുടെയും അതിനെ പുറത്തേക്കയച്ച നോഹയുടെയും കഥയാണ്.

അഗാധമാക്കിന നൈരാശ്യത്തി–
ന്നനന്തമായ കലക്കം
ഒഴുകുന്നൂ ഒറ്റയ്ക്കോടം,
തരണിയിലെ നോഹ
പുരുഷൻ
കവി
പുരാണൻ
വിചലിക്കുന്നു ആലിലമേലേ
നീലാകാശ പ്രാണൻ
പറന്നുപൊങ്ങീ
പാരാവാരമി
ഷ്പുരാണ കവിയുടെ ജിജ്ഞാസ:
കരയുണ്ടോ,
തുറമുഖമുണ്ടോ;
കാല്പാടുണ്ടോ നരന്റെ?

സർവ്വവും നശിക്കുന്ന കാലത്ത് ജീവഗണത്തെ സുരക്ഷിതമായി നയിക്കാൻ വിധിക്കപ്പെട്ട നോഹയാണ് കവി. അഴകില്ലാത്ത കവിയുടെ ആദ്യഗാനം ആകാശത്തിന്റെ അടഞ്ഞ ചില്ലിലും വാഗ്ദാനമായ മഴ വില്ലിന്റെ വക്കിലും ചിറകടിച്ച് തിരിച്ചുവരുന്നു. തരണിയിലെ പുരുഷൻ കാൽചുണ്ടുകൊണ്ട് മുകർന്നതോടെ ഗാനപൊന്മയ്ക്ക് മധുരരൂപഭാവങ്ങൾ കൈവരികയും മനുഷ്യന്റെ ഉള്ളിലേക്ക് നോവിന്റെ ചൈതന്യവുമായി കടന്നുചെല്ലുന്ന പ്രാവിനെപ്പോലെ (കവിതയെ പ്പോലെ) ആയിത്തീരുകയും ചെയ്യുന്നു. ഇവിടെ പ്രളയാനന്തരം ആലി ലയിൽ കാൽവിരലുണ്ടുകിടക്കുന്ന കൃഷ്ണപുരാവൃത്തവും ബിംബ രൂപത്തിൽ കടന്നുവരുന്നു.

പ്രളയം യവനിക,
പിറകിലൊരണിയറ,
മുഴങ്ങുമിനിയും
തവനാന്ദി
നവജീവിതനാന്ദി,
തീരം കാണും പൊന്മേ ഗാനപൊന്മേ!
ഓടമെവിടെ
ഒലിച്ചുപോയീ
നോഹയെവിടെ
കവി
പുരാണൻ!
ഓടക്കുഴലും പ്രപഞ്ചദുസ്തര–
ലഹരിയിലൊഴുകാം, മുഴുകാം
തിരയൂ
തീരം പൊന്മേ
ഗാനപൊന്മേ!

ജീവിതത്തിലെ ഏകാന്തതയുടെ സാധനയിലൂടെ പൊള്ളുന്ന അനുഭവങ്ങളിൽ വാർത്ത ഈ കവിത ഹൃദയത്തെ സ്പർശിക്കുന്നു. ഹൈന്ദവ പ്രളയപുരാവൃത്തത്തിൽ ആലിലയിൽ കാൽവിരലുണ്ട് ഓടക്കുഴലുമായികിടക്കുന്ന കൃഷ്ണനും നോഹയെപ്പോലെ സംരക്ഷകബിംബമായിത്തന്നെയാണ് കടന്നുവരുന്നത്. നോഹയുടെ സംരക്ഷകസ്വഭാവവും സാമൂഹിക പ്രതിബദ്ധതയും തന്റെ കാവ്യജീവിതത്തിലും പ്രകാശിപ്പിക്കുവാൻ വേണ്ടി കവി ഈ പുരാവൃത്തത്തെ തിരഞ്ഞെടുക്കുകയാണ് ചെയ്തത്.

അന്ത്യപ്രളയം– ഇതരകവിതകളിൽ

എൻ. വി. കൃഷ്ണവാരിയരുടെ 'മഴവില്ലും ചൂരൽവടിയും'[45] ജലപ്രളയത്തിന്റെ പുരാവൃത്തം പരാമർശിക്കപ്പെടുന്ന കവിതയാണ്. മഴവില്ലു തിരിച്ചെടുക്കുമ്പോൾ ദൈവം ചൂരൽവടി താഴെയിട്ടു. ആഹ്ലാദത്തിമർപ്പിൽ പരസ്പരം തല്ലി നശിക്കാൻ ഇതൊരു ആയുധമായി. ആസന്നമായൊരു ജലപ്രളയത്തെ ഈ കവിത ഓർമ്മിപ്പിക്കുന്നു.

ഓർത്തുപോയ് ദൈവ, മാദിപ്രളയം കഴിഞ്ഞനാ–
ളദ്ദേഹം നോഹയ്ക്കായി നൽകിയ വാഗ്ദാനത്തെ
മണ്ണോട് മനുഷ്യനോടഖില ചരാചര–
മണ്ഡലത്തോ, ടെന്നേക്കുമായ് ചെയ്ത കരാറിനെ.
അക്കരാറിനുനിത്യ ലക്ഷ്യമായ്ത്തൻ ദിവ്യവി–
ല്ലന്നത്തെ മേഘത്തിൽത്താൻ വെച്ചതു മോർത്തുദൈവം
മർത്ത്യരോടവരുടെ മക്കളോടവർപോറ്റും
മാടിനോടണ്ഡജത്തോടാരണ്യമൃഗത്തോടും
പെട്ടകത്തിൽപ്പോയ് കേറിപ്രളയം കടന്നുള്ള
സൃഷ്ടിവർഗ്ഗത്തോടെല്ലാം ചെയ്തതാണാ വാഗ്ദാനം

സച്ചിദാനന്ദൻ 'ഇടശ്ശേരി'[46] എന്ന കവിതയിൽ നോഹയുടെ പുരാവൃത്തത്തിൽ നിന്ന് ബിംബങ്ങൾ സ്വീകരിച്ച് പ്രളയത്തിൽ ഭൂമി നശിക്കുമ്പോഴും ഇടശ്ശേരി എന്ന കവി അനശ്വരനാവുമെന്ന് സൂചിപ്പിക്കുന്നു.

പ്രളയമൊടുവിൽ വരുന്നേരമൊരു വരി–
ക്കവിതമേൽ പൊന്തിക്കിടന്നു
ഒരു മുഴുപ്പൊന്നാനിപെട്ടകത്തിൽ കേറ്റി–
ക്കറുകമണത്തു തുഴയുന്നു.

പെട്ടകത്തിലൂടെയാണ് നോഹ അനശ്വരനായതെങ്കിൽ കവിതയിലൂടെയാണ് ഈ അഭിനവനോഹ അനശ്വരനാവുക. ഇടശ്ശേരിക്കവിതയുടെ കാലാതീതപ്രസക്തിയും കരുത്തും വ്യക്തമാക്കുന്നതിനാണ് സച്ചിദാനന്ദൻ ഈ പുരാവൃത്തബിംബങ്ങൾ സ്വീകരിച്ചിരിക്കുന്നത്.

ദൈവനീതിയുടെ നിർദ്ദയമായ നടത്തിപ്പിന്റെയും നന്മയ്ക്ക് ദാക്ഷിണ്യപൂർവ്വം നൽകപ്പെടുന്ന സംരക്ഷണത്തിന്റെയും പുരാവൃത്തമായ ജലപ്രളയം 'ശ്യാമഗീതം'[47] എന്ന സച്ചിദാനന്ദന്റെ കവിതയിലും ആവർത്തിക്കപ്പെടുന്നുണ്ട്.

നോഹയുടെ പെട്ടകമില്ലാത്തതി-
ത്താഴ്വരയിലനുദിനം തള്ളിവരുമാദിപ്രളയം.

ആഗ്രഹിക്കുന്നവർക്ക് രക്ഷപ്പെടാൻ ഒരു നോഹയുടെ പെട്ടകവുമില്ലാത്ത അരക്ഷിതാവസ്ഥയിൽ പ്രളയഭീതി വർദ്ധിക്കുന്നതായി കവി ചൂണ്ടിക്കാട്ടുന്നു. നോഹയുടെ തലമുറയിലേതിനേക്കാൾ ധർമ്മം ഇല്ലാത്തതിനാലാകാം ഒരു പെട്ടകത്തിന്റെ സാധ്യതപോലും ഈ തലമുറയ്ക്ക് നഷ്ടപ്പെടുന്നത്.

ആധുനിക ജീവിതത്തിന് നോഹയുടെ പെട്ടകം നഷ്ടമായിട്ടുണ്ടെങ്കിലും മഹത്വപൂർണ്ണമായ മറുകരയിലെത്തണമെന്നുള്ള വിശ്വാസമാണ് 'ഇടവേള'[48] എന്ന സച്ചിദാനന്ദന്റെ കവിത.

കടൽ നടുവിൽ ഇരുൾ മുരളുമ്പോൾ
ഇതാ ഞാനെന്റെ കാക്കയെവിട്ടയയ്ക്കുന്നു
അത് കരനോക്കിച്ചിറകടിക്കുന്നു.
ഇതാ ഞാനെന്റെ പ്രാവിനെ വിട്ടയയ്ക്കുന്നു
അത് കതിരും പച്ചിലയുമായി തിരിച്ചെത്തുന്നു.
മഹത്വപൂർണ്ണമായ മറുകരയിലുള്ള എന്റെ വിശ്വാസം
അത് വീണ്ടും ഉറപ്പിക്കുന്നു.

ഭൂമിയിൽപെരുകുന്ന പാപപങ്കിലമായ ജീവിതങ്ങൾക്ക് ഒടുവിൽ മഹത്വപൂർണ്ണമായ മറുകര കണ്ടെത്താമെന്ന ശുഭാപ്തിവിശ്വാസം പ്രകടിപ്പിക്കാൻ കവിതയിലെ ഈ പുരാവൃത്തബിംബങ്ങൾക്കൊണ്ട് കഴിയുന്നുണ്ട്.

വൈഷ്ണവ-ക്രൈസ്തവ പുരാവൃത്തങ്ങളുടെ പുനർവ്യാഖ്യാനമാണ് സച്ചിദാനന്ദന്റെ 'വിയറ്റ്നാം'[49] എന്ന കവിത.

ചോരയൊലിച്ചു പിടയ്ക്കുമൊരായിര-
മിത്തിരിമീനും കൈകളിലേന്തി-
യിഴഞ്ഞുവരുന്നൊരു നീരാളി.
പുളയും കൈകളിൽ നിറയും രുധിരം
വായിലൊരോടക്കുഴൽ,
കാലിൽ ചുവടുകൾ
കണ്ണിൽ നരകത്തീക്കനൽ,
അഹ, വെള്ളമവൻ വീഞ്ഞായ് മാറ്റി!

മനുഷ്യൻ പിടഞ്ഞുവീണുകിടക്കുന്ന യുദ്ധഭൂമിയിൽ സംരക്ഷണ വാഗ്ദാനവുമായി അത്ഭുതാകാരത്തെ ഭീകരദൃശ്യമാക്കി അവതരിപ്പിച്ച ഒരു ദൈവവുമെത്തുന്നില്ലെന്ന് കവി സൂചിപ്പിക്കുന്നു. ആധുനികമനുഷ്യന്റെ സംരക്ഷകസങ്കൽപ്പങ്ങൾപോലും തകർന്നടിയുന്നതായി കവിത വെളിപ്പെടുത്തുന്നു.

നിൻമഴവില്ലെവിടെ പിതാവേ?
ഇന്നലെരാത്രിയിലതു തകരുന്നതുകേട്ടേൻ
ചിതയിൽപ്പൊട്ടും
പുണ്യബ്രാഹ്മണരുടെ മുതുകെല്ലുകണക്കേ

ആദിമമനുഷ്യന്റെ നന്മനിറഞ്ഞ ജീവിതത്തിന്റെയും ദൈവത്തിന്റെ സംരക്ഷണ ഉടമ്പടിയുടെയും പ്രതീകമായ മഴവില്ലുപോലും പൊട്ടിത്തകർന്നുപോയിരിക്കുന്നു. ആധുനിക ജീവിതത്തിന്റെ സമാധാനവും പ്രത്യാശയും നഷ്ടപ്പെട്ട അവസ്ഥയാണ് ഈ കവിതയിൽ ചിത്രീകരിക്കപ്പെട്ടിരിക്കുന്നത്.

അന്ത്യ പ്രളയത്തെ സംബന്ധിക്കുന്ന കക്കാടിന്റെ കവിതയാണ് 'പ്രളയം'.[50] നഗരവൽക്കരണത്തിന്റെ ഭീകരമുഖം വ്യക്തമാക്കുന്നതിനാണ് ഈ പുരാവൃത്തബിംബം കവി ഉപയോഗിച്ചിരിക്കുന്നത്. പരസ്പരമറിയാതെ, മുഖമില്ലാതെ, വ്യക്തിത്വചോർച്ച സംഭവിച്ച മനുഷ്യരാശി ഒഴുകി നിറഞ്ഞുകൊണ്ടിരിക്കുകയാണെന്നും അതിൽ നഗരങ്ങളും ജനപദങ്ങളും സംസ്കാരങ്ങളും അലിഞ്ഞില്ലാതാവുമെന്നും കവി വ്യാകുലപ്പെടുന്നു.

നമുക്ക് മിച്ചം ഈ പ്രളയമായിരിക്കും
ആലിലയില്ലാത്ത പ്രളയം.

രക്ഷകസങ്കൽപ്പത്തിന്റെ ആവശ്യകതയിലേക്കാണ് ഈ പ്രളയസങ്കല്പം വിരൽചൂണ്ടുന്നത്. എല്ലാം ഉരുകിയൊലിച്ച് ഇല്ലാതാവുമ്പോൾ അതിൽനിന്ന് ഉയിർത്തുവരുന്ന ആലിലയെക്കുറിച്ചുള്ള പ്രതീക്ഷപോലും ആധുനിക മനുഷ്യന് നഷ്ടമായിരിക്കുന്നു എന്ന് സൂചിപ്പിക്കുന്നു.

കക്കാടിന്റെ 'മഹാപ്രളയം'[51] സൃഷ്ടിസ്ഥിതി സംഹാരങ്ങളെ ചേർത്തുവെച്ച് അവതരിപ്പിക്കുന്ന കവിതയാണ്. ലോകോൽപ്പത്തിയെ സംബന്ധിക്കുന്ന ഭാരതീയ പുരാവൃത്തത്തെ അടിസ്ഥാനബിംബമാക്കിയ കവിത വൈയക്തിയമായ ഒരു ആവിഷ്കാരം മാത്രമാണ്.

ഒന്നും പത്തും പതിനഞ്ചും
സൃഷ്ടിസ്ഥിതി സംഹാരങ്ങൾ,
പിന്നെ പതിനഞ്ചുദിവസങ്ങളിൽ മഹാപ്രളയം.

കവിയുടെ പാരമ്പര്യഘടകങ്ങളാണ് ഇത്തരം പുരാവൃത്തബിംബങ്ങളെ കവിതയിലേക്ക് ആവാഹിക്കാൻ കക്കാടിനെ പ്രചോദിപ്പിച്ചത്.

ജി. ശങ്കരക്കുറുപ്പിന്റെ കവിതകളിലെ പുരാവൃത്ത സ്വാധീനം

ശങ്കരക്കുറുപ്പിന്റെ കവിതകളെ പുരാവൃത്തങ്ങൾ ഏറെ സ്വാധീനിച്ചിട്ടുണ്ട്. തന്റെ കവിതയുടെ ദർശനത്തിന് ദീപ്തിപകരാനാണ് ശങ്കരക്കുറുപ്പ് ഈ പുരാവൃത്തങ്ങളധികവും ഉപയോഗിച്ചിരിക്കുന്നത്. ഈ സ്വാധീനം മനസ്സിലാക്കാൻ ചുവടെക്കൊടുത്തിരിക്കുന്ന പട്ടിക സഹായിക്കും.

കവിതകൾ	പുരാവൃത്തങ്ങൾ
ഗൗതമനും രാജാവും	ബൗദ്ധപുരാവൃത്തത്തിന്റെ പുനരാഖ്യാനം
രാഗലഹരി	രാധാകൃഷ്ണസങ്കൽപത്തിലെ രാധ
രാധ	,,
ഉൽക്കണ്ഠിത	,,
പ്രേമഭിക്ഷ	,,
കർണ്ണൻ	കർണ്ണന്റെ പുരാവൃത്തം പുനർവ്യാഖ്യാനം ചെയ്യുന്നു
വൃന്ദാവനം	രാധാകൃഷ്ണ സങ്കല്പം
ഓടക്കുഴൽ	കൃഷ്ണൻ
ഒരു പുരാവൃത്തം	ഗംഗയെ സംബന്ധിച്ചത്
വേണുനാദം	രാധാകൃഷ്ണപ്രേമം
തപോവനത്തിൽ	ബൗദ്ധപുരാവൃത്തത്തിലെ യശോധര
കൂണുകൾ	കലപ്പകൊണ്ടു കാളിന്ദിയെ വഴിമാറ്റിയ ബലരാമകഥ
അഴിമുഖത്ത്	ശിവന്റെ നിഗ്രഹകഥ
പള്ളിമണികൾ	ക്രിസ്തുവിന്റെ കുരിശാരോഹണം
വിശ്വദർശനം	യശോദയ്ക്കുമുമ്പിൽ കണ്ണൻ കുഞ്ഞുവായ തുറന്നപ്പോൾ കണ്ട വിശ്വദർശനം
ഏകസമ്പാദ്യം	ക്രിസ്തുവിന്റെ കഥ
ഒരു പാട്ടുപാടാമോ	ഓണം
പച്ചക്കുതിരകൾ	ഇന്ദ്രൻ
നോഹയും പൊന്മയും	പ്രളയത്തെ സംബന്ധിച്ച ക്രിസ്തീയപുരാവൃത്തം
കുറവനും കുറത്തിയും	ശിവപുരാവൃത്തം
ഓടക്കുഴൽതേടി	കൃഷ്ണൻ
കൈനോട്ടം	കുരുക്ഷേത്രം
ദൂരമനുഗ്രഹം	ശിവപുരാവൃത്തം
ചന്ദനക്കട്ടിൽ	നാടോടി പുരാവൃത്തം
മറ്റൊരു നചികേതസ്സ്	നചികേതസ്സിന്റെ കഥ
പെരുന്തച്ചൻ	പെരുന്തച്ചൻ
ശിവതാണ്ഡവം	ശിവപുരാവൃത്തം
യശോധര	ബൗദ്ധപുരാവൃത്തം
പാണനാർ	പാണനാർ

വ്യക്തിയുടെ മനസ്സിലെ അഹന്തയെ പിഴുതെറിയുന്നതിനും സമൂഹത്തിനുവേണ്ടി ആത്മാർപ്പണം ചെയ്യുന്നതിനും ഉള്ള ആഹ്വാനത്തിനുവേണ്ടിയാണ് ജി.'ശിവതാണ്ഡവം'എന്ന പുരാവൃത്തം കവിതയിൽ സ്വീകരിച്ചിരിക്കുന്നത്. ഭാരതീയ മനസ്സിൽ ഭാവസാന്ദ്രമായിക്കിടക്കുന്ന ഈ പുരാവൃത്തം പുനരാഖ്യാനം ചെയ്യപ്പെടുന്നതിലൂടെ ജാതി, മത, വർഗ്ഗരാഷ്ട്രത്തിന്റെ പേരിലുള്ള അഹങ്കാരം ശമിക്കണമെന്നും ചോരപ്പുഴകൾ വർഷിച്ച് എല്ലാം തന്റേതാക്കി കയ്യടക്കുന്നവരെ മഥിക്കണമെന്നും കവി ആഗ്രഹിക്കുന്നു. മസ്തകമാട്ടിവരുന്ന ആസുരാഹങ്കാരത്തെ കുത്തി വീഴ്ത്തി സംഹാരതാണ്ഡവമാടുന്ന കാലാരി, വ്യക്ത്യഹന്തയെ സംഹരിക്കാൻ താണ്ഡവമാടുന്നതിനും സർഗ്ഗചേതനയെ ഉണർത്താൻ ലാസ്യവുമാടുന്നതിനും സമൂഹാത്മാവുതന്നെയായി മാറിയിരിക്കുന്നു ഈ കവിതയിൽ. ആധുനികകവികളിൽ പി. കുഞ്ഞിരാമൻ നായർക്കും, ഒ. എൻ. വി കുറുപ്പിനും, എൻ. എൻ. കക്കാടിനും സച്ചിദാനന്ദനുമൊക്കെ വ്യക്തിസമൂഹമനസ്സുകളിലെ അഹന്താനിർമ്മാർജ്ജനത്തിന്റെ കാരണമായും ആത്മവീര്യത്തിന്റെ ശാക്തിക സ്രോതസ്സായും ഈ പുരാവൃത്തം പ്രയോഗിക്കാൻ കഴിഞ്ഞിട്ടുണ്ട്.

ഏകാന്തതയിലെ മനുഷ്യന്റെ ചിന്ത എപ്പോഴും അപരാധബോധത്തിന്റെ ഉൾത്വരയോടുകൂടിയതായിരിക്കും. മനസ്സ് ഈ അപരാധബോധത്തെ പരിഹരിക്കുന്നതിന് രക്ഷാതന്ത്രങ്ങൾ ഉപയോഗിച്ച് ന്യായീകരിക്കും. സ്വയം ന്യായീകരിക്കുക, സ്വന്തം അപരാധം തന്നെ മറ്റുള്ളവരിലും ആരോപിച്ച് സമാധാനം കണ്ടെത്തുക തുടങ്ങിയവ മനഃശാസ്ത്രജ്ഞൻമാർ ചൂണ്ടിക്കാട്ടുന്ന തന്ത്രങ്ങളാണ്. ജി. യുടെ പെരുന്തച്ചൻ മനുഷ്യമനസ്സിന്റെ ഈ ഭാവത്തെ ചൂണ്ടിക്കാട്ടുന്ന കവിതയാണ്. കലാകാരന്റെ മനസ്സിലെ 'അഹത്തിന്റെ ആധിപത്യപ്രവണത തുറന്നുകാട്ടുന്നതിനാണ് പെരുന്തച്ചൻ പുരാവൃത്തത്തെ കവി ഉപയോഗിച്ചിരിക്കുന്നത്. രചനയിൽ ഒരു ഭാഷണവ്യവസ്ഥ (discourse) എന്ന നിലയ്ക്ക് ഈ പുരാവൃത്തത്തെ ആവിഷ്കരിച്ച കവികളാണ് വൈലോപ്പിള്ളിയും വിജയലക്ഷ്മിയും. പുരാവൃത്തങ്ങൾ രചനാതന്ത്രമായി കവിതയിൽ ആവിഷ്ക്കരിക്കുമ്പോൾ കവികളുടെ ദർശനം ഇതിവൃത്തഘടന സൃഷ്ടിക്കുന്നതിൽ പങ്കുവഹിക്കുന്നുണ്ടെന്ന് പെരുന്തച്ചനും, തച്ചന്റെ മകളും, തച്ചന്റെ മകനും സാക്ഷ്യപ്പെടുത്തുന്നു.

ആധുനികമനുഷ്യന്റെ സങ്കീർണ്ണ മനോഭാവങ്ങളെയും പ്രപഞ്ചബോധത്തെയും സ്വത്വപ്രതിസന്ധികളെയും പുരാവൃത്തത്തിലൂടെ ആവിഷ്ക്കരിക്കുന്നതിന്റെ നിദർശനമാണ് ജി. യുടെ പാണനാർ, യശോധര തുടങ്ങിയ കവിതകൾ. ഭോഗലാലസ്യത്തിൽ അമർന്നുകിടക്കുന്ന ആധുനിക സമൂഹത്തെ വിളിച്ചുണർത്തി അവനിലെ നന്മയെ ആവാഹിക്കാൻ പാണനാർ വീണ്ടും തുയിലുണർത്തേണ്ടതിന്റെ ആവശ്യം കവിത ധ്വനിപ്പിക്കുന്നു. സമൂഹനവീകരണത്തിന്റെ ശക്തമായ സ്രോതസ്സായി ജി. പുരാവൃത്തത്തെ കാണുന്നതിന്റെ തെളിവാണിത്. പ്രകൃതിയും പുരുഷനും തമ്മിലുള്ള ബന്ധത്തിൽ സൃഷ്ടാവും

പുരുഷനും തമ്മിൽ യോജിക്കുമ്പോഴുള്ള അജയ്യത പാണനാരിൽ കണ്ടെത്താം. സാമൂഹികവിമർശനം തന്നെയാണ് കവിതയുടെ ലക്ഷ്യമെന്ന് ജി. ഈ പുരാവൃത്തത്തെ ഉപയോഗിച്ചുകൊണ്ട് പ്രഖ്യാപിക്കുന്നു.

പുരാവൃത്ത കഥാപാത്രത്തിൽ കവി കല്പിതമായ അംശങ്ങൾ ചേർത്തുവെക്കുന്ന രചനാതന്ത്രമാണ് 'യശോധര' എന്ന കവിതയിലൂടെ ജി. സാക്ഷാത്കരിച്ചത്. വിവേചനബുദ്ധിയോടെ യശോധരതന്റെയും സിദ്ധാർത്ഥന്റെയും ജീവിതത്തെ വിശകലനം ചെയ്ത് ജീവിതത്തിന്റെ ക്ഷണികതയെന്ന ശാശ്വത സത്യത്തിലെത്തിച്ചേരുന്നു. മർത്യജന്മത്തിന്റെ ക്ഷണികതയെക്കുറിച്ചുള്ള ജി. യുടെ മറ്റുകവിതകൾക്ക് ഒരു അനുബന്ധംകൂടിയാണ് യശോധര.

നാടോടി പുരാവൃത്തങ്ങൾ കവിതയിൽ വിഷയീഭവിച്ചാൽ കവിത കൂടുതൽ ആസ്വാദ്യകരമാവും എന്നതിന്റെ തെളിവാണ് ജി. യുടെ ചന്ദനക്കട്ടിൽ എന്ന കവിത. മാതൃസ്നേഹത്തിന്റെ മാഹാത്മ്യം പാടിപുകഴ്ത്താത്ത കവികളില്ല. സമൂഹചേതനയുടെ സൃഷ്ടികളായ മിത്തുകൾ ആധുനികകവിതയിൽ വൈയക്തിക ബിംബസൃഷ്ടികൾക്കും സാമൂഹികചേതനയുടെ ആത്മസാക്ഷാത്ക്കാരത്തിനും ഉതകുന്ന തരത്തിൽ പുനർക്രമീകരിക്കപ്പെടുന്നുണ്ട്. ചന്ദനക്കട്ടിലിലെ ഉപകഥകളിൽ നിറഞ്ഞുനിൽക്കുന്നത് നാടുവാഴികളുടെയും ജന്മിത്തത്തിന്റെയും ഉരുക്കുമുഷ്ടിയോടുള്ള ശക്തമായ പ്രതിഷേധമാണ്.

കവിയുടെയും കവിതയുടെയും മാനസികപശ്ചാത്തലം കണക്കിലെടുത്ത് സ്വന്തം കവിതയ്ക്കും കവികർമ്മത്തിനുള്ള വ്യാഖ്യാനമായി ശിവതാണ്ഡവവും പെരുന്തച്ചനും പാണനാരും മാറുന്നുണ്ട്. പുരാവൃത്തങ്ങളെ ഇത്തരത്തിൽ മാനസികഭാവങ്ങളുടെ ബഹിസ്ഫുരണത്തിനുള്ള ഉപാധിയായും ജി. ശങ്കരക്കുറുപ്പ് മാറ്റിയിരിക്കുന്നു. മനുഷ്യവർഗ്ഗത്തിന്റെ പരിഷ്കൃതിക്കായുള്ള ഉണർവ്വിന് അവന്റെ അബോധമനസ്സിൽ നിദ്രാണമായിക്കിടക്കുന്ന പുരാവൃത്തങ്ങളുടെ മുഖ്യധർമ്മത്തെ തന്നെ കവി എടുത്തുപയോഗിച്ചിരിക്കുന്നു.

സമൂഹത്തിനോടുള്ള കവിയുടെ നയപ്രഖ്യാപനത്തിനുവേണ്ടിയാണ് നോഹയുടെ പുരാവൃത്തം ജി. ശങ്കരക്കുറുപ്പ് ഉപയോഗിച്ചിരിക്കുന്നത്. കാവ്യജീവിതത്തിന്റെ കർമ്മലക്ഷ്യവും സമൂഹത്തോടുള്ള പ്രതിബന്ധതയും വെളിപ്പെടുത്തുവാൻ ഈ പുരാവൃത്തം അദ്ദേഹത്തിനെ സഹായിക്കുന്നുണ്ട്.

പെരുന്തച്ചന്റെ പുരാവൃത്തം വൈലോപ്പിള്ളി, വിജയലക്ഷ്മി, ഇടശ്ശേരി തുടങ്ങിയവർ ഉപയോഗിച്ചപ്പോൾ സ്വന്തം മാനസികാനുഭവങ്ങളുടെ വെളിപ്പെടുത്തലായി അവ മാറി. അഹന്താനിഹസത്തിന്റെ ആവിഷ്ക്കാരത്തിന് ജി. ശങ്കരക്കുറുപ്പ് ശിവതാണ്ഡവപുരാവൃത്തം ഉപയോഗിച്ചപ്പോൾ സ്വന്തം കവിതയുടെ ശക്തി വെളിപ്പെടുത്താൻ ഒ.എൻ.വി യും ജീവിതനിരർത്ഥകതയുടെ താളം ചവിട്ടലായി പി. കുഞ്ഞിരാമൻനായരും ത്യാഗമൂർത്തിയുടെ താണ്ഡവനടനമായി സച്ചിദാനന്ദ

നും, ശത്രുസംഹാരത്തിനുള്ള ആഹ്വാനമായി എൻ.എൻ കക്കാടും ഈ പുരാവൃത്തത്തെ ഉപയോഗിച്ചു.

അകർമണ്യതയെ വിളിച്ചുണർത്തി കർമ്മനിരതമാക്കാനുള്ള ആഹ്വാനത്തിന്റെ പ്രതീകമായിട്ടാണ് പാണനാർ ജി. യും, സച്ചിദാനന്ദനും, ഒ.എൻ.വി യും, എൻ.എൻ കക്കാടും, സുഗതകുമാരിയുമൊക്കെ കാണുന്നത്. കവിയുടെ കർമ്മം തന്നെയാണ് പാണനാർക്കുമുണ്ടായിരുന്നത് എന്നതായിരിക്കാം ഈ തിരഞ്ഞെടുപ്പിന്റെ സാംഗത്യം.

അടിക്കുറിപ്പുകൾ

1. ശങ്കരക്കുറുപ്പ്. ജി, ജി. യുടെ കവിതകൾ, ഡി. സി. ബുക്സ്, കോട്ടയം 1999. പു. 757-761.
2.വേണുഗോപാൽ, കെ. എം, സിംബലിസം മലയാളകവിതയിൽ, ഡി. സി. ബുക്സ്, കോട്ടയം 2001. പു. 170.
3.Campbell, Joseph, Hero with a Thousand Faces, Pantheon Books, New York, 1948, p.63.
4.ലീലാവതി. എം, വർണ്ണരാജി, എൻ. ബി. എസ്, കോട്ടയം 1989. പു.34.
5.വ്യക്തി സമൂഹത്തോടിണങ്ങിപ്പോകുന്ന സമൂഹാംഗമായി വളരാൻ വേണ്ടുന്ന സംവിധാനങ്ങൾ നിലനിർത്തുന്നതിൽ പിതൃവർഗം നിഷ്കർഷ കാട്ടുന്നു. അതിനു പറ്റിയ രീതിയിൽ സംസ്കാരസങ്കല്പങ്ങൾ വാർത്തെടുക്കുന്നു; ശിക്ഷണവും വിനയാധാനവും (വിദ്യാഭ്യാസം) രൂപപ്പെടുത്തുന്നു. (ഡോ. എം. ലീലാവതി, ആദിപ്രരൂപങ്ങൾ സാഹിത്യത്തിൽ ഒരു പഠനം, കേരള ഭാഷാ ഇൻസ്റ്റിറ്റ്യൂട്ട്, തിരുവനന്തപുരം 1993. പു. 97).
6.കുറുപ്പ്, ഒ. എൻ. വി, വീരതാണ്ഡവം, ഒ. എൻ. വി യുടെ കവിതകൾ, ഡി. സി. ബുക്സ്, കോട്ടയം 2001, പുറം. 63.
7.കുഞ്ഞിരാമൻ നായർ. പി, ശിവതാണ്ഡവം, പി. കവിതകൾ, വാല്യം 1, ഡി. സി. ബുക്സ്, കോട്ടയം 2005, പുറം. 806-807.
8.സച്ചിദാനന്ദൻ, വേനൽക്കാലം, ഭഗത്സിംഗ് സ്മരണ, സച്ചിദാനന്ദന്റെ കവിതകൾ, വാല്യം 3, ഡി. സി. ബുക്സ്, കോട്ടയം 2006, പു. 114.
9.ടി. പു. വാല്യം 2, പുറം. 369-373.
10.കക്കാട്, എൻ. എൻ., ആയിരത്തിതൊള്ളായിരത്ത് അറുപത്തിമൂന്ന്, കക്കാടിന്റെ കൃതികൾ, കറന്റ് ബുക്സ്, തൃശ്ശൂർ 2002, പുറം. 115-123.
11.ശങ്കുണ്ണി, കൊട്ടാരത്തിൽ, ഐതിഹ്യമാല, കറന്റ് ബുക്സ്, തൃശൂർ 1994, പു. 40-55.
12.ശങ്കരക്കുറുപ്പ്, ജി. വെള്ളില പറവകൾ, ആമുഖം.
13.ശങ്കരക്കുറുപ്പ്, ജി., പെരുന്തച്ചൻ, ജി. യുടെ കവിതകൾ, ഡി. സി. ബുക്സ്, കോട്ടയം 1999, പു. 627-634.
14.കൃഷ്ണപിള്ള, എൻ., മറ്റൊരു മാസ്റ്റർ ബിൽഡർ, ജി. യുടെ കാവ്യസാധന, വിദ്യാർത്ഥിമിത്രം, കോട്ടയം 1975, പു.60.
15.ശങ്കരക്കുറുപ്പ്, ജി. വെള്ളില പറവകൾ, ആമുഖം.
16.ബാലൻ, പുനലൂർ, ജി. കവിതകളിലെ ദർശനവും ശില്പവും, ജി. യുടെ കാവ്യസാധന, വിദ്യാർത്ഥിമിത്രം, കോട്ടയം 1975, പു. 247.
17.ലീലാവതി, എം., ജി.യുടെ കാവ്യജീവിതം, എൻ. ബി. എസ്, കോട്ടയം 1980, പു.260.
18.കൃഷ്ണപിള്ള, എൻ. മറ്റൊരു മാസ്റ്റർ ബിൽഡർ, ജി. യുടെ കാവ്യസാധന, വിദ്യാർത്ഥിമിത്രം, കോട്ടയം 1997, പു. 60.

19.ശശികുമാർ, ബി.വി, ഒരൈതിഹ്യത്തിന്റെ ആഖ്യാനഭേദങ്ങൾ, സാഹിത്യലോകം, സപ്തം, ഒക്ടോ, പുസ്തകം 24, ലക്കം 5, 1999, പു.134.

20.ശ്രീധരമേനോൻ, വൈലോപ്പിള്ളി, തച്ചന്റെ മകൻ, വൈലോപ്പിള്ളി സമ്പൂർണ്ണകൃതികൾ, വാല്യം 1, കറന്റ് ബുക്സ്, തൃശ്ശൂർ 2001, പു.555-560.

21.അപമൃത്യുവിന്നിരയായ വ്യക്തിയുടെ ആത്മാവ് സ്വാഭാവികമായി എന്നാണോ മരിക്കേണ്ടത്, അന്നുവരെ മറ്റു ഗതിയില്ലാതെ ഭൂമിയിൽ തങ്ങേണ്ടിവരുന്നു എന്നു കവി സങ്കല്പം.

22.മുകുന്ദൻ, എൻ., തച്ചന്റെ മകൻ, വൈലോപ്പിള്ളി കവിതാസമീക്ഷ, (എഡി. ഡോ. എസ്. രാജശേഖരൻ), കേരള ഭാഷാ ഇൻസ്റ്റിറ്റ്യൂട്ട്, തിരുവനന്തപുരം 1993, പുറം, 163-164.

23.ടി. പു. പു. 166.

24.നാരായണക്കുറുപ്പ്, പി., കവിയും കവിതയും, സാഹിത്യപ്രവർത്തക സഹകരണസംഘം, കോട്ടയം 1978, പു. 71.

25.വൈലോപ്പിള്ളി, എന്റെ കവിത, വൈലോപ്പിള്ളിയുടെ സമ്പൂർണ്ണകൃതികൾ, വാല്യം 2, കറന്റ് ബുക്സ്, തൃശ്ശൂർ 2001, പു. 722.

26.വൈലോപ്പിള്ളി, കൈപ്പവല്ലരി, ടി. പു. പുറം. 602-603.

27.വിജയലക്ഷ്മി, തച്ചന്റെ മകൾ, ഡി. സി. ബുക്സ്, കോട്ടയം 1994, പു. 56-63.

28.രാജകൃഷ്ണൻ, വി, കൂടുമാറ്റത്തിന്റെ പ്രശ്നങ്ങൾ, ഭ്രഷ്ടിന്റെ നാനാർത്ഥങ്ങൾ, കറന്റ് ബുക്സ്, തൃശ്ശൂർ 1998, പു.174.

29.ഇടശ്ശേരി, പുരപ്പണി, ഇടശ്ശേരിയുടെ കവിതകൾ, ഇടശ്ശേരി പബ്ലിക്കേഷൻസ്, കൊച്ചി 1996, പു. 640-641.

30.പെരുന്തച്ചൻ, ഒരിക്കൽ ഒരു വഴിയാത്ര പോകുമ്പോൾ ഒരു ദിക്കിൽ ചില ആശാരിമാർ ഒരമ്പലം പണിയുന്നതുകണ്ട് അവിടെച്ചെന്നു നോക്കിക്കൊണ്ടിരുന്നു. ആശാരിമാരാരും പെരുന്തച്ചനെ ബഹുമാനിക്കുകയും കണ്ടതായി നടിക്കുകപോലും ചെയ്തില്ല. അവർക്ക് ഊണു കാലമായപ്പോൾ പെരുന്തച്ചനെ വിളിക്കാതെപോവുകയും ചെയ്തു. ഉടനെ ശ്രീകോവിലിനുള്ള കഴുക്കോലിന്റെ അറ്റത്തൊക്കെ ഓരോ വരകൂടി വരച്ചും വെച്ച് പെരുന്തച്ചനും പോയി. ആശാരിമാർ ഊണും കഴിഞ്ഞുവന്ന് പണിതുടങ്ങി. പിന്നീടവർക്ക് ശ്രീകോവിലിന്റെ കൂട്ടുകയറ്റാൻ കഴിഞ്ഞില്ല. (ഐതിഹ്യമാല, കൊട്ടാരത്തിൽ ശങ്കുണ്ണി, പുറം. 50).

31.ശങ്കരക്കുറുപ്പ്, ജി, 'പാണനാർ', ജി. യുടെ കവിതകൾ, ഡി. സി. ബുക്സ്, കോട്ടയം 1999, പു.744-748.

32.കക്കാട്, എൻ. എൻ., വേരുകൾ, കക്കാടിന്റെ കൃതികൾ, കറന്റ് ബുക്സ്, തൃശ്ശൂർ 2002, പു. 109-113.

33.സച്ചിദാനന്ദൻ, തപസ്സ്, സച്ചിദാനന്ദന്റെ കവിതകൾ, വാല്യം. 2, ഡി. സി. ബുക്സ്, കോട്ടയം 2006. പു.222-226.

34.കുറുപ്പ് ഒ. എൻ. വി., പാണന്റെ ദുഃഖം, ഒ. എൻ. വിയുടെ കവിതകൾ, ഡി. സി. ബുക്സ്, കോട്ടയം 2001, പു. 524.

35.ടി. പു. പു. 168.

36.സുഗതകുമാരി, അത്രമേൽസ്നേഹിക്കയാൽ, സുഗതകുമാരിയുടെ കവിതകൾ, ഡി. സി. ബുക്സ്, കോട്ടയം 2006. പുറം. 161.

37.മധുസൂദനൻനായർ. വി, നാറാണത്തുഭ്രാന്തൻ, ഡി. സി. ബുക്സ്, കോട്ടയം 1992. പുറം. 23-27.

38.ശങ്കരക്കുറുപ്പ്. ജി, യശോധര, ജി. യുടെ കവിതകൾ, ഡി. സി. ബുക്സ്, കോട്ടയം 1999, പു. 703-706.

39.ലീലാവതി, എം., വർണ്ണരാജി, എൻ. ബി. എസ്, കോട്ടയം 1989, പു.51.
40.ശങ്കരക്കുറുപ്പ്, ജി, മറ്റൊരു നചികേതസ്സ്, ജി. യുടെ കവിതകൾ, ഡി. സി. ബുക്സ്, കോട്ടയം 1999, പു. 672-677.
41.ബഞ്ചമിൻ. ഡി, ജി. യുടെ ഭാഗവഗീതങ്ങൾ, കേരള ഭാഷ ഇൻസ്റ്റിറ്റ്യൂട്ട്, തിരുവനന്തപുരം 1988, പുറം.66.
42.ശങ്കരക്കുറുപ്പ്, ജി, മറ്റൊരു നചികേതസ്സ്, ജി. യുടെ കവിതകൾ, ഡി. സി. ബുക്സ്, കോട്ടയം 1999, പു. 672.
43.ടി. പു. പു. 717-726.
44.ടി. പു. പുറം. 903-907.
45.കൃഷ്ണവാരിയർ. എൻ. വി, മഴവില്ലും ചൂരൽവടിയും, എൻ. വി. യുടെ കവിതകൾ, എൻ. വി. ട്രസ്റ്റ്, കോട്ടക്കൽ 2006, പുറം. 263.
46.സച്ചിദാനന്ദൻ, ഇടശ്ശേരി, സച്ചിദാനന്ദന്റെ കവിതകൾ, വാല്യം. 2, ഡി. സി. ബുക്സ്, കോട്ടയം 2006, പുറം. 324.
47.ടി. പു. വാല്യം 1, പുറം. 66.
48.ടി. പു. വാല്യം 3, പുറം. 108.
49.ടി. പു. പുറം. 191.
50.കക്കാട് എൻ. എൻ, പ്രളയം, കക്കാടിന്റെ കവിതകൾ, കറന്റ് ബുക്സ്, തൃശ്ശൂർ 2002, പുറം. 304-305.
51.ടി. പു. പുറം. 475.

അധ്യായം മൂന്ന്

വൈലോപ്പിള്ളിക്കവിതയിലെ സമഗ്രതയുടെ പുരാവൃത്തദർശനം

ജീവിതത്തിന്റെ കടൽ കവിതയ്ക്ക് മഷിപാത്രമാക്കി കവിത എഴുതിയ വൈലോപ്പിള്ളിയുടെ കവിതകൾ ജീവിതശോണിത സത്യമറിയുന്ന കവികതകളാണ്. സാമൂഹിതയുടെ കലഹസ്വരം കേൾപ്പിച്ചുവെന്നതാണ് ഇവയുടെ പ്രത്യേകത. പ്രതിജാഗരമായ ഒരു കാവ്യാവബോധം സൃഷ്ടിക്കുവാൻ വളരെ വ്യത്യസ്തമായ വിഷയങ്ങളെക്കുറിച്ച് എഴുതുകയും സ്വസ്തികളുടെ മറുപുറം തപ്പുകയും ചെയ്തിട്ടുണ്ട് ഈ കവി. കന്നിക്കൊയ്ത്തു മുതൽ കൃഷ്ണമൃഗങ്ങൾവരെയുള്ള കവിതകൾ പൊരിവെയിലത്ത് ഉരുകിക്കൊണ്ടിരിക്കുന്ന അറിവിന്റെ തീപന്തങ്ങളാണെന്ന് ലീലാവതി വിശേഷിപ്പിക്കുന്നു.[1] യുഗപരിവർത്തനം ഒരു നിരന്തര പ്രക്രിയയാണെന്ന തിരിച്ചറിവിൽ അനിസ്യൂതം വളർന്നുകൊണ്ടിരിക്കുന്ന മനുഷ്യവർഗ്ഗത്തെയും അതിന്റെ സംസ്ക്കാരത്തെയും കവി നോക്കിക്കാണുന്നു. പാരമ്പര്യത്തിലെ നന്മ തിന്മകളെ വിവേചിച്ചറിയുകയും അങ്ങനെ കണ്ടെത്തിയ പൈതൃകത്തിലുറച്ച് മുന്നേറുകയും ചെയ്ത വ്യക്തിത്വം കവിയെ വിശ്വമാനവികതയോളം ഉയർത്തി. മനുഷ്യനും പ്രകൃതിയും തമ്മിലുള്ള ഇടപഴകലിന്റെ സ്വരം ഏകജീവിതത്തിന്റെ അനശ്വരഗാനമായി ആലപിച്ച വൈലോപ്പിള്ളിക്കവിതകൾ സമഗ്രതയുടെ ദർശനം കാഴ്ച വെക്കുന്നവയാണ്.

സത്യസൗന്ദര്യങ്ങളുടെ പരിണയമായി കവിതയെ കാണുകയും[2] സ്വന്തം മണ്ണിൽ വേരുകളാഴ്ത്തി വിശ്വമാകെ പടർന്നു പന്തലിക്കുകയും ചെയ്ത കവിയാണ് വൈലോപ്പിള്ളി ശ്രീധരമേനോൻ. സ്വന്തം കാൽച്ചുവടും വിശ്വവ്യാപ്തിയും തമ്മിലുള്ള ലയമാണ് ഈ കവിതകളുടെ ജൈവോർജ്ജം. എല്ലുറപ്പുള്ള കവിത, കാച്ചിക്കുറുക്കിയ കവിത എന്നൊക്കെ വിമർശകർ വൈലോപ്പിള്ളിക്കവിതകളെ വിശേഷിപ്പിച്ചിട്ടുണ്ട്. ജീവിതത്തിന്റെ സ്നിഗ്ദതയും, താരള്യവും, പാരുഷ്യവും സമഗ്രാവബോധത്തിന്റെ ഇഴകളിൽ കൊരുത്തെടുക്കാൻ വൈലോപ്പിള്ളിക്കു കഴിഞ്ഞിട്ടുണ്ട്. പുരാവൃത്തങ്ങളുടെ പാഠവും പാഠഭേദവും വൈലോപ്പിള്ളി കവിതകളെ ആഴത്തിൽ സ്പർശിക്കുന്നുണ്ട്.

കാനനവാസത്തിനിടയിൽ രാമലക്ഷ്മണന്മാർ സീതാസമേതം അത്രിമഹർഷിയുടെ ആശ്രമം സന്ദർശിച്ച പുരാവൃത്തത്തെ ആസ്പ

ദമാക്കി എഴുതിയ 'ഉജ്ജ്വലമുഹൂർത്തം' വൈലോപ്പിള്ളിയുടെ വ്യക്തിഗത അനുഭവത്തിൽ നിന്ന് അടർത്തിയെടുത്ത കവിതയാണ്. ദാമ്പത്യജീവിതത്തെ സമ്പന്ധിച്ച കവിദർശനം ഈ കവിത ഉൾക്കൊള്ളുന്നു.

കാർഷികജീവിതവൃത്തിയുടെ മഹാത്മ്യത്തെയും കർമ്മവീര്യത്തിന്റെ തിളക്കത്തെയും എടുത്തുകാട്ടുന്ന കവിതയാണ് 'ജലസേചനം'. കാളിന്ദിയുടെ അഹങ്കാരം ശമിപ്പിച്ച് ദ്വാരകാനിവാസികൾക്ക് ജലം നൽകിയ ബലരാമന്റെ പുരാവൃത്തമാണ് വൈലോപ്പിള്ളിക്ക് ഈ കവിതയ്ക്ക് ആധാരമായത്.

സത്യവാൻ സാവിത്രി പുരാവൃത്തത്തിലെ സാവിത്രിയാണ് 'സാവിത്രി' എന്ന കവിതയുടെ ജീവൻ. ഒരു നിഴലായി കവിയെ പിൻതുടർന്ന സ്ത്രീത്വത്തിന്റെ മൂർത്തിമദ്ഭാവമായി ഇതിലെ സാവിത്രിയെക്കറിച്ചുള്ള സങ്കൽപം മാറുന്നു. സ്ത്രീ ആരായിരിക്കണം, എങ്ങനെയുള്ളവളായരിക്കണം എന്നതിന്റെ കവിദർശനമാണ് ഈ കവിത.

മാനവചരിത്രത്തിന്റെ പുതിയ ഭാഷ്യമാണ് 'ഓണപ്പാട്ടുകാർ'. മനുഷ്യമനസ്സിൽ അന്തർലീനമായിക്കിടക്കുന്ന ആദിമസ്വർഗ്ഗത്തെക്കുറിച്ചും സമത്വസുന്ദരമായ ഭാവിയെക്കുറിച്ചുള്ള പ്രതീക്ഷകളെ, നാളെയുടെ ലോകം കരുത്തുറ്റതാക്കാൻവേണ്ടി മാറ്റിയെടുക്കുന്ന രാസപ്രക്രിയയായി മഹാബലിയുടെ പുരാവൃത്ത സഹായത്താൽ സാധിച്ചിരിക്കുകയാണ് ഈ കവിതയിൽ.

തിന്മയുടെയും അഹന്തയുടെയും മോചനം കൃഷ്ണപുരാവൃത്തത്തിന്റെ അടിസ്ഥാനമാണ്. ഇതിനെ ആസ്പദമാക്കി രചിച്ച 'കൃഷ്ണാഷ്ടമി' പുതിയ ലോകക്രമത്തെക്കുറിച്ചുള്ള പുത്തൻ പ്രതീക്ഷകൾ വെച്ചുപുലർത്തുന്ന കവിതയാണ്.

മേലുദ്ധരിച്ച അഞ്ച് കവിതകളെയും പ്രകൃതിയും മനുഷ്യനുമായി ബന്ധപ്പെട്ട നാടോടിപുരാവൃത്തങ്ങളെ അടിസ്ഥാനമാക്കിയെഴുതിയ 'ചന്ദ്രന്റെ ചിരി', 'മണിനാദം', 'ആയിരത്തൊന്നുരാവുകൾ', 'മുത്തും പവിഴവും' തുടങ്ങിയ കവിതകളുടെയും അടിസ്ഥാനത്തിൽ വൈലോപ്പിള്ളിക്കവിതകളിലെ പുരാവൃത്തത്തിന്റെ അന്തർധാര കണ്ടെത്താനുള്ള ശ്രമമാണ് ഈ അധ്യായത്തിലൂടെ നടത്തുന്നത്. ഇതര ആധുനികകവികൾ സമാനത്വമുള്ള പുരാവൃത്തങ്ങൾ എങ്ങനെ കൈകാര്യം ചെയ്തിരിക്കുന്നു എന്നും ഇതോടൊപ്പം പരിശോധിക്കുന്നു.

ഉജ്ജ്വലമൂഹൂർത്തം - ദാമ്പത്യത്തിന്റെ മാനിഫെസ്റ്റോ

നന്മതിന്മകളുടെ സംഘർഷത്തിന്റെയും മേളനത്തിന്റെയും ഫലമായി നിത്യജീവിതത്തിലുണ്ടാകുന്ന ദുരന്തങ്ങളുടെയും, കാരണങ്ങളുണ്ടായാലും ഇല്ലെങ്കിലും ബന്ധങ്ങൾ പിരിയുന്നതിന്റെയും കഥയാണ് 'ഉജ്ജ്വലമുഹൂർത്തം' എന്ന കവിതയിലൂടെ വൈലോപ്പിള്ളി ചിത്രീകരിക്കുന്നത്.[3] മാനസിക ഐക്യവും പ്രേമത്തിന്റെ ഔന്നത്യവുമാണ് ഗാർഹസ്ഥ്യത്തിന്റെ വിജയവും മഹനീയതയുമായി കവി

കാണുന്നത്. ആദിമകവി ഇണപ്പക്ഷികളുടെ ദുരന്തംകണ്ട് കണ്ണീർവാർത്തു കടൽതീർത്തപ്പോൾ, അതിലൂടെ മനുഷ്യരാശിയെ മുഴുവൻ ജീവിത സൗഭാഗ്യത്തിലേക്ക് നയിക്കാൻ ശ്രമിച്ചപ്പോൾ, ഇതിലെ ഇണക്കിളികളിലോരോരുത്തരും തന്നെക്കുറിച്ചുമാത്രമോർത്ത് കരഞ്ഞ് കണ്ണീർകടലുണ്ടാക്കുകയും അതിൽ സ്വന്തം ജീവിതത്തെ മുക്കിത്താഴ്ത്തുകയുമാണ് ചെയ്തത്.

ആശ്രുവാൽ കടൽ തീർത്തോ-
രാദിമകവി പാടീ:
അത്രിയാം മഹർഷിത-
ന്നാശ്രമവാടം പൂകി

കാനനവാസത്തിനിടയിൽ രാമലക്ഷ്മണന്മാരും സീതയും അത്രി മഹർഷിയുടെ ആശ്രമം സന്ദർശിച്ച പുരാവൃത്തത്തെയാണ് കവി ഇവിടെ പുനരാഖ്യാനം നടത്തുന്നത്. തപോധനസ്നേഹസൗരഭം ചോരും സത്കാരം ഭുജിച്ച് അവർ ആശ്രമത്തിൽ കഴിഞ്ഞപ്പോൾ ഗാർഹസ്ത്യവും സന്ന്യാസവും തമ്മിലുണ്ടായ പരസ്പര സംഭാഷണം പോലെ തോന്നിക്കുന്നതാണ് കവിതയുടെ ഇതിവൃത്തം. ദീർഘമായ തപോവൃത്തിയിലൂടെ നേടിയ നിത്യമായ പ്രസന്നത ഒരു വശത്തും സമാരബ്ധകാനനവാസക്ലാന്തി വാട്ടിയ തളിർമേനി മറുവശത്തും നിൽക്കുന്നു. പതിധർമ്മചാരിണിയാവുക എന്നതാണ് ഒരു സ്ത്രീയ്ക്ക് കൈവരിക്കാവുന്ന ഏറ്റവും വലിയ നേട്ടം.

"മകളേ, പതിധർമ്മചാരിണി, നീയേ ഭാഗ്യ-
ത്തികവേലുവോൾ; നിന്നാൽ പ്രീത ഞാൻ, പ്രഹൃഷ്ട ഞാൻ
നീചനാകിലും നാഥൻ ദൈവതം കുലസ്ത്രീക്കു;
നീസുകൃതിനി, രാമൻ നിൻപ്രിയൻ ലോകപ്രിയൻ
ദീർഘമാം തപസ്സിനാൽ നേടിയ കരുത്തുണ്ടെൻ-
വാക്കിനു, നിനക്കു ഞാനെന്തു ചെയ്യേണ്ടൂ, ഭദ്രേ?"

പാതിവ്രത്യശുദ്ധികൊണ്ട് ത്രിമൂർത്തികൾക്കുപോലും മാതാവായ അനസൂയ എന്ന തപസ്വിനി തന്റെ സിദ്ധികൾ സീതയ്ക്ക് പകർന്നുനൽകാൻ കൊതിക്കുന്നു. സീതയാണ് ഭാഗ്യതികവോലുന്നവൾ എന്ന പ്രയോഗം സീതയുടെ ക്ലേശപൂരിവും ദൗർഭാഗ്യവും നിറഞ്ഞ ജീവിതചിന്തകളെ തുടച്ചുനീക്കിയിരിക്കും. കൂട്ടത്തിൽ പതിധർമ്മചാരിണിയായിരിക്കുകയാണ് ഒരു സ്ത്രീയ്ക്ക് കൈവരിക്കാവുന്ന ഏറ്റവും വലിയ നേട്ടമെന്നും, കുലസ്ത്രീയ്ക്ക് നീചനാകിലും ഭർത്താവ് ദൈവതുല്യനാണെന്നും ബോധപൂർവ്വം പ്രസരിപ്പിക്കുവാൻ ശ്രമിക്കുന്നു. പതിനായിരമാണ്ട് വൻതപംകൊണ്ടു നേടിയ സർവ്വവും സീതയെ ചമയിക്കാൻ വിനിയോഗിക്കുമ്പോൾ തപസ്സും ലൗകികതയും ഒന്നിക്കുന്ന കാഴ്ച നമുക്ക് കാണാം. അനസൂയയുടെ ആശ്രമം ഗാർഹസ്ഥ്യമാണെന്നും തപസ്സ് പതിധർമ്മാചരണം മാത്രമാണെന്നും കവി സൂചിപ്പിക്കുന്നു. പതിധർമ്മാചരണമെന്ന ചമയം കൊണ്ട് തിളങ്ങുന്ന സീത അതിന്റെ തേജസ്സ് രാമനിലേക്ക് പകരുമെന്ന് അനസൂയയും ചിന്തിക്കുന്നു.

"മാമകഹർഷം നിങ്കലേതാനും ഫലിക്കട്ടെ
മംഗളം വളർത്തട്ടേ വത്സയിൽ ഞാൻ നൽകുമീ -
യംഗരാഗവും മാല,യാടകൾ പണ്ടങ്ങളും
അമാലഭമീയംഗരാഗം നീയണിയുകിൽ
കമലാകാന്തൻ പോലെ കാന്തിമാനാം നിൻകാന്തൻ"

അഭൗമശക്തി വിശേഷമാണ് അനസൂയയെന്ന തപസ്വിനി. ആതപം വരട്ടിയ ഭൂമിയിൽ അനസൂയയുടെ തപസ്സിദ്ധി മഴപെയ്യിച്ചു. ഗംഗയെയൊഴുക്കിയതും ഈ ഋഷിപത്നിയുടെ ചാരിത്രത്തിന്റെ തുംഗവൈഭവമാണ്. കാമികളായി എത്തിയ ത്രിമൂർത്തികളെ ഇവർ മൂലക്കുഞ്ഞുങ്ങളാക്കി മാറ്റി. അങ്ങനെയുള്ള ജഗന്മാതാവിന്റെ മുന്നിൽ സീത വെറും പെൺതയ്യലായി നിന്നു. അനസൂയയുടെ മാതൃസ്നേഹം തപശക്തി മുഴുവൻ ചമയങ്ങളാക്കി സീതയ്ക്കു നൽകുന്നു. സ്വന്തം മകളുടെ സ്ഥാനത്തു നിൽക്കുന്ന സീതയുടെ സ്വയംവരകഥ കേൾക്കാൻ അവർ കൊതിച്ചു.

സീത തന്റെ ആത്മകഥ പറയുമ്പോൾ അവൾക്ക് മണ്ണിനോടുള്ള ബന്ധം വ്യക്തമാക്കുന്നു. പൂട്ടിയചാലിൽ നിന്ന് ഭാഗ്യം കിട്ടിയ നിധിയായി ജനകൻ കണ്ടെടുത്തതും, സ്വയംവരപ്പുകളാലിരമ്പുന്ന മിഥിലാപുരിയിൽ ഛിന്നമാം ധനുസ്സേന്തും രാഘവൻ മുറിഞ്ഞുള്ളോരിന്ദ്രചാപത്തെപ്പൂണ്ട മുകിലിൻ പടി നിന്നപ്പോൾ, ആ മനോഹരനെ പുതുമണ്ണെന്നപോലെ കണ്ടതും ഇതിൽപെടുന്നു. പിന്നീട് അനസൂയയെ ''മണ്ണു നീ'' എന്ന് പ്രപഞ്ചമാതാവായി കല്പിച്ച് പറയുന്നിടത്തോളം ഇതെത്തുന്നു. മാതാവും പുത്രിയും, പ്രകൃതിയും മനുഷ്യനും സമന്വയിക്കപ്പെടുകയാണിവിടെ.

സീതാസ്വയംവരത്തിൽ പങ്കുകൊള്ളുന്ന അനസൂയയിലെ സ്ത്രീത്വം പ്രേമവിസ്മയാഹ്ലാദവശമായിത്തീരുന്നതായി കവി വർണ്ണിക്കുന്നു.

ഓമലാൾ താരാകീർണ്ണരാവുപോൽ വിളങ്ങവേ,
രാമചന്ദ്രനും കണ്ടു പുഞ്ചിരി പൊഴിക്കവേ
അന്തരാകൃതാർത്ഥയായ്, പൊന്മകളുടെ വേളി-
പന്തലിൽ നില്ക്കും പോലെ പുളകം പൂണ്ട വൃദ്ധ!

ഐഹിക ജീവിതത്തിന്റെ മാധുര്യം മകളുടെ ഏകീഭാവത്തിൽ അനുഭവിച്ചറിയുന്ന വരികളാണിവ. വ്രതകാർക്കശ്യംകൊണ്ട് ചുക്കിച്ചുളിഞ്ഞിട്ടും, മാനുഷികതയ്ക്ക് കൈവരിക്കാവുന്ന ഔന്നത്യത്തിന്റെ പരമാവധി എത്തിയിട്ടും, മാതൃത്വത്തിന്റെ മൃദുലവൈകാരികതയിൽ അനസൂയ സമരസപ്പെടുന്നു.

കൊതികൊൾകയാം മണ്ണിൻ മകൾ തൻ പരിണയ
കഥകേൾക്കുവാൻ, അതിൽ കരളാൽ സംബന്ധിപ്പാൻ
അവളെപ്പട്ടും പൊന്നും ചാർത്തിപ്പാൻ മണവാളന്റെ
യരികെ നിർത്തിച്ചന്തം കണ്ടുകൺനിറയ്ക്കുവാൻ

ഏതൊരു മാതാവിനെപ്പോലെ അനസൂയയും ഇങ്ങനെ കൊതിക്കുന്നു. മണ്ണിൻമക്കളുടെ പരിണയകഥ നേരത്തെ വെളിപ്പെടുത്തിയ

മണ്ണുനീ എന്ന പ്രയോഗവുമായി തട്ടിച്ച് വെക്കുമ്പോൾ അനസൂയയെ ഭൂമിയായി കാണാൻ കഴിയും.

ചെറുമീനിണയ്ക്കായിസ്സാഗരം തീർപ്പൂമാതാ-
വിരുപൂവിനുവേണ്ടി വസന്തം ചമയ്ക്കുന്നു
പുഴുവെ പൂമ്പാറ്റയോടടുപ്പിക്കുന്നു, മാനിൻ-
വഴിയേ തിരുമണക്കസ്തൂരി മണം ചേർപ്പൂ.

എന്നിങ്ങനെ പ്രപഞ്ചത്തിന്റെ രഹസ്യങ്ങളിൽപ്പോലും മാതാവിന്റെ ഈ ധൂർത്തിന്റെയും വാത്സല്യത്തിന്റെയും ഭാവം കണ്ടെത്തുന്നു. വ്യക്തിഹൃദയവും സമഷ്ടി ഹൃദയവും ഒന്നായിച്ചേരുന്നു. കരളുകൾ തമ്മിൽ പുണർന്ന് കൈകൾ ചേർത്തുവെച്ച് തന്റെ ഓരോ സീതക്കുട്ടിയെയും രാമനു നൽകണമെന്ന് ഓരോ മാതാവും കൊതിക്കുന്നു. പരസ്പരൈക്യം പ്രാപിച്ച അനവദ്യോജ്ജ്വലമായ മുഹൂർത്തത്തിൽ, അറിവുകൊണ്ട് നരച്ച് ശോകമൂകയായ അമ്മ പരസ്പര വൈരത്തിന്റെയും മുറിവേൽപ്പിക്കലിന്റെയും ലോകത്ത് ''ഞങ്ങളൊന്നാണിഞ്ഞങ്ങ''ളെന്ന അദ്വൈത സൂക്തം മുഴക്കുന്നു. ആ മാതാവിനു മുമ്പിൽ ഋഷിത്വവും രാജത്വവും ശിരസ്സു നമിക്കുന്നു.

താടി നീണ്ട വൈരാഗ്യം നന്മനേരട്ടേ, മുടി
ചൂടിയ ധർമ്മം പൂർണ്ണ ധന്യത പൂകീടട്ടേ.

പ്രകൃതിനിയമത്തിൽ താടി നീണ്ട വൈരാഗ്യം നന്മനേരുകയും മുടിചൂടിയ ധർമ്മം പൂർണ്ണ ധന്യമാവുകയും ചെയ്യുന്നു.

ചേതസ്സിന്റെ പണ്ടേ തായ കുടിവെച്ചൊരാജ്ഞാത
വേദസ്സിൻ ചുറ്റും നിങ്ങളിങ്ങനെ വലം വെയ്ക്കെ,
'ഞങ്ങളൊ, ന്നൊന്നീഞങ്ങ്', ളെന്നു നിങ്ങടെ ഹൃദ-
യങ്ങളൊപ്പമേ ചൊല്ലു മദ്വൈത സൂക്തത്തിങ്കൽ
ഭാവിതന്നിളം കൊഞ്ചൽ കേൾക്കെ, യമ്മാതാവിന്നു
ദേവലോകവും തുച്ഛം, നിർഗ്ഗന്ധം ചിദാനന്ദം!

പുരുഷാർത്ഥങ്ങൾ ഏകീഭവിച്ച് ജീവിതത്തിന്റെ നാനാതാളലയങ്ങൾ സമന്വയിക്കുന്നതിൽ ഭാവിയുടെ ഇളംകൊഞ്ചൽ കേൾക്കുന്നു. കരുത്തരായ പുതുലതമുറയുടെ വാഗ്ദാനങ്ങളെ കവി ഇവിടെ പ്രത്യാശയോടെ നോക്കുകയാണ്. ''ഇണയുടെ മാനസികൈക്യത്തെയും പ്രേമത്തിന്റെ ഔന്നത്യത്തെയും ഗാർഹസ്ഥ്യത്തിന്റെ മഹത്വത്തെയും കുറിച്ചുള്ള ഈ ഉദ്ഗാനത്തിന്റെ അടിവാരത്തിൽ, തന്റേതായ വിലപിടിപ്പുള്ളതെല്ലാം കൈമോശം വന്നുപോയ ഒരു കവിയുടെ നിലവിളിമാറ്റൊലി കൊള്ളുന്നു'' എന്ന് രാജശേഖരൻ ഈ കവിതയെ നിരീക്ഷണവിധേയമാക്കുന്നുണ്ട്.[4] യുഗപരിവർത്തനം, കണ്ണീർപ്പാടം, ലില്ലിപ്പൂക്കൾ വിഷുക്കണി തുടങ്ങിയ കവിതകളിലും ദാമ്പത്യത്തിന്റെ സുസ്ഥിരതയെക്കുറിച്ചുള്ള പ്രമേയം വൈലോപ്പിള്ളി ആവർത്തിക്കുന്നുണ്ട്.[5] ഈ പ്രണയത്തിൽ, ഇണകളുടെ ഹൃദയൈക്യത്തിൽ ചെറിയൊരു വിരഹംപോലും കനത്ത ആഘാതമാണ്.

എങ്കിലും, ദൗഷ്ട്യത്തിന്റെ
കൊടുവില്ലൊടിയുന്നീല!

അങ്ങൊരു പുലർകാലേ
താമസാനദീകൂലേ
അഞ്ചിതരാഗം തമ്മിൽ കൊക്കു-
ചേർന്നൊരുകൊമ്പിൽ
തഞ്ചിടും ക്രൗഞ്ചങ്ങളിലൊ-
ന്നിനെ വനവേടൻ
കൊന്നു വീഴ്ത്തിയനോവാ
ലാദിമകവി വാർത്ത-
കണ്ണു നീരൊരുപെരും
കടലായ്പരക്കുന്നു!

എന്നിങ്ങനെ കവിത അവസാനിക്കുന്നു. പണ്ടെന്നോ ആദിമകവിയുടെ പുരാവൃത്തത്തിൽ തൂകിയ കണ്ണുനീർ യുഗാന്തരങ്ങളിലൂടെ ആവർത്തിക്കപ്പെടുന്നതിന്റെ വേദന ഇന്നും പെരും കടലായി പരക്കുകയാണ്. ഇതാണ് കവിതയുടെ ആദിമധ്യാന്തപ്പൊരുത്തം.

പുരാവൃത്തസന്ദർഭത്തിൽ സ്വന്തം ദാമ്പത്യജീവിതത്തിലെ ദുരന്തത്തിന്റെ മറുപുറം കാണാനും കവിക്കു കഴിയുന്നുണ്ട്. പ്രപഞ്ചം മുഴുവൻ നിറഞ്ഞു വഴിയുന്ന പ്രണയത്തിൽ ഒരു ബിന്ദുവായി ലയിക്കാൻ ആഗ്രഹിക്കുന്ന കവിയെ നമുക്കിവിടെ കണ്ടെത്താം. ഇണയുടെ സ്വാസ്ഥ്യത്തിനും മാനസികൈക്യത്തിനും വേണ്ടി സ്വന്തം തപ:സുകൃതങ്ങളെ ധൂർത്തടിക്കുന്ന പ്രപഞ്ചമാതാവിന്റെ കീർത്തനമാണിതെങ്കിലും സ്വന്തം ജീവിതാനുഭവം ദാർശനികമായ ഒരു വ്യഥയായി പരിണമിക്കുന്ന കാഴ്ച കവിതയിലുടനീളമുണ്ട്. തന്റേതും അല്ലാത്തതുമായ ദു:ഖത്തിൽ നിന്ന് കണ്ണുനീരിന്റെ കടലുണ്ടാക്കാൻ കഴിയുന്ന ജീവിത പ്രേമമായി കവിത്വത്തെ കവി വാഴ്ത്തുന്നു.

മനുഷ്യവർഗ്ഗത്തിന്റെ ചിരപുരാതനവും സഞ്ചിതവുമായ അനുഭവങ്ങളിൽ നിന്ന് ഉദയം ചെയ്ത ആർക്കിടൈപ്പുകളിൽ സ്വത്വസംക്രമണ ഗീതി കേൾപ്പിച്ച വൈലോപ്പിള്ളിയുടെ മഹത്വം വിഷ്ണുനാരായണൻ നമ്പൂതിരി കണ്ടെത്തുന്നുണ്ട്.[6] സ്വന്തം തപ:സുകൃതങ്ങളാൽ, ഭാവിയിലൂടെ തങ്ങളുടെ തുടർച്ചയും അനശ്വരതയും ഉറപ്പുവരുത്തിയവരാണ് അമ്മമാരായ അമ്മമാരെല്ലാം. ജഗദംബയും പ്രകൃത്യംബയും അനസൂയമാർ തന്നെ. അവർ ഒരു പൂവിനുവേണ്ടി വസന്തം ചമക്കുന്നവരാണ്. ദേവലോകവും ചിദാനന്ദവും തുച്ഛമാണെന്ന അനശ്വരതയാണ് ഈ സ്വത്വ സംക്രമണത്തിലൂടെ അനസൂയയും നേടുന്നത്. ഇതു സാധിച്ചെടുക്കാൻ കഴിഞ്ഞപ്പോൾ ഉജ്ജ്വലമുഹൂർത്തം എന്ന കവിത അന്വർത്ഥമായെന്ന് മേലേത്ത് ചന്ദ്രശേഖരൻ പറയുന്നു.[7] കവിയുടെ വൈയക്തികതയുടെ പശ്ചാത്തലം കൂടിച്ചേരുമ്പോൾ പുരാവൃത്ത ബിംബങ്ങൾക്ക് വ്യാപ്തിയേറുന്നതിന്റെ മികച്ച ദൃഷ്ടാന്തമായി ഉജ്ജ്വലമുഹൂർത്തം എന്ന കവിതയെ കാണാം.

പതിധർമ്മചാരിണിയായ സീതയുടെ പുരാവൃത്തത്തിന് വിപരീതമായ ഒരു രംഗമാണ് ഊർമ്മിളയുടെ ജീവിതത്തിൽ സംഭവിച്ചത്. ഇത് മനസ്സിലാക്കി സുഗതകുമാരി ഒരു 'രാമായണ രംഗം'[8] എന്ന

കവിതയിലൂടെ രാമായണപുരാവൃത്തത്തിൽ ലക്ഷ്മണപത്നിയുടെ കഥയ്ക്ക് പുനർവ്യാഖ്യാനം നടത്തുന്നു. രാമാഭിഷേകം മുടങ്ങിയതിൽ ക്രൂദ്ധനായ ലക്ഷ്മണൻ അന്ത:പുരത്തിലണഞ്ഞ് പതിനാലു സംവത്സരം കാട്ടിൽ കഴിയേണ്ട വിവരം ഊർമ്മിളയെ അറിയിക്കുമ്പോൾ.

'ദേവിയാം സീതതൻ സോദരിയാണു ഞാൻ
മുന്നിൽ നടപ്പേനിവളും സുഖം ദു:ഖ-
മൊന്നായിവേണമനുഭവിച്ചീടുവാൻ'

എന്നാണ് പറയുന്നത്. എന്നാൽ രാമദാസനായ ലക്ഷ്മണന് ഊർമ്മിളയുടെ മനസ്സ് കാണാനായില്ല.

'രാമനല്ലാതെനിക്കില്ല മറ്റാരുമേ
ഭൂമിയിൽ, ഇപ്പതിന്നാലു സംവത്സരം
ഞാനില്ലിനി, നിനക്കെന്നതറി, കിവൻ
രാമപദാബ്ജങ്ങൾ സേവിച്ചു കൊള്ളുവൻ
പാടില്ല മറ്റൊരു ചിന്തയെനിക്ക്, നിൻ
മൂഢാനുരാഗമെനിക്കു ഭാരം, വൃഥാ'

ലക്ഷ്മണന്റെ ഈ വാക്കുകൾ ദു:ഖഭാരത്തോടെ അവൾ കേട്ടു. തൽക്ഷണത്തിൽ സ്വർഗ്ഗമിടിഞ്ഞു വീഴുന്നതായും ഘോരാന്തകാരം വ്യാപിക്കുന്നതായും അവൾക്കു തോന്നി. ആരവങ്ങളില്ലാത്ത അന്തപുരത്തിന്റെ മൗനത്തിൽ ഉർമ്മിള തളയ്ക്കപ്പെട്ടു. രാജർഷി ചൊല്ലി പഠിപ്പിച്ച പാഠങ്ങൾ ഊർമ്മിള അപ്പോൾ അനുസ്മരിക്കുന്നു.

'ജാതവേദസ്സിനെ സ്സാക്ഷിയാക്കിച്ചെയ്ത
പാണിഗ്രഹണം ദൃഢതരം കാക്കണം
ഭൂമിക്കതല്ലോ ഫലോദയകാരണം
ആയിരം ജനപഥങ്ങൾ നടന്നുകൊ
ണ്ടാണിവൻ നീയുമായൊന്നിച്ചതോർക്കണം
പത്നിതൻ പേലവമായ കരം ഘോര
മൃത്യുവെപ്പോലും പിടിച്ചു നിർത്തീടുമേ,'

വൃഥാവിലായ ആ പാഠങ്ങളെ ഈ മുഹൂർത്തത്തിൽ ഊർമ്മിള തിരിച്ചറിയുന്നു.

നിസ്സാരമീരൂപ സൗഭഗം യൗവനം
നിസ്സാരമീ ഗാഢ ഗാഢമാം ബന്ധനം
നിസ്സാരശഷ്പതുല്യം മമ പ്രേമമെൻ
ഭർത്താവിനെന്നതറിഞ്ഞ മനസ്സുമായ്
ദീർഘദീർഘമാം പതിന്നാലു സംവത്സരം
കാത്തിരുന്നീടാൻ അഹല്ല്യയല്ലൂർമ്മിള
ഇല്ലിനിലക്ഷ്മണന്നൂർമ്മിള, കണ്ണുനീ-
രില്ല തപസ്സില്ലതിന്നർഹനല്ല നീ
ഇന്നുമുതൽകീയയോദ്ധ്യ മഹാവനം
എന്നേയറിവോൻ പരിത്യക്തയീവനേ
എന്നുമേ രാമായണത്തിലല്ലൂർമ്മിള-
യെന്നുമറിവേൻ, യഥാസുഖം പോവുക

എന്ന ഊർമ്മിളയുടെ ചിന്ത അടിച്ചമർത്തപ്പെടുന്ന സ്ത്രീത്വത്തിന്റേതാണ്. ഊർമ്മിളയ്ക്ക് എന്തുപറ്റിയെന്ന് പിന്നീടാരും അന്വേഷിച്ചിട്ടില്ലെന്നതാണ് വസ്തുത.

ഭൂമി പിളർന്നിതോ!! കണ്ടീല പിന്നെനാ
മൂർമ്മിളയെ, ബ് ഭൂമികന്യയ്ക്കനുജയെ....

സ്ത്രീത്വത്തിന്റെ ഒറ്റപ്പെടലും നിസ്സഹായതയും പരിത്യക്തയായ ഊർമ്മിളയിലൂടെ വെളിപ്പെടുത്താൻ ഈ പുരാവൃത്ത പുനരാഖ്യാനം സുഗതകുമാരിയെ സഹായിക്കുന്നു. വൈലോപ്പിള്ളിയുടെ ഉജ്ജ്വലമുഹൂർത്തത്തിന് മറുപുറമാണ് അറിയപ്പെടാത്ത ഊർമ്മിളയുടെ കഥ. വിസ്മരിക്കപ്പെട്ടുപോയ കഥാപാത്രങ്ങളെ പുനരുജ്ജീവിപ്പിക്കുന്ന ക്രിയാതന്ത്രമാണ് ഈ കവിതയിൽ സുഗതകുമാരി കൈക്കൊണ്ടിരിക്കുന്നത്.

ജലസേചനം - കർമ്മവീര്യത്തിന്റെ സങ്കീർത്തനം

ആദ്യത്തെ കർഷകരാജാവായി കവി കല്പിക്കുന്ന ബലരാമൻ കലപ്പകൊണ്ട് കാളിന്ദിയെ കീറി ദ്വാരകയെ ഉർവ്വരയാക്കിയ പുരാവൃത്തമാണ് വൈലോപ്പിള്ളിയുടെ 'ജലസേചനമെന്ന'[9] കവിതയ്ക്കാധാരം. കർഷകന്റെ ജീവിതോപാധിയായ കലപ്പ ആയുധമാക്കിയവനാണ് ബലരാമൻ. സവിശേഷസ്വഭാവമുള്ള ഈ കഥാപാത്രത്തിന്റെ പുനരാഖ്യാനം ജലസേചനമെന്ന കാർഷികവൃത്തിയുടെ മഹനീയത ചൂണ്ടിക്കാട്ടുന്നു.

അമ്പാടിയും ദ്വാരകയുമടക്കം പാരിടമെല്ലാം വരണ്ടുണങ്ങി മനുഷ്യരെല്ലാം കഷ്ടപ്പെടുമ്പോൾ കാളിന്ദി നിറഞ്ഞു പുളഞ്ഞൊഴുകുകയാണ്. ഭൂമിയുടെ ജീവധാരയായ പ്രവാഹത്തെ കടലിലെ ഉപ്പുവെള്ളത്തിൽ കലക്കിക്കളയുകയാണ് കാളിന്ദി.

'കണ്ടിതോ ഭദ്രാ, വരണ്ടുപോയ് മന്നിടം,
കണ്ണുനീർ മാത്രമേ വറ്റാതുള്ളൂ
തൻപക വീട്ടലാലിന്ദ്രൻ ജയിക്കുന്നു
തണ്ണീരിനൂഴിയിരന്നു നിൽക്കെ
കൊല്ലുന്ന ചൂടിനാൽ മാമരം വേവുന്നു
പുല്ലിന്റെ കാരിയമെന്തു ചൊൽവൂ?
ഗോവർദ്ധനാദ്രിതൻ താഴ്വരകൂടിയും
ഗോവർഗ്ഗ നൈരാശ്യഗർത്തമായി.
ഉച്ചയ്ക്കു പാടത്തു മാറ്റൊലി കൊള്ളുന്നു
കൊച്ചുകുരുവിതൻ പാരവശ്യം
വത്സനും പാലില്ലാതോതുന്നു ധേനുക്കൾ
ദുഃസ്സഹ'മംബേ'യെന്നാവലാതി.
ദൈവങ്ങളീവിധം ദ്വേഷിച്ചു നിൽക്കുകിൽ
പാവങ്ങളീ ഞങ്ങളെന്തു ചെയ്യും?"

എന്ന ദ്വാരകാവാസികളുടെ പരിദേവനത്തോടുകൂടിയാണ് അഞ്ചു ഖണ്ഡങ്ങളുള്ള ഈ കവിത ആരംഭിക്കുന്നത്. രണ്ടാമത്തെ ഖണ്ഡ

ത്തിൽ ബലരാമൻ കാളിന്ദിയോട് അവളുടെ ജീവകാരുണ്യം കർഷ കന് നെല്ലായും പശുക്കൾക്ക് പുല്ലായും തീരാൻ ഉതകട്ടെ എന്നുപ റഞ്ഞുവെങ്കിലും വെള്ളപ്പട്ടുകിടക്കവിടാൻ കാളിന്ദി തയ്യാറാകുന്നില്ല.

പട്ടിണി പാരിനെ തിന്നവേ, നീ വെള്ള
പ്പട്ടുകിടക്ക വിടില്ലയെന്നോ

എന്ന പ്രസക്തമായ ചോദ്യം ആധുനിക ബലരാമനിലൂടെ കവി യുടെ മനോഭാവത്തിന്റെ പ്രഖ്യാപനമാണ്.

നാലാമത്തെ ഖണ്ഡത്തിൽ കാളിന്ദിയെ ബലാൽക്കാരേണ ബലരാമൻ കീറിമുറിച്ച് പാരിന് പാരണയായി നൽകി.

ആ ഹലാഘാതം സഹിച്ചു ധാരിത്രിയാൾ
ആസന്ന സൽഫലഭാവനയാൽ
തൻകരി കീറിയ ചുടെഴും ചാൽകളി-
ലന്നദി, ഗൗരവൃഷഭശോഭൻ
നീളെക്കടത്തിച്ചമച്ചു നിരവധി
നീലക്കൈ പാരിനു നീർ കൊടുപ്പാൻ.

എന്നാണ് ആ ജലസേചനപ്രക്രിയയെ കവി മൂർത്തമാക്കുന്നത്. അത്രയും ശൂരയായ സൂരജാഗോവിനെ കൊടുത്തൊഴുത്തിൽ ബ ലരാമൻ കറന്നെന്നു കവി പറയുന്നു.

അത്ര മഹാൻമാർക്കേ, ഭൂതദയിൽ നി-
ന്നത്തരമുണ്ടാവൂ നിർദയത്വം!

ഇത് മറ്റൊരു കാളിയമർദ്ദനമാണ്. ഇവിടെ സംഘർഷം നടക്കു ന്നത് പട്ടിണിയും സുഖലോലുപതയും തമ്മിലാണ്. പട്ടിണിയും ദുരി തവുമനുഭവിക്കുന്ന ജീവിതവും വെള്ളപ്പട്ടുകിടക്ക വിടാത്ത ജീവിത വും തമ്മിൽ നടന്ന സംഘർഷത്തിനൊടുവിൽ ഉറവകളും സ്രോ തസ്സുകളും പങ്കുവെയ്ക്കുന്ന സമതയുടെ ദർശനമായി ജലസേചന ത്തിന്റെ അകപ്പൊരുൾ മാറുന്നു.

അവസാനത്തെ ഖണ്ഡത്തിൽ കാളിന്ദിയിലെ ജലം ഉർവ്വിയിൽ വരുത്തിയ മാറ്റങ്ങളുടെ വർണ്ണനയാണ്. മണ്ണിലെ ജലസേചനം കാർ ഷിക ജീവിതത്തെ ആനന്ദത്തിലാറാടിച്ചുകൊണ്ട് തരുക്കളിൽ കാ യും പൂവും നൽകി.

പാരിന്റെ ദാസിച്ചെറുമിയായ്പോകയാൽ
സൂരജേ നീയെന്തുയർച്ച നേടി!

എന്ന് കാളിന്ദിയുടെ ഉയർച്ചയെക്കുറിച്ചും കവി സൂചിപ്പിക്കുന്നു. മറ്റുള്ളവരിൽ ആഹ്ലാദത്തിന്റെ സംഗീതമേകാൻ കഴിയുന്ന സ്വരമായി തീരുമ്പോഴെ ജീവിതം അർത്ഥപൂർണമാവുന്നുള്ളൂ. കെട്ടിക്കിടക്കുന്ന എന്തും (സമ്പത്തടക്കം) മറ്റുള്ളവന് ധാനം ചെയ്യാനുള്ള ആഹ്വാനം കൂടി ഈ കവിതയിലുണ്ട്. ലോകത്തിന് ദാസ്യവൃത്തി ചെയ്യുന്നതിലും വലിയ നേട്ടം മറ്റൊന്നില്ല. ജീവന്റെ തുടിപ്പുകൾ മണ്ണിൽ നിക്ഷേ പിക്കാൻ കഴിഞ്ഞതിനാൽ കാളിന്ദി വീണ്ടും ഉയർച്ച നേടിയിരിക്കയാ ണ്. നീറുന്ന ഉർവ്വിയുടെ ജീവനം വെറുമുപ്പിൽ കലക്കിക്കളയുന്ന

കാളിന്ദിയുടെ നിന്ദയെയും അഹങ്കാരത്തെയും ഭൂതദയയാൽ തകർത്ത ബലരാമൻ അങ്ങനെ ആദ്യത്തെ കർഷകരാജാവായിത്തീർന്നു എന്ന് കവി പറയുന്നു.

'പടയാളികൾ' എന്ന കവിതയിലും പുതിയ യുഗത്തിലെ ബലരാമൻമാരെക്കുറിച്ച് വൈലോപ്പിള്ളി സൂചിപ്പിക്കുന്നുണ്ട്. 'രക്തദാനം' എന്ന കവിതയിലും വൈലോപ്പിള്ളി സമാനമായ സൂചന നൽകുന്നു. ഭൂമിയുടെ കർമ്മകാണ്ഡത്തിൽ പാരിന് പാരണ നൽകുന്ന കർഷകരുടെ മഹത്വ പ്രകീർത്തനമാണ് പുരാവൃത്തത്തിന്റെ സഹായത്താൽ വൈലോപ്പിള്ളി സാധിക്കുന്നത്. കാർഷിക ജീവിത വൃത്തിയെക്കുറിച്ചുള്ള എത്രയോ കവിതകൾ വൈലോപ്പിള്ളി രചിച്ചിട്ടുണ്ട്. കവി മനസ്സിന്റെ ദർശനം പുരാവൃത്തസഹായത്തോടെ ജലസേചനത്തിൽ അവതരിപ്പിക്കുമ്പോൾ അത് മനുഷ്യവീര്യത്തിന്റെ സങ്കീർത്തനമായി മാറുന്നു.

സാവിത്രി – സ്ത്രീത്വത്തിന്റെ ആദർശവൽക്കരണം

ആത്മാംശമുള്ള ഒരു കവിതയാണ് വൈലോപ്പിള്ളിയുടെ 'സാവിത്രി'.[10] എഴുത്തും വായനയും പഠിക്കുന്നതിനുമുമ്പുതന്നെ അച്ഛൻ പറഞ്ഞുകൊടുത്ത സത്യവാന്റെയും സാവിത്രിയുടെയും കഥയുടെ അന്തഃസത്തയാണ് ഈ കവിതയെ സാക്ഷാത്ക്കരിച്ചത്. സാവിത്രിയെപ്പോലെ ഭർത്താവിനെ മരണത്തിൽ നിന്നു പോലും വീണ്ടെടുക്കാൻ കഴിവുള്ള സ്ത്രീകളെക്കുറിച്ചുള്ള സ്വപ്നമാണ് കവി നെഞ്ചേറ്റുന്നത്. ഞാൻ മുഖ്യകഥാപാത്രമായിട്ടാണ് കവിതയുടെ ആഖ്യാനം. വൈയക്തിക സത്തയുടെ പ്രസക്തിയും നിലനിൽപ്പും അന്വേഷിച്ചുള്ള ഒരു യാത്രയാണ് ഈ കവിത.

ശത്രുതാരകപോലെ മൃത്യുവിന്നിരുൾക്കെട്ടിൽ
പൊൽക്കതിൽതൂകും ധർമ്മധീരയാം

സാവിത്രിയെ കവിക്കു പരിചയപ്പെടുത്തിക്കൊടുത്തത് അച്ഛനാണ്. കുട്ടിക്കാലത്തു കേട്ട കഥയിലെ സാവിത്രിയെ കഥാപാത്രമായി മറക്കാൻ പ്രേരിപ്പിക്കുന്ന ജീവിതവിലാസങ്ങളുടെ വശ്യതകളുടെ ഘോഷയാത്രയായിരുന്നു പിന്നീട്. വീണ്ടും പുസ്തകവായന തുടങ്ങിയപ്പോൾ കഥകളും കഥാപാത്രങ്ങളും തന്റെ ജീവിതത്തിന്റെ ഒരംശമായി മാറിയിരിക്കുന്നത് കവി അറിഞ്ഞു. അവളുടെ മുഖം മനസ്സിന്റെ കണ്ണാടിയിലും ചിന്തയിലും കർമ്മങ്ങളിലും അർത്ഥപൂർണ്ണമായ കാവ്യസപര്യയായി മാറി. സ്വന്തം കവിതകളുടെ ചേതനയിൽ സാവിത്രി ഐകരൂപ്യം പ്രാപിച്ചു. സ്ത്രീയെ ഈ സാവിത്രിയുടെ രൂപഭാവങ്ങളിലൂടെ കാണാനുള്ള നിയന്ത്രണാതീതമായ ഒരു അന്തഃപ്രേരണ കവിക്കുണ്ടായി. സാവിത്രിയെന്നു പേരുള്ളവരെക്കുറിച്ച് മാത്രമേ കവിതയെഴുതൂ എന്നുവരെ എത്തി. ഈ അനുഭവം കവി വിവരിക്കുന്നത് ഇപ്രകാരമാണ്.

അവളെക്കേൾപ്പിക്കാനോ, പൊൻകിനാവുകൾ മീട്ടി–
യവിദഗ്ദ്ധമായാദ്യകവനം രചിച്ചു ഞാൻ?

കളിയാക്കിനാർ തോഴർ, "ചിറകുവിരിച്ചല്ലോ"
പെൺകിടാങ്ങളും വന്നു കൊഞ്ചിനാർ, 'പദ്യം നന്നായി
ഞങ്ങളെക്കുറിച്ചോരോന്നുണ്ടാക്കിത്തരില്ലയോ"
പാതിനർമ്മമായി, പാതികാര്യമായ്, സഗൗരവം
ചോദിച്ചേൻ: "സാവിത്രിയെന്നുള്ള പേരാർക്കാണിതിൽ"
"ഹാ രസം രസ"മെന്നു ചിരിച്ചാരവർ: "ഞങ്ങ-
ളാരുമേ സാവിത്രിയെ, ല്ലെന്തൊരു പഴഞ്ചൻപേര്!"
"എങ്കിലോ നിങ്ങൾക്കല്ലെൻ പഴഞ്ചൻ കവനങ്ങൾ"
എന്നു ഞാൻ കൺകൂർപ്പിക്കെ, ക്കനപ്പിച്ചവർ പോയാർ

ഒടുവിൽ ഇത് പെൺജാതിയോടുള്ള അകൽച്ചയിലെത്തിച്ചു. ഉള്ളി ലുറഞ്ഞ സാവിത്രിയെ കണ്ടെത്തുന്നതിന് പ്രതിബന്ധമായി കവിയുടെ ജീവിതത്തിൽ അപ്രതീക്ഷിതമായ ഒരു ദുരന്തവും അക്കാലത്തു ണ്ടായി.

ശോകമൂകനായച്ഛനക്കാലത്തിറങ്ങിപ്പോയ്
സ്വീകരിച്ചിതെന്നമ്മ മറ്റൊരുത്തനെ ക്രമാൽ.

ഈ സംഭവം കവിയിലുണ്ടാക്കിയ മുറിവുകൾക്കിടയിലും അമ്മയെ സാവിത്രിയോട് തുലനം ചെയ്തുനോക്കി. എന്നാൽ അതസ്വസ്ഥക ളും രോഷവും മാത്രമാണ് നൽകിയത്. പുത്രവത്സലനായ അച്ഛനെ ക്കുറിച്ചോർക്കുമ്പോൾ ആ രോഷം ആളിപ്പടർന്നു. കോളേജിൽ നിന്നുവരുന്ന വഴി കാത്തുനിൽക്കുന്ന അച്ഛന്റെ ദൈന്യവും വാത്സല്യ വും കൂടിച്ചേർന്നപ്പോൾ പഠിച്ചുകൊണ്ടിരുന്ന ഹാംലെറ്റ് നാടകത്തിലെ 'ഇരിക്കണോ മരിക്കണോ' എന്ന ചിന്ത കവിയെ എരിപൊരികൊള്ളി ച്ചു. അവിടെ സാവിത്രിയുടെ സ്വപ്നദർശനമുണ്ടാവുന്നു കവിയ്ക്ക്.

"തകരയ്കയി ചിത്തം, നീണ്ട സംസ്കാരത്തിലും
മൃഗവാസനകളീ മർത്ത്യരെബ്ഭരിക്കുന്നു.
വിധികല്പിച്ചീടായ്ക, പൊറുത്താലുമിദുഃഖം"

ഇങ്ങനെ മനസ്സ് പിന്നാക്കം പായുന്നിടത്ത് സാവിത്രി തുണക്കെത്തി ആത്മഹത്യയെക്കുറിച്ചുള്ള ചിന്തകളിൽ നിന്ന് പിന്തിരിപ്പിക്കുന്നു. അങ്ങനെ മാമ്പഴം, ത്യാഗോപഹാരം, പടയാളികൾ, സഹ്യന്റെ മകൻ തുടങ്ങിയ കവിതകളെഴുതി കർമ്മവീര്യത്തിന്റെ കവിയായി വൈലോ പ്പിള്ളി അറിയപ്പെട്ടു. സർഗ്ഗാത്മകമായ ഊർജ്ജം ഉദാത്തീകൃതമായി പുറത്തുവന്നു.

പിതാവിന്റെ ദൈന്യവും അതിലേക്ക് തള്ളിവിട്ട അമ്മയോടുള്ള രോഷവും കവിതയ്ക്ക് മഷിപാത്രമായി.

അകമേ പരിണാമം വരുത്തി, സ്വാസ്ഥ്യം നരർ-
ക്കരുളാൻ കവിതപോൽ മറ്റുണ്ടോ ശുശ്രൂഷിക?
ചെറുക്കാതിരിക്കലല്ലിതു, താൻ ഭർത്താവായി
വരിച്ച തുണയറ്റ മനുഷ്യലോകത്തിനെ
യമലോകത്തിൽപ്പോലും ചെന്നു, മൃത്യുവിൽ നിന്നും

ക്ഷമയോടെതിർത്തു വാഗ്ദേവി വീണ്ടെടുക്കുന്നു,
അസ്തനാം സവിതാവെ പിന്തുടർന്നെത്തി, സ്സന്ധ്യ
പുത്തനാം പകലിലേക്കാനയിച്ചീടും പോലെ

സാവിത്രി വാഗ്ദേവിയും കവിതയുമായി കവിക്ക് അനുഭവപ്പെടുന്നത് ഇങ്ങനെയാണ് ചിത്രീകരിച്ചിരിക്കുന്നത്. ചെന്നിനായകത്തിന്റെ കയ്പ്പും, മാതൃഭൂമിയുടെ മോചനത്തിനായി സ്വന്തം മധുരയൗവ്വനം കരിച്ചുകളയലും, പ്രാണൻ കൊണ്ടുകണക്കുപറയുന്ന ഉന്മത്ത പ്രേമവും കവിതയ്ക്ക് സ്ത്രീകളെക്കുറിച്ചുള്ള സങ്കൽപ്പത്തിലെ വിഷയമാക്കുവാൻ കഴിഞ്ഞത് ഉള്ളിൽ വർത്തിക്കുന്ന സാവിത്രീബിംബത്തിന്റെ സ്വാധീനം കൊണ്ടാണെന്ന അവബോധം കവിക്കുണ്ടാകുന്നു. സത്യത്തെ നേരിടാനുള്ള കരുത്ത് ഈ സാവിത്രിയാണ് കവിക്കു നൽകിയത്. കവി തന്റെ അസ്തിത്വം അവൾക്കായി സമർപ്പിക്കുന്നു. സ്വന്തം വൈയക്തികാനുഭവങ്ങളെ കാവ്യാനുഭവമാക്കിമാറ്റാൻ ഒരു പുരാവൃത്തത്തിന്റെ സ്വാധീനം കവിയെ സഹായിച്ചതിന്റെ പശ്ചാത്തലമായി 'സാവിത്രി' എന്ന കവിത മാറുന്നു.

അകമേ പരിണാമം വരുത്തി സ്വാസ്ഥ്യം നരർക്കരുളുന്ന കവി ജന്മകൃത്യത്തിൽ പുതിയയുഗത്തിൽ പുരാവൃത്തം പുതിയ മനുഷ്യനുവേണ്ടുന്ന ശക്തികൾ സംഭരിക്കാനുള്ള വിശുദ്ധോദ്യമങ്ങളും സ്വത്വാന്വേഷണത്തിന്റെ പ്രചോദനങ്ങളുമായിത്തീരുകയും ചെയ്യുന്നു എന്ന് ലീലാവതി ഈ കവിതയെ നിരീക്ഷിക്കുന്നു.[11] സ്വന്തം മാനസികാവസ്ഥയ്ക്ക് ഉത്തരം കണ്ടെത്താനുള്ള ശ്രമമാണ് സാവിത്രിയിലൂടെ വിജയം കൈവരിച്ചിരിക്കുന്നത്. ഒരാളുടെ വ്യക്തിത്വത്തെ സ്വാധീനിച്ച എന്തിനും അയാളുടെ ജീവിതത്തിലുടനീളം സ്ഥാനമുണ്ടായിരിക്കും. തന്റെ ജീവിതത്തിൽ സാക്ഷാത്ക്കരിക്കാൻ കഴിയാത്തവ മറ്റൊന്നിലൂടെ ആവിഷ്ക്കരിക്കുന്ന ഉദാത്തീകരണം (Sublimation) എന്ന പ്രക്രിയയാണ് കവിതയിലൂടെ പുരാവൃത്ത സഹായത്താൽ കവിക്ക് നേടാൻ കഴിഞ്ഞത്.

ലളിതാലെനിന്റെ 'സാവിത്രിയുടെ ചിറകുകൾ'[12] എന്ന കവിത സത്യവാൻ സാവിത്രിയുടെ പുരാവൃത്തത്തെ പെൺവഴിയിലൂടെ പുനർവായിക്കുകയാണ്.

സാവിത്രിയുടെയും
പുറംതിരിഞ്ഞ് നിൽക്കുന്ന സത്യവാന്റെയും
ഹൃദയങ്ങളിലേക്കാണിപ്പോൾ
എന്റെ മനസ്സോടിക്കുകറുന്നത്.

എന്നും കവിയോടൊപ്പം കൂടെയുണ്ടായിരുന്ന സാവിത്രിയെ കവി തിരിച്ചറിഞ്ഞിരുന്നില്ല. അടച്ചിട്ടമണിച്ചിത്രഗോപുരങ്ങളിൽ മുട്ടിയപ്പോൾ തെളിഞ്ഞ ചിത്രത്തിൽ ആധുനിക സ്ത്രീപക്ഷ ദർശനമാണ് ഉൾച്ചേരുന്നത്.

സത്യവാന്റെ നടുക്കം
ഉത്തരീയമൂർന്ന വലിയ ചുമലുകളിൽ
വേലിയേറ്റമുണ്ടാകുന്നത് ഞാൻ കണ്ടു.

പക്ഷെ, സാവിത്രിയുടെ അമ്പരപ്പ്-
എത്ര സമർത്ഥമായാണത്
നിഗൂഹനംചെയ്യപ്പെടുന്നത്!

താൻ തേടിയ സാവിത്രിയുടെ സാമീപ്യം കവിയെ സ്നേഹവാത്സല്യങ്ങൾകൊണ്ടു പൊതിയുന്നു. പ്രേമത്തിന്റെ ദാർഢ്യത്തെ വെല്ലുന്ന കടമയുടെ ഉരുക്കു നൂലുകൾ കൊണ്ട് സ്വന്തം ഹൃദയത്തിന് തുളയിട്ടുകെട്ടുന്ന സാവിത്രിയെ കവി തിരിച്ചറിയുന്നു.

ആധുനിക കുടുംബവ്യവസ്ഥയിലെ സ്ത്രീപുരുഷ ബന്ധത്തിൽ ഈ സത്യവാൻ സാവിത്രി ബന്ധത്തിന് പുതിയ ഭാവതലങ്ങൾ ലഭിക്കുന്നു.

സ്വന്തം മനസ്സു കൊണ്ടവൾ
എപ്പോഴും ആ ഉരുക്കുനൂലുകളിൽ
രാകിക്കൊണ്ടിരിക്കുന്നത്
സത്യവാനെ അസ്വസ്ഥനാക്കി.
വരനെത്തേടിതപോവനത്തിലലഞ്ഞ
ആലസ്യം അവൾ മറന്നുകഴിഞ്ഞെന്നുതോന്നി.
തന്നിൽ മനസ്സു നഷ്ടപ്പെട്ട
പവിത്രമുഹൂർത്തം വിവർണ്ണമാവുന്നതും
വരണമാല്യത്തിന്റെ സൗമ്യഗന്ധംവറ്റുന്നതും
മൃത്യുഞ്ജയ മന്ത്രങ്ങളുടെ ഗ്രീഷ്മവിഹ്വലതകൾ
കാലവർഷക്കലക്കത്തിൽ ഒഴുകിപ്പോവുന്നതും
അവസാനം,
മരണമെന്നദൃഢനിശ്ചയം
കൊളുത്തഴിഞ്ഞു വീഴുന്നതും
നോക്കിനില്ക്കാനായില്ല.
കൂടുതൽകൂടുതൽ പുറംതിരിഞ്ഞു നില്ക്കെ
ഉച്ഛ്വാസവായുവിന്റെ ചൂടുകൊണ്ട്
ആമുഖംപൊള്ളിക്കരിഞ്ഞു.

സ്വാതന്ത്ര്യത്തിന്റെ ചിറക് കട്ടിൽക്കാലിൽ ബന്ധിച്ച് ഈ ബന്ധം ഇപ്പോഴും തുടരുകയാണ്. സ്ത്രീയുടെ സ്വാതന്ത്ര്യ പ്രഖ്യാപനത്തിനാണ് ഈ പുരാവൃത്തം കവി ഉപയോഗിച്ചിരിക്കുന്നത്. ദു:ഖത്തെയും ദുരന്തത്തെയും പൊട്ടിച്ചെറിയാൻ വെമ്പുന്ന ആധുനിക സ്ത്രീത്വത്തിന്റെ ചിറകാർന്ന സ്വതന്ത്ര്യവാഞ്ജയായി ഈ കവിതയെ കാണാം.

ഓണപ്പാട്ടുകാർ - മാനവചരിത്രത്തിന്റെ സംഗ്രഹം

വൈലോപ്പിള്ളിക്കവിതകളിലെ ഓണസങ്കല്പം കവിയുടെ സാമൂഹിക അവബോധവുമായി നേരിട്ട് ബന്ധപ്പെട്ടു കിടക്കുന്ന ഒന്നാണ്. ഓണത്തേയും മാവേലിയെയും പോലെ വൈലോപ്പിള്ളിയെ സ്വാധീനിച്ച മറ്റൊരു പുരാവൃത്തമില്ല. ഓണപ്പാട്ടുകളാണെൻ പാട്ടുകൾ എന്ന് കവി തന്നെ സ്വന്തം കവിതകളെ വിശേഷിപ്പിച്ചിട്ടുണ്ട്. മലയാളിയുടെ സാംസ്ക്കാരികഹൃദയത്തെ ദീപ്തമാക്കുന്ന ഏറ്റവും ശക്തവും മധു

രവുമായ ഓർമ്മയാണ് മഹാബലിപുരാവൃത്തം. ഇത് ഒരു രക്ഷകസങ്കൽപ്പം കൂടിയാണ്. ഇതിനെ അടിസ്ഥാനമാക്കി മെനഞ്ഞെടുത്ത ഏറ്റവും സുന്ദരമായ വൈലോപ്പിള്ളിക്കവിതയാണ് 'ഓണപ്പാട്ടുകാർ'.[13]

അരിമയിലോണപ്പാട്ടുകൾ പാടി-
പ്പെരുവഴിതാണ്ടും കേവല,രെപ്പൊഴു-മ
രവയർ പട്ടിണിപ്പെട്ടവർ കീറി-
പ്പഴകിയ കുറപുതച്ചവർ ഞങ്ങൾ;
നരയുടെ മഞ്ഞുകൾ ചിന്നിയ ഞങ്ങടെ
തലകളിൽ മങ്ങിയൊതുങ്ങിയിരിപ്പൂ
നിരവധിപുരുഷായുസ്സിന്നപ്പുറ-
മാളിയൊരോണപ്പൊൻ കിരണങ്ങൾ.

സുഭിക്ഷതയുടെയും സമത്വത്തിന്റെയും ഓണസങ്കൽപ്പം നെഞ്ചേറ്റിലാളിക്കുന്ന മലയാളിയുടെ സ്വത്വത്തെക്കുറിച്ചുള്ള അന്വേഷണം കൂടിയായ നാല് ഖണ്ഡങ്ങളുള്ള 'ഓണപ്പാട്ടുകാർ' എന്ന കവിത തുടങ്ങുന്നത് ഇങ്ങനെയാണ്. ഒരു സുവർണ്ണ കാലഘട്ടത്തെക്കുറിച്ചുള്ള പ്രത്യാശ ജീവിപ്പിക്കുകയും വർണ്ണമേളങ്ങളോടെ അതിനെ വരവേൽക്കാൻ ഒരുങ്ങുകയും ചെയ്യുന്നതിന്റെ ചിത്രമാണ് ഓണപ്പാട്ടുകാർ. ഇതൊരു ചെറിയ മഹാകാവ്യമാണെന്നും, ഓണപ്പാട്ടുകാരുടെ ഓർമ്മയിൽകൂടി കവിഭൂതകാലവിഭൂതികളിലേക്ക്, ആദിജീവിതത്തിന്റെ കെട്ടുറപ്പിലേക്ക് തീർത്ഥയാത്ര നടത്തുന്നു എന്നും ഓർമ്മകളുടെ വിദൂരതലങ്ങളിൽ രാഷ്ട്രവിഭാഗങ്ങൾ ഇല്ലാതാവുന്നു എന്നും എം. എൻ വിജയൻ ഈ കവിതയെ നിരീക്ഷിക്കുന്നുണ്ട്. [14]

ഓണപ്പാട്ടുകാർ പറയുന്നത് ചരിത്രം ഉദിക്കും മുമ്പ്, മതങ്ങൾ കരഞ്ഞു പിറക്കും മുമ്പ്, ലോകത്തെങ്ങും നിലനിന്നിരുന്ന പൊന്നോണത്തെക്കുറിച്ചാണ്. സാമൂഹിക ജീവിതം ആദ്യഘട്ടങ്ങളിൽ മനുഷ്യനു നൽകിയ സംതൃപ്തിയാണ്, സ്വാതന്ത്ര്യമാണ് ഈ ഗാഥകൾ.

പലദേശത്തിൽ, പലവേഷത്തിൽ
പ്പലപലഭാഷയിൽ, ഞങ്ങൾ കഥിപ്പൂ
പാരിതിലാദിയിലുദയം കൊണ്ടുപോ-
ലിഞ്ഞൊരു പൊന്നോണത്തിൻ ചരിതം
ഞങ്ങടെ പാട്ടിനു കൂട്ടുകുടം തുടി
കിണ്ണം തംബുരുവോടക്കുഴലും
ഞങ്ങടെ പാട്ടിൽത്തേനും പാലും
തെങ്ങിളനീരും നറുമുന്തിരിയും!

ലോകത്തിന്റെ എല്ലാഭാഗങ്ങളിലും നിലനിന്നിരുന്ന സമത്വത്തിനെക്കുറിച്ചുള്ള സ്വപ്നം ഓണത്തിന്റേതാണ്. അതുകൊണ്ടുതന്നെ ഇതിന് ദേശമോ, വേഷമോ, ഭാഷയോ പ്രശ്നമായിരുന്നില്ല. ഉത്തമരും പൂർണ്ണരുമായ മനുഷ്യർ നിറഞ്ഞ ആ ലോകം പ്രകൃതിയുമായി സൗഹൃദബന്ധം പുലർത്തി. വിശ്ഷിടമഹാതിഥികൾക്ക് കുലീനമായ 'വീട്ടമ്മയെപ്പോലെ തനിക്കുള്ളതെല്ലാം പ്രകൃതി അവർക്കുനൽകി. വാർദ്ധക്യത്തിൽപ്പോലും ഈ ദേശത്തെ ജനത യൗവനരായി നില

കൊണ്ടു. ദിവ്യതയെക്കുറിച്ച് ചിന്തിക്കാതെ തന്നെ അവരുടെ ജീവിതം ആരാധനയായിമാറി. സുകൃതപൂക്കൾ ഒടുങ്ങാത്ത തിരുവോണമായിരുന്നു ഭൂമിയിൽ അവരുടെ യുഗം.

ആവിധം ആയിരമാണ്ട് വസന്തപരാഗമണിഞ്ഞു കടന്നുപോയപ്പോൾ അതുവരെയാർജ്ജിച്ച സംസ്ക്കാരത്തെ ആകമാനം തുടച്ചുമാറ്റുന്ന ഒരു സംഭവമുണ്ടായി.

അപരപുരാതനർ ചൊൽവൂ, വാമന-
നാദിമദേവൻ വന്നു മഹീശനെ
യർത്ഥന ചെയ്തു ചതിച്ചു ചവിട്ടിയി-
രുട്ടിലണച്ചു മുടിച്ചാനെന്നും
പൊരുളറിവീല, യുഗങ്ങൾ കഴിഞ്ഞു ച-
രിത്രം കുഞ്ഞിക്കണ്ണു തുറക്കെ,-
ദ്ധരയുടെ ശിരസിലസിച്ചു നരപോൽ
ദേവപുരോഹിത ദുഷ്പ്രഭുവർഗ്ഗം!

സ്വകാര്യ സ്വത്തിന്റെ ആവിർഭാവവും അതിനെത്തുടർന്ന് സംഘടിത മതങ്ങളുടെ വളർച്ചയും കവി ഇവിടെ സൂചിപ്പിക്കുന്നു. മതങ്ങൾ കരഞ്ഞു പിറക്കുന്നതിനു മുമ്പാണ് ഓണമെന്ന സങ്കൽപ്പമുണ്ടായതെന്നും ദേവകൾ അന്ന് ഭൂമിയിൽ അറിയപ്പെട്ടിരുന്നില്ലെന്നും ദിവ്യതയെ പൂജിക്കുകയോ ആരാധിക്കുകയോ ചെയ്തിരുന്നില്ലെന്നും കവി മുമ്പ് എടുത്തുകാട്ടിയിരുന്നു. സമൂഹത്തിനുണ്ടായ മാറ്റമാണ് പിന്നീട് കവി പറയുന്നത്.

പൃത്ഥിയിലന്നു മനുഷ്യർ നടന്നപ-
ദങ്ങളിലിപ്പോഴധോമുഖവാമനർ;
ഇത്തിരിവെട്ടം മാത്രം കാണ്മവർ,
ഇത്തിരിവെട്ടം ചിന്തിക്കുന്നവർ,
മൂവടിമണ്ണിനിരന്നു, കവർന്നു, വ-
ധിച്ചു, നശിപ്പോ, രൽപ്പ സുഖത്തിൻ
പാവകളിച്ചതു തല്ലിയുടച്ചു-
കരഞ്ഞു മയങ്ങിയുറങ്ങീടുന്നോർ

പ്രാകൃതസമൂഹനീതി പൗരോഹിത്യത്തിനും ജന്മിത്വത്തിനും മുതലാളിത്തത്തിനും വഴിമാറിക്കൊടുത്തു. സ്വന്തം കുടുംബത്തെക്കുറിച്ചും അന്നന്നത്തെ അവസ്ഥകളെക്കുറിച്ചും മാത്രം ചിന്തിക്കുന്നവരുമായി അധ:പതിച്ച മനുഷ്യന്റെ തന്നെ പ്രതിബിംബങ്ങളാണ് പിന്നീട് മനുഷ്യർ നടന്ന പാതയിലൂടെ നടന്നത്. അൽപ്പസുഖത്തിനും മൂവടിമണ്ണിനും വേണ്ടി ചതിക്കുകയും മോഷ്ടിക്കുകയും കൊല്ലുകയും ചെയ്തു. അങ്ങനെ നന്മപോയി തിന്മയാൽ ലോകം അസുന്ദരമായി. സുഖലോലുപതയിൽ മതിമറന്നാടി ഉറങ്ങിയ അവർ അദ്ധ്വാനത്തിന്റെ മഹത്വം നഷ്ടപ്പെടുത്തി.

പെരുകിടുമിരുളിലുമെന്നാൽ ഞങ്ങടെ
തലകളിൽ മങ്ങി മിനുങ്ങിയിരിപ്പൂ

നിരവധി പുരുഷായുസ്സിന്നപ്പുറ-
മാളിയൊരോണപ്പൊൻ കിരണങ്ങൾ.

എന്ന് പട്ടിണിയുടെ പാട്ടുകാർ നഷ്ടസ്വർഗ്ഗ സ്വപ്നത്തെക്കുറിച്ച് പാടുന്നു.

ഓണം ആദിമസ്വർഗ്ഗത്തെക്കുറിച്ചുള്ള നഷ്ടമൂല്യവിഷാദം കൂടിയാണ്. യുങ്ങിന്റെ വർഗ്ഗസ്മൃതി സിദ്ധാന്തവുമായി ചേർത്തുവെക്കുമ്പോൾ ഏതൊരു സമൂഹത്തിന്റെയും അന്ധതയും മാത്സര്യവും പെരുകിയ ഇരുളിൽ സമൂഹമനസ്സിലെ ഈ സ്വപ്നസ്മൃതി ഉണർന്നിരിക്കും.

അവകൾ കിനാവുകളെന്നാം ശാസ്ത്രം
കളവുകളെന്നാം ലോകചരിത്രം
ഇവയിലുമേറെ യഥാർത്ഥം ഞങ്ങടെ
ഹൃദയനിമന്ത്രിത സുന്ദരതത്വം.

സമൂഹത്തിന്റെ മനസ്സിൽ പറിച്ചെറിഞ്ഞാലും പോകാതെ കിടക്കുന്ന ആ സ്മരണകളെ കിനാവുകളെന്നോ കളവുകളെന്നോ ആക്ഷേപിക്കത്തക്കതല്ല. അതു കൊണ്ട് പുരാതനമായ ആ സുവർണ്ണകാലം പുൽകിയ കണ്ണുകൾ വിദൂരഭാവിയിൽ ഒരു പൂത്തിരുവോണം സ്വപ്നം കാണുന്നു.

ആധുനാതനയുഗമനുജാവലിയുടെ-
യനുതാപാർഹജനുസ്സു കുഴഞ്ഞൊരു
മഹിതാകൃതിയാം മാനവജീവിത-
ശില്പമുദിപ്പതു കാണൂ ഞങ്ങൾ
നഷ്ടവസന്തസ്ഥലികളിൽ നിന്നു സ-
മൃദ്ധവസന്ത തടങ്ങളിലേ,യ്ക്കിള-
വറ്റു പറക്കും പക്ഷികൾ പോ,ലിരു-
സന്ധ്യതൊടുക്കുംതാരകൾപോലെ-
പോയതിൽ നി,ന്നിനിയെന്നോ വിരിയു-
ന്നായതിലേയ്ക്കു കുതിയ്ക്കുകയാണി-
ന്നായതവിശ്വാസത്തൊടു ഞങ്ങടെ
ഭാസുരചിന്താസങ്കൽപങ്ങൾ

ഒരിക്കൽ തങ്ങളിൽ നിന്ന് തട്ടിയെടുത്ത പൂർണത തിരിച്ചുപിടിക്കേണ്ടതാണെന്ന അവകാശബോധത്തോടെ ലക്ഷ്യത്തിലേക്ക് നീങ്ങാനുള്ള ആഹ്വാനവുമായി കവിത അവസാനിക്കുന്നു. പോവുക, നാമെതിരേൽക്കുക, നമ്മളൊരുക്കുക, നാളെയൊരോണം.

പ്രാകൃത കമ്യൂണിസത്തിൽ നിന്ന് അവസ്ഥാഭേദങ്ങളിലൂടെ വളർന്ന് കമ്യൂണിസത്തിലെത്തിച്ചേരുന്ന മനുഷ്യചരിത്രത്തെക്കുറിച്ചുള്ള മാർക്സിയൻ ദർശനം തന്നെയാണ് വൈലോപ്പിള്ളിയുടെ ഈ ഓണസങ്കൽപ്പത്തിന്നാധാരം. അതുകൊണ്ടായിരിക്കാം എം.എൻ വിജയൻ ലോകചരിത്രത്തിന്റെ ഒരു സംഗ്രഹവും വ്യാഖ്യാനവുമാണ് ഓണപ്പാട്ടുകാർ എന്നുപറഞ്ഞിരിക്കുക.[15] നഷ്ടവസന്തസ്ഥലികളിൽ നിന്ന് സമൃദ്ധവസന്തതടങ്ങളിലേക്കുള്ള പ്രയാണത്തിൽ ഭാവിയുരുത്തിരിയുന്ന വിദൂരതയിൽ ഒരു തിരുവോണം പ്രതീക്ഷിക്കുന്ന കവി അത്

ബുദ്ധിജീവികളും സമാന്യജീവികളും ഒത്തുചേർന്ന് ഒരുക്കണം എന്നു പറയുന്നു.

നാടിന്റെ ചരിത്രത്തിലേക്കും പഴമയിലേക്കുമുള്ള ഉൾക്കാഴ്ചയും ശാസ്ത്രീയബോധവും ഈ കവിതയ്ക്ക് ശക്തിയും ദാർശനികതയുടെ ആഴവും നൽകുന്നു എന്ന എസ് രാജശേഖരന്റെ കണ്ടെത്തൽ യുക്തി യുക്തമാണ്.[16] ഭൂതഭാവി വർത്തമാനങ്ങളുടെ ചലനാത്മകതയെ നിയന്ത്രിക്കുന്ന ഒന്നായി ഈ പുരാവൃത്തം മാറുന്നതുകൊണ്ടാണ് ഈ സവിശേഷത കൈവരിക്കാൻ കവിക്കു കഴിയുന്നത്. പ്രകൃതി യുടെ ദ്വന്ദ്വസ്വഭാവവും, ശാസ്ത്രീയാവബോധവും, തത്വചിന്തയും, സൗന്ദര്യബോധവും തമ്മിലുള്ള സമന്വയവും അതീതമായി കൈവ രിക്കാൻ മഹാബലി പുരാവൃത്തത്തോളം ശക്തി മറ്റൊന്നിനുമില്ലെന്ന തിരിച്ചറിവിന്റെ പ്രതിഫലനം കൂടിയാണ് ഓണപ്പാട്ടുകാർ.

ബോധചേതസ്സിന്റെ വിശ്വവിജയപ്രയാണത്തിലെ ഒരു രംഗമായി വേണം ബലിദമനത്തെ കാണാനെന്ന് എം. ലീലാവതി അഭിപ്രായ പ്പെടുന്നു.[17] വൈലോപ്പിള്ളിയുടെ കന്നിക്കൊയ്ത്തു മുതൽ മകരക്കൊ യ്ത്തുവരെയുള്ള സമാഹാരങ്ങളിൽ ഈ വിശ്വവിജയത്തെക്കുറിച്ചും നഷ്ടപ്പെട്ട ഇന്നലകളെക്കുറിച്ചുമുള്ള നിലപാടുകൾ കാണാം. നഷ്ടസ്വർഗ്ഗത്തെ ആസ്പദമാക്കിയുള്ള സുവർണ്ണയുഗത്തെക്കുറിച്ചും ഇടമുറിയാത്ത ജീവിതത്തുടർച്ചയെക്കുറിച്ചുമാണ് വൈലോപ്പിള്ളി ഏറ്റവുമധികം പാടിയിട്ടുള്ളത്. പഴയസുഗന്ധങ്ങളുടെ പരിമളമേലുന്ന കേരളനാട്ടിൽ നിന്ന് ഓണസങ്കൽപം വളർന്ന് ഗംഗാസമതലത്തി ലേക്കും അവിടെനിന്ന് മരുഭൂമിയിയുടെ നാടുകളിലേക്കും പരന്ന് പഞ്ചമഹാഭൂഖണ്ഡങ്ങളെയും ഉൾച്ചേർത്ത് ദക്ഷിണോത്തരദ്രുവദീ പ്തികളെ പുൽകുന്നുണ്ട്. ഉണരുന്ന മനുഷ്യസ്നേഹത്തിന്റെ ആർദ്ര തതന്നെയാണ് മനുഷ്യവർഗ്ഗത്തെ മുഴുവൻ തഴുകിക്കൊണ്ട് വളരുന്ന ഈ സുവർണ്ണയുഗസങ്കൽപ്പത്തിന്നാധാരം. വർത്തമാനത്തോടുള്ള പ്രതിഷേധമായാണ് വൈലോപ്പിള്ളി ഈ പുരാവൃത്തത്തെ കാണു ന്നത്. വൈലോപ്പിള്ളിയുടെ ഈ സുവർണ്ണയുഗസങ്കൽപ്പത്തിന് പാശ്ചാത്യരുടെ സുവർണ്ണയുഗസങ്കൽപ്പവുമായി ബന്ധം കാണുന്ന വരുമുണ്ട്.[18] ഇങ്ങനെ സമഗ്രമായ ഒരു ജീവിതപ്രതീക്ഷകൊണ്ട് കവി തയെ ദീപ്തമാക്കാൻ കവിക്ക് ഈ പുരാവൃത്തം സഹായകമായി ത്തീരുന്നു.

വൈലോപ്പിള്ളിയുടെ 'ഓണമുറ്റത്ത്'[19] 'ഓണക്കിനാവ്'[20] തുടങ്ങിയ കവിതകളിലും നിത്യദീപ്തമായ ഈ പുരാവൃത്തത്തിന്റെ പരാമർശ മുണ്ട്. സത്യത്തെയും സൗന്ദര്യത്തെയും എന്നും ഉപാസിക്കാൻ കഴി യുന്ന കവിദർശനം നാടുവാഴുന്ന ഒരോണക്കാലം വൈലോപ്പിള്ളി സ്വപ്നം കാണുന്നുണ്ട്. വർഷം തോറും വന്നുചേരുന്ന ഓണമെന്ന ഉത്സവത്തിനുപരിയായി അസമത്വങ്ങളും അനീതികളും ഇല്ലാത്ത ഒരു വ്യവസ്ഥിതി എന്ന ഓണസങ്കല്പമാണ് ഇതിൽ മുഖ്യം. ഓണ മുറ്റത്തിൽ പുതിയയുഗത്തിന്റെ ധർമ്മപെരുമാളായി മഹാബലിയെ കവി കാണുന്നു. ഓണക്കിനാവ് സ്വപ്നഭംഗത്തിന്റെയും ഓണമുറ്റത്ത്

സ്വപ്നപൂരണത്തിന്റെയും കവിതയാണ്. ആസുവർണ്ണയുഗസങ്കൽപ മായ നാളെയിലെത്തിച്ചേരാനുള്ള കരുത്തിനായി ഓണത്തപ്പനെ വര വേൽക്കാൻ ഈ രണ്ട് കവിതകളിലും കവി ആഹ്വാനം ചെയ്യുന്നു. 'ഓണപ്പാട്ട്'[21] എന്ന വൈലോപ്പിള്ളിക്കവിതയിൽ ഈ ഓണസങ്കൽപ്പം.

ഭിന്നമാം യുഗങ്ങളിൽ, ഭാഷയിൽ, മനുഷ്യന്റെ
യുന്നതസങ്കൽപമേതൊന്നിനെയെതിരേല്പൂ,
ക്രൂരമാം മുഖത്തിന്റെ പാതാളപ്പരപ്പിലു-
മാരുടെ ദൂരസ്മിതമാരചിയ്ക്കുന്നു സ്വർഗ്ഗം,
അത്തിരുവോണത്തിന്റെ പൂംപാദം പതിയുന്നു
പത്തുനാളീമുറ്റത്തും, നമ്മളാഹ്ലാദിയ്ക്കാവൂ!

എന്നിങ്ങനെ ചിത്രീകരിക്കപ്പെട്ടിരിക്കുന്നു.

1962-ലെ വെള്ളപൊക്കത്തിന്റെയും ക്ഷാമത്തിന്റെയും പശ്ചാത്ത ലത്തിൽ എഴുതിയ 'മഹാബലിയോട്'[22] എന്ന കവിതയിൽ പണം വാരിക്കോരി ചിലവഴിച്ച് ഓണാഘോഷമെന്ന ടൂറിസം വാരാഘോ ഷവും മറ്റും നടത്തുന്ന സർക്കാർ പരിപാടികളെ വിമർശിച്ചുകൊണ്ടും മഹാബലി സങ്കൽപം വൈലോപ്പിള്ളി ഉപയോഗിച്ചിട്ടുണ്ട്.

ഒരു ഗതകാല സുവർണ്ണസത്യത്തിന്റെ ഗൃഹാതുരമായ പുന: സ്മൃതി എന്ന നിലയ്ക്കാണ് മിക്കാവാറും എല്ലാ കവികളും ഓണ മെന്ന സങ്കല്പത്തെ പ്രണയിക്കുന്നത്. ഭിന്നരഹിതമായ ഗോത്ര വർഗ്ഗപൈതൃകത്തിന്റെ പുനരാവർത്തന സങ്കൽപമാണിത്. വർഗ്ഗര ഹിതമായ ഒരു സമുദായത്തിന്റെ, ഉച്ചവീചത്വമില്ലാത്ത ഒരു സമതയുടെ, വരമ്പുകളില്ലാത്ത ഒരു ജീവിതത്തിന്റെ പ്രതീകമായി ഓണം വൈലോപ്പിള്ളിക്കവിതകളിലെ നിറഞ്ഞസാന്നിദ്ധ്യമാകുന്നു. ഓണപ്പാട്ടുകാർക്കു പുറമെ ഓണമുറ്റത്ത്, ഓണക്കളിക്കാർ, ഓണക്കി നാവ്, പൂക്കാലം, മാവേലി നാടുവാണീടും കാലം, തുടങ്ങിയ കവി തകൾ ഓണം കാവ്യപ്രമേയമാക്കി വൈലോപ്പിള്ളി എഴുതിയവയാണ്. ഓണം പാർശ്വസങ്കൽപ്പമായി പൂക്കളമെഴുത്തുകൾ, ഓണസങ്കൽ പങ്ങൾ, ഓണവരവേൽപുകൾ, ഓണക്കിളികൾ തുടങ്ങിയ കവിത കളും വൈലോപ്പിള്ളി എഴുതിയിട്ടുണ്ട്. പൈതൃകം, ചേറ്റുപുഴ, തുയി ലുണർത്തൽ, ആമ്പൽപൂക്കൾ, പട്ടിണിപ്പാട്ടുകാർ, പൂവും കായും കൂടും കിളിയും, തെങ്ങിൻതോപ്പിൽ, ഓണത്തല്ല്, സ്വർണ്ണക്കൊടിമരം, ഓണക്കവിത, പഴയത്, ചന്ദ്രന്റെ ചിരി, കായലും കരകളും, ഉദയക്കി നാവുകൾ, ഓണക്കാഴ്ച തുടങ്ങിയ കവിതകളിൽ ഓണം ഉപവിഷ യമായും ബിംബങ്ങളായും വരുന്നുണ്ട്. ഭൂതകാലത്തിന്റെ വികസ്വര സ്വർഗ്ഗത്തിൽ നിന്ന് ഉന്മേഷകരമായ വർത്തമാനങ്ങളിലൂടെ പ്ര തീക്ഷാനിർഭരമായ ഭാവിയുടെ ഉർവ്വരതയിലേക്ക് സംക്രമിക്കുന്ന ശക്തി വിശേഷമായി വൈലോപ്പിള്ളിക്കവിതകളുടെ അടിയൊഴു ക്കുപോലെ ഓണം പരന്നൊഴുകുന്നു.

'അഭിവാദനം'[23] എന്ന വൈലോപ്പിള്ളിക്കവിത കേരളത്തിലെ ആദ്യത്തെ കമ്യൂണിസ്റ്റ് മന്ത്രിസഭയെ പിരിച്ചുവിട്ടതിനെ മഹാബലിയെ

പാതാളത്തിലേക്ക് ചവിട്ടിത്താഴ്ത്തിയതിനോട് തുല്യമായി കാണുന്നു. 'ഓണക്കിനാവി'ൽ ഗാന്ധിജിയെ മഹാബലിയായും ബ്രിട്ടനെ വാമനനായും നെഹ്റുവിനെ മഹാബലിക്കൊപ്പം പ്രതിഷ്ഠിക്കേണ്ട ആളായും കാണുന്നു. ഗാന്ധിജിയെ ഇന്ത്യയുടെയും ലെനിനെ റഷ്യയുടെയും മഹാബലിയായി വിശേഷിപ്പിക്കുന്നുമുണ്ട്.

'മാവേലിനാടുവാണീടുംകാലം'[24] എന്ന കവിതയിൽ ഈ പുരാവൃത്തത്തിന് പുതിയൊരു മാനം നൽകുന്നു വൈലോപ്പിള്ളി. മഹാബലി ഏകാധിപത്യത്തിന്റെയും വാമനൻ ഉദാരതയുടെയും പ്രതീകമായി ഇതിൽ പ്രത്യക്ഷപ്പെടുന്നു. ഓണക്കാലത്ത് നാടുകാണാൻ വന്ന മഹാബലിയോട് താങ്കൾ ഏകച്ഛത്രാധിപത്യം നടപ്പിലാക്കിയെന്നും ഏതോ സ്തുതിപാഠകനായ കവിയാണ് മാവേലിനാടുവാണീടും കാലം എന്ന പാട്ട് രചിച്ചതെന്നും കവി പറയുന്നു. അടിയന്തിരാവസ്ഥയുടെ പശ്ചാത്തലമായിരിക്കണം കവിയെ ഈ ചുവടുമാറ്റത്തിന് പ്രേരിപ്പിച്ചത്.

ഏകാധിപത്യത്തിന്റെ മേൽമീശ ചലിക്കവേ
മൂകാനുസരണത്തിൻ നുകമേന്തിയ മർത്ത്യൻ
വിളയിച്ചുപോൽ വ്യവസായത്തിൻ ചമയങ്ങൾ
നർത്തനം ചെയ്യും കടൽ മങ്കതൻ ചിലങ്കകൾ–
ക്കൊത്തു കമ്പോളങ്ങളിൽ കിലുങ്ങീ പൊൻ നാണ്യങ്ങൾ
ശുക്രനാമാചാര്യന്റെ നയമന്ത്രണ, മങ്ങേ
വിക്രമ, മിവരണ്ടും വിളയിച്ചിതു, മേന്മേൽ
കൊള്ളാമിതെന്നാൽ മർത്ത്യരീ മഹൈശ്വര്യത്തിങ്ക–
ലുല്ലാസമിയന്നുവോ? ഭയത്തിൽ സുഖമെങ്ങോ?
തിരുവായ്ക്കെതിർവായ മിണ്ടുകിൽ കേൾക്കാം രാവിൽ
പുരവാതിലിലങ്ങേക്കിങ്കരൻ മുട്ടും ശബ്ദം.

മഹാബലിയെക്കാൾ നല്ലഭരണാധികാരി വിഷ്ണുവാണെന്നും പൂപറിക്കാൻ പോകുന്ന കുട്ടികൾ മഹാബലിയെ സ്തുതിച്ചു പാടുമ്പോഴും വിഷ്ണു സഹിഷ്ണുതയുള്ളവനായിരുന്നെന്നും കവി പറയുന്നു. വൈഷ്ണവതയുടെ ഈ സാത്വികത വൈലോപ്പിള്ളിക്കവിതയിലെ ഒരു ഘടകം തന്നെയാണ്. സമകാലിക ജീവിതാവസ്ഥകളെ ചിത്രീകരിക്കാൻ പുരാവൃത്തത്തെ കവി ആശ്രയിക്കുന്നതിന്റെ തെളിവാണ് വൈലോപ്പിള്ളിയുടെ ഈ ഓണക്കവിതകളെല്ലാം. അബോധമനസ്സിൽ അന്തർലീനമായിക്കിടക്കുന്ന സമൂഹനിർമ്മിതമായ ഇത്തരം ആദിപ്രരൂപങ്ങൾ സൃഷ്ടിപ്രക്രിയയിൽ കവിയെ സ്വാധീനിക്കുന്നു. ബോധപൂർവ്വമോ അബോധപൂർവ്വമോ ആയി അതുവരെ മനസ്സിൽ കടന്നുവരാത്ത ഇവ സർഗ്ഗാത്മകത ചോദനകളിൽ കയറിവരികയും ആ ഇടപെടലിൽ നിന്ന് കവിയുടെ ഉദ്ദേശ്യ സാക്ഷാത്ക്കാരത്തിനുതകും വിധം സർഗ്ഗാത്മക രചനകൾ ഉണ്ടാവുകയും ചെയ്യുന്നതായി യുങ് കവി സർഗ്ഗശക്തിക്കു വിധേയനാകുന്ന സന്ദർഭം വിവരിക്കുന്നുണ്ട്.[25] വൈലോപ്പിള്ളി എന്ന കവിയായിരിക്കും ഇത്തരത്തിൽ ഒരു പക്ഷെ ഓണത്തെക്കുറിച്ച് ഏറ്റവും കൂടുതൽ കവിതകളെഴുതിയത്. കവിയുടെ അബോധമനസ്സിന്റെ ഈ ആഖ്യാനങ്ങൾ

വൈകാരികോർജ്ജം പ്രസരിച്ചുകൊണ്ട് ആസ്വാദകന്റെ മനസ്സിലേക്ക് സംക്രമിക്കുന്നതും ഈ പുരാവൃത്തത്തിന്റെ ശക്തി കൊണ്ടുതന്നെയായിരിക്കും.

ആധുനികമലയാളകവിതയിലെ മഹാബലി പുരാവൃത്തങ്ങൾ

സമർപ്പണത്വരയുള്ള ബലിരൂപത്തെയാണ് 'ത്രിവിക്രമനുമുൻപിൽ'[26] എന്ന ഇടശ്ശേരികവിത വെളിപ്പെടുത്തുന്നത്. ഒറ്റപ്പെട്ടു നിൽക്കുമ്പോഴും സാമൂഹികമായ തന്റെ വ്യക്തിത്വം മറ്റൊന്നിന് കുനിഞ്ഞുകൊടുക്കുന്നതിൽ മഹത്വം കണ്ടെത്തുന്ന ആത്മസമർപ്പണബോധമാണ് ഈ കവിതയ്ക്കാധാരം. പത്നി വിന്ധ്യാവലിയോടൊപ്പമാണ് ത്രിവിക്രമനുമുൻപിൽ മഹാബലി ആത്മസമർപ്പണത്തിനായി ശിരസ്സു കുനിക്കുന്നത്.

ആര്യേ, വിന്ധ്യാവലീ, നിറമൊട്ടാം
തളിർവല്ലരിപോലേ
ചാലേചേർക്കുക നീ നിൻ ഭരമെൻ
തളരാച്ചുമലിങ്കൽ
ഇരുളിൻ പാതാളങ്ങൾ, ഞരങ്ങും
ജീവൻ ചുരുളും പാഴ്-
ത്തെരുവിൻ മൂലകൾ, പൈദാഹത്താൽ-
പ്പുകയും കുണ്ഡങ്ങൾ,
മരണത്തിൻ പിളർവായകൾ നമ്മുടെ
മറവിയിൽ നിന്നുമുണർ-
ന്നിവിടെയൊരുങ്ങി വരുന്നു, പക്ഷേ,
നിയതിച്ചുരുൾ ചുറ്റിൽ
അഴിയാക്കരൾകളുമലിയാം, വയ്യ
മറക്കാൻ പലതും പക്ഷേ,
വഴുതുന്നു നാമതിലേയ്ക്കാര്യേ,
കാലിടറായ്കിപ്പോൾ.

എന്നിങ്ങനെ തന്റെ തളരാച്ചുമലുകളിൽ താങ്ങി കാലിടറാതെ ഈ അനിവാര്യതയെ അഭിമുഖീകരിക്കൻ മഹാബലി വിന്ധ്യാവലിയോടുപറയുന്നു. താൻചെയ്ത അപരാധമെന്തെന്ന് സ്വയം ചിന്തിക്കുന്നുണ്ട്. ആയിരമാണ്ടുകളായി കണ്ണീർ പതിയാത്തതിനാൽ പുഞ്ചിരിമുളകളുടെ പുകിലറ്റുപോയതോ?, ദു:ഖം ശാശ്വതമായി നശിപ്പിച്ചതിനാൽ സുഖത്തിന്റെ സ്വാദു നഷ്ടപ്പെടുത്തിയതോ?, ഭദ്രതയ്ക്കുവേണ്ടി കെട്ടിനിർത്തിയ ജീവിതനിമ്നഗയെ ഒഴുക്കറ്റ് ദൂഷിതമാക്കിയതോ?, മാമുനിമാരുടെ ചുണ്ടുകളിലെ പുഞ്ചിരികൾ കൊള്ളയടിച്ചതോ? ഏതായാലും

ഏതു ഗുഹയ്ക്കകമോ ഹാ, ധർമ്മ-
രഹസ്യം, നാമറിവീ-
ലാതുരതേ, നീ താനോമന്നിനു

നിലനില്പാം സത്യം?
ധർമ്മഗ്ലാനിയിലവതാരം നിൻ
വാഗ്ദാനം ബ്രഹ്മൻ,
നന്മയധർമ്മം ശാസിയ്ക്കെ, ച്ചതി
നിൻ ബൃഹദാകാരം!

എന്നിങ്ങനെ നന്മയെ അധർമ്മം ശാസിക്കുമെന്നും അപ്പോൾ ധർമ്മ പ്പെരുമാളിന്റെ രൂപം ചതിയുടെ ബൃഹദാകാരമായിത്തീരുമെന്നും മഹാബലി തിരിച്ചറിയുന്നു.

ചലനാത്മകമായ ജീവിതത്തിന്നേ ചാരുതയുള്ളൂവെന്നും അതാകട്ടെ ഋതാനൃതസമന്വിതമാണെന്നുമുള്ള തിരിച്ചറിവാണ് ഈ കവിത. ധർമ്മമൂർത്തിക്ക് തന്റെ കുനിയുന്ന ശിരസ്സിനെ ചരണയുഗ്മങ്ങളിൽ അർപ്പിക്കുന്ന മഹാബലിയാണ് ഈ പുരാവൃത്ത പുനരാഖ്യാനത്തിന്നാധാരം. പ്രപഞ്ചത്തോളം വലുതാവുന്ന വാമനന്റെ വലിയ ആകാരത്തെ ഉദാത്തമായ ഒരു ബിംബമാക്കി ഇടശ്ശേരി ചിത്രീകരിക്കുന്നു.

അർക്കേന്ദുക്കൾ മനോഹരകർണ്ണ–
വിഭൂഷണമാക്കിയ വക്ത്രം,
ദക്ഷിണമുഷ്ടിഗതം, യുഗസന്ധികൾ
കാമ്പായമ്പിന ദണ്ഡം,
വക്ഷോലംബിത കൃഷ്ണാജിനകൃത–
നിർജ്ജരതടിനീപാതം,
പൃത്ഥ്വീചക്രം സ്വയമൊരുപൊന്മയ–
പീഠമൊരുക്കിയ പാദം!

ആ പാദങ്ങളിൽ സ്വയം സമർപ്പിക്കുന്നതിന്റെ ധന്യതയാണ് കവി എടുത്തുകാണിക്കുന്നത്.

ജി. ശങ്കരക്കുറുപ്പിന്റെ ‘കളിത്തോഴി’[27] ഇഷ്ടതോഴിയുടെ മരണം മൂലം ആഹ്ലാദസാമ്രാജ്യം എന്നന്നേക്കുമായി നഷ്ടപ്പെട്ട് ദു:ഖ പാതാളത്തിലായ മനുഷ്യന്റെ അവസ്ഥ മഹാബലിയുടേതിനേക്കാൾ ദയനീയമാണെന്ന് വിലപിക്കുന്നു.

കേവലം നരച്ചോരു
ലോകമായിപ്പോയെന്റെ
ജീവിനുചുറ്റും–തിരു–
വോണമേ, തിമർത്താലും!

ഓണത്തെക്കുറിച്ചുള്ള ബാല്യസ്മൃതികളും പ്രകൃതിയും ഈ കവിതയ്ക്ക് പശ്ചാത്തലമായി മനോഹരമായി വർണ്ണിക്കപ്പെട്ടിരിക്കുന്നു. ആത്മാംശമുൾക്കൊണ്ട ഈ കവിത കവിയുടെ വൈകാരികമായ ഒരു ആർദ്രസ്മരണയുടെ പങ്കുവെക്കലാണ്. കേവലബിംബമായി ഓണം ഈ കവിതയിൽ നിറഞ്ഞു നിൽക്കുന്നു.

ഓണനാളിന്റെ സമത്വാഹ്ലാദസങ്കല്പങ്ങളെ അനാവരണം ചെയ്യുന്നതാണ് പി. കുഞ്ഞിരാമൻനായരുടെ ‘ഓണപ്പൂവ്’ എന്ന കവിത. [28]

സുന്ദരമാനന്ദസമ്പൂർണ്ണമാ-
മന്ദിരത്തിൻ പടിവാതിൽ ചൂണ്ടി
മാനുഷരെല്ലാരുമൊന്നുപോലാം
മാവേലിനാടിൻ വഴികൾ ചൂണ്ടി
കാറ്റിലിണങ്ങിക്കളിക്കെ, ജീവൻ
പോറ്റിപുലർത്തുമെൻ പൊൻകിനാവേ

എന്നിങ്ങനെ കവിയുടെ മനസ്സിലെ ഓണസ്വപ്നം മാവേലി നാടിന്റെ മധുരസ്വപ്നവുമായി താദാത്മ്യം പ്രാപിക്കുന്നു.

പി. കുഞ്ഞിരാമൻ നായർ 'ഓണക്കാഴ്ച'യിൽ[29] പ്രജയാണ് ഏറ്റവും വലിയ ശക്തിയെന്ന മഹാബലിസന്ദേശം വ്യക്തമാക്കുന്നു. ജനാധിപത്യത്തിൽ ദൃഢവിശ്വാസമർപ്പിക്കുന്ന കവിയുടെ കാഴ്ചപ്പാടിലുള്ള സ്വരാജ്യസങ്കല്പമാണിത്. ജീവിതത്തിലേക്കുള്ള മടക്കയാത്രയായി ഓണം പി. കവിതകളിൽ പ്രത്യക്ഷപ്പെടുന്നു. പാപബോധം ശിരസ്സിലേറ്റി നാടുതെണ്ടിയ കവിക്ക് സ്വന്തം തട്ടകത്തിലേക്ക് മടങ്ങി വരാൻ ഓണം വഴിയൊരുക്കുന്നു.

ബ്രിട്ടീഷ് അധിനിശത്തോടുള്ള പ്രതിഷേധം 'പൊയ്പ്പോയ പൊന്നോണ'മെന്ന[30] കവിതയിൽ പ്രകടിപ്പിക്കുന്നു.

മാവേലി നാടുണരട്ടെ
ബദ്ധമാം ഭാരതഭൂവിൻ-തമ
ശ് ശൃംഖലയൂരിവീഴട്ടെ
അന്ധമാം ലോകനഭസ്സിൽ-
പ്രശാന്തിനിലാവുദിക്കട്ടെ

ലോകത്തിന്റെ ഇരുണ്ട ആകാശത്തിൽ പ്രേമത്തിന്റെയും ശാന്തിയുടെയും നിലാവുദിപ്പിക്കുന്ന ഉത്സവമായി ഓണത്തെ കവി കാണുന്നു. ഭോഗസുഖത്തിന്റെ ശിരസ്സ് വെട്ടിമാറ്റിക്കൊണ്ട് എഴുന്നള്ളുന്ന ത്യാഗപ്പെരുമാൾ ആത്മീയവിശുദ്ധിയുടെയും ത്യാഗത്തിന്റെയും പ്രതീകമായി പി. കുഞ്ഞിരാമൻ നായർ ഉപയോഗിച്ചിരിക്കുന്നു.

'ഓണമില്ല'[31] എന്ന കവിതയിൽ പ്രകൃത്യുപാസകനായ പി. കുഞ്ഞിരാമൻനായർ പ്രകൃതിചിഹ്നത്തിൽ നിന്നുതന്നെയാണ് ഓണത്തെ വായിക്കാൻ ശ്രമിക്കുന്നത്. ഭൃഗുരാമന്റെ സംസ്ക്കാരം നിലനിൽക്കുന്ന കേരളത്തിന്റെ പിറന്നാളായ ഓണം പ്രകൃതിയുടെ സൗന്ദര്യാത്മക സങ്കൽപം കൂടിയാണ്. വീരകേരളാപദാനം പാടുന്ന ഓണവില്ലിൽ കവി തൃപ്തിപ്പെടുന്നു. ഓണത്തെ വർണ്ണോത്സവമാക്കി മാറ്റുന്ന അദ്ദേഹത്തിന് കേരളവും പൊന്നോണവും രണ്ടല്ല.

സുഗതകുമാരിയുടെ 'പുതിയപാതാളം'[32] ആധുനിക മലയാളിയുടെ മഹാബലിസങ്കല്പത്തെയും പാതാളത്തെയും വ്യാഖ്യാനിക്കുന്ന കവിതയാണ്. കേരളത്തറവാടിന്റെ മുറ്റത്ത് പുതിയ പൊന്നോണമെത്തുമ്പോൾ കവിയുടെ ഗാനമിതാണ്.

ഇരുളിന്നതിരുകൾ വിട്ടു മഹാബലി-
യെഴുനള്ളിത്തൃക്കണ്ണുകൾ വാടി-

ക്കണ്ടേ നില്ക്കെപ്പാടിയിരിപ്പൂ
കവി–"ഇതുമൊരുപാതാളം"

കേരളത്തിന്റെ മക്കൾ ചമച്ച പുതിയ പാതാളത്തെക്കുറിച്ചാണ് കവിയുടെ പാട്ട്. ഇവിടെ ദേവകൾക്ക് വൈരമുണ്ടാവില്ല. വാക്കുകൾക്ക് ഭംഗമുണ്ടാവില്ല. കാരണം ഇരുട്ടിൽ ഇഴഞ്ഞു നടക്കുന്ന, തമ്മിൽ വിഴുങ്ങി നശിക്കുന്ന, പത്തികൾ വിരിച്ച് വിഷം ചീറ്റി അതിൽ വീണുമരിക്കുന്നവർ പിടയുന്നതു കണ്ടുരസിക്കുന്ന, അറബിക്കടലിന്റെ കുളിർതെന്നലിലും ചതിയുടെ ഗന്ധം ചേർക്കുന്ന പുതിയയുഗത്തിന്റെ നാഗത്താന്മാരാണ് ഞങ്ങൾ. അതുകൊണ്ട് മാവേലിയ്ക്ക് ഒരിക്കലും തിരികെ പോകേണ്ടി വരില്ലെന്ന് കവി സൂചിപ്പിക്കുന്നു.

തിരിയെപ്പോകേണ്ടിനിയും നാഥ,
ഭവാനിവിടത്തിലിരിക്കാം, വിണ്ണോർ–
ക്കിനിയിതിലില്ല തടസ്സം, ഞങ്ങൾ
ചമച്ചീലേ പുതുലോകം?
തിരുമുഖമെന്തു തിരിച്ചീടുന്നു?
തിരിയെ നടന്നീടുന്നു? പോവുകിൽ
വരവെന്നാമോ? ചോന്നുകലങ്ങും
മിഴികൾ തുളുമ്പുവതെന്തേ?
തളരും കണ്ഠത്താലേ ഞങ്ങൾ
വിളിച്ചീലേ ഹാ, വീണ്ടു വീണ്ടും,
തിരിയെയെഴുന്നള്ളത്തേ വേണ്ടിനി–
യിതുമൊരു നവ പാതാളം!

വർത്തമാനകാല കേരളത്തിനു വന്നുപെട്ട ദുർഗതി ചിത്രീകരിച്ച് മഹാബലിയെ കേരളമാകുന്ന പാതാളത്തിൽ തന്നെ കുടിയിരുത്തണമെന്ന് പറയുമ്പോൾ സാമൂഹിക വിമർശനത്തിനായി പുരാവൃത്തം പുനരാഖ്യാനം ചെയ്യപ്പെടുകയാണ് ചെയ്യുന്നത്.

എല്ലാ ചവിട്ടിത്താഴ്ത്തലുകളിൽനിന്നും സ്വാഭാവികമായ അവബോധത്തോടെ, ശുഭാപ്തിവിശ്വാസത്തോടെ മനുഷ്യൻ ആഹ്ലാദത്തിലേക്കുണരുമെന്ന് സുഗതകുമാരി 'പാവം മാനവഹൃദയ'ത്തിൽ സൂചിപ്പിക്കുന്നു.[33] മഹാബലി കഥയാടുന്ന മാനവഹൃദയങ്ങൾ മരണത്തെപ്പോലും മറന്നുകളയുന്ന ആഹ്ലാദ ജീവിതം സാധ്യമാക്കുമെന്ന് കണ്ടെത്തുന്നു ഈ കവിതയിൽ.

ഇരുളിൽ കാരാഗാരം മെല്ലെ
വലിച്ചു തുറന്നുപുറത്തുള്ളഴകിൻ
പരമോത്സവമൊരുനോക്കാൽ കണ്ടു
കുളുർക്കുന്നൂ നരഹൃദയം
ആരുചവിട്ടിത്താഴ്ത്തിലു മഴലിൻ
പാതാളത്തിലൊളിക്കിലുമേതോ
പൂർവ്വസ്മരണയിലാഹ്ലാദത്തിൻ
ലോകത്തെത്തും ഹൃദയം

ഓണസദ്യയുണ്ട് തിണ്ണയിലെ പുൽപ്പായിൽ കിടന്ന് മുറ്റത്തെ പൂക്കളത്തിൽ സൗന്ദര്യം നോക്കിയിരിക്കുമ്പോൾ പൂക്കള മധ്യത്തിൽ നിന്നും എഴുന്നേറ്റുവന്ന മഹാബലി നടത്തുന്ന സംവാദമാണ് അക്കിത്തത്തിന്റെ 'ബലിദർശനം'[34] എന്ന കവിത. ഈ കവിതയിലാണ് മഹാബലിയെക്കുറിച്ചുള്ള ഏറ്റവും സൂക്ഷ്മമായ വർണ്ണനകൾ മലയാളത്തിൽ ഉണ്ടായിട്ടുള്ളത്. ചരിത്രഗ്രാമത്തിൽ നിന്നും ആയിരക്കണക്കിനാണ്ടുകളായി അണയാതെ നിന്ന യാഗാഗ്നിയിൽ നിന്നും പായസപാത്രത്തോടെ പൊന്തിവന്ന തങ്ങൾ അയൽനാടുകൾ തെണ്ടുന്ന ജിപ്സികളായി മാറിയിരിക്കുന്നു എന്ന് കവി പറയുന്നു. ഓണാഘോഷത്തെക്കുറിച്ചുള്ള പുരാവൃത്തത്തിൽ ചിലതിനെ മുറുകെപ്പിടിച്ചും ചിലതിനെ തിരസ്ക്കരിച്ചുമാണ് കവിതയുടെ രചന. ഓണപ്പൂക്കളത്തിലെ തൃക്കാക്കരപ്പൻ, വാമനമൂർത്തിയായിട്ടല്ല മഹാബലിയായിട്ടാണ് കവിതയിൽ വരുന്നത്. വാമനമൂർത്തിയെ ഇതിൽ പ്രതിസ്ഥാനത്തുനിർത്തുന്നില്ല. മോക്ഷത്തിന്റെ മൂർത്തരൂപമായാണ് ചിത്രീകരിക്കുന്നത്.

ഓണവുമായി ബന്ധപ്പെട്ട പുരാവൃത്തത്തിന്റെ പ്രത്യയശാസ്ത്രപരമായ അടിസ്ഥാനമാണ് വയലാർ രാമവർമ്മ 'മഹാബലിയും പരശുരാമനും തമ്മിലൊരു യുദ്ധം'[35] എന്ന കവിതയിൽ അവതരിപ്പിക്കുന്നത്. ചിങ്ങമാസത്തിൽ പുറത്തിറങ്ങി നാടുകാണാൻ വന്ന മാവേലി അധ്വാനിക്കുന്ന വഞ്ചിക്കാരെയും മറ്റും കാണുന്നു. ശ്രഗ്ദരവൃത്തത്തിൽ ശ്ലോകം ചൊല്ലിവന്ന പരശുരാമനെ വഴിയിൽ വെച്ച് കണ്ടുമുട്ടുന്നു. ആരെന്ന മഹാബലിയുടെ ചോദ്യത്തിന് കേരളക്കര സൃഷ്ടിച്ച പരശുരാമൻ എന്ന് പരശുരാമൻ മറുപടിപറഞ്ഞു താനാരാണെന്നറിയണമെങ്കിൽ നിനക്കും മുൻപുണ്ടായ വാമനനോട് ചോദിക്കാൻ മഹാബലി പറയുന്നു.

എത്ര പുരുഷാന്തരങ്ങളിൽ ജീവിച്ച
സത്യനിഷേധങ്ങൾ കേട്ടിരിക്കുന്നു ഞാൻ

എന്നും പറയുന്നു. ബ്രാഹ്മണ്യത്തിന്റെ അധീശത്വത്തെ നിഷേധിക്കുകയും ഓണം കീഴാളന്റേതാണെന്ന് അടിവരയിടുകയും ചെയ്യുന്നതാണ് ഈ കവിത.

വയലാറിന്റെ 'മഹാബലിക്കൊരുകത്ത്'[36] എന്ന കവിത മുത്തശ്ശിയായ പ്രണയിനി മഹാബലിക്കെഴുതുന്ന കത്താണ്. മഹാബലിക്കഥയുടെ കൂത്തുകാണുന്നതിനിടെ മൂന്നടി മണ്ണ് വാങ്ങിയ വാമനൻ വിഷ്ണുവാണെന്ന് കൂത്തുകാരൻ പറയുമ്പോൾ 'നിർത്തുക' എന്ന് അലറി മുത്തശ്ശി ഇറങ്ങിപ്പോന്നു. വാമനകഥയുടെമേൽ വരുത്തുന്ന വ്യതിയാനങ്ങൾ ഈ കവിത നിരാകരിക്കുകയും മേലാള-കീഴാള ബന്ധത്തിന്റെ ശ്രേണീകൃത സമൂഹത്തിലെ അധസ്ഥിതജനതയുടെ ഉയിർപ്പായി ഓണത്തെ രേഖപ്പെടുത്തുകയും ചെയ്യുന്നു. അവർക്കും ഒരോണമുണ്ടായിരുന്നു, ഓണവില്ലടിക്കുക തുടങ്ങിയ കവിതകളിലും ഓണത്തെ പ്രത്യയശാസ്ത്രാടിസ്ഥാനത്തിൽ വിശകലനം ചെയ്യുകയാണ് വയലാർ ചെയ്യുന്നത്.

ഓണത്തെക്കുറിച്ച് നേർപരാമർശമില്ലാത്ത കവിതയാണ് ബാലചന്ദ്രൻച്ചുള്ളിക്കാടിന്റെ 'ഓർമകളിലെ ഓണം'[37] നീതിനിഷേധത്തിന്റെ ലോകത്തുനിന്ന് രക്ഷനേടുവാനാണ് ഈ ഓണത്തെക്കുറിച്ചുള്ള അയവിറക്കൽ. കൂട്ടുകുടുംബത്തിന്റെ അധികാരകേന്ദ്രീകരണം വിഷയമായ ഈ കവിത ഓണത്തിന്റെ പരമ്പരാഗതരാഷ്ട്രീയം മനസ്സിലാക്കിക്കൊണ്ട് അതിനെ പൊളിച്ചെഴുതുന്നു. നീതിനിഷേധത്തിന്റെ പുരാവൃത്തം പാതാളത്തിലേക്ക് ചവിട്ടിതാഴ്ത്തുക എന്ന വേദനയിൽ വിലയിക്കുന്നു. ഓർമ്മയുടെ പിന്നിലെ അസ്വാസ്ഥ്യമായി ഒരിക്കലും മറക്കാതിരിക്കാൻ ഓണം വന്നുകൊണ്ടിരിക്കുന്നതായി കവി സങ്കല്പ്പിക്കുന്നു.

മഹാകവി പി. കുഞ്ഞിരാമൻനായർ ജീവിച്ച മലനാടിന്റെ സുവർണ്ണകാലത്തെ മാവേലിയുടെ പുരാവൃത്തത്തിലൂടെ ആവിഷ്ക്കരിക്കുകയാണ് സച്ചിദാനന്ദനന്റെ 'രണ്ടാംവരവ്' എന്ന കവിത.[38] മൃത്യുവാൽതാഴ്ത്തപ്പെട്ടാലും വീണ്ടും വസന്തമായ് പി. കുഞ്ഞിരാമൻനായർ പുനർജ്ജനിക്കുമെന്ന് കവി വിശ്വസിക്കുന്നു.

വരട്ടേ പാപങ്ങൾ ത-
ന്നോണം, ഞാൻ പാതാളത്തിൻ
വസന്തം പോലന്നാളിൽ
വന്നെത്താം കുടചൂടി.

മഹാബലിയുടെ പുരാവൃത്തം കേവലബിംബമായി കവി ഇവിടെ സ്വീകരിച്ചിരിക്കുന്നു.

ഒ. എൻ വി. കുറുപ്പിന്റെ ഓണസങ്കല്പം 'ഓണവില്ലുകൾ പാടീ'[39] എന്ന കവിതയിൽ കാണാം.

കൊല്ലും കൊലയും കൊള്ളുന്നവരുടെ
വില്ലുകൾ മണ്ണിലടിഞ്ഞൂ
നല്ലൊരു പാട്ടിനെയൂഞ്ഞാലാട്ടും
വില്ലുകളല്ലോ ഞങ്ങൾ

നരജീവിതമായ വേദനവാറ്റിയ നറുതേനുണ്ടവരുടെ ഓണപ്പാട്ടാണിത്. ഓണം പോലെ നല്ലനാളിനെ കിനാവുകാണുന്ന ഒരു പറ്റം ജനതയുടെ ശബ്ദമായി ഇതു മാറുന്നു. മരണത്തെ ജയിച്ചുവരുന്ന സംഗീതമാണ് ഓണവില്ലിലൂടെ പുറപ്പെടുന്നത്.

'ഓണപ്പാട്ടുകൾ'[40] ഒ.എൻ.വിയുടെ ഓണക്കവിതകളിൽ പ്രമുഖമായതാണ്. ഓണവില്ലുകൾ കൊട്ടി ഓർമ്മകളിൽ വാഴുന്ന മഹാബലിയെക്കുറിച്ച് പാട്ടുപാടി നടക്കുന്നവരാണ് മലയാളികൾ. വെറുമൊരനുഷ്ഠാനമായും, വെറുമൊരാശ്വാസമായും വ്യക്തികളുടെ തീക്കാലത്തിലും ആ പാട്ടുകൾ നമ്മെ സാന്ത്വനിപ്പിക്കുന്നു.

അസുരനെന്ന പേരു ചൊല്ലി-
യാരുവിളിച്ചാലും
വസുധയുടെ മക്കളെയാ-
നൃപനൊരുപോൽ കണ്ടു

ദേവകൾ തന്നല്പതയോ
വാമനത്വ മാർന്നു
ഭൂവിൽ വന്നാ മന്നവനെ
വൻചതിയിൽ വെന്നു

എന്നാണ് ഓർമ്മകളുടെ പൊൻചരടിൽ കെട്ടിയ ഓണവില്ലിലൂടെ കവിയും പാടുന്നത്. കൈവെടിഞ്ഞവയെ ചൊല്ലി കണ്ണീരോ, പോയ് മറഞ്ഞവയെ ചൊല്ലി നെടുവീർപ്പോ അല്ല പകരം കൊല്ലരുതേ എന്നു കേഴുന്ന ആർത്തനാദം മാത്രം മുഴങ്ങി നിൽക്കുമ്പോൾ ജീവിത മഹാ ശാഖിയുടെ കടയ്ക്കലോങ്ങി നിൽക്കുന്ന മഴുവിന്റെ വായ്ത്തല മടക്കാൻ നമുക്കീപാട്ടുകൾ മതിയെന്ന് കവി വിശ്വസിക്കുന്നു. കാട്, നാട്, കടൽ, കരയെന്ന ഭേദമില്ലാതെ പാടുന്നവരും കേൾക്കുന്നവരും ഒന്നാകുന്നു.

പുത്തനോണപ്പാട്ടുകളീ-
മന്നിലുണരുന്നൂ
മർത്ത്യവർഗചേതനയീ
വില്ലിൽ മുഴങ്ങുന്നൂ! എന്ന പ്രത്യാശയോടെ കവിത അവസാനിക്കുന്നു

ഡി. വിനയചന്ദ്രൻ 'സമസ്തകേരളം പി.ഒ'[41] എന്ന കവിതയിൽ കേരളീയൻ നേരിടുന്ന ആധുനിക ജീവിതസമസ്യകളെ ആവിഷ്ക്കരിക്കാൻ മഹാബലിയുടെ പുരാവൃത്തം ബിംബമാക്കുന്നു.

ആദിമബലിയുടെ അശാന്തിയായി
സ്വപ്നത്തിൽ പകർന്നാടുന്ന
ചെമ്പടയും തങ്ങപ്പറയും
നിരോധിന്റേയും നിദ്രാഗുളികകളുടെയും
പ്രച്ഛന്നഫലിതത്തിൽ
പേസ്റ്റും പെതഡിനുമായി വന്ന
വാമനനെക്കണ്ട്, അറിഞ്ഞുകൊണ്ടുതന്നെ നീ
കിണ്ടിയും തുളസിക്കതിരും
കിരാതമാകാത്ത കീർത്തനങ്ങളുമായി.
അമ്മേ മക്കളെ രക്ഷിക്കൂ എന്ന്
സർവ്വം സഹയോട് സഹനം ചെയ്ത്
പാതാളത്തിലേക്ക് പടികളിറങ്ങിയോ?

പുതുയുഗത്തിന്റെ വാമനൻമാരുടെ അവസ്ഥ സാമൂഹ്യജീവിതത്തിന്റെ നേർക്കണ്ണാടിയായി അവതരിപ്പിക്കാൻ ഈ പുരാവൃത്ത ബിംബം വിനയചന്ദ്രന് സഹായകമായിരിക്കുന്നു.

മലയാളത്തിന്റെ ഏറ്റവും മുഖ്യമായ പുരാവൃത്തം ഓണത്തെക്കുറിച്ചുതന്നെയാണ്. വാമനാവതാര കഥയിലൂടെ ഇതിഹാസ പുരാണങ്ങളിലേക്കും പ്രാദേശികോത്സവമായ ഓണത്തിലൂടെ പുരാവൃത്തത്തിലേക്കും ഇതിന്റെ വേരുകൾ പടരുന്നു. ഭൂതകാലം ഓരോ മനുഷ്യനും സാമാന്യമായി മധുരതരമാണ്. കഴിഞ്ഞ കാലത്തിന്റെ സ്വർഗ്ഗീയാനുഭവങ്ങളിലേക്ക് മടങ്ങിപ്പോകാനുള്ള മനുഷ്യന്റെ അടങ്ങാത്ത ത്വരയാണ് ഈ പുരാവൃത്തത്തിനും ആധാരം. സ്വർഗ്ഗം മഹാബലി

യുടേതാകുമോ എന്നുഭയന്ന ദേവന്മാർ വാമനനിലൂടെ അതു നേടിയെടുക്കുന്നു. ഏദനിൽ നിന്നുള്ള പതനത്തിനുകാരണം ആദിമമനുഷ്യന്റെ നിഷ്കളങ്കമായ വിജ്ഞാനദാഹമായിരുന്നെങ്കിൽ ഒരു ജനതയുടെ മുഴുവൻ ദേവതുല്യമായ ഔന്നത്ത്യത്തിൽ അസൂയ പൂണ്ട സ്വർഗ്ഗത്തിന്റെ കുടിലബുദ്ധിയാണ് ഇവിടെ സ്വർഗ്ഗനഷ്ടത്തിന് കാരണമായിത്തീരുന്നത്. മലയാളത്തിൽ ഏറ്റവുമധികം കവിതകൾ ഉണ്ടായിട്ടുള്ള വിഷയവും ഓണമാണ്. ഏറ്റവുമധികം കവികൾ പാടിയ ഈ പുരാവൃത്തം പരാമർശവിധേയമാകുന്ന കവിതകളുടെ ഒരു പട്ടിക ചുവടെ ചേർക്കുന്നു.

ആധുനിക മലയാളകവിതയിലെ ഓണസങ്കല്പം

കവി	കവിത	സമീപനം
കുമാരനാശാൻ	ഉൾനാട്ടിലെ ഓണം	ഓണക്കാലത്തെ പ്രകൃതിയെ വർണ്ണിക്കുന്നു.
ഉള്ളൂർ	കേരളഗാനം	ഓണക്കോടിയുടുത്ത കേരളീയ മങ്കമാരെക്കുറിച്ചുള്ള പരാമർശം
വള്ളത്തോൾ	ഓണസ്സദ്യ	ഒന്നുമില്ലാത്തവന്റെ ദയനീയമായ ഓണത്തെക്കുറിച്ച് പരാമർശിക്കുന്നു.
ചങ്ങമ്പുഴ	സ്പന്ദിക്കുന്ന അസ്ഥിമാടത്തിലെ പേരിടാത്ത കവിത	ഓണക്കാലത്തെ പ്രകൃതിയും ഗ്രാമ്യവിശുദ്ധിയും ചിത്രീകരിക്കുന്നു
ഇടശ്ശേരി	യുദ്ധകാലത്തെ ഓണം	ഓണം നിരത്തുന്ന വൈരുദ്ധ്യങ്ങളെ സമന്വയിപ്പിക്കുന്നു. മനുഷ്യരക്തംകൊണ്ടീറനായ കൊല നിലത്തിലൂടെ നടന്നുവരുന്ന മാവേലിയെ പരാമർശിക്കുന്നു.
ഒളപ്പമണ്ണ	വിടരാത്ത പൂക്കൾ	ഒറ്റയ്ക്ക് ഓണമുണ്ണേണ്ടിവരുന്ന മുത്തശ്ശിയുടെ ദുഃഖം.
ജി. ശങ്കരക്കുറുപ്പ്	കളിത്തോഴി	ഓണക്കാലത്തെ കേരളത്തിന്റെ പ്രകൃതിബിംബങ്ങളും സംസ്കാരമുദ്രകളും ചിത്രീകരിക്കുന്നു.
കടമ്മനിട്ട	രാമകൃഷ്ണൻ	പൂവ് തേടിപ്പോയ അഞ്ച് കുട്ടികളുടെ കഥഓണക്കാലത്തെ പ്രകൃതിയിൽ ഗ്രാമീണ സൗന്ദര്യം ദർശിക്കുന്നു

പി. കുഞ്ഞിരാമൻ നായർ	ഓണപ്പൂവ്	സ്നേഹിച്ചുതീരാത്ത ആത്മാവുമായി കവി ഓണപൂവിനോട് പറയുന്ന പരിഭവങ്ങൾ.
ഇടപ്പള്ളി രാഘവൻ പിള്ള	പോവല്ലെ, പോവല്ലേ, പൊന്നോണമേ!	ഓണക്കളികളുടെയും ഓണക്കിളികളുടെയും ഉത്സവപ്പൊലിമ വർണ്ണിക്കുന്നു.
പി. ഭാസ്കരൻ	ഓണമുണ്ണാൻ വന്നവർ	ആധുനിക കേരളീയാവസ്ഥയിലെ ഓണത്തിന്റെ മറ്റൊരുമുഖം ചിത്രീകരിക്കുന്നു. അധികാരദാഹവും, കോഴയുടെ ചളിയടയാളങ്ങളുമായി നടക്കുന്ന പുതിയ പുലിക്കളിയെക്കുറിച്ച് പരാമർശിക്കുന്നു.
വയലാർ രാമവർമ്മ	മഹാബലിക്കൊരു കത്ത്	മംഗല്യസൂത്രമണിഞ്ഞ് കാത്തിരിക്കുന്ന മലനാട്ടമ്മ കാലവിപര്യയമോർത്തുള്ള വിഷാദത്തിൽ മുഴുകി മഹാബലിയ്ക്ക് എഴുതുന്ന എഴുത്ത്.
ബാലാമണിയമ്മ	ഓണം	ഓണത്തിന്റെ ഋതുകാലഭംഗിയും ഉത്സവകോലാഹലങ്ങളിലും മനംമയങ്ങി അതിന്റെ ആന്തരോൽക്കർഷം ശ്രദ്ധിക്കാതെ പോകുന്നതിലുള്ള ദുഃഖം.
നാലപ്പാട്ട് നാരായണ മേനോൻ	ഓണക്കാഴ്ച	ഓണത്തിൽനിന്നുള്ള തത്വചിന്ത
എൻ.എൻ. കക്കാട്	നന്ദി, തിരുവോണമേ! നന്ദി!	എരിഞ്ഞടങ്ങുംമുമ്പുള്ള കവിയുടെ വിശുദ്ധ വിചാരങ്ങൾ.
സുഗതകുമാരി	ഓണം	ഒന്നുമറിയാതെ യാന്ത്രികമായി വന്നുപോകുന്ന ഓണത്തെക്കുറിച്ചുള്ള കവി മനസ്സിന്റെ തീവ്രവിഷാദം.
തിരുനെല്ലൂർ കരുണാകരൻ	ഓണം	വിഷാദത്തെ ധിക്കരിച്ചൂർജ്ജസ്വലപ്രാണനായ് ഓണത്തെ വരവേൽക്കുന്നു.
നീലമ്പേരൂർ മധുസൂദനൻ നായർ	ഓണക്കാഴ്ച	ആത്മാവിൽ തുളുമ്പുന്ന നിത്യസൗരഭമായി ഓണത്തെ കാണുന്നു.

ആർ. രാമചന്ദ്രൻ	കണ്ണാന്തളിപ്പൂക്കൾ	ഓണമുണർത്തുന്ന ഗൃഹാതുരത്വം.
അയ്യപ്പപ്പണിക്കർ	രാമൻവാണാലും രാവണൻ വാണാലും	പാടിപ്പതിഞ്ഞ ഓണപ്പാട്ടുകളുടെ പൊരുളുകൾ മാറിപ്പോയ ആധുനികകാലത്തെ ചിത്രീകരിക്കുന്നു.
വിഷ്ണുനാരായണൻ നമ്പൂതിരി	ശ്രാവണഗായിക	മഞ്ഞുകാലത്തെ കുയിലിന്റെ ഗാനത്തിലെ ഓണത്തെക്കുറിച്ചുള്ള അനുഭവം.
ഒ.എൻ.വി. കുറുപ്പ്	ശ്രാവണസംഗീതം	മഹാബലിയുടെ വിനയത്തിന്റെ മഹത്വം സ്വർഗ്ഗപദം പൂകുന്ന ചിത്രം.
ശ്രീകുമാരൻ തമ്പി	പൂവിതൾചിത്രങ്ങൾ	ഓണത്തിന്റെ ഗൃഹാതുരത്വനൊമ്പരം
യൂസഫലി കേച്ചേരി	ഓണപ്പാട്ട്	ജനാധിപത്യവ്യവസ്ഥക്ക് പുതിയകാലത്തിൽ വന്ന താളപ്പിഴ.
പ്രഭാവർമ്മ	ഊഞ്ഞാൽ	കുതിപ്പും കിതപ്പും നിറഞ്ഞ ജീവിതത്തിന്റെ നിസ്സംഗഭാവം.
സച്ചിദാനന്ദൻ	മഹാബലി അവശിഷ്ടങ്ങളിലൂടെ നടക്കുന്നു	നാടിന്റെ അബോധപാതാളത്തിൽനിന്ന് സാംസ്കാരിക ചരിത്രത്തിന്റെ നെടുവഴികളിലേക്ക് മഹാബലി നടത്തുന്ന യാത്ര.
എഴാച്ചേരി രാമചന്ദ്രൻ	നീ തളിർക്കാൻ	അത്തംമുതൽ തിരുവോണംവരെയുള്ള പത്തിതളുകൾ വിടർത്തി ശ്രാവണലാവണ്യത്തിന്റെ സമഗ്രദർശനം തിരയുന്നു.
കുഞ്ഞുണ്ണി മാസ്റ്റർ	ഒരു കൊച്ചു പൂകൂട	ഓണപ്പൂക്കളെക്കുറിച്ച് പരാമർശം.
പി.ടി. അബ്ദുറഹിമാൻ	കവിയും സഹൃദയനും	ഓണവുംശുദ്ധനക്ഷത്രത്തിന്റെ വെളിച്ച പൊലിമ തേടുന്നു.
എൻ.കെ. ദേശം	കാന്താരി	കാവ്യാലാപനമത്സരത്തിന്റെ സ്മരണ
വി.എ. കേശവൻ നമ്പൂതിരി	ഓർമ്മയിലെ ഓണം	ശ്ലോകങ്ങൾ

എം.എൻ. പാലൂർ	ഓണച്ചന്ത	ഓണത്തിന്റെ ഇല്ലായ്മയും വല്ലായ്മയും ചിത്രീകരിക്കുന്നു.
ആലങ്കോട് ലീലാകൃഷ്ണൻ	ശ്രാവണമാധവം	ഓണപ്പാതയിലൂടെ മാധവത്തെ വരവേല്ക്കുന്നു.
മണമ്പൂർ രാജൻബാബു	ശ്രാവണസന്ധ്യ	പൊന്നണിഞ്ഞ കിനാവുകൾ പേറിവരുന്ന വെളിച്ചത്തിന്റെ വാഗ്ദാനം.
വൈലോപ്പിള്ളി	ഓണപ്പാട്ടുകാർ	സുവർണ്ണയുഗത്തിന്റെ ഉയിർത്തെഴുന്നേല്പ്പ് സ്വപ്നം കാണുന്നു.
ചെമ്മനം ചാക്കോ	ഓണം	നവീകൃതംപരിഷ്കൃത കേരളീയ സമൂഹത്തിലെ പുതിയ ഓണാഘോഷങ്ങൾ.
പി.എം. നാരായണൻ	വാമനൻ	കള്ളവും ചതിയും മാത്രമുള്ള ആധുനികകാലത്തിനെക്കുറിച്ചുള്ള ദുഃഖം.
എസ്. രമേശൻ	ഓണം 2004	ഓണം ഇപ്പോഴും വറചട്ടിയിലാണെന്ന് പറയുന്നു.

കൃഷ്ണാഷ്ടമി – പ്രതീക്ഷയുടെ സങ്കല്പം

ഭാരതീയ മനസ്സിന്റെ അടിത്തട്ടിൽ രൂപമെടുത്ത ഒരു ആദിരൂപമാണ് കൃഷ്ണൻ. വർഗ്ഗസ്മൃതിയുടെ ആഴങ്ങളിൽ നിന്ന് ഈ ആദിബിംബം കാലിക സമസ്യകളുടെ പൂരണത്തിനായി ഉണർന്നെണീക്കുന്നതിന്റെ തെളിവാണ് വൈലോപ്പിള്ളിയുടെ 'കൃഷ്ണാഷ്ടമി' എന്ന കവിത.[42] കേവലബിബത്തിനപ്പുറം ഒരു ഘടനാശൃംഖലയായി, പ്രക്രിയാപരമ്പരയായി കൃഷ്ണാഷ്ടമിയിൽ വൈലോപ്പിള്ളി കൃഷ്ണന്റെ അവതാരകഥയുടെ ഊർജ്ജം ആവാഹിക്കുന്നു.

ദില്ലി പാദുഷയുടെ പ്രതാപകാലത്ത് ഒരു അഷ്ടമിരോഹിണി ദിവസം കൽത്തുറങ്കിലടയ്ക്കപ്പെട്ടവരുടെ ജന്മാഷ്ടമി ആഘോഷമാണ് കവിതാവിഷയം. തെരുവു വേശ്യമുതൽ യോഗികൾ വരെ അക്കൂട്ടത്തിലുണ്ട്. കൃഷ്ണൻ അവരോടൊപ്പം ചേരുന്നു. ദു:ഖവും പാപവും ഒന്നുചേരുന്ന ലോകത്ത് വീണ്ടും അവതരിക്കുകയാണ് കൃഷ്ണൻ. കൽത്തുറങ്കിലായിരുന്നല്ലോ കൃഷ്ണന്റെ പിറവി.

കണ്ണൻ വന്നു തുറങ്കി, ലീഞങ്ങടെ
മുന്നിലിരുന്നൂസോല്ലാസം
ആ നിലകാൺകെ പ്രേമത്താൽ പുള-
കാകുകലമായി ജഗത്തെല്ലാം!

എന്നാണ് ഈ അവസ്ഥയെക്കുറിച്ച് കവി പറയുന്നത്.

ദില്ലി പാദുഷ നീതിമാനായിരുന്നു. കെട്ടിയ പെണ്ണിന്റെ നാവു കൊണ്ട് സൈര്യം കെട്ട് നഗരത്തിൽ വന്നെത്തി തെണ്ടിനടന്നതിന് അദ്ദേഹം ആഖ്യാതാവിനെ കൽത്തുറങ്കിലടയ്ക്കുന്നു.

ചെറ്റുംപോവഴിയില്ലാത്തോർക്കിഹ
കൊറ്റും പായും സൗജന്യം!

എന്നതുകൊണ്ട് അയാൾക്കിതിൽ പ്രശ്നമില്ലായിരുന്നു. ഗുസ്തിയിൽ തോൽക്കുമ്പോൾ കലഹിക്കുന്ന രാംസിംഗും, മാനം വിറ്റു നടക്കുന്ന മീനയും, ചൂതുകളിക്കാരോടടികൂടിചുറ്റുന്ന രാജീവും, വശ്യ മരുന്നുകൾ വിൽക്കുന്ന തെക്കനും, നൊസ്സുപിടിച്ച പക്കീരും, ശുണ്ഠി കലർന്ന ഗാംഭീര്യമുള്ള രണ്ട് സന്യാസിമാരും അടങ്ങുന്നതായിരുന്നു കൽത്തുറങ്കിലെ അന്തേവാസികൾ. അവർക്ക് കൽത്തുറങ്ക് നല്ലൊരു അനുഭവമായിരുന്നു.

ദില്ലിയിലോടമണക്കുന്നോർക്കിതി-
ന്നുള്ളിലെ നാറ്റം നിസ്സാരം
വല്ലതുമഷ്ടികിടയ്ക്കാത്തോർക്കീ-
കല്ലരി നല്ലൊരു സല്ക്കാരം.
മങ്ങലിലെന്നും വേവുന്നോർക്കീ
മണ്ണു വിളക്കുമലങ്കാരം!
ചേതം വന്നിതു ഞങ്ങൾക്കെന്നാൽ
സ്വാദുപെരുക്കും സ്വാതന്ത്ര്യം.
എന്നാൽ ദില്ലിയിൽ വാഴും മന്നോർ-
മന്നനുമുണ്ടോ സ്വാതന്ത്ര്യം?
മാനംമട്ടും കൊട്ടാരത്തിൻ
മാതിരിയേതൊരു ജെയ്‌ലുള്ളു?

ഇങ്ങനെ ചിന്തിച്ചുകൊണ്ട് അവർ ബന്ധനത്തിൽ ഇരുന്നു. തേവിടിച്ചിപ്പെണ്ണുമായി മന്ത്രിച്ച് തെക്കൻ വ്യാപാരിയും, രാവുകൾ പകലുൾ കൂർക്കം വലിയിൽ രാംസിംഗും, ഹുക്കവലിച്ചുകൊണ്ട് പക്കീരും, ഡംഭോടെ പുലിത്തോലിരിക്കും പോലെ യോഗികളും കൽത്തുറങ്കിൽ കാലം കഴിച്ചുകൂട്ടവെ അഷ്ടമിരോഹിണിനാൾ വന്നു. വംഗദേശത്തെ പശുപാല ഗോത്രത്തിലെ ആഘോഷം. ഉത്സവവും പാട്ടും കൂത്തും കുടിതീനുകളും ഓർമ്മയിൽ നുണച്ച് കാവൽക്കാരുടെ സഹായത്തോടെ അവരും കൽത്തുറങ്കിൽ കൃഷ്ണാഷ്ടമി ആഘോഷിക്കുന്നു.

തത്ര തുറങ്കിലിരുന്നോരു ഗാനം
താനറിയാതെ ഞാൻ പാടീ,
താമരക്കണ്ണനെ താരാട്ടാട്ടും
തായ യശോധനൻ പുന്നാരം
പല്ലവലോലമപ്പാട്ടിന്നെൻ പാഴ്-
ത്തൊള്ളയാൽ ഞാൻ പരിക്കേല്പിക്കേ,
പല്ലവി പാടുവാൻ കൂടി പേർത്തെൻ
കല്ലറയ്ക്കുള്ളിലെ മിത്രങ്ങൾ

കൈമണി, ഗഞ്ചിറ, സിത്താർ തുടങ്ങിയവയുടെ അകമ്പടിയും, ഗുസ്തിക്കാരന്റെ തുടമേലുള്ള താളംപിടിയും, തലയാട്ടിക്കൊണ്ടുള്ള യോഗികളുടെ ഇരിപ്പും ആ ഗാനത്തിനൊപ്പം ചേർന്നു.

മീനയും രാജീവും പാടി. ചുണ്ടിലഭംഗുരമൗനവും മുണ്ടിനരയ്ക്ക് കൗപീനവുമുടുത്തിരുന്ന യോഗികളും പാടി. അപ്പോൾ വിശ്വപിതാവ് കൊച്ചുകിടാവായിവന്ന് അവരോടൊപ്പം ചേർന്നു. അവരുടെ വാത്സല്യം കൃഷ്ണനെ മുകർന്നു. ആ ആനന്ദ പീയൂഷത്തിൽ അലിഞ്ഞീടാനുള്ള വെമ്പലായിരുന്നു ഓരോരുത്തർക്കും.

കാലികളായി, വൃന്ദാരണ്യ-
ച്ചോലയിൽ മെത്തും പുല്ലുകളായ്;
കാളിയപന്നഗമായി, പാപം
കാളിനഞ്ഞുങ്ങളെ പത്തികളിൽ
കേളി മുഴങ്ങിന മർദ്ദന നർത്തന-
കേളികളാടി ഗോപാലൻ

കൃഷ്ണന്റെ സാന്നിദ്ധ്യം അഹങ്കാരവിഷംമുറ്റിയ അവരുടെ പാപത്തിന്റെ പത്തികളിൽ മർദ്ദനനർത്തനം ചവിട്ടി അവരെ വിശുദ്ധരാക്കുന്നു. ഒരു നിമിഷം മീന രാധയെപ്പോലെ പാടാൻ തുടങ്ങുമ്പോൾ എല്ലാവരുടെയും കണ്ണുകൾ ഈറനണിഞ്ഞു. പിറ്റേന്ന് രാജകല്പനയുടെ അടിസ്ഥാനത്തിൽ അവർ സ്വതന്ത്രരായി. പട്ടണവീഥിയിൽ അലഞ്ഞുതിരിയാൻ വിധിക്കപ്പെടുമ്പോൾ കല്തുറങ്കിലെ അവരുടെ നീലസ്വപ്നമുടഞ്ഞുപോയതായി തിരിച്ചറിയുന്നു. അവർ വഴിപിരിയുന്നു. ഗുസ്തിക്കാരനെ വഴിവക്കിൽ ആരോ കുത്തിക്കൊന്നു. മീന കൃഷ്ണനെത്തേടിയിറങ്ങി ആഖ്യാതാവ് തെണ്ടികളോടൊപ്പം കൂടി.

ഹന്ത, പഴകിയശീലം പോലൊരു
ബന്ധനമുണ്ടോ ലോകത്തിൽ

എന്നാണ് കവി ഇതിനെക്കുറിച്ച് പരാമർശിക്കുന്നത്. തുറങ്കിലടയ്ക്കപ്പെട്ടവർ വീണ്ടും ജീവിതത്തിന്റെ പഴയ കർമ്മപഥങ്ങളിലേക്ക് മടങ്ങുന്നു. അവരുടെ സന്താപത്തെ നിരർത്ഥകമാക്കാതെ സൂക്ഷിക്കുന്നത് വീണ്ടും സംഗമിക്കാമെന്ന പ്രതീക്ഷയാണ്. കൃഷ്ണന്റെ വിശ്വപിതാവ്, മാനസചോരൻ, കൊച്ചുകിടാവ് എന്നീ മൂന്നുഭാഗങ്ങളും രക്ഷകത്വം, രതി, നൈർമല്യം തുടങ്ങിയ ഭാവങ്ങളിലൂടെ ഈ കവിതയിൽ സമ്മേളിച്ചിരിക്കുന്നു.

വിശ്വപിതാവായ് നീയി ഞങ്ങടെ
കൊച്ചുകിടാവായ് വന്നല്ലോ

ആഖ്യാതാവിന്റെ കഥമാത്രമല്ലിത്. അക്രമണങ്ങളും പോരും പഞ്ഞവും നെഞ്ചിലുതിർക്കുന്ന തീക്കനലിൽ തായ്നാടിനും ഇതു തന്നെയാണ് കൃഷ്ണസാമീപ്യം.

പാലാഴിപ്പീയൂഷം നെഞ്ചിൽ
കാലാകാലം ചോരുമ്പോൾ,
അമ്മയ്ക്കെന്തിനു സന്താപം? ഹാ!
ഞങ്ങൾക്കെന്തിനു സന്താപം?

നാളയെപ്പറ്റിയുള്ള സങ്കല്പസുന്ദരമായ ഒരു പ്രതീക്ഷയിൽ കവിത അവസാനിക്കുന്നു. കൃഷ്ണാവതാരകഥയുടെ വ്യാഖ്യാനമായി ഈ കവിത മാറുന്നത് താഴെപ്പറയുന്ന വസ്തുതകളെ അടിസ്ഥാനമാക്കിയാണ്.

•തുറുങ്കിലാണ് കൃഷ്ണന്റെ പിറവി

•ജന്മനാൾ അഷ്ടമിരോഹിണിയാണ്.

•പിറവിസമയം ആനന്ദമത്തരായി സ്ത്രോത്രം പാടുന്ന യോഗികൾ ഉണ്ടായിരുന്നു.

•പിറന്ന ഉടൻ വിശ്വപിതാവിന്റെ രൂപം കാണിച്ചു കൊടുത്തു.

•കൃഷ്ണന്റെ ദിവ്യമായ വിശുദ്ധീകരണപ്രക്രിയയ്ക്ക് കുറേപ്പേർ വിധേയരാകുന്നു.

•കാരാഗൃഹത്തിൽ നിന്നുള്ള മോചനം.

ഇങ്ങനെ ആദിപ്രരൂപം കൊണ്ട് മനസ്സിന്റെ മഥനവും വിശ്രാന്തിയും നാളയെപ്പറ്റിയുള്ള സൗവർണ്ണപ്രതീക്ഷയും നൽകാൻ വൈലോപ്പിള്ളിക്ക് കൃഷ്ണാഷ്ടമിയിലൂടെ സാധിക്കുന്നു.

നാടോടിപുരാവൃത്തങ്ങളുടെ സൗന്ദര്യതലം

സാഹിത്യത്തിന്റെയും സാഹിത്യകാരന്റെയും ധർമ്മം എന്തായിരിക്കണമെന്ന കാഴ്ച്ചപ്പാട് വൈലോപ്പിള്ളി അവതരിപ്പിക്കുന്നത് 'ആയിരത്തൊന്നു രാവുകൾ'[43] എന്ന കവിതയിൽ ഒരു അറേബ്യൻ നാടോടിപുരാവൃത്തത്തെ അടിസ്ഥാനമാക്കിയാണ്. ബാഗ്ദാദിലെ നീതിന്യായ നിപുണനായ സുൽത്താൻ ഹാരോൺ അൽറാഷിദ് സ്ത്രീ ചാരിത്രവതിയല്ലെന്ന സംശയത്തെ ആസ്പദമാക്കി ഓരോ രാത്രിയിലെയും ദാമ്പത്യത്തിനുശേഷം കഥപറഞ്ഞു നിർത്തുന്ന കളത്രങ്ങളെ വധിച്ചുകൊണ്ടിരുന്നു. ഒടുവിൽ വന്ന മന്ത്രികുമാരി കഥാസൂത്രം അനന്തമായി നെയ്തുകൊണ്ട് അദ്ദേഹത്തിന്റെ സിദ്ധാന്തങ്ങളെയും ദുർവിചാരങ്ങളെയും മാറ്റിയെടുത്ത് അദ്ദേഹത്തിന്റെ മനസ്സിൽ സ്ഥാനമുറപ്പിച്ചു. ജീവിതത്തിന്റെയും മരണത്തിന്റെയും ഇടയ്ക്കുള്ള നേർത്ത അതിർവരമ്പിലിരുന്നുകൊണ്ട് അവൾ പറഞ്ഞകഥകളാണ് വിശ്വപ്രസിദ്ധമായ ആയിരത്തൊന്നു രാവുകളായിത്തീർന്നതെന്നാണ് അറേബ്യൻ പുരാവൃത്തം.

മധുരസ്നിഗ്ദ്ധഗംഭീര-
വാഗ്വിലാസങ്ങൾ കൊണ്ടുനീ
മയക്കിയല്ലോ മന്നന്റെ
മനവും മന്നുനൊന്നുപോൽ
ശുഷ്കജീവിതരാശിക്കു
മകരന്ദം സ്വദിക്കുവാൻ

സഹസ്രദളമുള്ളൊരു
സരോജത്തെ വിടർത്തി നീ.
അതിൻ മധു വിലാനന്ദി–
ച്ചഴകിൻ കൂട്ടുകാരനായ്
ഗാനം ചെയ്തു രമിപ്പൻ ഞാൻ
ഗന്ധർവ്വനഗരങ്ങളിൽ!

കാലത്തിന്റെ നിശിതമായ വിമർശനബുദ്ധിക്കുമുമ്പിൽ കഥപറഞ്ഞ് പ്രീതിക്കു പാത്രമാവേണ്ടവനാണ് ഓരോ സാഹിത്യകാരനുമെന്ന് കവി പറയുന്നു. ജീവിതാനുഭവങ്ങളെ പച്ചയായി ആവിഷ്ക്കരിക്കുന്ന നിർഭയസാഹിത്യത്തെക്കുറിച്ചുള്ള കവിയുടെ കാഴ്ച്ചപ്പാട് ഈ നാടോടി പുരാവൃത്തത്തിന്റെ ആവിഷ്ക്കാരത്തിലൂടെ കവി വെളിപ്പെടുത്തുന്നു.

ഒ.എൻ.വി കുറുപ്പിന്റെ 'ഉൽക്കണ്ഠകൾ'[44] എന്ന കവിതയും ഇതേ പുരാവൃത്തത്തിലൂന്നി കാവ്യജീവിതത്തിന്റെ തത്വശാസ്ത്രത്തെ വ്യാഖ്യാനിക്കുന്നു. പുരാവൃത്തത്തിലെ സുന്ദരിക്ക് കഥ തീരുമോ എന്നും സുൽത്താന്റെ വാളാണോ വരണമാല്യമാണോ തന്റെ കണ്ഠത്തിൽ വീഴുക എന്നുമുള്ള ഉൽക്കണ്ഠയായിരുന്നെങ്കിൽ കവിയെ സംബന്ധിച്ച് മറ്റൊരുൽക്കണ്ഠയാണുള്ളത്.

എന്റെയുൽക്കണ്ഠ മറ്റൊന്നാണവസാന–
മെന്തെന്നെനിക്കുമറിയാത്തൊരെൻ കഥ
ഞാൻ മുഴുമിച്ചീടും മുമ്പേയെൻ മീതെയാ
കാണാത്ത സുൽത്താന്റെ ഖഡ്ഗം പതിക്കുമോ?

കൂടെ പാടിയവരും ആടിയവരും മറയുമ്പോൾ വേഷക്കാരന്റെ മനസ്സിൽ കളിവെട്ടത്തു നിന്നുപോയവർ ഉൽക്കണ്ഠകളായി പൂത്തുലയുകയാണ്. ചൊല്ലിത്തുടങ്ങിയ കഥ മുഴുമിക്കാതെ പോയ, ഒന്നും പറയാതെ പിരിഞ്ഞ, തോഴരെ അനുസ്മരിക്കുമ്പോൾ താൻ നിർത്തിയാലും ഈ കഥയാലപിക്കാൻ മറ്റൊരാൾ വരുമെന്ന് കവി കരുതുന്നു.

നിർദ്ദയമൊരു സുൽത്താന്റെ ഖഡ്ഗത്തെ
വിസ്മരിച്ചായിരം രാവല്ലൊരു ജന്മ–
മാകവേ യീക്കഥായജ്ഞത്തിനായ് സ്വയ–
മാഹുതി ചെയ്തൊരാത്മാക്കളേ! നിങ്ങളെൻ
കേളിയരങ്ങിലെരിയും വിളക്കിലെ
നാളമായ് സാക്ഷി നില്ക്കുക! പിന്നെയും
നീളുമദൃശ്യമാം വാഴ്‌വിൻ കഥാഗാന–
മാലപിക്കുന്നു ഞാൻ–നിർത്തിയാൽ മറ്റൊരാൾ!

ഒരു ചൈനീസ് നാടോടി പുരാവൃത്തത്തെ അടിസ്ഥാനമാക്കി വൈലോപ്പിള്ളി എഴുതിയ കവിതയാണ് 'അത്ഭുതമണി'[45] ഏറ്റവും മികച്ച മണിതീർക്കാൻ നിയോഗിക്കപ്പെട്ട മൂശാരിക്ക് രാജാവിനെ തൃപ്തിപ്പെടുത്താൻ കഴിയുന്നില്ല. മൂശാരി വധിക്കപ്പെടുമെന്ന ഘട്ടത്തിൽ അദ്ദേഹത്തിന്റെ മകൾ

നന്മയിൽ നിന്നേ നന്മഭവിക്കൂ
നല്ലഴകീന്നേയഴകുവരൂ
നന്മപുലർന്നൊരു നിൻ താതൻചില
നന്മണി തീർത്തെന്നതു ഞായം
അഴകും ചേർക്കണമെന്നാലേയഴ-
കൊഴുകിമൊലിച്ചാർത്തുണ്ടാകൂ.

എന്ന സത്യം മനസ്സിലാക്കി മൂശാരിയുടെ പുത്രി മണിതീർക്കുന്ന മൂശയിലേക്ക് എടുത്തുചാടി ജീവത്യാഗം ചെയ്തു. മണിയാകട്ടെ അത്ഭുതനാദമുളവാക്കി. 'പാദുക'മെന്ന നാദത്തോടെ അവളുടെ ഓർമ്മയായി അവശേഷിച്ചു. മഹത്തായ ലക്ഷ്യപ്രാപ്തിക്കും കാര്യസിദ്ധിക്കും ആത്മസമർപ്പണവും ത്യാഗവും അനിവാര്യമാണെന്ന സന്ദേശം ഈ കവിത നൽകുന്നു. ഒപ്പം ഇത് കവിയുടെ കാവ്യസങ്കൽപ്പത്തിന്റെ നിലപാട് വെളിപ്പെടുത്തൽ കൂടിയാണ്.

പ്രകൃതിക്ഷോഭത്തെക്കുറിച്ചുള്ള പുരാവൃത്തങ്ങൾ പോലെ പ്രകൃതിയിലെ വിചിത്രമോ മനോഹരമോ ആയ വസ്തുക്കളെക്കുറിച്ചും പുരാവൃത്തങ്ങളുണ്ട്. ഇവ ഉൽപ്പത്തി പുരാവൃത്തങ്ങൾ എന്ന വിഭാഗത്തിൽപ്പെടുന്നു. പവിഴമല്ലിപൂവിന്റെ ഉത്ഭവകഥയെ അടിസ്ഥാനമാക്കിയുള്ളതാണ് വൈലോപ്പിള്ളിയുടെ 'മുത്തുംപവിഴവും'[46] എന്ന കവിത. ആഴക്കടലിൽ കഴിയുന്ന ഭിന്ന വംശജരായ മുത്തിനും പവിഴത്തിനും പരസ്പരം അനുരാഗമുദിച്ചു. സമുദായത്തിന്റെ കാർക്കശ്യം അപവാദം വരെ ചെന്നെത്തിച്ചു. സമുദ്രത്തിന്റെ അടിത്തട്ടിൽ ഒളിച്ചെത്തിയ നിലാവ് അവർക്ക് വരം നൽകി - അൽപ്പായുസ്സെങ്കിലും വേർപിരിയാത്ത ജന്മം. ഇപ്രകാരമാണ് മുത്തും പവിഴവും ചേർന്ന പവിഴമല്ലിപ്പൂവ് നിലാവിന്റെ സാന്നിദ്ധ്യത്തിൽ രാത്രിയിൽ വിരിഞ്ഞ് പുലരുമ്പോൾ കൊഴിയുന്നത്.

ഏവമൊത്തു, പവിഴമല്ലിതൻ-
പൂവിൽമുത്തും പവിഴവും
അന്തിയിൽ വിരി, ഞ്ഞാർദ്ര വാസന്ത-
ചന്ദ്രികയ്ക്കോമലിമ്മലർ
മഞ്ഞുനീരിൽ നന, ഞ്ഞുഷസ്സിലെ
മണ്ണിൽ വീണുകിടക്കവേ
തെന്നലിൻ വീർപ്പി, ലെന്മനസ്സിലും
പുണ്യമാം പ്രേമസൗരഭം!

പ്രകൃതിയുടെ നിഗ്രഹാനുഗ്രഹശക്തികളെ വെളിപ്പെടുത്തുന്ന ഒരു നാടോടി പുരാവൃത്തമാണ് വൈലോപ്പിള്ളിയുടെ 'ചന്ദ്രന്റെ ചിരി'[47] എന്ന കവിതയ്ക്ക് അടിസ്ഥാനം. മക്കളുടെ വിശന്നു ക്ഷീണിച്ച മുഖം കാണാനാവാതെ ജന്മിയുടെ വാഴത്തോട്ടത്തിൽ നിന്ന് കുല മോഷ്ടിക്കാൻ ശ്രമിച്ച ദരിദ്ര ബ്രാഹ്മണൻ ആപാപം ചെയ്യാനാകാതെ തിരിച്ചുപോരുന്നു. കുലവെട്ടാനോങ്ങിയപ്പോൾ ആകാശത്ത് ചന്ദ്രൻ ചിരിച്ചു കൊണ്ട് നോക്കിനിൽക്കുന്നത് കണ്ട് ലജ്ജയും പാപബോധവും തോന്നിയാണ് അയാൾ അത് ചെയ്യാതിരുന്നത്.

"ചന്ദ്രനോ? ചിരിച്ചെന്നോ?" ഹസിച്ചാൾ കുടുംബിനി,

''ചന്ദ്രനെന്നാലിപ്പിള്ളർക്കമൃതം വിളമ്പട്ടെ'' എന്ന കുടുംബിനിയുടെ വാക്കുകളിൽ സത്യജീവിതം നയിച്ച കുടുംബത്തെ രക്ഷിക്കാൻ സ്വയം സ്വർണ്ണത്തളികയായി ചന്ദ്രൻ അവരുടെ കയ്യിലെത്തുന്നു. അതു പണയം വെച്ച് ബ്രാഹ്മണൻ പടിപടിയായി ഉയർന്നു. നായർ ജന്മി സാമ്പത്തികമായി പരിക്ഷീണനുമായി.

സൗവർണ്ണത്തളികയായ്ച്ചമഞ്ഞുകിടന്നതു-
മവ്വണ്ണം കൃത്യം പാർത്തു നായർ തന്നറവിട്ടു
വാനിലേയ്ക്കണഞ്ഞതും കാണ്കമാനത്തതാ
ദാനലോലനായ് മിന്നും നമ്മുടെ തങ്കക്കിണ്ണം

ദരിദ്രന്റെ സത്യസന്ധതയെ രക്ഷിക്കാൻ വേണ്ടി സ്വർണ്ണക്കിണ്ണമായ ചന്ദ്രൻ വീണ്ടും മാനം പൂകി. ഭാവശുദ്ധിക്ക് ജീവിതം എന്നും പ്രതിഫലം നൽകാതിരിക്കില്ലെന്ന മനുഷ്യന്റെ ശുഭാപ്തിവിശ്വാസത്തിന്റെ ബിംബവൽക്കരണമാണ് ഈ നാടോടി പുരാവൃത്തം.

നദികളുടെ ഉദ്ഭവത്തെപ്പറ്റി പ്രാകൃത ജനജീവിതത്തിൽ പ്രചരിച്ചിട്ടുള്ള നാടോടി പുരാവൃത്തങ്ങളിലൊന്നാണ് എൻ.വി കൃഷ്ണവാരിയരുടെ 'ഒരു പഴയപാട്ടിലെ'[48] പ്രമേയം. മലമുകളിൽ വാഴുന്ന ഭദ്രകാളിക്കുമുമ്പിൽ ആണ്ടുതോറും നടത്തി വരാറുള്ള ബലികർമ്മത്തിന് അത്തവണ വിധിവശാൽ ഇരയായിത്തീരുന്നത് മലയരചന്റെ പതിനാറു പൂക്കണികാണാത്ത മകളായിരുന്നു. പ്രാകൃതമായ ഈ അനുഷ്ഠാനം എത്രയോകാലമായി മുറതെറ്റാതെ മലവേടർ അനുഷ്ഠിച്ചു പോരുന്നത് കാട്ടിൽ വറുതി ഉണ്ടാകാതിരിക്കാനാണ്.

"മക്കളേക്കാളരചന്നു വലിയതല്ലോ
മലവേടവംശത്തിൻ നന്മയോർത്താൽ
വിറയാർന്ന കൈയിനാലിന്നൊടുവിൽ
ബലിയിതു നല്കാം, നീയേല്ക്കു തായേ!"

എന്നു മന്ത്രിച്ചുകൊണ്ട് മകളെ ബലി നൽകാൻ അരചൻ തയ്യാറാകുന്നു. അരചന്റെ പത്തു പൂശാരിമാരിൽ തലവനായ ഒരുവന്റെ ഇരുപതു വേനൽ കടക്കാത്ത ഒരു കിടാത്തൻ വാളൂരിവന്ന് ഉശിരോടെ ആ നരബലി തടയുന്നു. ദേവിയെപ്പോലും വകവെയ്ക്കാതെ അനീതിക്കെതിരെ വാളൂരിയ ആ വേടയുവാവ് അന്ധവിശ്വാസത്തിനെതിരെ സമരം ചെയ്ത് മനുഷ്യസംസ്ക്കാരത്തിന് അടിത്തറപാകിയ ചരിത്രത്തിന്റെ ആദ്യപ്രതിനിധിയായിരിക്കാം. അവൻ ദേവി വിഗ്രഹം ചവിട്ടി മറിച്ചിടുകകൂടി ചെയ്തു. മൂന്നുലോകവും ഒരുമിച്ചിരമ്പുന്ന ഭൂകമ്പവും ഉരുൾപൊട്ടലുമുണ്ടായി, പിറ്റേന്ന് ആ മല നിന്നിടത്ത്.

മയിലും കലമാനും കണ്ടുപിറ്റേ-
ന്നൊരുകൊച്ചു കാട്ടാറങ്ങൊഴുകുന്നതായ്,
മലമുടി തീരെത്തകർന്നതായി
ഭഗവതി പാതാളമാർന്നതായി

പ്രകൃത്യാധീതമായ ശക്തിവിശേഷങ്ങളെ നിർവ്വചിക്കാൻ പുരാവൃത്തം നിർമ്മിച്ച പ്രാചീന ഗോത്രങ്ങളിലെ ഇത്തരം നാടോടി പുരാവൃത്തങ്ങളും ആധുനിക മലയാള കവിതകൾക്ക് വിഷയമായിട്ടുണ്ട്.

ഒ.എൻ.വി കുറുപ്പിന്റെ 'കാട്ടാറിന്റെ കഥ'[49] കാട്ടരുവികളുടെ ഉത്ഭവവുമായി ബന്ധപ്പെട്ട ഒരു നാടോടി പുരാവൃത്തത്തെ അവതരിപ്പിക്കുന്നു. കാടേറി വന്ന കോമളരൂപനായ തമ്പുരാനെക്കണ്ട് മോഹിച്ച വേടരാജാവ് തന്റെ മകൾക്ക് പുടവ നൽകണമെന്ന് ആവശ്യപ്പെട്ടു. വിസമ്മതിച്ച തമ്പുരാനെ വേടരാജാവ് തടവിൽവെച്ചു. തമ്പുരാന്റെ കർമ്മബുദ്ധി പ്രവർത്തിച്ചു. ഉടയവർക്കും ഉറ്റവർക്കും കുറിയയക്കണം എന്ന് വേടരാജാവിനോട് അഭ്യർത്ഥിച്ചു. തിരിമറികളറിയാത്ത വേടരാജാവ് അതിന് സമ്മതിക്കുകയും ചെയ്തു.

തങ്കത്തിരുവോലയിലാത്തമ്പുരാന്നെഴുതി "കാട്ടിൽ
തടവിലാണുനാം ഉടനെപടയെനയിക്കു!
തമ്പുരാന്റെ പടയണികളിരമ്പിവന്നൂ–അവൾ
അമ്പുമഴപെയ്തു! വേടർ പൊരുതി വീണു!

നാടുവാഴിത്തമ്പുരാൻ കാടുകയ്യേറുകയും പണ്ട് നാടുവാണ വേടരാജാവ് അടിമയാവുകയും ചെയ്തു. വേടപ്പെണ്ണ് കാത്തിരുന്ന വേടനെ അദ്ദേഹം തടവിലാക്കി.

"ഏനുഴുത മണ്ണെവിടെ?" അവൻ ചോദിച്ചു
"ഏൻമനതിൽ കുടിവെച്ച പെണ്ണാളെവിടെ?"
കാട്ടുപെണ്ണും കന്നിമണ്ണും കാത്തിരുന്നുപോൽ–അവർ
വാർത്തകണ്ണീർ കാട്ടാറയൊഴുകിവന്നുപോൽ!

കാട്ടുപെണ്ണും കന്നിമണ്ണും ഒഴുക്കിയ കണ്ണീർ കാട്ടാറായി ഒഴുകിയെത്തിയ കഥയിലൂടെ നാടുവാഴിമാരുടെ കുടിയേറ്റങ്ങളെയും അതിനടിയിൽപ്പെട്ട മലയോരകർഷകജീവിതത്തിന്റെ ദൈന്യതകളേയും വ്യക്തമാക്കുകയാണ് കവി.

ഇന്ത്യാ ചൈനാ യുദ്ധത്തിന്റെ പശ്ചാത്തലത്തിൽ എഴുതിയ വൈലോപ്പിള്ളിക്കവിതയാണ് 'വടക്കൻപാട്ട്'.[50] പണ്ട് പാഠശാലയിൽ മുട്ടുശാന്തി ക്ലാസെടുക്കുമ്പോൾ വടക്കൻപാട്ട് പാടിയ കേശവൻകുട്ടിയുടെ പാട്ടിലൂടെ കാഴ്ച്ചകളും ഘോഷങ്ങളും മനസ്സിലവതരിച്ചത് ചിത്രീകരിച്ചിരിക്കുകയാണ് കവി.

കാക്കിയുടുപ്പിട്ടു കൈയിൽ
തോക്കുമേന്തിപ്പോയി, നാടു
കാക്കുവാൻ പൊന്നാങ്ങളമാ –
രൊന്നിച്ചു തങ്കം
നടക്കും പാട്ടിനു ധീരം
വടക്കൻപാട്ടുകൾമൂളി
വടക്കൻമേട്ടിലേയ്ക്കല്ലോ
പോയതാരോമൽ.

വടക്കൻപാട്ടിലെ വീരനായകനായ ആരോമൽചേകവരുടെ പുരാവൃത്തസൂചന ധീരദേശാഭിമാനികളായ പട്ടാളക്കാരുടെ സ്തുത്യർഹമായ സേവനത്തെ പ്രകീർത്തിക്കാൻ കവിയെ സഹായിക്കുന്നു. അത്തരത്തിൽ ഭാരതത്തിന്റെ നെടുംകോട്ടവാതിൽ കാത്തുമേവുന്ന വീരനായ കേശവൻകുട്ടിയെന്ന പട്ടാളക്കാരനെ കവി ഓർക്കുന്നു.

വീരവാളിപ്പട്ടു ചുറ്റി,
വിളക്കിൻ ജ്വാലപോൽ, തുള്ളും
വീരമാളി, കൂപ്പിനില്ക്കും മകനൊടമ്മ:
"നേരിട്ടുവെട്ടിമരിച്ചതെങ്കിൽ
വിട്ടേയ്ക്കു നല്ലോരു മാനം തന്നെ
....
ഒളിവാളുകൊണ്ടുമരിച്ചതെങ്കിൽ
പച്ചോലേൽ കെട്ടിയെടുക്കേയുള്ളൂ."

ചോരകണ്ടാൽ വിളറാത്ത, ഉലയാത്ത അഭിമാനംതുടിക്കുന്ന ഈ മാതാവ് വടക്കൻപാട്ടിന്റെ വീര്യവും കരുത്തും ആവാഹിക്കപ്പെട്ടവളാണ്. ഓരോ സൈനികനെയും യുദ്ധമുഖത്തേക്ക് അയയ്ക്കുമ്പോൾ ഇവരിൽ ജ്വലിക്കുന്ന ദേശാഭിമാനബോധം പുരാവൃത്തത്തിൽ നിന്ന് കരുത്താർജ്ജിച്ചതുതന്നെയാവണം.

പഴയൊരങ്കത്തിൻ പാട്ടാൽ
പുതിയൊരു പടപ്പാട്ടാൽ
പടയണിയ്ക്കു നീ പുല-
പ്പാൽ പകരുമ്പോൾ
മറ്റുകളവാണികളു-
മൊത്തു ചേർന്നാമലയിൽക്കൈ -
കൊട്ടിയാർത്തു ചോടുവെച്ചു
നീ കളിയ്ക്കുമ്പോൾ
ചിതം വിട്ട ചീനരാകു -
മരിങ്ങോടർ തൻ മുഖത്തും
ചിലമ്പിട്ട ചേവടിയാൾ
നീ ചവിട്ടുമ്പോൾ

തുടങ്ങി ഈ കവിതയിലുടനീളം വടക്കൻപാട്ടിലെ പുരാവൃത്തത്തിൽ നിന്നെടുത്തത് പ്രതീകങ്ങൾകൊണ്ട് സമൃദ്ധമാണ്. അരിങ്ങോടരുടെ വഞ്ചനാസ്വഭാവം ചീനക്കാർക്ക് പകർന്നുനൽകി കൈരളിയുടെ മാതൃഹൃദയത്തെ പ്രോജ്ജ്വലിപ്പിക്കുന്ന പ്രതീക കല്പനകളാണ് കവി ഈ കവിതയിലുടനീളം ചേർത്തിരിക്കുന്നത്.

ഇന്ത്യ, ചൈനാ യുദ്ധത്തിന്റെ പശ്ചാത്തലത്തിൽ ഇടശ്ശേരി എഴുതിയ 'പൊടിപുറത്ത്, ശിവോതി അകത്ത്'[51] എന്ന സമകാലീനമായ ഒരു സംഭവത്തെ പുരാവൃത്തത്തിന്റെ സഹായത്തോടെ ആവിഷ്കരിക്കുകയാണ്. പ്രയോഗക്ഷമമല്ലാത്ത പല ആദർശങ്ങളോടും കവി

ക്കുള്ള കമ്പവും അതിൽ ചിലത് തകർന്നുപോയതും കവി ആമുഖ മായി സൂചിപ്പിക്കുന്നുണ്ട്. കർക്കിടക സംക്രാന്തിയിൽ പൊട്ടിയെ ആട്ടുന്ന സ്ത്രീയെ കണ്ടപ്പോൾ തന്റെ മനസ്സിന്റെ പ്രതീകമായി കവിക്കു തോന്നി.

"അടിച്ചിറക്കി ഞാനിന്നു
മക്കളോടൊത്ത ചേട്ടയെ
അടിച്ചുവാരി നീർവീഴ്ത്തി-
ക്കുടിവെച്ചു ശിവോതിയെ"

നിസ്സാരമായ അതിർത്തിത്തർക്കത്തിന്റെ പേരിൽ പൂർവ്വകാല സൗഹൃദങ്ങളെയാകെ വിസ്മരിച്ചുകൊണ്ടുണ്ടായ കടന്നാക്രമണം ഭാരതാംബയുടെ ഹൃദയത്തിൽ മുറിവേൽപ്പിച്ചപ്പോൾ അതിനെ അതി ജീവിക്കുമെന്ന വിശ്വാസം കവി പ്രകടിപ്പിക്കുന്നു.

"ദുർജടേ, നിൻ ജടാജൂട -
ജാതരാം വീരഭദ്രരാൽ
മഞ്ഞിൻ മൂടികളാലല്ല,
ഭദ്രം ഭാരതമേദിനി"

ധൂർജടിയുടെ ജടാജൂടത്തിൽനിന്ന് ഉയർന്നുവരുന്ന വീരഭദ്രന്മാ രുടെ സംഹാരശക്തിക്കുമാത്രമെ ആ ധാർമ്മികതളുടെ നേർക്ക് കര വാളുയർത്തി രാജ്യത്തെ രക്ഷിക്കാനാവൂ എന്നും കവി വിശ്വസിക്കു ന്നു. ഇങ്ങനെ സമകാലിക സംഭവങ്ങളെ ആഖ്യാനം ചെയ്യാൻ ആധു നിക മലയാളകവികൾ പുരാവൃത്തസഹായം തേടുന്നതായി കണ്ടെ ത്താൻ കഴിയും.

ഒ.എൻ.വി കുറുപ്പിന്റെ 'വടക്കൻപാട്ട്'[52] വീരപുരാവൃത്തങ്ങളുടെ പുനരവതരണമാണ്. തച്ചോളി ഒതേനന്റെയും പുത്തൂരും വീട്ടിന്റെ യും വീരകഥകളിലൂടെ വീരനായകരുടെ സ്മരണ ഈ കവിത ഉണർത്തുന്നു.

അങ്കം കുറിച്ചോർ കുതിച്ചുപായും
അങ്കപ്പുറപ്പാടിൻ ആർപ്പുകേൾക്കാം
വാളുകൾ തമ്മിലിടഞ്ഞിടുമ്പോൾ
വാടാക്കരളിൻ മിടിപ്പുകേൾക്കാം

വീരാപദാനങ്ങൾക്കിടയിൽ അറിയപ്പെടാതെപോയ ഗദ്ഗദങ്ങളി ലേക്കും കവി വിരൽ ചൂണ്ടുന്നുണ്ട്. വടക്കൻ കേരളത്തിൽ നിന്ന് വന്നതുകൊണ്ടും, വാളും വളയും ചിരിക്കുന്നതുകൊണ്ടും അവ വട ക്കൻ പാട്ടുകളായി. വാളും വളയും സ്ത്രീപുരുഷ സമത്വത്തിന്റെയും മാന്യതയുടെയും പ്രതീകമായി കവി കാണുന്നു. സമൂഹം പരിശു ദ്ധിയോടെയും ആദരവോടെയും കണ്ട ഒട്ടേറെ വീരവനിതകളുടെ സ്മരണയും ഈ കവിത നിലനിർത്തുന്നു.

തച്ചോളി വീട്ടിലെ താരുണ്യങ്ങൾ
പുത്തൂരം വീട്ടിൽ പുകഴ്ക്കൊടികൾ,
രക്തസിന്ദൂരക്കുറികൾ ചാർത്തും

പുത്തരിയങ്കക്കളങ്ങൾ കാണാം
അല്ലിമൽക്കാവിൽ കൂത്തുകാണാൻ
നല്ലാർമണിപോകും പോക്കുകാണാം
കൈവളപാടും തളിർക്കരത്തിൽ
കൈവാളിളകുന്നചേലുകാണാം

ഉണ്ണിയാർച്ചയുടെ പുരാവൃത്തം ഉദ്ഘോഷിപ്പിക്കുന്ന സ്ത്രീ പുരുഷ സാമൂഹ്യജീവിതസങ്കല്പം ഈ കവിത വ്യക്തമാക്കുന്നുണ്ട്.

'പടയാളികൾ'[53] എന്ന കവിതയിൽ വൈലോപ്പിള്ളി വടക്കൻ പാട്ടിലെ വീരനായക പുരാവൃത്തം കേവല സൂചനയിലൂടെ പ്രതീക വൽക്കരിക്കുന്നുണ്ട്.

പാടുകയാണിവൾ പാലാട്ടുകോമന്റെ
നീടുറ്റ വാളിൻ നിണപ്പുഴക്കേളികൾ
ആരാണു വീറോടുപോരാടുമീ രണ്ടു
പോരാളിമാർഗ്ഗളെ പാടിപ്പുകഴ്ത്തുവാൻ?

വേട്ടുവനും ദമ്പതിയും പുലരുംമുമ്പ് ഭൂമിക്ക് പാരണ നൽകുക യാണ്. മനുഷ്യന്റെ കർമ്മമണ്ഡലത്തിന്റെ ഊർജ്ജപ്രതീകങ്ങളാണ് ഇവർ. മാലോകരെല്ലാം സുഖനിദ്രയിലാഴുമ്പോൾ പഞ്ചഭൂതങ്ങളോ ടങ്കമാടുന്ന ഈ പടയാളികൾ പാടുന്ന പാട്ട് പാലാട്ടുകോമന്റെ വാളിന്റെ നിണപ്പുഴ കേളികളെക്കുറിച്ചാണ്. ഈ പടയാളികളെപ്പാടി പുകഴ്ത്തേണ്ടവനാണ് കവി എന്ന് വൈലോപ്പിള്ളി ഉറച്ചു വിശ്വസി ക്കുന്നു. കാർഷിക ജീവിതത്തിന്റെ മഹത്വവും പ്രാധാന്യവും വ്യക്ത മാക്കി കർഷകന്റെ കർമ്മവീര്യമഹത്വപ്രഖ്യാപനത്തിനാണ് ഈ പുരാവൃത്തപരാമർശം ഉപകരിക്കുന്നത്.

സത്യസൗന്ദര്യദർശനങ്ങളായ വൈലോപ്പിള്ളിക്കവിതകളിലെ പുരാവൃത്തങ്ങളുടെ പ്രയോഗം താഴെചേർക്കുംപടി കണ്ടെത്താം.

വൈലോപ്പിള്ളിക്കവിതയിലെ പുരാവൃത്തങ്ങൾ

കവിതകൾ	പുരാവൃത്തങ്ങൾ
രാമകഥ	സീതയുടെ ഭൂമി പിളർന്നുള്ള അന്തർദാനം
കല്യാണസൗഗന്ധികം	ഹനുമാൻ സൈരന്ധ്രി
പടയാളികൾ	അർജ്ജുനന്റെ തേര് തെളിച്ച സുഭദ്ര പാലാട്ടുകോമൻ (വടക്കൻപാട്ടിലെ വീരനായകൻ)
ഹിമാലയം	ഭഗീരഥപ്രയത്നം - ഗംഗയെ ഭൂമിയിലേക്ക് ഒഴുക്കിയ പുരാവൃത്തം
ത്യാഗോപഹാരം	ബൗദ്ധപുരാവൃത്തത്തിലെ ബോധിവൃക്ഷവുമായി ബന്ധപ്പെട്ട കഥ

കവിതകൾ	പുരാവൃത്തങ്ങൾ
പശ്ചിമസമുദ്രം	ഈ രണ്ട് കവിതകളിലും കടലിനെക്കീഴടക്കി ചിറകെട്ടിയ ശ്രീരാമന്റെ കഥയും കടലിൽ നിന്ന് ഭൂമിയെ വീണ്ടെടുത്ത പരശുരാമന്റെ കഥയും
മഞ്ഞക്കടലിനോട്	
കുടിയൊഴിക്കൽ	ദക്ഷയാഗ കഥ
മണിനാദം	ക്രിസ്തീയപുരാവൃത്തത്തിലെ സഹോദരഹത്യ
തുമ്പപ്പൂ	മാവേലിപുരാവൃത്തം
കണ്ണീർപ്പാടം	ക്രിസ്തു ആഴിക്കുമേലെ നടന്നതിന്റെ കഥ
മുത്തച്ഛന്റെ വെൺമഴു	പരശുരാമകഥ
തൊഴിലാളി	ആദിപാപത്തിന്റെ പുരാവൃത്തം
ഗോസംരക്ഷണം	ശിവഭൂതമായ സിംഹത്തിൽ നിന്ന് നന്ദിയെ സംരക്ഷിച്ച ദിലീപൻ
ചേറ്റുപുഴ	മഹാബലി പുരാവൃത്തം
വടക്കൻപാട്ട്	അരിങ്ങോടൻ
കുചേലൻ	കൃഷ്ണകുചേലബന്ധം
ഉണ്ണികൾ	ജരാസന്ധകഥ ദാവീദിന്റെ കഥ അഭിമന്യുവിന്റെ കഥ
കൂ	കൃഷ്ണകഥ
നമ്മുടെ ഭീമൻ	ജരാസന്ധകഥ
കവിസിംഹം	പരശുരാമനും ശിവനും തമ്മിലുള്ള കൈലാസത്തിലെ കൂടിക്കാഴ്ച
പൂതനകൾ	പൂതന
തൃശൂരിലെ തിരുവാതിരകൾ	ദക്ഷകഥ-ശിവതാണ്ഡവം
മിണ്ടുക മഹാമുനേ	ഗൗതമഹർഷി
ശ്ലോകങ്ങൾ	ഹനുമാൻ
കൃഷ്ണനും ദുർവ്വാസാവും	കൃഷ്ണകഥ
മുത്തുമാല	യുളിസിസ് (ഗ്രീക്കുപുരാവൃത്തം)
ഉജ്ജ്വലമുഹൂർത്തം	സീതയും രാമനും അത്രിമഹർഷിയുടെ ആശ്രമം സന്ദർശിച്ചത്
തച്ചന്റെ മകൻ	പെരുന്തച്ചൻ പുരാവൃത്തം
ജലസേചനം	ബലരാമൻ കലപ്പകൊണ്ട് കാളിന്ദിയെ വഴിമാറ്റിവിട്ട കഥ.

കവിതകൾ	പുരാവൃത്തങ്ങൾ
ഓണപ്പാട്ടുകാർ	മഹാബലി പുരാവൃത്തം
സാവിത്രി	സാവിത്രി
കൃഷ്ണാഷ്ടമി	കൃഷ്ണാവതാരം
ചന്ദ്രന്റെചിരി	നാടോടിപുരാവൃത്തം
ആയിരത്തൊന്നു രാവുകൾ	അറബിക്കഥ
മുത്തും പവിഴവും	നാടോടിപുരാവൃത്തം

സ്വന്തം വൈയക്തികാനുഭവങ്ങളെ കവി ഉൾക്കൊള്ളുകയും അതിനോട് പ്രതികരിക്കുകയും അവയെ കാവ്യാനുഭവമാക്കി മാറ്റുകയും ചെയ്യുമ്പോൾ അതിന്റെ തീവ്രതയ്ക്കായി പുരാവൃത്തങ്ങളുടെ സഹായം തേടുന്നു എന്നതിന്റെ ഉത്തമ നിദർശനമാണ് വൈലോപ്പിള്ളിയുടെ സാവിത്രിയും ഉജ്ജ്വലമുഹൂർത്തവും. ആധുനിക കവികൾ മാനസികസംഘർഷത്തിന്റെ വൈകാരികത പ്രതിഫലിപ്പിക്കാൻ പുരാവൃത്തങ്ങളുടെ സഹായം തേടുന്നതായി ഇതിലൂടെ വ്യക്തമാകുന്നു.

സമത്വസാഹോദര്യങ്ങളുടെ പുതുയുഗപ്പിറവിയിലേക്കുള്ള കവിദർശനമാണ് ഓണപ്പാട്ടുകാർ. വൈലോപ്പിള്ളിയെ ഏറ്റവുമധികം സ്വാധീനിച്ചതും ഈ പുരാവൃത്തം തന്നെയാണ്. പ്രകൃതിയുടെ ദ്വന്ദ്വഭാവം ശാസ്ത്രീയവബോധത്തിലൂടെയും തത്വചിന്തയിലൂടെയും സൗന്ദര്യാത്മകമായി ആവിഷ്ക്കരിക്കുന്നതിനുള്ള ഉപാധിയാണ് വൈലോപ്പിള്ളിക്ക് ഓണവുമായി ബന്ധപ്പെട്ട പുരാവൃത്തം.

മനുഷ്യനിലെ അഹന്താമോചനത്തിനും, സ്നേഹത്തിന്റെയും സമതയുടെയും ലോകം കെട്ടിപ്പടുക്കുന്നതിനുള്ള ആഹ്വാനത്തിനും കൃഷ്ണന്റെ പുരാവൃത്തം കവി ഉപയോഗിച്ചിരിക്കുന്നത് കൃഷ്ണാഷ്ടമിയിൽ കാണാം. നാളെയുടെ സുവർണ്ണ പ്രതീക്ഷ ദീപ്തമാക്കുവാൻ വൈലോപ്പിള്ളിക്കവിതകൾക്ക് ഇത്തരം പുരാവൃത്തങ്ങൾ ഏറെ സഹായകമായി വർത്തിക്കുന്നു.

കവിയുടെ കവിതാജീവിതദർശങ്ങളുടെ അനാച്ഛാദനത്തിനാണ് സാവിത്രി എന്ന പുരാവൃത്തകഥാപാത്രത്തെ വൈലോപ്പിള്ളി ഉപയോഗിച്ചിരിക്കുന്നത്. സത്യസൗന്ദര്യങ്ങളുടെ പരിണയമായി വൈലോപ്പിള്ളിയുടെ കവിതകൾ മാറുന്നത് ഇങ്ങനെയാണ്. സത്യത്തെ മൂർത്തവൽക്കരിക്കുന്ന സാവിത്രി സ്ത്രീയെക്കുറിച്ചുള്ള കവിയുടെ കാഴ്ചപ്പാടിനെ അവതരിപ്പിക്കുന്നു.

കേരളത്തിന്റെ ഗ്രാമീണ പ്രകൃതിയും കാർഷിക ജീവിത വ്യവസ്ഥയും വൈലോപ്പിള്ളിക്കവിതകളെ ഏറെ സ്വാധീനിച്ചിട്ടുണ്ട്. ജലസേചനം ഓണപ്പാട്ടുകാർ തുടങ്ങിയ കവിതകളിൽ ഇവയുടെ അനാവരണത്തിനായി പുരാവൃത്തത്തെ കവി കൂട്ടുപിടിക്കുന്നു. മഹാബലിയുടെ പുരാവൃത്തവുമായി ബന്ധപ്പെട്ട ഓണസങ്കല്പമാണ് മലയാളകവിതയ്ക്ക് ഏറ്റവും കൂടുതൽ വിഷയമായിട്ടുള്ളത്.

കാർഷിക ജീവിതവൃത്തിയുമായി ബന്ധപ്പെട്ട സാംസ്ക്കാരിക അന്തർദ്ദാര വൈലോപ്പിള്ളിക്കവിതകളിൽ സജീവമാണ്. ജലസേചനം എന്ന കവിതയിലെ കലപ്പയേന്തിയ ബലരാമന്റെ പ്രതീകം കർമ്മഗ തിയെ നിയന്ത്രിക്കാൻ ശക്തിയാർജ്ജിച്ച ആധുനിക മനുഷ്യന്റേതാണ്.

കവിത്വത്തിന്റെയും കവികർമ്മത്തിന്റെയും സപര്യയെ വെളിപ്പെ ടുത്താനാണ് ആയിരത്തൊന്നുരാവുകളുടെ പുരാവൃത്തം കവി സ്വീക രിച്ചിരിക്കുന്നത്. ഇതേ അർത്ഥത്തിൽ ഒ.എൻ.വി കുറുപ്പും ഈ പുരാവൃത്തം ഉപയോഗിച്ചിരിക്കുന്നതായി കാണാം.

നാടോടിക്കഥകളും നാടോടി പുരാവൃത്തങ്ങളും വീരപുരാവൃത്ത ങ്ങളും വൈലോപ്പിള്ളി കവിതയിലുണ്ട്. അവ സൗന്ദര്യാവിഷ്ക്കാര മാകണം കവിതയെന്ന തലത്തിനെ ശക്തമാക്കുന്നതിനാണ് കവി ഉപയോഗിച്ചിരിക്കുന്നത്. മനുഷ്യന്റെ കർമ്മ വീര്യത്തിന്റെ ആവിഷ്ക്കാ രത്തിനും കാർഷിക ജീവിതത്തിന്റെ പ്രാധാന്യം ചിത്രീകരിക്കുന്നതി നും ഇത്തരം പുരാവൃത്തങ്ങൾ വൈലോപ്പിള്ളിയെ സഹായിക്കുന്നു ണ്ട്. സമകാലികസംഭവങ്ങളുടെ അവതരണത്തിന്റെ ദൃഢതയ്ക്കായി കവികൾ പുരാവൃത്തങ്ങളുടെ സഹായം തേടുന്നതായി വൈലോപ്പി ള്ളിയുടെ വടക്കൻപാട്ടും, ഇടശ്ശേരിയുടെ പൊട്ടിപുറത്ത് ശിവോതി അകത്തും സാക്ഷ്യപ്പെടുത്തുന്നു.

അടിക്കുറിപ്പുകൾ

1.ലീലാവതി, എം., മറ്റൊരു വിധമായിരുന്നെങ്കിൽ, കവിതാരതി, മാതൃ ഭൂമി, കോഴിക്കോട് 1997. പു. 192.

2.വൈലോപ്പിള്ളി, എന്റെ കവിത, വിത്തും കൈക്കോട്ടും ആമുഖം, വൈലോപ്പിള്ളിയുടെ സമ്പൂർണ്ണകൃതികൾ, വാല്യം 2, കറന്റ് ബുക്സ്, തൃശൂർ 2001. പു. 721.

3.ടി.പു. പു. 616-619.

4.രാജശേഖരൻ, എസ്., വൈലോപ്പിള്ളിക്കവിതാസമീക്ഷ, കേരളഭാഷാ ഇൻസ്റ്റിറ്റ്യൂട്ട്, തിരിവനന്തപുരം 1998. പു. 202.

5.കീഴടക്കുന്നുപോലും മനുജൻ പ്രകൃതിയെ !
കീഴടക്കാതെ സ്വയമങ്ങു കീഴടങ്ങാതെ
അവളെ സ്നേഹത്തിനാൽ സേവിച്ചു വശയാക്കി-
യരിയ സഖിയാക്കി വരിച്ചു പാലിക്കുകിൽ
നാം ഭുജിക്കില്ലേ നിത്യമാവരദയോടൊത്തു
ദാമ്പത്യസുഖം പോലെ കായ്മുറ്റുമൊരുസുഖം
(വൈലോപ്പിള്ളി - വിഷുക്കണി)

6.വിഷ്ണുനാരായണൻ നമ്പൂതിരി, സ്വത്വസംക്രമണ ഗീതി, മലയാളക വിത, ജനുവരി 1986.

7.ചന്ദ്രശേഖരൻ മേലത്ത്, വൈലോപ്പിള്ളിക്കവിത, ഡി.സി. ബുക്സ്, കോട്ടയം 1995, പു. 46.

8.സുഗതകുമാരി, ഒരു രാമായണരംഗം, ദേവദാസി, ഡി.സി. ബുക്സ്, കോട്ടയം 1998, പു. 50-57.

9.വൈലോപ്പിള്ളി, ജലസേചനം, വൈലോപ്പിള്ളിയുടെ സമ്പൂർണ്ണ കൃതി കൾ, വാല്യം - 1, കറന്റ്ബുക്സ്, തൃശ്ശൂർ 2001. പു. 105-109.

10.ടി.പു. പുറം. 895-900.
11.ലീലാവതി, എം. വൈലോപ്പിള്ളിക്കവിതാസമീക്ഷ, (സമ്പാ: ഡോ. എസ്. രാജശേഖരൻ) കേരള ഭാഷാ ഇൻസ്റ്റിറ്റ്യൂട്ട്, തിരുവനന്തപുരം 1986. പു. 187.
12.ലെനിൻ, ലളിത, സാവിത്രിയുടെ ചിറകുകൾ, സമകാലിക മലയാള കവിത (എഡി. ഡി. വിനയചന്ദ്രൻ) നാഷണൽ ബുക്ക്ട്രസ്റ്റ് ഇന്ത്യ, ന്യൂഡൽഹി, 1998, പുറം 69-71.
13.വൈലോപ്പിള്ളി, ഓണപ്പാട്ടുകാർ, വൈലോപ്പിള്ളിയുടെ സമ്പൂർണ്ണ കൃതികൾ, വാല്യം 1, കറന്റ് ബുക്സ്, തൃശ്ശൂർ 2001. പു. 203-207.
14.വിജയൻ, എം.എൻ., അവതാരിക, ഓണപ്പാട്ടുകാർ, ടി.പു. വാല്യം. 2, പു. 577.
15.ടി.പു. പു. 578.
16.രാജശേഖരൻ, എസ്., വൈലോപ്പിള്ളി കവിതയും ദർശനവും, കേരള ഭാഷാ ഇൻസ്റ്റിറ്റ്യൂട്ട്, തിരുവനന്തപുരം 1994. പുറം. 221.
17.ലീലാവതി, എം., ആദിപ്രരൂപങ്ങൾ സാഹിത്യത്തിൽ ഒരുപഠനം, കേരളഭാഷാ ഇൻസ്റ്റിറ്റ്യൂട്ട്, തിരവനന്തപുരം 1993. പു. 152.
18.ഗുരുക്കൾ രാജൻ, എം.ആർ രാഘവവാരിയർ, മിത്തും സമൂഹവും ജാലകം പബ്ലിക്കേഷൻസ്, കോഴിക്കോട് 1994. പു. 224.
19.വൈലോപ്പിള്ളി, ഓണമുറ്റത്ത്, വൈലോപ്പിള്ളിയുടെ സമ്പൂർണകൃതികൾ, വാല്യം 1, കറന്റ് ബുക്സ്, തൃശൂർ 2001. പു. 695-698.
20.ടി.പു. പുറം 613-615.
21.ടി.പു. പുറം 596-597.
22.ടി.പു. പുറം. 565-566
23.ടി.പു. പുറം. 695-697.
24.ടി.പു. പുറം 826-828
25.These works positively force themselves creating the author. The poet while apparently, creating out of himself and producing what he consciously intends, is nevertheless so carried away by the creative impulse that he is on relation of analytical psychology to potery. (The protable Jung edited by Joseph Campbell.)
26.ഇടശ്ശേരി, ത്രിവിക്രമനുമുൻപിൽ, ഇടശ്ശേരിയുടെ കവിതകൾ, ഇടശ്ശേരി പബ്ലിക്കേഷൻ, കൊച്ചി 1996. പുറം 695-697.
27.ശങ്കരക്കുറുപ്പ്, ജി. കളിത്തോഴി, ജി.യുടെ കവിതകൾ, ഡി.സി. ബുക്സ്, കോട്ടയം 1999. പുറം 597-601.
28.കുഞ്ഞിരാമൻനായർ പി., ഓണപ്പൂവ്, പൂക്കളം, എൻ.ബി.എസ്., കോട്ടയം 1964. പുറം 188.
29.കുഞ്ഞിരാമൻനായർ, പി. ഓണക്കാഴ്ച, പി. കവിതകൾ, വാല്യം 2, ഡി.സി. ബുക്സ്, കോട്ടയം 2005. പുറം. 1321.
30.ടി.പു. പുറം. 1239.
31.ടി.പു. പുറം. 1341.
32.സുഗതകുമാരി, പുതിയപാതാളം, സുഗതകുമാരിയുടെ കവിതകൾ, ഡി.സി. ബുക്സ്, കോട്ടയം 2006. പുറം. 259-261.
33.സുഗതകുമാരി, പാവം മാനവഹൃദയം, പൂർണ്ണ പബ്ലിഷേഴ്സ്, കോഴിക്കോട് 1986, പുറം. 18.
34.അക്കിത്തം, ബലിദർശനം, കാലിക്കറ്റ് യൂണിവേഴ്സിറ്റി, കോഴിക്കോട് 1997.

35.രാമവർമ്മ, വയലാർ, മഹാബലിയും പരശുരാമനും തമ്മിലൊരു യുദ്ധം, വയലാർകൃതികൾ, ഡി.സി. ബുക്സ്, കോട്ടയം 1995. പുറം. 305-309.
36.ടി.പു. പുറം. 461-466.
37.ചുള്ളിക്കാട്, ബാലചന്ദ്രൻ, ഓർമ്മകളിലെ ഓണം, അമാവാസി, എൻ. ബി. എസ്. കോട്ടയം 1982 പുറം. 16.
38.സച്ചിദാനന്ദൻ രണ്ടാംവരവ്, സച്ചിദാനന്ദന്റെ കവിതകൾ, വാല്യം 2, ഡി.സി. ബുക്സ്, കോട്ടയം 2006. പുറം. 234-337.
39.കുറുപ്പ്, ഒ.എൻ.വി., ഓണവില്ലുകൾ പാടി, ഒ.എൻ.വിയുടെ കവിതകൾ, ഡി.സി ബുക്സ്, കോട്ടയം 2001. പുറം 128.
40.ടി.പു. പുറം. 439.
41.വിനയചന്ദ്രൻ, ഡി., സമസ്തകേരളം പി.ഒ, ഡി.സി. ബുക്സ്, കോട്ടയം 1999. പുറം. 45.
42.വൈലോപ്പിള്ളി, കൃഷ്ണാഷ്ടമി, വൈലോപ്പിള്ളിയുടെ സമ്പൂർണ്ണ കൃതികൾ, വാല്യം 1, കറന്റ് ബുക്സ്, തൃശൂർ 2001. പുറം. 428-435.
43.ടി.പു. പുറം. 32-34.
44.കുറുപ്പ്, ഒ.എൻ.വി., ഉത്കണ്ഠകൾ, ഒ.എൻ.വി.യുടെ കവിതകൾ, ഡി. സി. ബുക്സ്, കോട്ടയം 2001. പുറം. 1119-1120.
45.വൈലോപ്പിള്ളി, അത്ഭുതമണി, വൈലോപ്പിള്ളിയുടെ സമ്പൂർണ്ണ കൃതികൾ വാല്യം 1, കറന്റ് ബുക്സ്, തൃശൂർ 2001. പുറം. 672-675.
46.ടി.പു. പുറം. 653-654.
47.ടി.പു. പുറം. 911-915.
48.കൃഷ്ണവാരിയർ, എൻ.വി., ഒരു പഴയപാട്ട്, എൻ.വിയുടെ കവിതകൾ, എൻ.വി. കൃഷ്ണവാരിയർ ട്രസ്റ്റ്, കോട്ടയ്ക്കൽ 2006. പുറം. 74.
49.കുറുപ്പ്, ഒ.എൻ.വി., കാട്ടാറിന്റെ കഥ, ഒ.എൻ.വി യുടെ കവിതകൾ, ഡി.സി. ബുക്സ്, കോട്ടയം 2001. പുറം. 1135.
50.വൈലോപ്പിള്ളി, വടക്കൻപാട്ട്, വൈലോപ്പിള്ളി സമ്പൂർണ്ണകൃതികൾ, വാല്യം 1, കറന്റ് ബുക്സ്, തൃശൂർ 2001. പുറം. 586-589.
51.ഇടശ്ശേരി, 'പൊട്ടിപുറത്ത്, ശീവോതി അകത്ത്', ഇടശ്ശേരിയുടെ കവിതകൾ, ഇടശ്ശേരി പബ്ലിക്കേഷൻസ്, കൊച്ചി 1996, പുറം. 602.
52.കുറുപ്പ്, ഒ.എൻ.വി., വടക്കൻപാട്ട്, ഒ.എൻ.വി.യുടെ കവിതകൾ, ഡി. സി. ബുക്സ്, കോട്ടയം 2001. പുറം 1129.
53.വൈലോപ്പിള്ളി, പടയാളികൾ, വൈലോപ്പിള്ളി സമ്പൂർണ്ണ കൃതികൾ, വാല്യം 1, കറന്റ് ബുക്സ്, തൃശ്ശൂർ 2001. പുറം. 44.

അധ്യായം നാല്

ഇടശ്ശേരിക്കവിതയിലെ ശക്തിയുടെ പുരാവൃത്തങ്ങൾ

മലയാളത്തിന്റെ മധുരോദാരമായ സംസ്കാരവും പാരമ്പര്യവും കവിതയ്ക്ക് ജീവവായുവാക്കിയ കവിയാണ് ഇടശ്ശേരി ഗോവിന്ദൻ നായർ. ശാസ്ത്രാവബോധത്തെയും വൈജ്ഞാനികസത്തയെയും അംഗീകരിച്ചുകൊണ്ടുതന്നെ കവിതയ്ക്കുള്ള വൈകാരികാംശത്തിന്റെ പ്രാധാന്യവും പാരമ്പര്യഘടകങ്ങളുടെ സമൂഹിക പ്രസക്തിയും അദ്ദേഹം ഊന്നിപ്പറഞ്ഞിട്ടുണ്ട്. നമ്മുടെ മുപ്പതുമുക്കോടി ദേവന്മാര ടങ്ങിയ പുരാണസങ്കേതങ്ങളും ഭൂതപ്രേതപിശാചുക്കളേയും സമ്പൂർണ്ണ ങ്ങളായ ഐതിഹ്യങ്ങളേയും എന്തിന്റെ പേരിലായാലും ഒരു കവി നിഷേധിച്ചുകൂടാത്തതാണെന്ന് കവി തന്നെ വ്യക്തമാക്കിയിട്ടുണ്ട്.[1]

ഭൂതകാലത്തെതള്ളിപ്പറയാതെ, വർത്തമാനകാലത്തെ അവഗണി ക്കാതെ, ഭാവിയിലേക്കുള്ള ഉറ്റുനോക്കലാണ് ഇടശ്ശേരിക്കവിതകൾ. ഗ്രാമീണ ജിവിതത്തിന്റെ നൈസർഗ്ഗിക ഭാവങ്ങൾ കവിതയിലേക്കാ വഹിച്ച് കാലഘട്ടത്തിന്റ ദാർശനികവ്യഥകൾ അവതരിപ്പിക്കുന്നു ഈ കവി. യന്ത്രസംസ്കാരത്തെക്കുറിച്ചുള്ള ഉത്ക്കണ്ഠയും വേരുകൾ ന ഷ്ടപ്പെടുന്നതിലുള്ള വേദനയും നവയുഗപ്രതീക്ഷയും ആധുനിക കവിതകളുടെ മുഖമുദ്രയായി പ്രത്യക്ഷപ്പെട്ട കാലത്തുതന്നെ മനു ഷ്യബന്ധങ്ങളുടെ മൂല്യങ്ങളുൾക്കൊണ്ടുകൊണ്ട് ആത്മസംഘർഷ ത്തിന്റെയും പ്രതിഷേധത്തിന്റെയും സ്വരം കേൾപ്പിച്ച കവിതകളാണ് ഇടശ്ശേരിയുടെത്.

ഇടശ്ശേരിയുടെ കവിതയിലധികവും കഥാഗാനങ്ങളാണ്. സാമൂ ഹിക സന്ദേശത്തിനുള്ള സമർത്ഥമായ മാധ്യമം നാടകമാണെന്നു കണ്ട് ആറ് നാടകങ്ങളും അദ്ദേഹം എഴുതി. ഇടശ്ശേരിക്കവിതയുടെ സ്വാഭാവികമായ പ്രവാഹത്തിൽ നാടോടിയായ ആഖ്യാനസമ്പ്രദായ ത്തിലെ ചൊൽവഴക്കങ്ങളും പുരാവൃത്തങ്ങളും ഏറെ സ്വാധീനം ചെലുത്തിയിട്ടുണ്ട്. അഹല്യ എന്ന ആദ്യകവിതയിൽ തുടങ്ങി ഇരു പത്തിനാലോളം കവിതകൾ പുരാവൃത്തബദ്ധമാണ്. ഇതിൽ പതി നാല് കവിതകളിൽ പുരാവൃത്തം പ്രമേയം തന്നെയാണ്. ബാക്കിയു ള്ളവയിൽ പുരാവൃത്തം ഉപാഖ്യാനമോ സാങ്കേതമോ ആയി കടന്നു വരുന്നു. ഹനുമാനെക്കുറിച്ച് അഞ്ച് കവിതകളും അഞ്ച് കൃഷ്ണക വിതകളും പുരാവൃത്തപ്രമേയമായി ഇടശ്ശേരി രചിച്ചിട്ടുണ്ട്.

ഇടശ്ശേരിയെ ഏറെ സ്വാധീനിച്ച ഹനുമാന്റെ പുരാവൃത്തവുമായി ബന്ധപ്പെട്ട് അദ്ദേഹം എഴുതിയ കവിതകളാണ് 'ഹനുമത്സേവ തുഞ്ചൻപറമ്പിൽ' 'ലവണാസുരവധത്തിലെ ഹനുമാൻ' 'മൈനാക ശൃംഖം' 'മാവിൻചോട്ടിലെ നാടകം' 'വർണ്ണക്കുപ്പായം' തുടങ്ങിയവ. സ്വന്തം കർമ്മശക്തിയുടെ പ്രഖ്യാപനവും നിശ്ചയദാർഢ്യവും വെളിപ്പെടുത്തുന്ന കവിതകളാണ് ഇവ.

മാതൃസ്നേഹത്തിന്റെ മാഹാത്മ്യവും ശക്തിയും വിളിച്ചറിയിക്കുന്ന ഇടശ്ശേരികവിതകളാണ് 'കാവിലെപ്പാട്ടും' 'പൂതപ്പാട്ടും'. ആത്മബലിയുടെ മഹത്വം അനാവരണം ചെയ്യുന്ന ഈ നാടോടി പുരാവൃത്തങ്ങളുടെ ആഖ്യാനം ഇടശ്ശേരികവിതയുടെ പ്രകടമായ ദാർശനിക തലം കൂടിയാണ്.

'മാർക്കണ്ഡേയൻ' മനുഷ്യന്റെ ഇച്ഛാശക്തിയുടെ പ്രതീകമാണ്. അതിജീവനത്തിനായി മനുഷ്യന്റെ കർമ്മശക്തിയെ ഉപയോഗിക്കുവാനുള്ള ആഹ്വാനം ഈ കവിതയിലുണ്ട്. ഇതേ സന്ദേശം വെളിപ്പെടുത്തുന്ന കവിതയാണ് ഇടശ്ശേരിയുടെ 'പാൽക്കടൽ കടയുമ്പോൾ'. വ്യക്തിസത്ത സംഘയത്നത്തിൽ അലിഞ്ഞില്ലാതാവുന്നതും അഹംബോധം നശിച്ച് മനുഷ്യൻ സാമൂഹ്യ പ്രതിഭാസമാവുന്നതും ഈ കവിത വെളിപ്പെടുത്തുന്നു.

'വരദാനം' എന്ന കവിതയിൽ സാമൂഹിക ജീവിതത്തിന്റെ ചട്ടക്കൂട്ടിൽ വ്യക്തിയുടെ മാനസിക സംഘർഷങ്ങൾ ചിത്രീകരിക്കുന്നു. 'അഹല്യ' പതിതയായ സ്ത്രീ അനുനഭവിക്കേണ്ടിവന്ന ദൈന്യത്തിന്റെ വിളംബരമാണ്. 'ബുദ്ധനും ഞാനും നരിയും' ബുദ്ധന്റെ ദർശനത്തിന്റെ പശ്ചാത്തലത്തിൽ പ്രായോഗിക ജീവിതത്തെ വിലയിരുത്തുന്നു.

ഇത്രയും കവിതകളാണ് ഈ അധ്യായത്തിൽ സാമാന്യം വിശദമായി പഠനവിധേയമാകുന്നത്. പുറമെ മറ്റ് ആധുനിക കവികൾ സമാന പുരാവൃത്തത്തെ കൈകാര്യം ചെയ്തരീതിയും പരമാർശിക്കപ്പെടുന്നു.

ഇടശ്ശേരിയുടെ ഹനുമാൻ

അധർമ്മത്തോടുള്ള സമരത്തിൽ വിട്ടുവീഴ്ചയില്ലാതെ പൊരുതുന്ന ഹനുമാൻ മൃഗമർത്യദേവ സങ്കലനാത്മകതയുള്ള കഥാപാത്രമാണ്. വേദപൂർവ്വ കാലഘട്ടത്തിൽ തന്നെ കർഷകരുടെ ആരാധനാമൂർത്തിയായിരുന്നു ഹനുമാൻ. കടുത്ത ബ്രഹ്മചാരിയായ ഹനുമാൻ അല്ലെങ്കിൽ മരുത് എന്ന ദൈവം പിൽക്കാലവേദത്തിന്റെ ഒടുവിൽ കർഷകർക്കിടയിലെ ശക്തനായ ദൈവമായിരുന്നു എന്ന് കൊസാംബി കണ്ടെത്തുന്നുണ്ട്.[2] കാർഷിക ജീവിതവൃത്തിയുമായി ഇടശ്ശേരി പുലർത്തിയ ആത്മബന്ധമായിരിക്കും ഹനുമാനെ ആരാധനയോടെ കാണാൻ ഇടശ്ശേരിയെ പ്രാപ്തനാക്കിയത്. അപാരമായ സ്വാമിഭക്തിയും, സേവന തല്പരതയും, നീക്കുപോക്കില്ലാത്ത നീതിബോധവും ഈ കഥാപാത്രത്തിനെ മനസ്സിൽ പ്രതിഷ്ഠിക്കാൻ ഇടശ്ശേരിക്ക് പ്രേരണയായിരിക്കും. മലയാളത്തിന്റെ സ്വത്വം കണ്ടെത്തിയ എഴു

ത്തച്ഛനെയും, ഈ ഹനുമാനെയും ഒരേമട്ടിൽ ഹൃദയത്തിൽ കുടിയിരുത്തിയ കവിതയാണ് 'ഹനുമത്സേവ തുഞ്ചൻപറമ്പിൽ'[3]. രണ്ടുകർമ്മയോഗികളെ ഹൃദയത്തിൽ ഒപ്പമിരുത്തി പൂജിക്കാൻ ചെയ്ത ശ്രമമാണ് ഈ കവിതയെന്ന് ആമുഖത്തിൽ കവി പറയുന്നു.[4]

തുഞ്ചൻപറമ്പിലെത്തെത്തെങ്ങിൻ തണലിങ്ക –
ലിത്തിരിയിരുന്നാലും ഭക്തലോകോത്തംസമേ
രാമനാമാലാപമായിളനീർ, വെള്ളം മോഹി–
ച്ചീമന്നിലെത്തീ ഭവാൻ, തീർത്താലും തൃഷാർത്തിയെ,
പാപകർമ്മത്തിൻ തഴമ്പുറ്റൊരെൻ കയ്യാലങ്ങേ –
പ്പാദങ്ങൾ ശുശ്രൂഷിക്കാനനുജ്ഞതരേണമേ
രാമകിങ്കര, മനസ്കരിപ്പൂ നിന്നെ, ക്കനി–
ഞ്ഞീമന്ദപ്രജ്ഞന്റേതാം പൂജകൾ കൈക്കൊണ്ടാലും.

എന്നാരംഭിക്കുന്ന കവിത പിന്നീട് ഹനുമാന്റെ ജീവിതത്തിലെ സംഭവപരമ്പരകളിലൂടെ കടന്നുപോയി അദ്ദേഹത്തെ വാഴ്ത്തുകയാണ്.

അഞ്ജനപെറ്റുണ്ടായ ശക്തിപുഞ്ജമേ, നിന്റെ
കുഞ്ഞിക്കണ്ണിനുകൂരിപ്പഴമേ, ബാലാദിത്യൻ,
നീജഗൽപ്രാണന്റേയും പ്രാണങ്ങളെന്നോ, ലോക –
തേജസ്സിൽ നിന്നോ നേടിക്കൊണ്ടതക്ഷരശാസ്ത്രം?

ഹനുമാന്റെ വീരസാഹസികകൃത്യങ്ങൾ കവിയെ പുളകം കൊളളിക്കുകയും അതിന്റെ ഈർജ്ജത്തെ തന്നിലേക്ക് ആവാഹിക്കാൻ കൊതിക്കുകയും ചെയ്യുന്നുണ്ട്.

സാഗരം താണ്ടും ബലം തുച്ഛമെന്നോതുന്നു ഞാൻ
നീകടന്നൊരു കൊടും തീക്കടൽപ്പരപ്പോർക്കെ

എന്നിങ്ങനെ രാമന്റെ ദുരനുഭവങ്ങൾക്കും കൂടി സാക്ഷിയായ ഹനുമാന്റെ സ്നേഹമനഃസ്ഥിതിയും ജീവിതരതിയും പകർന്നുകിട്ടാൻ കവി ആഗ്രഹിക്കുന്നു.

പാർത്ഥിവർ, – അവരെത്തൻതോളേറ്റി, പ്പരത്തിയ
കൈത്തലം ചവിട്ടുകല്ലാക്കിയും നിവർന്നേറ്റം
പോർക്കലിയാവേശിയ്ക്കെയാരക്തവക്ത്രൻ, വാലും
പൊക്കിയമ്മാറിൽ ശാസ്ത്രാഘാതത്തീ ചിതറിച്ചും
മുന്നോട്ടു മുന്നോട്ടാഞ്ഞു കുതിച്ചുകേറും ഭവ –
ദുന്നതസ്വരൂപമെൻ ധ്യാനത്തിൽത്തെളിയാവൂ.

ചിരംജീവിത്വം ഒരാശയമാണ്. ആദിപ്രരൂപാത്മകമായി സമൂഹമനസ്സിൽ അടിഞ്ഞുകിടന്ന ആ ആശയത്തിന്റെ പ്രതീകമാണ് ഹനുമാൻ. ആ ചിരംജീവിത്വമല്ല കവി ആഗ്രഹിക്കുന്നത് പകരം സേവനത്തിന്റെ മന്ത്രാക്ഷരമാണ്.

'ലവണാസുരവധത്തിലെ ഹനുമാൻ' 'മൈനാകശൃംഗം', 'മാവിൻചോട്ടിലെ നാടകം', 'വർണ്ണക്കുപ്പായം' തുടങ്ങിയ കവിതകളിലും ഈ ഹനുമാൻ സ്വക്ഷേത്രത്തിലെ ബലവാനായും (Power) അർപ്പണബോധത്തിന്റെ പ്രതീകമായും (Devotion) വീരനായകഗുണങ്ങൾ തികഞ്ഞവനായും (Hero)പ്രത്യക്ഷപ്പെടുന്നുണ്ട്.

ലവണാസുരവധം അരങ്ങ് സമർത്ഥമായി ആടിക്കണ്ടതത്രെ കവി മനസ്സിൽ ഹനുമാനെ രൂഢമൂലമായി പ്രതിഷ്ഠിക്കാൻ ഇടയാക്കിയത്.[5] ധർമ്മമാർഗ്ഗത്തിനും വിധിയ്ക്കും ശുഭാപ്തിവിശ്വാസത്തോടെ കീഴടങ്ങുന്ന കർമ്മയോഗിയായാണ് ഹനുമാനെ ഇടശ്ശേരി തിരിച്ചറിയുന്നത്. ബാലന്മാരായ ലവകുശന്മാരോട് അവരാരെന്നു തിരിച്ചറിയാതെ തന്നെ പുലർത്തുന്ന വാത്സല്യനിർഭരത, സമചിത്തത, രാമനോടുള്ള ഭക്തി പാരവശ്യം, അഭിമാനം ഇവയെല്ലാം ഹനുമാനിൽ ഒന്നിക്കുന്നു. ഈ ആദരവുതന്നെയാണ് ഇടശ്ശേരിയ്ക്ക് 'ലവണാസുരവധത്തിലെ ഹനുമാൻ'[6] എഴുതാൻ പ്രചോദനമായത്.

മൃദുവാത്സല്യ വിഹ്വതിക്കെന്നുടെ
ഹൃദയത്തിലെമ്മട്ടിടമുണ്ടായ്?
അതുചിന്തിക്കുമ്പോളധികമാശ്ചര്യം
മുതുപാറയ്ക്കുള്ളില പുതുവെള്ളം!

അറിയാതെ എന്തോ ആഭിമുഖ്യം തോന്നുന്നു. അത് അവരെ തിരിച്ചറിയുന്നോതോടെ.

പവനപുത്രന്റെ പുമഭാഗ്യത്താ -
ലിവരവിടുത്തെ സ്സുതരെങ്കിൽ
അപജയം തന്നെ വിജയസോപാനം
അപരമെന്തിങ്ങു വരമമ്മേ

എന്ന നിലയിലെത്തുന്നു. നരനും വാനരനും തമ്മിലുള്ള പരിണാമവാദപരമായ ജൈവിക ബന്ധം ഒരു വൈകാരിക ബന്ധമായി തന്നെ കവി അറിയുന്നുണ്ട്. വാനരനിലെ മനുഷ്യോന്മുഖതയാണ് ഹനുമാനിലേക്ക് ഇടശ്ശേരിയെ ആകർഷിച്ചത് എന്ന് കവിതയുടെ ആമുഖത്തിൽ നിന്ന് വ്യക്തം. ആചാര്യന്മാരിട്ട അതിരുകളുടെ ആവശ്യമറിയാത്ത ഈ മരഞ്ചാടിയുടെ സൈ്വരവിഹാരം കവിയുടെ സ്വാതന്ത്ര്യപ്രഖ്യാപനം കൂടിയാണ്.

അരക്കർതൻതമോ നിബിഡതയിങ്ക -
ലിടവപ്പാതിതൻ കരിങ്കാറിലിടി-
മുഴക്കം പോലവെ പെരുമാറി മഹാ -
മഹസ്സാമബ്ഭക്തോത്തമന്റെ ഹുങ്കാരം
പതിയിരിപ്പുണ്ടീ മഹാവിഹായസ്സിൽ

എന്നിങ്ങനെ ഹനുമാന്റെ ശാശ്വതമായ സാന്നിദ്ധ്യം ഈ പ്രകൃതിയിൽ കവി തിരിച്ചറിയുന്നു. അതുകൊണ്ടാണ്.

പാരിതിൻഫലമോരോന്നൊക്കെക്കടിച്ചു തുപ്പി
സൈ്വരമായ് സ്വതന്ത്രമായ് നടപ്പവൻ ഞാൻ
ആചാര്യൻമാരിട്ടോരു വേലിയും, വരമ്പും കൊ-
ണ്ടാവശ്യം മരഞ്ചാടിയറിഞ്ഞിട്ടില്ല!
പാഴ്ച്ചെളിയിൽച്ചവിട്ടിയെൻ കഴലെപ്പോ,ഴപ്പോ -
ളീശ്വരസ്മരണയിൽ ഞാൻ മുഴുകി
'ശുദ്ധാവില്ലെന്നാലു'മെന്നൊരു പക്ഷം; പരി
ശുദ്ധിതാനില്ലെന്നില്ലേ, ചിലർക്കു വാദം?'

എന്ന് 'മാവിൻചോട്ടിലെ നാടകം'[7] എന്ന കവിതയിൽ ഇടശ്ശേരി എഴുതിയത്. ഹനുമാനോടുള്ള തന്റെ ഭക്തിയും ശ്രീരാമനെക്കുറിച്ച് തനിക്കുണ്ടായ പുതിയ കാഴ്ച്ചപ്പാടുകളും വെച്ച് എഴുതിയ മാവിൻ ചോട്ടില നാടകത്തിൽ രാമനും മീതെയായി ഹനുമാനെ പ്രതിഷ്ഠി ക്കുന്നു. ധീരനും ഉദാത്തനുമായ രാമന്റെ സരയൂപ്രവേശത്തെ ഭീരു വിന്റെ ഒളിച്ചോടലായി കാണുന്ന കവി ഹനുമാന് കൂടുതൽ മിഴിവ് നൽകുന്നു.

പാരിതുമുഴുവനെൻ ദോരന്തരാളം ചേർത്തു
വാരിപ്പുണരുവാനാണെനിക്കു ദാഹം
ഞാനിതുറപ്പുതരാ, മദ്ദാഹം ശമിപ്പിക്കാൻ
പോരാതാൻ സരയുവിൻ വൻകയങ്ങൾ. എന്നും കവി പറയുന്നുണ്ട്.

കേരളത്തിന്റെ സംസ്കാരത്തോട് ഇഴുകിച്ചേർന്ന് നിലകൊള്ളുന്ന എഴുത്തച്ഛന്റെ അദ്ധ്യാത്മരാമായണം കിളിപ്പാട്ട് ഇടശ്ശേരിയെ ഏറെ പ്രചോദിപ്പിച്ചിട്ടുണ്ട്. 'ആചാര്യപാദങ്ങളിൽ' 'പ്രണാമം' തുടങ്ങിയ കവിതകൾ ഇതിന് തെളിവാണ്. രാമായണകഥാപാത്രങ്ങളിൽ ഹനുമാന്റെ കായബലവും ആത്മീയമായ ഇച്ഛാശക്തിയും ധർമ്മബോ ധത്തിന്റെ തിളക്കവും കണ്ടറിയാൻ ഈ രാമായണത്തോടുള്ള അടു പ്പവും കവിയെ സഹായിച്ചു.

ഇടശ്ശേരിയുടെ ഹനുമൽ കവിതകൾക്ക് മാനുഷികമായ അർത്ഥ തലങ്ങളുണ്ട്. രാമനേക്കാൾ ഔന്നത്യത്തിലെത്തിയ ഹനുമാന്റെ ജീവി തരഹസ്യത്തിലേക്കുള്ള അന്വേഷണമാണിത്. ആധുനിക കാലത്തിന്റെ ആകുലതകൾ പ്രതിരോധിക്കാനുള്ള മാർഗ്ഗവും ധർമ്മാധർമ്മങ്ങളുടെ അതിർത്തി നിർണയിക്കാനുള്ള മാനദണ്ഡവുമായി ഇടശ്ശേരിയുടെ ഹനുമാൻ മാറുന്നു. ഭക്തിയും സംയമനവും തോളോട് തോൾ ചേർന്ന് ഹൃദയോദാരത പിറക്കുന്നതായി അനുഭവപ്പെടുന്നു.

സുക്ഷത്രവീര്യം, നന്നിവരെന്നെ
ശിക്ഷിക്കുമത്രെ ബാണത്താൽ
മുഗ്ദരാമിവർ മൂർഖതകൊണ്ടു
മൂർച്ചകൂട്ടുന്നു രോഷത്തെ
എങ്കിലുമൊരു വാത്സല്യ,മൊപ്പ
മെങ്കരളിങ്കലുദിക്കയാം.

ലവണാസുരവധത്തിലെ ഹനുമാനിൽ ശാരീരികശക്തിയെയോ, ധാർഷ്ഠ്യത്തെയോ കവിഞ്ഞു നിൽക്കുന്ന മന:സാന്നിദ്ധ്യമായി ഈ തനിമ നിറഞ്ഞുനിൽക്കുന്നു. വിവേകപൂർണനായ യഥാർത്ഥവീരന്റെ ചിത്രമാണിത്.

'മാവിൻ ചോട്ടിലെ നാടകം' എന്ന കവിതയിൽ അർത്ഥപൂർണ മായ സാഹസിക പ്രകടനങ്ങളിലൂടെ ഇച്ഛാശക്തിയുടെ ദൃഷ്ടാന്ത മായി മാറിയ ഹനുമാനോടുള്ള സ്നേഹം ഭക്തിയായി രൂപാന്തരപ്പെ ടുന്നു. ഹനുമാന്റെ വ്യക്തിത്വത്തെ പ്രപഞ്ചത്തോളം വലുതാക്കി പ്ര തിഷ്ഠിക്കുന്നു. സഹായിയും ദൂതനുമായി രാമന്റെ നിഴലായി,

പിൻതുടർന്നിരുന്ന അഞ്ജനാപുത്രന്റെ യഥാർത്ഥ സ്വത്വം അന്വേഷിക്കുന്നു.

ഹനുമാന്റെ സ്വകീയ വ്യക്തിത്വത്തിന്റെ വളർച്ചാഘട്ടങ്ങൾ 'ഹനുമത്സേവ തുഞ്ചൻ പറമ്പിൽ' എന്ന കവിതയിൽ ഇടശ്ശേരി ചുഴിഞ്ഞെടുക്കുന്നുണ്ട്. കർമ്മ സായൂജ്യം നേടിയ ജന്മമാണ് ഹനുമാന്റേത്. അത്രത്തോളമെത്താനാവില്ലെന്നറിഞ്ഞുകൊണ്ടുതന്നെ ആ കാല്പാടുകൾ പിൻപറ്റാൻ ആഗ്രഹിക്കുന്ന കവിയെ നമുക്കിവിടെ കണ്ടെത്താം. ഇഹലോകത്തെ ഏതു സുഖത്തിലും മീതെ ഉയർന്നുനിൽക്കുന്ന ആ പരമപാദത്തിലെത്താനുള്ള വെമ്പലിന്നിടയിലാണ് ഭക്തിയും പൗരുഷവും ചേർന്ന യഥാർത്ഥ ഹനുമൽസ്വരൂപത്തെ കവി തിരിച്ചറിയുന്നത്. എഴുത്തച്ഛന്റെ സ്വത്വത്തിൽനിന്നുയർന്ന് ഭക്തലോകോത്തംസകനായ ഹനുമാന്റെ സന്നിധിയിലേക്ക് ചെന്നെത്തുന്ന കവിമനസ്സ് ദാർശനികമായ തലങ്ങളിലൂടെ ഇടതടവില്ലാതെ സഞ്ചരിച്ച് ആധുനിക മനുഷ്യൻ അഭിമുഖീകരിക്കുന്ന പല പ്രശ്നങ്ങൾക്കും ഉത്തരം തേടുന്നു. രാമായണത്തിലെ സന്ദേശഹരനായ ഹനുമാന്റെ പാദരേണുക്കൾ ശിരസ്സിൽ പതിയുന്ന നേരത്ത് താനൊരു രണ്ടാം മേഘസന്ദേശം പാടുമെന്ന് കവി കരുതുന്നു.

തുഞ്ചത്താചാര്യന്റെ പൂമുഖത്ത് ഗുരുപുത്രിപാടുന്ന രാമായണകഥ കേൾക്കാൻ അങ്കണവൃക്ഷത്തിൽ അണുരൂപിയായി ഹനുമാൻ വന്നിരിക്കാറുണ്ടെന്ന് കവി വിശ്വസിക്കുന്നു. രാമായണം വായിക്കുന്നിടത്ത് ഹനുമാന്റെ സാന്നിദ്ധ്യാനുഗ്രഹങ്ങൾ പ്രതീക്ഷിക്കാമെന്ന വിശ്വാസത്തെയും, അഷ്ടൈശ്വര്യസിദ്ധി നേടിയതിനാൽ ഇച്ഛാശക്തിക്കനുസ്സരിച്ച് രൂപംമാറാനുള്ള ഹനുമാന്റെ കഴിവിനെയും ഇവിടെ സൂചിപ്പിക്കുന്നു. ലങ്കാസമുദ്രം ലംഘിച്ച സാഹസികതയോളം വലുതായി മറ്റൊന്ന് ലോകത്തിലില്ല. ആത്മവിശ്വാസവും മനക്കരുത്തുമുണ്ടെങ്കിൽ ഏതു തരത്തിലുള്ള വിഘ്നങ്ങളും വഴിമുടക്കാതെ ലക്ഷ്യത്തിലെത്തിച്ചേരുമെന്ന് കവി വിശ്വസിക്കുന്നു.

അധർമ്മപരിശുഷ്ക്കം ലങ്കതന്നോലപ്പുറ –
ത്തരക്കൻ നിക്ഷേപിച്ച ചെങ്കനൽപ്പൊരിപോലെ

സീതയെക്കണ്ട ഹനുമാന്റെ ആത്മനിയന്ത്രണം ഭൗതിക ബലത്തെ മറികടക്കുന്ന ആത്മീയ ബലത്തിന്റെ വിജയമായി കവി കാണുന്നു. മനസ്സിൽ നിഷേധവും ക്രോധവും ഇരമ്പുമ്പോഴൊക്കെ അതടക്കി മാതൃകാപരമായ സംയമനം ദീക്ഷിക്കാൻ ഹനുമാന് സാധിച്ചു.

രാമശസ്ത്രത്തിനുവെച്ച നൈവേദ്യമെന്നോ, ഹാ, ഹാ
രാക്ഷസ രാജാവിനെ സ്വാദുനോക്കാതേ വിട്ടു!
യമിതേന്ദ്രിയ, സ്വന്തം ബലത്തെ സ്വയം തള്ളും
ബലമേ, ഭവാൻ കൈക്കൊണ്ടാലുമെൻ പ്രണാമങ്ങൾ.

സ്വന്തം വീര്യത്തിലുള്ള അഹന്തയെക്കാൾ ഇവിടെ മുന്നിട്ടുനിൽക്കുന്നത് യജമാനനോടുള്ള ഭക്ത്യാദരങ്ങളാണ്. രാക്ഷസീയമായ വഞ്ചനകളിൽപ്പെട്ട്, ജീവിത സാഹചര്യങ്ങളിൽ വ്യതിയാനം വന്ന്, ധാർമ്മികമൂല്യങ്ങൾ താറുമാറായി മനുഷ്യസമൂഹം ഉഴലുമ്പോൾ

ധർമ്മസംസ്ഥാപനത്തിനായുള്ള ഒരു പുത്തനുണർവ്വ് ശാരീരികമായ ബലങ്ങൾക്കുപ്പുറം ഓരോരുത്തരുടേയും മനസ്സിൽ ഉയിർക്കൊള്ളണം എന്ന താത്വികമായ ആശയത്തിന്റെ സംവേദനം ഈ പുരാവൃത്തം കൊണ്ട് സാധിക്കുന്നുണ്ടെന്ന് നിരീക്ഷിക്കപ്പെട്ടിട്ടുണ്ട്.[8]

ഹനുമാന്റെ അഷ്ടൈശ്വര്യസിദ്ധിയും ചിരംജീവിത്വവുമെല്ലാം അദ്ദേഹം പുലർത്തിപ്പോന്ന വിനയത്തിന്റെയും ആദരസമന്വിതമായ ഭക്തിയുടെയും ക്ഷമാശീലത്തിന്റെയും ഫലമാണ്. ഇതിനെ പ്രകീർത്തിക്കുന്നതിലൂടെ സ്വന്തം അഹങ്കാരവും അധർമ്മവാസന യും നശിച്ചുപോകണേ എന്ന് കവിയും ആഗ്രഹിക്കുന്നു. അങ്ങനെ സ്വന്തം മനസ്സിന്റെ ആഗ്രഹപൂരണത്തിനുകൂടി ഈ പുരാവൃത്തം കവിയെ തുണയ്ക്കുന്നു.

നഷ്ടപ്പെട്ടുപോകുന്ന മാനവശക്തിയുടെ മോചനത്തിനായി മനു ഷ്യന് അവന്റെ ബലവീര്യങ്ങളെപ്പറ്റി കവി തിരിച്ചറിവ് നൽകുന്നു. സ്വന്തം കാലത്തോട് ചേർന്നു നിന്നുകൊണ്ട് ഹനുമാനെ വ്യാഖ്യാ നിക്കാനും അതിലൂടെ സ്വന്തം കവിതയ്ക്ക് സാർവ്വകാലികമായൊരു ദാർശനികമാനം നൽകുവാനും ഇടശ്ശേരിക്കു കഴിഞ്ഞു.

പത്തുസെന്റ് വളച്ചുകെട്ടൽ സമരം കേരളത്തിലെ ഭൂപരിഷ്ക്കരണ ചരിത്രത്തിൽ മിച്ചഭൂമി കൈയേറ്റത്തോടു ബന്ധപ്പെട്ട ഒരു മുന്നേറ്റമാ യിരുന്നു. ഇതിന്റെ പശ്ചാത്തലത്തിൽ എഴുതിയ 'മൈനാകശൃംഖം'[9] എന്ന കവിതയിലും ഹനുമാൻ കേവലബിംബമായി കടന്നുവരുന്നുണ്ട്.

ജഗൽപ്രാണസുത, നമ്മൾ നിയുക്തരാണപഹൃത
ജനകജയെന്ന മർത്ത്യശുദ്ധിയെത്തേടാൻ,
മൂർത്തമാകും സത്യത്തിന്റെ സന്ദേശവും വഹിച്ചുകൊ-
ണ്ടാർത്തിയുടെ കടൽത്താണ്ടി മുക്തിയെത്തേടാൻ.

ഇതിലെ 'നമ്മൾ' എന്ന വാക്ക് ഹനുമാനെ സിസ്വവർഗ്ഗത്തോട് ഐക്യപ്പെടുത്തുന്നു. സമൂഹത്തിന്റെ സമൂല പരിവർത്തനത്തിനുവേണ്ടി ശ്രമിക്കുന്നവരൊക്കെ ഹനുമാനെപ്പോലെ ഓരോ സന്ദേശവാഹക രാണ്. എല്ലാ സന്ദേശവാഹകരുടെയും മുമ്പിൽ പ്രലോഭനങ്ങളുമായി മൈനാക ശൃംഖങ്ങൾ തല ഉയർത്തി നിൽക്കും. തിരിയെ വരുന്ന ഹനുമാനെ സന്ദർശിക്കുന്നതിനായി ഒരു മൈനാകശൃംഖവും ഉയർന്നുവന്ന കഥയില്ല. എല്ലാ വിപ്ലവകാരികൾക്കും നേരിടേണ്ടി വരുന്ന പരീക്ഷണങ്ങളായി കവി ഇതിനെ കാണുന്നു.

'തെക്കുനിന്നു, പൊങ്ങിക്കാൺമൂ കരിമ്പുക, വായുപുത്ര -
മുഷ്കരാട്ടഹാസം, പാവം ജീവാത്മാവുകൾ!'
പദ്മാസനത്തിലിരിപ്പും തുടമേൽ മലർന്ന കൈയും
പകുതി ചിമ്മിയ കണ്ണും ധ്യാനമായ് വീണ്ടും

എന്ന് 'വർണ്ണക്കുപ്പായം'[10] എന്ന കവിതയിൽ ആത്മസത്തയിൽ നിന്ന് അടർത്താനാവാത്ത ഹിംസവാസനയുടെ വർണ്ണക്കുപ്പായത്തെ പരിഹസിച്ചുകൊണ്ട് ഹനുമാന്റെ ബിംബം കടന്നുവരുന്നു. ശാരീരി കമായ ശക്തിയുടെയും ധാർഷ്ഠ്യത്തിന്റെയും തലങ്ങളെ മറികടക്കുന്ന

മന:സാന്നിദ്ധ്യമാണ് ഈ വാനരവേഷത്തിന്റെ തനിമയായി കവി തിരിച്ചറിഞ്ഞത്. യഥാർത്ഥ വീരന്റെ മനസ്സ് വിവേകപൂർണമാണ്. ആ വിവേകപൂർണത പ്രകടിപ്പിക്കാനുള്ള പുരാവൃത്തസങ്കല്പമാണ് ഇടശ്ശേരിക്ക് ഹനുമാൻ.

കാവിലെപ്പാട്ടും പൂതപ്പാട്ടും– മാതൃസത്തയുടെ പുരാവൃത്തം

ദൈവികതയേയും അസുരതയേയും ജയിക്കാൻ നേരുറ്റ മനുഷ്യത്വത്തിന് കരുത്തുണ്ടെന്ന് തെളിയിക്കുന്ന നാടോടിപുരാവൃത്തങ്ങളാണ് കാവിലെപ്പാട്ടിലും പൂതപ്പാട്ടിലും ആവിഷ്ക്കരിക്കുന്നത്. നങ്ങേലിയുടെ കിടാവിനെ മോഹിച്ച പൂതവും, മറ്റൊരമ്മയുടെ ഓമനപ്പുത്രനെ രക്തദാഹത്താൽ സ്വയംഹത്യയ്ക്ക് പ്രേരിപ്പിച്ച ദേവിയും സ്വാർത്ഥ ശക്തികളാണ്. നിസ്വാർത്ഥമായ പുത്രസ്നേഹത്തിന്റെ മൂർത്തിമദ്ഭാവങ്ങളാണ് ഈ രണ്ട് പുരാവൃത്തത്തിലേയും അമ്മമാർ. അവരുടെ ജീവിതങ്ങൾ ദേവതകളുടേതിനേക്കാൾ പതിന്മടങ്ങ് ഉജ്ജ്വലമായിത്തീരുന്നു. ഈ അമ്മമാരൊടൊപ്പം അവരുടെ മുമ്പിൽ തലകുനിച്ച ദേവിയേയും പൂതത്തേയും പൂജിക്കുന്നതാണ് മലനാടിന്റെ പാരമ്പര്യം.

ഇടശ്ശേരിയുടെ 'കാവിലെപ്പാട്ട്'[11] ഹനനമാത്രചരിതമായ ഒരു ദേവിയെ മനസാന്തരപ്പെടുത്തിയ അമ്മയുടെ കഥയാണ്. ദേവിയുടെ കാവിൽ എന്നും അന്തിത്തിരികൊളുത്തുന്ന നാലുകെട്ടിലെ ഓമൽക്കിടാവായ ഉണ്ണിയെ നോക്കി ദേവി അവന്റെ ചോര ആവശ്യപ്പെട്ടു. ഒട്ടും വിസമ്മതം പ്രകടിപ്പിക്കാതെ ദേവിയെ സ്തുതിച്ചുകൊണ്ട് അവൻ സ്വന്തം കഴുത്തറുത്ത് ദേവിയുടെ രക്തദാഹം തീർത്തു. ആ ചോരക്കുതിപ്പിൽ ദേവിയുടെ തെച്ചിമാല്യം വിളറിപ്പോയി. ഉണ്ണിയെ അന്വേഷിച്ചു വന്ന അമ്മ ആത്മബലിക്കായി നിന്നപ്പോൾ തന്റെ മകന്റെ കൈവിറച്ചില്ലല്ലോ എന്നു മാത്രമാണ് ദേവിയോട് ചോദിച്ചത്. അതിനുശേഷം ദേവി ഒരിക്കലും മറ്റുള്ളവരെ ഉപദ്രവിച്ചിട്ടില്ല. പിന്നീട് ദേവി മറ്റുള്ളവരെ വെട്ടുന്നവെട്ട് സ്വന്തം ശരീരത്തിൽ തന്നെയാണ് പതിച്ചത്.

'സമയമായീ സമയമായീ' എന്ന വിളിച്ചുണർത്തലിലൂടെയാണ് കവിത ആരംഭിക്കുന്നത്.

> അലറിപൂത്തകാവുകളിൽ
> കുരുതിയൂത്തപോലെ,
> പകലറുതിപ്പരൽ നിരകൾ
> കോൽത്തിരികൾപോലെ,
> സമയമായീ സമയമായീ
> തരിറങ്ങുകംബേ
> സകലലോകപാലനൈക –
> സമയമതാലംബേ!

സമൂഹത്തിന്റെ പ്രാക്തനാവബോധത്തെ വർത്തമാനകാലത്തിന്റെ സമയമതങ്ങളിൽ വിളിച്ചുണർത്തുന്ന ഈ വരികൾ നമ്മുടെ ബോധമനസ്സിന്റെ വൈകാരികവും ധൈഷണികവുമായ തലങ്ങളിൽ വെച്ച്

അബോധപൂർവ്വമായ ചില ബലചലനങ്ങൾക്ക് വിധേയമായി സാർത്ഥകമാവുകയും, നമ്മുടെ സംവേദനശക്തിക്ക് ഐന്ദ്രിയാനുഭൂതിയിൽ നിന്ന് സൗന്ദര്യാനുഭൂതിയിലേക്ക് ഒരു കുതിപ്പ് നൽകുകയും ചെയ്യുന്നു. നമ്മുടെ ബോധപൂർവ്വമായ പ്രതികരണത്തിന്റെ അടിയിൽ അബോധപൂർവ്വമായി ഉണ്ടാകുന്ന ബലചലനങ്ങൾ, ആദിരൂപങ്ങൾ എന്ന് യുങ് പേരിട്ട് വിളിച്ചവ, ഇതു തന്നെയാണെന്ന് നാം തിരിച്ചറിയുകയും ചെയ്യുന്നു.

സൃഷ്ടിയിൽ ക്രൗര്യമൂർത്തിയായ ദേവി കോടികോടി പ്രപഞ്ചത്തിന്റെ കുളിർത്തണലായി മാറിയത്, സുംഭനിസുംഭാദികളെ കൊന്നൊടുക്കിയ ഉഗ്രദേവത സുരഭില പൂവല്ലിപോലെ ആഹ്ലാദദായിയും സൗമ്യമതിയുമായി മാറിയത് - ഈ പരിവർത്തനത്തിനെല്ലാം പിന്നിൽ പ്രവർത്തിച്ചത് ഒരമ്മയുടെ മഹിതസ്നേഹമാണ്.

ഏഴുകൊല്ലം നോമ്പ്നോറ്റ് താലികെട്ടിയവൾ, ഏഴുകൊല്ലം പിന്നെയും നോമ്പൊടുത്തിട്ടാണ് ഉണ്ണിയെപെറ്റത്. ഏഴുകൊല്ലം മുലപ്പാൽ നൽകി മകനെപോറ്റി വളർത്തി. ദേവിയുടെ പൂജയ്ക്കായി ആ മകനെത്തന്നെ ഒരു മടിയുമില്ലാതെ ആ അമ്മ സമർപ്പിച്ചു. ലോകത്തിന്റെ ശ്രേയസ്സിനും ദേവീപ്രസാദത്തിനുമായി മകനെ കുരുതി നൽകിയ അമ്മയ്ക്ക് രക്തദാഹിയായ ദേവിയോട് ഒന്നേ ചോദിക്കാനുണ്ടായിരുന്നുള്ളൂ.

അംബികേ, നേർചൊല്ലുകെന്നോ -
 ടായിളം പ്രകോഷ്ഠം
കമ്പിതമായീലയല്ലീ
തൻ കൊലയ്ക്കായ്ത്താഴ്കെ
തൻകുലം താഴ്ത്തീലയല്ലീ -
.യെന്നുയിരൊടുവി -
ലെങ്കലുമാഴ്ത്തീലയല്ലീ -
ദുഷ്കളങ്കശല്യം?

ആത്മബലിക്കായി സ്വയം സമർപ്പിതനായി നിന്ന തന്റെ ഇളംകുരുന്ന് ധീരതയിൽ ഒരു കുറവും വരുത്തിയില്ലല്ലോ എന്നുമാത്രം അന്വേഷിച്ചുകൊണ്ടു നിൽക്കുന്ന ത്യാഗമൂർത്തിയായ അമ്മ ദേവിയിൽ എന്തുവികാരമാണ് ഉണർത്തിയെതന്നറിയില്ല. എങ്കിലും ലോകത്തിന്റെ പാപത്തിനുപകരമായി സ്വയം മുറിവുകളേറ്റു വാങ്ങുന്ന നിറസ്നേഹമായി, ത്യാഗമൂർത്തിയായി ദേവി മാറി.

അന്നുമുതൽക്കെങ്ങളുടെ
ദുർനയത്തിൻ നേരെ
പൊങ്ങിയാലും നിൻ കൊടുവാൾ
നിന്നിലേ പതിപ്പൂ.

പ്രാകൃതവും ഭീഷണവുമായ പ്രാചീന സംസ്കാരത്തിൽ തൂക്കവും ഗുരുതിയും (നിണം) നമുക്ക് കൗതുകമുണർത്തുന്ന വിനോദങ്ങളായിരുന്നു. അബോധമനസ്സിലെ അതീതസ്മൃതികളെ ഉണർത്തി പരദേവതയായി മാറിയ ദേവിയുടെ പൂർവ്വചരിതം പ്രകൃതിയും മനു

ഷ്യനും തമ്മിൽ നടന്ന സമരത്തിന്റെയും സന്ധിയുടെയും കഥയാണ്. സമൂഹാവബോധത്തെ യാദൃശ്ചികമായി പിടികൂടുകയും ബോധമനസ്സിന്റെ സഹകരണത്തോടെ ഇതിനെ ബാഹ്യസംയോജകങ്ങളിലേക്ക് ആവാഹിച്ച് കവിതയായി പരിഭാഷപ്പെടുത്തുകയും ചെയ്യുന്ന പ്രക്രിയയാണ് കാവിലെപ്പാട്ടിന്റെ രചന. ഉറഞ്ഞുതുള്ളിവരുന്ന വെളിച്ചപ്പാട് എന്തിന് തന്നത്താൻ തലയിൽ വെട്ടുന്നു എന്ന സംശയം, സ്വയം പീഡകളേറ്റ് ക്രൂശിതനാകുന്ന ക്രിസ്തു, താലപ്പൊലിയുത്സവം എന്നീ അതിപ്രധാനപ്പെട്ട അനുഷ്ഠാന സംഭവങ്ങളാണ് ഈ കവിതയുടെ രചനയക്ക് തന്നെ പ്രേരിപ്പിച്ചതെന്ന് കവി സാക്ഷ്യപ്പെടുത്തുന്നുണ്ട്.[12]

മാതൃദായക്രമം കൈവിരിച്ച പ്രബലതയ്ക്കൊപ്പം മാതൃദേവതാരാധന നിലനിന്നിരുന്ന ഒരു സമൂഹത്തിന്റെ അനുഷ്ഠാന ബിംബങ്ങളെ കവി ഇവിടെ സാംസ്കാരികമുദ്രകളാക്കി മാറ്റിയിരിക്കുന്നു. കാവിലെപ്പാട്ടിലെ അംബികയുടെ ബിംബം ദേവീമഹാത്മ്യത്തിൽ നിന്നാണ് സ്വീകരിച്ചിരിക്കുന്നത്. ചൊൽക്കാഴ്ച്ചാ വഴിപാടിന്റെ അഥവാ തോറ്റംപാട്ടിന്റെ രീതിയിൽ കവിതയ്ക്ക് രൂപശില്പം നൽകിയിരിക്കുന്നു. കരുണാർദ്രയായ ജഗദംബികയായും, സംഹാരരൂപിണിയായും, ക്രൂരമൂർത്തിയായും അബോധമനസ്സിന്റെ അന്ത:രംഗങ്ങളാക്കുന്ന കാവുകളിൽ കുടികൊള്ളുന്ന ആദിരൂപത്തിന്റെ ഈ വിരുദ്ധഭാവങ്ങളെ മാറിമാറി ആവർത്തിച്ച് ആവാഹിച്ചുകൊണ്ടുവരാൻ കവി സജ്ജമാക്കിയിരിക്കുന്ന അനുഷ്ഠാനാന്തരീക്ഷത്തതിന് കഴിഞ്ഞിരിക്കുന്നു.

താഴെകൊടുത്തിരിക്കുന്ന വരികൾ ശ്രദ്ധിക്കുക:

ചൊകചൊകെച്ചുകപ്പുടുത്തു
വെള്ളിയഞ്ഞാണി–
ട്ടരമുറുക്കിയുതിരഭൂവിൽ
നൃത്തമാടിയാടി;
ചൊകചൊകെച്ചുകപ്പുകെണ്ടു
കാർക്കുഴലും മൂടി–
ത്തിറമെഴും ശിരസ്ത്രമിട്ടു
നൃത്തമാടിയാടി,
എന്ന് വേഷവിധാനവും നൃത്തരംഗവും
കളമധുരദ്യുതി കഴുകി–
ക്കളമെഴുതിത്തീർന്നു,
നിറപറയും കതിർ ചൊരിയും
നിലവിളക്കുംവെച്ചു;
ചെക്കിടയും വെടികളോടെ
ചെണ്ടമേളം താക്കി –
ച്ചേലിയലും പെൺകൊടിമാർ
താലവും നിരത്തി.

എന്ന് താലപ്പൊലിയുടെ അകമ്പടിയോടെയുള്ള വരവിന്റെ അനുഷ്ഠാനവും

ഏഴടിപിന്നോക്ക മിട്ടി –
ട്ടേഴടി കുതിച്ചു
താണു നിന്നൊളിപെറും തൻ
വാളിനേയും കൂപ്പി
ഏഴുരണ്ടുലകിൽ നീയേ
ദേവിയെന്നു നിന്നെ –
യേഴു വലംവെച്ചിരുന്നു
ചമ്മണം പിടഞ്ഞു
ഒളിവിളങ്ങും വാളിളക്കി
നിന്റെ ദാഹം തീർക്കെ –
ന്നിളമുളയെപ്പോലെ തന്റെ
ഗളതലത്തെവെട്ടി !

എന്നിങ്ങനെ ബലിയുടെ ചുവടുകളും വർണ്ണിച്ചിരിക്കുന്നു.

അറുത്തെടുത്ത ശിരസ്സാകുന്ന രുദ്രാക്ഷം കോർത്തു മാലയിടുന്നവൾ സുംഭനിസുംഭാദികളെ കൊന്നൊടുക്കിയവൾ, സുരഭിലപ്പൂവല്ലിപോലെ കുളിർചൊരിയുന്നവൾ, ആയിരം കഴുത്തറുത്ത് ചോര കുടിച്ചവൾ, കോടികോടി പ്രപഞ്ചത്തിന്റെ കുളിർത്തണൽ എന്നിങ്ങനെ അംബികയെ വർണ്ണിച്ചിരിക്കുന്നത് ഈ വിരുദ്ധഭാവങ്ങളുടെ ആവാഹനത്തിന്റെ തെളിവുകളാണ്.

ഭക്തരുടെ അന്തരംഗത്തിൽ തേരിറങ്ങിയ അംബികയുടെ നിഗ്രഹശക്തി അനുഗ്രഹമായി മാറുന്നു. ഭക്തർ തങ്ങളുടെ തലവെട്ടിപ്പൊളിക്കുക എന്ന പുരാവൃത്തത്തിലെ ആത്മസമർപ്പണം കവിതയിലെത്തുമ്പോൾ ദേവിയുടെ (ദേവിയുടെ പ്രതിപൂരുഷനായ വെളിച്ചപ്പാടിന്റെ) സ്വയം പീഡനമായിട്ട് വിഭാവനം ചെയ്യപ്പെട്ടിരിക്കുന്നു. ദേവി സ്വന്തം ശിരസ്സ് വെട്ടിപ്പൊളിക്കുന്നത് തന്റെ ഭക്തരുടെ അഥവാ കൂട്ടാളികളുടെ പാപം കഴുകിക്കളയാൻ വേണ്ടിയാണ്.

നീലമേഘ ശ്യാമളതേ,
ഞങ്ങളറിയുന്നൂ
നീ തിരിച്ചു നിന്നിലേയ്ക്കേ
നിന്നു ദഗ്രക്രൗര്യം!
സ്നേഹശീലൻ ഞങ്ങളിലെ–
യാസുരതമേലിൽ
തൂകുമതു ലോകമാതേ,
നിന്നുതിരമെങ്കിൽ
അക്കനത്തശിക്ഷതാങ്ങി –
പ്പോരുവോരീ ഞങ്ങൾ
തൃക്കഴൽപ്പൊടി തുടയ്ക്കാൻ
കാത്തുകാത്തേ നില്പൂ.

വന്ധ്യതയും ഉർവ്വരതയും തമ്മിലുള്ള ക്രൗര്യവും വാത്സല്യവും തമ്മിലുള്ള സംഘർഷവും ഈ കവിതയിൽ മുറ്റി നിൽക്കുന്നു. ഇതിന്നാസ്പദമായ ചരിത്രപശ്ചാത്തലത്തിനും അവസമൊരുക്കുന്നുണ്ട്.

തെക്കുനിന്ന് വടക്കോട്ടേക്കുവന്ന കാളീപുരാവൃത്തം ആണിതെന്ന് കവി സൂചിപ്പിക്കുന്നു.

തെക്കുതെക്കൊരൂരിൽ നിന്നു
വന്നുവത്രെ ദേവി
തെച്ചിമലർ പൂത്തലറും
വേനലാളും നാളിൽ

പരുഷവും ഭീകരവുമായ രൂപഭാവങ്ങളെ ആവിഷ്ക്കരിക്കുന്ന കാളിയ്ക്ക് കേരളത്തിൽ എണ്ണിയാലൊടുങ്ങാത്ത പുരാവൃത്ത വൈവിധ്യങ്ങളും നാമഭേദങ്ങളും അനുഷ്ഠാനരീതികളുമുണ്ട്. നാടോടി പുരാവൃത്തത്തിന് അനുഗുണമായ കാവ്യാന്തരീക്ഷമാണ് കവി സൃഷ്ടിച്ചിരിക്കുന്നത്. പരദേവതമാരെ മച്ചിലും പറമ്പിലും കുടിയിരുത്തുന്ന പഴയ തറവാടിന്റെ ദൃശ്യബിംബം, കാവിനുനേർക്ക് സന്ധ്യാസമയത്ത് തിരികൊളുത്തുന്ന സുകൃതം നിറഞ്ഞ പഴയ നാലുകെട്ട്, കാളിയുടെ വൈവിധ്യമാർന്ന സമാരാധനാരീതികൾ എല്ലാം പുരാവൃത്തത്തിന് ചേരുന്ന പടിതന്നെ.

സമൂഹാവബോധത്തിൽ നിദ്രാണമായിക്കിടക്കുന്ന മാതൃബിംബം ക്രൗര്യത്തെ കാരുണ്യത്തിലേക്ക് വികസിപ്പിച്ചെടുക്കുന്ന ത്യാഗത്തെ പ്രതിനിധീകരിക്കുന്നു. ബലി എന്ന ആദിരൂപത്തിനും കവിതയിൽ അതീശത്വം ലഭിക്കുന്നു. ത്യാഗമൂർത്തിയായ മാതാവിന്റെ ശക്തിയാണ് ഈ പുരാവൃത്തത്തിന്റെ ഊർജ്ജകേന്ദ്രം. പൂതപ്പാട്ടിൽ അമ്മ തന്റെ കണ്ണുകളെ ചൂഴ്ന്നെടുക്കുന്ന ബലിയും കാവിലെപ്പാട്ടിൽ സമൂഹനന്മയ്ക്കായി സ്വന്തം മകനെ ദേവിയ്ക്ക് ബലികൊടുക്കുന്ന അമ്മയും ബലിബോധത്തിന്റെ പൗരാണിക രൂപം തന്നെയാണെന്ന് എം. ലീലാവതി നിരീക്ഷിച്ചിട്ടുണ്ട്.[13] എവിടെയും എക്കാലത്തും മനുഷ്യർ നേരിടുന്ന ദു:ഖങ്ങളെ പ്രതിരോധിക്കാനുള്ള ആദികാല ഉപായങ്ങളാണ് പുരാവൃത്തങ്ങൾ. പ്രകൃതിയെ ഒരേസമയം സൗമ്യയും ക്രൂരയുമായിക്കാണാൻ പ്രേരിപ്പിച്ച മനസ്സിന്റെ ആവിഷ്ക്കാരം തന്നെതാണ് ഈ പുരാവൃത്തവും. മാതൃസ്നേഹത്തിന്റെ ശക്തിയും ത്യാഗത്തിന്റെ മഹാത്മ്യവും വെളിപ്പെടുത്താൻ ഇടശ്ശേരിയ്ക്ക് ഈ പുരാവൃത്തം സഹായകമായിരിക്കുന്നു.

സമസ്തസൗഭാഗ്യങ്ങളും പകരം തരാമെന്നു വ്യാമോഹിപ്പിച്ചിട്ടും അതൊന്നും നോക്കുകപോലും ചെയ്യാതെ സ്വന്തം കണ്ണുകൾ ചൂഴ്ന്നെടുത്ത് അസുരമൂർത്തിയായ പൂതത്തിനുമുമ്പിൽ കാഴ്ച്ചവെച്ച്

ഇതിലും വലിയാണെന്റെ പൊന്നോമന
അവനെതരികെന്റെ പൂതമേ നീ

എന്ന് പൂതം കവർന്നെടുത്ത തന്റെ ഓമനക്കുഞ്ഞിനെമാത്രം തിരിച്ചുതരാനാവശ്യപ്പെടുന്ന അമ്മയാണ് ഇടശ്ശേരിയുടെ 'പൂതപ്പാട്ട്'[14] എന്ന കവിതയിലെ മാതൃത്വത്തിന്റെ കരുത്ത്. കണ്ണില്ലാതായ അമ്മയെ പറ്റിക്കാൻ ശ്രമിച്ച പൂതത്തിനു നേരെ കൊടിയശാപമെറിയാൻ ആ അമ്മ മുതിരുമ്പോൾ ആസുരശക്തി കീഴടങ്ങുന്നു. താണുവണങ്ങി അമ്മയുടെ കൺമണിയേയും കണ്ണുകളും തിരിച്ചു നൽകുന്നു. മനു

ഷ്യൻ ആദ്യകാലത്ത് അവന്റെ ഹൃദയഭാവങ്ങൾ ചേർത്തു സൃഷ്ടിച്ച അഭൗമിക സങ്കല്പങ്ങൾ അവനിലെത്തന്നെ പ്രാകൃതസത്തകളുടെ ആവിഷ്ക്കാരങ്ങളായിരുന്നു. ഈ പ്രാകൃതഭാവങ്ങളെ സംസ്കരിച്ചെടുക്കാൻ നരനെ പ്രാപ്തനാക്കിയതിൽ മുലപ്പാലിനും മാതൃവാത്സല്യത്തിനും പങ്കുണ്ട്.

ഗ്രീഷ്മാരംഭത്തിൽ തെക്കെമലബാറിലെ പല ഭാഗങ്ങളിലും തുടികൊട്ടും കുഴൽ വിളികളുമായി വീടുവീടാന്തരം കയറിയിറങ്ങുന്ന പൂതത്തിന്റെ വരവിനുപിന്നിലെ പുരാവൃത്തമാണ് പൂതപ്പാട്ടിന് ആധാരമായത്. മകരക്കൊയ്ത്തുകഴിഞ്ഞ് കണ്ടമുണങ്ങിപ്പൂട്ടും കാലത്ത് ഉണ്ണിയെക്കാണാൻ വരാൻ നങ്ങേലിയിൽ നിന്ന് അനുവാദം കിട്ടിയപ്പോൾ സന്തോഷം കൊണ്ടോ സംഭ്രമം കൊണ്ടോ ഉണ്ണിപിറന്ന വീടേതാണെന്നു ചോദിക്കാൻ പൂതം മറന്നുപോയി. നങ്ങേലിയൊട്ട് പറഞ്ഞതുമില്ല. അതാണ് ഉണ്ണിയെ അന്വേഷിച്ച് പൂതം ഓരോ വീടും കയറിയിറങ്ങുന്നത്. ഉണ്ണിയെ വേണോ എന്ന് ചോദിച്ച് ആളുകൾ പൂതത്തെ അങ്ങോട്ടുമിങ്ങോട്ടും ഓടിക്കുകയും ചെയ്യുന്നു. പാവം പൂതത്തിന്റെ കരളിന്റെ മിടിപ്പിനൊപ്പം തേങ്ങലായി കുഴൽവിളിയുടെ ശബ്ദം നാമിന്നും കേൾക്കുന്നു. പൂതം സ്വയം പീഡിതമായ അവസ്ഥയിലെത്തുന്നു.

അയ്യയ്യാ വരവമ്പിളിപ്പൂങ്കുല
മെയ്യിലണിഞ്ഞ കരിമ്പൂതം
കാതിൽ പിച്ചളത്തോട, കഴുത്തിൽ
'കലപലെ' പാടും പണ്ടങ്ങൾ
അരുകിനലുക്കണിച്ചായക്കിരീടം
തലയിലണിഞ്ഞ കരിമ്പൂതം
ചെപ്പിണച്ചെമ്മണികുത്തു മുലകളിൽ-
ച്ചേലിലിഴയും പൂമാല്യം
പുറവടിവപ്പടി മൂടിക്കിടക്കും
ചെമ്പൻ വാർക്കുഴൽ മുട്ടോളം
ചോപ്പുകൾ മീതെചാർത്തിയരമണി
കെട്ടിയവെള്ളപ്പാവാട
അയ്യയ്യാ, വരവഞ്ചിത നൃത്തം
ചെയ്യും നല്ല മണിപ്പൂതം.

വിവിധവേഷങ്ങളണിഞ്ഞ പൂതങ്ങളുമായി പറയന്മാർ പഴയ വള്ളുവനാടൻ പ്രദേശങ്ങളിൽ ഇന്നും വീടുകൾതോറും കയറിയിറങ്ങുന്നു. കുന്നിനുമറുവശത്തുള്ള പറയക്കുടിലുകളിൽ നിന്നാണ് പറപ്പൂതം വരുന്നത്.

പൈക്കളേ മേക്കുന്ന ചെക്കന്മാരുച്ചയ്ക്കു
പച്ചില പൂന്തണൽ പൂകും
ഒറ്റയ്ക്കു മേയുന്ന പയ്യിൻമുലകളെ
ത്തെറ്റെന്നീപ്പൂതം കുടിക്കും.

പൂതം പശുവിന്റെ പാലുകുടിക്കുമെന്ന ഗ്രാമീണസങ്കല്പം ഇവിടെ സൂചിപ്പിക്കുന്നു. പൂതത്തെ സംബന്ധിച്ച പുരാവൃത്തങ്ങളിലെല്ലാമുള്ള നാടൻ വിശ്വാസങ്ങളാണ് താംബൂലം ചോദിച്ച് പൂതം ആളുകളെ വഴിതെറ്റിക്കുമെന്നതും, തെച്ചിപ്പൂചോക്കുന്നത് മുറുക്കിതുപ്പിയതിനാലാണെന്നതും, കരിമ്പനമുകളിലേക്ക് ആളുകളെ ആവാഹിച്ച് മുടിയുമെല്ലും ബാക്കിയാക്കി ചോരകുടിക്കുമെന്നതും മറ്റും. ഇവയെല്ലാം കവി സമർത്ഥമായി പ്രതിപാദിച്ചിരിക്കുന്നു.

ഒരു ഗ്രാമീണ നാടോടിപുരാവൃത്തത്തിന്റെ ആഖ്യാനത്തിനനുഗുണമായ രീതി കവിതയിലുടനീളം അനുവർത്തിക്കുന്നുണ്ട് കവി. ചെറിയേടത്തിയുടെ കഥാകഥനരീതിയുടെ പാടവം ഇതിനെ സ്വാധീനിച്ചിട്ടുണ്ടെന്ന് കവി പറയുന്നു.[15]

കാച്ചിയമോരൊഴിച്ചൊപ്പിവടിച്ചിട്ട്
കാക്കേ പൂച്ചേ പാട്ടുകൾ പാടീട്ട്
മാനത്തമ്പിളിമാമനെക്കാട്ടീട്ട്
മാമുകൊടുക്കുന്നു നങ്ങേലി.

കുഞ്ഞിനെ താഴെവെച്ചാൽ ഉറുമ്പരിക്കുമെന്നും തലയിൽ വെച്ചാൽ പേനരിക്കുമെന്നും പറയുന്ന കവി മാതൃഭാവങ്ങൾ സൂക്ഷ്മമായി കവിതയിലുടനീളം സന്നിവേശിപ്പിച്ചിരിക്കുന്നു.

കുന്നിനുള്ളിലെ നിധികാക്കുന്ന പൂതത്തെ അറബിക്കഥയിലും കാണാം. ഇവിടെയും അങ്ങനെത്തന്നെ:

പാറക്കെട്ടിന്റെ കൊച്ചു പിളർപ്പിലെ –
ക്കിളിവാതിലപ്പോൾ തുറന്നൂ പൂതം.

എന്നും,

പൂതമക്കുന്നിന്റെ മേൽമൂടിപ്പാറയെ
കൈതപ്പൂപോലെ പറിച്ചൂനീക്കി
കൺചിന്നുമാറതിൽപ്പൊന്നും മണികളും
കുന്നുകുന്നായിക്കിടന്നിരുന്നു.

എന്നും ഒരു നാടോടിക്കഥയുടെ ആഖ്യാനശൈലി സ്വീകരിച്ചിരിക്കുന്നു. പൂതം ഓമനപെൺകിടാവായും, കാറ്റിൻ ചുഴലിയായും, കാട്ടുതീയായും, നരിയായും, പുലിയായും, മാറുന്ന കാഴ്ച്ചകൾ നാടോടിക്കഥയുടെ തനതായ ഭാവത്തിന്നനുഗുണമാണ്.

ആളുകളെ വരുതിയിലാക്കാൻ പൂതം പല അടവുകളുമെടുക്കുമത്രെ. ഈ സങ്കല്പത്തെ ഊട്ടിയുറപ്പിക്കുമാറ് അമ്മയെ വശത്താക്കാൻ ഇതിലെ പൂതമെടുത്ത അടവുകൾ, പ്രലോഭനങ്ങൾ, വഞ്ചന എല്ലാം അത്യന്തം ഉചിതമായി ഇണക്കിചേർത്തിരിക്കുന്നു. പൈശാചിക ശക്തികൾ മാനുഷിക ഭാവങ്ങൾക്കുമുമ്പിൽ മുട്ടുമടക്കുന്നതും ബലിഷ്ഠമായ ദുർദേവത വാത്സല്യം എന്ന മൃദുലഭാവത്തിന് അടിപ്പെട്ട് ദുർബലയാകുന്നതും, വാത്സല്യത്താൽ മൃദുലവും ആർദ്രവുമായ മാതൃത്വം ചില സന്ദർഭങ്ങളിൽ ശക്തികേന്ദ്രമായി മാറുന്നതും ഈ കവിത വെളിപ്പെടുത്തുന്നു. ജീവിതത്തിലെ അരക്ഷിതാവസ്ഥ നിമിത്തം വ്യാകുല

നായി മാതൃത്വത്തെ ശരണീകരിക്കുന്ന ശിശുപ്രിയരായ മനുഷ്യർ, മറിച്ച് വ്രണവിരൂപണത്തിനുള്ള ഒറ്റമൂലിയായി ബാല്യഭാവത്തെ ദർശിക്കുന്ന ജരഠന്മാർ ഇങ്ങനെ ഒരു ജീവിതദർശനം പൂതപ്പാട്ടിൽ തെളിഞ്ഞുവരുന്നെണ്ടെന്ന് നിരീക്ഷിക്കപ്പെട്ടിട്ടുണ്ട്.[16]

ക്രൗര്യത്തിൽനിന്ന് കാരുണ്യത്തിലേക്കുള്ള വികാസപ്രക്രിയ മനുഷ്യന്റെ പരിണാമത്തോളം പഴക്കം ചെന്നതാണ്. ഇതിന്റെ അവതരണമാണ് ഈ പുരാവൃത്തത്തത്തിലൂടെ ഇടശ്ശേരി സാധിച്ചത്. പ്രാക്ചരിത്രജനവർഗാവശിഷ്ടങ്ങളിലെല്ലാം പൂതം, യക്ഷി തുടങ്ങിയ സങ്കല്പങ്ങൾ വിലയിച്ചിട്ടുണ്ട്. പ്രതിമാലക്ഷണശാസ്ത്രങ്ങളും പുരാണങ്ങളും നൽകുന്ന തെളിവുകൾ സൂചിപ്പിക്കുന്നതുപോലെ സൗമ്യവും രൗദ്രവുമായ ഉഭയഭാവമുള്ളവരാണ് യക്ഷികൾ. ഈ രണ്ട് ഭാവത്തിലും യക്ഷികളെ ആരാധിക്കുന്ന സമ്പ്രദായം മധ്യകാലത്ത് കേരളത്തിൽ ധാരാളം പ്രചാരത്തിലുണ്ടായിരുന്നെന്ന് ഒരഭിപ്രായമുണ്ട്.[17] ഇങ്ങനെ നോക്കിയാൽ പൂതം കുറച്ചുസമയത്തേക്കെങ്കിലും മാതാവാകുകയും വാത്സല്യം ഉണ്ണിയിൽ ചൊരിയുകയും ചെയ്യുന്നുണ്ട്. മാതാവിനൊപ്പം പൂതത്തിനും മനസ്സിൽ സ്ഥാനം നൽകാൻ മലയാളി മറന്നിട്ടുമില്ല.

സമൂഹത്തിന്റെ ദുരിതങ്ങളെക്കുറിച്ച് എപ്പോഴും ബോധവാനായിരിക്കുകയും അവയുടെ നിർമ്മാർജ്ജനത്തിനുവേണ്ടി കുരിശുയുദ്ധം നയിക്കാൻ സന്നദ്ധനാകുകയും ചെയ്യുന്ന ഒരു ബഹിർമുഖകവിക്കു മാത്രമേ, അന്തർദർശനജന്യമായ ഇത്തരമൊരു പ്രമേയത്തിന് ബഹിർമുഖമായ ഈ വികസ്വരചക്രവാളം പരിധിയാക്കാൻ തുനിയൂ എന്ന നിഗമനം ഇടശ്ശേരിയെ സംബന്ധിച്ച്, പുരാവൃത്തങ്ങളുടെ പ്രയോഗത്തെ സംബന്ധിച്ച്, ഏറെക്കുറെ ശരിയാണ്.

ഈ കവിതയ്ക്ക് പുതിയ പുതിയ അർത്ഥതലങ്ങൾ കണ്ടെത്താൻ നിരൂപകർ ശ്രമിക്കുന്നുണ്ട്. അതിൽ ചിലത് ചുവടെ പ്രസ്താവിക്കുന്നു.

പൂതത്തിന്റെ സംഹാരാത്മകത പൊന്നുണ്ണികളുടെയും നെല്ലുണ്ണികളുടെയും സമൃദ്ധിയെ വർദ്ധിപ്പിക്കുന്നു. തന്റെ വിളയായ കുഞ്ഞിനെ സംരക്ഷിക്കുന്ന നങ്ങേലി നല്ല മാതാവും അതിനെ കവർന്നെടുക്കുന്ന പൂതം കറുത്തമാതാവുമാണ്. വിളവ് സംരക്ഷണവും കയ്യേറ്റവും തമ്മിലുള്ള സംഘർഷമാണ് പൂതപ്പാട്ടെന്നു വ്യഖ്യാനിച്ചാൽ ഇതൊരു കാർഷിക പുരാവൃത്തമായിത്തീരുമെന്ന് പി. സോമൻ അഭിപ്രായപ്പെടുന്നു.[18] ജീവിതത്തെ കൊയ്യാൻ വരുന്ന ഹിംസയെ (മരണത്തെ) സ്വയം ത്യാഗത്തിലൂടെയും ബലിയിലൂടെയും ചെറുത്ത് ഭാവി സമൂഹത്തിന്റെ സുരക്ഷയും സ്വാതന്ത്ര്യവും ഉറപ്പുവരുത്തുക എന്നതാണ് പൂതപ്പാട്ടിന്റെ ദാർശനികതലം.

മനുഷ്യൻ അതീജിവിച്ച കാലത്തിന്റെ പ്രതിരൂപമാണ് പൂതപ്പാട്ടിലെ പൂതം. പുരോഗതിയിലെ അധോഗതിയെക്കുറിച്ചുള്ള അവബോധം, കൃതഘ്നതയെക്കുറിച്ചുള്ള കാഴ്ചപ്പാട്, അതിജീവനങ്ങളിലെ

ല്ലാമുള്ള വൈരൂപ്യത്തെക്കുറിച്ചുള്ള സങ്കല്പം - ഇതിനെക്കുറിച്ചെല്ലാമുള്ള ഉൾക്കാഴ്ചകൾ മഹാബലിയുടെ കഥപോലെ പൂതപ്പാട്ടും പങ്കിടുന്നു[19] എന്ന് കല്പറ്റ നാരായണൻ നിരീക്ഷിക്കുന്നു.

ദളിത് ഗോത്രവർഗ്ഗമുന്നേറ്റങ്ങൾക്കും കീഴാളരുടെ ഉയിർത്തെഴുന്നേൽപ്പിനും മറ്റും നമ്മുടെ രാജ്യത്ത് എക്കാലവും തടസ്സമായി നിന്നത് മനുഷ്യസഹജമായ ആർദ്രതയായിരുന്നു. പൂതത്തിന്റെ സായുധസമരത്തെ സഹനസമരത്തിലൂടെ എതിരിട്ട് ജയിക്കുന്ന അമ്മയിലൂടെ ഇടശ്ശേരിയുടെ രാഷ്ട്രീയ കാഴ്ചപ്പാട് തെളിഞ്ഞുവരുന്നുണ്ടെന്ന് വത്സലൻ വാതുശ്ശേരി കണ്ടെത്തുന്നു.[20]

മേൽപ്പറഞ്ഞ നിഗമനങ്ങളിൽ നിന്നെല്ലാം ഇടശ്ശേരി ഒരു പുരാവൃത്തത്തെ കവിമനസ്സിലെ മർദ്ദിതവികാരങ്ങളുടെ ആവിഷ്കരണോപാധിയായി അവതരിപ്പിക്കുകയാണെന്ന് വ്യക്തമാക്കുന്നു. പ്രത്യക്ഷത്തിൽ പൂതകഥയാണ് ആഖ്യാനതലമെങ്കിലും ആന്തരിക തലത്തിൽ മാതൃസ്നേഹത്തിന്റെ വിജയഗാഥയിലൂടെ പ്രാകൃതബോധങ്ങളുടെ അന്യാപദേശത്തിന് യുക്തിസഹമായ മാനം കൈവരുന്നു. ഏകാകിയായ ഒരമ്മയുടെ മനസ്സിൽ ഏകാന്തത്തിൽ മകന്റെ അസാന്നിദ്ധ്യത്തിൽ നിറയുന്ന പുത്രരതിയാണ് പൂതപ്പാട്ടിന്റെ ആന്തരിക ചൈതന്യമെന്ന് കെ. എസ്. പ്രകാശ് സൂചിപ്പിച്ചിട്ടുണ്ട്.[21] കവിമനസ്സിനകത്ത് വിരുദ്ധദ്വന്ദ്വങ്ങൾ തമ്മിൽ നടക്കുന്ന സംഘർഷങ്ങൾക്കൊടുവിൽ യഥാർത്ഥ മാതൃത്വം ജയിക്കുന്ന കാഴ്ച കാണാം.

പെറ്റവയറ്റിനെ വഞ്ചിക്കുന്നൊരു
പൊട്ടപ്പൂതമിതെന്നു കയർത്താൾ
താപംകൊണ്ടു വിറയ്ക്കേക്കൊടിയൊരു
ശാപത്തിന്നവൾ കൈകളുയർത്താൻ
ഞെട്ടിവിറച്ചു പതിച്ചൂ പൂതം
കുട്ടിയെവേഗം വിട്ടുകൊടുത്താൾ.

അമ്മയ്ക്ക് കാഴ്ച്ചശക്തിയും മകനെയും തിരിച്ചുകിട്ടി. അതോടെ പൂതം ശാന്തപ്രകൃതയായി മാറി. ഇങ്ങനെ ഹിംസാവാസനയുടെ മുന്നിൽ ആത്മബലി സന്നദ്ധതയോടെ പുത്രവാത്സല്യം ഉയർത്തിപ്പിടിക്കുന്ന മാതാവ് ആധുനിക ആദിരൂപമായി വളരുന്നു. രതിയെ വെല്ലുന്ന മാതൃത്വത്തിൽ ഈഡിപ്പസിനെപ്പോലെ പശ്ചാത്താപത്തിന്റെ സൂചകമായി കണ്ണുകൾ ചൂഴ്ന്നു നൽകുന്ന നങ്ങേലി ഇടശ്ശേരിക്കവിതയിലെ ജീവസ്സുറ്റകഥാപാത്രമായി ശോഭിക്കുന്നു.

മാർക്കണ്ഡേയൻ– ഇച്ഛാശക്തിയുടെ വിജയഗാഥ

മുകണ്ഡു എന്ന മുനിക്ക് ശിവന്റെ അനുഗ്രഹത്താൽ ലഭിച്ച പുത്രനാണ് മാർക്കണ്ഡേയൻ. ആയുസ്സുള്ള ജ്ഞാനമില്ലാത്ത മകനെയോ അല്പായുസ്സായ ജ്ഞാനിയായ പുത്രനെയോ വേണ്ടതെന്ന ശിവന്റെ ചോദ്യത്തിനു മറുപടിയായി അല്പായുസ്സായ ജ്ഞാനിയായ പുത്രനെ മതിയെന്നു മുകണ്ഡു പറഞ്ഞു. അങ്ങനെ പതിനാറു വയസ്സുമാത്രം ആയുസ്സുള്ള ബുദ്ധിമാനായ പുത്രനെ മുകണ്ഡുവിന്

ലഭിച്ചു. വേദശാസ്ത്രങ്ങളിൽ അനന്യജ്ഞാനമാർജ്ജിച്ച പുത്രന്റെ ഓരോ ജന്മദിനവും മാതാപിതാക്കളിൽ ദുഃഖം വളർത്തിക്കൊണ്ടിരുന്നു. ഇതിന്റെ കാരണമന്വേഷിച്ചറിഞ്ഞ മാർക്കണ്ഡേയൻ തന്റെ ജന്മകാരണനായ ശിവനെക്കണ്ട് വരം നേടാനുറച്ചു.

കഠിനതപസ്സിന്നിടയിൽ പതിനാറാമത്തെ ജന്മദിനവും വന്നെത്തി. പതിനാറാം ജന്മദിനത്തിൽ മാർക്കണ്ഡേയനെത്തേടിയെത്തിയ മൃത്യുദേവൻ കാലപാശത്താൽ ആ ബാലനെ വരിഞ്ഞുമുറുക്കാൻ ശ്രമിച്ചു. പ്രാണരക്ഷാർത്ഥം ശിവനെ അഭയം പ്രാപിക്കാനായി ഓടുന്നതിനിടയിൽ വഴിമുടക്കിനിന്ന ആൽമരം രണ്ടായിപ്പിളർന്നു. അതിനുനടുവിൽ തപസാഫല്യം പോലെ പ്രത്യക്ഷപ്പെട്ട ശിവലിംഗത്തെ കെട്ടിപ്പിടിച്ചുകൊണ്ട് മാർക്കണ്ഡേയൻ തന്റെ ജീവിനുവേണ്ടി യാചിച്ചു. യമൻ ദൂരെനിന്നെറിഞ്ഞ കാലപാശം ശിവലിംഗത്തിൽ സ്പർശിച്ചതോടെ രോഷാകുലനായി പ്രത്യക്ഷപ്പെട്ട ശിവൻ യമധർമ്മനെ വധിച്ചു. അങ്ങിനെ ശിവൻ മൃത്യുഞ്ജയനായി. പിന്നീട് ശിവന്റെ അനുഗ്രഹത്താൽ മാർക്കണ്ഡേയന് നിത്യകൗമാരവും യമന് പുനർജ്ജന്മവും ലഭിച്ചു. ഈ പുരാവൃത്തമാണ് ഇടശ്ശേരിയുടെ 'മാർക്കണ്ഡേയൻ'[32] എന്ന കവിതയ്ക്ക് ആധാരം.

കുട്ടിക്കാലത്ത് തൃപ്രങ്ങോട്ടുക്ഷേത്രത്തിൽവെച്ച് അമ്മ കാണിച്ചുകൊടുത്ത പിളർന്ന ആൽമരത്തിന്റെ ഓർമ്മ ജീവിതം മരണത്തെ തോല്പിച്ചുകൊണ്ട് ചിരംജീവിതത്വത്തിലേക്ക് കുതിച്ചോടുന്ന ഓട്ടത്തിനെ കവിയുടെ ഹൃദയത്തിൽ ധ്വനിപ്പിച്ചു. ആ ധ്വനിയുടെ സ്പന്ദനങ്ങളാണ് മാർക്കണ്ഡേയന്റെ കഥയിലൂടെ കവി അനാവരണം ചെയ്യുന്നത്.

അരിയും പൂവും മൂർദ്ധനിതൂകിനാൾ, "ചിരായുസ്സായ്-
വരികെ", ന്നാശിസ്സോടെ മർത്ത്യ, നിൻ ജനയിത്രി,
ഒപ്പമേ നാലഞ്ചശ്രുബിന്ദുവും, കണ്ടൂ ഭവാ-
നുൽക്ഷിപ്തനേത്രൻ മർത്ത്യദുഃഖത്തിൻ സാക്ഷാദ്രൂപം

മരണമെന്ന ശാശ്വതസത്യം എക്കാലത്തേയും മനുഷ്യന്റെ ദുഃഖമാണ് എന്ന തിരിച്ചറിവ് കവിക്കുണ്ട്. അതിൽനിന്ന് രക്ഷപ്പെടാനുള്ള കുതിച്ചോട്ടമാണ് ജീവിതം. അവിടെയാണ് അഭയസ്ഥാനങ്ങളുടെ പ്രസക്തി വെളിപ്പെടുന്നത്.

അഭയം തന്നീലല്ലോ നഗരങ്ങളും ധനുർ-
ദ്ധരരാം വീരന്മാരു, മവർ മൃത്യുവിൻ മുമ്പിൽ
തങ്ങൾതൻ മഹായുദ്ധവിജയഫലങ്ങളെ-
ത്താണടിയറവെച്ചു കൈകൂപ്പിക്കൊണ്ടേ നിന്നു!

മനുഷ്യന്റെ ഇച്ഛാശക്തിതന്നെയാണ് അഭയസ്ഥാനമാകേണ്ടത്. വഴിമുടക്കുന്ന ഏതു വിഘ്നങ്ങളെയും തകർത്തെറിയാൻ പോന്ന ആത്മബലം അവൻ ആർജ്ജിക്കേണ്ടിയിരിക്കുന്നു.

ആലെന്നോ വഴിത്തിരിവെത്തിയ മനസ്സിന്റെ
മാലെന്നോ വിളിക്കട്ടേ ലോകമീദൗർഭാഗ്യത്തെ
വ്യക്തമായ് രണ്ടായ്പ്പിളർന്നിരിപ്പൂ വഴിമുമ്പി-

ലിക്കൊടും ശാപത്തിന്റെ പാർശ്വവർത്തികളായി!
ഒന്നുജീവന്റേതത്രേ; ജഡത്തിന്റേതാണന്യം,
ഏതിനതള്ളുംകൊള്ളും നിൻപുരോഗതി, സാധോ!
അപ്പുറമഭയവും കാട്ടിവാഴുന്നുദേവ-
നത്ഭുത ചരിതയാം ശക്തിതൻ മണവാളൻ!

മനുഷ്യന്റെ ഇച്ഛാശക്തിയുടെ വിജയമാണ് മാർക്കണ്ഡേയനിലൂടെ കവി ഊന്നിപ്പറയുന്നത്. ജഡതയുടെയും കർമ്മസംബന്ധമായ ഇച്ഛാശക്തിയുടെയും വഴിത്തിരിവിൽ പുരോഗതിയ്ക്ക് വിഘ്നങ്ങളായി നില്ക്കുന്നതെല്ലാം പിളരുന്നു. ജീവിതാധീശന്, നൈസർഗ്ഗികമായ തപസ്യയെയും നിഷ്കളങ്കതയെയും തള്ളിക്കളയാനാവുന്നില്ല. പ്രകൃത്യാ ലഭിച്ച ശാപദൗർഭാഗ്യങ്ങളും വൈകല്യങ്ങളുംപോലും അമരത്വം നേടാൻ പര്യാപ്തമാക്കുന്നതാണ് മർത്യസിദ്ധി. ജീവിതത്തിൽനിന്ന് (മരണത്തിൽനിന്ന്) രക്ഷപ്പെടാനുള്ള കുതിച്ചോട്ടം വെറുതെയാകുന്നില്ല. അത് അഭയഹസ്തനായ ശിവനിൽ (മംഗളകരമായ അമരത്വത്തിൽ) അവസാനിക്കുന്നതായി കാണാം.

ദൈവവിധിയെ മറികടന്ന് ദീർഘായുസ്സുമാത്രമല്ല നിത്യകൗമാരവും അമ്മയുടെ അനുഗ്രഹംകൊണ്ടാണ് മകനു ലഭിക്കുന്നതെന്ന് കവിതയുടെ ആദ്യഭാഗം ചേർത്തുവെച്ച് വായിക്കുമ്പോൾ മനസ്സിലാകുന്നു. അങ്ങനെ മാർക്കണ്ഡേയന്റെ ചിരംജീവിത്വവും ഊർജ്ജസ്വലതയും അമ്മയുടെ പ്രാർത്ഥനയും ആശിസ്സുമൊന്നാണെന്ന പരോക്ഷപാഠവും കവിത നൽകുന്നു. മരണാതീതമായ സത്തയെക്കുറിച്ചുള്ള നൈസർഗ്ഗികമായ അവബോധത്തിൽ കവി ഗൗരവപൂർണ്ണമായ ഒരു ചോദ്യം ചോദിക്കുന്നുമുണ്ട്.

മൃത്യുവോ സത്യം, സർവ്വം മിഥ്യയോ? പലായന-
രഥ്യയിൽത്താനോ പിണ്ഡാണ്ഡങ്ങൾതൻ സ്ഥിരംഭാവം?

അമരസങ്കൽപ്പത്തിന്റെ തളരാച്ചിറകിൽ മനുഷ്യൻ പറന്നുകൊണ്ടിരിക്കുകയാണ്. യഥാർത്ഥ ജീവിതാവസ്ഥ അനിസ്യൂതമായ പ്രയാണമായി മാറുന്നു. മരണത്തെ മറികടക്കാനുള്ള അവിശ്രാന്തമായ പ്രയാണം. ഭക്തിക്കപ്പുറം മനക്കരുത്തോടുകൂടിയ ഏകാഗ്രമായ അധ്വാനവും ഇച്ഛാശക്തിയും കർമ്മ സാഫല്യത്തിലെത്തിക്കുമെന്ന അചഞ്ചലമായ വിശ്വാസം ആവിഷ്ക്കരിക്കാനാണ് കവി ഈ പുരാവൃത്തത്തിലൂടെ ശ്രമിക്കുന്നത്.

എങ്ങിനെ വേണ്ടൂ പുരോഗതിയെന്നുഴലായ്ക
മംഗളാത്മാവേ, വിശ്വാസമായ് പ്രയോഗിക്കൂ
നിന്നിച്ഛാബലമെന്ന ഭാസുരവജ്രായുധം;
തന്മുന്നിലുണ്ടോ നില്പൂ പളരാ പ്രത്യൂഹങ്ങൾ?
മാർഗ്ഗ മൊന്നായിക്കാണാമപ്പൊഴന്നടയോളം,

മനുഷ്യന്റെ കർമ്മ ശക്തിയേയും ഇച്ഛാബലത്തെയും വജ്രായുധമായിക്കണ്ട് അതിനെ പ്രയോഗിക്കാൻ ആഹ്വാനം ചെയ്യുന്നതാണ് ഇടശ്ശേരിയുടെ മാനവദർശനം. കർമ്മധീരനായ മനുഷ്യനെ ധീര

നായ ദൈവം അംഗീകരിക്കുന്നതാണ്. ദർശനപരമായി ഇടശ്ശേരി നേടിയ സമതുലനത്തിന്റെ ഫലമാണ് ഈ അപൂർവ്വാനുഭവമെന്ന് ഡി. ബെഞ്ചമിൻ ഇതിനെ വിലയിരുത്തുന്നുണ്ട്.[23]

മനുഷ്യന്റെ കർമ്മശക്തിയിലും അവന്റെ അധ്വാനത്തിലും ഇടശ്ശേരി എന്നു വിശ്വാസമർപ്പിച്ചിട്ടുണ്ട്. സ്വന്തം ഇച്ഛാശക്തിയുടെ സാർത്ഥകവും ഫലപ്രദവുമായ പ്രയോഗത്തിലൂടെ അമരത്വത്തിലേക്ക് കുതിക്കുന്ന മാർക്കണ്ഡേയൻ ആധുനിക മനുഷ്യന്റെ പ്രതീകമായി മാറുന്നു. സഹസ്രാബ്ദങ്ങളുടെ സഞ്ചിതാനുഭവങ്ങളും സംസ്കാരവും ആവാഹിച്ച് അതിജീവനത്തിന്റെ ശക്തിയായി ആധുനിക മാർക്കണ്ഡേയൻ മാറുന്ന കാഴ്ച പുരാവൃത്തത്തിന്റെ ദാർശനിക മാനമായിത്തീരുന്നു.

ശക്തിയുടെ കവി എന്ന വിശേഷണം ഇടശ്ശേരിക്ക് ചേരുന്നത് ഈ കാഴ്ച്ചപ്പാടിൽ കൂടി പ്രസക്തമാണ്. മിക്ക കവിതകളും മനുഷ്യശക്തിയുടെ മഹാപ്രവാഹങ്ങളാണ്. ആ പ്രവാഹത്തിന് ഓജസ്സും ഊർജ്ജവും പകരാനാണ് ഇടശ്ശേരി പുരാവൃത്തങ്ങളെ കൂട്ടിയിണക്കുന്നത്.

പാൽക്കടൽ കടയുമ്പോൾ – സമർപ്പണത്തിലൂടെയുള്ള അതിജീവനം

രക്ഷകസ്മൃതി നയിക്കുന്ന ഒരു സമൂഹത്തിന്റെ സംഘക്രിയയിൽ സ്വയം അലിഞ്ഞില്ലാതാകുന്ന വ്യക്തിസത്തയെക്കുറിച്ചാണ് ഇടശ്ശേരി 'പാൽക്കടൽ കടയുമ്പോൾ'[24] എന്ന കവിതയിൽ പരാമർശിക്കുന്നത്. ദുർവ്വാസാവിന് മേനകയിൽ നിന്ന് ലഭിച്ച പൂമാല അദ്ദേഹം ഇന്ദ്രന് സംഭാവനചെയ്യുകയും ഇന്ദ്രൻ ആ മാല ഐരാവത്തിന്റെ മസ്തകത്തിൽ വെയ്ക്കുകയും ചെയ്തു. മദയാന അത് നിലത്തിട്ട് ചവിട്ടിയരച്ചു. ഇന്ദ്രൻ താൻ കൊടുത്ത മാലയെ അനാദരിച്ചതുകണ്ട ദുർവ്വാസാവ് ദേവലോകത്തിന്റെ ഐശ്വര്യം നശിച്ചുപോട്ടെ എന്ന് ശപിച്ചു. അന്നുമുതൽ ദേവലോകത്തിന്റെ ഐശ്വര്യം നശിക്കുകയും മൂന്നു ലോകങ്ങളും വിവർണ്ണമാക്കുകയും ചെയ്തു. ദേവന്മാർക്ക് ജരാനരകൾ ബാധിച്ചു. അസുരന്മാർ ദേവന്മാരെ ആക്രമിക്കാൻ തുടങ്ങി. വിഷ്ണുവിനെ അഭയം പ്രാപിച്ച ദേവന്മാരോട് മഹാമേരു പർവ്വതത്തെ കടക്കോലും വാസുകിയെന്ന പാമ്പിനെ കയറുമാക്കി, സകലവിധത്തിലുള്ള ഔഷധികളും പാൽക്കടലിലിട്ട് കടഞ്ഞ് അമൃതതെടുക്കുവാൻ പറഞ്ഞു. ഇതിൻപ്രകാരം അസുരന്മാരുടെ സഹായത്തോടെ പാൽക്കടൽ കടയുകയും അതിൽനിന്ന് കാമധേനു, വാരുണീദേവി, പാരിജാതം, അപ്സരസ്ത്രീകൾ, ചന്ദ്രൻ, കാളകൂടം, അമൃതം തുടങ്ങിയവ ഉണ്ടാവുകയും ചെയ്ത പുരാവൃത്തമാണ് ഈ കവിതയ്ക്ക് അടിസ്ഥാനം.

മന്ഥരപർവ്വതത്തിന്റെ ആഖ്യാനകോണിലൂടെയാണ് ഈ കവിതയിലെ പുരാവൃത്തം അനാവരണം ചെയ്യപ്പെടുന്നത്. വാസുകിയെന്ന ബലോത്തരകർമ്മമഹാപാശത്താൽ ചുറ്റപ്പെട്ട്, അസുരദൈവിക ശക്തി

കളാൽ മുഗ്ധമഹാംബോധി കടയാൻ വിധിക്കപ്പെട്ടിരിക്കുകയാണ് മന്ഥര പർവ്വതം.

ഞാൻ തിരിയുന്നൂ, ദുഗ്ദാംബോധി
കലങ്ങിമറിഞ്ഞു തുളുമ്പി
ച്ചിന്തും നുരയോ, പൊങ്ങിപ്പൊങ്ങി
വരുന്നത് കീർത്തിച്ഛടയോ!

കർമ്മപാശത്താൽ ചുറ്റപ്പെട്ട് നിസ്സഹായനായി ചുറ്റിത്തിരിയാൻ വിധിക്കപ്പെട്ട വ്യക്തിയെയാണ് കവി ഇവിടെ കാണുന്നത്. ഈ മഥനത്തിന്റെ ചലനത്തെ ജീവിതചലനമായി വ്യാഖ്യാനിക്കുകയും ചെയ്യുന്നു.

ഉദ്രയമാമിച്ചലനമെനിയ്ക്കൊരു
ജീവിതമരുളീടുമ്പോൾ,
ഉൽക്കടതരമായെന്നിലൊരിച്ഛാ -
ശക്തികുരുത്തീടുമ്പോൾ,

ലക്ഷ്യത്തെക്കുറിച്ചുള്ള സമഗ്രമായ അറിവാണ് ജീവിതത്തിന് അർത്ഥമുണ്ടാക്കുന്നത്. അത് ഉൽക്കടമായ ഇച്ഛാശക്തിയെ പ്രധാനം ചെയ്യുകയും ചെയ്യുന്നു. ഈ ഇച്ഛാശക്തിയുടെ കരുത്തിൽ ജീവിതത്തെ മുന്നോട്ടുകൊണ്ടുപോകാനാഗ്രഹിക്കുന്ന കവിമനസ്സാണ് ഇവിടെ വെളിപ്പെടുത്തുന്നത്. അമൃതോദയപരമാവധിയാണ് ഈ യജ്ഞം എന്ന പ്രതീക്ഷയാണ് ഇവിടെ ജീവിതത്തെ ചലിപ്പിക്കുന്ന ഇച്ഛാശക്തി. ഈ ഇച്ഛാശക്തി മന്ഥരപർവ്വതത്തിന്റെ സ്ഥിരധീയെ ജാഗ്രത്താക്കുന്നു.

അമൃതോദയ പരമാവധിയാമി -
ത്താണ്ഡവയജ്ഞത്തിൻ -
പരിപാടിയിലെൻ സ്ഥിരധീ ജാഗ്രത
നിലനിർത്തീടുമ്പോൾ

ലഭിക്കുന്ന 'കല്പകകരിവരകളമായ കൗസ്തുഭ കല്യാണാംഗികളെല്ലാം' ആ മനസ്സിന് നിസ്പൃഹമാണ്, ലക്ഷ്യത്തിൽ മാത്രം കേന്ദ്രീകരിച്ച സ്ഥിരധീയാണിത്.

അഹംബോധത്തിന്റെ അടരുകൾ ഒന്നൊന്നായി തെറിച്ചുപോയി കടലലകളിൽ വീഴുന്നു. അങ്ങനെ മുണ്ഡിതനാക്കപ്പെടുന്ന വ്യക്തി സായൂജ്യത്തിലേക്കുള്ള ആദ്യപടിയിലെത്തുന്നു. എന്നിട്ടും ആത്യന്തിക യജ്ഞഫലത്തിൽ കണ്ണുനട്ട മനസ്സിൽ അഹംബോധത്തിന്റെ ഒരു ചെറുസ്ഫുരണം ബാക്കി നിൽക്കുന്നു.

ഹന്തനിരന്തരസംഘട്ടനമാം ദാരുണ -
നിതതിയെവെല്ലാൻ
നൊന്തുവിളിച്ചു കളഞ്ഞേൻ; നിന്റെ
ബലോദ്ധതമുഷ്ടിയിലെന്നും
ആയുധമത്രെ ഞാനെന്നുള്ളതു
തൃപ്തിതരുന്നു, പക്ഷേ
മായുവതില്ലൊരു കോണിപ്പോഴും
ഞാനെന്നൊരു ഭാവം!

ഹലാഹലം പോലെ വരുന്ന ഇരുട്ട്, കുത്തുവിളക്കു പിടിയ്ക്കുന്ന കൗസ്തുഭ രത്നം, താലമെടുത്തു നിൽക്കുന്ന ലക്ഷ്മി, താരാധിപനെക്കൊണ്ട് തിടമ്പുചാർത്തി നില്ക്കുന്ന ദിവ്യഗജം, പറകൊട്ടുന്ന അബ്ധീവീചികൾ തുടങ്ങി ഒരു ഉത്സവാന്തരീക്ഷം പീയുഷത്തെ സ്വീകരിക്കാനൊരുങ്ങി നിൽക്കുന്നു. ഒരു പടുകിഴവിയുടെ കാതിൻ വെള്ളയിലീയതോട കണക്കെ സ്വന്തം ജീവിതം തൂങ്ങുന്നത് മന്ഥരപർവ്വതം തിരിച്ചറിയുന്നു.

.... തളരുന്നു ഞാൻ
കറവപ്പൈക്കൾ കണക്കീ
ക്കടലലകളെക്കയമെത്തും വരെ -
യിടവും വലവും താങ്ങി
വീണ്ടും വീണ്ടുമടിച്ചോടിയ്ക്കെ
ത്തളരുന്നൂ ഞാൻ; ആഴം കാണാ
ക്കുണ്ടുകളെന്നെ വലിപ്പൂ; മൽ
പ്രതിരോധമഴഞ്ഞു കഴിഞ്ഞ;
കാതരമിപ്ഫണിഭോഗത്തിൻമേൽ
ഒരു പടുകിഴവിയ്ക്കേലും
കാതിൻ വെള്ളയിലീയത്തോട
കണക്കേ തൂങ്ങുന്നൂ ഞാൻ
ഒരു നോക്കെന്നുടെ യജ്ഞഫലത്തെ
ക്കാണാതിരുളിൽത്താഴു -
ന്നിവനെത്താങ്ങിടു കെന്നുടയോനേ,
വന്നൊരു കമഠംപോലെ.

ഒരു നോക്ക് യജ്ഞഫലത്തെ കാണാതെ ഇരുളിൽ താഴുന്നിടത്ത് രക്ഷകസങ്കല്പം ഉയർന്നുവരുന്നു. സമർപ്പണത്തിലൂടെയുള്ള അതിജീവനം എന്ന ആശയത്തിലേക്ക് ഈ പുരാവൃത്തത്തെ കവി അടുപ്പിക്കുന്നു. സമൂഹവിലീനമായ വ്യക്തിത്വം ഉയർത്തിക്കാട്ടി, കൂട്ടായ പ്രവർത്തനത്തിൽ പങ്കെടുത്ത്, കർമ്മഫലം കാണാനാകാതെ കണ്ണടയുമ്പോഴും അതിലൊരു ധന്യതയുണ്ടെന്ന് കവി വ്യക്തമാക്കുന്നു. ഒരു കമഠം പോലെ താങ്ങാനെത്തുന്ന രക്ഷക ബിംബത്തിൽ കവിയും കവിതയും ആഹ്ലാദം കണ്ടെത്തുന്നു.

ആധുനിക മലയാള കവിതയിൽ പാലാഴിമഥനത്തിന്റെ പുരാവൃത്തം സമർത്ഥമായി കൈകാര്യം ചെയ്ത മറ്റൊരു കവിയാണ് ചെറിയാൻ. കെ. ചെറിയാൻ. അദ്ദേഹത്തിന്റെ 'പാലാഴിമഥനം'[25] എന്ന കവിത രണ്ടു ഭാഗങ്ങളിലൂടെ പാലാഴിമഥനകഥയും സൃഷ്ടിയുടെ കഥയും സമന്വയിപ്പിക്കുന്നു. മനുഷ്യന്റെ നിത്യതയുടെ കൊടുംശിക്ഷണമേറ്റ ഉണ്മയും കാമക്രോധമദാദികളുടെ ഉന്മത്തത സൃഷ്ടിച്ച ഗർവ്വവും മഥനത്തിനു വിധേയമാകുന്ന കഥയാണിത്. പാലാഴിമഥനത്തിലൂടെ നടന്ന സൃഷ്ടികളുടെ കഥയും തുടർന്നുണ്ടായ നാശത്തിന്റെ കഥയും ഇവിടെ അനാവരണം ചെയ്യപ്പെടുന്നു.

ഉണ്മകൾ, നന്മകൾ, തിന്മകൾ, ഭംഗി -
യഭംഗികൾ, ശാന്തിയശാന്തികളെല്ലാം

വൻപെഴുമപ്പെരു ചുഴിയിലകപ്പെ -
ട്ടുഴറിയലഞ്ഞലയാഴിയിലാണ്ടൂ!

അങ്ങനെ എല്ലാം നശിച്ചപ്പോൾ സാഗരമധ്യത്തിൽ ആദിജലത്തിൽ ആലിലപോലെ ചുഴിമാത്രം അവശേഷിച്ചു. പിന്നെ ദിനരാത്രങ്ങളിലൂടെ, ഋതുക്കളിലൂടെ, വിണ്ണിൽനിന്ന് മണ്ണിലേക്ക് മൃതസഞ്ജീവന ധാരകളുണർന്നു. അതിൽ പൊട്ടിയ പതുനാമ്പുകൾ ജീവിതത്തെ ഫുല്ലമനോഹരമായ കാനനമാക്കി. അവിടെ ജീവികൾ ഉദയം ചെയ്തു.

ഒരു നാൾ പിന്നെ, പക്വഫലങ്ങൾ
നിറഞ്ഞ വിലക്കപ്പെട്ട മരത്തി -
ന്നരികി,ലധർമ്മസുധർമ്മ വിചിന്തന-
ബുദ്ധിയിലാശകളാവേശങ്ങളു -
മരുളിന സുഖദു:ഖങ്ങടെ നേർക്കൊരു
ചാരുതമാതിരി, ചലനം മാതിരി
ആദിവനത്തിലൊരാദമുണർന്നു.

ഇങ്ങനെ ആദിപാപത്തിന്റെ പുരാവൃത്തത്തിൽ കവിത അവസാനിക്കുന്നു. ഇനി ഒരു മഥനം എന്നായിരിക്കുമെന്നോർത്ത് വിക്ഷുബ്ധ വിമൂകതയോടെ തിരിയുന്ന ചുഴിയുടെ സൂചനയിൽ കവിത ലക്ഷ്യപ്രാപ്തി കൈവരിക്കുന്നു.

വരദാനഗാഥകൾ

കുബ്ജയുടെ കൂനുനിവർത്തി സുന്ദരിയാക്കിയ കൃഷ്ണപുരാവൃത്തത്തിന്റെ പുനരാഖ്യാനമാണ് ഇടശ്ശേരിയുടെ 'വരദാനം'[26] എന്ന കവിത. കുബ്ജയുടെ പക്ഷത്തുനിന്നുകൊണ്ടുള്ള കവി ചിന്തകളാണ് ഇതിൽ. ചതുരംഗക്കളിയുടെ സംഭവ പശ്ചാത്തലത്തിൽ രാമലക്ഷ്മണന്മാർ ചൂതുനിരത്തുമ്പോൾ കുബ്ജ സ്വയം ആവിഷ്കൃതയാകുന്നു.

ഇന്നെന്നെക്കാണുന്നു രാജപത്നി
ഇന്ദ്രാണിയെത്തന്നെ കാണുംപോലെ
ഇന്നെന്നെക്കാണുന്നു രാജമാതാ -
വീശ്വരിയെത്തന്നെ കാണും പോലെ
പീഠത്തിലെന്നെ പ്പിടിച്ചിരുത്തി -
ച്ചാമരം വീശുന്നിതേകറാണി,
പീലിപ്പുരികുഴൽ വാർന്നു കെട്ടി -
പ്പിച്ചിപ്പൂ ചൂടിപ്പൂ മറ്റൊരമ്മ
എൻമെയ്യണിയുവാൻ മത്സരിപ്പൂ
നിർമ്മത്സരകൾ നാടാടെയിപ്പോൾ.

കൂനുനിവർന്ന് വൈരൂപ്യംപോയപ്പോൾ വന്ന വലിയമാറ്റമിതാണ്. ദാസിയായിരുന്ന അവൾക്ക് ഇപ്പോൾ ലഭിച്ച സൗഭാഗ്യമെല്ലാം ഭാരമായി അനുഭവപ്പെടുന്നു. അതുകൊണ്ട് കവി ചിന്തിക്കുന്നത് ഈ വിധമാണ്.

ക്രൂരതകാട്ടി നീ പൂതനയിൽ -
ക്കാരുണ്യ സാരമിക്കുബ്ജയിങ്കൽ

നേരാരറിവ,തെനിയ്ക്കു പാർത്താൽ
നേരത്തേ പോയോളോടഭ്യസൂയ,

കൃഷ്ണൻ നൽകിയ വരദാനത്തിന്റെ വിനകളിൽ നിന്ന് കുബ്ജ രക്ഷപ്പെടുന്നത് പിന്നീട് ബലരാമന്റെ വരദാനത്താലും ആശിർവാദത്താലുമാണ്. ദാസിയെ ദാസിയല്ലാതാക്കിയപ്പോൾ നന്മ തിക്തമായതിന്റെ ഫലം അവൾ അനുഭവിച്ചു.

അല്ലെങ്കിൽ നന്മയാണെന്നു
നാം നടുന്നവയൊക്കെയും
തിന്മയേക്കാൾ തിക്തമാകും
ഫലം പെറുവതെങ്ങനെ?

പുനരാഖ്യാനത്തിനിടയിൽ കവിദൗത്യം ഇടശ്ശേരി മറക്കുന്നില്ല. വീരന്മാർ ജയത്തിലും തോൽവിയിലും രസിക്കുമെന്നും പരസ്പര പൂരകമായ പ്രണയത്തിലൂടെ മാത്രമേ സ്ത്രീ പുരുഷ ജീവിതം സഫലമാകൂ എന്നും ഇടയ്ക്ക് സൂചിപ്പിക്കുന്നു.

ജയത്തിലും തോൽവിയിലും
രസിപ്പൂ വീരരായവർ
ഈടാക്കുന്നതിലെ കൃഷ്ണ
നിനക്കെന്നും മഹാരസം!

എന്നും,

"പറിച്ചു നട്ടുനീ കൃഷ്ണ,
പടരുന്നൊരു വല്ലിയെ
നിനക്കാണിനിയും ഭാരം
പന്തലിട്ടുകൊടുക്കുവാൻ
ദൈവത്തെക്കൊണ്ടു പാവിട്ടും
മർത്ത്യനൂടായുമങ്ങനെ
നെയ്തുവെച്ചോരു സാമൂഹ്യ-
ജീവിതം ചിരസുന്ദരം.
കീറാതെ നോക്കണം, പക്ഷേ
മനോജ്ഞമൊരു നൂലിഴ
അതിൽത്തുന്നിപ്പിടിപ്പിപ്പ -
തത്ര ദുഷ്ക്കരമല്ലെടോ".

എന്നും കവിതന്നെ ഇടയ്ക്കു കയറി പറയുന്നുണ്ട്. സ്വാനുഭവങ്ങളുടെ ആവർത്തനച്ചൂടിൽ നിന്ന് ഉരുകിയൊലിച്ച കവി വാക്യങ്ങളായി ഇവയെ കാണാം. ഇതാണ് ഇടശ്ശേരിയുടെ സാമൂഹിക ദർശനം. ആതുരതയിൽ നിന്ന് സമൂഹത്തെ രക്ഷപ്പെടുത്തി, ജീവിതപീഡകൾക്ക് അറുതിവരുത്തി, നിഷ്കളങ്ക ശക്തിയിൽ നിന്ന് മഹാദാനങ്ങൾ ചെയ്യാൻ കവി ഈ പുരാവൃത്തത്തിന്റെ പുനരാഖ്യാനത്തിലൂടെ ആഹ്വാനം ചെയ്യുകയാണ്. മനുഷ്യനും ദൈവവും ചേർന്ന് ഊടും പാവും നെയ്തെടുക്കുന്ന സാമൂഹിക ജീവിതം ചിരസുന്ദരമാണെങ്കിലും അത് കീറാതെ നോക്കണമെന്ന പാഠമാണ് ഇടശ്ശേരി വരദാനത്തിലൂടെ പറഞ്ഞുതരുന്നതെന്ന് ഇതിനെ നിരീക്ഷിച്ചിട്ടുണ്ട്.[27]

സ്വഭാവികമായ ചുറ്റുപാടിൽ നിന്ന് ഒരു മനുഷ്യാത്മാവിനെ അടർത്തിയെടുത്ത് പറിച്ച് നടുക എന്ന പ്രക്രിയ കുഴപ്പംപിടിച്ചതാണെന്ന് കവിക്കറിയാം. ഈ കുഴപ്പം സ്വന്തം അനുഭവത്തിലും കവിക്കുണ്ടായിട്ടുണ്ട്. സ്വന്തം മനോവ്യാപാരത്തിന്റെ ബഹിസ്ഫുരണത്തിനായി പുരാവൃത്തത്തെ കൂട്ടുപിടിക്കുകയാണ് ഇടശ്ശേരി ഇതിൽ ചെയ്തത്.

ബാലാമണിയമ്മയുടെ 'കുബ്ജ'[28] എന്ന കവിത കാത്തിരിപ്പിന്റേതാണ്. കൃഷ്ണസ്പർശത്തിൽ വൈകല്യവും വൈരൂപ്യവും മാറിയ കുബ്ജയുടെ ലോകം നിറഞ്ഞ ഈശ്വരനുവേണ്ടിയുള്ള അമിതമായ കാത്തിരിപ്പ്.

മറയുന്ന സൂര്യന്റെ നേർക്കു കൈനീട്ടുമീ
മധുരാപുരി തൻ വഴിയിലൂടെ
മുതുകേറേക്കുന്നുപോയ്ക്കുനിയുന്ന മുഖവുമായ്
ദ്രുതമോരോ കാൽവെപ്പു മൂന്നിയൂന്നി
ചിരകാല ശീലത്താൽ ച്ചിന്തകൂടാതെ പൊ–
ന്നരമന പൂകാൻ......

നടക്കുമ്പോൾ കൃഷ്ണന്റെ ആകാരം കുബ്ജ ദർശിക്കുന്നു. രാധയെപ്പോലെ കാമുകിയുടെ മനോഭാവമാണ് കുബ്ജയിൽ കാണാൻ കഴിയുക.

പരുഷശിലകളിൽ ജ്ജഡയുരച്ചുര –
ച്ചൊ,രുനാളാലാർജ്ജിച്ച ഗന്ധലേപം,
ചെറുതാമെൻ കുമ്പിളിലുണ്ട; തുപൂശുന്നേൻ
വിറകയ്യാൽ നിൻ മെയ്യിൽ വീണ്ടും വീണ്ടും.
അലിയുന്നോരതിൽനിന്നു കിളരുന്ന സൗരഭ്യ –
മുലകിന്നുൾക്കുളിരേകിപ്പരന്നീടാവൂ.

എന്നാണ് കുബ്ജയുടെ അർത്ഥന. കൃഷ്ണൻ തന്ന ബലവും ആർജ്ജവവും ഇനിയൊരിക്കലും കുബ്ജയെ കുനിയിക്കില്ല എന്ന് അവളിൽ ആത്മവിശ്വാസമുണ്ട്.

'ക്ഷണികമിദർശനം, പോവുകെ'ന്നോ, നമ്മ –
ളിനിയൊരു രാവിലൊന്നാവു'മെന്നോ?

ഈ പ്രതീക്ഷയാണ് കുബ്ജയുടെ നീണ്ട കാത്തിരിപ്പിന്റെ ബലം. കാമുകത്വത്തെ ഈശ്വരത്വവുമായി ബന്ധപ്പെടുത്തി പരമാത്മബന്ധമായി സ്ത്രീ പുരുഷബന്ധത്തെ കാണുന്നതിനാണ് ബാലാമണിയമ്മ കുബ്ജയുടെ പുരാവൃത്തം ഉപയോഗിച്ചിരിക്കുന്നത്.

ആധുനിക ഇന്ത്യൻ ജീവിതാവസ്ഥയ്ക്ക് നേർക്കാഴ്ച നൽകുകയാണ് 'കൂന'[29] എന്ന കവിതയിൽ സച്ചിദാനന്ദൻ. അന്ധമായ അടിമത്ത്വവും വിധേയത്വവും ചിത്രീകരിക്കാനാണ് കുബ്ജയുടെ കൂനു നിവർത്തിയ പുരാവൃത്തം കവി ഇതിൽ ഉപയോഗിക്കുന്നത്.

പാർലമെന്റ് ഇപ്പോൾ
കൃഷ്ണൻ വന്നെത്തുന്നതും കാത്തിരിക്കയാണ്
അമേരിക്കയിൽ നിന്ന്

എന്നാണ് കവി പറയുന്നത്. നേരുപറയാൻ നാവുയർത്താത്ത വിനയമാണ് ആധുനിക ഇന്ത്യൻ അവസ്ഥയിൽ കൂനിനു കാരണം. വൈദേശികാധിപത്യം മുതൽ തുടങ്ങിയ ഈ കൂന് ഇന്നും വർദ്ധിച്ചുകൊണ്ടിരിക്കുകയും അതിൽ നിന്ന് രക്ഷിക്കാൻ അമേരിക്കയിൽ നിന്ന് ആധുനിക കൃഷ്ണൻ എത്തുമെന്നും പ്രതീക്ഷിച്ചിരിക്കുന്ന ഒരു ജനതയുടെ ചിത്രം ഈ ബിംബത്തിൽ കോർത്തിരിക്കുന്നു.

ബുദ്ധാന്വേഷണത്തിന്റെ പുരാവൃത്ത സാന്നിദ്ധ്യം

ആദർശങ്ങൾ എല്ലായിപ്പോഴും പൂർണ്ണമായി പ്രായോഗികമല്ലെന്ന ആശയമാണ് ഇടശ്ശേരി 'ബുദ്ധനും ഞാനും നരിയും'[30] എന്ന കവിതയിൽ ആവിഷ്ക്കരിക്കുന്നത്. രാജകുമാരനിൽ നിന്ന് ഭിക്ഷുവിലേക്ക് പരിവർത്തനം ചെയ്ത സിദ്ധാർത്ഥൻ മാനവരാശിയുടെ സംസാര ദു:ഖങ്ങൾക്ക് പരിഹാരം തേടിയിറങ്ങിയ പരിത്യക്ത ജീവിതത്തിന്റെ ഉടമയാണ്. പ്രലോഭനങ്ങളിൽ വീഴാതിരിക്കാനും, സ്വാർത്ഥമായി ഒന്നും ആഗ്രഹിക്കാതിരിക്കാനും, അഹിംസാത്മകമായി ജീവിക്കാനും എല്ലാം ക്ഷണികമാണെന്ന ദർശനം ബുദ്ധനെ സഹായിച്ചു. ഗയയിലെ ബോധിവൃക്ഷച്ചുവട്ടിൽ ജ്ഞാനോദയമുണ്ടായി സിദ്ധാർത്ഥൻ ബുദ്ധനായിത്തീർന്ന പുരാവൃത്തിന്റെ ആന്തിരകസത്തയാണ് ഇടശ്ശേരിയുടെ കവിതയിൽ നിഴലിക്കുന്നത്.

കാട്ടുപാതയിലൂടെ അരമൈൽ നടക്കേണ്ടിവന്ന ഗൃഹനാഥൻ മുന്നിൽ നരിയെ കാണുന്നു. കേവലം നിസ്സാരമായ ജീവിതത്തിന്റെ ഉടമയാണെങ്കിലും ജീവിക്കുന്ന ഇന്ത്യൻ ദരിദ്രനാരായണന്റെ പ്രതീകമാണെങ്കിലും:

അരിയില്ല, തിരിയില്ല, ദുരിതമാണെന്നാലും
നരിതിന്നാൽ നന്നോ മനുഷ്യൻമാരേ!

ചുമലിൽ ഇത്തിരി റേഷനരിയുമായി വീട്ടിലേക്കു നടക്കുമ്പോൾ വിശന്നുകരയുന്ന മക്കളേയും തലതല്ലി കാത്തിരിക്കുന്ന ഗൃഹനാഥയേയും അയാൾ ഓർക്കുന്നു. അതുകൊണ്ടാണ് കാട്ടിലൂടെയുള്ള എളുപ്പവഴി അയാൾ തിരഞ്ഞെടുത്തത്.

നരിവന്നാൽ – വന്നോട്ടേ, സുപരിചിതങ്ങളെൻ
ചരണങ്ങൾ, ഞാനൊരു പെണ്ണല്ലല്ലോ

എന്ന് ആൾ ചിന്തിക്കുന്നുണ്ട്. അങ്ങനെ നടക്കുന്നതിനിടയിൽ പരിശുദ്ധി പൊഴിച്ചു നിൽക്കുന്ന ബുദ്ധന്റെ പഴയ കൽപ്രതിമയ്ക്കു സമീപം അയാൾ എത്തിച്ചേരുന്നു.

ഒരു കാലം നിഷ്കൃഷ്ടാഹിംസയെപ്പറ്റിയും
കരുണയെപ്പറ്റിയും ചൊല്ലിച്ചൊല്ലി
കരയിച്ചിട്ടുണ്ടാവാം കഠിനാമർഷത്താലേ
കരൾതിന്നാനൂന്നും വിരോധിമാരെ.
തനതുസന്ദേശത്തിൻ സഫലപ്രയോഗത്താ –
ലനഘമാം പാരിനെക്കണ്ടുകണ്ടേ
ചരിതാർത്ഥനായ് ധ്യാനനിരതനായ് വാഴ്കയാ –

മിരുപതു നൂറ്റാണ്ടായ് മുനിയിവിടെ,
ഇരതേടും ക്രൗര്യങ്ങൾ നഖരമുരപ്പതു -
മറിയാതാം ധ്യാനപരതയോടെ!

എന്നിങ്ങനെ ബുദ്ധന്റെ ജീവിതത്തെക്കുറിച്ചുള്ള സൂചനകളും ആധുനിക ഇന്ത്യൻ സമൂഹത്തിന്റെ അവസ്ഥയെക്കുറിച്ചുള്ള വിചിന്തനവും നടക്കുന്നു. ഞൊടിയിടയിൽ നരി അവിടെ എത്തുകയും അയാളെ ലക്ഷ്യം വെച്ച് നിൽക്കുകയും ചെയ്യുന്നു.

"ഇരയായ് ഞാൻ വീഴണോ, മടയിൽ നിന്മക്കൾ തൻ'
പൊരിയും വയറ്റിലേയ്ക്കെത്തണോ ഞാൻ
ഇരയായി പണ്ടേതോ ജന്മത്തിൽ നിന്നെപ്പോ -
ലൊരു ഹിംസ്രജന്തുവിന്നിസ്സുഗതൻ
കരുണയാലത്യാഗം; കരുണതൻ പേരിൽത്താ -
നൊരു വാക്കു കൂറട്ടെ നരിയമ്മാനെ!

ഇപ്രകാരമുള്ള ചിന്തകൾ അയാളിലൂടെ കടന്നുപോയി. മുഴുപട്ടിണിയായ കുടുംബത്തിന് ഭക്ഷണമെത്തിക്കണോ അഹിംസയുടെ തത്വശാസ്ത്രത്തിനുവഴങ്ങി നരിയെ ഉപദ്രവിക്കാതെ അതിന്റെ പട്ടിണിയകറ്റണോ എന്നിടത്ത് മുന്നിലെ കൂറ്റൻ ബുദ്ധപ്രതിമ നരിയുടെ മേൽ തള്ളിയിട്ട് ഏറ്റവും പ്രയോഗികമായ മാർഗ്ഗം അയാൾ സ്വീകരിക്കുന്നു. അഹിംസാ പ്രചാരകനായ ബുദ്ധനെ ഹിംസാർത്ഥകമായി അയാൾ ഉപയോഗിക്കുന്നു. പ്രായോഗികതയ്ക്ക് എതിർ നിൽക്കുന്ന എന്തിനേയും സൗകാര്യാർത്ഥം ഉപയോഗിക്കുക എന്ന തത്വശാസ്ത്രമാണിത്. പുരാവൃത്തങ്ങളും വിശ്വാസങ്ങളും ഇതിന് ഉപോൽബലകങ്ങൾ മാത്രമാണ്. ആദർശങ്ങൾ പ്രായോഗികമാവുമ്പോൾ അവയുടെ പേരു തന്നെ ഇല്ലാതാവും. പണ്ടെപ്പഴോ ബുദ്ധനും ഒരു നരിയുടെ ജന്മം പൂണ്ടതിനാൽ തന്റെ പ്രവൃത്തി ന്യായീകരിക്കപ്പെടുമെന്ന് ഇതിലെ ഗൃഹനാഥൻ വിശ്വസിക്കുന്നു.

യുദ്ധാനന്തര കാലഘട്ടത്തിലെ മനുഷ്യാവസ്ഥയുടെ തീക്ഷ്ണനാദം ഈ കവിതയിലുണ്ട്. വിശന്നുകരയുന്ന കുഞ്ഞുങ്ങൾക്കു മുൻപിൽ തത്വശാസ്ത്രങ്ങൾക്ക് വിലയില്ലെന്ന കണ്ടെത്തലാണിത്. ജാഗ്രതയില്ലാത്ത കരുണ അപകടകരമാണെന്ന് ബുദ്ധന്റെ വചനം തന്നെയാണിത്. ബുദ്ധന്റെ പുരാവൃത്തത്തിലെ ദാർശനികതലം തന്നെയാണ്. ഇടശ്ശേരിയെ 'ബിംബിസാരന്റെ ഇടയൻ'[31] എന്ന കവിത എഴുതാനും പ്രേരിപ്പിച്ചത്.

ആജ്ഞേയതയെപ്പേടിയ്ക്കുന്നൂ
ചിലർ, ചിലർ വാഴ്ത്തി നടക്കുന്നൂ;
പേടിപ്പോർ പകവെപ്പു, വാഴ്ത്തിന -
ടപ്പവർ തേടുന്നതിലാഭം
ശരിയ്ക്കു മാര്യ മഹർഷേ, താങ്കളെ -
യറിവോരീയജയുഥങ്ങൾ;
അവയിൽപ്പക്ഷേ തങ്ങുന്നീലാ
കൃതജ്ഞതാവചനോപായം!

നാല് ആശ്രമങ്ങളെ മാനിച്ച് ഭാരതീയ പാരമ്പര്യത്തിനും സാഹിത്യത്തിനും ആദരണീയമായി സ്വീകാര്യമായിത്തീർന്ന പുരാവൃത്തമാണ് ബുദ്ധന്റേതെന്നതുകൊണ്ടാണ് ഇടശ്ശേരി 'വലിയകുന്നുകളെ' ഇങ്ങനെ വീക്ഷിച്ചത്.

ഹിംസയുടെ അന്ധമായ അനുഷ്ഠാനങ്ങളിൽ നിന്ന് മനുഷ്യന്റെ കണ്ണുതുറപ്പിച്ച ബുദ്ധന്റെ പുരാവൃത്തം ഈ കവിതയിൽ ഭൂതദയ സൃഷ്ടിക്കുന്നുണ്ട്. ആടുകളെ ബലിക്കുകൊണ്ടുപോകുന്ന വഴിക്കുവെച്ച് കണ്ട ബുദ്ധഭിക്ഷു യാഗശാലയിലേക്കു നയിക്കുന്നതിനിടയിൽ വീണുപോയ പാവം ആട്ടിൻകുട്ടിയെ തോളിലിട്ട് അവിടെ എത്തുന്നു. ക്രൂരവും ദയാരഹിതവുമായ യാഗങ്ങളുടെ നിരർഥകത ബോധ്യപ്പെടുത്തി നാട്ടിലെ മൃഗബലി അവസാനിപ്പിക്കുകയും ചെയ്തു. മനഃപരിവർത്തനത്തിന്റെ വിചാരധാരകൾ അവതരിപ്പിക്കുന്നത് ആട്ടിടയന്റെ മനോഗതത്തിലൂടെയാണ്. കൊടുക്കാൻ സാധിക്കാത്തത് എടുക്കാൻ അവകാശമില്ലെന്ന ബുദ്ധതത്വം വളരെ നാടകീയമായി സംവിധാനം ചെയ്തിരിക്കുന്നു. കവിതയിൽ ബുദ്ധനെക്കുറിച്ച് ഇടയനിലൂടെയും രാമനെക്കുറിച്ച് ഹനുമാനിലൂടെയും, കൃഷ്ണനെക്കുറിച്ച് ദാരുകനിലൂടെയുമാണ് ഇടശ്ശേരി സംസാരിച്ചത്. ഇവിടെയും അങ്ങനെത്തന്നെ.

ആരുവാനിതു നമ്മെത്വരയാ –
ലതിക്രമിച്ചൂ നടക്കുന്നോൻ
ആചാരപ്പടിയന്വേഷിപ്പവ –
നഹോ, മഹസ്സാൽ പ്പരിദീപ്തൻ!
മുന്നേ, ഭവാനീ ലോകമശേഷം
തോളിലെടുപ്പാൻ കെല്പുടയോൻ
കുഞ്ഞാടിതിനെപ്പൊക്കിയെടുപ്പാൻ
കനിവൂ: നന്നീയാരംഭം!

കൂട്ടത്തിൽ നടക്കാൻ കഴിയാതെ വീണുപോയ കുഞ്ഞാടിനെ തോളിലേറ്റിയ ബുദ്ധഭിക്ഷുവിന്റെ വലിപ്പം ജന്മവാസനയാൽ മനസ്സിലാക്കാൻ കെൽപ്പുള്ള കഥാപാത്രമാണ് ഇവിടെ ഇടയൻ. ആ ഇടയന്റെ കരുണാർദ്രമായ ആത്മകഥ ആരുടെയും ഹൃദയം കവരുന്നതുമാണ്.

എനിയ്ക്കുമൊരു മാതുണ്ടായീപ –
ണ്ടെന്നെ നൃപന്നുകൊടുത്തപ്പോൾ
കിട്ടിയ വിൽക്കാശപ്പടിയെന്നുടെ
കോന്തയ്ക്കലുടക്കിയവൾ!
അവൾക്കു കുളിരിനുകമ്പിളിനേടി –
പ്പിന്നീടെന്നോ ഞാൻപോകെ
ഒരട്ടിമണ്ണു പുതച്ചു കിടപ്പൂ!
വീടാക്കടമേ മമ ജന്മം!

കവിയുടെ സ്വന്തം ജീവിതദുഃഖത്തിന്റെ ഇതിഹാസമാണ് ഈ വരികൾ. ഇടശ്ശേരിതന്നെ ഇവിടെ ഇടയനാവുകയാണ്. ഈ കവിതയിലും മാതൃസങ്കൽപ്പത്തിന്റെ മൂർത്തമായ ആവിഷ്ക്കാരമുണ്ട്.

അമ്മമാരുടെ മുഗ്ധതകൾക്കി -
ങ്ങവസതിയുണ്ടോ ഭൂവനത്തിൽ?
തന്നെത്തന്നെത്തീറ്റ കൊടുത്തിവർ
പോറ്റിയെടുപ്പീലാരാരെ!

മാതൃസ്നേഹവും അതിന്റെ ശക്തിയും ആവിഷ്ക്കരിക്കാൻ ലഭിക്കുന്ന അവസരങ്ങളൊന്നും ഇടശ്ശേരി പാഴാക്കിയിട്ടില്ല. ഇവിടെ സംയമനത്തെ ശീലിക്കാൻ ബുദ്ധന്റെ സഹായം തേടുകയും അതു തന്നെയാണ് സമ്പത്തെന്ന് പ്രഖ്യാപിക്കുകയും ചെയ്യുന്നു ഇടശ്ശേരിയിലെ ഇടയൻ. അങ്ങനെ ആട്ടിടയന്റെ മനോഗതിയിലൂടെ ബുദ്ധന്റെ വിചാരതത്വങ്ങൾ ഭാവതീവ്രതയോടെ കവി ആവിഷ്ക്കരിക്കുന്നു.

ആധുനിക മലയാളകവിതയിലെ ബുദ്ധപുരാവൃത്തങ്ങൾ

ബിംബിസാരൻ ഗൗതമന്റെ ശിഷ്യനായ കഥ തന്നെയാണ് ജി.ശങ്കരക്കുറുപ്പിന്റെ 'ഗൗതമനും രാജാവും'[32] എന്ന കവിതയ്ക്കാധാരം. ശാന്തഗംഭീരമായ മുഖത്തോടെ ഏതു സാമ്രാജ്യശ്രീയും കൊതിക്കുന്ന രൂപമായാണ് ഈ കവിതയിൽ ഗൗതമനെ ചിത്രീകരിക്കുന്നത്.

നീണ്ടു വളഞ്ഞ പുരികവും തേജസ്സു
പൂണ്ടു വിരിയുന്ന കണ്ണുകളും
അത്തരുണന്റെ മുഖത്തിന്നുളവാക്കു-
മുത്തമകാന്തി,യുയർന്ന തോളിൽ,
പാറും പരുഷമാം ചെഞ്ചിടക്കെട്ടിനാ-
ലേറുന്നൂ, നിഷ്പരിവേഷം ചാർത്തി!

ബിംബിസാരന്റെ മനംമാറ്റത്തിന് കാരണമായ നിയോഗം ബുദ്ധന്റെ ദർശനമാണ്.

ജീവിത മജ്ജയാൽ വാളിൽ മെഴുക്കിട്ടു -
മേവിടും വിശ്വാസമൂഢന്മാരേ!
ഈ വിധമുള്ളേടം വിട്ടീടൊല്ലെ ന്നാജ്ഞ -
യാവുകിൽ മാത്രമേ ഖിന്നനാവൂ
സാധു സമസൃഷ്ടദീന വിലാപത്തെ
മാധുര്യമേറുന്ന ഗാനമാക്കി,
യാതനയാലെ പിടയുന്ന ശബ്ദത്തെ
വീതഭയമതിൻ താളമാക്കി,
സ്വർഗ്ഗത്തിലേക്കുള്ളൊരീ, ഗ്ഘോഷയാത്രതൻ
മാർഗ്ഗം നരകത്തിലെത്തിക്കുന്നു!

ദുഷിച്ച ചിന്തകളെയും കഠിനമായ വികാരങ്ങളെയും കഴുകിക്കളയാൻ പ്രേരിപ്പിക്കുന്ന ബുദ്ധന്റെ ചിന്താധാരയാണ് കവി വെളിപ്പെടുത്തുന്നത്. അജ്ഞതയാണ് ദു:ഖത്തിന്റെ കാരണം. പ്രജ്ഞ വേർതിരിവുകളെ ഇല്ലാതാക്കുന്നു. തിന്മയിലേക്ക് അതിവേഗം സഞ്ചരിച്ചുകൊണ്ടിരിക്കുന്ന മാനവസമുദായത്തെ അതു ബോധ്യപ്പെടുത്തുക തന്നെയാണ് ജി.യുടെ ലക്ഷ്യം.

സച്ചിദാനന്ദൻ 'പ്രണയബുദ്ധൻ'[33] എന്ന കവിതയിൽ ഇങ്ങനെ എഴുതുന്നു.

ആ ഗുഹബോധിയായി
എനിക്കു പ്രണയത്തിന്റെ വെളിപ്പാടുണ്ടായി.
അപ്പോൾ ഞാൻ ജന്മങ്ങളിലൂടെ സഞ്ചരിക്കുന്നു.
അവസാനത്തെ മനുഷ്യ ജോടിക്കും
പ്രണയനിർവ്വാണം ലഭിച്ചു കഴിഞ്ഞേ
ഞാൻ പരമപദം പ്രാപിക്കുകയുള്ളൂ.

വിശുദ്ധമായ പ്രണയം മാംസനിബദ്ധമല്ല. പല ജന്മങ്ങളുടെയും ശൂന്യസ്ഥലികളിലൂടെ കടന്നുപോകുന്ന ബുദ്ധന് മനുഷ്യരുടെ രാഗ ദ്വേഷങ്ങൾ കാണാം. എല്ലാവരും പരമപദം പൂകുന്നതുവരെ ബുദ്ധൻ അവതരിച്ചുകൊണ്ടിരിക്കും. ബുദ്ധന്റെ പത്മസൂത്രമാണ് സച്ചിദാനന്ദ നിൽ ഈ കവിതയ്ക്ക് പ്രേരകമായി വർത്തിച്ചത്.

വർത്തമാനകാലത്തിന്റെ ദുരിതങ്ങൾ സഹിക്കാനാവാതെ ആദി പ്പൊരുളിലേക്ക് മടങ്ങിപ്പോകുന്ന മനുഷ്യനെയാണ് സച്ചിദാനന്ദൻ 'സത്യവാങ്മൂലം'[34] എന്ന കവിതയിൽ അവതരിപ്പിക്കുന്നത്.

മൗനത്തിന്റെയും മരണത്തിന്റെയും ഇരുണ്ട തീരങ്ങളിൽ നിന്ന്
ഞാൻ പിന്നെയും ജീവിതത്തിലേക്ക് ഏറിയപ്പെട്ടിരിക്കുന്നു
ദാരിദ്ര്യവും ദുരിതവും ചേർത്തു കുഴച്ചെടുത്ത
നിങ്ങളുടെ കണ്ണുകളിൽ
ഞാൻ പിന്നെയും എന്നെത്തന്നെ കണ്ടെത്തുന്നതുപോലെ

എന്ന തിരിച്ചറിവിൽ നിന്ന് അഭിനവബുദ്ധൻ പ്രയാണമാരംഭിക്കു ന്നു. പീഡനത്തിനുവിധേയനായ ഒരു വ്യക്തിയുടെ ആത്മനൊമ്പര ങ്ങളാണ് ഈ കവിത.

ദുരിതം കണ്ടരാജകുമാരൻ അവന്റെ ബോധിയിലേക്കു
പോകുന്നതുപോലെ ഞാൻ പോകുന്നു.

ഈ പുരാവൃത്തബിംബം തീക്ഷ്ണമായ വേദന ജനിപ്പിക്കുന്നതിന് സഹായിക്കുന്നുണ്ട്. സച്ചിദാനന്ദന്റെ കവിതകളിൽ ധാരാളമായി ഈ ബുദ്ധസാന്നിദ്ധ്യം നിഴലിക്കുന്നു.

'ബുദ്ധൻ പഞ്ചാബിൽ'[35] എന്ന കവിതയിൽ പഞ്ചാബിലെത്തിയ ബുദ്ധന് നേരിടേണ്ടി വരുന്ന രക്താങ്കിതമായ കാഴ്ച്ചകളാണ് ചിത്രീ കരിക്കുന്നത്. അരയാലിന്റെ ശീതളിമ അവിടെ ഇല്ല. മാതാവിന്റെ വിലാപം മാറ്റുന്ന സാന്ത്വനമായി ബുദ്ധൻ മാറുന്നു.

ബുദ്ധന്റെ ഭിക്ഷാപാത്രം
രക്തത്താൽ നിറയുന്നു,
നിർത്തുകിസ്വപ്നം നിന്റെ
കൈയിലും കാണൂരക്തം

ബുദ്ധന്റെ നോട്ടത്തിലെ ഘനസാന്ദ്രമായ കനിവു നിമിത്തം ചീറുന്ന വെടിയുണ്ടകൾ പാടുന്ന കുയിലുകളായിത്തീരുന്നു. ബാണങ്ങൾ പുഷ്പങ്ങളായി മാറുന്നു.

പട്ടിണിമരണം താണ്ഡവമാടുന്ന കാളഹന്ദിയിലെത്തിയ ബുദ്ധനെ 'ബുദ്ധൻ കാളഹന്ദിയിൽ'[36] എന്ന കവിതയിൽ ആവിഷ്ക്കരിക്കുന്നു.

കാമത്താലല്ല കത്തുന്നൂ
വിശപ്പാലൂഴി ഗൗതമ!
ഇവർക്കുവേണ്ട നിർവ്വാണം
നിശ്ശൂന്യതയിവർ സ്വയം
ജ്ഞാനത്തിൽ കുറവാലല്ലാ
വരളുന്നതു നാവുകൾ;
ധ്യാനത്തിൻ കുറവാലല്ലാ
വയർ വെന്തരിയുന്നതും.
ഇവർനോകുന്നു തത്ത്വജ്ഞം
വിടരും ചോടിയല്ല, നിൻ
വിരലിൽ ത്തൂങ്ങുമാ ഭിക്ഷാ –
പാത്രത്തിൽ കൊതിയോടിതാ.

കണ്ണീരിന്റെ മഹാനദിയിൽ തോണിയിൽ യാത്രചെയ്യുന്ന ബുദ്ധൻ തിരിച്ചറിയുന്നത് ഇതൊക്കെയാണ്. അപ്പവും അധികാരവും തിരിച്ചു പിടിക്കാനുള്ള ആത്മീയ വിപ്ലവത്തിന്റെ ആഹ്വാനമായി ഈ കവിത പരിണമിക്കുന്നു.

സച്ചിദാനന്ദന്റെ 'കവിബുദ്ധൻ' 'തപസ്സ്', 'ഇടവേള', 'ബോധവതി' 'കുറുക്കൻ', 'മുങ്ങിക്കുളി' എന്നീ കവിതകളിലും ബുദ്ധപുരാവൃത്ത ത്തിൽ നിന്നടർത്തിയെടുത്ത ബിംബങ്ങൾ കാണാം. ആശയങ്ങളുടെ യും ദർശനങ്ങളുടെയും കലാപത്തിന്റെ ഭാഗമായാണ് ബുദ്ധബിംബ ങ്ങളെ സച്ചിദാനന്ദൻ കവിതയിൽ ഉപയോഗിച്ചിരിക്കുന്നത്.

ഒ.എൻ.വി. കവിതകളെയും ബുദ്ധപുരാവൃത്തത്തിലെ ബിംബക ല്പനകൾ സ്വാധീനിക്കുന്നുണ്ട്. ഹുസൈൻസാഗർ താടകത്തിന്റെ ആഴങ്ങളിൽ പോയ ബുദ്ധ പ്രതിമയെക്കുറിച്ചുള്ള ഉത്കണ്ഠയും വേദനയും വിസ്മയവും ആവിഷ്ക്കരിക്കുന്ന 'പലായനം'[37] എന്ന കവിത ഇതിന് ഉദാഹരണമാണ്.

അക്കുറിമാനങ്ങളും മാഞ്ഞുമാഞ്ഞില്ലാതെയായ്!
അല്പജ്ഞർ ഞങ്ങൾക്കതു കൗതുകപുരാവസ്തു.
രാവുകൾ, പകലുകളീഗംഗാസമതല –
ഭൂവിലൂടലഞ്ഞ നിൻ കാൽപ്പാടും മായ്ച്ചൂകാലം!

ബുദ്ധൻ ഇന്ന് കേവലം പ്രതിമമാത്രമായിരിക്കുകയാണെന്നും ബുദ്ധസൂക്തങ്ങളും ജീവിതവും മറവിയിലാണ്ട മനുഷ്യപ്രജ്ഞയുടെ പലായനത്തെ കവി ആന്തരിക വിശകലനത്തിന് വിധേയമാക്കുക യാണ് ഇതിൽ.

'വെറുമൊരാത്മഗതം'[38] എന്ന കവിതയിൽ വറുതിയുടെ കാലത്ത് ബുദ്ധൻ വരുമെന്ന പ്രതീക്ഷ ഒ. എൻ. വി. പ്രകടിപ്പിക്കുന്നു.

നിസ്വരെ കൂരയ്ക്കുള്ളിലിട്ടു തീ കത്തിക്കുന്നൊ–
രുത്തരജനപദഗ്രാമചത്വരങ്ങളിൽ

ഭഗ്നമാം തഥാഗത വിഗ്രഹത്തിലെ, യെന്നോ
നഷ്ടമായൊരാശിരസ്സത്രേ ഞാൻ തിരയുന്നൂ.

തഥാഗതസ്മൃതിയിൽ ബുദ്ധപ്രതിമയ്ക്കു പിറകിലെ ബുദ്ധവചനങ്ങൾ വർത്തമാനകാലത്തെ നിരീക്ഷിക്കുകയാണ്. അനീതിക്കെതിരെ പോരാടിയ ആയുധമെടുത്ത ബുദ്ധന്റെ പുരാവൃത്തമാണ് ഈ നിരീക്ഷണത്തിനും അന്വേഷണത്തിനും കവിയെ പ്രേരിപ്പിക്കുന്നത്.

കെ.ജി. ശങ്കരപ്പിള്ളയുടെ 'വരും വരും എന്ന പ്രതീക്ഷ'[39] വർത്തമാനകാലത്തിന്റെ വിചാരപരിസരത്തുനിന്ന് ബുദ്ധനെ നിരീക്ഷിക്കുന്ന കവിതയാണ്.

... ബാനർജി റോഡിലൂടെ
ഒരാട്ടിൽപറ്റം കടന്നുപോകുന്നു.
അവമുഴുവനും മുടന്തുന്നു.
കുരുതിക്കാരന്റെ വാളുപോലെ
ഈ വേനൽപ്പാത വെട്ടിത്തിളങ്ങുന്നു.
പാവം ഗൗതമനിപ്പോൾ വരാതിരിക്കട്ടെ.
വന്നുപോയാൽ എന്തുചെയ്യും?
വെറും പത്തുവിരലിന്റെ കാരുണ്യത്തിൽ
ഇതിൽ ഏതുമുടന്തനെ അവൻ രക്ഷിക്കും?

ബുദ്ധസ്പർശംകൊണ്ട് സൗഖ്യമാക്കാൻ സാധിക്കാത്ത വിധത്തിൽ ലോകം മാറിപ്പോയിരിക്കുന്നു എന്ന നിരീക്ഷണത്തിനാണ് ഈ പുരാവൃത്ത സാന്നിദ്ധ്യം കവി ഉപയോഗിക്കുന്നത്.

പി. കുഞ്ഞിരാമൻ നായരുടെ 'ബുദ്ധന്റെ ഭിക്ഷ'[40] പാലിഭാഷയിലുള്ള ബുദ്ധചരിതത്തിലെ ഒരു സംഭവക്കുറിപ്പുമായി ബന്ധപ്പെട്ട കവിതയാണ്. രണ്ട് ഭാഗങ്ങളുള്ള കവിതയുടെ ഒന്നാം ഭാഗത്തിൽ ബുദ്ധനെ വർണ്ണിക്കുന്നു.

ഇപ്രപഞ്ചപ്പെരും തച്ചനാൽ സ്വയം
തൃക്കരത്താൽ വിരാചിതമായൊരു
കാന്തിച്ചുറ്റും വിതയ്ക്കുമഹിംസതൻ
ശാന്തിചൂടിയ വിഗ്രഹമെന്നപോൽ.

മഹാപ്രപഞ്ചത്തിന്റെ തെരുവിലെ ജീവിതത്തിന്റെ കോലാഹലത്തിനിടയിലും ശാന്തിയുടെ വേണുഗാനമുതിർത്ത ബുദ്ധന്റെ വർണ്ണനയിൽ സാധുക്കളുടെയും ആലംബഹീനരുടെയും ദു:ഖത്തെ ഇല്ലാതാക്കിയതിന്റെ പരാമർശമുണ്ട്.

രണ്ടാമത്തെ ഭാഗത്ത് ബുദ്ധനുമുമ്പിൽ ഭിക്ഷ നൽകുന്നവരുടെ വിവരണമാണ്. രത്നങ്ങളും വെള്ളിനാണ്യങ്ങളും പൊൺനാണ്യങ്ങളും ഇടതുകൈകൊണ്ട് അദ്ദേഹം വാങ്ങിവെക്കുന്നു. ആസമയം അവിടെ വന്നെത്തിയ വൃദ്ധയെ കവി ചിത്രീകരിക്കുന്നത് ഈ വിധത്തിലാണ്.

വാർദ്ധകഭാരമൂന്നുവടിയുടെ
മൂർദ്ധനിവെച്ചു വന്നെത്തിസന്നിധൗ

മുറ്റുമേ ചുളിവീണുള്ള തോലിനാ
ലിട്ടുമൂടിയ വൃദ്ധാസ്ഥിപഞ്ജരം.

അവർ നൽകിയ ആക്രമഫലം വാങ്ങിക്കാൻ ബുദ്ധൻ സന്തോഷ ത്തോടെ എഴുന്നേറ്റപ്പോൾ ഈ അപമാനത്തിന്റെ അർത്ഥമെന്താണെ ന്നറിയാതെ കൂടിനിന്നവർ പിറുപിറുത്തു. ഇതിനു മറുപടിയായിരുന്നു സിദ്ധാർത്ഥന്റെ മൊഴികൾ.

ശർമ്മമിപ്പാരിനേകുവാനുള്ളൊരെൻ
ധർമ്മഭണ്ഡാരമൊട്ടു നിറയ്ക്കുവാൻ
നിങ്ങൾ നൽകിയ കല്ലുകൾക്കുള്ളിലുൾ -
തിങ്ങിമിന്നുവതുണ്ടഭിമാനവും
ഇപ്പടുവൃദ്ധ പട്ടിണിപ്പാവമാ-
ണിന്നു സർവ്വസമായ ഫലത്തിനെ
തൻ വിശപ്പിനെ - യല്ലതു തന്നെയും
താൻ മറന്നിതു വാത്സല്യ ശാലിനീ.
എൻ കരളുവശീകൃതമായി തീ -
മങ്കയാൾ തന്റെ ദാനയജ്ഞത്തിനാൽ,
ഇക്കനിയ്ക്കകത്തുണ്ടു നിസ്വാർത്ഥമ -
ത്യാഗപക്വത തൻ മുഴുമാധുരീ

വിലപിടിപ്പുള്ള രത്നകല്ലുകളേക്കാൾ ആ വൃദ്ധ നൽകിയ മാങ്ങയെ ആദരിച്ച സിദ്ധാർത്ഥൻ നിസ്വാർത്ഥമായ ദാനത്തിനെയും ത്യാഗ ത്തിനെയും വാഴ്ത്തുകയാണ്. അതുകൊണ്ടാണ് താൻ സിദ്ധാർത്ഥ നും ബുദ്ധനുമായിത്തീർന്നത്.

രാജദണ്ഡിന്റെയാജ്ഞ നടക്കാത്ത
രാജ്യമൊന്നു,ണ്ടവളതിൻ റാണിയാം
ഇപ്രബുദ്ധ ജയിച്ചു തൻ പ്രേമത്താൽ
ക്ഷിപ്രമിന്നെൻ ഹൃദയരാജ്യത്തിനെ!
ഈ മഹിതൻ സുപ്രേമബന്ധനം
മൂലമിന്നു താൻ സിദ്ധാർത്ഥനായി ഞാൻ
ഈ മഹിതതൻ പ്രേമ പ്രദീപ്തിയാൽ
മോഹനിദ്ര വെടിഞ്ഞു ഞാൻ ബുദ്ധനായ്.

ആത്മാർത്ഥമായ ത്യാഗവും സേവനമനോഭാവവും കറകളഞ്ഞ ദാനവും വാഴ്ത്തപ്പെടണമെന്ന ആശയമാണ് കവിതയുടെ കേന്ദ്ര ബിന്ദു. ഹിംസയുടെ ചൂടുചോരപുരണ്ട ഭൂമിയ്ക്ക് ധർമ്മോപദേശം നൽകിയ ബുദ്ധന്റെ പുരാവൃത്തം ഓരോ ഭാരതീയനും നെഞ്ചേറ്റി ലാളിക്കണമെന്ന ബോധമാണ് കവിയെ നയിക്കുന്നത്.

അയ്യപ്പപ്പണിക്കരുടെ 'തഥാഗതന്റെ തിരിച്ചറിവുകൾ'[41] ബൗദ്ധ പുരാവൃത്തവുമായി ബന്ധപ്പെട്ട കവിതയാണ്. എട്ടുഭാഗങ്ങളായി അവതരിപ്പിച്ച ഈ കവിതയിൽ ബുദ്ധന്റെ ജീവിതത്തിലെ പ്രസക്ത മുഹൂർത്തങ്ങൾ ആധുനിക ജീവിതാവസ്ഥയോട് പ്രതികരിക്കുന്ന തായി ചിത്രീകരിച്ചിരിക്കുന്നു.

ആ ദിവസം എത്തിയിരിക്കുന്നു:
ഇന്ന് കൊട്ടാരം വിട്ടിറങ്ങണം
ഉറക്കമൊട്ടും സുഖമായില്ല താനും
ഇനി എന്നാണൊന്നുറങ്ങുക!
അച്ഛൻ
ശുദ്ധമനസ്കനായ ശുദ്ധോദനൻ
തടസ്സങ്ങളെല്ലാം തയ്യാറാക്കിയിരിക്കുന്നു.
അന്തഃപുരം നിറയെ തരുണസൗന്ദര്യം
സുഖഭോഗങ്ങളുടെ ആവനാഴികൾ നിറഞ്ഞിരിക്കുന്നു.
രോഗം, വേദന, മരണം: ഈ വാക്കുകൾ ഉരുവിടാത്ത വിശ്രമവനം.
അതുകൊണ്ടുതന്നെ ഇവിടം വിടാൻതോന്നുന്നു.

ശാശ്വതസത്യം തേടി കൊട്ടാരസുഖം വിട്ടിറങ്ങിയ സിദ്ധാർത്ഥന്റെ മനോഗതത്തിൽ വർത്തമാനകാല ജീവിതം തുടിക്കുന്നുണ്ട്.

നൂറ്റാണ്ടുകൾക്കുശേഷം
അവരെന്റെ പൗർണ്ണമി ആഘോഷിക്കുന്നതുപോലും
ഈ നിഷ്ക്രമണം ഓർമ്മിച്ചുകൊണ്ടായിരിക്കും.
ഇന്ന് പൗർണ്ണമി എവിടെപ്പോയി?
ബുദ്ധപൗർണ്ണമി
ബുദ്ധനുവേണ്ടിയല്ല–
ചരിത്രപണ്ഡിതന്മാർക്കും പുരോഹിതന്മാർക്കും
വേണ്ടിമാത്രമാവാം.

തലമുറകളുടെ ദുരിതത്തിന്നവസാനം കാണുന്ന ബോധോദയം കൈവരുന്ന മുഹൂർത്തം തഥാഗതൻ തിരിച്ചറിയുന്നു. ജന്മാന്തര വ്യാകുലതകൾക്ക് അറുതിവരുന്ന ധർമ്മപദവും സംഘഗതിയും ശരണത്രയത്തിൽ തുടിക്കുന്നു.

തനിക്കുവേണ്ടി പ്രവർത്തിക്കുന്ന ഭിക്ഷുക്കളെ തഥാഗതൻ കാണുന്നു. ചരിത്രഗ്രന്ഥങ്ങളിലെ അക്ഷരങ്ങൾ വായിക്കുന്നു. പ്രച്ഛന്ന ബുദ്ധനായ ആദിശങ്കരനും, തിബത്തിൽ നിന്നുള്ള പലായനവും, മഹായാനവും, നാഗാർജ്ജുനനും കൺഫ്യൂഷസും ഒക്കെ ഒരിക്കൽകൂടി തഥാഗതന്റെ മുന്നിലൂടെ കടന്നുപോകുന്നു. തിരിച്ചറിവിന്റെ ഒടുക്കത്തിൽ

നോക്കൂ ഭിക്ഷുക്കളേ
നിങ്ങളെ ഞാൻ ഓർമ്മിപ്പിക്കട്ടെ!
എല്ലാവസ്തുക്കളും നാശത്തിനു വിധേയമാണ്.
നിങ്ങളുടെതന്നെ മോചനത്തിനുശ്രമിക്കാതെവയ്യ.
നിങ്ങൾ നിങ്ങൾക്കുതന്നെ ദീപങ്ങളാവട്ടെ.

എന്നുപറയുമ്പോൾ ധർമ്മരഥം ഉരുളേണ്ട വൻപഥങ്ങളിൻ ചോരയും കണ്ണീരും ഉപ്പും വിളയുകയാണെന്ന് കവി കണ്ടെത്തുന്നു.

നെല്ലിക്കൽ മുരളീധരന്റെ 'ധ്യാനിബുദ്ധന്റെ മുന്നിൽ'[42] എന്ന കവിതയിൽ ജീവിത സമസ്യങ്ങൾക്കു മുൻപിൽ ഉഴലുന്ന ആധുനിക മനുഷ്യൻ ബുദ്ധന്റെ സാമീപ്യത്തിനായി കൊതിക്കുകയാണ്.

പടരുന്ന തീയും
കടന്ന തഥാഗതാ,
പല ചോദ്യമായി ഞാൻ
ചിതറുന്നു, നീയുണർ
എരിയാത്തതൊക്കെയും
നിർജീവമല്ലയോ?
കൊഴിയാത്തതൊക്കെയും
വിരിയാത്തതല്ലയോ?
ഉദയത്തിലസ്തമയ-
ദു:ഖങ്ങളില്ലയോ?
അമൃതോദയം ഗുരോ,
മൃതിയിൽ നിന്നല്ലയോ?

അസ്വാതന്ത്ര്യത്തിന്റെയും ചോരക്കുരിതികളുടെയും നടുവിൽ ഉഴലുന്ന മർത്യൻ എരിതീയിലകപ്പെട്ടവനെപ്പോലെയാണ്. വഴികാണാതുഴലുന്നവനെ സഹായിക്കാനും ചിറകുമുളപ്പിക്കുന്ന ആകാശത്തിൽ ഉദയതാരകം കാണിക്കാനും ഒരു ബുദ്ധസാന്നിദ്ധ്യം കവി ആഗ്രഹിക്കുന്നു.

കെ. ജി. ശങ്കരപ്പിള്ളയുടെ 'ആനന്ദൻ'[43] ബുദ്ധപുരാവൃത്തത്തെ കേവല പ്രതീകമായി അവതരിപ്പിച്ച് വ്യക്തികേന്ദ്രീകൃതമായ ആധുനികത സൃഷ്ടിക്കുന്ന അസ്തിത്വ സംബന്ധമായ പ്രശ്നങ്ങളെ നിർദ്ധാരണം ചെയ്യാൻ ശ്രമിക്കുന്ന കവിതയാണ്.

ആനന്ദൻ,
ഇവിടെ എന്നും വർത്തമാനത്തിന്റെ പ്രളയം
നിന്റെ അരയാലിലയും പേടകവും
എന്നും വിദൂരഭൂതഭാവികളിൽ മാത്രം
നിന്റെ മുക്തിഗാഥ മരണത്തിലേക്കു മാത്രം.
ആരുടെയോ തേവാരത്തെ ഓട്ടക്കലങ്ങളിലൂടെ
ഞങ്ങൾതേടുന്നതോ, ജീവിതത്തിലേക്കു മോചനം

മുക്തിബോധാത്മകമായ ഈ കവിത ആധുനിക ലോകം നേരിടുന്ന ഏറ്റവും ഭീഷണമായ മാനവികപ്രശ്നങ്ങളിലേക്ക് വിരൽചൂണ്ടുന്നതാണ്. മൗനത്തിന്റെ പുറംതോട് പൊട്ടിച്ച് വർത്തമാനകാല യാഥാർത്ഥ്യങ്ങളെ നേരിടാനുള്ള കരുത്ത് ആർജ്ജിക്കാൻ ബുദ്ധപുരാവൃത്ത സാന്നിദ്ധ്യം ഈ കവിതയ്ക്ക് ഉൾതുടിപ്പേകുന്നു.

ആറ്റൂരിന്റെ 'പിതൃഗമനം'[44] എന്നകവിതയിൽ പുതിയ തലമുറകളുടെ മകന് തെറ്റായ യാത്രകളുടെ ആവർത്തനം ചെറുക്കാൻ ബുദ്ധപുരാവൃത്തത്തെ കേവലബിംബമായി സൂചിപ്പിക്കുന്നുണ്ട്.

നിൻ മുക്തിപഥം തെളിയാവൂ പിന്നെ-
യുഷസ്സിൽ മുങ്ങിയ വാനംപോലെ,
ഒരുവൻപുഴതൻമൗനം പോലെ,
പണ്ടൊരുവൈശാഖത്തിൽ
ഗയയിലെ വടവൃക്ഷത്തിൻ-

കൊമ്പിൽ പൊന്തിയ പൗർണ്ണമിപോലെ
നിൻമുക്തിപദം തെളിയാവൂ.

സർവ്വദേശങ്ങളിലേക്കും സർവ്വ സമുദ്രങ്ങളിലേക്കും നീളുന്ന പാതകളിൽ നിന്ന് വീടുവിട്ടുപോയ ആദ്യയാത്രികനായ സിദ്ധാർത്ഥനിൽ എന്നപോലെ അയാളിലും മുക്തിയുടെ വഴിയും ബോധപൗർണ്ണമിയും ഈ പുരാവൃത്തസാന്നിദ്ധ്യംകൊണ്ട് തെളിയുന്നു.

ആധുനിക മലയാള കവിതയിൽ ബുദ്ധപുരാവൃത്തങ്ങളുടെ നിറഞ്ഞ സാന്നിദ്ധ്യമുണ്ട്. ചരിത്രപരമായി കേരളത്തിൽ ബുദ്ധമതത്തിന്റെ സ്വാധീനവും, തത്വചിന്താപരമായ അധീശത്വവും ഇതിനൊരു കാരണമായിരിക്കാം. കുമാരനാശാന്റെ 'ചണ്ഡാലഭിക്ഷുകി'. 'കരുണ', 'ബുദ്ധചരിതം' തുടങ്ങിയ കവിതകളും ഉള്ളൂരിന്റെ 'കപിലവസ്തുവിലെ കർമ്മയോഗി' വള്ളത്തോളിന്റെ 'ബുദ്ധഗീതം' തുടങ്ങിയവയും ഈ ചിന്താധാരയിൽ നിന്നുണ്ടായ കവിതകളാണ്. ആധുനിക കവികൾ ഇന്നും ഈ പുരാവൃത്തത്തെ അശാന്തമായ മനസ്സിന്റെ വിഹ്വലതകൾക്ക് ശാന്തിയായി കണ്ടെത്തുന്നു.

പുരാവൃത്തങ്ങളിലെ അവഗണിക്കപ്പെടുന്ന സ്ത്രീത്വം

ശിലയായി മാറി രാമപാദസ്പർശം കാത്തുകഴിയുന്ന അഹല്യയെ നിശ്ശബ്ദവേദന ഉള്ളിലൊതുക്കിക്കഴിയുന്ന അവഗണിക്കപ്പെട്ട സ്ത്രീത്വത്തിന്റെ പ്രതിരൂപമായി ഇടശ്ശേരി 'അഹല്യ'[45] എന്ന കവിതയിൽ അവതരിപ്പിക്കുന്നു. കവിതയുടെ ആദ്യഭാഗം അഹല്യ ശിലയായി മാറിയ പുരാവൃത്തത്തിന്റെ പുനരാഖ്യാനമാണ്. ഒരിക്കൽ ഇന്ദ്രൻ സൗന്ദര്യവതിയായ അഹല്യയിൽ അനുരക്തനായി. ഭർത്താവായ ഗൗതമമഹർഷി ആശ്രമത്തിലില്ലായിരുന്ന സന്ദർഭംനോക്കി ഇന്ദ്രൻ ഗൗതമവേഷംധരിച്ച് ആശ്രമത്തിലെത്തി. വേഷപ്രച്ഛന്നനായ ഇന്ദ്രനും അഹല്യയും തമ്മിൽ സമാഗമം നടന്നു. കുപിതനായ ഗൗതമൻ ഇന്ദ്രന്റെ വൃഷണം നഷ്ടപ്പെടട്ടേ എന്നും അഹല്യ ശിലയായി മാറട്ടേ എന്നും ശപിച്ചു. ത്രേതായുഗത്തിൽ ശ്രീരാമന്റെ പാദസ്പർശമേൽക്കുമ്പോൾ അഹല്യ പൂർവ്വസ്ഥിതി പ്രാപിക്കുമെന്ന് ശാപമോക്ഷവും കൊടുത്തു. ഈ പുരാവൃത്തമാണ് ഇടശ്ശേരിയുടെ അഹല്യ എന്ന കവിതയുടെ പ്രമേയം.

സാക്ഷാലജന്നുടയ പൊന്മുക, ഉണ്ടർകോനു -
മീക്ഷാരസം പരമിയറ്റിയ ചാരു മൂർത്തി;
മോക്ഷാപ്തിയിൽ, കഠിന താപസവൃത്തിയേക്കാൾ
ദീക്ഷാപരൻ കുശലി ഗൗതമനൊത്ത മാർഗ്ഗം;
ഹാ, വേറെയെന്തു പറയാം! സ്മരലോഭയോഗ -
മാവേശമാർന്ന തരുണീമണിയാമഹല്യ
സാവജ്ഞനാം പതിയിൽ നിന്നതിനുഗ്ര ശിക്ഷ
കൈവന്നു നിന്നനിലയീ ശിലയാം സ്വരൂപം!

കേവലം പുനരാഖ്യാനം എന്നതിലുപരി ആദ്യഭാഗത്ത് അഹല്യയുടെ ജീവിതത്തിന്റെ വർണ്ണനകൾ മാത്രമേ ഉള്ളൂ. കവിതയുടെ

രണ്ടാംഭാഗം ശാപമോക്ഷവും കവിയുടെ കാഴ്ച്ചപ്പാടും അവതരിപ്പിക്കുന്നു.

താനേതുമൊന്നുമറിയാത്തൊരു തെറ്റിനേവം
താനേ ഭുജിച്ചു തരുണീമണിയുഗ്രദണ്ഡം
ആ നേരെഴാതിളകിടും ജലരാശി തൊട്ടാൽ
തേനേന്തിടും നദികളും നിതരാം പുളിക്കും.

എന്നിങ്ങനെ തുടങ്ങുന്ന രണ്ടാംഭാഗം അഹല്യയുടെ സന്താപ പരിഹാരത്തിനുള്ള തപസ്യയെ ചിത്രീകരിക്കുന്നു.

ആരാഗിമിക്കിലതുമൂലം ശുഭമെന്നുറച്ച -
ന്നാരമ നിസ്തൂല തപസ്സു തുടർന്നുപോന്നൂ
ആരാമലക്ഷ്മണരിതാ യതി നീതരായ -
ന്നാരാൽ പുരോഭുവി; യാഹല്യ കൃതാർത്ഥയായി.

സഹനത്തിന്റെ പ്രതീകമാണ് ഇവിടെ അഹല്യ. രാമപാദസ്പർശനത്തിനായി അവളുടെ കാത്തിരിപ്പ് കഠിനവും വേദനാജനകവുമാണ്. നിശ്ശബ്ദമായി പിൻതള്ളപ്പെട്ടുപോകുന്ന സ്ത്രീത്വത്തിന്റെ അടയാളമായി അഹല്യ മാറുന്നുണ്ടിവിടെ.

കണ്ണാടിടുന്നപടി നിന്നുടെമായ കാട്ടും
കണ്ണാടി കണ്ടുമതി മങ്ങിമയങ്ങിടാതെ
നന്നായതിൽ പ്രതിഫലിപ്പൊരു നിന്റെ തത്വ -
മൊന്നാസ്വദിപ്പതിനുതാൻ നിയതം കൊതിപ്പൂ.
സംസാരലേശസുഖഭോഗവിഷാശനത്തി -
ലാശാവശാലനുഭവിച്ചു കഴിഞ്ഞതെല്ലാം
ധീശാന്തതയ്ക്കു പകരിക്കുകയില്ലയെങ്കി -
ലീ, ശാപമോക്ഷമധികം വലുതായ ശാപം.

എന്ന് അഹല്യ പറയുന്നുണ്ട്. പാപത്തിന്റെ ചുഴിയിൽ നിന്ന് പാവനസദാചാരത്തിന്റെ സ്ഥിരപ്രജ്ഞയുടെ ദീപപ്രകാശത്താൽ നേർവഴിയിലേക്ക് നയിക്കപ്പെടുന്നവളാണ് അഹല്യ. പാപസങ്കല്പത്തെക്കുറിച്ചും സദാചാരത്തെക്കുറിച്ചും കവി സ്വന്തം കാഴ്ച്ചപ്പാട് അവതരിപ്പിച്ചുകൊണ്ട് കവിത അവസാനിപ്പിക്കുന്നു.

ചാരിത്രദാരിദ്ര്യമിയന്നുകേഴും
പാരിന്നു പാരിക്കുമഘാഭിതാപം
ദൂരീകരിക്കട്ടെ, യഹല്യമുമ്പാം
നാരീജനങ്ങൾക്കനിവാർന്ന ദേവൻ.

'അഹല്യ' ഇടശ്ശേരിയുടെ ആദ്യകവിതയാണ്. പുരാവൃത്ത പ്രമേയത്തിലൂടെയാണ് കവി അരങ്ങേറ്റം കുറിച്ചത്. കൂടുതൽ അർത്ഥതലങ്ങൾ ഈ പുരാവൃത്തകഥനത്തിന് പിന്നിലില്ല. കേവലം പുരാവൃത്ത പുനരാഖ്യാനതലത്തിൽ മാത്രമാണ് ഈ കവിത പ്രസക്തമാകുന്നത്.

വിഷ്ണുനാരായണൻ നമ്പൂതിരിയുടെ 'അഹല്യാ മോക്ഷം'[46] എന്ന കവിത ദുരന്തമൂകയായ അഹല്യയെ സഹനത്തിന്റെ തലത്തിൽ നിന്നുയർത്തി വ്യത്യസ്തമായ രീതിയിൽ വ്യാഖ്യാനിക്കുന്നു. മൂന്നു ഭാഗങ്ങളുള്ള കവിതയുടെ ആദ്യഭാഗം ഇന്ദ്രന്റെ ആത്മഗതമാണ്.

താപസപത്നിയെ കാമിച്ചതിനുള്ള ശിക്ഷ ഏറ്റുവാങ്ങിയ ഇന്ദ്രന് അൽപംപോലും കുറ്റബോധമില്ല. ആദിമമായ ചില പ്രേരണകൾക്ക് വശംവദനായി മാത്രമാണ് താൻ അതു ചെയ്തത്. വിലക്കപ്പെട്ട ആനന്ദം നുകർന്ന മാത്രതന്നെ അയാളെ സംബന്ധിച്ചിടത്തോളം ശാപഭീതിയെയും മരണത്തെയും ജയിക്കുന്ന അസ്തിത്വമുഹൂർത്തങ്ങളിലൊന്നായിരുന്നു.

നീ നിഷിദ്ധമാമന്ദത്തിൻ
മധുരക്കനിയിറു -
ത്തീടു മെന്നന്തർല്ലോക -
മിപ്പോഴും സ്വർഗ്ഗോദ്യാനം

എന്നിങ്ങനെ ആദത്തിന്റെയും ഹവ്വയുടെയും പുരാവൃത്തവുമായി ബന്ധപ്പെടുത്തിയാണ് സ്ത്രീ പുരുഷന്മാരുടെ പരസ്പരാനുരാഗത്തെ കവി വിശദമാക്കുന്നത്.

കവിതയുടെ രണ്ടാംഭാഗം പാറകളുടെ സംഗീതമാണ് ശിലകളിൽ നൂറ്റാണ്ടുകൾ പഴക്കം ചെന്ന അഭിനിവേശങ്ങൾ ഉറഞ്ഞു കിടക്കുന്നുണ്ട്. സ്വയം സൃഷ്ടിച്ച വിധിനിഷേധങ്ങളുടെ തടവുകാരായി കഴിയേണ്ടിവരുന്ന മനുഷ്യരോടുള്ള അവജ്ഞയാണ് ഇവിടെ കവി വിവക്ഷിക്കുന്നത്.

മൂന്നാം ഖണ്ഡത്തിൽ രാമാനുഗ്രഹത്താൽ ശാപമോക്ഷം ലഭിച്ച അഹല്യയെ ഉയിർത്തെഴുന്നേറ്റ സ്ത്രീ എന്ന് കവി വിശേഷിപ്പിക്കുന്നു. പിന്നീട് അഹല്യയിലൂടെ സംസാരിക്കുന്നത് ഒരു ആധുനിക സ്ത്രീയാണ്. മുനിപത്നിയായി ആശ്രമത്തിലേക്ക് തിരിച്ചു ചെല്ലാനുള്ള നിയോഗം അവൾ തള്ളിക്കളയുന്നു. സന്ന്യാസത്തിന്റെ മൂല്യാധിഷ്ഠിത ജീവിതവ്യവസ്ഥയെ അവൾ നിരാകരിക്കുന്നു. രാമരാജ്യത്തിന്റെ നേർക്ക് പരുഷമായ മൊഴിയമ്പ് തൊടുക്കുന്നു.

എവിടേയ്ക്കുണർന്നെത്താൻ?
പഴകിനരച്ചൊരീ
യുലകല്ലയോ രാജൻ
താങ്കൾ തൻ കർമ്മക്ഷേത്രം?
കാടുകൾ, മിത്ഥ്യാചാര -
ത്തിന്റെ കൂടുക, ളതിൻ
പോടുകൾ താറും മുര -
ണ്ടമരും വിരക്തൻമാർ

'താടിക്കാരുടെ മട'യിൽ തിരിച്ചെത്തി മോക്ഷോപായം തിരയുന്നതിലും നല്ലത് അന്തികളും പുലരികളും വീണടിയുന്ന മണ്ണിൽ പണ്ടത്തെ അനുരാഗസ്മൃതികളുടെ നീർചാട്ടമേറ്റ് പാറയായി കിടക്കുന്നതാണെന്ന് അഹല്യ പറയുന്നു.

രാമ നീയെന്തിനെന്നെ
നിർദ്ദയമുണർത്തിയെൻ
പ്രേമഭംഗത്തിൻ ദിവ്യ -
വേദനകളിൽ നിന്നും?

വരണ്ട ആധ്യാത്മികതയ്ക്ക് എതിർനിൽക്കുന്ന ജീവിത കാമന യിൽ നിന്നാണ് അഹല്യയുടെ ഈ വാക്കുകൾ പുറപ്പെടുന്നത്. ലൗ കിക ജീവിതത്തിന്റെ അനവദ്യമായ ആത്മസംതൃപ്തിയുടെ പ്രഖ്യാ പനത്തിനാണ് വിഷ്ണുനാരായണൻ നമ്പൂതിരി ഈ പുരാവൃത്തം ഉപയോഗിച്ചിരിക്കുന്നത്.

ശപ്തവും നിഷ്കർമ്മവുമായ ജീവിതത്തെ കർമ്മോന്മുഖമാക്കുന്ന രക്ഷകന്റെ വിളിക്കായി കാതോർത്ത് സഹസ്രാബ്ദങ്ങളോളം ശില യായിക്കിടക്കേണ്ടിവന്ന അഹല്യ സച്ചിദാനന്ദന്റെ 'അഹല്യ'[47] എന്ന കവിതയിൽ ഉണർവു ചോർന്നു പോയ ജനതയെ പ്രതിനിധീകരിക്കുന്നു.

അഹല്യരക്ഷകന്റെ അരക്കെട്ടിൽ കൈചുറ്റി
സാമ്രാജ്യങ്ങളുടെ അവശിഷ്ടങ്ങളിലൂടെ
ശാന്തിയിലേക്കുള്ള അവളുടെ രക്തപങ്കിലമായ
പ്രയാണം ആരംഭിച്ചു.

അഹല്യയുടെ കാഴ്ച്ചകളിൽ രോഷത്തിന്റെ മഴപെയ്യിക്കുന്ന കറുത്ത ബുദ്ധശിരസ്സും, ബന്ധനമഴിഞ്ഞ് തിളങ്ങുന്ന ഉടലുമായി അജന്തയിലെ ശില്പങ്ങളും, ജനരാശിയെ ഒരേ പൗരസ്ത്യ സൂര്യന്നഭിമുഖമായി നിർത്തുന്ന കരുണ നിറഞ്ഞ കൈയുമുണ്ട്. ഇവിടേയ്ക്കാണ് അമരാ വതിയുടെ ശിരസ്സുയർത്തി, ഡെക്കാൻ പീഠഭൂമിപോലെ നെഞ്ചുവിരി ച്ച്, ഇന്ത്യാമഹാസമുദ്രംപോലെ ആയുധങ്ങൾ കിലുക്കി രക്ഷകൻ അഹല്യയെ വിളിച്ചുണർത്തുന്നത്.

അടിമത്തത്തിന്റെയും അകർമണ്യതയുടെയും നേർക്ക് രോഷ ത്തിന്റെ മഴ പെയ്തുകൊണ്ടിരിക്കവെ, സമാധാനത്തിന്റെ വഴി വിപ്ല വാത്മകവും രക്തപങ്കിലവുമാണെന്ന് സമൂഹത്തെ ബോധ്യപ്പെടുത്താനാ ണ് ഈ പുരാവൃത്തബിംബത്തിലൂടെ സച്ചിദാനന്ദൻ ശ്രമിക്കുന്നത്.

പി. കുഞ്ഞിരാമൻ നായരുടെ 'അഹല്യ'[48] എന്ന കവിത ശ്രീരാമ പാദസ്പർശത്തിനായി കാത്തുകഴിയുന്ന പാപിനിയായ അഹല്യയുടെ കാത്തിരിപ്പിനെ പാരതന്ത്ര്യത്തിൽ നശിച്ച ഭാരതാംബയുടെ ഉയിർത്തെ ഴുന്നേൽപ്പിനുള്ള കാത്തിരിപ്പായി ചിത്രീകരിക്കുന്നു.

കർമ്മ വിഭ്രഷ്ടയായ് ബ്ഭോഗവശഗയായ് –
ദ്ധർമ്മ തേജസ്സിൽ കൊടും ശാപവായ്പിനാൽ,
ഉല്ലസജ്ജീവിതസ്പന്ദമറ്റൊരു
കല്ലായ്ക്കിടക്കുന്നു ഭാരതമേദിനി!

സ്വാതന്ത്ര്യത്തിലേക്കുള്ള ശാപമോക്ഷത്തിനും ധർമ്മസംസ്ഥാപ നത്തിനുമായി അവൾ രാമസ്പർശം കൊതിക്കുന്നു. കർമ്മവസുന്ധ രയ്ക്ക് ആനന്ദസമ്പൂർണ്ണമായ സങ്കേതത്തിലെത്തുവാൻ ലോകത്ത് പതിതരെ ഉദ്ധരിക്കുന്ന ത്യാഗധീരനായ ഒരാളുടെ ഞാണൊലി കേൾക്കേണ്ടിയിരിക്കുന്നു.

താപാശ്രുതൂകുന്നു പുണ്യാശ്രമങ്ങളി –
"പ്പാപിനിക്കെന്നിനി ശാപവിമോചനം?"!

സ്വാതന്ത്ര്യസമര കാലഘട്ടത്തിൽ പുരാവൃത്തത്തെ അടിച്ചമർത്തപ്പെടുന്നവന്റെ വിമോചന മാർഗ്ഗത്തിലേക്കുള്ള സൂചകമായി കവിതയിൽ ഉപയോഗിച്ചിരിക്കുകയാണ് പി. കുഞ്ഞിരാമൻ നായർ.

ഇടശ്ശേരിക്കവിതയിലെ പുരാവൃത്തങ്ങൾ

സ്വന്തം കവിതകളുടെ ശക്തിസ്രോതസ്സായാണ് ഇടശ്ശേരി പുരാവൃത്തങ്ങളെ കാണുന്നത്. ഇടശ്ശേരിക്കവിതയുലുപയോഗിച്ച പുരാവൃത്തങ്ങളുടെ പട്ടിക ചുവടെച്ചേർക്കുന്നു.

കവിതകൾ	പുരാവൃത്തങ്ങൾ
അഹല്യ	അഹല്യയുടെ ശാപവും ശാപമോക്ഷവും
ഒരു സാന്ത്വനം	കണ്ണകിയുടെ കഥ
വന്ദിപ്പിനമ്മയെ	കൃഷ്ണകഥ
ജാനകി	സീതയുടെ കഥ
ഒരു നിവേദനം	പാഞ്ചാലീ വസ്ത്രാക്ഷേപം
ചന്തുവും ഒതേനനും	തച്ചോളി ഒതേനനും ചന്തുവും (വടക്കൻപാട്ട് - നാടോടി പുരാവൃത്തം)
ഞങ്ങളുടെ ഭിക്ഷ	ബുദ്ധൻ
വൃന്ദാവനത്തിലെ രാധ	രാധാകൃഷ്ണ സങ്കല്പം
വ്രജത്തിലെ വിരുതൻ	കൃഷ്ണൻ
യുദ്ധകാലത്തെ ഓണം	ഓണസങ്കല്പം
മാവിൻചോട്ടിലെ നാടകം	ഹനുമാൻ
പുത്തൻകലവും അരിവാളും	ആരോമൽച്ചേകവർ (വടക്കൻ പാട്ട് - നാടോടിപുരാവൃത്തം)
ബുദ്ധനും ഞാനും നരിയും	ബുദ്ധൻ
പൂതപ്പാട്ട്	നാടോടിപുരാവൃത്തം
മാവേലിവന്നാലോ!	മഹാബലി
വരദാനം	കുബ്ജയുടെ കൂനു നിവർത്തിയ കഥ
വികസിക്കുക	മഹാബലി
കാവിലെപ്പാട്ട്	നാടോടിപുരാവൃത്തം
പുലരെപ്പുലരെ	മഹാബലി
അമ്പാടിയിലേക്ക് വീണ്ടും	രാധാകൃഷ്ണ സങ്കല്പം
എതിരേല്പ്	ഓണസങ്കല്പം
ഹനുമത്സേവ തുഞ്ചൻപറമ്പിൽ	ഹനുമാൻ
പൊട്ടിപുറത്ത് ശിവോതി അകത്ത്	നാടോടി പുരാവൃത്തം

കവിതകൾ	പുരാവൃത്തങ്ങൾ
അജാമിളാമോക്ഷം വീണ്ടും	അജാമിളാമോക്ഷകഥ
ബിംബസാരന്റെ ഇടയൻ	ബുദ്ധൻ
മാർക്കണ്ഡേയൻ	മാർക്കണ്ഡേയകഥ
പുരപ്പണി	പെരുന്തച്ചൻ
ഉണ്ണികൃഷ്ണനോട്	കൃഷ്ണൻ
വരൾമണ്ണിന്റെ നന്ദി	ഭഗീരഥപ്രയാണം
ഗോപികാഗോവിന്ദം	രാധാകൃഷ്ണ സങ്കല്പം
ത്രിവിക്രമനുമുമ്പിൽ	മഹാബലി
കഥദക്ഷയാഗം തന്നെ	ദക്ഷയാഗം
ഭീരു	മാരീചൻ
വർണ്ണക്കുപ്പായം	ഹനുമാൻ
വസുദേവൻ	കൃഷ്ണകഥ
മൈനാകശൃംഖം	ഹനുമാൻ
രാമായണം	രാമകഥ
ആചാര്യപാദങ്ങളിൽ	രാമകഥ
പാൽക്കടൽ കടയുമ്പോൾ	പാലാഴിമഥനം

മനുഷ്യന്റെ കർമ്മമണ്ഡലത്തെ ശക്തിപ്പെടുത്തുന്നതിനാണ് ഇടശ്ശേരി പുരാവൃത്തങ്ങളെ ഉപയോഗിച്ചിരിക്കുന്നത്. ഹനുമത്സേവ തുഞ്ചൻ പറമ്പിൽ ലവണാസുരവധത്തിലെ ഹനുമാൻ തുടങ്ങിയ ഹനുമൽക്കവിതകളും, അമ്പാടിയിലേക്ക് വീണ്ടും, ബുദ്ധനും ഞാനും നരിയും തുടങ്ങിയ കവിതകളും ഇതിൽപ്പെടുന്നു.

അഹിംസയുടെ സന്ദേശം പ്രചരിപ്പിക്കുന്നതിനാണ് ഇടശ്ശേരി ബിംബിസാരന്റെ കഥാഖ്യാനത്തിലൂടെ ശ്രമിക്കുന്നത്. ആദർശം പ്രായോഗികവൽക്കരിക്കുമ്പോഴുള്ള ബുദ്ധിമുട്ട് അവതരിപ്പിക്കുകയും ഏതിലും വലിയത് മനുഷ്യക്കുഞ്ഞുങ്ങളുടെ വിശപ്പാണെന്നു സ്ഥാപിക്കുകയും ചെയ്യുകയാണ് 'ബുദ്ധനും ഞാനും നരിയും' എന്ന കവിതയിൽ. ഈ രണ്ട് അർത്ഥതലങ്ങളിലും ബുദ്ധപുരാവൃത്തത്തിന്റെ സാന്നിദ്ധ്യം ഇടശ്ശേരിക്ക് ഉപയോഗിക്കുവാൻ കഴിഞ്ഞു.

ശക്തിയുടെ കവിത എന്ന് എൻ. വി. കൃഷ്ണവാരിയർ വിശേഷിപ്പിച്ച തരത്തിൽ തന്നെയാണ് ഇടശ്ശേരിക്കവിതയിലെ പുരാവൃത്തങ്ങളുടെ സാന്നിദ്ധ്യവും. ശക്തിയെ ആവാഹിക്കുന്നതിനുള്ള പ്രതീകമായാണ് ഇടശ്ശേരി അവയെ സമീപിച്ചിരിക്കുന്നത്.

ആസുരതയ്ക്കുമേൽ മനുഷ്യത്വത്തിന്റെ ആധിപത്യം ഉറപ്പിക്കുന്നതിനാണ് കാവിലെപ്പാട്ടും പൂതപ്പാട്ടിലും ഇടശ്ശേരി ശ്രമിക്കുന്നത്. രണ്ട് കവിതകൾക്കും നാടോടിപുരാവൃത്തത്തിന്റെ ആഖ്യാനശൈലിയും കവി തിരഞ്ഞെടുത്തിരിക്കുന്നു. മനുഷ്യന്റെ സ്വാധീനശക്തി

ആസുരതയെ ദൈവികശക്തിയാക്കി ഉയർത്തുമെന്ന ഉറച്ചവിശ്വാസത്തിന്റെ പ്രഖ്യാപനമാണിത്. ആത്മബലിയുടെ പവിത്രതയും കവി ഉയർത്തിക്കാട്ടുന്നു.

ഇച്ഛാശക്തികൊണ്ട് എന്തുംനേടാനാവുമെന്ന മനുഷ്യനിലെ ഉറച്ച വിശ്വാസപ്രഖ്യാപനമാണ് ഇടശ്ശേരിയുടെ മാർക്കണ്ഡേയന്റെ പുരാവൃത്തകവിത. ആധുനിക മനുഷ്യന്റെ ലക്ഷ്യബോധത്തെ ചോദ്യം ചെയ്യുംപടി ഈ പുരാവൃത്തം കവി അവതരിപ്പിച്ചിരിക്കുന്നു.

സമൂഹവും വ്യക്തിയും രണ്ടല്ലെന്നും അവ സ്വയം അലിഞ്ഞില്ലാതാവുമ്പോൾ മാത്രമേ ലക്ഷ്യം കൈവരിക്കാൻ കഴിയൂ എന്ന ആശയം വെളിപ്പെടുത്താനാണ് പാൽക്കടൽ കടയുമ്പോൾ എന്ന കവിതയിൽ പുരാവൃത്തത്തെ ഉപയോഗിച്ചിരിക്കുന്നത്.

ഇടശ്ശേരിയുടെ കർമ്മമാർഗ്ഗത്തിൽ അഹന്തയുടെ നാശം എന്ന ആശയമുണ്ട്. മന്ഥരയുടെ കഥ ഇത് ധ്വനിപ്പിക്കുന്നു. നിരാശകൾ മറന്ന് ശക്തിയിലേക്ക് കുതിക്കാൻ ഹനുമാന്റെ പുരാവൃത്തം വഴിതെളിക്കുന്നു. ക്രമീകരണവും നവീകരണവും ത്യാഗവും അടങ്ങിയ കർമ്മമാർഗ്ഗമാണിത്. ബുദ്ധനും നരിയും ഞാനും ഇതാണ് വെളിപ്പെടുത്തുന്നത്. ആത്മത്യാഗസന്നദ്ധത കാവിലെപ്പാട്ടിലും പൂതപ്പാട്ടിലുമുണ്ട്.

ബുദ്ധപുരാവൃത്തങ്ങൾ ഇടശ്ശേരി, ജി ശങ്കരക്കുറുപ്പ്, പി. കുഞ്ഞിരാമൻ നായർ, ഒ.എൻ.വി. സച്ചിദാനന്ദൻ, കെ.ജി. ശങ്കരപ്പിള്ള, നെലിക്കൽ മുരളീധരൻ, ആറ്റൂർ തുടങ്ങിയ ആധുനിക മലയാളകവികളെ വളരെയേറെ സ്വാധീനിച്ചിട്ടുണ്ട്. അഹിംസയെ ആവിഷ്ക്കരിക്കുന്നതിനും, സത്യാന്വേഷണത്തിന്റെ ചിത്രീകരണത്തിനും ഈ പുരാവൃത്തബിംബം കവിതയിൽ ഉപയോഗിച്ചിരിക്കുന്നു. കലാപകലുഷമായ ഭാരതീയാന്തരീക്ഷത്തിൽ ബുദ്ധചിന്തകളുടെ പ്രസക്തി ബോദ്ധ്യപ്പെട്ട കവികൾ പ്രതിരോധമാർഗ്ഗവും പ്രതിഷേധമാർഗ്ഗവുമായി ബുദ്ധപുരാവൃത്തത്തെ ഉപയോഗിച്ചിരിക്കുന്നതായി കാണാം.

കാമുകത്വത്തെ ഈശ്വരത്വവുമായി ബന്ധപ്പെടുത്തി പരമാത്മബന്ധമായി സ്ത്രീപുരുഷബന്ധത്തെ ചിത്രീകരിക്കുന്നതിനാണ് കുബ്ജയുടെ പുരാവൃത്തം ബാലമണിയമ്മ ഉപയോഗിക്കുന്നതെങ്കിൽ അന്തമായ അടിമത്വും വിധേയത്വും കൂനുപോലെ വർദ്ധിച്ചുവരുന്നതിനെ ആവിഷ്ക്കരിക്കുകയാണ് സച്ചിദാനന്ദൻ ഈ പുരാവൃത്തത്തിന്റെ സഹായത്തോടെ.

സാമൂഹികവ്യവസ്ഥയിൽ പുറംതള്ളപ്പെടുന്ന സ്ത്രീത്വത്തിന്റെ പുനരാവിഷ്കാരത്തിനാണ് ഇടശ്ശേരി അഹല്യ എന്ന കവിതയിലുടെ ശ്രമിക്കുന്നത്. ഉയിർത്തെഴുന്നേൽക്കുന്ന ഇന്ത്യൻ സ്ത്രീത്വത്തെ അവതരിപ്പിക്കാനാണ് വിഷ്ണുനാരായണൻ നമ്പൂതിരിയും ഈ പുരാവൃത്തത്തെ ഉപയോഗിക്കുന്നത്. ഉണർവ്വുചോർന്നുപോയ ഒരു ജനതയുടെ അടിമത്വത്തെയും അകർമണ്യതയെയും സമൂഹത്തെ ബോധ്യപ്പെടുത്താൻ സച്ചിദാനന്ദനും ഈ പുരാവൃത്തം തിരഞ്ഞെ

ടുത്തിരിക്കുന്നു. സ്വാതന്ത്ര്യസമരകാലഘട്ടത്തിലെ ഭാരതാംബയുടെ ഉയിർത്തെഴുന്നേൽപ്പിനുവേണ്ടിയുള്ള കാത്തിരിപ്പിനായി അഹല്യയുടെ കാത്തിരിപ്പിനെ കുഞ്ഞിരാമൻനായരും ആവിഷ്ക്കരിച്ചിരിക്കുന്നു. അങ്ങനെ രക്ഷകനുവേണ്ടിയുള്ള കാത്തിപ്പിന്റെ പ്രതീകമായി പുരാവൃത്തത്തിലെ അഹല്യ ആധുനിക മലയാളകവിതയിൽ ഇന്നും ആവിഷ്ക്കരിക്കപ്പെട്ടുകൊണ്ടിരിക്കുന്നു.

അടിക്കുറിപ്പുകൾ

1.ഇടശ്ശേരി, ആമുഖം, കുങ്കുമപ്രഭാതം, ഇടശ്ശേരിയുടെ കവിതകൾ, ഇടശ്ശേരി പബ്ലിക്കേഷൻസ്, കൊച്ചി 1988.

2.കൊസാംബി, ദാമോദർ ധർമ്മാനന്ദ്, മിത്തും യാഥാർത്ഥ്യവും, കൊസാംബി കൃതകിളുടെ പ്രസിദ്ധീകരണ സമിതി 1986. പുറം. 146.

3.ഇടശ്ശേരി, ഹനുമത്സേവ തുഞ്ചൻ പറമ്പിൽ, ഇടശ്ശേരിയുടെ കവിതകൾ, ഇടശ്ശേരി പബ്ലിക്കേഷൻസ്, കൊച്ചി 1998. പുറം. 593-596.

4.ടി. പു. പുറം 593.

5.ഇടശ്ശേരി, ആമുഖം, ലവണാസുരവധത്തിലെ ഹനുമാൻ, ടി.പു. പുറം. 59.

6.ടി. പു. പുറം. 159-171.

7.ടി. പു. പുറം. 266.

8.ജ്യോതിഷ്കുമാർ, അജയപുരം, ഇടശ്ശേരിയുടെ ഹനുമത്സേവ, സാഹിത്യലോകം, പുസ്തകം 30, ലക്കം, 6, 2004. നവം., ഡിസം. പുറം. 26.

9.ഇടശ്ശേരി, മൈനാകശൃംഖം, ഇടശ്ശേരിയുടെ കവിതകൾ, ഇടശ്ശേരി പബ്ലിക്കേഷൻസ്, കൊച്ചി 1988. പുറം. 798.

10.ടി. പു. പുറം. 756.

11.ടി. പു. പുറം. 542-557.

12.ടി. പു. പുറം. 542.

13.ലീലാവതി, എം., മലയാള കവിതാസാഹിത്യചരിത്രം, കേരളസാഹിത്യഅക്കാദമി, തൃശ്ശൂർ 1991. പുറം. 330.

14.ഇടശ്ശേരി, പൂതപ്പാട്ട്, ഇടശ്ശേരിയുടെ കവിതകൾ, ഇടശ്ശേരി പബ്ലിക്കേഷൻസ്, കൊച്ചി 1998. പുറം. 428.

15.ടി. പു. പുറം. 420.

16.ശങ്കുണ്ണിനായർ, എം. പി., പൂതപ്പാട്ട്, കാവ്യവ്യുൽപ്പത്തി, നാഷണൽ ബുക്സറ്റാൾ, കോട്ടയം, 1974.

17.ഗുരുക്കൾ, രാജൻ, എം. ആർ. രാഘവവാരിയർ, മിത്തും സമൂഹവും പുറം.108.

18.സോമൻ, പി., ഇടശ്ശേരിയുടെ അമ്മദൈവം, വിജ്ഞാനകൈരളി, ഏപ്രിൽ2003.

19.നാരായണൻ കൽപ്പറ്റ, എന്തൊരു പൂതമാണീ മഹാബലി, ഇടശ്ശേരിക്കവിത, കേരള ഭാഷാ ഇൻസ്റ്റിറ്റ്യൂട്ട്, തിരുവനന്തപുരം 2004. പുറം, 342.

20.വാതുശ്ശേരി വത്സലൻ, തിരസ്കൃത സ്ത്രീത്വത്തിന്റെ നിലവിളി, ടി. പു. പുറം. 351.

21.പ്രകാശ്, കെ. എസ്., പൂതപ്പാട്ടിന്റെ പൊരുൾ, ടി.പു. പുറം. 334.

22.ഇടശ്ശേരി, മാർക്കണ്ഡേയൻ, ഇടശ്ശേരിയുടെ കവിതകൾ, ഇടശ്ശേരി പബ്ലിക്കേഷൻസ്, കൊച്ചി 1998. പുറം. 623-626.

23.ബെഞ്ചമിൻ, ഡി., ഇടശ്ശേരിയുടെ വ്യത്യസ്തമുഖം, ഇടശ്ശേരിക്കവിത, കേരള ഭാഷാ ഇൻസ്റ്റിറ്റ്യൂട്ട്, തിരുവനന്തപുരം 2004. പുറം. 267.

24.ഇടശ്ശേരി, പാൽക്കടൽ കടയുമ്പോൾ, ഇടശ്ശേരിയുടെ കവിതകൾ, ഇട ശ്ശേരി പബ്ലിക്കേഷൻസ്, കൊച്ചി 1996. പുറം. 864-866.
25.ചെറിയാൻ കെ. ചെറിയാൻ, പാലാഴിമഥനം, ചെറിയാൻ കെ. ചെറി യാന്റെ തിരഞ്ഞെടുത്ത കവിതകൾ, പ്രഭാത് ബുക് ഹൗസ്, തിരുവനന്ത പുരം 2004. പുറം. 82.
26.ഇടശ്ശേരി, വരദാനം, ഇടശ്ശേരിയുടെ കവിതകൾ, ഇടശ്ശേരി പബ്ലിക്കേ ഷൻസ്, കൊച്ചി 1998. പുറം. 519-526.
27.രാമചന്ദ്രൻ കവടിയാർ, ഇടശ്ശേരിക്കവിത, കേരള ഭാഷാ ഇൻസ്റ്റിറ്റ്യൂട്ട്. തിരുവനന്തപുരം 2004. പുറം 103.
28.ബാലാമണിയമ്മ, കുബ്ജ, നിവേദ്യം, മാതൃഭൂമി, കോഴിക്കോട് 1987. പുറം. 186.
29.സച്ചിദാനന്ദൻ, കൂന്, സച്ചിദാനന്ദന്റെ കവിതകൾ, വാല്യം 2. ഡി. സി. ബുക്സ്, കോട്ടയം 2006. പുറം. 122.
30.ഇടശ്ശേരി, ബുദ്ധനും ഞാനും നരിയും, ഇടശ്ശേരിയുടെ കവിതകൾ, ഇടശ്ശേരി പബ്ലിക്കേഷൻസ്, കൊച്ചി 1998. പുറം 381-384.
31.ടി. പു. പുറം 618-622.
32.ശങ്കരക്കുറുപ്പ്, ജി., ഗൗതമനും രാജാവും, ജി.യുടെ കവിതകൾ, ഡി. സി. ബുക്സ്, കോട്ടയം 1999. പുറം. 43.
33.സച്ചിദാനന്ദൻ, പ്രണയബുദ്ധൻ, സച്ചിദാനന്ദന്റെ കവിതകൾ, വാല്യം 1, ഡി.സി. ബുക്സ്, കോട്ടയം 2006. പുറം. 304.
34.ടി. പു. പുറം. 138-141.
35.ടി. പു. വാല്യം 3, പുറം 210.
36.ടി. പു. പുറം 210.
37.കുറുപ്പ്, ഒ.എൻ.വി., പലായനം, ഒ.എൻ.വിയുടെ കവിതകൾ, ഡി.സി. ബുക്സ്, കോട്ടയം 2001. പുറം. 662.
38.ടി. പു. പുറം. 351.
39.ശങ്കരപിള്ള, കെ. ജി., വരും വരും എന്ന പ്രതീക്ഷ, കെ.ജി. ശങ്കരപ്പി ള്ളയുടെ കൃതികൾ, ഡി.സി. ബുക്സ്, കോട്ടയം 1997. പുറം. 49.
40.കുഞ്ഞിരാമൻ നായർ, പി., ബുദ്ധഭിക്ഷ, പി.യുടെ കവിതകൾ, വാല്യം. 1, ഡി.സി. ബുക്സ്, കോട്ടയം 2005. പുറം. 896.
41.അയ്യപ്പപ്പണിക്കർ, തഥാഗതന്റെ തിരിച്ചറിവുകൾ, അയ്യപ്പപ്പണിക്കരുടെ കൃതികൾ, വാല്യം 4, ഡി. സി. ബുകസ്, കോട്ടയം 2006, പുറം. 255-263.
42.മുരളീധരൻ, നെല്ലിക്കൽ, ധ്യാനിബുദ്ധന്റെ മുന്നിൽ, നെല്ലിക്കൽ മുര ളീധരന്റെ കവിതകൾ, ഡി.സി. ബുക്സ്, കോട്ടയം 2001. പുറം. 60.
43.ശങ്കരപ്പിള്ള, കെ.ജി., ആനന്ദൻ, കെ. ജി. ശങ്കരപിള്ളയുടെ കവിതകൾ, ഡി.സി. ബുക്സ്, കോട്ടയം 1997, പുറം 36-39.
44.രവിവർമ്മ, ആറ്റൂർ, പിതൃഗമനം, ആറ്റൂർ രവിവർമ്മയുടെ കവിതകൾ, ഡി.സി.ബുക്സ്, കോട്ടയം 1999, പുറം 62-66.
45.ഇടശ്ശേരി, അഹല്യ, ഇടശ്ശേരിയുടെ കവിതകൾ, ഇടശ്ശേരി പബ്ലിക്കേ ഷൻസ്, കൊച്ചി 1998. പുറം 52.
46.വിഷ്ണുനാരായണൻ നമ്പൂതിരി, അഹല്യാമോക്ഷം, ഭൂമിഗീതങ്ങൾ, എൻ.ബി.എസ്, കോട്ടയം 1980. പുറം. 30.
47.സച്ചിദാനന്ദൻ, അഹല്യ, സച്ചിദാനന്ദന്റെ കവിതകൾ, വാല്യം. 2, ഡി. സി. ബുക്സ്, കോട്ടയം 2006. പുറം. 254.
48.കുഞ്ഞിരാമൻ നായർ, പി., അഹല്യ, പി. യുടെ കവിതകൾ, വാല്യം. 1, ഡി. സി. ബുക്സ്, കോട്ടയം 2006. പുറം. 671.

അധ്യായം അഞ്ച്

ഒ. എൻ. വി. കവിതയിലെ പുരാവൃത്തങ്ങളുടെ സമകാലികത

ആധുനിക ജീവിതത്തിന്റെ വൈരുദ്ധ്യങ്ങളും സങ്കീർണ്ണതകളും അന്തഃസംഘർഷങ്ങളും രൂപപ്പെടുത്തിയ കവിതകളാണ് ഒ. എൻ. വി. കുറുപ്പിന്റേത്. ഹൃദയസ്പന്ദനത്തിന്റെ താളം വാക്കുകളിൽ സൂര്യതേജസ്സാക്കി ഈ കവി മലയാളിയുടെ കാവ്യാവബോധത്തെ ധന്യമാക്കുന്നു. നിത്യചാരുതയുടെയും പച്ചതുരുത്തിന്റെയും പര്യായമായി ഒ. എൻ. വി. കവിതകൾ പരിഗണിക്കപ്പെടുന്നു. മയിൽപ്പീലിക്കവിതകളിൽ തുടങ്ങിയ കാവ്യസപര്യ നിസ്വനായ മനുഷ്യനിൽ നേരിന്റെ ഉപ്പിനെത്തേടി തുടർന്നുകൊണ്ടിരിക്കുന്നു. സംസ്കൃതികളുടെ പാഠാന്തരങ്ങൾ ഈ കവിയുടെ രചനകളെ ശക്തമാക്കിക്കൊണ്ടിരിക്കെ, സ്വത്വബലം കൊണ്ടും ഉദാരമായ ഉൾക്കാഴ്ച കൊണ്ടും ഈ കവിതകൾ പുനർവായനകൾക്ക് വിധേയമായിക്കൊണ്ടിരിക്കുന്നു.

സമൂഹത്തിന്റെ വികാരങ്ങളും പ്രശ്നങ്ങളും തന്നെയാണ് ഒ. എൻ. വി വൈകാരികാനുഭൂതിയാക്കിമാറ്റുന്നത്. ജീവിതത്തിന്റെ നിറവും സ്വരവും താളവും മനുഷ്യജീവിതത്തിന്റെ സമസ്തഭാവങ്ങളിലുംകൂടി സ്വന്തം കവിതകളിലേക്ക് ആവാഹിച്ച് കാലാതീതശക്തിയാർജ്ജിച്ച കവിതകളാക്കി അവയെ മാറ്റിയിരിക്കുന്നു ഒ. എൻ. വി. കുറുപ്പ്. തിന്മയെ എതിർത്ത് നന്മയെ സ്ഥാപിക്കുക, നോവുന്ന ആത്മാവുകൾക്ക് സ്നേഹസാമീപ്യമാവുക, കാടത്തത്തിനെതിരെ സംസ്കാരത്തിന്റെ ദീപശിഖ കത്തിക്കുക തുടങ്ങിയ ലക്ഷ്യങ്ങൾ നിറവേറ്റിയവയായാണ് അദ്ദേഹത്തിന്റെ കവിതകൾ. താൻ ഇന്നിന്റെ കവിയാണെന്ന് അദ്ദേഹം വിശ്വസിക്കുന്നു. മനുഷ്യപുരോഗതി യാഥാർത്ഥ്യമാക്കിയ അദ്ധ്വാനത്തിന്റെ അജയ്യതയിൽ ഈ കവി വിശ്വാസമർപ്പിക്കുന്നു. ആത്മബോധത്തിന്റെ വെട്ടിത്തിളക്കം കാരണം ആത്മനൊമ്പരങ്ങളുടെ ഗീതമായി പല കവിതകളും മാറിയിട്ടുണ്ട്.

വാഗ്ദത്തഭൂമിയുടെ വിചാരപരിസരത്ത് പ്രപഞ്ചമനുഷ്യബന്ധത്തെക്കുറിച്ച് ഉദാത്തമായി ചിന്തിച്ച് ഈ കവി രചിച്ച കവിതകൾ പലതിലും പുരാവൃത്തങ്ങളുടെ സ്വാധീനം പ്രകടമാണ്. മൃഗയ, സ്വയംവരം, ആരണ്യകം, ശാർങ്കപക്ഷികൾ, സരയുവിലേക്ക്, ഭൂമിക്കൊരു ചരമഗീതം, ശ്രാവണഗീതം, കൃഷ്ണപക്ഷത്തിലെപ്പാട്ട് കാഞ്ച

നസീത, സ്വയംവരം തുടങ്ങി ആ കവിതകളുടെ പട്ടിക നീളുന്നു. അതീവസങ്കീർണ്ണമായ പ്രതീകങ്ങളായും, സമകാലീന പ്രശ്നങ്ങളുടെ മാറ്റൊലിയായും ഈ പുരാവൃത്തങ്ങൾ സാർവ്വലൗകികമാനം നേടുന്നു. പൂർവ്വദർശനമായും പുനർദർശനമായും ഈ പുരാവൃത്തകവിതകൾ സാക്ഷാത്കരിക്കപ്പെടുന്നു.

മനുഷ്യമനസ്സിന്റെ മൃഗയാഭാവത്തിന്റെ ഹിംസാത്മകത വെളിപ്പെടുത്തുന്ന കവിതയാണ് 'മൃഗയ'. ജീവിതകാമനയും മൃത്യുഭയവും തമ്മിലുള്ള സംഘർഷത്തെ മറനീക്കുന്ന പുരാവൃത്തമാണ് മൃഗയയ്ക്ക് ആസ്പദമായത്.

ഭാരതീയ സംസ്കൃതിയുടെ മാനവികതയെക്കുറിച്ചുള്ള ദർശനം ഉൾക്കൊള്ളുന്നതാണ് 'ആരണ്യകം' എന്ന കവിത. രണ്ട് ഭാഗങ്ങളിലായി താടകവധവും സീതയുടെ വാല്മീകി ആശ്രമത്തിലെ ജീവിതവും പ്രതിപാദിക്കുന്നു. സമകാലികഭാരതത്തിന്റെ സാംസ്കാരിക രംഗത്ത് ഈ രണ്ട് പുരാവൃത്തങ്ങളും ഉൾക്കൊള്ളുന്ന ആരണ്യകം എന്ന കവിത ഏറെ പ്രസക്തമാകുന്നതാണ്.

'സരയുവിലേക്ക്' രാമന്റെ ജീവിതാന്ത്യത്തിലെ മുഹൂർത്തങ്ങളെ ചിത്രീകരിക്കുന്ന കവിതയാണ്. ആത്മവിമർശനത്തിലൂടെ ചെയ്തുപോയ അപരാധങ്ങളെ കണ്ടെത്തുന്ന രാമന്റെ മടക്കയാത്രയാണ് ഈ കവിതയിലെ പുരാവൃത്ത പുനർവ്യാഖ്യാനം. അഭയമാകേണ്ട അധികാരസ്ഥാനങ്ങൾ കെട്ടുപോകുന്നതിന്റെ പരിതാപമാണ് ഈ കവിത മുന്നോട്ടുവെയ്ക്കുന്ന പ്രധാന ആശയം.

'ശാർങ്ങ്കപക്ഷികൾ' മഹാഭാരതത്തിലെ ഖാണ്ഡവവനദഹനവുമായി ബന്ധപ്പെട്ട പുരാവൃത്തമാണ് ഉൾക്കൊള്ളുന്നത്. സമകാലീന ഭാരതീയ മനസ്സുകളുടെ നിസ്സഹായത വെളിപ്പെടുത്തുന്നതാണ് ഈ കവിത. അധികാരകിടമത്സരങ്ങൾക്കിടയിൽ വെന്തുവെണ്ണീറാവാൻ വിധിക്കപ്പെടുന്ന നിസ്സാരജീവിതത്തിന്റെ പ്രതിനിധികളാണ് സാധാരണ മനുഷ്യർ. അവരുടെ ദൈന്യത്തിനുനേരെ വിരൽചൂണ്ടുന്നു ശാർങ്ങ്കപക്ഷികൾ.

അപമാനിതകളാകുന്ന ഇന്ത്യൻ സ്ത്രീകളുടെ വ്യാകുലതയാണ് 'കണ്ണകി' എന്ന കവിതയുടെ അടിവേര്. അപരാധം പൊറുക്കേണ്ട രാജനീതികൾ അന്ധമായി നീതിനടപ്പാക്കുമ്പോൾ നിഷ്കാസിതരാക്കുന്ന സാധാരണ സ്ത്രീകളുടെ കഥനം കഥിക്കുവാൻ പുതിയ ഇളങ്കോവടികളുടെ തിരിച്ചുവരവിനായി ആഗ്രഹിക്കുന്ന കവിയുടെ ബോധതലമാണ് ഈ കവിതയെ സാർത്ഥകമാക്കുന്നത്.

അറിവിനെ തിന്മയ്ക്കുനേരെ പൊരുതാനുള്ള മന്ത്രമാക്കി മാറ്റേണ്ടുന്ന തലമുറ അതിനെ സ്വന്തം സുഖേച്ഛയ്ക്കായി ഉപയോഗിക്കുന്നതിലുള്ള പ്രതിഷേധമാണ് 'ഏകലവ്യൻ' എന്ന കവിത. വർണ്ണവർഗ്ഗ വ്യത്യാസമില്ലാതെ വിദ്യയഭ്യസിക്കാനും വിവേചനമില്ലാതെ അതുനൽകുവാനും കഴിയണമെന്ന ധ്വനികൂടി ഈ കവിതയ്ക്കുണ്ട്.

മേലുദ്ധരിച്ച മൃഗയ, ആരണ്യകം, സരയുവിലേക്ക്, ശാർങ്ക പക്ഷികൾ, കണ്ണകി, ഏകലവ്യൻ തുടങ്ങിയ കവിതകൾക്കു പുറമെ ഒ. എൻ. വി കവിതകളിലെ ബൈബിൾ പുരാവൃത്തങ്ങളുടെയും യവനപുരാവൃത്തങ്ങളുടെയും പ്രയോഗങ്ങളും ഈ അധ്യായത്തിൽ വിശകലനം ചെയ്യുന്നു. തദവസരത്തിൽ സമാനമായ പുരാവൃത്തങ്ങൾ ഇതരകവികൾ ഉപയോഗിച്ചിരിക്കുന്നത് എങ്ങനെയെന്ന് കണ്ടെത്താൻ ശ്രമിക്കുന്നുമുണ്ട്.

മൃഗയ- പാപമൃത്യുഭയങ്ങളുടെ തീക്കനൽ

'മൃഗയ' ഒരു മനോഭാവമാണ്. ഹിംസാത്മകമായ ഈ പ്രവൃത്തിയുടെ പരിണതി ഉന്നംവെയ്ക്കുന്ന കേവലതലത്തിൽത്തന്നെ അതു നൽകുന്ന പരിരക്ഷകളുടെ ആന്തരികതലവുമുണ്ട്. ബാഹ്യഘടനയിൽ അഞ്ചുമനോഭാവങ്ങളുടെ ആവിഷ്ക്കാരമായ അഞ്ചു കാഴ്ചപ്പാടുകൾ അവതരിപ്പിക്കുകയാണ് ഒ. എൻ. വി കുറുപ്പ് 'മൃഗയ' എന്ന കവിതയിൽ.[1] സമൂഹമനസ്സിന്റെ ചേതനയോട് ചേർന്നുനിന്ന് ആഴത്തിലുള്ള ഒരു കാവ്യാത്മകതലം പാണ്ഡുവിന്റെ ജീവിതദുരന്തമെന്ന പുരാവൃത്തത്തിനു നൽകാൻ ഈ കവിതയിൽ അദ്ദേഹത്തിന് കഴിഞ്ഞിട്ടുണ്ട്.

ഒരിക്കൽ വനത്തിൽ പാണ്ഡു മൃഗയാവിനോദത്തിലേർപ്പെടവെ കിന്ദമൻ എന്ന മഹർഷി മാനിന്റെ വേഷത്തിൽ പിടയോടുകൂടി ഓടിച്ചാടി നടക്കുന്നതു കണ്ടു. മാനെന്ന് തെറ്റിദ്ധരിച്ച് പാണ്ഡു കിന്ദമനെ അമ്പെയ്തു വീഴ്ത്തി. ദുഃഖിതനായ കിന്ദമൻ മരിക്കുന്നതിന് മുമ്പ് 'ഭാര്യയെ സ്പർശിക്കുന്ന നാളിൽ നീയും മരിക്കട്ടെ' എന്ന് പാണ്ഡുവിനെ ശപിച്ചു. അന്നുമുതൽ പാണ്ഡുവിന് ഭാര്യയെ സ്പർശിക്കാൻ നിവൃത്തിയില്ലാതായി. ശാപവൃത്താന്തം വിസ്മരിച്ച് പാണ്ഡു ഒരു വസന്തത്തിൽ മാദ്രിയെ പ്രാപിക്കുകയും ഉടൻ മരിക്കുകയും ചെയ്തു. പാപബോധത്തോടെ മാദ്രിയും മരിച്ചു. എല്ലാതുണയുമറ്റ കുന്തിയും അഞ്ചു മക്കളും യാത്ര തുടർന്നു എന്നതാണ് പുരാവൃത്തം.

പാണ്ഡുവിന്റെ പുരാവൃത്തത്തിൽ ഒരു വശത്ത് ജീവിതം ആസ്വദിക്കാനുള്ള മനുഷ്യന്റെ ത്വരയും മറുവശത്ത് നിരന്തരമായി അവനെ വേട്ടയാടുന്ന മൃത്യൂഭീതിയും തമ്മിലുള്ള സംഘർഷമുണ്ട്. യുദ്ധവും മൃഗയയും രാജാക്കന്മാരുടെ ജീവിതത്തിന്റെ അനിഷേധ്യ ഭാഗങ്ങളാണെന്നിരിക്കെ കിന്ദമനെ ഹരിണരൂപത്തിൽ നിമിത്തമാക്കി കൃത്യനിർവ്വഹണത്തിന് ഇരയാക്കിതീർക്കുകയും ചെയ്യുന്നു.

എന്തിനുകൊന്നൂപാവ-
മീമൃഗത്തെ നീ ശാന്ത-
സുന്ദരമീയാരണ്യ-
രഹസ്സിലിണചേർന്നു
നിന്നിടുംനേരം കൊന്ന-
തെന്തിനീ ഹരിണത്തെ?
നിൻശരത്തിനിന്നിര-

യാമിവൻ മാനല്ലല്ലോ!
കിന്ദമമുനിയാം ഞാൻ
മൃഗരൂപനായ് രത്യാ
നന്ദലോലനായൊരു
പേടമാനിനെപ്പുൽകി.

എന്നിങ്ങനെ കിന്ദമന്റെ ആത്മഗതത്തിലൂടെയാണ് കവിത ആരംഭിക്കുന്നത്. കിന്ദമൻ, പാണ്ഡു, മാദ്രി, കുന്തി എന്നിവരുടെ സ്വഗതാഖ്യാനരൂപത്തിൽ അഞ്ചു ഖണ്ഡങ്ങളാണ് കവിതയ്ക്കുള്ളത്. ലൗകികതയുടെ സമസ്ത സുഖങ്ങളിൽ നിന്നും വേറിട്ട് കാനനവാസം സ്വീകരിക്കുമ്പോഴും ശാപഗ്രസ്തത അപരിഹാര്യമായ ഒരു നിയോഗമായി പാണ്ഡുവിനെ പിൻതുടരുന്നു. വ്യാസമഹാഭാരതം സംഭവപർവ്വത്തിലെ ഈ കഥാതന്തുവിന്റെ ആധുനിക ജീവിതപ്രസക്തി തേടുകയാണ് കവി.

പ്രകൃതിയുടെ മഹാസംഗീതത്തിലേക്ക് സ്വരഭംഗം വരുത്തുന്ന വർത്തമാനകാലമാനവന്റെ ഹിംസാത്മകതയെ സുചിപ്പിക്കുവാൻ പര്യാപ്തമാണ് കിന്ദമന്റെ വാക്കുകൾ-

കാടിതു സസ്യജന്തു
പ്രകൃതിയുമ്മത്തിനു
വീടല്ലോ! മഹാക്രൂര-
മാനവ പ്രകൃതിയീ-
കാടിന്റെ സംഗീതത്തിൽ
ചേർക്കുന്നൂ സ്വരഭംഗം-
ദേവനാകിലും നൃപ
നാകിലുമൊരുപോലെ!

പ്രകൃതിയെ ചൂഷണം ചെയ്യുന്ന മനുഷ്യന്റെ കൊടുംക്രൂരത ഒ. എൻ. വി തന്റെ കവിതകളിൽ എടുത്തുകാട്ടിയിട്ടുണ്ട്. കാടിനെ കൊള്ളയടിക്കുകയും പ്രകൃതിയുടെ സ്വച്ഛശാന്തമായ ഒഴുക്കിന് വിഘാതം സൃഷ്ടിക്കുകയും ചെയ്യുന്നതിൽ സാധാരണക്കാരനോടൊപ്പം ഇവ വിലക്കാൻ നിയോഗിക്കപ്പെട്ട അധികാരസ്ഥാനങ്ങളുമുണ്ടെന്ന് കവി സൂചിപ്പിക്കുന്നു.

മനുഷ്യനോട് ശത്രുതയില്ലാത്ത പാവം മൃഗങ്ങളെ വിനോദത്തിനുവേണ്ടി കൊല്ലുന്നത് ശത്രുഹിംസയോ, ക്ഷാത്രധർമ്മമോ എന്ന ചോദ്യം അധികാരസ്ഥാനങ്ങളിലുള്ളവരുടെ ഹൃദയത്തിൽ ശരമുനപോലെ തുളച്ചു കയറുന്നതാണ്.

രണ്ടാം ഖണ്ഡത്തിൽ പശ്ചാത്താപവിവശനായ പാണ്ഡുവിനെയും മൂന്നാംഖണ്ഡത്തിൽ വ്രതനിഷ്ഠയാൽ ഉടലിനെ ശുദ്ധമാക്കുന്ന അദ്ദേഹത്തിന്റെ യാത്രയെയും വർണ്ണിക്കുന്നു.

എന്തിനുകൊന്നൂ? - കൊല്ലു-
ന്നെന്നെയാച്ചോദ്യം, വീണ്ടും
അന്തരംഗത്തിൽ മന്ദ്ര-

തൂര്യം പോൽമുഴങ്ങുന്നു!
പ്രാണവേദനയോടേ
വീണുമാമുനിയുമീ–
യേണത്തിന്നരികിലായ്;
അച്ചോദ്യം ശേഷിക്കുന്നു.
പാതി കൂമ്പിയദീന–
നേത്രങ്ങളിതാമുമ്പിൽ!
ആരിത് മാൻപേടയോ?
മാദ്രിയോ? വ്യഥതാനോ?

അപരാധബോധത്താൽ നീറുകയാണ് പാണ്ഡു. മരണഭയവും വേട്ടയാടുന്നു. പ്രിയതരമായ പഞ്ജരം വെടിയുവാൻ കിളിക്ക് മടിയാണെന്നു സൂചിപ്പിക്കുന്നു.

കയ്പുറ്റ വിരക്തിതൻ
ശുഷ്കരുദ്രാക്ഷം മാറിൽ;
കത്തുന്ന രതിയുടെ
കനലെന്നുയിരിലും!
ലോലതന്തുവാമിന്ദ്രി–
യങ്ങളെയുലയ്ക്കുന്ന
ലോഭനീയമാം കാന്ത–
നൈവേദ്യങ്ങളെൻ ചുറ്റും!
നിഴലായൊപ്പം പോരും
ശാപഭീതിയും– ക്രൂര–
നിയതി നടത്തുന്നൂ
പിന്നെയും മുന്നോട്ടെന്നെ!

ശാപം അർഹിക്കുന്ന പാപഫലമാണെന്ന തിരിച്ചറിവ് കവി പാണ്ഡുവിന് ഉണ്ടാക്കിക്കൊടുക്കുന്നു. വനഭൂമിയിൽ സ്വൈരവിഹാരത്തിനുള്ള മാനുകളുടെ പ്രകൃതിദത്തമായ അവകാശത്തെ നശിപ്പിക്കാൻ രാജാവിനുപോലും അധികാരമില്ല. താൻചെയ്തത് തികഞ്ഞ അപരാധമായിപ്പോയെന്ന ചിന്തയിൽ അധീശത്വത്തിന്റെ ദർപ്പം തകർന്ന രാജാവിന്റെ ചിന്തകളാണ് മൂന്നാംഖണ്ഡത്തിൽ. പരിസ്ഥിതി സന്തുലിതാവസ്ഥ തകർക്കുന്ന ഹിംസാത്മകപ്രക്രിയയും, ഉപഭോഗ സംസ്കാരത്തിന്റെ രസങ്ങൾ തേടിയുള്ള വേട്ടയിലും മുഴുകിയ ആധുനിക മനുഷ്യന്റെ അധീശത്വഭാവത്തിന്റെ അന്തിമപതനവും പാണ്ഡുവിന്റേതുപോലായിരിക്കും എന്ന സൂചനയാണ് ഈ കാവ്യം.

നാലാം ഖണ്ഡത്തിൽ മാദ്രിയുടെ വാക്കുകൾക്ക് ശ്രോതാവ് കുന്തിയാണ്. ഭർതൃവിയോഗത്തിൽ തീവ്രദുഃഖിതയായ മാദ്രി 'പാപിയാമെന്നെ കൊല്ലൂ' എന്ന് കുന്തിയോട് അപേക്ഷിക്കുന്നു.

ഭൂമിയിൽ! ദയകാട്ടു–
കിവളിൽ മഹാമൃത്യോ!
വീണൊരീ ഹരിണത്തിൻ
ഇണയെക്കൂടിക്രൂര–

ബാണത്താൽ വധിക്കൂ! – നിൻ
മൃഗയ ജയിക്കട്ടെ!

പാപത്തിന്റെ ശമ്പളം മരണമാണെന്ന് മാദ്രിക്കും മനസ്സിലായി. അരണികടഞ്ഞുണ്ടായ തീയിൽ അരണിത്തണ്ടും കത്തി ഭസ്മാവട്ടെ എന്നവൾ ആഗ്രഹിക്കുന്നു. ഏദനിൽ നിന്നു തുടങ്ങുന്ന പാപത്തെക്കുറിച്ചുള്ള സങ്കൽപ്പങ്ങൾ മിക്കവാറും ലൈംഗികതയിൽ അധിഷ്ഠിതമാണ്. ലൈംഗികതയുടെ മരണകരമായ സാന്നിദ്ധ്യത്തെ അനുനിമിഷം വേദനാജനകമായി ഓർമ്മിപ്പിക്കുന്ന ആദിപ്രരൂപാത്മക ബിംബമായി പാണ്ഡു നിലകൊള്ളുന്നു. വ്യക്തിയുടെ മൃത്യൂബോധം നിറഞ്ഞ മനോഭാവത്തെ പ്രരൂപപരിധിക്കുള്ളിലെ സമൂഹം പിൻതുടരുന്നതിന്റെ തെളിവുകളാണ് ഭീതിയായി വെളിപ്പെടുന്നത്. പാണ്ഡു അനുഭവിച്ച മൃത്യുഭയം ഒരു വശത്ത് വ്യക്തിയിൽ ഭീതിവളർത്തുമ്പോൾ മറുവശത്ത് സുഖാസക്തി നിറഞ്ഞ ജീവിതത്തിലേക്ക് അനുനിമിഷം വലിച്ചടുപ്പിക്കുന്നു.

അഞ്ചാമത്തെ ഖണ്ഡം കുന്തിയുടെ ചിന്തകളാണ്. മരണത്തിന്റെ അനുഗ്രഹം നേടിയ പാണ്ഡുവും മാദ്രിയും അസൂയാർഹരാണെന്ന് അവർ വിലയിരുത്തുന്നു. അന്ത്യനിമിഷത്തിൽ പാണ്ഡുവിന്റെ മുഖത്തുണ്ടായ ഹർഷത്തിന് മാദ്രിയാണ് സാക്ഷിയായിരുന്നത്. തുടർന്നുള്ള എല്ലാ കൃത്യങ്ങൾക്കും സാക്ഷിയാകാൻ കുന്തിയെ അവശേഷിപ്പിച്ചിരിക്കുകയാണ് വിധി. ഒടുവിൽ അഞ്ച് കുഞ്ഞുങ്ങളോടൊപ്പം വനാന്തർഭാഗത്തിന്റെ അനന്തതയിലേക്ക് നടന്നുനീങ്ങുന്ന കുന്തി നിസ്സഹായയായിരുന്നു.

അഞ്ചുമാൻ കിടാങ്ങളെ
തന്നോടൊപ്പം നടത്തിക്കൊ–
ണ്ടഞ്ചിത ഹൃദയയാ–
മൊരുപേടമാനിതാ,
പുല്ലുമൂടിയ ചതി–
ക്കുഴികൾ, സിംഹവ്യാഘ്ര–
ഭല്ലൂകങ്ങളും, വേട്ട–
നായ്ക്കളുമെല്ലാം ചുട്ടു–
തിന്നുന്ന ദാവാഗ്നിയു
മൊഴുകുന്ന കാട്ടിൽക്കൂടി
ഇന്നുപോകുന്നൂ, വേട്ട–
നായ്ക്കുരകേൾപ്പൂ ദൂരേ....

ആധുനിക ലോകത്തിന്റേതാണ് ആ വേട്ടനായ്ക്കളുടെ കുര. മൃഗയാ വിനോദത്തിലേർപ്പെടുന്ന ഓരോ ആൺതരിക്കുമുമ്പിലും ഇങ്ങനെ നിസ്സഹായമാകാൻ വിധിക്കപ്പെട്ട് അനാഥത്വത്തിന്റെ കാട്ടിലൂടെ അലയാൻ വിട്ട, എന്തും ദഹിപ്പിക്കുന്ന ദാവാഗ്നിയിൽ കുരുങ്ങാൻ കിടക്കുന്ന, ജന്മങ്ങൾ അവശേഷിക്കുമെന്ന മുന്നറിയിപ്പുനൽകിയാണ് ഈ പുരാവൃത്തകാവ്യം അവസാനിക്കുന്നത്. നിരാലംബമാകുന്ന പേടമാൻ ഹൃദയങ്ങളെ ഓർമ്മിപ്പിക്കുവാൻ ഒ. എൻ. വി തിരഞ്ഞെടുത്ത പുരാവൃത്തം ആധുനിക പ്രസക്തിയുള്ളതാണ്. ജീവി

തരതിയും മൃത്യുരതിയും തമ്മിൽ മനുഷ്യമനസ്സിൽ നടക്കുന്ന സംഘർഷത്തെ കാവ്യത്തിലേക്കുപകർത്താൻ ഒ. എൻ. വി യെ ഈ പുരാവൃത്തം സഹായിച്ചിരിക്കുന്നു. മനുഷ്യന് ജീവിതത്തോടുള്ള സുഖാസക്തിയെ ലിബിഡോ (Libido) എന്നും നേർവിപരീതമായതിനെ മൃത്യുരതി (Thanotos) എന്നുമാണ് ഫ്രോയിഡ് പേരിട്ടിരിക്കുന്നത്. ഇവ രണ്ടും മനുഷ്യജീവിതത്തെ നിയന്ത്രിച്ചുകൊണ്ടിരിക്കുന്നു. ജീവിതരതിയുടെയും മൃത്യുഭയത്തിന്റെയും ഇടയിൽ ജീവിച്ചുതീർക്കുന്നതാണ് ജീവിതമെന്ന വിശ്വാസം കവിക്കുണ്ട്. ആത്യന്തികമായി ഓരോ മനുഷ്യനും നേരിടുന്ന ഈ ജീവിതസമസ്യയെ അപഗ്രഥിക്കുന്നതിനാണ് പുരാവൃത്തത്തിന്റെ സഹായത്താൽ ഒ. എൻ. വി ശ്രമിക്കുന്നത്.

യൗവ്വനത്തിന്റെ തീക്ഷ്ണതയെക്കുറിച്ചും, നവതാരുണ്യത്തെക്കുറിച്ചും കവിതകളിൽ പരാമർശിക്കപ്പെടുന്നുണ്ട് എന്നത് ഒ. എൻ. വി. ക്കവിതകളുടെ ഒരു പ്രത്യേകതയാണ്. നിത്യനവതാരുണ്യം പുലർത്തുന്ന ജീവിതത്തെക്കുറിച്ചുള്ള ആഗ്രഹം വെച്ചുപുലർത്തുന്ന ഒരു കവിമനസ്സിനെ നമുക്കിവയിൽ കാണാം. മരണത്തെ മറികടക്കാനാഗ്രഹിക്കുന്ന ജീവിതരതിയുടെ ആഖ്യാനമായ മൃഗയയും ഒ. എൻ. വി യുടെ അടങ്ങാത്ത ജീവിതകാമനയുടെ ആവിഷ്ക്കാരമാണ്. പുരാവൃത്തത്തെ പുനരാഖ്യാനം ചെയ്യുമ്പോൾ നവ്യമായ അർത്ഥധ്വനി ഉയർത്താൻ ഈ കവിതയ്ക്ക് കഴിയുന്നുണ്ട്.

ആരണ്യകം- മാനവികതയുടെ ദർശനം

രണ്ട് ഭാഗങ്ങളായി തിരിച്ചിരിക്കുന്ന ഒ. എൻ. വി കുറുപ്പിന്റെ 'ആരണ്യകം'[2] എന്ന കവിതയുടെ പൂർവ്വഭാഗത്ത് താടകയുടെ പുരാവൃത്തം പുനർവ്യാഖ്യാനം ചെയ്യപ്പെടുന്നു. വിശ്വാമിത്രനോടൊപ്പം കാട്ടിലെത്തിച്ചേർന്ന രാമലക്ഷ്മണകുമാരൻമാർ താടകയെ കാണാനിടവന്നു. വിശ്വാമിത്രന്റെ ആജ്ഞപ്രകാരം ശ്രീരാമൻ ബാണമെയ്ത് താടകയെ വധിക്കുകയും ചെയ്തു. ഈ പുരാവൃത്തത്തിന് കവി സ്വന്തമായ ചില വ്യാഖ്യാനങ്ങൾ വരുത്തിയാണ് ആരണ്യകം മെനഞ്ഞെടുത്തിരിക്കുന്നത്.

താടിതലോടി നടക്കുന്നു മാമുനി;
കൂടെയമ്പും വില്ലുമേന്തിയൊരുണ്ണികൾ.
"കാടിതുകണ്ടുവോ?" മാമുനി ചോദിച്ചു.
കാടുകണ്ടുണ്ണികൾക്കെത്രയുമത്ഭുതം;
കാടിനുമുണ്ണികളെക്കണ്ട കൗതുകം.
കാറ്റുപാടുന്നു, കിളികൾപാടു; ന്നില-
ച്ചാർത്തുലഞ്ഞാവനദാരുക്കൾ പാടുന്നു:

വിശ്വാമിത്രനോടൊപ്പം നടക്കുന്ന രാമലക്ഷ്മണന്മാരോട് കാട് കണ്ടുവോ എന്ന് മാമുനി ചോദിക്കുന്ന ചോദ്യത്തോടെയാണ് കവിത ആരംഭിക്കുന്നത്. കാടിനെക്കണ്ട ഉണ്ണികളും ഉണ്ണികളെക്കണ്ട കാടും കുമാരൻമാരും തമ്മിലുള്ള മാനസികൈക്യം മാമുനിയെ അസ്വസ്ഥനാക്കുന്നു. കാണുന്നമാതിരി കാടത്രസുന്ദരമല്ലെന്ന് മാമുനി പറയുന്നു.

"താടകയാകും ഭയങ്കരിവാഴുന്ന
കാടിത്! കൊല്ലണം നിങ്ങളാ നീചയെ!
വില്ലും ശരവുമലങ്കാരമല്ലോർക്ക!
കൊല്ലുവാൻ, കൊല്ലുവാനത്രേയതെന്നോർക്ക!"

ദുഷ്ടമൃഗങ്ങളെക്കാൾ കൊന്നൊടുക്കേണ്ടത് രാക്ഷസരാണെന്നും അതീവ ഭയങ്കരിയായ താടക വാഴുന്ന കാടാണിതെന്നും, അവളെ നിങ്ങൾ കൊല്ലണമെന്നും വിശ്വാമിത്രൻ കുമാരൻമാരോട് ആജ്ഞാപിച്ചു. എന്നാൽ-

കാൺകയായ് ദൂരെ ഘനശ്യാമ ഭീമമാ-
മാകൃതിപൂണ്ടൊരു സത്വത്തെയക്ഷണം
ഉണ്ണികൾക്കേതുമേ പേടിതോന്നീലതിൻ
കണ്ണിൽനിന്നൻപുതുളുമ്പുന്ന നോട്ടമോ?
ഉണ്ണികളെകണ്ടൊരുള്ളലിവോ? കാട്ടി-
ലെന്തിനേ വന്നതിപ്പോളെന്നചോദ്യമോ?
നിശ്ശബ്ദമാം വരവേല്ക്കലോ? തെല്ലൊരു
വിശ്വാസമില്ലായ്മയോ? ഭയംതന്നെയോ?

എന്നതായിരുന്നു താടകയുടെ അവസ്ഥ. താടകയെക്കണ്ട രാമലക്ഷ്മണൻമാരിൽ ക്രൂരതയ്ക്കപകരം അലിവാണ് തോന്നിയത്. ഹൃദയയൈകൃത്തിന്റെ ആഴങ്ങളെ ഇഴചേർക്കുന്ന മൗനഭാഷയിൽ കുമാരൻമാർ താടകയെനോക്കി. ഉടൻ

.... കൊല്ലുക! കൊല്ലുക!
താടകയെന്ന ഭയങ്കരി, ആരെയും
പേടിയില്ലാത്തവൾ! കൊല്ലുക! കൊല്ലുക!

എന്ന വിശ്വാമിത്രന്റെ വാക്കുകൾ താടകയുടെ നോട്ടത്തിന് അർത്ഥങ്ങൾ തേടിച്ചെന്ന കുമാരൻമാരുടെ ചിന്തയെ ഉണർത്തി. പിന്നെ ക്ഷണം വില്ലുകുലച്ചു. ശരമേറ്റ അവളുടെ ശരീരം നിലംപൊത്തി. കാതടപ്പിക്കുന്ന അവളുടെ ദീനരോദനം കാടും അനുരോദനം ചെയ്തു.

കാടിന്റെ പുത്രിയായാണ് താടകയെ കവി കാണുന്നത്. അവളുടെ പാതിയടഞ്ഞ നേത്രങ്ങൾ കുഞ്ഞുപൈതങ്ങളെക്കൊണ്ട് തന്നെകൊല്ലിച്ചതെന്തിനാണെന്ന് ചോദിക്കുന്നതുപോലെ തോന്നിയപ്പോൾ

... "യിവൾ കാമരൂപിണി, രാക്ഷസി!
കൊല്ലുകമൂലം സുകൃതികളായ് നിങ്ങൾ!"
എന്ന് വിശ്വാമിത്രൻ ആ കർമ്മത്തെ സാധൂകരിക്കുന്നു.
എങ്കിലിക്കാട് കരഞ്ഞതെന്തേ? വൃക്ഷ-
വല്ലീസഹസ്രങ്ങൾ, പക്ഷികൾ, ജന്തുക്കൾ
കാട്ടിലെ കാറ്റുകൾ പോലുമൊപ്പം കര-
ഞ്ഞാർത്തതെന്തേ? പ്രാണഹത്യ സുകൃതമോ?

പ്രാണഹത്യ സുകൃതമാകുന്നതിന്റെ പൊരുൾ മനസ്സിലാക്കാൻ കഴിയാതെ ഉണ്ണികൾ മുനിക്കൊപ്പം നടന്നു. കുഞ്ഞുങ്ങളെ ശപിക്കു

ന്നതെങ്ങനെയെന്നോർത്ത് അടങ്ങിയിട്ടും സ്വപുത്രീവിയോഗത്തിൽ മനംനൊന്ത് കാട് കണ്ണീർചൊരിഞ്ഞ് ശപിക്കുന്നു.

'...... . വരും നിങ്ങ-
ളൊന്നിച്ചൊരുദിനം! കാടേ ശരണമായ് !
സ്വന്തമാം നാട്ടിൽ പരിത്യക്തരായ്, കാട്ടി-
ലന്തിയുറങ്ങും പതിന്നാല് സംവത്സരം!'

കാടിന്റെ ഈ നേർത്ത രോദനത്തിനപ്പുറം അവരുടെ കാതിൽ മുഴങ്ങിയത് 'കൊല്ലുക' എന്നുള്ള വചനം മാത്രമായിരുന്നു. കാടിന്റെ മക്കൾ കൊല്ലപ്പെടേണ്ടവരാണെന്ന മുനിവചനം ഭരണവർഗ്ഗത്തിന്റെതായി വ്യാഖ്യാനിക്കാം. സ്വാർത്ഥലാഭത്തിനായി കറുത്തവരെ കൊന്ന് പടുത്തുയർത്തിയ സാമ്രാജ്യങ്ങളിലേക്ക് ഈ സൂചനകൾ നീളുന്നു. രാമന്റെ പതിനാലുവർഷത്തെ വനവാസത്തിന്റെ നിമിത്തം താടകാവധവുമായി ബന്ധിപ്പിച്ച് 'കൊല്ലുക' എന്ന മുഴക്കത്തോടെ കവിതയുടെ പൂർവ്വഭാഗം അവസാനിക്കുന്നു.

ഉത്തരാർദ്ധം ആരംഭിക്കുന്നത് വിശ്വാമിത്രന്റെ 'കൊല്ല്' എന്ന ആജ്ഞകേട്ടുവളർന്ന രാമലക്ഷ്മണൻമാരുടെ സാഹസകൃത്യങ്ങളെ വിവരിച്ചുകൊണ്ടാണ്. അവയുടെ സാധുതയെ കവി വിമർശനാത്മകമായി പരിശോധിക്കുന്നുമുണ്ട്.

ഉന്നം പിഴയ്ക്കാത്തൊരമ്പിൻ മുനകളിൽ
പിന്നെയും പ്രാണങ്ങളെത്ര പിടഞ്ഞില്ല!
എത്ര കൊലച്ചതിച്ചാതുര്യമാർന്നില്ല!
എത്ര വധുക്കൾക്ക് വൈധവ്യമേകില!
എന്നിങ്ങനെ തുടങ്ങി-
വീട്ടിലുപേക്ഷിച്ചൊരു വധുവിൻ ചുടു-
വീർപ്പിലന്തഃപുരമെത്ര പുകഞ്ഞില്ല!
കാട്ടിലുപേക്ഷിച്ച സാധ്വിതന്നാത്മാവ്
നീറ്റും ചിതയെത്രനാൾ നിന്നെരിഞ്ഞില്ല!
എന്നുവരെ അതുപോകുന്നു.

സർഗ്ഗതപസ്യയിലാണ്ടുകൊണ്ട്, സഹജാതദുഃഖാനുസാരിയായ മറ്റൊരു മാമുനി ഇവിടെ "കൊല്ലരുതേ" എന്ന് കേഴുന്നു. ജന്മംകൊണ്ട് ആര്യനെങ്കിലും കർമ്മംകൊണ്ട് അനാര്യനാണ് വാല്മീകിയെന്ന ആ മുനി. രാമായണകഥ പാടിപഠിപ്പിച്ച സ്നേഹസ്വരൂപനായ വാല്മീകിയുടെ ആശ്രമത്തിൽ കഴിയുന്ന ഭൂമികന്യയുടെ അന്തരംഗ വിചാരധാരകൾ കവി തുടർന്ന് വരച്ചിടുന്നു.

അമ്മതൻ കണ്ണിൽ നിനവിൻ തിളക്കമായ്,
അൻപെഴുന്നോർക്കന്യദുഃഖങ്ങള സമോ?
തൻകൈക്കുടന്ന നിറഞ്ഞ തപ്താശ്രുവിൽ
തൻമുഖച്ഛായ കാണും പോലിരുന്നവൾ!

ഉണ്ണികൾ രാമസന്നിധിയിൽ എത്തിച്ചേർന്നശേഷം നടന്നേക്കാവുന്ന സംഭവങ്ങൾ മനക്കണ്ണിൽ കാണുന്നിടത്ത് കവിത അവസാനിക്കുന്നു.

തൻമക്കൾ മാമുനിയോടൊത്തയോദ്ധ്യയിൽ
ചെന്നണയുന്നതും, സിംഹാസനസ്ഥനാം
തൻപതിപൈതങ്ങൾപാടുന്ന പാട്ടുകേ-
ട്ടെന്തെന്നറിയാതെയസ്വസ്ഥനാവതും,
നിർമ്മമനാം മുനിയൊന്നുമോരാത്തപോൽ
നിർമ്മലോലം മനസാ ചിരിപ്പതും,
പിന്നെ, യനന്തസമയപഥങ്ങളിൽ
ചെന്നലച്ചാമന്ത്രമെങ്ങും ചിരിപ്പതും!

രാമന്റെ രാജനീതിക്കെതിരെയെന്നപോലെ ഇന്നത്തെ ലോകനീതിക്കുനേരെയും ചെറിയ തോതിൽ ഈ കവിത വിരൽ ചൂണ്ടുന്നു. ഒരു ഭാഗത്ത് താടകയോടും മറുഭാഗത്ത് സീതയോടും അനുതാപം പുലർത്തുന്ന കവിമനസ്സ് കാട്ടിലെ മൃഗങ്ങൾക്കുപോലും മനുഷ്യന്റെ ക്രൂരതയില്ലെന്നു കണ്ടെത്തി മനുഷ്യനിലെ തിന്മയെയും ക്രൗര്യത്തെയും തുറന്നുകാണിക്കുന്നു.

കൊല്ലുക-കൊല്ലരുതേ എന്നീ ദ്വന്ദ്വങ്ങൾ തമ്മിലുള്ള ഏറ്റുമുട്ടലാണ് ഈ കവിത. ഹിംസയും അഹിംസയും തമ്മിലുള്ള സംഘട്ടനത്തിൽ അമ്പും വില്ലുമേന്തിയ രാമലക്ഷ്മണന്മാരും രാമായണകഥ പാടുന്ന സ്നേഹഗായകന്മാരായ ലവകുശന്മാരും പുരാവൃത്തത്തിൽ നിന്ന് പുറത്തിറങ്ങി ആധുനിക സാമൂഹ്യനീതിക്കുനേരെ വിരൽചൂണ്ടുന്നു. സ്ത്രീകൾക്കെതിരെ നടന്ന ആര്യാധിനിവേശത്തിന്റെയും പുരുഷാധിപത്യത്തിന്റെയും ബീഭത്സമുഖം ഈ പുരാവൃത്തവ്യാഖ്യാനത്തിലൂടെ ഒ. എൻ. വി. തുറന്നുകാട്ടുന്നു. ഇങ്ങനെ രാമായണ പുരാവൃത്തത്തിനും ഭാരതീയ സംസ്കാരത്തിനും ഉജ്ജ്വലമായൊരു പാഠഭേദം നൽകുകയാണ് ആരണ്യകം ചെയ്യുന്നത്.

ഭാരതത്തിലെ രണ്ടുതരം ഋഷിപാരമ്പര്യവും ഈ കവിതയിൽ സൂചിപ്പിക്കപ്പെടുന്നുണ്ട്. ഉണ്ണികൾക്ക് ആയുധപരിശീലനം നൽകി 'കൊല്ലുക' എന്ന് ആജ്ഞാപിച്ചുവിടുന്ന വിശ്വാമിത്ര-ദ്രോണാചാര്യ പാരമ്പര്യവും; മറ്റേത് സ്നേഹമന്ത്രമോതി പ്രകൃതിയെയും സർവ്വചരാചരങ്ങളെയും സ്നേഹിക്കുവാൻ വിടുന്ന കവിമുനി വാല്മീകിയുടെ പാരമ്പര്യവും. രണ്ടിന്റെയും ആസ്ഥാനം ആരണ്യമാണ്. സമകാലിക ഭാരതത്തിന്റെ തനതു സംസ്കാരവാദകോലാഹലങ്ങളിൽ സാർത്ഥകമായി ഇടപെടുന്ന രചനയാണ് ആരണ്യകമെന്ന് പി. സോമൻ വിലയിരുത്തുന്നതും ഇതുകൊണ്ടുതന്നെയാണ്.3 പ്രാക്തന സംസ്കാരവാദികളായി 'കൊല്ലുക കൊല്ലുക' എന്ന് മന്ത്രിച്ച് യുവാക്കളെ ആയുധധാരികളാക്കിവിടുന്ന സവർണ്ണഹിന്ദുമേധാവിത്വവും, 'മാനിഷാദ' എന്ന ഉഗ്രശക്തിയുള്ള കാരുണ്യമന്ത്രംകൊണ്ട് അതിനെ പ്രതിരോധിക്കുന്ന മാനവപക്ഷവും തമ്മിലുള്ള സംഘർഷം സമകാലിക ഭാരതീയാന്തരീക്ഷത്തിൽ 'ആരണ്യകം' എന്ന കവിതയെ അർത്ഥപൂർണമാകുന്നു.

ഹിംസയുടെ പ്രതീകമായ കാട്ടാളൻ, ഇരയുടെ അടയാളമായ കിളി, കിളിയുടെ കരച്ചിലിനെ പിൻതുടരുന്ന കവി ഇങ്ങനെ മനുഷ്യ

സ്നേഹസങ്കൽപ്പങ്ങളെ തകർക്കുന്ന ക്രൂരതയോടു പ്രതിഷേധിക്കുന്ന കാവ്യസങ്കൽപ്പമാണ് ഒ. എൻ. വി. യുടെ ഇതരകവിതകളിലുമുള്ളത്. രാമന്റെ സ്ഥാനത്ത് അധികാരവ്യവസ്ഥയെ കാണാനും രുദിതാനുസാരിയായ വാല്മീകിയിലൂടെ സ്നേഹോജ്ജ്വലമായ കാവ്യഭാഷാപാരമ്പര്യം പകരാനുമുള്ള ശ്രമമാണ് ആരണ്യകവും നടത്തിയിരിക്കുന്നത്.

ആരണ്യക സാന്നിദ്ധ്യം ഇതര കവിതകളിൽ

വയലാർ രാമവർമ്മയുടെ 'താടക എന്ന ദ്രാവിഡരാജകുമാരി'യും കുമാരനാശാന്റെ 'ചിന്താവിഷ്ടയായ സീത'യും ഒ. എൻ. വി യുടെ ആരണ്യകത്തോട് ചേർത്തുവായിക്കാവുന്നവയാണ്. രണ്ടും ആരണ്യകത്തിലെ പുരാവൃത്തവുമായി ബന്ധപ്പെടുന്നവയാണ്. ഈ രണ്ട് കവിതകളും ഒ. എൻ. വി യെ സ്വാധീനിച്ചിരിക്കുമെന്ന് തോന്നുന്നു.

ദർശനമാത്രയിൽ രാമനിൽ അനുരാഗപരവശയാകുന്ന താടകയെ വയലാർ 'താടക എന്ന ദ്രാവിഡരാജകുമാരിയിൽ' അവതരിപ്പിക്കുന്നു.[4]

സ്ത്രീഹൃദയത്തിനുന്മാദമുണർത്തുമാ
മോഹനഗോപാംഗഭംഗിനുകർന്നവൾ
കണ്ണെടുക്കാതൊരഭൗമരോമാഞ്ചമായ്
നിന്നാൾ സലജ്ജം, സകാമം, സവിസ്മയം.

ആദ്യമായി രാമന്റെ മന്മഥാസ്ത്രം മാലചാർത്തിയ രാജകുമാരിയുടെ ഹൃത്തടം പിളർക്കേണ്ട ദുര്യോഗമായിരുന്നു രാമന്.

രാജീവ പുഷ്പശരങ്ങളേറ്റാദ്യമായ്
രാമനിൽ മോഹം തുടിച്ചുണർന്നീടവേ
താടിതടവിച്ചിരിച്ചുചൊല്ലീമുനി;
"താടകയെന്ന നിശാചരിയാണവൾ"

എന്ന് വിശ്വാമിത്രൻ താടകയെ രാമന് പരിചയപ്പെടുത്തുന്നു. തുടർന്ന് ആര്യന്റെ അധികാരസ്ഥാപനവും അനാര്യന്റെ ചെറുത്തുനിൽപ്പും കവി സൂചിപ്പിക്കുന്നു.

ആഗോത്രത്തലവന്മാ-രനുചരന്മാ-
രുമായ് ദക്ഷിണഭാരതഭൂമിയിൽ
സംഘങ്ങൾ സംഘങ്ങളായ് വന്നു, സംസ്കാര-
സംഹിതയാകെതിരുത്തിക്കുറിച്ച നാൾ-
വാമനന്മാരുമായ് വിരുന്നുവന്നീദ്ദാന-
ഭൂമിയിൽ യാഗപശുക്കളെ മേച്ചനാൾ,
വിശ്വമാതൃത്വത്തെ വേദമഴുവിനാൽ
വെട്ടിപുരോഹിതപാദത്തിൽ വെച്ചനാൾ
ആദ്യമാ, യാര്യവംശാധിപത്യത്തിനെ
യാട്ടിയകറ്റിയ രാജകുമാരിയെ-
താടകയെ-കണ്ടു കോപാരുണങ്ങളായ്
താടി വളർത്തും തപസ്വിതൻ കണ്ണുകൾ?

വാമനവേഷത്തിൽ ദ്രാവിഡരാജാധികിരീടത്തെ മണ്ണിലിട്ടു ചവിട്ടിത്താഴ്ത്തിയതിന്റെയും, വിശ്വമാതൃത്വത്തെ വേദമഴുവിനാൽ വെട്ടിയതിന്റെയും (മഹാബലി, പരശുരാമ പുരാവൃത്തങ്ങൾ) പ്രതികാരമായി ആര്യവംശാധിപത്യത്തിനുനേരെ ആദ്യത്തെ സമരം നയിച്ചവളാണ് താടക. അഗസ്ത്യമുനിയുടെ കോപാഗ്നിയിൽ വെന്തുവെണ്ണീറായ ഭർത്താവായ സുന്ദനുവേണ്ടി താടകയും പുത്രന്മാരും അഗസ്ത്യാശ്രമം അക്രമിച്ചതിന്റെ സൂചനയാണിത്. ഈ കുടിപ്പകയുടെ കണ്ണുകളാണ് തപസ്വിയായ വിശ്വാമിത്രനിലും കാണുന്നത്.

"ആര്യവംശത്തിന്നടിയറവെയ്ക്കുമോ
സൂര്യവംശത്തിന്റെ സ്വർണ്ണ സിംഹാസനം?"

എന്ന് മുഗ്ദാനുരാഗവിവശയായി താടക ചോദിച്ചപ്പോൾ ചുറ്റുമുറങ്ങിക്കിടന്ന മഹർഷികൾ ഞെട്ടിയുണർന്നു എന്ന് കവി സൂചിപ്പിക്കുന്നു.

"വില്ലുകുലയ്ക്കൂ ശരം തൊടുക്കൂ - രാമ,
കൊല്ലൂ; നിശാചരിതാടകയാണിവൾ"

എന്നു വിശ്വാമിത്രഗർജ്ജനം താടകയുടെ ഹൃത്തടം പിളർക്കുന്ന ബാണപ്രയോഗത്തിലെത്തിക്കുന്നു. അപ്പോൾ പുത്രീവിയോഗവ്യഥയിൽ വിന്ധ്യാചലം സ്തബ്ധയായിപ്പോകുന്നു.

കോടികോടിപുരുഷാന്തരങ്ങൾ, മുത്തു-
ചൂടിച്ച സംസ്കാര ചക്രവാളങ്ങളെ
ആര്യപൗരോഹിത്യ രാഷ്ട്രീയമായിര-
മായിരം സ്ത്രീമേധയാഗഹോമങ്ങളാൽ
എത്രധൂമാവൃതമാക്കീ; ചരിത്രത്തി-
നെത്രനാൾ ബാഷ്പാകുലങ്ങളായ് കണ്ണുകൾ-
തൂലികകൊണ്ടാക്കറുത്തധൂമത്തിര-
ശ്ശീലകീറട്ടെ ചരിത്രവിദ്യാർത്ഥികൾ.

എന്നുകൂടി അനുബന്ധമായി എഴുതിച്ചേർത്തുകൊണ്ടാണ് ഭൂമികന്യയായ സീതയെ രാവണപുത്രിയാക്കി പുരാവൃത്തത്തിന് പാഠഭേദം നൽകിയ വയലാർ ഈ കവിത അവസാനിപ്പിക്കുന്നത്.

ആര്യഗോത്രത്തലവൻമാർ ദക്ഷിണഭാരതഭൂമിയിൽ കടന്ന് വന്ന് ഇവിടെ നിലനിന്നിരുന്ന പ്രാചീന സംസ്കാരത്തെയാകെ തിരുത്തിക്കുറിച്ചതിന്റെ ചരിത്രം ഒരു പുരാവൃത്തത്തിന്റെ സഹായത്തോടെ അവതരിപ്പിക്കുകയാണ് വയലാർ ഈ കവിതയിൽ. അവർ ദ്രാവിഡരാജകിരീടങ്ങളെ മണ്ണിലിട്ട് ചവിട്ടിമെതിക്കുകയും വിശ്വമാതൃത്വത്തെ വേദമഴുകൊണ്ട് വെട്ടി പുരോഹിതപാദത്തിൽ കാഴ്ചവെക്കുകയും ചെയ്തു. ഈ ആര്യവംശമേധാവിത്വത്തോട് പടപൊരുതിയ ധീരയായ രാജകുമാരിയാണ് വയലാറിന്റെ താടകയെന്ന് കെ. പി. ശരത്ചന്ദ്രൻ[5] നിരീക്ഷിക്കുന്നുണ്ട്. വയലാറിന്റെ തത്വദർശനം ഇതുതന്നെയാണ്. ആര്യപൗരോഹിത്യരാഷ്ട്രീയങ്ങൾ നടത്തിയ ആയിരമായിരം സ്ത്രീമേധയാഗഹോമങ്ങളുടെ കറുത്ത തിരശ്ശീല ചരിത്രവിദ്യാർത്ഥികൾ തൂലികകൊണ്ട് കീറിനോക്കുമെന്ന് അദ്ദേഹത്തിന്

ശുഭാപ്തിവിശ്വാസമുണ്ടായിരുന്നു. അതിനുള്ള പ്രേരണയ്ക്കായാണ് കവിതയിൽ ഈ പുരാവൃത്തത്തെ വയലാർ ഉപയോഗിച്ചിരിക്കുന്നത്.

കുമാരനാശാന്റെ 'ചിന്താവിഷ്ടയായ സീത'[6] സ്വഗതാഖ്യാനശൈലിയിൽ രാമരാജ്യത്തിലെ വ്യവസ്ഥാപിത നീതിശാസ്ത്രങ്ങളെ നിശിതമായി വിമർശിക്കുന്ന കവിതയാണ്. സീതയുടെ പരാതികൾക്ക് ഒ. എൻ. വി. നൽകിയ സാമൂഹികമാനം നേരത്തെ ഈ കൃതിയിൽ ആശാനും നൽകിയിട്ടുണ്ട്.

സുതർമാമുനിയോടയോദ്ധ്യയിൽ
ഗതരായോരളവന്നൊരന്തിയിൽ
അതിചിന്തവഹിച്ചു സീത പോയ്
സ്ഥിതി ചെയ്താളുടജാന്ത വാടിയിൽ.

വാല്മീകിയുടെ ആശ്രമത്തിലിരുന്ന് സീത ചിന്തയിൽ മുഴുകിയത് ലവകുശന്മാർ വാല്മീകിയോടൊപ്പം രാമായണം പാടികേൾപ്പിക്കാൻ അയോദ്ധ്യയിലേക്ക് പോയപ്പോഴായിരുന്നു. ഭർത്താവ് തന്നെ ഉപേക്ഷിച്ചത് മനഃപൂർവ്വം ചെയ്തതായിരിക്കില്ലെന്നും രാജധർമ്മവ്യവസ്ഥയാൽ നിവൃത്തിയില്ലാതെ ചെയ്യേണ്ടിവന്നതായിരിക്കുമെന്നും ഇതു നിമിത്തം അദ്ദേഹം സങ്കടപ്പെടുന്നുണ്ടായിരിക്കുമെന്നും സീത യുക്തിയുക്തമായി സമർത്ഥിക്കുമ്പോഴും രാമനുനേരെയുള്ള നിശിതമായ വിമർശനമായി കവിത മാറുന്നുണ്ട്. പുരുഷനീതിയെ- രാമനീതിയെ- കാട്ടുമൃഗങ്ങളെക്കാൾ ഭയപ്പാടോടെ സീത കാണുന്നു. പുരാവൃത്ത കഥാപാത്രത്തിന്റെ ഈ സമകാലികാവിഷ്കാരം ഒ. എൻ. വി കുറുപ്പിന്റെ ആരണ്യകത്തിലെ സീതയെയും സ്വാഭാവികമായി സ്വാധീനിച്ചിട്ടുണ്ട്.

സീതാപരിത്യാഗത്തിന് രാമനുള്ള ന്യായീകരണമാണ് 'ചിന്താഗ്രസ്ഥനായ രാമൻ'[7] എന്ന പി. വി. കൃഷ്ണവാരിയരുടെ കവിത. സഹധർമ്മിണിയെ വനത്തിലുപേക്ഷിക്കാൻ സഹോദരനെ ചുമതലപ്പെടുത്തിയയച്ചശേഷം ദുഃഖത്തിന്റെ പാരമ്യത്തിലെത്തിയ രാമന്റെ ചിന്തകളിൽ കവിത ആരംഭിക്കുന്നു. കാട്ടിൽ വന്യമൃഗങ്ങളിൽനിന്ന് അവളെ കവിഗുരു രക്ഷിക്കുമെന്ന് രാമൻ കരുതുന്നു. തന്റെ കുഞ്ഞുങ്ങൾക്ക് ജന്മം നൽകി സീത അവിടെ കഴിയുമെന്ന് രാമൻ ആശ്വസിക്കുന്നു. ശൂർപ്പണഖയടക്കമുള്ള തന്റെ പ്രജകളുടെ മുന്നിൽ നീതിബോധത്തോടെ നിൽക്കാൻ രാമൻ ആഗ്രഹിക്കുന്നു.

അപരാധിനിയല്ല, സീതയെ-
ന്നപരന്മാർക്കു ബോധമേകുവാൻ
അപരിഗ്രഹനാകതന്നെഞാ-
നപരം കാണുവതില്ല കൗശലം.

എന്നാണ് രാമന്റെ ചിന്ത. ലക്ഷ്മണനോട് പരുഷോക്തി പറഞ്ഞതിന്റെ പാപഫലമാണ് സീതയ്ക്ക് നിത്യവിയോഗസങ്കടം വരുത്തിയതെന്ന് രാമൻ വിശ്വസിക്കുന്നു. ഒപ്പം തന്റെ ജാതകഫലവും.

മാനവികതയുടെ പശ്ചാത്തലത്തിലായിരിക്കണം ഈ പുരാവൃത്തം ആധുനികകാലത്ത് വിശകലനം ചെയ്യപ്പെടേണ്ടത്. അധികാരം, കുടുംബം, സമൂഹം, മൂല്യബോധം തുടങ്ങി നിരവധി തലങ്ങളിൽ നടക്കുന്ന വ്യക്തിത്വ നിരാസത്തിന്റെ പ്രതിഫലനം അവതരിപ്പിക്കാൻ ഭാഷയ്ക്കപ്പുറം ഈ പുരാവൃത്തങ്ങൾക്കു കഴിയുന്നുണ്ട് എന്നതിനാലാണ് ആധുനിക കവികൾ ഈ പുരാവൃത്തങ്ങളെ തങ്ങളുടെ കവിതകളിൽ ഉപയോഗിക്കുന്നത്.

സീതയുടെ ദുഃഖം സ്ത്രീത്വത്തിന്റെ മുഴുവൻ ദുഃഖമായി അയ്യപ്പപ്പണിക്കർ മൃത്യുപൂജ, കുരുക്ഷേത്രം, ശാപമോക്ഷം തുടങ്ങിയ കവിതകളിൽ കാണുന്നു. അനുഗ്രഹങ്ങളുടെയും പുണ്യപാപങ്ങളുടെയും സമതുലിതാവസ്ഥ സീതയുടെ പുരാവൃത്തത്തിൽ കണ്ടെത്തുന്ന കവിതയാണ് 'ശാപമോക്ഷം'.[8]

സീതതൻ പ്രേമത്തിനു
പാത്രമാകണമെങ്കിൽ
രാമ, നീയഹല്യയെ
മുക്തയാക്കണമാദ്യം
ശാപശൈത്യത്തിൽ സ്ത്രീത്വം
കല്പിച്ചു കിടപ്പോളം
ഭൂമിനന്ദനയ്ക്കനു-
രാഗമെങ്ങനെതോന്നും?

സീതയാൽ പരിത്യക്തനായ രാമൻ നിഷ്പ്രഭനും വികലാംഗനുമാണെന്ന് ഹൃദയത്തിൽ ധർമ്മരോഷം ജ്വലിക്കുന്ന ലക്ഷ്മണൻ രാമനെ ഓർമ്മിപ്പിക്കേണ്ടതായി കവി കരുതുന്നു. ഇതു ബോധ്യപ്പെടുന്ന രാമൻ സ്വർഗ്ഗാരോഹണസമയത്ത്, ജാനകിയെ ഏറ്റുവാങ്ങിയ സർവ്വംസഹയോട്-

നക്തഞ്ചരേന്ദ്രനൊരു ദുർഭൂതമായ് മരണ-
നൃത്തം ചവിട്ടിമമഹൃത്തിൽ
വൈകാതെനിന്നുദരവീര്യം പകർന്നുമമ
വൈദേഹിയെത്തരിക ധാത്രി

എന്നാണ് 'മൃത്യുപൂജ'[9] യിൽ അപേക്ഷിക്കുന്നത്.

രാമന്റെ ജീവിതവ്യഥയും അന്ത്യത്തിലെ പരിഹാരമില്ലാത്ത ശൂന്യാവസ്ഥയും ധർമ്മാധർമ്മ വിവേചനബുദ്ധി നഷ്ടപ്പെട്ട ആധുനിക മനുഷ്യന്റേതാണെന്ന് കവി കണ്ടെത്തുന്നു. അസ്വസ്ഥമായ കുരുക്ഷേത്രങ്ങൾക്ക് സാക്ഷിയാകുന്ന വ്യഥ ആധുനിക കവിയെ സംശയാലുവായ വാല്മീകിയാക്കിത്തീർക്കുന്ന കാഴ്ച്ചയാണ് ഈ പുരാവൃത്തബിംബത്തിലൂടെ 'കുരുക്ഷേത്രം'[10] എന്ന കവിതയിൽ അയ്യപ്പപ്പണിക്കർ വരച്ചു കാട്ടുന്നത്.

സീതയെ കാട്ടിൽകളയണോ, രാവണ-
രാജന്റെ ചോരകുടിക്കണോലങ്കകൾ?
സുഗ്രീവനാരു, വിഭീഷണനാരിതിൽ?
സൽക്കർമ്മമെല്ലാം വസിഷ്ഠൻ പറയുമോ?

എല്ലാം പറഞ്ഞു കഴിഞ്ഞിട്ടുനോക്കുകി-
ലെന്തുണ്ട് രാമന്റെ ജീവിതസഞ്ചിയിൽ?

രാമന്റെ ജീവിതശേഖരത്തിൽ ധർമ്മാധർമ്മങ്ങളെ വ്യവച്ഛേദനം ചെയ്തുകഴിഞ്ഞാൽ ഒന്നും അവശേഷിക്കില്ലെന്ന കണ്ടെത്തൽ പുരാവൃത്തത്തെ പുനർചിന്തയ്ക്കു വിധേയമാക്കുന്ന കവിയുടെതാണ്.

സീത അനാഥത്വത്തിന്റെയും പരിശുദ്ധിയുടെയും സഹനത്തിന്റെയും പ്രതീകമായാണ് സുഗതകുമാരിയുടെ 'ഇന്നത്തെ സന്ധ്യയോ'[11] എന്ന കവിതയിൽ പ്രത്യക്ഷപ്പെടുന്നത്. പ്രകൃതിയാണ് ഇവിടെ സീതാകാരമാർജ്ജിക്കുന്നത്. അഗ്നിശുദ്ധിവരുത്തിയ ഈ സീതയെ സംരക്ഷിക്കേണ്ട മർത്ത്യൻ അവളെ സ്വീകരിക്കാൻ സ്വയം അനർഹനായിരിക്കുന്നു എന്ന് കവിത സൂചിപ്പിക്കുന്നു.

ഇന്നത്തെ സന്ധ്യയോ? ഖിന്നയായ് ഉടജത്തിൽ
നിന്നിടും സീതയെപ്പോലെ.
ഉപധാനമായ് രാമഹസ്തമില്ലാത്ത,
കണ്ണടയാത്ത, രാത്രിതൻ മുന്നിൽ
തളരുന്നുവെങ്കിലും, ഹാ ഹാ! രവത്തിനാൽ
കരളിരമ്പുന്നുവെന്നാലും
നെറ്റിയിൽ തൂവേർപ്പണിഞ്ഞു പാഞ്ഞെത്തുന്ന
മക്കളെ മാറോടണയ്ക്കെ
ഒരു ദിവ്യമന്ദസ്മിതത്തിനാൽ സർവ്വവും
തഴുകുന്ന സീതയെപ്പോലെ.

കാഷായവും ചാർത്തി നിൽക്കുന്ന സീത, വിളറുന്ന കവിളുമായ് ഓർത്തുനിൽക്കുന്ന വിധുരയായ സീത, മിഴികൂമ്പി വിരഹാർത്തയായി ഓർത്തുനിൽക്കുന്ന സീത, മക്കളെ മാറോടണയ്ക്കുന്ന ഒരു ദിവ്യമന്ദസ്മിതത്തിനാൽ സർവ്വവും തഴുകുന്ന സീത തുടങ്ങിയ കല്പനകൾ കൊണ്ട് സജീവമാണ് ഈ കവിത. അന്തരാത്മാവിലെ ഉണങ്ങാത്ത മുറിവുകൾപോലെ ഈ സന്ധ്യ സീതയെ തഴുകുന്നു.

വൈലോപ്പിള്ളിയുടെ 'രാമകഥ'[12] സീതയുടെ ഭൂമിപിളർന്നുള്ള അന്തർദ്ധാനവുമായി ബന്ധപ്പെട്ട പുരാവൃത്തത്തെ ആസ്പദമാക്കിയുള്ള കവിതയാണ്. വാല്മീകിയോടൊന്നിച്ച് ലവകുശന്മാർ രാമസാന്നിദ്ധ്യത്തിലെത്തുകയും രാമായണം പാടി കേൾപ്പിക്കുകയും ചെയ്യുന്നു. ഇതുകേൾക്കേ ആ രാജസഭ വിതുമ്പിപ്പോകുന്നു.

ഓമൽക്കിശോര മുഖഭാവങ്ങ, ളാർത്തിയൊടു
രാമന്റെ കണ്ണുകൾ നുകർന്നു,
കളരുതനരന്ദം,
പുളകാത ഹൃദന്തം;
മർമ്മം പിളർക്കുമഴൽ, മുമ്മട്ടവൻ ന്യവര-
ധർമ്മങ്ങളെക്കരുതിവെന്നൂ.

സീതയുടെ കനകവിശുദ്ധി നാടിനെ അറിയിക്കാൻ ദാശരഥി പ്രഖ്യാപിക്കുമ്പോൾ

"ആയായ്, പരീക്ഷയിതു പേയാണ്," മാഴ്കിയവൾ
തായാം ധരിത്രിയൊടു ദീനം:
"അമ്മേ പൊറുക്ക പണി, മേന്മേൽ മഹാവമതി-
യെന്മേലണപ്പിതി വരാകെ.
ഇമ്മകളെയേൽക്കൂ
അമ്മയൊടു ചേർക്കു!"

സീത ഇമ്മട്ടിൽ മാതാവായ ഭൂമീദേവിയെ വിളിച്ചു കേഴുകയും ഭൂമി പിളർന്ന് സീതയെ കയ്യേൽക്കുകയും ചെയ്തു. രാമന്റെ ദുഃഖകഥയായി രാമായണം രചിച്ച വാല്മീകി എത്ര കഠോരനാണെന്ന് കവി ചിന്തിക്കുകയും അഗ്നിയിൽ മനസ്സിന്റെ ശുദ്ധി കറ നീക്കി പുറത്തു കൊണ്ടുവന്ന ഉദാരനാണെന്നു സ്ഥാപിക്കുകയും ചെയ്യുന്നു.

ആധുനിക ജീവിത സമസ്യകളെ നിർദ്ധാരണം ചെയ്യാൻ കവികൾ പലപ്പോഴും പുരാവൃത്തത്തിന്റെ സഹായം തേടുന്നു. സമൂഹത്തിലും കുടുംബത്തിലും അംഗമെന്ന രീതിയിൽ വ്യക്തി അനുഭവിക്കുന്ന സദാചാര സങ്കല്പങ്ങളുടെ മാനസിക സംഘർഷങ്ങൾ, അവ സമ്മാനിക്കുന്ന മൃത്യുഭയം തുടങ്ങിയവ അവതരിപ്പിക്കുന്നതിന് സീതയുടെയും രാമന്റെയും പുരാവൃത്തം കവികൾ ഉപയോഗിച്ചിരിക്കുന്നു. അന്തഃക്ഷോഭങ്ങളിലൂന്നി വ്യക്തി അനുഭവിക്കുന്ന മാനസികാവസ്ഥ, അധികാരശ്രേണികളുടെ വടംവലിയിൽ നിഷ്കാസിതനാകുന്ന വ്യക്തിയുടെ സ്വത്വം തുടങ്ങിയവയുടെ ആധുനിക പശ്ചാത്തലങ്ങൾ ഈ പുരാവൃത്ത പുനർജ്ജനികൾക്ക് കാരണമാവുന്നു.

സരയുവിലേക്ക്- അധികാരത്തിന്റെ കുമ്പസാരം

അയോദ്ധ്യ സ്ഥിതിചെയ്യുന്നത് സരയൂനദിയുടെ തീരത്താണ്. ഈ നദിയുടെ തീരത്തുവെച്ചാണ് വിശ്വാമിത്രൻ രാമലക്ഷ്ണന്മാർക്ക് ബലാതിബലകൾ ഉപദേശിച്ചത്. സരയൂ നദിയിലെ ഗോപ്രതാരം എന്ന സ്ഥലത്തുവെച്ചാണ് ശ്രീരാമൻ വെള്ളത്തിൽ മുങ്ങി ദേഹത്യാഗം ചെയ്തത്. ഈ പുരാവൃത്തം പശ്ചാത്തലമാക്കി ഒ. എൻ. വി. രചിച്ച കവിതയാണ് 'സരയുവിലേക്ക്'.[13]

അയിസരയു, കൈക്കൊൾക
നിൻ സ്വച്ഛശാന്തമാം
ആത്മഹൃദത്തി-
ന്നഗാധതയിലെന്നെയും!

സരയുനദിയുടെ സ്വച്ഛശാന്തമായ അഗാധതയിലേക്ക് തന്നെയും സ്വീകരിക്കാനുള്ള രാമന്റെ അഭ്യർത്ഥനയോടെയാണ് കവിത തുടങ്ങുന്നത്. രാമന്റെ ജീവിതനിരാസത്തിന്റെ പ്രഭവകേന്ദ്രം ഉരിമണലിൽ തീർത്ഥകണംപോലെ അപ്രത്യക്ഷയായ സീത എന്ന പതിവ്രതാരത്നമാണ്.

അടവിയിലുപേക്ഷിച്ച-
താരെഞാനിന്നലെ
ആതന്വിയിന്നെന്നെ-

യഹാത്യജിച്ചുപോയ്!
നിജമാതൃഗർഭത്തി-
ലേക്കുതൊഴുകൈയുമായ്
നിന്നനില്പിൽ താണു-
താണുപോം സതിയെ ഞാൻ
"തിരികെവരികെ" ന്നു കൈ-
നീട്ടി വിളിക്കെയൊരു
തീർത്ഥകണമുരിമണലി-
ലെന്നപോൽമാഞ്ഞവൾ.

പശ്ചാത്താപത്തിന്റേതാണ് രാമന്റെ ഈ സ്വരം. സൗമ്യയായ പ്രകൃതിയിൽ മിഴിയെത്തുന്നിടത്തെല്ലാം രാമൻ സീതയെ അന്വേഷിക്കുന്നു.

അറിവേൻ പരിത്യക്ത-
മാവതിൻ ദുഃഖമി-
ന്നാത്മാവിലായിരം
നീറും വ്രണങ്ങളായ്!

ഈ തിരിച്ചറിവാണ് രാമകഥയാകുന്ന പുരാവൃത്തത്തിന്റെ സാർവ്വലൗകികതയ്ക്ക് ആധാരമെന്ന് കവിയും തിരിച്ചറിഞ്ഞിരിക്കുന്നു. ശത്രുക്കൾക്കും രാജാക്കന്മാർക്കും പേരുകേൾക്കുമ്പോൾതന്നെ ഭയം ജനിപ്പിക്കുന്ന രഘുരാമനാമത്തിന്റെ ഉടയവനാണെങ്കിലും കനിവിന്റെ നിറനിലാവാണെന്ന് സ്തുതിപാടകർ പുകഴ്ത്തിയിരുന്നു. എന്നിട്ടും ഇപ്പോൾ കാതിൽ മുഴങ്ങുന്നത്

എരിയുമൊരു കാടിന്റെ
കരൾപൊട്ടിയുതിരുന്ന
മാതിരിയെൻ പ്രിയ
സീതതൻ രോദനം!

മാത്രമാണെന്ന് രാമൻ പരിതപിക്കുന്നു. ഈ പരിതാപം രാമനെ ഭൂതകാലത്തിലേക്ക് തള്ളിവിടുന്നു. ആത്മഹത്യാമുനമ്പിൽ നിന്നുള്ള ഈ പശ്ചാദ്ഗതി പശ്ചാത്താപത്തിന്റെയും കുമ്പസാരത്തിന്റെയുമാണ്. കരളിനെ കുത്തുന്ന കാട്ടുകടന്നൽപോലെ ചോദ്യങ്ങൾ രാമനെ വന്നുമൂടുന്നു.

അരുതിനി താങ്ങുവാൻ
ശത്രുശരങ്ങള-
ല്ലാത്മക്ഷതങ്ങളാ
ണെത്രയും ദുഃസ്സഹം!

എന്ന കണ്ടെത്തൽ മക്കളുടെ രാമായണകഥാഗാനാലാപനശ്രവണസമയത്തു തുടങ്ങിയതാണ്. മറ്റുള്ളവരുടെ കയ്യിൽ കളിപ്പാട്ടമായി മാറേണ്ടിവന്ന സന്ദർഭങ്ങൾ തുടർന്ന് രാമൻ ഓർക്കുന്നു. സ്വാർത്ഥത്തിന് തന്നെ ഉപകരണമാക്കിയവരെ രാമൻ തിരിച്ചറിയുന്നു. വ്യക്തിത്വം മാനിക്കാത്തവരെ കണ്ടെത്തുന്നു. ഇവരിൽനിന്നൊക്കെ വ്യത്യസ്തമായി ഇതിഹാസകാരനെ വീക്ഷിക്കുകയും ചെയ്യുന്നു.

സദയമൊരു നിമിഷം:
ആദ്യന്തമീയിതിഹാസ–
സാക്ഷിയാം മുനിയൊടൊരു
വാക്ക് ചൊല്ലട്ടെ ഞാൻ
പരദുഃഖമെന്നും സ്വ
ദുഃഖമായ് കൈക്കൊണ്ടു
പാടിയഹേ, പാവ–
നാത്മൻ! നമിപ്പു ഞാൻ!

ഒളിവിലും നേരിലും നിന്ന് ശരമെയ്തു വീഴ്ത്തിയവരെയും കുടുംബാംഗങ്ങളെയും ഓർത്തപ്പോൾ രാമന്റെ മനസ്സ് പിടയുന്നുണ്ട്.

ശാരാകുമൃഷികളുടെ
ശാപം ഭയന്നരചർ
ചാപം കുലയ്ക്കുന്നു!
ഭീരുക്കളാണവർ
എന്നും,
ഒളിവിലും നേരിലും
നിന്നു ഞാനെയ്ത ശര–
മോരോന്നുമേറ്റവർ
ക്കൊപ്പം കരഞ്ഞുഞാൻ

എന്നും, ക്ഷത്രിയവർഗ്ഗത്തിന്റെ ദൗർബല്യങ്ങളെ രാമൻ കുറ്റപ്പെടുത്തുന്നു. രാജാവ് ഉപേക്ഷിച്ച ഭാര്യയെയും പുത്രരെയും കാത്തു സംരക്ഷിക്കുന്ന മുനി അഭയമേകേണ്ട രാജാവിനേക്കാൾ ഉന്നതനാകുന്നു. അവരുടെ കുലമാണ് വാഴേണ്ടതെന്നും രാമൻ പറയുന്നു.

വന്ദിഗീതികളും വൈതാളികവാണികളും സുമന്ത്രശ്രവണവും വെടിഞ്ഞ്, മുദ്രാങ്ഗുലീയവും രത്നകേയൂരപട്ടാംബരങ്ങളുമുപേക്ഷിച്ച്, അരയിൽ വെൺപുടവചുറ്റി, തൃക്കറുകയാൽ അങ്ഗുലീയമണിഞ്ഞ് ജീവന്റെ മുക്തിഹർഷങ്ങളെ സരയുവിന്റെ നീരവഗൗരവമാർന്ന കയങ്ങളിലേക്ക് ആവാഹിക്കുകയാണ് രാമൻ. ഹൃദയാഗ്നിയിൽനിന്ന് കത്തിച്ച നൈത്തിരി വിഭാതതാരംപോലെ മുന്നിൽ ജ്വലിക്കുമെന്ന് പ്രത്യാശിക്കുന്നു.

സമയമായ് സരയുകൈ–
ക്കൊൾകെന്നെ! നിന്നെയാ
സാഗരമായിരം
കൈകളാലെന്നപോൽ!
ഇനിയെന്റെ ജീവന്റെ
മുക്തിഹർഷങ്ങൾനിൻ
നീരവഗൗരവ
മാർന്നകയങ്ങളിൽ!
പ്രിയസരയു! ശരണാർത്ഥി–
യാകുമാത്മാവിൽ സം–
പ്രീതയായെന്നെയും
നിന്നോടണയ്ക്കുക!

രാമനെ ആത്മപരിശോധനയ്ക്ക് വിധേയനാക്കുകയാണ് കവി ചെയ്യുന്നത്. നിർദ്ദയത്വവും ഭീരുത്വവും തന്റെ പരാജയകാരണങ്ങളായി രാമൻ തിരിച്ചറിയുന്നു. രാമന്റെ പാപബോധത്തിന് ശമനമായി, തീർത്ഥമായി, ഈ കവിതയിൽ സരയു മാറുന്നു.

രാമകഥയുടെ പുനർവ്യാഖ്യാനങ്ങൾ മലയാള കവിതയിൽ

യൂസഫലി കേച്ചേരിയുടെ 'രാഘവീയം'[14] പ്രാപഞ്ചിക പാംസുപറ്റിയ ധൂസരാത്മാവുമായി സരയൂതീരത്തുനിൽക്കുന്ന അസ്വസ്ഥനായ രാമനെ ചിത്രീകരിച്ചുകൊണ്ട് ആരംഭിക്കുന്നു. ഒ. എൻ. വി കുറുപ്പിന്റെ സരയുവിലേക്ക് എന്ന കവിതയുടെ തുടർച്ചയാണിത്. സരയുവിൽ നിമഗ്നനാകുന്ന രാമനിൽ ജലസ്പർശം ഉണർത്തിവിടുന്ന ചിന്തകൾ മൂന്നുഭാഗങ്ങളായി കവി വിവരിക്കുന്നു. അടർന്നുവീഴാൻ വെമ്പുന്ന ഒരു കണ്ണുനീർതുള്ളിയായി രാമൻ മാറുന്നു. തന്റെ പാദങ്ങളിൽ നുരപ്പൂക്കളർപ്പിച്ച് വരവേൽക്കുന്ന സ്ഫടികസ്വച്ഛമായ പ്രഭകളുള്ള സരയൂനദി നിഷ്കളങ്കനായ ലക്ഷ്മണനെക്കുറിച്ചുള്ള സ്മൃതികൾ രാമനിൽ ഉണർത്തുന്നു. സൗഭാത്രത്തിൽ മാതൃകാനക്ഷത്രം, സൗമ്യദീപ്തിയാൽ നയിക്കുന്നവൻ, ബഹിശ്ചരപ്രാണൻ തുടങ്ങിയ വിശേഷണങ്ങൾ രാമന്റെ ജീവിതത്തിൽ ലക്ഷ്മണനുള്ള അവാച്യമായ സ്വാധീനം വെളിവാക്കുന്നവയാണ്. തന്റെ ദാസനായി സ്വയം അവരോധിതനായതിനാൽ ലക്ഷ്മണനുനേരിടേണ്ടിവന്ന തീവ്രമായ ദുരന്താനുഭവങ്ങളെ രാമൻ ഈ അവസരത്തിൽ സ്മരിക്കുന്നു.

ആളുകയാണിന്നും നീ
താണ്ടിയ പരീക്ഷാഗ്നി-
നാളങ്ങളെന്നോർമ്മയിൽ

കാനനവാസത്തിനു തുണവന്നപ്പോൾ ഉണ്ടായ പ്രമാദമായ തെറ്റ് രാമനെ ഏറെ അസഹ്യപ്പെടുത്തുന്നുണ്ട്. സീതയാൽ അപമാനിതനായിട്ടും സഹോദരസ്നേഹം പുലർത്തിയവനായിരുന്നു ലക്ഷ്മണൻ.

ബ്രഹ്മദൂതന്നും വിടു-
വായന്നും ബഹുജന-
സമ്മതികൊതിച്ചിവൻ
ആജ്ഞാപ്യനായ് വർത്തിച്ചോ?
ചലിച്ചോ തോൽപ്പാവയായ്
കാകുൽസ്ഥൻ പ്രജാഹിത-
ച്ചരടിൽ? നിഹതം താൻ
സ്വഹിതം നൃപർക്കെന്നും

എന്നിങ്ങനെ രാമൻ ആത്മവിമർശനം നടത്തുന്നു.

ജലം അരക്കെട്ടുവരെ എത്തുമ്പോൾ രാമൻ സ്വന്തം മക്കളെ ഓർക്കുന്നു; അവരുടെ കാവ്യാലാപനം സൃഷ്ടിച്ച മനഃക്ലേശം അയവിറക്കുന്നു.

ഭാവികണ്ട മാനുഷ-
പ്രതിഭൻ മുനിതീർത്ത

കഥയിൽ ജീവത്യാഗ–
ക്കറ തീണ്ടാത്തോൻ ദാശ–
രഥി; ലൗകികരാമൻ
മണ്ണുടൽ വെടിയേണ്ടോൻ

ബാലിയിൽ പ്രയോഗിച്ച ശസ്ത്രം തിരിച്ച് തന്റെ തന്നെ നെഞ്ചി ലാഴുന്നതായി തോന്നുന്നു; അച്ഛനേററ ശാപം മകനെയും വേട്ടയാടുന്നതുപോലെയും.

സരയുവിലെ കല്ലോലങ്ങൾ കഴുത്തറ്റമെത്തുമ്പോൾ സീതയെക്കുറിച്ചാണ് രാമന്റെ ചിന്തകൾ.

രാവണകൃതം പാപം
തുച്ഛമാണവതീർണ്ണ
ദൈവമേ, സ്ത്രീത്വത്തെനീ
ധിക്കരിച്ചതോർക്കുമ്പോൾ

എന്ന് രാമൻ പരിതപിക്കുന്നു. പരലോകം പൂകിയ ഇന്ദുമതിയെത്തേടിപ്പോയ പിതാമഹനെപ്പോലെ സീതയെത്തേടി ഭൂഗർഭത്തിലേക്ക് ആഴ്ന്നിറങ്ങാൻ രാമൻ മോഹിക്കുന്നു. ഇതിഹാസകാരനെ ചീരത്തിൽ തിങ്ങുന്ന കരുണക്കാമ്പായും, സംവൃതമാനസസൂക്ഷ്മധൂളിയും തൂവൽത്തുമ്പാലൊപ്പുന്ന ധരാധർമ്മ ചാലകോർജ്ജമായും, കിരീടാർത്തിചുട്ട ഭസ്മം പൂശിയ തിതിക്ഷുവിൽ ഈശനെക്കണ്ട അദ്ധ്യാത്മപുരുഷനായും, തിരോഹിതസീതയെ സ്വർഗ്ഗാരോഹിയാക്കിയ മഹാകവിയായും കണ്ട് മനസാ പ്രണമിച്ച് 'ഭൂപനാമിവൻ ചെയ്ത് സാഹസം പൊറുക്കുക' എന്ന് അദ്ദേഹം അഭ്യർത്ഥിക്കുന്നു. അതോടൊപ്പം 'ജനിരുജയ്ക്കൗഷധം നീയേ മൃത്യോ!' എന്ന് തന്റെ അഭയമാർഗ്ഗം കണ്ടെത്തുകയും ചെയ്യുന്നു. ജടിയായ രാമനിൽ സംപ്രീതയായിരുന്ന സ്വശ്രുവായധര, രാജ്യലക്ഷ്മിയെ വേട്ടതന്നെ നിശ്രീകനാക്കാനാണോ സീതയെ സ്വവക്ഷസ്സിൽ ഒളിപ്പിച്ചതെന്ന് രാമൻ സംശയിക്കുന്നു.

ഉഗ്രശാസനൻ, കാന്ത
മൈഥിലിമൂലം ഞാനി–
ന്നുന്മത്തൻതാനും; വഴി–
മാറുകവസുന്ധരേ.

ഇതായിരുന്നു രാമന്റെ അവസാനത്തെ ആജ്ഞ. ജീവിതാസക്തി ഊതിക്കെടുത്തിയതിലെ മുഖ്യഘടകം ലക്ഷ്മണനിരാസമാണെന്ന് രാമനെക്കൊണ്ട് കവി പറയിക്കുന്നുണ്ട്. ബഹുജനസമ്മതികൊതിച്ചതാണ് തന്റെ ഭീരുത്വത്തിന് കാരണമായി രാമൻ കണ്ടെത്തുന്നത്. സീതയുടെ അർദ്ധാംഗനാത്വം ലവകുശന്മാരുടെ നിഷ്ക്കളങ്കത തുടങ്ങിയവും രാമന്റെ മനസ്സിനെ മുറിപ്പെടുത്തുന്നു. ജീവിതദുഃഖങ്ങളിൽ നിന്നുള്ള ഒളിച്ചോട്ടമായി രാമൻ മരണത്തെ തിരഞ്ഞെടുക്കുന്നു. രാമകഥാ പുരാവൃത്തത്തിന്റെ ഈ പ്രയോഗം ഒ. എൻ. വി യുടെ സരയുവിലേക്ക് എന്ന കവിതയ്ക്കുള്ള മറുപുറമാണെന്ന് പറയാം.

രാമനിലെ പാപബോധത്തിന്റെ നാളം സരയുവിലെ തീർത്ഥത്തിന്റെ തണുപ്പിൽ കെട്ടടങ്ങുന്നു. അങ്ങനെ സാവധാനം അടിവെച്ചടിവെച്ച് മനുഷ്യദുഃഖം കാലപ്രവാഹത്തിൽ അലിഞ്ഞുചേരുന്ന ഒരു ജലസമാധിയായി യൂസഫലി കേച്ചേരിയുടെ രാഘവീയത്തെ എം. എൻ. കാരശ്ശേരി കാണുന്നുണ്ട്.[15] എല്ലാം കണ്ടും കേട്ടും അറിഞ്ഞും, സകലതും തന്നിൽ ലയിപ്പിച്ചും യാതൊന്നുമറിയാത്ത ഭാവത്തിൽ അയോദ്ധ്യയെചുറ്റി ഒഴുകുന്ന സരയൂനദി എല്ലാ വൈരുദ്ധ്യങ്ങളെയും സമന്വയിപ്പിച്ച്, എല്ലാ മാലിന്യങ്ങളെയും സംശുദ്ധമാക്കി ഒരേസമയം അഗ്നിയും ജലവുമായി പാപശുദ്ധീകരണത്തിന് വേദിയാകുന്നു. തീക്ഷ്ണമായ അനേകം ജീവിതാനുഭവങ്ങളിലൂടെ പരിപാകം വന്ന കഥാപാത്രത്തിന് തികച്ചും യോജിച്ച അന്ത്യമാണ് രാമന്റേത്. യാഗാഗ്നിയുടെ പയസ്സിൽനിന്ന് ഉയർന്നുവന്നവൻ യാഗാഗ്നിയുടെ പയസ്സിൽ ആണ്ടുപോകുന്ന ദൃശ്യം. സരയൂനദി അഗ്നിയുടെ ഉൽപ്പത്തിസ്ഥാനമായും കണക്കാക്കപ്പെടുന്നുണ്ട്. അങ്ങനെ ഭൂമികന്യയെ വരിച്ച സൂര്യവംശം ജലപ്രവാഹത്തിൽ എരിഞ്ഞടങ്ങുന്നു.

തോന്നയ്ക്കൽ നാരായണൻ എഴുതിയ 'രാമന്റെ വിലാപം' [16] എന്ന കവിത സരയുവിൽ വിലയിക്കുവാൻ കരളുരുകി വിളറിനിൽക്കുന്ന രാമന്റെ ആത്മാലാപനമാണ്. ആത്മവിമർശനം തന്നെയാണ് ഇവിടെയും മുന്നിട്ടുനിൽക്കുന്നത്. ഗതകാലജീവിതത്തെക്കുറിച്ചുള്ള ചിന്തകൾ രാമന്റെ മനസ്സിലെ സന്താപാഗ്നി ആളിക്കത്തിക്കുന്നു. തന്റെ നേട്ടങ്ങൾ ആത്മസംതൃപ്തി നൽകുന്നില്ലെന്ന തിരിച്ചറിവ് തിരഞ്ഞെടുത്ത വഴികളിലെ മഹാപ്രമാദങ്ങളിലേക്ക് കുറ്റബോധമായി വഴുതിവീഴുന്നു. ആധുനിക മനുഷ്യന്റെ പ്രതിനിധിയാണ് ഈ കവിതയിലെ രാമൻ. അഹംബോധം നിറഞ്ഞ മനുഷ്യന്റെ പ്രവൃത്തികൾ അവനിലെ ദൈവികത്വത്തെ തകർത്തെറിയുന്നതായി ഈ കവിത സൂചിപ്പിക്കുന്നു.

ഭൂമിപുത്രിയുടെ കണ്ണീരരുവിയായി സരയുവിനെ കാണുമ്പോൾ 'കനിവുറവുതേടുവോരൊടുവിലണയും ദിവ്യകമനി' എന്ന് അതിനെ വിശേഷിപ്പിക്കുകയും ചെയ്യുന്നു. പ്രഭാവത്തിന്റെയും മഹത്വത്തിന്റെയും സംരക്ഷണത്തിനുവേണ്ടി ചെയ്തുപോയ കൃത്യങ്ങളുടെ ദുരന്തഭൂമിയിൽ തീരാവ്യഥിതനായി കാണപ്പെടുന്ന രാമൻ ജീവിതനിരാസത്തിന്റെ പരകോടിയിലാണ്. പുത്രകാമേഷ്ടിയിലൂടെ ഫലസിദ്ധമായ രാമജന്മം, സാകേതത്തിന്റെ സുരക്ഷിതത്വവും അനാര്യകുലദർപ്പം കെടുത്തിയ മുനികല്പനയുടെ സാക്ഷാൽക്കാരാനുഭൂതികളും, സുരവർഗ്ഗാധിപത്യം പുലർത്തിയ ഗർവ്വും, ശൈവചാപഖണ്ഡനത്തിലൂടെ കൈവന്ന ഐശ്വര്യവും നഷ്ടപ്പെട്ട്, പിതൃനിശ്ചയ നിർവ്വഹണത്തിനായുള്ള തീവ്രസഹനവും കടന്ന്, ഉത്ഥാനമില്ലാത്ത ദുഃഖാന്ധകാരത്തിലെ പിടച്ചിലുമായി, മഹാപ്രപഞ്ചത്തിന്റെ പഞ്ചാഗ്നിമധ്യത്തിൽനിന്ന് മോചനത്തിനായി സരയുവിനെ തേടുന്നു. നേട്ടങ്ങൾക്കുവേണ്ടിയുള്ള പരക്കംപാച്ചിലിൽ ആധുനികമനുഷ്യൻ നിസ്സാരമെന്നു കരുതി ത്യജിക്കുന്ന പ്രണയവും ദാമ്പത്യവും നശിപ്പിക്കുന്ന ജീവിതത്തിലേക്ക് ഈ പുരാവൃത്തത്തിന്റെ പുനർവ്യാഖ്യാനം

ചെന്നെത്തുന്നു. സീതാപരിത്യാഗം ജീവിതനിരാസത്തിന്റെ മുഖ്യകാരണമായി രാമൻ കാണുന്നു. സഹജനെയുപേക്ഷിച്ചതിലുള്ള നഷ്ടബോധവും കൂട്ടായുണ്ട്. തീവ്രദുഃഖത്തിന്റെ വേദന ആർദ്രമാക്കുന്ന സരയുവിന്റെ കയങ്ങളിലേക്ക് രാമനോടൊപ്പം അഹന്തയും ഒഴുകിയിറങ്ങുന്നു. ആധുനിക മനുഷ്യന് അഹന്താനിരാസത്തിന് ഇടംനൽകാനും ഈ പുരാവൃത്തം നിമിത്തമായിത്തീരുന്നുണ്ട്.

അയ്യപ്പപ്പണിക്കരുടെ 'സീതാമാരീചം കിളിപ്പാട്ട്'[17] സീതയും മാരീചനും തമ്മിൽ നടക്കുന്ന സംഭാഷണരൂപത്തിലാണ് എഴുതപ്പെട്ടിരിക്കുന്നത്. രാവണൻ സീതയെ ലങ്കയിലേക്ക് അപഹരിച്ചുകൊണ്ടുപോകുന്ന രംഗം ആടിപ്രതിഫലിക്കുന്ന നാടകത്തിലെ കഥാപാത്രങ്ങളുടെ ഭാവത്തിലാണ് ഇവരുടെ സംഭാഷണങ്ങൾ.

മാരീചസീതമാർ രണ്ടും പരസ്പര-
ധാരണ കൂടാതഭിനയിച്ചോരുനാൾ
രാമായണങ്ങൾ പരാജയപ്പെട്ടുപോയ്
രാവണനിഗ്രഹലക്ഷ്യം പിഴച്ചുപോയ്

എന്നതാണ് കവിയുടെ അർത്ഥകല്പന. അതുകൊണ്ട് നാടകരംഗം ജയിക്കാതിരുന്നുകൂടാ. ലോകമിന്ന് മാരീചകഥയാടുകയാണെന്ന തിരിച്ചറിവാണ് ഈ പുരാവൃത്ത ബിംബകല്പനകൾക്കാധാരം.

അയ്യപ്പപ്പണിക്കരുടെ 'എന്തേ വൈകുന്നു രാമാ?'[18] എന്ന കവിതയിൽ രാവണനും സീതയും ഹനുമാനും മൂന്നു ഖണ്ഡങ്ങളിലായി രാമന്റെ കർമ്മത്തെ വിമർശനവിധേയമാക്കുന്നു. ആദ്യഭാഗത്ത് സീതയെ ലങ്കയിലേക്ക് തട്ടിക്കൊണ്ടുവന്ന് അശോകവനിയിൽ പാർപ്പിച്ചശേഷം രാമന്റെ ആഗമം പ്രതീക്ഷിച്ച് അക്ഷമനായിരിക്കുന്ന രാവണന്റെ ചിന്തയാണ്.

നിനക്കുവേണ്ടി ഞാൻ ചില പഴുതുകളിട്ടു:
സ്ത്രീയും
വാനരനും
എന്റെ നാശത്തിനു വഴിയൊരുക്കുമെന്നു ശാപം വാങ്ങിയപ്പോഴും
അത്രയും വേഗം നീയെത്തുമല്ലോ
എന്നുഞാനാശിച്ചിരുന്നു.
പത്തുതലയും ഒന്നിച്ചറുക്കുന്നവനു മാത്രമേ
എന്നെകൊല്ലാൻ കഴിയാവൂ എന്നു വരം വാങ്ങിയതും
നിന്നെത്തന്നെകൊലയാളിയായി കിട്ടാൻ വേണ്ടി ആയിരുന്നു.
ഒരു ചെറിയ കടലിടുക്കേ, രാഘവാ
നാം തമ്മിലിനിയുള്ളൂ
നീവന്നെത്താൻ താമസിക്കുന്നതിലാണ്
ഇപ്പൊഴെനിക്കുരോഷം.

ഒരു യുഗത്തിൽ ഒരു ജന്മമേ സാധ്യമാകുന്നുള്ളു എന്ന ബോധത്തിൽ നിന്നാണ് രാവണൻ ചിന്തകളിൽ വിരോദഭക്തിയുടെ പടവുകൾ കയറിയിറങ്ങുന്നത്.

സീത അശോകവനിയിൽ രാമനെ പ്രതീക്ഷീച്ചിരിക്കുകയാണ്. രാമനെ മാത്രം മനസ്സിൽ ധ്യാനിച്ചിരിക്കുന്ന സീത താരയെയും മണ്ഡോദരിയെയും വിധവകളാക്കി രാമൻ എങ്ങനെ തന്നെവീണ്ടെടുക്കുമെന്ന് ചിന്തിക്കുന്നു.

ഞാൻ തന്നെ രാവണനെ നിഗ്രഹിച്ച്
അങ്ങയുടെ പക്കൽ തിരിച്ചുമെന്ന്
അങ്ങുകരുതിയോ രാജീവലോചനാ?

പത്തുമാസം തന്നിൽനിന്ന് അകന്നിരിക്കാൻ രാമന് കഴിയുമോ എന്ന് വിധി പരിക്ഷീക്കുകയാണെന്ന് സീത കരുതുന്നു. രാമനെ സീത 'വിരഹഭക്തിയുടെ ഗൂഢമാധുര്യം എനിക്കു നൽകിയവൻ' എന്നാണ് സംബോധനചെയ്യുന്നത്.

രാവണന് അങ്ങുവിരോധഭക്തിയോ
വീരമൃത്യുവോ നൽകിക്കൊള്ളു
പക്ഷെ പരശ്ശതം പാവങ്ങൾ കൂടെ
അങ്ങുമൂലം ഞാൻ മൂലം അവൻ മൂലം
വേദനിച്ചു മരിക്കേണ്ടിവരുന്നല്ലോ രഘുനന്ദനാ!

പരമ പ്രേമസ്വരൂപമാണ് ഭക്തി എന്ന തിരിച്ചറിവിൽ നിന്നാണ് അയ്യപ്പപ്പണിക്കരുടെ സീത ചിന്തിക്കുന്നത്.

ദാസ്യഭക്തിയുടെ പ്രതിരൂപമാണ് ഇതിലെ ഹനുമാൻ. രാമനെ കണ്ടെത്താൻ വേണ്ടിമാത്രമാണ് താൻ സുഗ്രീവസേവകനായതെന്നും അടുത്തരാമാവതാരത്തിലും ദൃഢവിശ്വാസത്തിന്റെ നിശ്വാസവുമായി താൻ കാത്തിരിപ്പുണ്ടായിരിക്കുമെന്നും ഹനുമാൻ പറയുന്നു.

അവിടുന്നു മനുഷ്യനാണോ ദൈവമാണോ
എന്നു തർക്കിച്ചുകൊണ്ടിരുന്നു മരിക്കുന്ന
മഹാപണ്ഡിതൻമാരെ അടിയനു കാണേണ്ടിവന്നിട്ടുണ്ട്
രണ്ടും എന്തെന്നറിഞ്ഞുകൂടാത്തവർ
അവർക്ക് അവരുടെ സത്യം

മുക്തി എന്നാൽ അറിവില്ലായ്മയുടെ മരണമാണെന്ന് ഹനുമാൻ തിരിച്ചറിയുന്നു. സീതയ്ക്കാകട്ടെ ഒരാളുടെ മുക്തി പലരുടെയും മരണമാണ്. മുക്തിയെന്നാൽ മരണമാണെന്ന് രാവണനും പറയുന്നു. ഓരോരുത്തരുടെയും മുക്തിയിലേക്ക് രാമൻ എത്തിച്ചേരാൻ വൈകുന്നതിന്റെ അവസ്ഥയാണ് കവിതാവിഷയമായി പരിണമിക്കുന്നത്.

അയ്യപ്പപ്പണിക്കരുടെ 'രാമായണം'[19] രാമന്റെ പുരാവൃത്തത്തിന്റെ പുനരാഖ്യാനമാണ്. രാമായണകഥമുഴുവൻ ചുരുങ്ങിയവരികളിൽ ഈ കവിതയിൽ പ്രതിപാദിക്കുന്നു. ആധുനിക ജീവിതാവസ്ഥയിൽ ഈ പുണ്യഭൂമിയിൽ നിൽക്കുമ്പോൾ രാമായണകഥയല്ലാതെ മറ്റൊന്നും പാടാൻ കവിയ്ക്കില്ല. ആവർത്തനത്തിലൂടെ രാമകഥ പുനർജനിച്ചുകൊണ്ടേയിരിക്കുകയാണെന്ന് കവിസൂചിപ്പിക്കുന്നു.

അഗ്നിയായ്, അശോകത്തെമരത്തിൻ കീഴിൽ, രക്ത-
പുഷ്പമായ്, ഇരുട്ടിന്റെ മധ്യത്തിലിരുന്നോളെ

രാമ, നീ കുടിയേറ്റിക്കൊണ്ടുപോന്നല്ലോ, നിന്റെ
ബീജവും നൽകി, യഭിഷേകവും കഴിച്ചല്ലോ.
എങ്കിലും വന്നൂ ശോകം രാമരാജ്യത്തെ ശാപ-
പങ്കിലമാക്കാൻ, നിന്നെ മാതൃകാരാജാവാക്കാൻ
തന്നു ഞാൻ കണ്ണീരിന്റെ കുത്തക നിനക്കു, നിൻ
ധർമ്മപത്നിയെപ്പിരിയുന്നതു കാണാതാവാൻ.

നെല്ലിക്കൽ മുരളീധരന്റെ 'രാമായണംകഥ' [20] എന്ന കവിത വർത്ത മാനകാലത്തിൽ രാമായണകഥ പുനർവ്യാഖ്യാനം ചെയ്യുകയാണ്.

രാമൻ തിരിച്ചു വന്നേക്കുമോ? സീതയും
കൂടെയുണ്ടാകുമോ? പട്ടമൊഴിയുമോ?
പാദുകം? രാമൻ കിരീടമണിയുമോ?
പിന്നെ ശംബൂകനെക്കൊന്നു ഞെളിയുമോ?
സീതയെക്കാട്ടിലുപേക്ഷിച്ചുകാഞ്ചന-
സീതയെപ്പൂണ്ടു കിറുക്കുപുലമ്പുമോ?
പേടിയാണിപ്പോളുറങ്ങാൻ നമുക്കെടോ
പ്രാണനിൽ സംശയം, ചോദ്യം, പരിഭ്രമം.

അരക്ഷിതാവസ്ഥ തീർക്കുന്ന വർത്തമാനകാലജീവിതത്തിൽ കോരനോട് കുമ്പിളും കുത്തിയിരുന്നോളാൻ കവിപറയുന്നു. മൃഗ തൃഷ്ണകളിൽ നിന്നുള്ള മോചനത്തിനായി ഒരു രക്ഷകനെ പ്രതീ ക്ഷിച്ചിരിക്കുകയാണ് കവി.

ഗീതാഹിരണ്യന്റെ 'സ്വർഗാരോഹണം'[21] രാമന്റെ സരയൂപ്രവേശ വുമായി ബന്ധപ്പെട്ട പുരാവൃത്തത്തെ വിമർശന ബുദ്ധിയോടെ സമീ പിക്കുന്ന കവിതയാണ്.

സരയുവിൽ നടന്നതു
സ്വർഗ്ഗാരോഹണമല്ല.
പശ്ചാത്തപത്തിന്റെ വലിയ നീരലയിൽ
രാജാവ് മുങ്ങിശ്വാസം മുട്ടുകയായിരുന്നു.
അഗ്നിക്കുചുടാനരുത്താത്തവളെ
അപവാദംകൊണ്ടു ചുട്ടതിൽ
നീറിപ്പോയഭർത്താവ് വരിച്ച
ജലോപവേശം.

സരയുവിൽ നടന്നത് സ്വർഗ്ഗാരോഹണമല്ലെന്നും രാജാവും പ്ര ജകളുമടങ്ങുന്ന ഒരു കൂട്ടആത്മഹത്യയായിരുന്നെന്നും കവി സ്ത്രീ പക്ഷ സമീപനത്തിലൂടെ വ്യക്തമാക്കുന്നു. പുരാണത്തിന്റെ മഹാമൗ നനങ്ങളിൽ ചെവിയോർക്കുമ്പോൾ നിരാകരിക്കപ്പെട്ട സ്ത്രീത്വത്തെ ക്കുറിച്ചുള്ള പാപബോധത്തിൽ നിന്നുണ്ടായ ആത്മഹത്യ മാത്രമായി രാമന്റെ സരയൂപ്രവേശത്തെ കവി കാണുന്നു.

സച്ചിദാനന്ദന്റെ 'ജാനകീ, പോരൂ'[22] എന്ന കവിത ലങ്കേശനായ രാവണൻ മരണാനന്തരവും പ്രിയതമയായി സീതയെ ക്ഷണിക്കുന്ന തായി കല്പിച്ചുകൊണ്ട് പുരാവൃത്തത്തെ പുനസൃഷ്ടിച്ചിരിക്കുക

യാണ്. സ്വർഗ്ഗത്തിലിരുന്ന് രാവണൻ ഓരോരോ സങ്കല്പങ്ങളിൽ മുഴുകുന്നു. ലങ്കയിലെ തന്റെ പ്രജകൾ നിണം മായ്ച്ച് തുമ്പപ്പൂക്കൾ സ്വപ്നം കണ്ടുതുടങ്ങിയിരിക്കുമെന്ന് രാവണൻ നിനയ്ക്കുന്നു.

ഇങ്ങുഞാനേകാന്തത്തിൽ
വന്നിരിക്കുകയാണ്
ഖിന്നനായ്, ഇതുസ്വർഗ-
മെന്നു വിശ്വസിക്കുവാൻ
വയ്യാതെ നീയില്ലാതെ,
ലങ്കതൻ കാറ്റില്ലാതെ.

രാവണനെ സംബന്ധിച്ചിടത്തോളം ലങ്കയും സീതയുമാണ് സ്വർഗ്ഗ സാന്നിദ്ധ്യമാവുന്നത്. നീറി ദഹിക്കുന്ന ജാനകിയുടെ പാതിരകണ ക്കുള്ള സാന്ദ്രകുന്തളഭാരത്തിൽനിന്ന് മുഖം, പൂർണ്ണചന്ദ്രൻ കാർമേ ഘത്തിനിടയിൽ നിന്നു പുറത്തുവരുംപോലെ, ഉയർത്തി ലങ്കയെത്തിള ക്കുമെന്ന് രാവണൻ പ്രതീക്ഷിക്കുന്നു. സീതയോടുള്ള പ്രണയം നിർവ്വാണപഥംവരെയെത്തുന്നതായി രാവണനു തോന്നുന്നു.

വാക്കിനാൽ, സ്പർശത്തിനാൽ
നിർവാണപഥമാക്കാൻ
ഹാ, വിറയ്ക്കുകയാണെൻ
മേനിയതസഹ്യമാം
പ്രേമത്തിൻ ഗ്രീഷ്മോഗ്രമാം
നിർന്നിദ്രജ്വരത്തിനാൽ.

അതുകൊണ്ട് വൈദേഹിയോട് തന്നോടൊപ്പം പോരാൻ രാവണൻ ക്ഷണിക്കുന്നു. കേവലം പാഴ്പേച്ചിന് കാതോർത്ത് അഗ്നിശുദ്ധിക്ക് വിധിച്ചവനല്ല വിളിക്കുന്നതെന്നും തന്നോടൊപ്പം പോന്നാൽ അമ്മ യാകുവാൻവേണ്ടി ഒറ്റയ്ക്ക് വിജനമായ വനം താങ്ങേണ്ടിവരില്ലെന്നും രാവണൻ പറയുന്നു. താരയുടെ ആക്രന്തനവും, ഊർമ്മിളയുടെ ദീർഘനിശ്വാസവും, ശംബൂകന്റെ ഘോരശാപവും, രാമന്റെ ബാണ ങ്ങളേറ്റ് മരിച്ച രാക്ഷസരുടെ പത്നിമാരുടെ വിലാപങ്ങളും, ഹനു മാന്റെ വാലിൽനിന്ന് പടർന്ന തീയിൽ കരിഞ്ഞ പൂവിന്റെയും കിളിയുടെയും രോദനങ്ങളും ഇവിടെ തന്റെ സ്വർണ്ണവീണയുടെ നാദമായും, കാമികളുടെ കളകളമായും, ഇലമേൽവീഴുന്ന മഞ്ഞുതു ള്ളിയുടെ രാഗമായും മാത്രമേ തോന്നുകയുള്ളൂ എന്നും രാവണൻ കൂട്ടിച്ചേർക്കുന്നു.

ആർ ജിതൻ?പരാജിതൻ?
ആർ രാഗി, ആർ വൈരാഗി?
ആർ, പ്രണയികളല്ലാ-
താ, രാണു പ്രണയത്തിൻ
നീതിയും നിയമവും
നിർമ്മിച്ചു നടത്തേണ്ടോർ?
ഹാ, ജയിച്ചുവോ രാമൻ
ഭൂമിപുത്രി നീ താണു
പോയ ശൂന്യത്തെപ്പുണർ-

ന്നീടുവാൻ കൈനീട്ടുമ്പോൾ?
രാമബാണത്താൽ
പിളരാത്തൊരെൻ ദൃഢസ്വപ്ന
വീര്യത്താലണുവണു-
വായി ഞാൻ സ്വർലോകത്തി-
ലീവിധമെന്നെപ്പുനഃ
സൃഷ്ടിച്ചു ജയിക്കുമ്പോൾ?

രാമന്റെ ബാണങ്ങൾക്ക് രാവണന്റെ ഹൃദയസ്വപ്നങ്ങളെ പിളർക്കാൻ കഴിഞ്ഞിട്ടില്ല. ഭൂമിപുത്രി തീരാവ്യഥകളനുഭവിച്ച് ഭൂമിയിലേക്ക് താഴ്ന്നുപോകുമ്പോൾ, രാമൻ ദുഃഖസാഗരത്തിലാറാടുമ്പോൾ സ്വർഗ്ഗലോകത്ത് ഈവിധമായ മനോരാജ്യങ്ങൾ പുനഃസൃഷ്ടിക്കുന്ന രാവണൻ തന്നെയല്ലേ ജയിക്കുന്നത്. അതുകൊണ്ട് പതിവ്രതാഭീകരജന്മം മതിയാക്കി പോരാനും ജീവിതദുരന്തത്തിന്റെ വിഷം കുടിച്ച സീതയെ സ്വീകരിക്കാനും രാവണൻ ക്ഷണിക്കുകയാണ്.

ചിന്താവിഷ്ടയായ സീതയും, ചിന്താവിഷ്ടനായ രാമനും കഴിഞ്ഞ് ചിന്താവിഷ്ടനായ രാവണനിലാണ് പുരാവൃത്തത്തിന്റെ പുതിയ വ്യാഖ്യാനം ചെന്നെത്തുന്നത്. പ്രണയത്തിന്റെ നീതിയും നിയമവും നിർമ്മിച്ചുനടത്തേണ്ടുന്നതാണെന്ന അന്വേഷണം കവിതയിലുണ്ട്. തീക്ഷ്ണവും പൂർണവുമായ പ്രേമമാണ് സച്ചിദാനന്ദന്റെ രാവണനിൽ കാണുന്നത്. അങ്ങനെയൊരു പ്രേമം പ്രാപ്യമാകാത്തതിനെക്കുറിച്ചുള്ള കവിയുടെ ചിന്തകൾ തന്നെയായിരിക്കണം രാവണനിലൂടെ പുറത്തുവരുന്നത്. രാമകഥയുടെ പുനർവ്യാഖ്യാനത്തിന് ഇതരകഥാപാത്രങ്ങളുടെ ചിന്താധാരകളും ആധുനിക മലയാള കവിത ഉപയോഗിച്ചതായി കാണാം.

ആതുരനായ രാമനെ ലക്ഷ്മണൻ അഗസ്ത്യകൂടത്തിലേക്ക് നയിക്കുന്നതായി സങ്കൽപ്പിച്ചുകൊണ്ട് മധുസൂദനൻ നായർ എഴുതിയ കവിതയാണ് 'അഗസ്ത്യഹൃദയം'.[23] ആരണ്യകാണ്ഡത്തിൽ അഗസ്ത്യമുനിയെക്കുറിച്ച് കേട്ടറിഞ്ഞ രാമൻ അദ്ദേഹത്തെ സന്ദർശിക്കുകയും ദിവ്യാസ്ത്രം ലഭിക്കുന്നതിന് ഇടയാവുകയും ചെയ്തു. അഗസ്ത്യൻ ശ്രീരാമൻ വിജയാശംസിക്കുകയും സീതയെ മുൻനിർത്തി സ്ത്രീധർമ്മ പ്രഭാഷണം നടത്തുകയും ചെയ്തു. രാമരാവണയുദ്ധത്തിൽ ആദിത്യഹൃദയമന്ത്രം സിദ്ധിച്ചത് രാമന് രക്ഷയായി. ഈ പുരാവൃത്തത്തിന്റെ പുനരാഖ്യാനമാണ് 'അഗസ്ത്യഹൃദയം' എന്ന കവിത. ആധുനിക രാമന് സ്വയം വിമർശനം നടത്താൻ അവസരം കിട്ടുന്നുണ്ട് കവിതയിൽ.

"അരച! നിന്നോർമ്മയിലൊരശ്രുകണമുണ്ടോ?
അതിനുള്ളിലൊരു പുഷ്പനൃത്തകഥയുണ്ടോ?
കഥയിലൊരുനാൾ നിന്റെ യൗവസശ്രീയായ്-
കുടികൊണ്ട ദേവിയാം വൈദേഹിയുണ്ടോ?
ഉരുവമറ്റഭയമറ്റവളിവിടെയെങ്ങോ
ഉരിയവെള്ളത്തിന്നു കുരലുണക്കുന്നു."

ഭൗതിക തൃഷ്ണയും താമസഭാവവും തമ്മിലുള്ള സംഘർഷം കവിതയിലുടനീളം കാണാം. രാമന്റെ ജീവിതത്തിലെ ഒരു തിരിച്ചു നടത്തമാണ് ഈ അഗസ്ത്യപുരാവൃത്തം. രാമനെ രക്ഷിക്കാൻ അഗസ്ത്യൻ എവിടെയോ തപസ്സിരിക്കുകയാണെന്നും അയാളെ ഉണർത്തേണ്ടത് ആവശ്യമായി വന്നിരിക്കുന്നെന്നും ആധുനിക ജീവിത പശ്ചാത്തലത്തിൽ പുരാവൃത്തത്തിന് സംഭവിച്ച മൊഴി മാറ്റമായി വായിച്ചെടുക്കാം.

സച്ചിദാനന്ദന്റെ 'ഭരതൻ ഓർമ്മിക്കുന്നു'[24] എന്ന കവിത പുരാവൃത്തത്തിലെ ഭരതൻ തന്റെ സ്വത്വത്തിലെ ഗൂഢസ്ഥലികൾ വെളിപ്പെടുത്തിക്കൊണ്ട് നടത്തുന്ന യാത്രയാണ്.

ഭരതനയോദ്ധ്യതൻ നിഴൽ രാജാവല്ലല്ല-
യടവി കടന്നെത്തും കാറ്റിനായ് കുനിയുന്ന
വെറുമൊരില, പാദുകങ്ങളിൽ വറ്റിപ്പോയ
മിഴിനീർക്കറയല്ല, സരയൂ തരംഗത്തിൽ
കുമിളയായ്ത്താണുപോയ, ശ്വാസമല്ല, വ-
നൊരു ദൈവത്തിൻ കൈയിൽ ചക്രമായുയർന്നില്ല
ഭരതൻ ത്രികാലവുമറിയും മനസ്സല്ലോ

എന്നാണ് ഭരതന്റെ സ്വത്വത്തെ കവി വെളിപ്പെടുത്തന്നത്. മുഖ്യധാരയിൽനിന്ന് ആട്ടിയിറക്കിയവരും ഒറ്റപ്പെടുത്തിയവരും തങ്ങളുടെ നിലപാടുകൾ വ്യക്തമാക്കുന്ന പുതിയ മിത്തിനെ കവി സൃഷ്ടിക്കുകയാണ് ഈ കവിതയിൽ.

സാധാരണക്കാരനായ ഒരു ഇന്ത്യൻപൗരന്റെ വെളിപാടുകളാണ് ഭരതൻ ഓർമ്മിക്കുന്നു എന്ന കവിതയെന്നു പറയാം. നീതിയുടെ ഭാഷയിലാണ് ഭരതൻ സംസാരിക്കുന്നത്. തന്റെ ലോകം ഇങ്ങനെയാകാൻ കാരണം താൻ തന്നെയാണെന്ന ചിന്തയിൽനിന്നുള്ള തിരിച്ചറിവിൽ പുതിയ അർത്ഥങ്ങൾ കണ്ടെത്തുന്നതാണ് ഭരതന്റെ ഭാരതദർശനം. സമകാലിക യാഥാർത്ഥ്യങ്ങളോടും വർത്തമാനകാലസംഭവവികാസങ്ങളോടും പ്രതികരിക്കാനാണ് ഈ പുരാവൃത്തബിംബം കവിതയിൽ പുനർജ്ജനിക്കുന്നത്.

എൻ. വി. കൃഷ്ണവാരിയരുടെ 'രാവണവധാന്തത്തിലെ വിഭീഷണൻ'[25] എന്ന കവിത രാവണന്റെ മരണസമയത്തെ വിഭീഷണന്റെ ചിന്തകളാണ്. യുദ്ധാനന്തരം ശാന്തമായി, കട്ടപിടിച്ചുകിടക്കുന്ന കറുത്ത രക്തംപുരണ്ട ഭൂമിയിൽ മരണത്തെ സമീപിച്ച ജ്യേഷ്ഠന്റെ മുഖം വിഭീഷണനെ ബാല്യകാലസ്മരണകളിലേക്ക് കൂട്ടിക്കൊണ്ടുപോകുന്നു.

ഒട്ടുമേ സ്പർദ്ധിച്ചിടാതെയാ മൂവരും
മൊറ്റ മാതാവിൻ മുലപ്പാൽ കുടിപ്പതും
തുല്യവാത്സല്യഭാരത്തോടും തായയാ-
ളെല്ലാവരേയുമെടുത്തോമനിപ്പതും

ഒക്കെ വിഭീഷണൻ ഓർക്കുമ്പോൾ തന്റെ ചെയ്തികളെ സ്വയം വിമർശിക്കുകയും ചെയ്യുന്നു.

ആ മുലപ്പാലിൻ കളങ്കമിയറ്റിനീ
ആ മുലപ്പാലിൻ മഹിമമറന്നു നീ

തപസ്സിനായി രാവണൻപോയതും, വേർപിരിയാതെ എല്ലാത്തിനും കൂട്ടുനിന്നതും വിഭീഷണൻ ഓർക്കുന്നു. അങ്ങനെ തന്റെ എല്ലാറ്റിനും നന്മ നിറഞ്ഞ മനസ്സോടെ കൂട്ടുനിന്ന ജ്യേഷ്ഠൻ

പൊന്നനുജന്റെ പെരുംചതിവാളിനാൽ
ഛിന്നോത്തമാംഗമായ് മണ്ണിൽക്കിടപ്പുഹാ!

എന്ന ദൈന്യത പ്രകടിപ്പിക്കുന്നു. അധർമ്മം ആരു ചെയ്താലും ത്യജിക്കണമെന്ന മനോഭാവം സ്വന്തം ജ്യേഷ്ഠനെയും കൊലയ്ക്കു കൊടുക്കാൻ പ്രാപ്തനാക്കുന്ന ആത്മവീര്യം പകർന്നു. സ്വീയപാപത്തിനാൽ ഹതനായ സഹോദരന്റെ അന്ത്യം അനുജന്റെ കൈകൊണ്ടുതന്നെ വേണമായിരുന്നോ എന്ന ചിന്ത വിഭീഷണന്റെ മനസ്സിനെ മനസ്സുതന്നെ കുറ്റപ്പെടുത്തുന്നു.

നിന്റെ കൃത്യങ്ങളിൽ സാമ്രാജ്യതൃഷ്ണതൻ
നീണ്ടനിഴൽപ്പാടുകാണ്മാൻ കഴിഞ്ഞിടും.

ഈ തിരിച്ചറിവിൽ വിഭീഷണൻ ഞെട്ടിവിറയ്ക്കുന്നു. തന്റെ പ്രവൃത്തിയുടെ കാരണം സാമ്രാജ്യതൃഷ്ണയാണെന്ന ബോധം അയാളെ വല്ലാതെ അലട്ടുന്നു. കുറ്റബോധത്തിന്റെ നീർച്ചുഴിയിൽ അയാൾ പിടയുന്നു. 1936 ൽ പ്രസിദ്ധീകൃതമാകുന്ന ഈ കവിതയ്ക്ക് അന്നത്തെ രാഷ്ട്രീയ സംഭവവികാസങ്ങളുമായി അടുത്ത ബന്ധമുണ്ട്. ഏറ്റവും വെറുക്കപ്പെടേണ്ടിയിരുന്ന അഴുക്കായി സാമ്രാജ്യത്വതൃഷ്ണകൾ തിമർത്താടിയിരുന്ന കാലത്ത് ഈ പുരാവൃത്തത്തിന്റെ പുനരാഖ്യാനത്തിലൂടെ സ്വതസിദ്ധമായ ശൈലിയിൽ എൻ. വി. മനുഷ്യന്റെ സാമ്രാജ്യത്വമോഹത്തെ ചോദ്യം ചെയ്യുന്നു. ഇതിന് ഉപയോഗിച്ചിരിക്കുന്നതോ തിരസ്കൃതമായ വിഭീഷണന്റെ ജീവിതകഥയും.

തിരസ്ക്കരിപ്പെടുന്ന കഥാപാത്രങ്ങളുടെ ഉയിർത്തെഴുന്നേൽപ്പ്

ജീവിതമഹായാനങ്ങളിൽ തിരസ്കരിക്കപ്പെട്ട കഥാപാത്രങ്ങളെ പുരാവൃത്തത്തിൽനിന്ന് ഉയർത്തിക്കൊണ്ടുവരുന്ന പ്രവണത ആധുനിക കവികൾക്കുണ്ട്. ഒറ്റപ്പെടലിനും മാനസികപീഢനത്തിനും വിധേയനാക്കപ്പെട്ട കർണ്ണന്റെ പുരാവൃത്തമാണ് സച്ചിദാനന്ദന് 'കർണ്ണൻ'[26] എന്ന കവിതയെഴുതാൻ പ്രേരകമായത്. ധർമ്മസങ്കടങ്ങളുടെ പഞ്ചാഗ്നി നടുവിൽ സ്വന്തം പ്രാണന്റെ പങ്കാളിയായി കർണ്ണനെ കവി കാണുന്നു. കർണ്ണനിൽ നിന്ന് ശക്തി സംഭരിക്കാൻ കവി ആഗ്രഹിക്കുന്നുണ്ടെങ്കിലും കർണ്ണന്റെ ജീവിതാവസ്ഥയുടെ പരിതാപചിത്രമാണ് കവിയെ വ്യാകുലനാക്കുന്നത്.

പൊൻകിരീടത്തിൽ കണ്ണീർ-
വെൺമുത്തുപതിച്ചവൻ
അംഗരാജാവിൻ ചോര

രക്തനീലമായ്മാറ്റി.
അംഗരാജൻ നീ! എങ്കി-
ലെന്തതിരഥനിന്നും
സങ്കടത്തേരോടിപ്പൂ
നഗരപഥങ്ങളിൽ.

വളർത്തിവലുതാക്കിയ ആ വളർത്തച്ഛന് മോചനം ലഭിച്ചിട്ടില്ല. രാധയ്ക്കും ദുരിതങ്ങളുടെ തീമഴ തന്നെ. അവരെ ഒന്നുകാണുവാൻ പോലും വരാത്ത കർണ്ണന്റെ വീരസ്വർഗ്ഗം വ്യർത്ഥമാണെന്ന് കവി പ്രസ്താവിക്കുന്നു.

ഉന്നതങ്ങളെ നിഷേധിച്ച കർണ്ണന്റെ കവചകുണ്ഡലങ്ങളുടെ ദാനം കവിയെ പുളകിതനാക്കുന്നുണ്ട്. കർണ്ണൻ അമരത്വംവിട്ട് മർത്യാനായവനാണ്. ഭീരുത്വം ദാനം ചെയ്ത് പൗരുഷം നേടിയവനുമാണ്. സൂതപുത്രനായതിനാൽ പഠിച്ച വിദ്യകൾ മറന്നുപോവാൻ ശാപം കിട്ടിയ ജന്മമായിരുന്നു കർണ്ണന്റേത്. പരശുരാമൻ ചെയ്ത ആ കൊടുംപാതകത്തെ കവി ചിത്രീകരിക്കുന്നത് ഇങ്ങനെയാണ്

കൊച്ചിലേ മുത്തംവെച്ചു
മുത്തംവെച്ചുറക്കിയ
ശിരസ്സിൽ, വിയർപ്പിനാൽ
മുലയൂട്ടിയ മെയ്യിൽ,
മഴുവോങ്ങുവാൻ മടി-
യ്ക്കാത്തവനുണ്ണീ നിന്റെ
ഗുരുവായിവൻ! ആർഷ
സംസ്കൃതി വെല്‌വൂതാക!
ബ്രാഹ്മണനല്ലാപോലും!
എന്തിനു ദ്വിജത്വം? അ-
ദ്ധീരതയുടെ മുന്നിൽ
ഭൃഗുരാമനേതോറ്റു!

പെറ്റപാടെ ഗംഗാനദിയിൽ ഒഴുക്കിവിട്ട കുന്തിയുടെ വാത്സല്യം, സ്വന്തം മക്കളുടെ ജീവൻ യാചിച്ച് കർണ്ണന്റെ സമീപം വന്നപ്പോൾ, രാജസഭയിൽവെച്ച് ഭീമൻ പരിഹസിച്ചപ്പോഴുണ്ടായ വേദന കർണ്ണൻ ഓർക്കുന്നു.

എന്റെ വേദന നുണ-
ഞ്ഞഞ്ചുപേർ വിടർന്നപ്പോ-
ളെങ്ങുപോയ് പുത്രസ്നേഹം,
അമ്മയും വെറും പെണ്ണോ?

അവിടെയാണ് രാധയുടെ മഹത്വം കർണ്ണനറിയുന്നത്. ആ മാതാവിന്റെ കണ്ണുകളിൽ വിജയിച്ചതും തോറ്റതും ആരാണെന്ന ചോദ്യമുണ്ട്. ശിഖണ്ഡിയെ മുൻനിർത്തി യുദ്ധംചെയ്യാൻ ഉപദേശിച്ച കൃഷ്ണന്റെ തന്ത്രം രാമന്റേതിനേക്കാൾ മ്ലേച്ഛമാണെന്ന് കണ്ടെത്തുന്നു.

അർജ്ജുനനോടേറ്റുമുട്ടാൻ പോന്ന കർണ്ണന്റെ ആത്മവീര്യം ചോർന്ന മഹാഭാരതയുദ്ധത്തിലെ നിൽപ്പിന്റെ അർത്ഥമാണ് കവി അന്വേഷിക്കുന്നത്.

പിന്നെമന്ത്രവും മറ-
ന്നായുധഹീനം നില്ക്കും
നിന്നെയർജ്ജുനനൊറ്റ-
ക്കൂരമ്പാൽ വീഴിക്കുമ്പോൾ
ഭൂമിയിൽ പിടിച്ചട-
ഞ്ഞടഞ്ഞേപോവും നിന്റെ-
യാ മിഴിക്കോണിൽ കണ്ട
കണ്ണുനീർത്തുള്ളികർത്ഥം
എന്താവാം? പതിച്ചതു
കർണ്ണനോ കിരീടീയോ;
പക്ഷിയോ, നിഷാദനോ
ധർമ്മമോ, അധർമ്മമോ?

മനുഷ്യനെതിരെ യുദ്ധത്തിനു പുറപ്പെടുന്ന ശവങ്ങൾ തന്നെയായി മനുഷ്യർ മാറുന്നതിന്റെ ദുരന്തചിത്രമാണ് കർണ്ണനിലും വ്യക്തമാക്കുന്നത്. നന്മതിന്മകൾ വെറും നുണയാണെന്നും ധർമ്മാധർമ്മങ്ങളുടെ പുറംതോട് പൊള്ളയാണെന്നുമുള്ള തിരിച്ചറിവാണ് ഈ കവിതയിൽ കവിയെക്കൊണ്ട്

പൊള്ളുന്ന, തിളങ്ങുന്ന
വജ്രാഗ്നി മുന്നിൽ നാമ-
ളൊന്നല്ലികർണ്ണാ, കണ്ണീർ
കുടിക്കും വസന്തങ്ങൾ?

എന്നു പറയിക്കുന്നത്. കർണ്ണനെപ്പോലെ യുദ്ധരംഗത്തിന്റെ മധ്യത്തിൽ സർവ്വവും നഷ്ടപ്പെടുന്ന അവസ്ഥ ആധുനിക മനുഷ്യന്റെ ശുഭാപ്തിവിശ്വാസങ്ങളെ ശിഥിലമാക്കുന്നതായി കവി തിരിച്ചറിയുന്നു.

തിരുനെല്ലൂർ കരുണാകരന്റെ 'അമ്മയും മകനും' [27] കർണ്ണന്റെ പുരാവൃത്തവുമായി ബന്ധപ്പെട്ട കവിതയാണ്. കുരുക്ഷേത്രയുദ്ധം ആസന്നമായപ്പോൾ തന്റെ കടിഞ്ഞൂൽ പുത്രനായ കർണ്ണനും പാണ്ഡവരും തമ്മിലുള്ള ഏറ്റുമുട്ടൽ ഒഴിവാക്കാൻ കുന്തി മകനെക്കാണാൻ പോകുന്നതാണ് കാവ്യസന്ദർഭം. ഗംഗാതീരത്ത് ഏകാന്തധ്യാനത്തിൽ മുഴുകിയ കർണ്ണൻ അമ്മയുടെ ആഗമനോദ്ദേശ്യത്തിന് പൗരുഷത്തിന്റെ പ്രതിരൂപമായിട്ടാണ് മറുപടി പറയുന്നത്. കൗരവപക്ഷത്തോട് താൻ അപരാധം കാണിക്കുകയില്ലെന്ന ധർമ്മധീരത കർണ്ണൻ വ്യക്തമാക്കുന്നു. പാണ്ഡവപക്ഷത്തുചേരാനുള്ള കുന്തിയുടെ അപേക്ഷ നിരസിച്ചുകൊണ്ട് സഹോദരന്മാരുടെ ഐക്യത്തെ വിമർശിക്കുന്നുണ്ട് കർണ്ണൻ.

ഞാൻ ജയിച്ചങ്ങേ മക-
നർജ്ജുനൻ മരിച്ചാലും
ഞാൻ മരിച്ചങ്ങേമക-

നർജ്ജുനൻ ജയിച്ചാലും
ഒന്നുഞാനുറപ്പിച്ചു
പറയാമിതു സത്യം-
അഞ്ചുപുത്രന്മാരോടൊ-
ത്തമ്മയ്ക്കുവാഴാമല്ലോ?

ജി. ശങ്കരക്കുറുപ്പിന്റെ 'കർണ്ണൻ'[28] എന്ന കവിതയിൽ ധീരനും പോരാളിയുമായ കർണ്ണന്റെ അന്ത്യരംഗമാണ് ചിത്രീകരിക്കപ്പെട്ടിരിക്കുന്നത്. രണ്ട് ഖണ്ഡങ്ങളുള്ള കവിതയുടെ ആദ്യഭാഗത്ത് കുരുക്ഷേത്രയുദ്ധത്തിൽ കൗരവരെ നയിക്കാൻ കർണ്ണൻ നിയുക്തനാകുന്നഭാഗം വർണ്ണിക്കുന്നു. യാതൊരു മടിയും കൂടാതെ ധൈര്യസമേതം കൗരവപക്ഷത്തിന്റെ സേനാധിപത്യം ഏറ്റെടുക്കുകയാണ് കർണ്ണൻ.

"ശ്രീമൻ, ജയിക്ക!" മഹിരാത്മജനോതി: "ശത്രു-
സ്തോമം മടിപ്പതിനു ഞാനസമർത്ഥനെങ്കിൽ,
പോർമന്നിടത്തിൽ മടിവിട്ടുമരിച്ചുകൊൾവാൻ
ഭൂമണ്ഡലേശ്വര, മതി; ബാഹുജരല്ലയോനാം.
ചായും മരത്തിനെ വെടിഞ്ഞതിലെ ദ്വിജങ്ങൾ
പായുന്നരീതി പുരുഷർക്കതിഗർഹണീയം;
ആയുസ്സിനന്തമണയുംവരെയും ഭവാനൊ-
ത്തീയുള്ളവൻ പരരൊടാഹവമാടി നോക്കും."

സ്നേഹിച്ചവർക്കും വിശ്വാസംനൽകിയവർക്കും സ്വന്തം ജീവൻ നൽകാൻപോലും മടിയില്ലാത്തവനാണ് കർണ്ണൻ. അജയ്യമായ ആ ധീരത തന്നെയാണ് കുരുക്ഷേത്രത്തിന്റെ വീര്യമുയർത്തിയതും.

രണ്ടാംഭാഗത്തിൽ കർണ്ണനും അർജ്ജുനനും പടക്കളത്തിൽ ഏറ്റുമുട്ടുന്നു. ഇവിടെയും കർണ്ണന്റെ ധീരത പ്രകടമാകുന്നുണ്ട്.

മൂന്നുനാലുനാഴിക ഭയങ്കരമായ്ശരത്താ-
ലന്നാമഹാരഥർ പെരുംമഴ പെയ്തു വീണ്ടും.
മന്നാകവേ കിടുകിടെന്നുവിറച്ചു, ചോര
ചെന്നാഴിയും നദികളും നിതരാം കലങ്ങി

എന്നാണ് അർജ്ജുനനും കർണ്ണനും തമ്മിൽ നടന്നയുദ്ധത്തെ കവി വർണ്ണിക്കുന്നത്.

പിളർന്നുധര; കൗരവാശയവു;
മങ്ഗരാജന്റെ തേ-
രിളയ്ക്കടിയിലായ് സുയോ-
ധനമനസ്സൊടേ ഭഗ്നമായ്!
തളർന്നരിയിരിക്കവേ, പുരുഷ-
ധർമ്മമോർക്കാതെ താൻ
ഗളം ദ്രുതമരിഞ്ഞു ഹാ, ഹരി-
നിയുക്തനാമർജ്ജുനൻ.

തേരതട്ടിൽ തളർന്നിരുന്ന ആയുധമില്ലാത്ത കർണ്ണനെ കൃഷ്ണന്റെ അനുജ്ഞയാൽ അർജ്ജുനൻ വധിക്കുന്നു. നീതിയ്ക്കു നിരക്കാത്ത

ഈ പാപകർമ്മത്തിനു മാത്രമേ കർണ്ണനെന്ന വില്ലാളിയെ തോൽപ്പിക്കാൻ കഴിയുകയുള്ളൂ.

ക്ഷീണാഭനായ്ദ്ദിനകരൻ നിജ ശൂരപുത്ര-
പ്രാണാത്യയത്തിലുലകാകെ വെറുക്കയാലോ
ശോണാംബരൻ വിപുല വിണ്ടലനായകത്വ-
മേണാങ്കനേകിയ പരാചലമാശ്രയിച്ചു.

കർണ്ണന്റെ മരണത്തിൽ പ്രകൃതിക്കുപോലും ഭാവമാറ്റമുണ്ടായി. സ്വപുത്രവിയോഗത്തിൽ സൂര്യഭഗവാനുണ്ടായ ദു:ഖം പറഞ്ഞറിയിക്കാൻ കഴിയുന്നതല്ല. കർണ്ണന്റെ ഈ ധീരമായ അന്ത്യം പുരാവൃത്താനുസാരിയായിത്തന്നെ അവതരിപ്പിക്കുകമാത്രമാണ് ജി. ശങ്കരക്കുറുപ്പ് ചെയ്തത്.

ദുരന്തനായകന്റെ സഹജമായ സ്വഭാവൗനത്യം കർണ്ണനും ദീക്ഷിക്കുന്നു. സമകാലികജീവിതത്തിൽ ഇത്രയും ത്യാഗസന്നിഗ്ദ്ധത പ്രകടിപ്പിക്കുന്ന ജീവിതങ്ങൾ ഇല്ലാതാകുന്നതിന്റെ വ്യഥതന്നെയാവണം ഈ കവിതയ്ക്കും പ്രേരകഘടകമായി വർത്തിച്ചത്. 1928ൽ നിസ്വാർത്ഥനും ത്യാഗിയുമായി കർണ്ണന്റെ പുരാവൃത്തം 'കർണ്ണഭൂഷണ'ത്തിൽ ഉള്ളൂർ ചിത്രീകരിച്ചിരിക്കുന്നു. അതിൽ പിതാവായ സൂര്യനും കർണ്ണനും തമ്മിൽനടക്കുന്ന സംഭാഷണങ്ങളായിരുന്നു കാവ്യവിഷയമെങ്കിൽ ആത്മഘോഷണത്തിനല്ല തിരുനെല്ലൂരും, സച്ചിദാനന്ദനും ഈ പുരാവൃത്തത്തെ ഉപയോഗിച്ചത് എന്ന് വ്യക്തം.

ശാർങ്കപക്ഷികൾ- നിസ്സഹായതയുടെ ദൈന്യം

കദനവും, ഭയവും, ഉൽക്കണ്ഠയും, ഉദ്വേഗവും, ആശങ്കയും കൊടുങ്കാറ്റായി ആഞ്ഞടിക്കുന്ന, കാട്ടുതീയായി പ്രവഹിക്കുന്ന, ആധുനിക ജീവിതത്തിൽ തളരാതെ ചെറുത്തു നിൽക്കുന്ന ആത്മീയബന്ധ ദൃഢതയാണ് ഒ. എൻ. വി. കുറുപ്പിന്റെ 'ശാർങ്കപക്ഷികൾ'[29] എന്ന കവിത മുന്നോട്ടുവെക്കുന്ന ആശയം. ഖാണ്ഡവവനത്തിൽ വന്നകപ്പെട്ട ജരിതയും മക്കളും അഗ്നിക്കിരയാവുന്ന പുരാവൃത്തം ആധുനിക ജീവിതത്തിന്റെ പ്രസക്തമായ ഭാവതലമാക്കി ഒ. എൻ. വി പ്രതിഷ്ഠിക്കുന്നു.

എല്ലാം മറന്നൊന്നുറങ്ങിയ യാമങ്ങൾ
എന്നേക്കുമായസ്തമിച്ചുപോയ്; ഇന്നിനി
നമ്മിലൊരാളിന്റെ നിദ്രയ്ക്കുമറ്റെയാൾ
കണ്ണിമചിമ്മാതെ കാവൽ നിന്നീടണം!
ഇനി ഞാനുണർന്നിരിക്കാം, നീയുറങ്ങുക!

അതീതശക്തികളുടെ കിടമത്സരങ്ങളിൽ, ഏറ്റുമുട്ടലുകളിൽ ഇരയാകാൻ വിധിക്കപ്പെടുന്നത് നിസ്സഹായരായ മനുഷ്യാത്മാക്കളാണ്. ഈ സാധാരണമനുഷ്യന്റെ ദൈന്യം നിരാലംബരും പ്രതീക്ഷാനിർഭരരുമായ 'ശാർങ്കപക്ഷികളി'ൽ കവി കണ്ടെത്തുന്നു. കാടുകത്തുമ്പോൾ കുഞ്ഞുങ്ങളെ രക്ഷിക്കാനാവാതെ ആത്മാവ് പൊരിയുന്ന ജരിത ഒരു പക്ഷെ ഈ കവിതയിൽ ഭൂമിയ്ക്കു തുല്യമാണ്. മനുഷ്യ

വർഗ്ഗമാവുന്ന മക്കൾ തീപ്പെടാൻപോകുമ്പോൾ വഴിയേതെന്നറിയാതെ ഉഴലുന്ന ഭൂമിയുടെ അവസ്ഥ.

ഇന്നേതുഖാണ്ഡവത്തിൻ മടിത്തട്ടിലോ
വന്നകപ്പെട്ടുനാം ശാർങ്ക്കപക്ഷികൾ!
ഒക്കെയും ഭക്ഷിക്കുവാനോങ്ങി യഗ്നിയാ
ദിക്കിലെവിടെയോ നില്പൂ കൃശാണുവായ്!
അഗ്നിയിൽനിന്നുമീയാരണ്യകത്തിനെ
രക്ഷിക്കുവാൻ മാരിപ്പെയ്യിക്കുവാനൊരാൾ!
മാരിപെയ്താലോ പ്രതിരോധമായ് ശര–
മാരിപെയ്യിക്കുവാൻ ഗാണ്ഡീവധാരിയായ്
തറ്റുടുത്തങ്ങനെ മറ്റൊരാൾ...

എന്നിട്ടും ദുരന്തമുനമ്പിനെ ചുറ്റാൻ വിധിക്കപ്പെട്ടവളാണ് ജരിത. ആണവയുദ്ധത്തിന്റെ പശ്ചാത്തലത്തിൽ വായിച്ചെടുക്കുമ്പോൾ ഈ ദുരന്തമുനമ്പിനെ ചുറ്റുന്ന ഭൂമിതന്നെയാണ് ജരിതയെന്നു കാണാം. മനുഷ്യവർഗ്ഗത്തിന്റെ ശിരസ്സിൽ ഒരിടിത്തീപോലെ നിപതിക്കാൻ നിൽക്കുകയാണ് സർവ്വനാശം. സ്വസ്ഥത എന്നേക്കുമായി നഷ്ടപ്പെട്ട് ചുറ്റും ശത്രുക്കൾ മാത്രമുള്ള ലോകാവസ്ഥ. ഏതു ശത്രുവായാലും മിത്രമായാലും ശാക്തികചേരിപ്പോരിന്റെ ഇടപെടലിൽ ഈ കിളിക്കൂട് തകർന്നടിയാം. പുതിയ പൗരന്റെ ദാമ്പത്യകിളികൂടുകൾപോലും ഈ പശ്ചാത്തലത്തിലാണ് പടുത്തുയർത്തപ്പെടുന്നത്.

....നമ്മളീ–
യാരണ്യകത്തിൻ നടുവിലും ദാവാഗ്നി–
യാഹരിക്കാത്തൊരു ശാർങ്ക്കപക്ഷികൾ
സ്വപ്നങ്ങൾ ചൂടുപകർന്നുവിരിയിച്ച
സത്യങ്ങളാവുക നാം! സത്യഗാഥകൾ.

ഒരു ദുഃസ്വപ്നംപോലെ എല്ലാം മാഞ്ഞുപോയി നിദ്രയിലും ജീവിതത്തിലും സുഗതസ്വപ്നങ്ങളുടെ സത്യങ്ങൾ പൂക്കുന്ന നാളെയെക്കുറിച്ച് സ്വപ്നം കണ്ടുകൊണ്ടിരിക്കാൻ ആഹ്വാനംചെയ്തുകൊണ്ട് കവിത അവസാനിക്കുന്നു. കേവലബിംബമായി ജരിതയുടെ പുരാവൃത്തം കവിതയിലുടനീളം നിറഞ്ഞ സാന്നിദ്ധ്യമാവുന്നു എന്നത് ശ്രദ്ധേയമാണ്. നിസ്സഹായനായ ആധുനികമനുഷ്യന്റെ ദൈന്യം ചിത്രീകരിക്കാൻ ഈ പുരാവൃത്തബിംബകല്പന ഒ.എൻ.വി യെ ഏറെ സഹായിച്ചിരിക്കുന്നതായി ഇതിൽ കണ്ടെത്താം.

കണ്ണകി– അപമാനിക്കപ്പെടുന്ന ഭാരത സ്ത്രീ

തമിഴകത്തിന്റെ പുരാവൃത്തമായ കണ്ണകിയുടെ ഊർജ്ജമുൾക്കൊണ്ടുകൊണ്ട് വർത്തമാനകാലജീവിതത്തിന്റെ അനുഭവങ്ങളെ പകർത്തുന്ന ഒ. എൻ. വി കവിതയാണ് 'കണ്ണകി'.[30]

വരുന്നു കണ്ണകി
വരുന്നുതൻ ചില
മ്പൊരു കയ്യിലൂരി–

ഷിടിച്ചു, തീക്കന-
ലുതിരും കണ്ണുകൾ
തുറിച്ചുനെഞ്ചിലാർ-
ത്തലച്ചു, ശാപവാ-
ക്കുരച്ചു, മിന്നലും
ഇടിയും വർഷവും
കൊടുങ്കാറ്റും ചേർന്നൊ-
രിടവപ്പാതിരാ
പുറത്തുതുള്ളുംപോൽ

ഈ കണ്ണകി പുരാവൃത്തത്തിൽനിന്ന് വ്യത്യസ്തമായി വർത്തമാനകാല യാഥാർത്ഥ്യങ്ങളോടാണ് സംവദിക്കുന്നത്. അവളുടെ ചോദ്യങ്ങൾ അപമാനിക്കപ്പെടുന്ന സ്ത്രിത്വത്തിന്റേതാണ്. ഇരുപാടും മുടിയഴിച്ചിട്ട് കനലെറിഞ്ഞപോൽ അവൾ ചോദിക്കുന്നത്.

എവിടെയെൻ നാഥ-
നെവിടെ? ആ ജീവ
നപഹരിക്കുവാൻ
അപരാധമെന്തേ
യവൻ ചെയ്തു?.....

കഞ്ഞിക്കരിവാങ്ങാൻ, ഉടതുണിവാങ്ങാൻ വേളികഴിച്ച പെണ്ണിന്റെ ചിലമ്പുവിൽക്കുവാൻ വന്നതാണോ അപരാധം എന്നാണ് അവളുടെ സംശയം.

വിശന്നുചത്താലും
ഇരന്നുജീവിക്കാ-
നറിയാത്തോർ, മാനം-
വെടിഞ്ഞു ജീവിക്കാൻ
കഴിയാത്തോർ നട്ടെ-
ല്ലൊടിയെ യത്നിച്ചു
വിയർപ്പിനാലുപ്പു
പകർന്ന കഞ്ഞിപാ-
ലമൃതെന്നോർക്കുവോർ!

മറുപടിപറയാൻ കഴിയാതെ അസ്വസ്ഥത പടർത്തുന്ന ഈ ചോദ്യം ഓരോ ഇന്ത്യൻ സ്ത്രീത്വത്തിന്റേതുമാണ്. പുരാവൃത്തത്തിലെ കണ്ണകിയെപ്പോലെ ഇവളും

..... തൻ ചില
മ്പടിച്ചുടച്ചവൾ
തറയിലെമ്പാടും
ചിതറിയ രത്ന-
ത്തരികളിൽ ചൂണ്ടു-
വിരലൂന്നി, മറു
കരം തലയ്ക്കു വ-
ച്ചുറക്കെ ശാപവാ-

ക്കെറിയുന്നൂ കത്തി
യെരിയുന്നൂ മഹാ–
നഗരവും, മഹാ–
പണങ്ങളും രാജ
പഥങ്ങളും, ഗൃഹ
നിരകളും, സേനാ–
നികരവും, തേരും,
നെറികേടിൻ സിംഹാ–
സനങ്ങളും കത്തി–
യെരിയുന്നു ,...

കോവലനോട് ചെയ്ത അപരാധം പൊറുക്കാൻ കഴിയാത്ത കണ്ണകി രാജനീതിയോട് എതിരിട്ട ശാപനടന രംഗത്തിന്റെ അതേ ആവർത്തനം ഈ പുനരാവർത്തനത്തിലും കാണാം. ചിലപ്പതികാരം എഴുതിയ ഇളങ്കോവടികളോട് ഈ സ്ത്രീത്വദൈന്യം ആവിഷ്കരിക്കാൻ വീണ്ടും അഭ്യർത്ഥിക്കുകയാണ് കവിതയുടെ അവസാനത്തിൽ കവി.

... വീണ്ടും
ഇളംകോവാം തിരു–
വടികളേ വരൂ
തിരുനാരായത്താൽ
ഇവളുടെ കത്തും
മൊഴി പകർത്തുക!
ഇവളെരിക്കുമീ–
പ്പുരങ്ങൾ കാണുക!

ചിലമ്പിന്റെ കഥ ഇപ്പോഴും തുടരുന്നുണ്ടെന്നും പതിവ്രതയുടെ ദുഃഖം കാണാൻ ഇളങ്കോവടികളുടെ തിരുനാരായത്തിന് വീണ്ടും കഴിയേണ്ടിയിരിക്കുന്നു എന്നും കവി സൂചിപ്പിക്കുന്നു. അങ്ങനെ കണ്ണകിയുടെ പുരാവൃത്തം പുനർജനിക്കേണ്ടതിന്റെ ആവശ്യകതയിലേക്ക് കവി വിരൽ ചൂണ്ടുന്നു.

തുടരുന്ന കണ്ണകീ സാന്നിദ്ധ്യം

വർത്തമാനകാലത്തിന്റെ നെറുകയിൽ തൊട്ട് നിൽക്കുന്ന കാവ്യാനുഭവമാണ് അയ്യപ്പപ്പണിക്കരുടെ 'ചിലമ്പിന്റെ ഗാഥ'.[31] കവിയുടെ ഓർമ്മകളിൽ നിന്ന് കണ്ണകിയുടെ പുരാവൃത്തം ആധുനിക ജീവിതാവസ്ഥകളോട് സംവേദിക്കുകയാണ് ഈ കവിതയിൽ.

നേരോപറഞ്ഞതകലത്തകലത്തു
പേരാണ്ടവൻ മധുരാപുരിയിൽ
കത്തിയെരിഞ്ഞ പ്രണയകഥയിലെ
ദു:ഖദുരന്തസ്മരണയോ നീ?
ഒക്കെയും നഷ്ടമായെങ്കിലും നീയതിൽ
പെട്ടുപോകാതെ ചിലമ്പൊലിയായ്
പുത്തൻ നഗരിയിൽ ദേവി പ്രഭാവമായ്
ഇപ്പൊഴും നീറിത്തുടിക്കയല്ലീ?

കണ്ണകിയുടെ നീറിത്തുടിക്കുന്ന കഥ ആദിദ്രാവിഡ സംസാകാരത്തിന്റെ ദു:ഖം കൂടിയാണെന്ന് കവി പറയുന്നു. തന്റെ കലത്തിന്റെ ചരിത്രവും വർത്തമാനത്തിന്റെ വാർത്തയുമാണ് കണ്ണകിയുടെ കഥ.

ആദിദ്രാവിഡ സംസ്കാരമാവാമിതു
കോവലൻകണ്ണകീ ദു:ഖമാവാം പിന്നെ
നാടിൻകഥയായ് പരന്ന മുറിവേറ്റ
നാഡിതൻ നീറ്റലാവാം – കെടാനാളമായ്
പെണ്ണരശായിത്തിണകളഞ്ചും ചേർന്ന
കുന്നലനാട്ടിൻ ചരിത്രമാവാം വെറും.
മുപ്പത്തിരണ്ടുമെയ്പ്പാട്ടിലകം പുറ–
മൊത്ത മനുഷ്യന്റെ ദേവാവതാരമാം.

മുന്ന് ഖണ്ഡങ്ങളിലായാണ് അയ്യപ്പപ്പണിക്കർ കണ്ണകിയുടെ കഥ വർത്തമാനകാല ജീവിതയാഥാർത്ഥ്യങ്ങളുമായി ബന്ധിപ്പിക്കുന്നത്.

ദേവഗൃഹത്തിൽ തപസ്സാണ്ടു ഞാനെന്റെ
പാതിവ്രത്യം പരിരക്ഷിച്ചു നിൽക്കവെ
നാഥനനാഥനെന്നെമറന്നെങ്ങനെ
മാധവീവല്ലിമേൽ ചുറ്റുന്ന വൃക്ഷമായ്?

എന്നിങ്ങനെ കണ്ണകി കോലന്റെ ചെയ്തികളെ ചോദ്യം ചെയ്യുന്നതാണ് രണ്ടാംഭാഗം. എല്ലാപ്രണയവും ആത്മപ്രണയമാവുമ്പോൾ അന്യനെ സ്നേഹിക്കാൻകഴിയില്ലെന്ന തിരിച്ചറിവിൽ നിന്ന് നഷ്ട ലാഭങ്ങളില്ലാത്ത ജന്മസത്യത്തെക്കുറിച്ച് അയ്യപ്പപ്പണിക്കർ കണ്ണകിയിലൂടെ പറഞ്ഞുറപ്പിക്കുന്നു.

കവിതയുടെ മൂന്നാംഭാഗത്ത് കിഴക്കൻ മലകളിൽ നിന്ന് തേങ്ങുന്ന കണ്ണകിയുടെ ചിത്രമുണ്ട്. ഈ കണ്ണകി വർത്തമാനകാലത്തിലെ സ്ത്രീയുടെ പ്രതീകമാണ്.

കാണാതെകാണാതെ കണ്ടുവളർന്നവൾ
കാണുന്നതിൻ മുമ്പു കാമിച്ചുപോയവൾ
ഇന്നലെതൻ പ്രേതഗൗരവമാണ്ടവൾ
ഇന്നുവിഷാദാശ്രു വിഗ്രഹമായവൾ
പൊട്ടിത്തകർന്നകരൾതാങ്ങിനില്പവൾ
കഷ്ടകാലത്തിൻ കരിംകൊടിയായവൾ
ക്രോധാഗ്നിയിൽ കണ്ണുനീരുവറ്റിക്കുമ്പോൾ
ഏതിടിമിന്നലും പുഞ്ചിരിയാക്കുവോൾ
ഓരോരമരത്തിലും തൻചിതകണ്ടവൾ
ഓരോരുകമ്പിൽ ശവക്കൊള്ളികണ്ടവൾ
നീറിപ്പുകയും പ്രപഞ്ചമറിഞ്ഞവൾ
നേരെചുടും കാനനജ്ജ്വാലയായവൾ

കണ്ണകി പ്രപഞ്ചത്തോളം വലുതാവുന്ന നിറഞ്ഞ സാന്നിദ്ധ്യമായിരിക്കുന്നു എന്ന തിരിച്ചറിവാണ് കവിയുടെത്. കവിതയും കാവ്യവും നേരിന്റെ തിരിച്ചറിവാവണമെന്ന കവിയുടെ ദർശനത്തിലാണ് കവിത അവസാനിക്കുന്നത്.

അപമാനിക്കപ്പെടുന്ന സ്ത്രീത്വത്തിന്റെയും ജീവിതത്തിന്റെയും ചിത്രം വരച്ചിടാൻ കടമ്മനിട്ട 'കുറത്തി'[32] എന്ന കവിതയിൽ കണ്ണകി യുടെ പുരാവൃത്തത്തെ ബിംബമായി ഉപയോഗിച്ചിരിക്കുന്നു.

എന്റെ മുലയുണ്ടുള്ളുറച്ചുവരുന്ന മക്കൾ
അവരെനിങ്ങളൊടുക്കിയാൽ
മുലപറിച്ച് വലിച്ചെറിഞ്ഞീപുരമെരിക്കും ഞാൻ
മുടിപറിച്ചു നിലത്തടിച്ചീകുലമൊടുക്കും ഞാൻ.

മധുരാപുരി കത്തിച്ച കണ്ണകിയുടെ കോപമാണ് കുറത്തിയുടെ കണ്ണുകളിൽ ജ്വലിക്കുന്നത്. നെറികേടിനും അനീതിക്കുമെതിരെയാണ് കണ്ണകിയെപ്പോലെ കുറത്തിയും ഉറയുന്നത്. കുറത്തി ഈ കവിത യിൽ സ്വയം ഒരു പുരാവൃത്തമായി മാറുന്നു. മനുഷ്യസംസ്കാരത്തിന്റെ വളർച്ചയുടെ പ്രതീകമാണ് കുറത്തി. അവർ മർദ്ധിതരുടെ കാളിയായി മാറുന്ന ഭാവാരോഹം മൂല്യാന്വേഷണത്തിന്റേതാണ്. കവി സ്വയം സൃഷ്ടിക്കുന്ന പുരാവൃത്തത്തിൽ ഏറ്റവും നല്ല ഉദാഹരണമാണ് കുറ ത്തി.

അധർമ്മം പെരുകുന്ന വ്യവസ്ഥിതിക്കുമുമ്പിൽ ഒരു കണ്ണകി പിറന്നെങ്കിൽ എന്ന് സുഗതകുമാരിയുടെ 'ഭ്രാന്തമാം സ്വപ്നം'[33] എന്ന കവിത പ്രത്യാശിക്കുന്നു. സൂര്യക്രോധകാന്തിചിന്തുന്ന നാടിന്റെ ധർമ്മ ദേവത അഴിഞ്ഞമുടിയുമായ്, ചുവന്ന മിഴിയുമായ് കരഞ്ഞുകൊണ്ട് മഹാനഗരദ്വാരത്തിൽ വന്നുനിൽക്കുന്ന കാഴ്ചയിൽ ആരംഭിക്കുന്ന കവിത ആധുനിക കാലഘട്ടത്തിന്റെ പരിച്ഛേദസംഭവങ്ങളെ പ്രതി നിധാനം ചെയ്യുന്നു. ധർമ്മപീഠത്തിൽ ചാരിയിരിക്കുന്നവർക്കുനേരെ, തുടമേൽ താളംപിടിക്കുന്നവർക്കുനേരെ, കടമ്മനിട്ടയുടെ കുറ ത്തിയെപ്പോലെ ഇവളും ചോദിക്കുന്നത് 'എങ്ങെനിക്കഭയം?' എന്നാ ണ്. അടിയന്തിരാവസ്ഥയോടനുബന്ധമായി സംഭവിച്ച രാജൻകേ സിന്റെ പശ്ചാത്തലവും ഈ കവിതയ്ക്കുണ്ട്.

ചിലമ്പടിച്ചവളുടയ്ക്കുന്നൂ! ചെന്തീ
പൊരിയോ ചോരയോ തെറിക്കുന്നൂ? വീണു
പുകയുന്നൂ? ശാപമവളെറിയുന്നൂ!
"ഇതു ഫലിക്കട്ടേ!'
പ്രിയതരമാമി–
പുരിയെരിയട്ടേ!
പവിത്രയാം വിദ്യാ–
ഭഗവതിയെയും
വിലയ്ക്കു വിറ്റൊരീപ്പുരി–
യധർമ്മത്താൽ
മുഷിഞ്ഞൊരിപ്പുരി
യെരിഞ്ഞടങ്ങട്ടേ!"

അപമാനിതയായ ധർമ്മദേവതയുടെ ശാപത്തിൽ നിന്നും മുക്തി നേടിയ ഭൂമിക്ക് കൊച്ചുകുഞ്ഞുങ്ങളിൽ ബാക്കിവന്ന ഒരു പിടി സജ്ജ നങ്ങൾ നാഥരായുണ്ടാകുമെന്ന് ആശ്വസിച്ചുകൊണ്ട് കവിത അവ

സാനിക്കുന്നു. കണ്ണകീ പുരാവൃത്തസൂചന കവിതയ്ക്ക് ശക്തമായ ലക്ഷ്യം പകർന്നു നൽകുന്നുണ്ട്.

കേരളസംസ്ഥാനത്തിനു കൈവന്ന ആഹ്ലാദം പങ്കിടാൻ 1956 ൽ ഇടശ്ശേരി എഴുതിയ 'വികസിക്കുക'[34] എന്ന കവിതയിൽ

അപ്പോർമുലകളിലൊന്നുപറിച്ചാ-
ക്രോധത്തീയെരി മധുരാപുരിയാം
കൂറ്റനടുപ്പിൽ ബലിക്കരികാച്ചി-
ബ്ഭർത്താവിന്നൊരു പിണ്ഡം വെയ്ക്കെ
ദത്തായ് നിന്നവരിജ്ജനമത്രെ

എന്ന് പരാമർശിക്കുന്നുണ്ട്. ശക്തിയേയും വീര്യത്തെയും പ്രതികാരത്തെയും കുറിക്കാൻ കണ്ണകിയുടെ പുരാവൃത്തബിംബം കവികളെ സഹായിക്കുന്നതിന്റെ സാക്ഷ്യമാണ് ഇവയൊക്കെ.

ഒ. എൻ. വി 'പഴയൊരു പാട്ട്'[35] എന്ന കവിതയിൽ കേവലപ്രതീകമായി കണ്ണകിയെ പരാമർശിക്കുന്നുണ്ട്. തിരുവായ്ക്കെതിർവായ് ഇല്ലാതിരുന്ന കാലത്ത് നമ്പൂരാൻ സംബന്ധമുറപ്പിച്ച പെണ്ണ് പ്രതികാരാഗ്നികൊളുത്തി ശാപമെറിയുന്നതിനെ

കൺകളിലാളുന്ന തീയുമായി,
കണ്ണകിയെപ്പോലവൾ ശപിച്ചു,
മനയു, മാമഞ്ചവും, നാലുകെട്ടും
മണിയറ മഞ്ചവും വെന്തുപോകാൻ

എന്നാണ് ചിത്രീകരിച്ചിരിക്കുന്നത്. പെണ്ണായി പിറന്നതിന്റെ ശാപം ചിത്രീകരിക്കാൻ കണ്ണകിയെപ്പോലെ ശക്തിയുള്ള പുരാവൃത്തം തിരഞ്ഞെടുത്തതിന് ഏറെ പ്രസക്തിയുണ്ട്.

ഏകലവ്യൻ - അധികാരത്തോടുള്ള പ്രതിഷേധസ്വരം

കാട്ടാളരാജാവായ ഹിരണ്യധനുസ്സിന്റെ പുത്രൻ ഏകലവ്യൻ ആയുധാഭ്യാസം ചെയ്യുന്നതിനുവേണ്ടി ദ്രോണാചാര്യരുടെ അടുക്കൽ ചെന്നപ്പോൾ ശൂദ്രനായതിനാൽ വിദ്യയഭ്യസിപ്പിച്ചില്ല. അതിൽ നിരാശനായ ഏകലവ്യൻ കാട്ടിൽ ദ്രോണാചാര്യരുടെ പ്രതിമ മണ്ണുകൊണ്ട് നിർമ്മിച്ച് അതിന്റെ മുമ്പിലിരുന്ന് സ്വയം ആയുധാഭ്യാസം തുടങ്ങി. പാണ്ഡവർ നായാട്ടിനു വനത്തിൽ വന്നപ്പോൾ അവരുടെ നായ ഏകലവ്യനെക്കണ്ട് കുരച്ചു. വായിൽ ശരങ്ങളുമായി നായ തിരിച്ചുവന്നപ്പോൾ അർജ്ജുനൻ അന്ധാളിച്ചുപോയി. തന്നേക്കാൾ വലിയ വില്ലാളി ദ്രോണാചാര്യരുടെ അജ്ഞാതശിഷ്യനാണെന്നറിഞ്ഞപ്പോൾ അർജ്ജുനന് വിഷമം തോന്നി. ഈ വിവരം അർജ്ജുനൻ ദ്രോണാചാര്യരെ അറിയിച്ചു. ആചാര്യൻ ഏകലവ്യനെ കാണുകയും ഗുരുദക്ഷിണയായി അവന്റെ തള്ളവിരൽ ആവശ്യപ്പെടുകയും ചെയ്തു. ഈ പുരാവൃത്തമാണ് ഒ. എൻ. വി. കുറുപ്പിന്റെ 'ഏകലവ്യൻ'[36] എന്ന കവിതയ്ക്ക് ആധാരം.

കാടിന്റെ മകനായ ഏകലവ്യൻ ഗുരുനിന്ദ ശാപമാണെന്നറിഞ്ഞ് വിനയത്തോടെ സത്യം നിറവേറ്റുമ്പോൾ സ്വഗതാഖ്യാനരൂപത്തിൽ മനസ്സുതുറക്കുന്നതാണ് ഈ കവിത.

അനാര്യനാമൊരു നിഷാദപുത്രനു
വരേണ്യമാം വിദ്യ നിഷിദ്ധമാകയാൽ
തിരസ്കൃതനിവൻ, കളിമണ്ണിൽ തീർത്ത
ഗുരുപ്രതിരൂപം വനത്തിലും, സ്വഹൃ-
ത്തടത്തിലുമൊപ്പം പ്രതിഷ്ഠിച്ചേകാന്ത-
രഹഃസ്ഥലികളിൽ ഗുരോ, ഭവൽപദം
അനുദ്ധ്യാനം ചെയ്തു ധനുർവിദ്യയ്ക്കെഴു-
മടവുകൾ സ്വയമനുശീലിച്ചവൻ.

വംശപാരമ്പര്യവും കുലമഹിമയും വെച്ച് വിദ്യ നിഷേധിച്ച ഗുരുനാഥനെത്തന്നെ മനസ്സിൽ ധ്യാനിച്ച് ഗുരുവാക്കി പ്രണമിച്ച് ധനുർവിദ്യയഭ്യസിച്ചവനാണ് ഏകലവ്യൻ. ഗുരുശിഷ്യബന്ധത്തിന്റെ തീവ്രതയെ വ്യക്തമാക്കുന്നതോടൊപ്പം സാമൂഹികനീതിയുടെ വിവേചനസ്വഭാവവും ഈ കവിതയുടെ പരിധിയിൽ വരുന്നുണ്ട്. അബലനായവനെ അടിമയാക്കുവാനും, വരേണ്യപീഠങ്ങൾ കയറുവാനും, ഭൂമിക്ക് അരചനാകുവാനുമല്ല താൻ വിദ്യയഭ്യസിച്ചതെന്ന് ഏകലവ്യൻ പറയുന്നു.

ദ്രോണാചാര്യരുടെ പ്രിയശിഷ്യന്മാരുടെ നായാട്ടിന്റെ ക്രൂരതയ്ക്കെതിരെയാണ് ഏകലവ്യൻ തന്റെ ധനുർവിദ്യ പ്രയോഗിച്ചത്. ഇത് സ്വന്തം സുഖലോലുപതയ്ക്കോ പ്രശസ്തിക്കോ വേണ്ടിയായിരുന്നില്ല.

അവിടുത്തെ പ്രിയശിഷ്യർ, നൃപകുമാരന്മാർ
ഇവിടെയിന്നലെ മൃഗയ്ക്കായ് വന്നൂ.
അവർക്കുകാടെന്നാൽ വെറും മരങ്ങളും,
രസിച്ചുകൊല്ലുവാൻ കുറെ മൃഗങ്ങളും!
ഗഹനശാന്തിയെത്തകർത്തതിൻ ധൂളി
ഗഗനസീമയിൽ പടർത്തി തേരുകൾ.
ക്ഷതഹൃദയയാമരണ്യമാതാവിൻ
വ്യഥിതപുത്രൻ ഞാനുണർന്നുനോക്കവേ,
കുരച്ചു പാഞ്ഞെത്തുമൊരു നായയെക്കണ്ടു
കുലച്ചുവില്ലേഴു ശരങ്ങളെയ്തു ഞാൻ!

ഇതാണ് താൻ ചെയ്തുപോയ അപരാധമെന്ന് ഏകലവ്യൻ പറയുന്നു. കാടിന്റെ പുത്രൻ മാതാവിനേററ വ്യഥയിൽ കോപാകുലനായി സ്വയം പഠിച്ച വിദ്യയെ പ്രയോഗിച്ചു. അശാന്തി പടർത്തി തേരോട്ടങ്ങൾ നടത്തുന്ന അധികാരസ്ഥാനങ്ങളെ തകർക്കാനാണ് വിദ്യയെ ആയുധമാക്കേണ്ടത് എന്ന സൂചനയാണിത്.

വെറും മണ്ണിന്റെ പ്രതിമയിൽ തീർത്ത ഗുരുവിനെ പ്രണമിച്ച ഏകലവ്യൻ ദ്രോണാചാര്യരെ കണ്ടപ്പോൾ ഗുരുപാദങ്ങൾ നെറുകയിൽ വെച്ച് അനുഗ്രഹം നേടാൻ ആഗ്രഹിച്ചു. ഏകലവ്യന്റെ അതിഥി പൂജയ്ക്കപ്പുറം ഗുരുദക്ഷിണയ്ക്കായിരുന്നു ദ്രോണാചാര്യർ പ്രാമു

ഖ്യം കല്പിച്ചത്. വിധിവാക്യം പോലെ സുദൃഢവും കഠിനവുമായ 'വലതുകയ്യിലെ പെരുവിരൽ തരൂ' എന്ന ദ്രോണാചാര്യരുടെ കല്പന ഏകലവ്യൻ അമൃതമെന്നതുപോലെയാണ് കൈക്കൊണ്ടത്. ഗുരുഹിതം ഇത്ര ദുരൂഹമാവാൻ കാരണമെന്തായിരിക്കുമെന്ന് ചിന്തിക്കുമ്പോൾ

കുടത്തിലുണ്ടായോൻ, കുടത്തിനുള്ളുപോൽ
കുടുന്നുബുദ്ധിയെന്നവിടത്തെപ്പറ്റി
പറയുവന്നു ചിലർ! അതു നുണ! എങ്ങും
നിറയുമാകാശം കുടത്തിലുമില്ലേ?

ഇങ്ങനെയാണ് ഏകലവ്യൻ നിനയ്ക്കുന്നത്. ഗുരു ആകാശം പോലെ മനസ്സുള്ളവനായിരിക്കണമെന്നും സങ്കുചിതമായ ചിന്തകൾ അദ്ദേഹത്തെ അലട്ടരുതെന്നും ആഗ്രഹിക്കുന്ന കവി മനസ്സായിരിക്കണം ഇവിടെ വെളിപ്പെടുന്നത്.

അറിയുകെൻ സത്യം– ഗുരുവിനിന്ദന
മരുതെന്ന സത്യമറിയുന്നോനിവൻ!
വിനയപൂർവ്വം ഞാനുണർത്തട്ടെ, ഗുരോ!
അനുസരിക്കുന്നേൻ ഭവാന്റെ കല്പന!
പെരുവിരലല്ലാ, ശിരസ്സുപോയാലും
നിറവേറ്റും സത്യമിവനെന്നോർത്താലും!

ഇതിനു കാരണമായി ഏകലവ്യൻ പറയുന്നത് താൻ കാടിന്റെ പുത്രനാണെന്നും ആരും വഴിയൊരുക്കാതെ നടന്നുശീലിച്ചവനാണെന്നുമാണ്. മാത്രവുമല്ല:

വയറ്റിലെയഗ്നികെടുത്തുവാനല്ലാതെ
വധംവിനോദമായ് നടത്തിടാത്തവൻ.
ഗുരുപ്രസാദത്താൽ പഠിച്ചതാരെയും
കുരുക്കുവാനല്ലാ, ചതിക്കുവാനല്ലാ,
പരവധുവിനെയപഹരിക്കാന–
ല്ല പരന്റെ ധനം കവർന്നിടാനല്ല!

എന്നും പറയുന്നു. അറിവിനെ നെറിവുകേടാക്കിമാറ്റിയതിനെ വിമർശിക്കുന്നത് കേവലം പാണ്ഡവരിലേക്കു മാത്രമല്ല ആധുനിക മനുഷ്യന്റെ തിന്മകളിലേക്കും ചെന്നെത്തുന്നുണ്ട്. കൂടപ്പിറപ്പുകളുടെ സുഖത്തിനായി ജീവിക്കണമെന്ന പാഠമാണ് ഏകലവ്യൻ നൽകുന്നത്. അസൂയയോടെ മറ്റൊരുവന്റെ വിദ്യാധനത്തെ നോക്കുന്ന അർജ്ജുനന്റെ നോട്ടം ആധുനികമനുഷ്യന്റെ തിന്മയുടെ നോട്ടമാണ്. ഒരിറ്റ് രക്തം അറുത്ത പെരുവിരലിലുണ്ടെങ്കിലും ഒരിറ്റു കണ്ണീരാൽ മിഴിനനയാതെയും സ്വരമിടറാതെയും സന്തോഷത്തോടെ ഏകലവ്യൻ അത് ഗുരുവിന് ദക്ഷിണയായി നൽകുന്നു.

സ്വന്തം സുഖങ്ങൾക്കും നേട്ടത്തിനും വേണ്ടി അന്യരുടെ എന്തും അപഹരിക്കുന്ന തലമുറകളോടുള്ള പ്രതിഷേധവും അറിവിനെ ആയുധമാക്കി സാമൂഹികനന്മ ലക്ഷ്യംവെക്കേണ്ടതിന്റെ ആവശ്യകതയ്ക്കുള്ള മുന്നറിയിപ്പും നൽകുന്നതാണ് ' ഏകലവ്യൻ' എന്ന കവിത.

ആധുനിക ജീവിതസമസ്യകൾക്ക് ഉത്തരം തേടാൻ ഈ പുരാവൃത്തം കവിതയുടെ ശക്തിയായി നിലകൊള്ളുന്നു. ഈ പുരാവൃത്ത പുനർവ്യാഖ്യാനം സമകാലീനജീവിതം കവിയെ വ്യാകുലനാക്കുന്നു എന്നതിന്റെ തെളിവാണ്.

ഇതേ ആശയം തന്നെയാണ് മധുസൂദനൻനായർ 'നാറാണത്തു ഭ്രാന്തൻ'[37] എന്ന കവിതയിൽ ഇതേ പുരാവൃത്തത്തിന്റെ സഹായത്തോടെ വ്യക്തമാക്കുന്നത്.

ജ്ഞാനത്തിനായ് കുമ്പിൾനീട്ടുന്ന പൂവിന്റെ
ജാതിചോദിക്കുന്നു വ്യോമസിംഹാസനം
ജീവന്റെ നീതിയ്ക്കിരക്കുന്ന പ്രാവിന്റെ
ജാതകം നോക്കുന്നു ദൈത്യന്യായാസനം.

അറിവ് തേടിയെത്തുന്നവന്റെ ജാതിചോദിക്കുന്ന അധികാരത്തിന്റെ ഘടനയ്ക്കുനേരെയുള്ള പ്രതിഷേധമായാണ് ഈ പുരാവൃത്തകേവലപ്രതീകം വർത്തിക്കുന്നത്.

ബൈബിൾ പുരാവൃത്തങ്ങൾ ഒ. എൻ. വി കവിതയിൽ

ഒ. എൻ. വി എഴുതിയ കവിതകളിൽ ഏറെയും ബൈബിളിന്റെയും യവന സംസ്കൃതിയുടെയും സംഭാവനയായി കാണാം. ക്രിസ്തീയ പുരാവൃത്തങ്ങൾ ഒ. എൻ. വി കവിതകളെ വളരെയധികം സ്വാധീനിച്ചിട്ടുണ്ട്. വാഗ്ദത്തഭൂമിയെക്കുറിച്ചുള്ള സങ്കൽപ്പങ്ങൾക്കു പുറമെ മനുഷ്യപുത്രന്റെ ഉയിർത്തെഴുന്നേൽപ്പിനെക്കുറിച്ചും തിരുമുറിവുകളെക്കുറിച്ചും ആ കവിതകളിൽ സൂചനകൾ നൽകുന്നുണ്ട്. ഉദാത്തമായ പ്രതീകങ്ങളിലൂടെയും കൽപ്പനകളിലൂടെയുമാണ് അദ്ദേഹം ഇത് സാധിച്ചിരിക്കുന്നത്.

'അഗ്നിശലഭങ്ങൾ'[38] എന്ന കവിതയിൽ തിരുമുറിവേറ്റുമരിച്ച മനുഷ്യപുത്രന്റെ ഉയിർത്തെഴുന്നേൽപ്പുപോലെ കവിയും ഉയിർത്തെഴുന്നേൽക്കുന്നതായി സൂചിപ്പിക്കുന്നു.

മകനായ്, കൂടപ്പിറ-
പ്പായൊളിപ്പോരാളിയായ്
മനുഷ്യപുത്രൻ വീണ്ടു-
മവിടെ മരിക്കുന്നു!
ഉയിർത്തെഴുന്നേൽപ്പിന്റെ
യുജ്ജ്വലമുഹൂർത്തത്തെ
വിളിച്ചുണർത്താൻ, കാറ്റായ്
കടലായ്, കാർമേഘമായ്
ഈയനന്തമാം കൂരി-
രുട്ടിൽ ഞാനലയുന്നു.

ഒ. എൻ. വി യുടെ 'ജ്ഞാനസ്നാനം'[39] എന്ന കവിതയിൽ രക്തസാക്ഷികളുടെ ഉയിർത്തെഴുന്നേൽപ്പിനെക്കുറിച്ച് പുരാവൃത്ത കേവലപ്രതീകത്തിലൂടെയാണ് കവി വെളിപ്പെടുത്തുന്നത്.

പുതുകവിതയിലൂടെ ക്രൂശിതർ വീണ്ടുമുയിർത്തെഴുന്നേല്ക്കും
മുൾമുടികളണിഞ്ഞ ശിരസ്സുകൾ മുന്തിരിവള്ളികൾ ചാർത്തും
ആണിപ്പഴുതോലും കയ്യുകളോലീവ് ചില്ലകൾ വീശും
അമ്പേറ്റ പിറാവുകളുയിരാർന്നാകാശങ്ങളിലുയരും
ഉഴുതിട്ട വയൽച്ചാലുകളിൽ വിതച്ച വിയർപ്പും വിത്തും
ഉഴവന്റെ കിടാങ്ങൾക്കെല്ലാമന്നവുമപ്പവുമാകും.

പോയ തലമുറയിലെ മനുഷ്യസ്നേഹികളെ പ്രതിഫലിപ്പിക്കാനാണ് ഒ.എൻ.വി ഈ കവിതയിൽ ഉയിർത്തെഴുന്നേല്പിന്റെ പുരാവൃത്ത കേവലപ്രതീകം സന്നിവേശിപ്പിച്ചിരിക്കുന്നത്. സ്വന്തം തപ്തഹൃദയത്തിന്റെ സ്പന്ദനങ്ങളായി പീഢിതനുവേണ്ടി തപിച്ച പ്രവാചകഹൃദയത്തെ കവി തിരിച്ചറിയുന്നു. 'ഓർഫ്യൂസിനൊരു ഗീതം' 39 എന്ന കവിതയിൽ,

ഗതയുഗത്തിന്റെ ശവകുടീരംവി–
ട്ടുയിർത്തെഴുന്നേൽക്കൂ ഭവാനെന്നിൽകൂടി

എന്ന് ഇതേ സങ്കൽപം കവി ആവർത്തിക്കുന്നുണ്ട്. കവിയുടെ അന്തരാത്മാവ് അനുഭവിച്ച പീഢാനുഭവങ്ങളുടെ വൈകാരികാവതരണമാണ് 'കൊടുങ്കാറ്റിനുമുമ്പ്'[40] എന്ന കവിത. അതിൽ

ഞാനെന്നെക്കുരിശിൽത്തറച്ചു, ജഢമു–
ണ്ടിക്കല്ലറയ്ക്കുള്ളിലെൻ
പ്രാണൻ മൂകവിഷാദമാർന്നിവിടെ
നൂറ്റാണ്ടെണ്ണി നില്ക്കുന്നി, തെ–
ന്നാണോ ധന്യമുഹൂർത്തമെന്റെ പുനരു–
ത്ഥാനം– നിണം വാർന്നൊരീ–
യാണിപ്പാടുകളശ്രുവാൽ കഴുകിയോ–
രെന്നമ്മമൂർച്ഛിച്ചുവോ...

എന്നും ഈ പീഢാനുഭവത്തെ കവി വിവരിക്കുന്നു.

'ആദർശകകന്യക'[41] യിൽ സ്വന്തം കവിതയ്ക്കുണ്ടായ വിമർശനത്തെ കവി വർണ്ണിക്കുന്നത്.

പിന്നെ ഞാൻ കാണ്മൂ– കരി–
ക്കട്ടകൊണ്ടാരോ നിന്റെ
പൊന്നുരൂപത്തെ വഴി–
ച്ചുവരിൽ ക്രൂശിക്കുന്നു

എന്നാണ്. ഇതേ ആശയം 'പൂവുകൾ സാക്ഷി'[42] എന്ന കവിതയിലും ആവർത്തിക്കുന്നു.

വെറുതെയോർക്കുന്നേൻ– നിൻ–
വാക്കുകൊണ്ടെന്നെ ക്രൂശിൽ
തറച്ചിട്ടൊരു പുഷ്പ–
ചക്രവും വായ്ക്കാവൂ നീ.

ജീവിതത്തിന്റെ പരുക്കൻ യാഥാർത്ഥ്യങ്ങളെ പരിഹാസദ്യോതകമായി അവതരിപ്പിക്കുന്ന 'മരണത്തിനപ്പുറം'[43] എന്ന കവിതയിൽ

നിന്റെ വാക്കുകളിൽക്കൂടി
നീയുയിർത്തെഴുന്നേല്ക്കുക
മൃത്യുവെവെന്നു നീയെന്നും
മർത്ത്യദുഃഖങ്ങളാറ്റുക

എന്ന് മൃത്യുവിനെ ജയിച്ച് മർത്ത്യദുഃഖങ്ങളാറ്റിയ ഉയിർത്തെഴുന്നേൽപ്പിന്റെ പുരാവൃത്തം തിക്തയാഥാർത്ഥ്യങ്ങളുടെ പരുപരുത്ത വശങ്ങളെ അതിജീവിക്കാനായി കവി ഉപയോഗിക്കുന്നു.

തലമുറകളായി ക്രൂശിക്കപ്പെട്ടുകിടക്കുന്ന ജനജീവിതത്തിന്റെ ഉയിർത്തെഴുന്നേൽപ്പിനായി സച്ചിദാനന്ദൻ ഈ പുരാവൃത്തത്തെ 'ഉയിൽത്തെഴുന്നേൽപ്പ്'[44] എന്ന കവിതയിൽ ഉപയോഗിക്കുന്നു. വിശ്വവ്യാപകമായി തൊഴിലാളിവർഗ്ഗത്തിന്റെ ഉയിർത്തെഴുന്നേൽപ്പാണ് കാവ്യവിഷയം.

ഞങ്ങൾക്കറിയാം, നീ ഉയർത്തുവന്നിരിക്കുന്നത്
നാല്പതുനാളത്തെ ദൈവസന്ദേശപ്രചരണത്തിനും
അതിഭാവുകത്വം തകർത്തുകളഞ്ഞ
ഒരു സ്വർഗ്ഗാരോഹണത്തിനും വേണ്ടിയല്ല.

ലോകവിമോചനം ലക്ഷ്യമാക്കുന്ന ക്രിസ്തുവിന്റെ ഉയിർത്തെഴുന്നേൽപ്പിനെ ദൈവശാസ്ത്രസിദ്ധാന്തങ്ങൾക്കപ്പുറത്തുള്ള മനുഷ്യസ്നേഹത്തിന്റെ ഊർജ്ജപ്രവാഹമായാണ് കവി ഇവിടെ കാണുന്നത്.

സമൂഹത്തിന്റെ ധാർമ്മിക മനസ്സാക്ഷിയുടെ പ്രതീകമായാണ് കടമ്മനിട്ട ഉയിർത്തെഴുന്നേൽപ്പിനെ കാണുന്നത്. അദ്ദേഹത്തിന്റെ 'ഉയിർത്തെഴുന്നേല്പ്'[45] എന്ന കവിതയിൽ. 'മരക്കുരിശിന്റെ നിഴൽപാട് വിട്ടിട്ടുയിർത്തെഴുന്നേല്ക്കും മനുഷ്യബോധമേ' എന്നാണ് സംബോധന ചെയ്യപ്പെടുന്നത്. ഒരു ഏകലോക ഗവൺമെന്റിന്റെ കീഴിൽ പുതിയ ആകാശവും ഭൂമിയും സൃഷ്ടിക്കപ്പെട്ടാലും നിന്റെ രാജ്യത്തിന്റെ ഉയിർത്തെഴുന്നേൽപ്പ് സംഭവിക്കുകതന്നെ ചെയ്യുമെന്ന് കവി പ്രത്യാശിക്കുന്നു.

ആധുനികകവികൾ ഉയിർത്തെഴുന്നേൽപ്പിന്റെ പുരാവൃത്തം മനുഷ്യമോചനത്തിന്റെ ശാക്തികപ്രേരണയായാണ് ഉപയോഗിച്ചിരിക്കുന്നത്. ചിതയിൽനിന്ന്ഉയിർത്തെഴുന്നേൽക്കുന്ന ഫീനിക്സ് പക്ഷിയെപ്പോലെ ഈ പുരാവൃത്തവും കവികളുടെ മനസ്സിൽ മോചനത്തിന്റെ മാർഗ്ഗമായി ഉയിർത്തെഴുന്നേൽക്കുന്നു.

ഒ. എൻ. വി. 'അന്തിയാവുന്നു'[46] എന്ന കവിതയിൽ വാർത്താസംപ്രേക്ഷണം ടി.വി യിൽ കണ്ടുകൊണ്ടിരിക്കെ ഞെട്ടിക്കുന്ന കൊലപാതകവാർത്തകൾ നമ്മെ ഞെട്ടിക്കാതാക്കിയിരിക്കുന്നു എന്നു സൂചിപ്പിക്കുവാൻ

... ആദമിൻ പ്രിയ
പുത്രരിന്നും സഹജാതരെകൊന്നതിൻ
രക്തമീ ഭൂമിയിൽനിന്നു നിലവിളി–

ച്ചാർക്കുന്ന ദാരുണനാദമല്ലാതെന്തു
കേൾക്കുവാൻ... . .

എന്നു പറയുന്നു. അവഗണിക്കപ്പെടുന്ന മനുഷ്യന് സാഹോദര്യ സമഭാവനകൾ നഷ്ടപ്പെടുമ്പോൾ അവന്റെ അസഹിഷ്ണുത വളർന്ന് കൊലയാളിയായി അവനെ മാറ്റുന്നു. ആ രക്തത്തിന്റെ നിലവിളികൾ മാത്രമേ ആധുനികജീവിതാവസ്ഥകളിൽ കാതിൽ മുഴങ്ങുന്നുള്ളു എന്നും കവി ഈ പുരാവൃത്ത കേവലപ്രതീകത്തിലൂടെ സൂചിപ്പിക്കുന്നു.

ഒ. എൻ. വി ധാരാളമായി ഉപയോഗിച്ച ബൈബിൾ പുരാവൃത്തമാണ് സഹോദരഹത്യയുടെ കഥ. അസൂയയും പകയും മൂത്ത കായേൽ സഹോദരനെ വധിച്ച കഥ 'സൂര്യഗീതം'[47] എന്ന കവിതയിൽ അദ്ദേഹം അനുസ്മരിക്കുന്നു.

കന്നിവയലുഴുതു ഞാനാദ്യം വിതച്ച തിന
ഒന്നിന്നുപത്തായെനിക്കു പകരംതന്ന
മണ്ണിൽ, ഞാനെന്റെ പൊന്നനുജനെക്കേവലം
കുഞ്ഞാടിനെപ്പോലെ കുരുതിചെയ്താ നിണം
കൊണ്ടുവിതയേറ്റവേ...

ഈ സഹോദരഹത്യയുടെ കഥ ഇന്നും തുടരുന്നുണ്ടെന്നും അയൽക്കാരന്റെ ആടിനെക്കൊന്ന് സ്വന്തം വിരുന്നൊരുക്കുന്നവരായ നമ്മുടെ കഥതന്നെയാണിതെന്നും കവി തിരിച്ചറിയുന്നു.

ദേവാലയത്തിൽ നിന്ന് ദേവനെ കുടിയൊഴിക്കുകയും പകരം ആസുരതയെ പ്രതിഷ്ഠിക്കുകയും ചെയ്ത ആധുനികാവസ്ഥയോടുള്ള പ്രതിഷേധമാണ് ഒ. എൻ. വി യുടെ 'അന്തിയാവുന്നു'[48] എന്ന കവിത. ക്രിസ്തീയ പുരാവൃത്തത്തിലെ മൊഴികളുടെ കനം ഈ കവിതയ്ക്കുണ്ട്.

.... പാത–
യോരത്ത് പാത്തുപതുങ്ങിയിരുന്നു നീ
വെട്ടിവീഴ്ത്തും നിന്റെ കൂടപ്പിറപ്പിന്റെ
രക്തമായ് ദൈവവിലാപമൊഴുകവേ,
'എൻസോദരന്നു ഞാൻ കാവലാളോ?' എന്നു
പിന്നെയും നിൻചോദ്യമെന്നെ ഞെട്ടിക്കുന്നു.

കൂടപ്പിറപ്പിനെ കൊലചെയ്യുന്ന ലോകത്തിൽ, സാഹോദര്യത്തിന് കാവൽനിൽക്കാൻ കഴിയാത്ത മാനുഷികതയുടെ ക്രൂരത തുറന്നു കാട്ടുവാൻ ഈ കവിതയ്ക്ക് പുരാവൃത്തബിംബകല്പനയിലൂടെ കഴിഞ്ഞിരിക്കുന്നു.

സുഗതകുമാരിയുടെ 'കൊളോസ്സസ്'[49] എന്ന കവിതയിൽ ഈ പുരാവൃത്തം മനുഷ്യചരിത്രത്തിലെ രക്തദാഹത്തിന്റെ പിറവിയിലേക്കുള്ള സൂചനകൾ നൽകുന്നു.

ആദ്യസഹോദരനാദ്യ സഹോദരനെക്കൊന്നെങ്ങോ മറചെയ്തോരു
കറുത്തമുഹൂർത്തം നോക്കിയുണർന്നാപൈതൽകിടന്നു കരയുന്നു.

കടമ്മനിട്ട രാമകൃഷ്ണന്റെ 'നഗരത്തിൽ പറഞ്ഞ സുവിശേഷം'[50] എന്ന കവിതയിൽ ആദിസഹോദരൻ ആദി സഹോദരനെ കൊന്ന പുരാവൃത്തം അനുസ്മരിക്കപ്പെടുന്നുണ്ട്.

അനുജന്റാവിയടിച്ച് നിലപ്പിച്ചവനുടെ
ചോരച്ചൂരിൽ നിലവിളികേട്ടു നടുങ്ങി
പരവശമായ ദിനങ്ങൾ
ചവിട്ടിമെതിച്ചു നടന്നതു ഞാനാണെന്നോ?

സഹോദരഹത്യ ഒരു ശാപമായി ആധുനികമനുഷ്യനെ പിൻതുടരുകയും അവൻ പാപത്തിന്റെ ചുമടുമായി അലയാൻ വിധിക്കപ്പെടുകയും ചെയ്തിരിക്കുന്നു. നമ്മിലെ ഈ പാപവാസനയെ തിരിച്ചറിയാൻ കഴിയണമെന്നാണ് കവിയ്ക്ക് ഇതിലൂടെ പറയാനുള്ളത്.

പിതാവിന് പുത്രനെ ബലിനൽകേണ്ടിവന്ന അബ്രഹാമിന്റെ ബലിയുമായി ബന്ധപ്പെട്ട പുരാവൃത്തം ആത്മീയസംഘർഷനിർഭരമായ മനുഷ്യമനസ്സിനെ അനാവരണം ചെയ്യാൻവേണ്ടി സച്ചിദാനന്ദൻ 'ബലിമുഹൂർത്തം'[51] എന്ന കവിതയിൽ ഉപയോഗിച്ചിരിക്കുന്നു.

മോനേ, പൊന്നുമോനേ
തീയെരിയുന്നല്ലോ, സമയമെത്തിയല്ലോ
ബലികൊടുക്കാനുള്ള ആട്ടിൻകുട്ടി
നീതന്നെ, നീതന്നെ.

പിതാവിന്റെ ബലഹീനതകളും ദൈവനിയോഗത്തിലുള്ള വിശ്വാസദാർഢ്യവും തമ്മിലുള്ള സംഘർഷം ഇതിലുണ്ട്. ഒരു വലിയ ജനതയുടെ പിതാവായിത്തീർന്ന അബ്രഹാമിന്റെ ത്യാഗമനസ്സിനെ തൊട്ടറിയുന്നവന് വിപ്ലവാഭിമുഖമായ പീഢനകാലത്തിന്റെ അനിവാര്യമായ ബലിമുഹൂർത്തത്തിന് വിധേയനാകേണ്ടിവരുന്നവനെ തിരിച്ചറിയാം. ഏറ്റവും നിഷ്കളങ്കനായവനെയാണ് കാലം അതിന്റെ ബലിപീഠത്തിൽ സ്വീകരിക്കുന്നത്. മഹാന്മാരുടെ രക്തസാക്ഷിത്വം ഇതിന് തെളിവാണ്. അധീശവർഗ്ഗങ്ങളുടെ വികലമായ ആവശ്യത്തിനുനേർക്കുള്ള പ്രതിഷേധമായി 'ബലിമൃഗങ്ങൾ'[52] എന്ന കവിതയിലും അബ്രഹാമിന്റെ ബലി കേവലബിംബകല്പനയായി വരുന്നുണ്ട്.

ഇനി എന്റെ കുഞ്ഞിനെ ബലികൊടുക്കാനായി
ദൈവമെന്നോട് കല്പിക്കുമ്പോൾ
ഞാൻ കണ്ണുപൊത്തുകയില്ല.
തിളയ്ക്കുന്ന അഗ്നിയിൽ നോക്കുന്ന
കളങ്കമറ്റകുരുന്നു കണ്ണുകൾ
ബലിമൃഗമെവിടെയെന്നു തിരക്കുമ്പോൾ
ഞാൻ മുകളിലേക്ക് ചൂണ്ടിക്കാട്ടും.

അവസാനത്തെ നിമിഷത്തിലെ കാരുണ്യവും രക്ഷകനിൽ നിന്നു സംഭവിക്കാതെവരുമ്പോഴുള്ള ബലിനിയോഗമായി ആധുനിക ജീവിതാവസ്ഥകൾ മാറ്റുന്നതിന്റെ ജീവിതപരിചയമാണ് സച്ചിദാനന്ദന്റെ തൂലികയിൽ വാർന്നുവീണത്.

ഉണ്ണിയേശുവിന്റെ തിരുപ്പിറവിയുടെ പുരാവൃത്തമാണ് 'ഉണ്ണിപ്പിറവി' എന്ന ഒ. എൻ. വി. കവിത. പുരാവൃത്ത ബിംബങ്ങൾക്കൊണ്ട് സൂര്യോദയം ആവിഷ്ക്കരിക്കുന്നു.

ഇരുളിൻ തൊഴുത്തിലെ ഉണ്ണിപ്പിറവിപോൽ
അരുണനുദിപ്പതു കണ്ടു
മുകളിൽ നിന്നും ദേവദൂതികൾപോൽ വെള്ളി
മുകിലുകൾ പാറുന്നകണ്ടു.
"സദയം നയിക്കൂ വെളിച്ചമേ!" എന്നെന്റെ
ഹൃദയം നിമന്ത്രിച്ചു മെല്ലെ.

ഹേരോദാവിന്റെ ഭടജനമാർത്തലയ്ക്കുംപോലെ ഇടിമുഴക്കം, നിലവിളി, നവജാതശിശുബലി, ആർത്തനാദങ്ങൾ. ഇതിനിടയിൽ ഗഗനം അരുമയായ പിഞ്ചോമനയെ ഒളിപ്പിച്ചു. ഈ പുരാവൃത്ത പ്രതീകങ്ങൾ നൽകുന്ന ദർശനം ആധുനിക മനുഷ്യന്റെ വ്യഥകളിൽ തെളിനീക്കിയെത്തേണ്ട ഉദയസൂര്യൻ രക്ഷകനാണെന്നുതന്നെയാണ്. മനുഷ്യമനസ്സിലെ ഇരുട്ടിനെ നീക്കി പ്രകാശം പരത്താൻ സൂര്യൻ ഉദിക്കുകതന്നെ ചെയ്യുമെന്ന് കവി പ്രത്യാശിക്കുന്നു.

ഓണംപോലെ നഷ്ടസ്വർഗ്ഗത്തിന്റെയും സമാധാനത്തിന്റെയും ഓർമ്മ പുതുക്കുന്ന അനുഭവമായി സുഗതകുമാരി തിരുപ്പിറവിയുടെ പുരാവൃത്തത്തെ കാണുന്ന കവിതയാണ് 'പുണ്യരാത്രി'.[53]

അത്താരകം വിരൽചൂണ്ടും– കൊച്ചു
പുൽക്കുടിലൊന്നിന്റെ ഹൃത്തിൽ
ആളും മെഴുകുതിരിപോലെ– കാന്തി–
യോലുമൊരമ്മതൻമാറിൽ
കണ്ണുനിറഞ്ഞെങ്ങൾ കാൺമൂ– വീണ്ടു–
മുണ്ണിയെ . . വീണുവന്ദിപ്പൂ
മേലിലെത്താരയും രാവും– നോവു
ചൂഴുമിപ്പാവമാം ഭൂവും...

ഇന്നും ആ പുണ്യരാത്രിയെ ലോകം നമിച്ചുകൊണ്ടിരിക്കുന്നു എന്ന് കവി സൂചിപ്പിക്കുമ്പോൾ മാനവരാശിയുടെ സമാധാനസമത്വ സ്വപ്നങ്ങളുടെ നന്ദിസൂചകമായ സ്മരണ അതിൽ അടങ്ങിയിരിക്കുന്നു.

യേശുവിന്റെ തിരുപ്പിറവി ലോകത്തിനു നൽകിയത് സമാധാനത്തിന്റെ സന്ദേശമാണ്. അതിലേക്ക് വഴികാട്ടിയ നക്ഷത്രം പ്രത്യാശയുടേതും. സച്ചിദാനന്ദന്റെ തിരസ്കാരം, ബോധവതി, ആശുപത്രി, മാർച്ച്[30], വീട്, പുനർജ്ജന്മം എന്നീ കവിതകളിൽ ഈ പുരാവൃത്തം പ്രതീകരൂപത്തിൽ പ്രത്യക്ഷപ്പെടുന്നുണ്ട്. ബുദ്ധഭിക്ഷുവിന്റെ സമത്വദൃഷ്ടിയിൽ മർത്യവംശത്തിന്റെ മുക്തിനക്ഷത്രം ഉദിച്ചുകാണുന്ന ചണ്ഡാലിയെ 'ബോധവതി'[54] യിലും, ഏതു പ്രതിസന്ധിയെയും നേരിട്ട് തളരാതെ മനുഷ്യവംശത്തിന് വഴികാട്ടുന്ന നക്ഷത്രാഭിനിവേശത്തെ 'പുനർജന്മ'[55] ത്തിലും ആവിഷ്കരിക്കുമ്പോൾ

ആകാശത്തിലെ നക്ഷത്രങ്ങൾ കെട്ടുപോയതുകൊണ്ട്
നാമും വീട്ടിൽ ഒരു നക്ഷത്രവിളക്കു തൂക്കുന്നു.
പ്ലാസ്റ്റിക്ക് പുൽക്കൂട്ടിലെ
പാവക്രിസ്തുവിന്റെ പിറവിയറിയിക്കാൻ
ഈ കടലാസുനക്ഷത്രങ്ങൾ മതി.
കിഴക്കുനിന്നോ പടിഞ്ഞാറുനിന്നോ
ജ്ഞാനികളിനി വരാനില്ല.

എന്ന് 'വീട്'[56] എന്ന കവിതയിൽ ഈ പുരാവൃത്തത്തെ പ്രതീകമാക്കി പിറവിയും നക്ഷത്രങ്ങളും വൃഥാനുകരണങ്ങളായ ഇന്നിൽ വഴികാട്ടുന്ന നക്ഷത്രങ്ങൾ പൊലിഞ്ഞുപോയതിനെ ചിത്രീകരിക്കുന്നു. ഒരു നക്ഷത്രവും വഴികാട്ടാനില്ലാത്ത അവസ്ഥയിൽ അവസാന കിരണവും തകർന്നടിയുന്നത് കവി തിരിച്ചറിയുന്നു. സ്വന്തം നിഴലിനു ചുറ്റും ഇത്തിരി വെട്ടം നൽകുന്ന നക്ഷത്രവിളക്കുകൾ തൂക്കാൻ നിർബന്ധിതനാകുന്ന ആധുനിക മനുഷ്യനുനേരേയുള്ള വിമർശനം സാദ്ധ്യമാക്കുകയാണ് ഈ പുരാവൃത്തബിംബങ്ങളിലൂടെ കവി.

വിപ്ലവത്തിനുവേണ്ടിയുള്ള ആത്മത്യാഗത്തിന്റെ പ്രതീകമായാണ് സച്ചിദാനന്ദൻ 'തിരസ്കാരം'[57] എന്ന കവിതയിൽ പീഢാനുഭവത്തെയും ത്യാഗത്തെയും അഭിമുഖീകരിച്ച തിരുഹൃദയത്തെ കാണുന്നത്.

ആകാശത്തിൽ വിശുദ്ധ നക്ഷത്രം
നക്ഷത്രങ്ങളുടെ പുൽക്കൂട്
പുൽക്കൂട്ടിൽ എന്റെ ഹൃദയം
ഹൃദയത്തിന്റെ പള്ളി

ഈ ബിംബങ്ങളെല്ലാം ആധുനികകാല വ്യഥകളിൽനീറുന്ന മർത്യന്റെ മോചനത്തിനുള്ള വിമോചനമാർഗ്ഗമായി കാണാൻ കവിക്കു കഴിയുന്നുണ്ട്.

ആധുനികമലയാള കവികളിൽ ഒ. എൻ. വി. കുറുപ്പാണ് ബൈബിൾ പുരാവൃത്തങ്ങൾ ഏറ്റവുമധികം ഉപയോഗിച്ചുകാണുന്നത്. സച്ചിദാനന്ദനും സുഗതകുമാരിക്കും ഇവ കവിതയിൽ ഇവ ഏറെ പ്രകടമായ സ്വാധീനം തന്നെയാണ്.

ഒ. എൻ. വി. കവിതയിലെ യവനപുരാവൃത്തങ്ങൾ

വാണിദേവിക്കു സമാനയായ ഗ്രീക്കുദേവതയായ കാലിയോപെയുടെ മകനായ ഓർഫ്യൂസ് മധുരമായി പാട്ടുപാടാൻ കഴിവുള്ളയാളായിരുന്നു. പക്ഷികളും മൃഗങ്ങളും മരങ്ങളും അയാളുടെ പാട്ടിൽ മയങ്ങിപ്പോയിരുന്നു. തന്റെ പ്രണയിനിയായ യൂറിഡൈസ് പാമ്പുകടിച്ചു മരിച്ചപ്പോൾ ദുഃഖിതനായ അദ്ദേഹം പാതാളലോകത്തേക്ക് അവളെ തിരിച്ചുകൊണ്ടുവരാൻ യാത്രയായി. ഈ യാത്രക്കിടയിലുണ്ടായ വിഘ്നങ്ങളെല്ലാം സംഗീതം കൊണ്ട് അദ്ദേഹം തരണം ചെയ്തു. പ്ലൂട്ടോ എന്ന പാതാളരാജാവ് ഒടുവിൽ യൂറിഡൈസിനെ ഓർഫ്യൂസിന് തിരികെ നൽകുന്നത് തിരിച്ചുള്ള യാത്രയിൽ തിരി

ഞ്ഞുനോക്കരുതെന്ന വ്യവസ്ഥയിലാണ്. അയാൾക്ക് അത് പാലിക്കാൻ കഴിയാതെ വന്നു. ഏകനായി തിരിച്ചുവന്ന അയാൾ ജീവിതകാലം മുഴുവൻ ഏകനായി ശോകഗാനങ്ങൾ പാടിനടന്നു എന്നതാണ് ഗ്രീക്കു പുരാവൃത്തം. ഈ ചിരപുരാതന യവനഗായകനെ തന്നിൽകൂടി ചിരഞ്ജീവിയാക്കാൻ ആഗ്രഹിക്കുന്ന കവിയുടെ സ്വരമാണ് ഒ. എൻ. വി. കുറുപ്പിന്റെ 'ഓർഫ്യൂസിന് ഒരു ഗീതം'[58] എന്ന കവിത.

ചിരപുരാതനയവനഗായകാ!
ചിരഞ്ജീവിയാകൂ ഭവാനെന്നിൽക്കൂടി!
ഗതയുഗത്തിന്റെ ശവകുടീരം വി-
ട്ടുയിർത്തെഴുന്നേൽക്കൂ ഭവാനെന്നിൽക്കൂടി!

കേൾക്കാൻ കൊതിക്കുന്ന ഹൃദയതാളത്തിന്റെ പൊരുളിനെപ്പറ്റിയും, കരിഞ്ഞുപോയ കിനാക്കളെപ്പറ്റിയും പാടാൻ ഓർഫ്യൂസിന്റെ ജീവിതം കവിയാഗ്രഹിക്കുന്നു. കവിയുടെ കാവ്യജീവിത സപര്യയെക്കുറിച്ചുള്ള വീക്ഷണങ്ങളും ആഗ്രഹങ്ങളും പ്രകടിപ്പിക്കുന്നതിനായാണ് ഓർഫ്യൂസിന്റെ പുരാവൃത്തം കേവലപ്രതീകമായി ഈ കവിതയിൽ ഉപയോഗിച്ചിരിക്കുന്നത്.

ഗ്രീക്ക് പുരാവൃത്തത്തിലെ ഈഡിപ്പസ് സ്വയമറിയാതെ പിതാവിനെ കൊല്ലുകയും മാതാവിനെ വിവാഹം കഴിക്കുകയും ചെയ്ത തീബ്സ് രാജാവാണ്. പുത്രനാൽ കൊല്ലപ്പെടുമെന്ന വെളിപാടിനെ തുടർന്ന് ലേയൂസ് രാജാവ് ഭാര്യ പുത്രനെ പ്രസവിച്ചപ്പോൾ മലഞ്ചെരുവിൽ ഉപേക്ഷിക്കുകയായിരുന്നു. ശിശുവായ ഈഡിപ്പസിനെ ആട്ടിടയൻ രക്ഷിക്കുകയും അവനെ കൊരിന്ത് രാജാവ് ദത്തെടുത്തു വളർത്തുകയും ചെയ്തു. യൗവനാരംഭത്തിൽ തീബ്സിലേക്ക് പോരുംവഴി വഴിയിൽവെച്ച് പിതാവിനോട് ഏറ്റുമുട്ടി പിതാവിനെ വധിച്ചു. വിനാശകാരിയായ സ്ഫിങ്സിന്റെ ചോദ്യങ്ങൾക്ക് മറുപടി നൽകി രാജ്യത്തെ രക്ഷിച്ചതിന് പ്രതിഫലമായി തീബ്സിന്റെ സിംഹാസനവും വിധവയായ രാജ്ഞിയേയും ലഭിച്ചു. അവസാനം സത്യം തിരിച്ചറിയുമ്പോൾ ഈഡിപ്പസിന്റെ അമ്മയായ ഭാര്യ ആത്മഹത്യ ചെയ്യുകയും അദ്ദേഹം സ്വയം കണ്ണുകൾ കുത്തിപ്പൊട്ടിക്കുകയും ചെയ്തു. ഈ ഈഡിപ്പസ് പുരാവൃത്തം ഒ. എൻ. വി യുടെ കവിതകളിൽ ഇടയ്ക്ക് കടന്നുവരുന്നുണ്ട്. 'ഭൂമിക്കൊരു ചരമഗീത'[59]ത്തിൽ

അറിയാതെ ജനനിയെ പരിണയിച്ചൊരു യവന-
തരുണന്റെ കഥയെത്ര പഴകീ!
പുതിയ കഥയെഴുതുന്നു വസുധയുടെ മക്കളിവർ
വസുധയുടെ വസ്ത്രമുരിയുന്നു!

എന്നീങ്ങനെ ഭൂമിയുടെമേൽ ഭൂമിയുടെ മക്കൾ നടത്തുന്ന ക്രൂരതയെ ചിത്രീകരിക്കാനാണ് ഈഡിപ്പസിന്റെ പുരാവൃത്തബിംബം കവി ഉപയോഗിച്ചിരിക്കുന്നത്. അറിയാതെയായിരുന്നു ഈഡിപ്പസ് അമ്മയെ വിവാഹം ചെയ്ത് ഭാര്യയാക്കിയതെങ്കിൽ അറിഞ്ഞുകൊണ്ടുതന്നെ ആധുനിക മക്കൾ വസുധയുടെ വസ്ത്രമുരിയുകയാണെന്ന് കവി സൂചിപ്പിക്കുന്നു.

യന്ത്രസംസ്കാരത്തിന്റെയും നാഗരികതയുടെയും ആതുരസന്താനമായ ഹിപ്പിയെപ്പറ്റിപറയുമ്പോൾ ഭാവത്തിന്റെ പരകോടിയിലെ അഭാവത്തിന്റെ സ്വഭാവം ഒ.എൻ.വി 'ഹിപ്പി'[60] എന്ന കവിതയിൽ കണ്ടെത്തുന്നതും ഇതേ പുരാവൃത്തത്തിന്റെ സഹായത്തോടെയാണ്.

ക്രൂശിതൻ കുരിശിൽനി
ന്നിറങ്ങിവരുമ്പോലെ,
ക്രൂര ദുർവിധികണ്ണിൽ
കുത്തിയ നൃപൻപോലെ

നിലനിൽപ്പിന്റെ നിസ്സാഹയത്വത്തെ സ്വയം കണ്ണുകുത്തിപ്പൊട്ടിക്കേണ്ടിവന്ന ഈഡിപ്പസിനോടാണ് സാദൃശ്യപ്പെടുത്തുന്നത്.

ഗ്രീക്ക് പുരാവൃത്തത്തിലെ അഗ്നിദേവനാണ് പ്രൊമിത്യൂസ്, ദേവൻമാരുടെ ലോകത്തുനിന്ന് അദ്ദേഹം അഗ്നി മോഷ്ടിച്ച് മനുഷ്യർക്ക് നൽകുകയുണ്ടായി. പ്രതികാരമായി സിയൂസ് ദേവൻ പണ്ടോരായെ സൃഷ്ടിച്ചു. പണ്ടോര പ്രൊമിത്യൂസിന്റെ സഹോദരനെ വിവാഹം കഴിക്കുകയും ഭൂമിയിലുള്ള ദുഷ്ടശക്തികളെയെല്ലാം അഴിച്ചുവിടുകയും ചെയ്തു. സിയൂസ് ദേവൻ പ്രൊമിത്യൂസിനെ പർവ്വതശിഖരത്തിൽ കെട്ടിയിടുകയും അദ്ദേഹത്തിന്റെ കരൾ പറിച്ച് വിഴുങ്ങുന്നതിനായി കഴുകനെ അയയ്ക്കുകയും ചെയ്തു. ഈ പീഢനം എല്ലാ ദിവസവും തുടരുന്നതിനായി കരൾ വീണ്ടും ഉണ്ടായിക്കൊണ്ടിരുന്നു എന്നതാണ് പുരാവൃത്തം. 'സാമ്രാട് പുരുഷൻ'[61] എന്ന കവിതയിൽ മനുഷ്യന്റെ പിറവിയും അവന്റെ ഭൂമിയിലെ ശാക്തിക പ്രയാണവും സൂചിപ്പിക്കാൻ ഒ. എൻ. വി പ്രൊമിത്യൂസിന്റെ പുരാവൃത്തത്തിൽനിന്നും ബിംബങ്ങൾ സ്വീകരിക്കുന്നുണ്ട്.

ഇളയുടെ തിരുമുറ്റത്തേക്കവ
നഗ്നിയെയാവാഹിച്ചു
നിജ ഹൃദയതലത്തിലവൻ ദി
വ്യാഗ്നികളെക്കുടിവച്ചൂ!
പ്രിയതാതനെഴുന്നള്ളുന്നൊരു
കനകത്തേരു തെളിക്കാൻ
ഹരിതാശ്വക്കടിഞ്ഞാൺ കയ്യി
ലെടുത്തൊന്നാടുകയായീ.

ഭൂമിയിലേക്ക് അഗ്നിയെ ആവാഹിച്ച പ്രൊമിത്യൂസിനെപ്പോലെ മനുഷ്യനിൽ അജയ്യതപ്പിറവിയെടുക്കുന്നതിനെ കവി സൂചിപ്പിക്കുന്നു. സൂര്യപുത്രനായ ഫെയ്ത്തണിന്റെ പുരാവൃത്തവും കവി ഇതിനൊപ്പം ചേർത്തിണക്കുന്നുണ്ട്. അവിഹിതസന്തതിയെന്ന് അപഹസിക്കപ്പെട്ട ഫെയ്ത്തൺ സൂര്യദേവനായ ഹീലിയോസ് തന്റെ പിതാവാണെന്ന് തെളിയിക്കുന്നതിനുവേണ്ടി സൂര്യന്റെ രഥം സ്വർഗ്ഗത്തിലൂടെ ഓടിക്കുന്നതിന് അനുവാദം ചോദിച്ചു. എന്നാൽ അദ്ദേഹത്തിന് കുതിരകളെ നിയന്ത്രിക്കാൻ കഴിഞ്ഞില്ല. ഭൂമിയോട് ചേർന്ന് ഓടിത്തുടങ്ങിയപ്പോൾ ഭൂമിക്ക് പൊള്ളലേൽക്കാൻ തുടങ്ങി. കൂടുതൽ നാശനഷ്ടം തടയാൻ വേണ്ടി സീയുസ് ഒരു ഇടിമിന്നൽകൊണ്ട് അദ്ദേ

ഹത്തെ വധിച്ചു. ഉണ്മയെ മൂടുന്ന ഹിരണ്മയ പാത്രം തുറന്ന് ശാശ്വതസത്യമെന്ന സഞ്ചിതമായ അറിവിനെ കയ്യിലെടുക്കുന്ന സാമ്രാട് പുരുഷസങ്കൽപ്പത്തിന്റെ ശക്തി വർദ്ധിപ്പിക്കാൻ ഈ പുരാവൃത്തബിംബങ്ങൾ സഹായിക്കുന്നു

നെലിക്കൽ മുരളീധരന്റെ 'അഗ്നിപർവ്വം'[62] എന്ന കവിത ഭൂമണ്ഡലത്തെ രക്ഷിക്കുവാൻ പുതിയ അവതാരങ്ങൾ പിറവിയെടുക്കേണ്ടതിന്റെ ആവശ്യകതയിലേക്ക് വിരൽചൂണ്ടുന്നു. ഗ്രീക്ക് പുരാവൃത്തത്തിലെ പ്രൊമിത്യൂസിനെ തോഴനായിക്കണ്ട് ശിഥിലമാവുന്ന ഭൂമിയുടെ അവസ്ഥ കേൾപ്പിക്കുന്നരൂപത്തിലാണ് കവിത.

പറയൂ പ്രൊമീത്തിയസ്, മിഴിയിൽ നിന്നും കഴുകു
തണലു കൊത്തിപ്പറക്കുമ്പോൾ
നാദമഴതോർന്നീകറുത്ത മൗനം നിന്റെ
കാതിൽഘനീഭവിക്കുമ്പോൾ
നീ നടുങ്ങുന്നുവോ, നിൻ സ്വപ്നലോകമൊരു
പാഴ്നരകമായി മാറുമ്പോൾ?
പറയൂ പ്രൊമീത്തിയസ്, വന ഗുഹയിൽ നരലോക-
നിശയിലൊരുനാളഗ്നിനാളം തെളിച്ചുപ-
ണ്ടിതിമധുരതാരസ്വരം നീവിളിച്ചതും
വനചരനുണർന്നതുമനുസ്മരിക്കുന്നുവോ?

പരിഷ്ക്കാരത്തിന്റെ രൂപത്തിൽ മനുഷ്യൻ കടന്നുപോയവഴികൾ അഗ്നിക്കിരയാക്കിയ ജീവിതങ്ങളെക്കുറിച്ചോർക്കുമ്പോൾ അതിൽ നിന്നുയുരുന്ന പുക ഈ ലോകംമുടിക്കുമെന്ന് കവി ഭയക്കുന്നു.

സൂര്യദേവനായ അപ്പോളോവിന്റെ മകനായ ഫെയ്ത്താൺ സൂര്യന്റെ തേരോടിക്കാൻ മുതിരുകയും അപകടം വരുത്തിവെക്കുകയും ചെയ്ത ഗ്രീക്ക് പുരാവൃത്തത്തെ അടിസ്ഥാനമാക്കി സുഗതകുമാരി എഴുതിയ കവിതയാണ് 'ഫെയ്ത്തോൺ'.[63] കൂട്ടുകാരുടെ കളിയാക്കലാണ് ഫെയ്ത്തനെ സൂര്യന്റെ കൊട്ടാരത്തിലെത്തിക്കുന്നത്.

അമ്മ ചൊല്ലിയറിഞ്ഞിട്ടേ-
യുള്ളൂ താതനെയെങ്കിലും
തൻമനം മോദമാർന്നെന്നും
'സൂര്യദേവന്റെ പൈതൽ ഞാൻ'
അതുകേട്ടു ചിരിച്ചത്രേ
കൂട്ടുകാർ, വിഡ്ഢിയാണു നീ!
കൊതിയുണ്ടെങ്കിലും ദേവൻ
സൂര്യൻ നിന്നച്ഛനാവുമോ?

ആദിത്യനാണ് തന്റെ പിതാവ് എന്നുള്ളതിന് അവൻ അമ്മയോട് തെളിവന്വേഷിക്കുന്നു. അങ്ങനെ ആ മാതാവ് പിതാവിന്റെ സമീപത്തേക്ക് പുത്രനെ പറഞ്ഞയയ്ക്കുന്നു. അവിടെ അവൻ നൂറ്റാണ്ടും സംവത്സരവും മാസങ്ങളും ആഴ്ചകളും ദിവസങ്ങളും വണങ്ങിനിൽക്കുന്ന ഉജ്ജ്വലപ്രതാപത്തിന്റെ ഉടയവനായ സൂര്യഭഗവാനെ കാണുന്നു.

അവനെകാൺകെ, മിന്നുന്ന
നയനം കരുണാർദ്രമായ്
'വരൂ നീ' പുഞ്ചിരികൊണ്ടു
വിളിച്ചു പുത്രവത്സലൻ

എന്നിട്ട് അവന്റെ ആഗമനോദ്ദേശ്യം ചോദിച്ചറിഞ്ഞു. ഫെയ്ത്തൺ തന്റെ ആഗ്രഹം അറിയിച്ചു.

...തരൂ നിൻരഥം,
തടവെന്നിയെ ഞാനിന്നു
തെളിക്കട്ടെ ഹയങ്ങളെ.

ഇതുകേട്ടപ്പോൾ ആ പിതാവിന്റെ വദനംമങ്ങി. തന്നാൽ അസാദ്ധ്യമായ സാഹസത്തിന് ഒരുമ്പെടരുതെന്ന് താക്കീതു ചെയ്തു. പിന്നെ തേരോടിക്കുമ്പോഴുണ്ടാകുന്ന ഭീകരതയെക്കുറിച്ച് പറഞ്ഞു കേൾപ്പിച്ചു. മരണത്തെ ഇരന്നുവാങ്ങരുതെന്നും വരമല്ല കൊടും ശാപമാണ് നീ ചോദിക്കുന്നതെന്നും സൂര്യൻ പറഞ്ഞു. അവസാനം മകന്റെ നിർബന്ധത്തിനുവഴങ്ങി അദ്ദേഹത്തിന് തേരു നൽകേണ്ടിവന്നു.

സൂര്യന്റെ രഥവുമായി ഫെയ്ത്തോൺ യാത്രയാരംഭിച്ചു. കൊടുങ്കാറ്റുപോലെ പാഞ്ഞ കുതിരകളുടെ നിയന്ത്രണം അവന് നഷ്ടപ്പെട്ടു. പിന്നീടുണ്ടായത് ഘോരമായ വിപത്തുകളാണ്. ഭൂമിയടക്കം സകല ജീവജാലങ്ങൾക്കും നാശനഷ്ടങ്ങൾ വിതച്ച് ആ രഥം പാഞ്ഞുപോകവേ ദേവേന്ദ്രനായ ജോവിന്റെ ഇടിമിന്നലാഘാതത്തിൽ മരണത്തിന്റെ ആഴക്കയത്തിൽ പതിക്കുന്നു. കവിത അവസാനിക്കുന്നത് ഇങ്ങനെയാണ്.

കെട്ടുപോയൊരാക്കൊച്ചു
മെയ്യടക്കിയ മണ്ണിൽ
കൊത്തിവെച്ചുപോലാരോ
ശിലമേലൊരു വാക്യം:
ചേലിലിങ്ങുറങ്ങുന്നൂ
താതന്റെ തേരോടിച്ച
ബലനാം ഫെയ്ത്തോൺ; സൂര്യ-
ദേവന്റെ പ്രിയപുത്രൻ.

ഉഗ്രപരാജയം ഏറ്റുവാങ്ങിയെങ്കിലും തനിക്കു ചെയ്യാൻ കഴിയാത്ത കാര്യം ചെയ്യാൻ ശ്രമിച്ചാണല്ലോ അവൻ പരാജയപ്പെട്ടതെന്ന കവിവാക്യവും കൂട്ടത്തിലുണ്ട്.

ഗ്രീക്ക് പുരാവൃത്തത്തിലെ ഈ പതനകഥ അമിതമായ ആഗ്രഹത്തിലും വളർച്ചയിലുമുള്ള തകർച്ചയെ സൂചിപ്പിക്കുന്നു. കേവല പുനരാഖ്യാനമായാണ് സുഗതകുമാരി ഈ പുരാവൃത്തത്തെ ആവിഷ്ക്കരിച്ചിരിക്കുന്നത്.

സ്വത്വസംസ്ഥാപനത്തിന് മുതിർന്ന് തോറ്റ് അടിയറവുപറയേണ്ടിവന്ന നാഴ്സിസ്സസിനെക്കുറിച്ചുള്ള യവന പുരാവൃത്തത്തെ അടിസ്ഥാനമാക്കി ഒ. എൻ. വി രചിച്ച കവിതയാണ് 'നാർസിസ്സസിന്റെ

കണ്ണുകൾ'[64] എക്കോ (പ്രതിധ്വനി) എന്ന അപ്സരസ്സ് നാഴ്സിസ്സസിനെ പ്രേമിച്ചെങ്കിലും അയാൾ അവളെ അവഗണിച്ചു. അവൾ ആധിമൂലം നേർത്ത് മെലിഞ്ഞ് ഇല്ലാതായി. അഫ്രോഡിറ്റി എന്ന മഹാമാതാവ് ഇതിന്റെ പേരിൽ നാഴ്സിസ്സിസിനെ കഠിനമായി ശിക്ഷിച്ചു. അയാൾ വെള്ളത്തിൽകണ്ട സ്വന്തം പ്രതിബിംബത്തെ പ്രേമിച്ച് അതിനെ പ്രാപിക്കാനാവാതെ ദുഃഖിച്ചു. വെള്ളം ഇളകുമ്പോൾ പ്രതിബിംബം അപ്രത്യക്ഷമാവുന്നതിനാൽ അയാളുടെ ദുഃഖം ഇരട്ടിച്ചു. അഫ്രോഡിറ്റി അയാളെ ഒരു പൂവാക്കി മാറ്റി. ഒരു ദില്ലി യാത്രയ്ക്കിടയിൽ വിമാനത്തിൽവെച്ച് പരിചയപ്പെട്ട സഹയാത്രികയുടെ ഓർമ്മയിൽ തുടങ്ങുന്ന കവിതയിൽ നാഴ്സിസ്സിസിനെ കവി ചിത്രീകരിക്കുന്നത്

നാർസിസ്സസ് സ്വപ്രതി–
ച്ഛായതൻ സൗന്ദര്യ–
മാസ്വദിച്ചീടും തടാകത്തിൽ
മുങ്ങിമരിച്ചുപോൽ;

എന്നാണ്. സഹയാത്രിക ഡയറിയിൽനിന്ന് ചീന്തിയ കടലാസിൽ 'നാർസിസ്സസ് ഞാനായിരുന്നെങ്കിൽ' എന്നെഴുതിയ ഓർമ്മയാണ് കവിയെ നാഴ്സിസ്സസിന്റെ പുരാവൃത്തത്തിലേക്ക് നയിക്കുന്നത്. ഇവിടെ ആത്മസൗന്ദര്യത്തിൽ അഭിരമിക്കുന്ന നാർസിസ്സസിന്റെ കണ്ണുകളിൽ സ്വന്തം ഭംഗി കണ്ടുരസിക്കുകയായിരുന്നു തടാകമെന്ന ആശയമാണ് തടാകം കേഴുകയാണെന്ന സൂചനയിൽ നൽകിയിരിക്കുന്നത്. നാഴ്സിസ്സസിന്റെ കണ്ണുകളും അതിൽ തടാകം സ്വന്തം സൗന്ദര്യവുമാണ് കണ്ടതെന്ന് പുരാവൃത്തത്തിന് പാഠഭേദം വരുത്തി ഒ. എൻ.വി ചിത്രീകരിച്ചിരിക്കുന്നു.

നാർസിസ്സസ് പുരാവൃത്തത്തെ ആധാരമാക്കി സുഗതകുമാരി എഴുതിയ കവിതയാണ് 'പുതിയൊരു നാർസിസ്സസ്'.[65] നാർസിസ്സസ് പ്രതിച്ഛായ ദർശിച്ച് നിർവൃതിയടഞ്ഞ പൊയ്കയിലാണ് കവിത തുടങ്ങുന്നത്.

ഇന്നലെയന്തിയിലേകനായ് ഞാനുമ–
ത്തണ്ണീരിലെന്മുഖം കണ്ടിരിക്കേ,
കണ്ണിമയ്ക്കാതെ ഞാനെന്നിലെ ഞാനെന്ന
വർണ്ണ്യത്തെ നോക്കിക്കുനിഞ്ഞിരിക്കെ,

എന്നിങ്ങനെ നാർസിസ്സസിലേക്ക് കവി സ്വയം രൂപാന്തരപ്പെടുന്നു. പൊയ്കയിലേക്ക് ഇന്നലെ പൂത്ത പൂവ് വീഴുകയും ഓളങ്ങളിൽ പ്രതിച്ഛായ തകരുകയും ചെയ്തു. തന്റെ മഞ്ഞുരൂപം വെള്ളത്തിൽ നൂറായി പിളരുന്ന കാഴ്ച്ച കാണാൻ കഴിയാതെ എഴുന്നേൽക്കുമ്പോൾ തിരിച്ചുപോരൂ, ഞാൻ കാത്തിരിപ്പൂ തുടങ്ങിയ പ്രതിധ്വനികൾ കേൾക്കുന്നു. നാർസിസ്സസിലൂടെ സ്വന്തം സ്വത്വത്തെ അന്വേഷിക്കുകയാണ് കവി.

ഒ. എൻ. വി യെപ്പോലെ സ്വന്തം കവിതയിൽ ഇത്രയേറെ പുരാവൃത്ത സാന്നിദ്ധ്യം പ്രകടിപ്പിക്കുന്ന മറ്റൊരു ആധുനിക മലയാള കവി വേറെയില്ല. പിന്നീട് ഇത് സച്ചിദാനന്ദന് അവകാശപ്പെടാം.

പുരാവൃത്തസംബന്ധിയായി ഒ. എൻ. വി രചിച്ച കവിതകളുടെ ഒരു പട്ടിക ചുവടെ ചേർക്കുന്നു.

ഒ. എൻ. വി. കവിതയിലെ പുരാവൃത്തങ്ങൾ

കവിതകൾ	പുരാവൃത്തങ്ങൾ
നാർസിസ്സസിന്റെ കണ്ണുകൾ	നാഴ്സിസ്സസ് (ഗ്രീക്ക് പുരാവൃത്തം)
ഓർഫ്യൂസിനൊരു ഗീതം	ഓർഫ്യൂസ് (ഗ്രീക്ക് പുരാവൃത്തം)
ഉയിർത്തെഴുന്നേൽപ്പ്	ക്രിസ്തുവിന്റെ ഉയിർത്തെഴുന്നേൽപ്പ്
ഒരുമ്മ	ആദിപാപം
വളപ്പൊട്ടുകൾ	സീതാസ്വയംവരം
മയിൽപ്പീലി	കൃഷ്ണകഥ
മാനിഷാദ	വാല്മീകി
വീരതാണ്ഡവം	ശിവതാണ്ഡവം
പഴയപാണൻ	പാണനാർ
അഗ്നിശലഭങ്ങൾ	
വേനൽസീതയുടെ അഗ്നിശുദ്ധി	ക്രിസ്തുവിന്റെ ഉയിർത്തെഴുന്നേൽപ്പ്
എന്നുമീയാത്ര	ക്രിസ്തുവിന്റെ ഉയിർത്തെഴുന്നേൽപ്പ്
കൊടുങ്കാറ്റിനുമുമ്പ്	കുചേലന്റെ കഥ
പ്രാവുകൾ	ആദിപാപം
ഹസ്തദാനം	ഭീഷ്മ പ്രതിജ്ഞ പാർവ്വതീശപഥം ക്രിസ്തുവിന്റെ തിരുമുറിവ്
ഒരു സിംഫണി	അവസാനത്തെ അത്താഴം
കറുത്തപക്ഷിയുടെ പാട്ട്	കൃഷ്ണകഥ/ക്രിസ്തുവിന്റെ പീഢാനുഭവം
ആദർശകന്യക	കുരിശാരോഹണം
തെറ്റിയമന്ത്രം	അവസാനത്തെ അത്താഴം
മുടിയനായ പുത്രൻ	മുടിയനായ പുത്രൻ
വടക്കൻ പാട്ട്	നാടോടി വീരപുരാവൃത്തം
കാട്ടാറിന്റെ കഥ	നാടോടി ഉൽപ്പത്തിപുരാവൃത്തം
ദുര്യോധനവധം	ദുര്യോധനവധം
കല്ലുകൾ	മഗ്ദലനമറിയം
മരണത്തിനപ്പുറം	ഉയിർത്തെഴുന്നേൽപ്പ്

കവിതകൾ	പുരാവൃത്തങ്ങൾ
ദാവീദിനൊരു ഗീതം	ദാവീദിന്റെ കഥ
ചുമർചിത്രങ്ങൾ	കൃഷ്ണകഥ
ഗാന്ധാരം	ഗാന്ധാരീവിലാപം
ഒരു നവവത്സരഗാനം	ഉയിർത്തെഴുന്നേൽപ്പ്
സൂര്യഗീതം	ദാവീദിന്റെ കഥ
ഉൽക്കണ്ഠകൾ	സഹോദരഹത്യ ആയിരത്തൊന്നു രാവ് (അറേബ്യൻ പുരാവൃത്തം)
ഭൂമിക്കൊരു ചരമഗീതം	ഈഡിപ്പസ് (ഗ്രീക്ക് പുരാവൃത്തം)
മതിലുകൾ	ഉയിർത്തെഴുന്നേൽപ്പ്
സ്വാതന്ത്ര്യത്തിന്റെ വില	കുരിശാരോഹണം
കൃഷ്ണപക്ഷത്തിലെ പാട്ട്	കൃഷ്ണകഥ
കാഞ്ചനസീത	സീത
ഹിപ്പി	ഈഡിപ്പസ് (ഗ്രീക്ക് പുരാവൃത്തം) ഫെയ്ത്തൺ (ഗ്രീക്ക് പുരാവൃത്തം)
സാമ്രാട് പുരുഷൻ	പ്രൊമിത്യൂസ് (ഗ്രീക്ക് പുരാവൃത്തം)
കണ്ണകി	കണ്ണകി
ആഗ്ര	കാളിയമർദ്ദനം
കാറ്റ്	ഭീമൻ
അശാന്തിപർവ്വം	കുരുക്ഷേത്രം
ശാർങ്ഗകപക്ഷികൾ	ഖാണ്ഡവവനത്തിലെ ജരിത
ഏകലവ്യൻ	ഏകലവ്യന്റെ ഗുരുദക്ഷിണ
പിൻവിളി	മഹാബലി
പാണന്റെ ദുഃഖം	പാണനാർ
സരയുവിലേക്ക്	ശ്രീരാമന്റെ സരയൂ പ്രവേശം
മുത്തിയും ചോഴിയും	നാടോടി പുരാവൃത്തം
പലായനം	ബുദ്ധപുരാവൃത്തം
അന്തിയാവുന്നു	സഹോദരഹത്യ
അസ്തമയം	യദുവംശത്തിന്റെ അന്ത്യം
സ്രഷ്ടാവിന്റെ ദുഃഖം	ആദിപാപം
ഇനിയുമൊരവതാരമുണ്ടെങ്കിൽ	കൃഷ്ണകഥ
ഭൈരവന്റെ തുടി	ശിവപുരാവൃത്തം
കാട് കാട്	വാല്മീകി
കാളിന്ദി	യദുവംശത്തിന്റെ കഥ

കവിതകൾ	പുരാവൃത്തങ്ങൾ
കേശമിതു കണ്ടുവോ	ദുര്യോധനവധം
വെളിച്ചത്തിന്റെ പാട്	വെളിച്ചപാട്

മനുഷ്യന്റെ അധീശത്വബോധം മിണ്ടാപ്രാണികളെ ഹിംസിക്കാൻ തയ്യാറാകുമ്പോൾ വിനോദത്തിനുവേണ്ടിയുള്ള ജന്തുഹിംസ പ്രതിവിധിയില്ലാത്ത ശാപമായി അവന്റെ തലയിൽ വീഴുന്നതിനെ സൂചിപ്പിക്കാനാണ് ഒ. എൻ. വി 'മൃഗയ' എന്ന കവിതയ്ക്ക് പുരാവൃത്തത്തെ കൂട്ടുപിടിക്കുന്നത്.

സ്ത്രീയുടെ പ്രേമവിശുദ്ധിയെ ധിക്കരിക്കുന്ന അധീശത്വത്തിനെതിരെയുള്ള ശാപമായി അവൾ രൂപാന്തരപ്പെടുന്നതാണ് 'കണ്ണകി' യുടെ ഇതിവൃത്തം. സ്ത്രീകൾക്കുനേരെയുള്ള അതിക്രമങ്ങൾക്ക് ചെറുത്തുനിൽപ്പാകാൻ കണ്ണകിയുടെ കഥ ഒ. എൻ. വി നമ്മെ ഓർമ്മപ്പെടുത്തുകയാണ് കവിതയിലൂടെ.

അധീശവർഗ്ഗങ്ങളുടെ അധികാരവടംവലികളിൽ നിസ്സഹായരാകാൻ വിധിക്കപ്പെടുന്ന ഭാരതജനതയുടെ സ്വത്വത്തെ ആവിഷ്ക്കരിക്കാനാണ് ശാർങ്കപക്ഷികൾ എന്ന കവിതയിൽ ഖാണ്ഡവവനത്തിലെ ജരിതയുടെ പുരാവൃത്തം കവി തിരഞ്ഞെടുത്തിരിക്കുന്നത്. ഈ നിരാലംബമായ അവസ്ഥ ഏതെങ്കിലും ഒരു രക്ഷകന്റെ പിറവിക്കായി കൊതിക്കുന്നുണ്ടെന്ന് സൂചിപ്പിക്കുകയും ചെയ്യുന്നു.

തന്റെ പ്രശസ്തിയ്ക്കും പ്രൗഢിക്കുംവേണ്ടി ചവിട്ടിയരക്കപ്പെടുന്ന ജീവിതങ്ങളെക്കുറിച്ച് ഏതെങ്കിലുമൊരുനാൾ അധികാരസ്ഥാനങ്ങൾക്ക് വിചിന്തനം നടത്തേണ്ടിവരുമെന്ന സൂചന നൽകാൻ രാമന്റെ സരയൂ പ്രവേശത്തെ കവി ആധാരമാക്കുന്നു. ഭീരുത്വവും നിർദ്ദയത്വവും കൊണ്ട് ജീവിതങ്ങളെ എറിഞ്ഞുടയ്ക്കുന്ന ഭരണാധിപവർഗ്ഗത്തെ തിരിച്ചുചിന്തിപ്പിക്കുകതന്നെയാണ് ഈ പുരാവൃത്തത്തിന്റെ സഹായത്താൽ കവി ചെയ്യുന്നത്.

മനുഷ്യനിലെ സ്നേഹസങ്കല്പങ്ങളെ തകർക്കുന്ന അധീശത്വത്തിന്റെ ക്രൂരതയോടുള്ള പ്രതിഷേധത്തിനാണ് ആരണ്യകമെന്ന കവിതയിൽ താടകവധവും വാല്മീകി ആശ്രമത്തിലെ സീതയുടെ കഥയും ഒ. എൻ. വി ഉപയോഗിച്ചിരിക്കുന്നത്. സമകാലിക ഭാരതീയാന്തരീക്ഷത്തിലെ സവർണ്ണമേധാവിത്വത്തിന്റെ ആക്രോശങ്ങളെ മാനവികതയുടെ പക്ഷത്തുനിന്ന് എതിർക്കുക എന്ന ദൗത്യവും ഈ കവിതയ്ക്കുണ്ട്.

വർഗ്ഗവർണ്ണഭേദങ്ങളുടെ അടിസ്ഥാനത്തിൽ വിദ്യ നിഷേധിക്കുകയും അറിവിനെ അധികാരമുറപ്പിക്കാനും സ്വന്തം താൽപര്യങ്ങൾ സംരക്ഷിക്കാനും മറ്റുള്ളവന്റെ മേൽ കുതിരകയറാനുമുള്ള ആയുധമാക്കിമാറ്റുന്ന തലമുറയ്ക്കുനേരെയുള്ള പ്രതിഷേധമാണ് ഏകലവ്യന്റെ പുരാവൃത്ത പുനർവ്യാഖ്യാനം.

വാഗ്ദത്തഭൂമിയുടെ വിചാരപരിസരത്തുനിന്നുവേണം ബൈബിൾ പുരാവൃത്തങ്ങളുടെ പ്രയോഗം വായിച്ചെടുക്കാൻ. ബൈബിൾ പുരാവൃത്തങ്ങൾ കേവലപ്രതീകങ്ങളായും ബിംബങ്ങളായും ഒ. എൻ. വി നിരവധി കവിതകളിൽ പ്രയോഗിച്ചിട്ടുണ്ട്. വർത്തമാനകാലത്തെ മൂല്യത്തിലേക്ക് തിരിച്ചുകൊണ്ടുവരാൻവേണ്ടിയാണ് ഇതിലധികവും. പുതിയ ഭൂമിയുടെ സമത്വസുന്ദരമായ ഉയിർത്തെഴുന്നേൽപ്പിനെ സൂചിപ്പിക്കുവാൻ ഉയിർത്തെഴുന്നേൽപ്പിന്റെ പുരാവൃത്തവും, മനുഷ്യന്റെ അസൂയയും അടങ്ങാത്ത കുടിപ്പകയും സൂചിപ്പിക്കാൻ സഹോദരഹത്യയുടെ പുരാവൃത്തവും, ആധുനിക മനുഷ്യന്റെ പീഢാനുഭവങ്ങളെ ചിത്രീകരിക്കാൻ കുരിശേറ്റത്തിന്റെ കഥയും ഒ. എൻ. വി കവിതകളിൽ കടന്നുവരുന്നു.

യവന പുരാവൃത്തങ്ങൾ ഒ. എൻ. വി കവിതകളെ സ്വാധീനിച്ചിട്ടുണ്ട്. ഇതിൽ പ്രൊമിത്യൂസ്, ഫെയ്ത്തൺ തുടങ്ങിയ പുരാവൃത്തങ്ങൾ അറിവിന്റെയും മാനവികതയുടെയും പര്യായങ്ങളായാണ് കവി കാണുന്നത്. ഓർഫ്യൂസും നാർസിസ്സസും സൗന്ദര്യത്തിന്റെയും ആരാധനയുടെയും പാപപങ്കിലമായ അലച്ചിലിന്റെയും പ്രതീകമായി കവിതയിൽ വരുന്നു. ഈഡിപ്പസ് മനുഷ്യമനസ്സിന്റെ മനോഭാവത്തെ പ്രതിനിധീകരിക്കുന്നു.

പുനരാഖ്യാനം, പുനർവ്യാഖ്യാനം, കേവലബിംബം തുടങ്ങിയ രൂപങ്ങളിൽ യവന പുരാവൃത്തങ്ങൾ ഒ. എൻ. വി. കവിതയിൽ കണ്ടെത്താം. യവന പുരാവൃത്തങ്ങൾ സ്വാധീനിച്ച മറ്റൊരു കവിയാണ് സുഗതകുമാരി.

അദ്ധ്വാനിക്കുന്ന വർഗ്ഗത്തിന്റെ വിമോചനസംഹിതയിൽ വിശ്വസിച്ച് പുതിയ പുലരിയെ സ്വപ്നം കാണുന്ന ഒ. എൻ. വി യെ അദ്ധ്വാനിക്കുന്നവന്റെയും ഭാരം ചുമക്കുന്നവന്റെയും സ്വർഗ്ഗരാജ്യത്തിനുവേണ്ടി കുരിശേറിയ മഹാപുരുഷന്റെയും ഇതിഹാസം സ്വാധീനിച്ചത് സ്വാഭാവികമാണ്. സോഷ്യലിസത്തിലേക്കും കമ്യൂണിസത്തിലേക്കുമുള്ള ചവിട്ടുപടിയായാണ് ഈ പുരാവൃത്തങ്ങൾ കവിതയിൽ കടന്നുവരുന്നത്.

ബൈബിൾ ഇമേജുകളും ബിംബങ്ങളും ആധുനിക മലയാളകവിതയിൽ ഏറ്റവും കൂടുതൽ ഉപയോഗിച്ചിരിക്കുന്നത് ഒ. എൻ. വി കുറുപ്പാണ്. ബൈബിൾ പുരാവൃത്തങ്ങളുടെ സ്വാധീനം ജി. ശങ്കരക്കുറുപ്പ്, ഒ. എൻ. വി, സുഗതകുമാരി, സച്ചിദാനന്ദൻ, അയ്യപ്പപ്പണിക്കർ, കെ. ജി. ശങ്കരപ്പിള്ള തുടങ്ങിയവരിൽ പ്രകടമായി കാണാം.

രാമകഥയുടെ പുനർവ്യാഖ്യാനത്തിനായി യൂസഫലി കേച്ചേരി, എൻ. വി. കൃഷ്ണവാരിയർ തോന്നയ്ക്കൽ നാരായണൻ, അയ്യപ്പപ്പണിക്കൽ, നെല്ലിക്കൽ മുരളീധരൻ സച്ചിദാനന്ദൻ, ഗീതാഹിരണ്യൻ തുടങ്ങിയവർ പുരാവൃത്ത സന്ദർഭത്തെ ഉപയോഗപ്പെടുത്തിയിട്ടുണ്ട്. വയലാർ ആര്യാധിനിവേശത്തിന്റെ ചരിത്രപശ്ചാത്തലവും അവ സ്ത്രീകൾക്കുമേൽ നടത്തിയ ആധിപത്യത്തിന്റെയും കഥപറയാൻ താടക

യുടെ പുരാവൃത്തം ഉപയോഗിച്ചിരിക്കുന്നു. തിരസ്കരിക്കപ്പെടുന്ന ആധുനിക മാനവന്റെ മനോവ്യഥകൾ പുരാവൃത്തസഹായത്താൽ ആവിഷ്കരിക്കുന്ന പ്രവണതയും ആധുനിക മലയാളകവിതയ്ക്കുണ്ട്.

അടിക്കുറിപ്പുകൾ

1.കുറുപ്പ്, ഒ. എൻ. വി., മൃഗയ, ഒ. എൻ. വി. യുടെ കവിതകൾ, ഡി. സി. ബുക്സ്, കോട്ടയം 2001. പുറം. 583.

2.ടി. പു. പുറം. 1005–1009.

3.സോമൻ, പി., ഭൈരവന്റെ തുടി, ഗ്രന്ഥാലോകം, 53–6, ജൂൺ 2001.

4.രാമവർമ്മ, വയലാർ, താടക എന്ന ദ്രാവിഡ രാജകുമാരി, വയലാർ കൃതികൾ, ഡി. സി. ബുക്സ്, കോട്ടയം 1995. പുറം. 456–460.

5.ശരത്ചന്ദ്രൻ, കെ. പി., തെസ്യൂസിന്റെ സംഗീതം, കേരള ഭാഷാ ഇൻസ്റ്റിറ്റ്യൂട്ട്, തിരുവനന്തപുരം 1993. പുറം. 74.

6.കുമാരനാശാൻ, ചിന്താവിഷ്ടയായ സീത, ആശാന്റെ പദ്യകൃതികൾ, ഡി. സി. ബുക്സ്, കോട്ടയം 1998. പുറം. 413–450.

7.പി. വി. കൃഷ്ണവാരിയർ, ചിന്താഗ്രസ്ഥനായ രാമൻ, സരസ്വതി 1953.

8.അയ്യപ്പപ്പണിക്കർ, ശാപമോക്ഷം, അയ്യപ്പപ്പണിക്കരുടെ കൃതികൾ, ഭാഗം 1, ഡി. സി. ബുക്സ്, കോട്ടയം. പുറം. 108.

9.ടി. പു. പുറം. 125.

10.ടി. പു. പുറം. 156.

11.സുഗതകുമാരി, ഇന്നത്തെ സന്ധ്യയോ, സുഗതകുമാരിയുടെ കവിതകൾ, ഡി. സി. ബുക്സ്, കോട്ടയം 2006. പുറം. 487–488.

12.വൈലോപ്പിള്ളി, രാമകഥ, വൈലോപ്പിള്ളി സമ്പൂർണ്ണകൃതികൾ, വാല്യം. 2, കറന്റ് ബുക്സ്, തൃശൂർ 2001. പുറം. 246–247.

13.കുറുപ്പ്, ഒ. എൻ. വി., സരയുവിലേക്ക്, ഒ. എൻ. വി യുടെ കൃതികൾ, ഡി. സി. ബുക്സ്, കോട്ടയം 2001, പുറം. 598–602.

14.കേച്ചേരി, യൂസഫലി, രാഘവീയം. ഭാഷാപോഷിണി.

15.കാരശ്ശേരി, എം. എൻ., ജലസമാധി, ഭാഷാപോഷിണി, പുസ്തകം 11, ലക്കം 3,4, ഒക്ടോബർ, നവംബർ, ഡിസംബർ. ജനുവരി 1987–1988, പുറം. 47–49.

16.നാരായണൻ, തോന്നയ്ക്കൽ, രാമന്റെ വിലാപം. അമ്പിളിയുടെ ദു:ഖം, ഡി.സി. ബുക്സ്, കോട്ടയം 2004.

17.അയ്യപ്പപ്പണിക്കർ, സീതമാരീചം കിളിപ്പാട്ട്, അയ്യപ്പപ്പണിക്കരുടെ കൃതികൾ വാല്യം 4, ഡി. സി. ബുക്സ്, കോട്ടയം 2006 പുറം 169–171.

18.ടി. പു. വാല്യം 3, പുറം 146–150.

19.ടി. പു. വാല്യം 2, പുറം 179–180.

20.മുരളീധരൻ, നെല്ലിക്കൽ, രാമായണം കഥ, നെല്ലിക്കൽ മുരളീധരന്റെ കവിതകൾ, ഡി. സി.ബുക്സ്, കോട്ടയം 2001. പുറം 82–83.

21.ഗീതാഹിരണ്യൻ, സ്വർഗ്ഗരോഹണം, പുതുമൊഴിവഴികൾ, (എഡി. ആറ്റൂർ രവിവർമ്മ) കറന്റ് ബുക്സ്, തൃശ്ശൂർ 1999. പുറം 29–30.

22.സച്ചിദാനന്ദൻ, ജാനകീ പോരു, സച്ചിദാനന്ദന്റെ കൃതികൾ, വാല്യം. 3, ഡി. സി. ബുക്സ്, കോട്ടയം 2006. പുറം. 280–283.

23.മധുസൂദനൻ നായർ, വി., അഗസ്ത്യഹൃദയം, നാറാണത്തുഭ്രാന്തൻ, ഡി.സി. ബുക്സ്, കോട്ടയം 1992. പുറം. 42.

24.സച്ചിദാനന്ദൻ, ഭരതൻ ഓർമ്മിക്കുന്നു, സച്ചിദാനന്ദന്റെ കൃതികൾ, വാല്യം 3, ഡി.സി. ബുക്സ്, കോട്ടയം 2006. പുറം 243–246.

25.കൃഷ്ണവാരിയർ, എൻ. വി., രാവണവധാന്തത്തിലെ വിഭീഷണൻ, എൻ. വി. യുടെ കവിതകൾ, എൻ. വി. ട്രസ്റ്റ്, കോട്ടക്കൽ 2006. പുറം. 614.
26.സച്ചിദാനന്ദൻ, കർണ്ണൻ, സച്ചിദാനന്ദന്റെ കൃതികൾ, വാല്യം. 2, ഡി. സി. ബുക്സ്, കോട്ടയം 2006. പുറം. 247.
27.കരുണാകരൻ, തിരുനെല്ലൂർ, അമ്മയും മകനും. തിരുനെല്ലൂർ കരുണാകരന്റെ കവിതകൾ, കേരളഗ്രന്ഥശാലാ സഹകരണസംഘം, തിരുവനന്തപുരം 1984. പുറം 169.
28.ശങ്കരക്കുറുപ്പ്, ജി., കർണൻ, ജിയുടെ കവിതകൾ, ഡി.സി. ബുക്സ്, കോട്ടയം 1999, പുറം, 79-82,
29.കുറുപ്പ്, ഒ. എൻ. വി., ശാർങ്കപക്ഷികൾ, ഒ. എൻ. വി യുടെ കൃതികൾ, ഡി. സി. ബുക്സ്, കോട്ടയം 2001. പുറം. 455-460.
30.ടി. പു. പുറം. 294.
31.അയ്യപ്പപ്പണിക്കർ, ചിലമ്പിന്റെ ഗാഥ, അയ്യപ്പപ്പണിക്കരുടെ കൃതികൾ, വാല്യം. 4, ഡി. സി. ബുക്സ്, കോട്ടയം 2006. പുറം. 140-145.
32.രാമകൃഷ്ണൻ, കടമ്മനിട്ട, കുറത്തി, കടമ്മനിട്ടയുടെ കവിതകൾ, ഡി. സി. ബുക്സ്, കോട്ടയം 2002. പുറം. 219.
33.സുഗതകുമാരി, ഭ്രാന്തമാം സ്വപ്നം, സുഗതകുമാരിയുടെ കവിതകൾ, ഡി. സി. ബുക്സ്, കോട്ടയം 2006. പുറം. 571.
34.ഇടശ്ശേരി, വികസിക്കുക, ഇടശ്ശേരിയുടെ കവിതകൾ, ഇടശ്ശേരി പബ്ലിക്കേഷൻസ്, കൊച്ചി 1996. പുറം. 495.
35.കുറുപ്പ്, ഒ. എൻ. വി., പഴയൊരു പാട്ട്, ഒ. എൻ. വി യുടെ കവിതകൾ, ഡി. സി. ബുക്സ്, കോട്ടയം 2001. പുറം. 215.
36.ടി. പു. പുറം. 294-295.
37.മധുസൂദനൻനായർ, വി., നാറാണത്തുഭ്രാന്തൻ, ഡി. സി. ബുക്സ്, കോട്ടയം 1992. പുറം. 23-27.
38.കുറുപ്പ്, ഒ. എൻ. വി., അഗ്നിശലഭങ്ങൾ, ഒ. എൻ. വി യുടെ കവിതകൾ, ഡി. സി. ബുക്സ് കോട്ടയം 2001. പുറം. 156.
39.ടി. പു. പുറം. 461.
40.ടി. പു. പുറം. 686.
41.ടി. പു. പുറം. 46.
42.ടി. പു. പുറം. 182.
43.ടി. പു. പുറം. 250.
44.ടി. പു. പുറം. 251.
45.ടി. പു. പുറം. 79.
46.ടി. പു. പുറം. 689.
47.ടി. പു. പുറം. 371.
48.ടി. പു. പുറം. 689.
49.സുഗതകുമാരി, കൊളോസ്സസ്, സുഗതകുമാരിയുടെ കവിതകൾ, ഡി. സി. ബുക്സ്, കോട്ടയം, 2006, പുറം. 689.
50.രാമകൃഷ്ണൻ, കടമ്മനിട്ട, നഗരത്തിൽ പറഞ്ഞ സുവിശേഷം, കടമ്മനിട്ടയുടെ കവിതകൾ, ഡി. സി. ബുക്സ്, കോട്ടയം 2002. പുറം. 225.
51.സച്ചിദാനന്ദൻ, ബലിമുഹൂർത്തം, പീഡനകാലം, സച്ചിദാനന്ദന്റെ കവിതകൾ, വാല്യം. 3, ഡി. സി. ബുക്സ്, കോട്ടയം 2006. പുറം. 124.
52.ടി. പു. പുറം. 103.

53.സുഗതകുമാരി, പുണ്യരാത്രി, സുഗതകുമാരിയുടെ കവിതകൾ, ഡി. സി. ബുക്സ്, കോട്ടയം 2006. പുറം. 376.
54.സച്ചിദാനന്ദൻ, ബോധവതി, സച്ചിദാനന്ദന്റെ കവിതകൾ, വാല്യം 1, ഡി. സി. ബുക്സ്, കോട്ടയം 2006. പുറം. 227.
55.ടി. പു. പുറം. 204.
56.ടി. പു. പുറം. 344.
57.ടി. പു. വാല്യം. 2,പുറം. 209.
58.കുറുപ്പ്, ഒ. എൻ. വി., ഓർഫ്യൂസിനൊരു ഗീതം, ഒ. എൻ. വി. യുടെ കവിതകൾ, ഡി. സി. ബുക്സ്, കോട്ടയം 2001. പുറം. 46.
59.ടി. പു. പുറം. 377.
60.ടി. പു. പുറം. 141.
61.ടി. പു. പുറം. 145.
62.മുരളീധരൻ, നെല്ലിക്കൽ, അഗ്നിപർവ്വം, നെല്ലിക്കൽ മുരളീധരന്റെ കവിതകൾ, ഡി.സി. ബുക്സ്, കോട്ടയം 2001. പുറം. 174-76.
63.സുഗതകുമാരി, ഫെയ്ത്തോൺ, സുഗതകുമാരിയുടെ കവിതകൾ, ഡി. സി. ബുക്സ്, കോട്ടയം 2006. പുറം. 429.
64.കുറുപ്പ്, ഒ. എൻ. വി., നാർസിസ്സസ്സിന്റെ കണ്ണുകൾ, ഒ. എൻ. വി.യുടെ കവിതകൾ, ഡി. സി. ബുക്സ്, കോട്ടയം 2001. പുറം. 1073.
65.സുഗതകുമാരി, പുതിയൊരു 'നാർസിസസ്', സുഗതകുമാരിയുടെ കവിതകൾ, ഡി. സി. ബുക്സ്, കോട്ടയം 2006. പുറം. 39.

അധ്യായം ആറ്

സുഗതകുമാരിയുടെ കവിതകളിലെ പുരാവൃത്തങ്ങളുടെ ദാർശനികതലം

അടിസ്ഥാനപരമായി വ്യക്തിവാദപരവും കാല്പനികവുമായിരുന്നു സുഗതകുമാരിയുടെ ആദ്യകാലകവിതകൾ. കാല്പനികതയുടെ മാന്ത്രികഭംഗിയും ഭാവഗീതത്തിന്റെ ഗാനാത്മകതയും ആത്മാവിഷ്കാരത്തിന്റെ വികാരസാന്ദ്രതയും ഈ കവിതകളുടെ പ്രത്യേകതയാണ്. ഭാരതീയ സംസ്കൃതികളുടെ ആഴത്തിലുള്ള അവബോധം കവിതയ്ക്ക് ദർശനപരമായ പക്വതയും, പുരാവൃത്ത സാന്നിദ്ധ്യംകൊണ്ട് സാധ്യമാകുന്ന സംവേദനഗാഢതയും നൽകിയിരിക്കുന്നു. ആർദ്രതയുടെ സംഗീതംകൊണ്ട് സ്വന്തമായി ഒരു പ്രകാശഗോപുരം പടുത്തുയർത്തുകയും കരുത്തുറ്റ കവി വിളംബരങ്ങൾ സാക്ഷ്യപ്പെടുത്തുകയും ചെയ്തു സുഗതകുമാരി. മലയാളകവിതയിലെ ആധുനികതയുടെ സാന്നിദ്ധ്യം ആരംഭിക്കുന്ന ആയിരത്തിതൊള്ളായിരത്തി അമ്പതുകളിലാണ് ഇവർ കാവ്യസപര്യയാരംഭിക്കുന്നത്. തന്റെ ചുറ്റുപാടുകളിലെ ജീവിതത്തോടും തന്റെ കാലത്തിന്റെ രാഷ്ട്രീയവും സാമൂഹികവുമായ സമസ്യകളോടും കാവ്യോചിതമായി പ്രതികരിക്കാൻ ഇവർക്ക് കഴിഞ്ഞിട്ടുണ്ട്.

ദേശീയതയോടും ഭാരതീയ സംസ്കൃതിയോടുമുള്ള ആഭിമുഖ്യം സുഗതകുമാരിയുടെ കവിതകളുടെ പ്രത്യേകതയാണ്. അസ്തിത്വവേദനയോടൊപ്പം അധർമ്മത്തോടുള്ള പ്രതികരണവും രാഷ്ട്രീയബോധത്തിൽ ഊന്നിയുള്ള ശക്തമായ ഇടപെടലുകളും കവിതയിലൂടെ സാധ്യമാക്കിയെന്നത് മറ്റൊരു പ്രത്യേകതയാണ്. പാരിസ്ഥിതികാവബോധത്തിന്റെ ഫലമായി ആക്ടിവിസ്റ്റിന്റെ വഴിയിൽ സഞ്ചരിക്കുകയും കവിതയിലൂടെ അവയ്ക്ക് മൂർത്തത നൽകുകയും ചെയ്തു. പ്രാന്തീകൃത ജനതയുടെയും തിരസ്കൃതരുടെയും പക്ഷത്തുനിന്നുകൊണ്ടുള്ള രാഷ്ട്രീയ ഇടപെടലുകളായി സുഗതകുമാരിയുടെ കവിതകൾ മാറിയിട്ടുണ്ട്.

സ്ത്രീയുടെ ഉൽക്കടമായ വേദനകൾ ഹൃദയദ്രവീകരണശക്തിയോടെ ആവിഷ്കരിച്ച് അതിന്നാസ്പദമായ വ്യവസ്ഥിതിയോടുള്ള നിശിത വിമർശനങ്ങൾ തുറന്നുകാട്ടിയ സ്ത്രീപക്ഷ കവിതകൾ സുഗതകുമാരി ധാരാളമായി എഴുതിയിട്ടുണ്ട്. തിരസ്കൃതരായ സ്ത്രീകൾ, അനാഥരായ കുട്ടികൾ, ചൂഷണത്തിന്നിരയാകുന്ന വനവാസികൾ

തുടങ്ങി പ്രാന്തവൽക്കരിക്കപ്പെട്ട ജീവിതങ്ങളുടെ അവസ്ഥ കവിതാ വിഷയമാക്കി ഒട്ടേറെ കവിതകൾ അവർ എഴുതിയിട്ടുണ്ട്.

സുഗതകുമാരിയുടെ കവിതയുടെ ഘടനയെ നിർണ്ണയിക്കുന്ന പ്രധാന ഘടകങ്ങളായി ആദിരൂപങ്ങളും പുരാവൃത്തങ്ങളും മാറിയിട്ടുണ്ട്. രാധാകൃഷ്ണബന്ധത്തിൽപോലും സുഗതകുമാരി നിരാകൃതയാകുന്ന സ്ത്രീപക്ഷത്തുനിന്നുള്ള ചിന്തകൾ ഉൾപ്പെടുത്തിയിട്ടുണ്ട്. സമഷ്ടിദുഃഖം ആവിഷ്കരിക്കാനുള്ള ഒരു ഭാഷയാണ് സുഗതകുമാരിക്ക് കവിതയിൽ പുരാവൃത്തങ്ങൾ. വിശ്വപ്രേമത്തെ വാഴ്ത്തുവാനും സമൂഹനീതികാത്ത് മാനവികത ഉയർത്തുവാനും പുരാവൃത്ത പ്രമേയങ്ങൾ ധാരാളമായി ഉപയോഗിച്ചിട്ടുണ്ട്.

കാളിയമർദ്ദനവുമായി ബന്ധപ്പെട്ട പുരാവൃത്തമാണ് സുഗതകുമാരിയുടെ 'കാളിയമർദ്ദനം' എന്ന കവിത. മാനവരാശിയുടെ അഹന്തയും അന്ധതയും ഉന്മൂലനം ചെയ്യാൻ കാളിയമർദ്ദനം തുടർന്നുകൊണ്ടിരിക്കണമെന്ന ആഹ്വാനമാണ് ഈ കവിതയിലുള്ളത്. ഇതിന് അനുബന്ധമായ മറ്റൊരു കവിതയാണ് 'ഗജേന്ദ്രമോക്ഷം'. ആത്മപീഢനത്തിലും വിധേയത്വത്തിലും ആത്മനിർവൃതി കണ്ടെത്തുന്ന കവിമനസ്സ് ആത്മസാക്ഷാത്ക്കാരത്തിനായി അഹന്തയെ ഉന്മൂലനം ചെയ്യണമെന്ന ദർശനം കാഴ്ചവെയ്ക്കുന്നു ഈ കവിതയിൽ.

ആദിപാപത്തിന്റെ പുരാവൃത്തമാണ് 'ഏദനിൽ നിന്ന്' എന്ന കവിതയുടെ സത്ത. നഷ്ടസ്വർഗ്ഗത്തെക്കുറിച്ചുള്ള സ്മൃതിയിൽനിന്ന് സഹനശീലത്താൽ ആത്മബലം കണ്ടെത്തുന്ന ആധുനികമനുഷ്യനെ പ്രതിനിധീകരിക്കാനാണ് ഈ കവിത നിലകൊള്ളുന്നത്.

നിറവേറാത്ത പ്രേമത്തിന്റെ അടങ്ങാത്ത ആഗ്രഹവും അലച്ചിലും വിരഹാകുലയായ രാധയിലൂടെ ചിത്രീകരിക്കുന്ന കവിതകളാണ് 'കൃഷ്ണ, നീയെന്നെയറിയില്ല', രാധയെവിടെ? 'ശ്യാമരാധ', 'മറ്റൊരു രാധിക', 'വഴിയമ്പലത്തിലെ പാട്ട്' തുടങ്ങിയ കൃഷ്ണകവിതകൾ. ആസ്തിക്യബോധത്തിലൂന്നിയ അനശ്വരമായ പ്രണയത്തിന്റെയും വാത്സല്യത്തിന്റെയും അവിരാമമായ അന്വേഷണത്തിന്റെയും കവിതകളാണ് സുഗതകുമാരിയുടെ കൃഷ്ണകവിതകളിൽ അധികവും.

കർമ്മകാഹളം മുഴക്കിയ കുരുക്ഷേത്രത്തിന്റെ ദർശനം ആധുനിക ഭാരതീയന്റെ അസ്തിത്വത്തിലൂന്നി വ്യാഖ്യാനിക്കുന്ന കവിതകളാണ് 'കുരുക്ഷേത്രത്തിൽ' 'ഇതു മഹാഭാരതം' തുടങ്ങിയവ. ധർമ്മാധർമ്മങ്ങളുടെ വിവേചനം സാധ്യമാകാത്ത വർത്തമാനകാല ഇന്ത്യൻ അവസ്ഥയിലെ മനുഷ്യമനസ്സിനെ അനാവരണം ചെയ്യുന്നു ഈ കവിതകൾ.

പരിത്യക്തയായ സീതയുടെ പാദങ്ങളെ ആർജ്ജവശക്തിയായി ഉള്ളിൽ പ്രതിഷ്ഠിക്കുന്ന സ്ത്രീത്വത്തിന്റെ അടയാളമാണ് 'പാദപ്രതിഷ്ഠ'. വിധേയത്വത്തിനുപരി പീഡിത സ്ത്രീത്വത്തിന്റെ ഉയർത്തെഴുന്നേൽപ്പിനായി ആ പാദങ്ങളെ ഉള്ളിൽ പ്രതിഷ്ഠിക്കണമെന്ന ആഹ്വാനമാണ് കവിതയിൽ മുഴങ്ങുന്നത്.

മേൽപ്പറഞ്ഞ കവിതകൾ വിശദമായും ഇതരകവികൾ ഇതേ പുരാവൃത്തത്തെ കൈകാര്യം ചെയ്തിരിക്കുന്നത് സാന്ദർഭികമായും പഠനവിധേയമാക്കുന്നതാണ് ഈ അധ്യായം. ഈ അധ്യായത്തിൽ പരാമർശിക്കപ്പെടുന്ന മിക്ക കവിതകളും ഭാരതീയ സ്ത്രീയുടെ വ്യക്തിത്വത്തെക്കുറിച്ചും, അവൾ അനുഭവിക്കുന്ന ആത്മവ്യഥകളെക്കുറിച്ചും, അതിൽനിന്നുള്ള മോചനമാർഗ്ഗങ്ങളെക്കുറിച്ചുമുള്ള ചിന്തകളിൽ നിന്ന് ഉരുത്തിരിഞ്ഞവയാണ്.

കാളിയ മർദ്ദനം – അഹന്താ മോചനത്തിന്റെ പുരാവൃത്തം

സുഗതകുമാരിയുടെ 'കാളിയമർദ്ദനം'[1] പരമസത്യത്തെ സാക്ഷാത്കരിക്കാനായി ആത്മാഹുതി നടത്തുന്ന ഉദാത്ത മനുഷ്യത്വത്തെക്കുറിച്ചുള്ള കവിതയാണ്. ഇതിലെ കാളിയൻ കവിയും കൃഷ്ണൻ അഹന്താമോചകനുമാണ്. പുരാവൃത്തത്തിലെ കാളിയൻ വേദന അനുഭവിക്കുകയായിരുന്നെങ്കിൽ ഇവിടെ കാളിയൻ നിഷ്കാമസ്നേഹത്താൽ പ്രചോദിതനായി സ്വയം പീഡനം ഏറ്റുവാങ്ങുകയാണ്.

കാളിന്ദിയിലെ കാളിയൻ എന്ന സർപ്പം സർവ്വചരാചരങ്ങൾക്കും ഭീഷണിയായിത്തീർന്നപ്പോൾ കൃഷ്ണൻ അവിടെയെത്തുകയും കാളിയന്റെ പത്തികളിൽ താണ്ഡവ നൃത്തമാടി കാളിയന്റെ അഹങ്കാരത്തെ ശമിപ്പിക്കുകയും ചെയ്തു എന്നതാണ് പുരാവൃത്തം. തന്റെ പത്തികൾ കുനിയുകയോ കരൾ കുലുങ്ങുകയോ ചെയ്യുന്നില്ലെന്നാണ് കാളിയൻ കൃഷ്ണനോട് പറയുന്നതെന്ന് കല്പിച്ചുകൊണ്ടാണ് സുഗതകുമാരി കാളിയമർദ്ദനം ആരംഭിക്കുന്നത്. കൃഷ്ണന്റെ പാദങ്ങൾ പതിഞ്ഞ് ചതഞ്ഞ പത്തികൾ വീണ്ടും അതേൽക്കാനായി ഉയർത്തിപ്പിടിക്കാൻ കാളിയൻ പണിപ്പെടുന്നുണ്ട്. കൃഷ്ണന്റെ ഒടുങ്ങാത്ത നൃത്തത്തിന് തന്റെ ശിരസ്സ് വേദിയാവട്ടെ എന്ന് കാളിയൻ പറയുമ്പോൾ ദുഃഖത്തെ ഒരു മഹത്സാന്നിദ്ധ്യമാക്കി ഇവിടെ മാറ്റുന്നു.

നൃത്തവിലോളിതലീലയിതുടനേ
നിൽക്കായ്‌വാൻ കൊതിയേറുകയാൽ
മർദ്ദനമേറ്റു വലഞ്ഞോരെൻ ദൃഢ
മസ്തകമിപ്പൊഴുമുയരുന്നൂ
രക്തകണങ്ങൾ തെറിക്കുന്നൂ, മിഴി
കത്തുന്നൂ, കരൾപൊട്ടുന്നൂ
നർത്തനവേദികയല്ലേ ഞാൻ? എൻ
എൻപത്തികൾ വീണ്ടും പൊങ്ങുന്നൂ.

വിധേയത്വമാണ് സുഗതകുമാരിക്കവിതകളിൽ സ്ഫുരിക്കുന്ന സ്ത്രൈണ സവിശേഷത. അഹന്തയുടെ വെല്ലുവിളിയായി തോന്നിയേക്കാവുന്ന ഒന്നാണെങ്കിലും സ്വാഭിമാനം സംരക്ഷിക്കുന്നതിന് പൗരുഷത്തോടും ശക്തിയോടും വിധേയത്വം പുലർത്തുന്ന മനോഭാവമാണ് സുഗതകുമാരി കവിതകളിലൂടെ അനുവർത്തിച്ചുവന്നിട്ടുള്ളത്. വേദനയെ അനുഭൂതിയാക്കുന്ന ഈ പുരാവൃത്ത വ്യതിയാനത്തിലും മറിച്ചല്ല സംഭവിക്കുന്നത്. അതുകൊണ്ടാണ്

കനിഞ്ഞു പുഞ്ചിരിചിന്നിക്കൊണ്ടെൻ
കണ്ണാ, നർത്തനമാടൂ നീ
കതിരൊളിമിന്നിക്കളരവമിളിതം
ലളിതം നർത്തനമാടൂ നീ
എന്നു പറയാൻ കാളിയന് കഴിയുന്നത്.

കാളിയമർദ്ദനമെന്ന പുരാവൃത്തത്തിന് പുതിയൊരു ദാർശനികമാനം കൈവരുന്നുണ്ട് ഈ കവിതയിൽ. തന്റെ അഹങ്കാരം ശമിപ്പിക്കാനാണ് കൃഷ്ണൻ ആഞ്ഞാഞ്ഞ് നൃത്തം ചവിട്ടുന്നതെന്ന് ഇവിടുത്തെ കാളിയനറിയാം. തന്നിലെ അഹന്തയിൽനിന്ന് മോചനം ലഭിക്കണമെന്ന് കാളിയൻ ആഗ്രഹിക്കുന്നുണ്ട്. ഈ പ്രതീക്ഷയും ആഗ്രഹവുമാണ് കാളിയന്റെ ഊർജ്ജമായി പത്തികളെ കുനിയിക്കാതെ നിർത്തുന്നത്. നാഗരികതയുടെ വിനാശകരമായ വേലിയേറ്റത്തെ ആസൂത്രിതമായ കാല്വെപ്പുകളിലൂടെ മെരുക്കിയെടുക്കാനും ജനങ്ങളുടെ ഇച്ഛാശക്തിക്കനുസരിച്ച് പുതിയൊരു സമൂഹത്തെ രൂപപ്പെടുത്താനും കഴിയുമെന്ന നെഹ്റുയുഗത്തിന്റെ പ്രതീക്ഷാനിർഭരമായ സാന്ത്വനം ഈ കവിതയുടെ പൊരുളാണ്... സംഘട്ടനാത്മകമായ ഏറ്റുമുട്ടലിനെ ഉന്മത്തോത്സവപൂർണവും നിർവൃതിദായകവുമായ ലാസ്യനൃത്തമായി കാണുക വഴി സുഗതകുമാരി തന്റെ അനുഭവത്തിലടങ്ങിയ വിനാശകരമായ സൂചനകളെ പ്രതിരോധിക്കുകയാണെന്ന് ഇ. പി. രാമകൃഷ്ണൻ[2] ഇതിനെ വിലയിരുത്തുന്നത് നേരത്തെ സൂചിപ്പിച്ച വിധേയത്വ മനോഭാവവുമായി ചേർത്തുവായിക്കേണ്ടതാണ്. അങ്ങനെ രക്തംകൊണ്ട് കൃഷ്ണനെ അർച്ചനചെയ്യുന്ന കാളിയൻ നിഷ്കാമസ്നേഹത്താൽ പ്രചോദിതനായി പീഡനത്തിലൂടെ പരമസത്യത്തിനായി ആത്മാഹുതി ചെയ്യുന്ന ഉദാത്ത മനുഷ്യത്വമായി മാറുന്നു.

മതാന്ധകാരം മാറീല, മിഴി
തുറന്നു പൂർണ്ണത കണ്ടീലാ
അറിഞ്ഞു ഞാനെന്നുള്ളോരീ വെറു
മഹന്ത, കണ്ണാ, മാഞ്ഞീലാ
അന്ധതയാലേ പുണരും ജീവിത
ബന്ധനമൊന്നും അഴിഞ്ഞീലാ

മനുഷ്യരാശിയാകമാനം അന്ധതയിലും അഹന്തയിലും അഭിരമിച്ചിരിക്കുകയാണ്. ഉള്ളിലെ അഹന്തയുടെ വിഷം മുഴുവൻ കണ്ണീരായി ശുദ്ധീകരിക്കപ്പെടണമെന്ന് കാളിയന് ആഗ്രഹമുണ്ട്. മനുഷ്യമനസ്സിന്നകത്തു നടക്കുന്ന ആത്മസംഘർഷം തന്നെയാണ് ഈ കാളിയമർദ്ദനം. ദുഃഖത്തെ ആത്മരക്ഷോപാധിയായി കാണുകയാണ് ഇവിടെ കാളിയൻ. നൃത്തത്തിനൊടുവിൽ പത്തി ചതഞ്ഞ് വിഷം കണ്ണീരായി ഒഴുക്കിതീർത്ത് ജീവിതകാമന കൈവിടാതെ ആത്മശുദ്ധീകരണം നടത്തുന്ന കാളിയൻ മനുഷ്യമനസ്സിന്റെ മനോഭാവം തന്നെയാണ്. കൃഷ്ണനൃത്തം അങ്ങനെ ആത്മാവിന്റെ പുനർജ്ജനിയിലേക്ക് നയിക്കുന്നു. 'പഴമയുടെ മേൽ കാലഘട്ടത്തിന്റെ മോഹഭംഗങ്ങൾ സൂപ്പർ ഇംപോസ് ചെയ്തവതരിപ്പിക്കുകയല്ല കവയിത്രി; സ്ഥലകാലാതീത

മായ, എന്നാൽ സ്ഥലകാലങ്ങളിലൂടെ പ്രകടിപ്പിക്കപ്പെടുന്ന അസ്തിത്വത്തിന്റെ അന്തർഭാവത്തെ കവിതയിലേക്ക് ആവാഹിക്കുകയാണ്' ചെയ്യുന്നതെന്ന് സച്ചിദാനന്ദൻ[3] അഭിപ്രായപ്പെടുന്നുണ്ട്. കാളിയൻ ഈ ആത്മപീഡയിൽ സന്തോഷവും സംതൃപ്തിയുമടയുന്നുണ്ട്. പീഡാനുഭവത്തിൽനിന്നു ലഭിക്കുന്ന നിർവൃതി രതിമൂർച്ഛയ്ക്ക് തുല്യമാണെന്ന് മനഃശാസ്ത്രം പറയുന്നു. ഇവിടെ ആത്മശുദ്ധീകരണത്തിലേക്കാണ് കാളിയന്റെ പീഡാനുഭവം ചെന്നെത്തുന്നത്.

'അഹം' എന്ന വിഷമുള്ള മനുഷ്യാത്മാവാണ് ഈ കവിതയിലെ കാളിയൻ. അർപ്പിത ചേതസ്സോടെ മർദ്ദനമേൽക്കാനും കൂടുതൽ ആത്മശുദ്ധീകരണം നേടാനുമുള്ള അടങ്ങാത്ത ആഗ്രഹം കാളിയനുണ്ട്. തന്റെയുള്ളിലെ മദാന്ധകാരവും അഹങ്കാരവും ഭോഗത്തിൽ മുങ്ങിയ ജീവിതബന്ധനങ്ങളും ദുരിതങ്ങളുമെല്ലാം പാടേ നീക്കം ചെയ്യാൻ ഈ ആത്മീയ നടനത്തിനുമാത്രമേ കഴിയൂ എന്ന് കാളിയൻ വിശ്വസിക്കുന്നു. വികാര വിമലീകരണത്തിന് സ്വയം വിധേയനാകുന്ന കാളിയൻ ധാർമ്മികതയുടെ പക്ഷക്കാരനാണ്.

ഏകാന്തതയെ അതിജീവിക്കുവാൻ മനുഷ്യൻ ഈശ്വരനിയന്ത്രണത്തിനു വഴങ്ങിക്കൊടുക്കും. ഈ കീഴടങ്ങലിനുമുമ്പുള്ള ആത്മസംഘർഷമാണ് കാളിയന്റെ ഭാവം. ഭൗതിക ജീവിതത്തോടുള്ള അധമ്യമായ ആഗ്രഹം, എല്ലാമറിയുന്നവനെന്ന ഭാവം, കർമ്മപാശങ്ങളുടെ ബന്ധനം ഇതെല്ലാം ഈ കീഴടങ്ങലിന് തടസ്സം നിൽക്കുന്നു. കാളിയന്റെ മനസ്സിൽ നിന്ന് വാർന്നൊലിക്കുന്ന പാപങ്ങൾ നിറഞ്ഞ കാളിന്ദിയിൽനിന്ന് ഉദാത്തജീവിതത്തിലേക്ക് ആനയിക്കപ്പെടാൻ സമർപ്പിതചേതസ്സുള്ള ഭക്തിഭാവം കൈവരണം. അസ്തിത്വത്തിന്റെ അനിവാര്യമായ കദനങ്ങൾ സഹിക്കുവാനുള്ള കരുത്തുണ്ടാവണം. 'ഉപാസനയാണ് മനുഷ്യജീവിതമെന്നറിയുന്ന കവയിത്രി ഭക്തിയെ ജീവിതശുദ്ധീകരണത്തിനുള്ള ഉപാധിയാക്കുകയാണെന്ന്'[4] ഇത് നിരീക്ഷിക്കപ്പെട്ടിട്ടുണ്ട്.

വിളർന്നകണ്ണീർച്ചോലകളായെൻ
വിഷങ്ങളെല്ലാമലിവോളം

നൃത്തം തുടരാൻ പറയുന്ന കാളിയൻ ദുഃഖത്തിലൂടെ സ്വയം പവിത്രീകരിക്കാൻ അഭിലഷിക്കുന്നു. ഉയർന്ന പത്തികൾ ചവിട്ടിത്താഴ്ത്താൻ ആഗ്രഹിക്കുന്ന കാളിയൻ ലക്ഷ്യത്തിലേക്കുള്ള പ്രയാണത്തിന്- മോക്ഷപ്രാപ്തിയ്ക്ക്- മറ്റൊരു അർത്ഥതലം നൽകുന്നു. മദാന്ധത അകലാതെ ഈശ്വരനെ ദർശിക്കാൻ ആവില്ലെന്നും മോക്ഷത്തിലേക്കുള്ള മാർഗ്ഗം കേവലം ഭക്തിമാത്രമല്ലെന്നും ഉള്ളതാണ് അത്. അഹന്ത ആസ്തിക്യബോധത്തെ കീഴ്പ്പെടുത്തുമ്പോൾ കർമ്മബന്ധങ്ങളുടെ കൊടുംയാതനകൾ അനുഭവിച്ചുതീർക്കേണ്ടതാണെന്നും പീഢിതനായ ഓരോ മനുഷ്യനും ഇത് സനാതനമായ നിയമമാണെന്നും ഉള്ള കാഴ്ചപ്പാട് കാളിയമർദ്ദനത്തിന്റെ പുരാവൃത്തത്തെ പുനർവ്യാഖ്യാനം ചെയ്യുമ്പോൾ സുഗതകുമാരി നൽകുന്നു.

കാളിയമർദ്ദന പുരാവൃത്തം ഇതരകവിതകളിൽ

പ്രമേയത്തോടുള്ള സമീപനവും പരിഷ്ക്കരണവും കവിയുടെ ലക്ഷ്യത്തിനനുസരിച്ചാണ് ഉണ്ടാകുന്നത്. ആധുനിക കവികൾ കാളിയമർദ്ദന പുരാവൃത്തം എടുത്തു പെരുമാറിയിരിക്കുന്നത് ഈ ഒരു തലത്തിലാണ്. വള്ളത്തോളിന്റ 'കർമ്മഭൂമിയുടെ പിഞ്ചുകാൽ'[5] കാളിയമർദ്ദനം നോക്കിക്കാണുന്ന ഒരു അമ്പാടിബാലന്റെ വീക്ഷണത്തിലാണ് അവതരിപ്പിക്കപ്പെടുന്നത്.

ധ്വസ്തഭുവനമാം ദൗഷ്ട്യമേ, നിൻ തല
യെത്രപത്തിയുയർത്തിയാലും
ഇക്കർമ്മഭൂമിതൻ പിഞ്ചുകാൽ പോരുമേ
ചിക്കെന്നതൊക്കെച്ചവിട്ടിത്താഴ്ത്താൻ!

ദുഷ്ടാധികൃത്താൽ അഹങ്കാരിയായ കാളിയനെ ചവിട്ടിത്താഴ്ത്താൻ കർമ്മഭൂമിയുടെ പിഞ്ചുകാൽ കണ്ടെത്തുകയാണ് കവി. സ്വാതന്ത്ര്യ സമരത്തിന്റെ പശ്ചാത്തലത്തിലാണ് ഈ പുരാവൃത്ത ദർശനം പ്രസക്തമാകുന്നത്. സമരത്തിന് കർമ്മവീര്യം പകരാൻ ഈ കവിതയ്ക്ക് കഴിഞ്ഞു.

കടത്തനാട്ട് മാധവിയമ്മയുടെ 'കാളിയമർദ്ദന'ത്തിൽ അഹങ്കാരത്തിന്റെ പത്തിമേൽ ഏതോ അധീശശക്തി നൃത്തം ചെയ്യുന്ന ആശയമാണുള്ളത്. തന്നിലെ അഹന്തയെ നശിപ്പിക്കാനുള്ള അർത്ഥനയാണ് ഇവിടെയും കാളിയനുള്ളത്. കെ. വി. തിക്കുറിശ്ശിയുടെ 'കാളിയമർദ്ദന'ത്തിൽ ഫണങ്ങൾ മിഥ്യാബോധത്തിന്റെയും കാകോളം അപവാദത്തിന്റെയും പ്രതീകമായി മാറുന്നു. 'കാളിയൻ'എന്ന കവിതയിൽ എസ്. കെ. മാരാർ അഹന്ത നൽകിയവൻതന്നെ അഹന്ത ശമിപ്പിക്കുന്നതിലെ വൈരുദ്ധ്യം കണ്ടെത്തുകയാണ്.

സച്ചിദാനന്ദന്റെ 'ഇന്ത്യൻ സ്കെച്ചുകൾ'[6] എന്ന കവിതയിലെ 'മൂന്നുപേർ പാടുന്നു' എന്ന ഭാഗത്ത് ആധുനിക കാളിയമർദ്ദനത്തിന്റെ ദയനീയചിത്രം ബിംബരൂപേണ അവതരിപ്പിക്കുന്നു.

പട്ടിണിയുടെ കറുത്ത പത്തുണ്ണികൃഷ്ണന്മാർ
ഹാർമോണിയക്കട്ടകളുടെ പത്തികളിൽ നൃത്തം ചെയ്യുന്നു.
നെഞ്ചുപറിഞ്ഞ ഹാർമോണിയം
ചോരതുപ്പുന്ന വേദനയോടെ സംഗീതം വമിക്കുന്നു.
അവൻ തേങ്ങുന്നു ഞെരങ്ങുന്നു.

പട്ടിണികൊണ്ട് ദുരിതമനുഭവിക്കുന്ന ആധുനിക ഇന്ത്യക്കാരന്റെ തെരുവുഗാനം പുതിയ കാളിയമർദ്ദനമായി മാറുന്നത് ഹാർമോണിയത്തിലാണെന്നുമാത്രം. വർത്തമാനകാലത്തിന്റെ ദൈന്യതയെ ചിത്രീകരിക്കാനാണ് സച്ചിദാനന്ദൻ ഈ പുരാവൃത്തബിംബം സ്വീകരിച്ചിരിക്കുന്നത്.

ഗജേന്ദ്രമോക്ഷം – ആസ്തിക്യബോധത്തിന്റെ കവിത

പാണ്ഡ്യരാജാവായ ഇന്ദ്രദ്യുമ്നൻ വിഷ്ണുഭക്തനായിരുന്നു. വാർദ്ധക്യത്തിൽ രാജ്യകാര്യങ്ങൾ പുത്രരെ ഏൽപ്പിച്ച് മലയാദ്രിയിൽ പോയി തപസ്സു ചെയ്തു. ഒരിക്കൽ ധ്യാനത്തിലിരിക്കുന്ന സമയത്ത് അവിടെ കടന്നുവന്ന അഗസ്ത്യമുനിയുടെ ആഗമനം അദ്ദേഹം അറിഞ്ഞില്ല. കോപിഷ്ഠനായ മുനി രാജാവ് ആനയായിത്തീരട്ടെ എന്നു ശപിച്ചു. ഭൃത്യന്മാരിൽ നിന്ന് വാർത്തയറിഞ്ഞ രാജാവ് അഗസ്ത്യനോട് ശാപമോക്ഷം യാചിച്ചു. വിഷ്ണുഭക്തനായ ഒരാനയായി അനേകവർഷം വനത്തിൽ കൂടി സഞ്ചരിക്കുമെന്നും ഒരിക്കൽ വിഷ്ണു അവതരിച്ച് ആനയെ തലോടുമ്പോൾ മോക്ഷം ലഭിക്കുമെന്നും അഗസ്ത്യൻ ശാപമോക്ഷം കൊടുത്തു. അങ്ങനെ ത്രികൂടപർവ്വതത്തിൽ ആനയായി കാടുകൾ കുത്തിമറിച്ച് കഴിയവെ ദേവലൻ എന്ന മുനിയാൽ ശാപഗ്രസ്തമായ 'ഹൂ ഹൂ' എന്ന ഗന്ധർവ്വൻ മുതലയായിക്കഴിയുന്ന സരസ്സിൽ എത്തിച്ചേർന്നു. സരസ്സിലിറങ്ങിയ ആനയുടെ കാലിൽ മുതല പിടിച്ചു. ആയിരം വർഷം അവരുടെ മൽപ്പിടിത്തത്തിനിടയിൽ കഴിഞ്ഞുപോയി. ആനയുടെ ശക്തി ക്ഷയിച്ചുവന്നു. ജലോപരിതലത്തിൽ താണുകൊണ്ടിരിക്കെ അത് വിഷ്ണുവിന് താമരയർപ്പിച്ചുകൊണ്ടിരുന്നു. അതോടെ വിഷ്ണു പ്രത്യക്ഷപ്പെട്ട് ആനയ്ക്കും മുതലയ്ക്കും ശാപമോക്ഷം നൽകി. ഈ പുരാവൃത്തത്തിന്റെ പുനരാഖ്യാനമാണ് സുഗതകുമാരിയുടെ 'ഗജേന്ദ്രമോക്ഷം' എന്ന കവിത.[7]

ആത്മനിന്ദയുടെയും ആത്മാഹുതിയുടെയും കവിതയാണ് ഗജേന്ദ്രമോക്ഷം. ആനയുടെ വേദന കവിയുടെ വേദനയായി മാറുന്നുണ്ട് കവിതയിലുടനീളം.

> ഇനിവയ്യെന്നുടയോനേ! തുമ്പി
> ക്കരമിതിലെത്തുവതോളം പൂക്കൾ
> നിറഞ്ഞമനസ്സോടഴലോടുനിന്നെ
> വിളിച്ചർപ്പിച്ചേ നിന്നലെയോളം
> ഒരു താമരമലർകൂടിപ്പുലരിയി
> ലരികെത്തന്നെ വിരിഞ്ഞു, നിണവും
> മിഴിനീരും പാഴ്ച്ചെളിയും ചേർന്നു
> കലങ്ങിയിരുണ്ടു കഴിഞ്ഞ ജലത്തിൽ
> താരിതുമാമകഹൃദയം, വീണിതു
> ചേരട്ടേ നിൻ തൃച്ചേവടിയിൽ
> പാപശിലാകൂടത്തിനുമുയിരാം
> കാരുണ്യത്തിൻ തൃച്ചേവടിയിൽ.

അറിയാത്ത ഭയങ്ങൾ ആഴങ്ങളിലേക്കു വലിക്കുന്ന ആത്മവേദനയുടെ തീവ്രതയിൽ ഈശ്വരവിശ്വാസം സാക്ഷാൽക്കാരത്തിലെത്തിക്കുന്ന മനുഷ്യമനസ്സാണ് ഗജേന്ദ്രനിലൂടെ കവി അനാവരണം ചെയ്യുന്നത്. ബ്രഹ്മാനന്ദത്തിന്റെ അവസ്ഥയിലേക്ക് നീളുന്നതാണ് അന്ത്യം. തളർന്ന തുമ്പിക്കൈ എന്തിനോവേണ്ടി തിരയുമ്പോൾ തന്നെവന്നു പൊതിയുന്ന ഹരിചന്ദന പരിപാവന ഗന്ധത്തിൽ നിസ്സർഗ്ഗലയം

കൊള്ളുന്ന ഗജേന്ദ്രൻ നിസ്സഹായനായ മനുഷ്യന്റെ പ്രതീകമാണ്. അനുനിമിഷം മരണത്തിന്റെ അഗാധതയിലേക്ക് താണുകൊണ്ടിരിക്കുന്ന ജീവാത്മാവിന്റെ നിസ്സഹായതയെ കവി ചിത്രീകരിക്കുന്നത് ഇങ്ങനെയാണ്.

തീയോ വന്നു പിടിച്ചു കാലിൽ?
ക്രൂരം മൃതിയോ? താഴെത്താഴേ-
ക്കാഴുന്നോ ഞാൻ? അലറിക്കൊണ്ടു
ക്കുടഞ്ഞേൻ കാടും നടുങ്ങും വണ്ണം.

മനുഷ്യൻ പ്രകടിപ്പിച്ച ഗുരുനിന്ദ അവനുപോലും മനസ്സിലാകാത്ത ശാപത്തിന്റ കാർക്കശ്യമുള്ള നിഴലായി പിൻതുടരുമ്പോൾ അവൻ പ്രതിഷേധമില്ലാത്തവനായി മാറുന്നു. പിറകോട്ടുപോകുന്ന സ്മൃതിയിൽ തരുനിരകുത്തിമറിച്ച് കൂത്താടിയ ആഹ്ലാദവായ്പ്പിന്റെ കാലം മായാതെ നിൽക്കുന്നു. മരണത്തെ മുഖാമുഖം കാണുമ്പോൾ ഭൂതകാലത്തിലേക്ക് മനസ്സ് പായുന്നത് സ്വാഭാവികം മാത്രം. മൃതിയും ജീവിതരതിയും തമ്മിൽ സംഘട്ടനത്തിലേർപ്പെടുമ്പോൾ നിസ്സഹായമായി നിലവിളിക്കുകയാണ് ജീവിതം.

ഒരു ചുവടേറാനായി, വീണ്ടും
പുറകോട്ടാഴുകയല്ലോ, കുതറി
ക്കയറാനാഞ്ഞു, വീണ്ടും മറിയുക
യായീ, മുന്നോട്ടായുകയായീ
വീണ്ടും താഴുകയായീ! കാലിൽ
ഞെരിഞ്ഞീടുന്നു തീമല, രാഗോ
ല്കണ്ഠിതർ, കരിണികൾ കൂടി കണ്ണീർ
വാർത്തുകരഞ്ഞു തുണച്ചീടുന്നു.

ദുരന്താനുഭവങ്ങളിൽ ഒറ്റപ്പെട്ടുപോകുന്ന ആധുനിക മനുഷ്യന്റെ വ്യഥ കവിതയിൽ ആവിഷ്കൃതമാവുന്നുണ്ട്.

കടലായ് പൊയ്ക, യിരമ്പീകാടുകൾ,
കഠിനം നീണ്ടു ദിനരാത്രങ്ങ
ളിരുണ്ടു, പിന്നെപ്പിന്നെത്തുണയായ്
നീണ്ട മഹാഹസ്തങ്ങളയഞ്ഞു
പിൻകാലിന്മേൽ പല്ലുകളാഴ്ത്തി
വലിച്ചു വലിച്ചാഴ്ത്തീടും ഭീതിയൊ
ടിഞ്ചിഞ്ചായ് തോല്ക്കുമ്പോൾ, താഴ്ന്നു
തുടങ്ങുമ്പോൾ ഓർമ്മിച്ചേൻ നിന്നെ!

ഇവിടെ മുതല ആധുനിക കാലത്തിന്റെ പ്രതീകമായും ആന ആധുനിക മനുഷ്യനായും മാറുന്നു. രക്ഷപ്പെടലിനായി പ്രത്യയശാസ്ത്രങ്ങളടക്കമുള്ള പലതിനെയും മനുഷ്യൻ ആശ്രയിക്കുന്നു. നിസ്സഹായരായ ആൾക്കൂട്ടങ്ങൾ ചുറ്റുമുണ്ടെങ്കിലും അവസാന ആശ്രയം ഈശ്വരൻ തന്നെയാകുന്നു. കാളിയനെപ്പോലെ ഗജേന്ദ്രനും മനുഷ്യമനസ്സിന്റെ ഭാവങ്ങളുടെ പ്രതീകമായി മാറുന്നു.

ചുടുകണ്ണീരൊടു പാർഷതിയൊന്നു
വിളിക്കെയുഴറ്റൊടണഞ്ഞോനേ, നീ
യെവിടെ? വിളിച്ചു വിളിച്ചു തളർന്നേ
നെവിടെപ്പോയ് നീയെന്നുടയോനേ?

ആപൽഘട്ടങ്ങളിൽ എപ്പോഴും മനുഷ്യമനസ്സ് ഈശ്വരനെ തിരയുന്നു. ഉഴറിവിളിക്കുന്നു. ആധുനിക മനുഷ്യൻ ജീവിതത്തിന്റെ നിലകിട്ടാകയങ്ങളിൽ മുങ്ങിത്താഴുമ്പോൾ തുണയായിവരേണ്ടവൻ എവിടെപ്പോയെന്ന് കവി ചോദിക്കുന്നു. ആധുനിക മനുഷ്യന്റെ അഹന്തയും ശക്തിയും പ്രകൃതിശക്തിയുടെ മുന്നിലും ജീവിതപ്രതിസന്ധികളിലും ദുർബ്ബലമായി പോകുന്നു. ഗജേന്ദ്രനെപ്പോലെ അജ്ഞതയുടെ ലോകത്ത് അഹങ്കാരത്തോടെ വിഹരിച്ച് യഥാർത്ഥ സത്തയെ തിരിച്ചറിയാതെയാവുമ്പോൾ ശാശ്വതസത്യം തേടിയുള്ള യാത്ര ആധുനികമനുഷ്യന്റെ പ്രതിരോധമാർഗ്ഗമാണ്. ഇതിനായി ഈശ്വരന്റെ പരമചൈതന്യത്തെ ഉപാസിക്കുന്ന കവിയുടെ അന്തർഭാവങ്ങൾ തനതായ ബിംബകല്പനകളിലൂടെ പുരാവൃത്തത്തിൽ സമർത്ഥമായി സന്നിവേശിപ്പിച്ചിരിക്കുന്നു.

ഓളമടങ്ങീ പൊയ്ക, ചുവന്നു
കലങ്ങിയിരുണ്ട വിശാലതയിങ്ക
ലലഞ്ഞു നടക്കും പൂക്കൾ, നടുക്കൊരു
താഴും തുമ്പികയ്യുടെയഗ്രം
ചുഴലുകയല്ലോ ചൂഴുവതെന്തോ
തിരയുകയല്ലോ, തുമ്പിക്കരമിതു
വിറകൊള്ളുന്നൂ! വായുവിലാഹാ!!
ഹരിചന്ദന പരിപാവനഗന്ധം!

ആത്മബോധത്തിന്റെ മുഖ്യധർമ്മങ്ങളിലൊന്നായി വർത്തിക്കുന്ന ആസ്തിക്യബോധം ആദിരൂപങ്ങളോടും പുരാവൃത്തത്തോടും ബന്ധപ്പെടുത്തി അനുഭൂതി സൃഷ്ടിക്കുന്ന കാഴ്ച സുഗതകുമാരിയുടെ കവിതകളുടെ പ്രത്യേകതയാണ്. പീഡിപ്പിക്കപ്പെടുന്നതിലും വിധേയത്വത്തിലും ആനന്ദം കണ്ടെത്തുന്ന കവിമനസ്സാണ് അവരുടേത്. യുക്തിചിന്തയുടേയും ശാസ്ത്രീയവബോധത്തിന്റെയും കാലത്ത് ജീവിക്കുമ്പോഴും ശക്തമായ അന്തർധാരയായി ഇത് അവരുടെ രചനകളിൽ പ്രത്യക്ഷപ്പെടുന്നു. മിക്ക കവിതകളിലും നിറഞ്ഞുനിൽക്കുന്ന ഭാവം ദുഃഖമാണ്. ദുഃഖത്തിൽ നിന്നുള്ള മോചനത്തിനായാണ് പുരാവൃത്തങ്ങളെയും ആദിരൂപങ്ങളെയും കൂട്ടുപിടിക്കുന്നത്.

കണ്ടുവിരഞ്ഞെൻ സോദരർ നീട്ടിയ
തുമ്പികയ്യുകൾ നിരസിച്ചുദ്ധത
മെന്റെ കരുത്തലുറച്ചേ പൊരുതു
ന്നളവിലു, മോർത്തീലല്ലോനിന്നെ

എന്നത് പശ്ചാത്താപത്തിന്റെ സന്തതിയാണ്. മൃത്യുഭയത്തിൽ നിന്നും പാപബോധത്തിൽ നിന്നും ഉയിർക്കൊണ്ട ആസ്തിക്യചിന്തയാണ് ഭയാശങ്കയിലും പശ്ചാത്താപത്തിലും നിഴലിക്കുന്നത്. തന്റെ

ജീവിതാന്ത്യം അടുത്തുവരാറായെന്ന തിരിച്ചറിവിലാണ് ഏക പ്രതീക്ഷ ഭഗവാനിലർപ്പിക്കുന്നത്. ഈ കവിതയിലെ ആനയെ മനുഷ്യനായും മുതലയെ മരണമായും പൊയ്കയെ ലൗകികജീവിതമായും കണ്ടാൽ എല്ലാ സുഖസമൃദ്ധികളോടുംകൂടി ലൗകിക ജീവിതമാസ്വദിച്ചുകൊണ്ടിരിക്കെ കൂടുതൽ സുഖഭോഗങ്ങളിലേക്ക് വശീകരിക്കപ്പെട്ട് ഉഴലുന്ന മനുഷ്യനിൽ അതിനിടയിൽ കൈമോശം വന്ന ഈശ്വരചിന്ത മരണമെന്ന മുതല മുക്കിക്കൊല്ലുമെന്ന് ഉറപ്പായപ്പോൾ ഉണരുന്നതാണെന്ന നിഗമനത്തിലെത്താം.

മരണഭയം ജനിപ്പിക്കുന്നതുവരെ പൊയ്ക വശ്യമനോഹരവും ആഹ്ലാദദായകവുമായിരുന്നു.

ആകെക്കുളിരു തളിക്കുവതായി
യിളം കാറ്റിൻചുരുൾ വീശുവതായി
ഷാതിക്കണ്ണു മിഴിക്കും തണ്ണീർ
ത്താരുകൾ മുഗ്ദ്ധമുയർത്തുവതായി-
ഒന്നുവിളിച്ചേൻ മദമോ, ടലസം
ചെന്നാ നീറ്റിലിറങ്ങീ, മുന്നിൽ
പൊന്നല തള്ളിക്കേറീ, പേടി
ച്ചകലുകയായ് നറുമലരുകളെല്ലാം!

പക്ഷേ മരണാസന്നനാകുമ്പോൾ അത് ഇരുട്ടും വേദനയും ചൂഴ്ന്ന ഗർത്തമായി അനുഭവപ്പെടുന്നു.

താഴെയിരുട്ടും നോവും ചൂഴലും
ജീവിതഗർത്തഗംഭീരാവർത്തം

എന്നാണ് ഇതിനെ വിശേഷിപ്പിക്കുന്നത്. ഉന്നതിയിൽനിന്നുള്ള വീഴ്ച അപ്രതീക്ഷിതവും കയ്പേറിയതുമായി മാറുന്നു. അഹങ്കാരത്തെക്കുറിച്ചുള്ള തിരിച്ചറിവ് പാശ്ചാത്താപ വിവശനാക്കി ആനയെ മാറ്റുന്നു. അങ്ങനെ പാപബോധം നീറ്റുന്ന ആസ്തികചേതനയായി ആന രൂപാന്തരപ്പെടുന്നു. ഈ പാപബോധത്തിന് ശക്തി പകരാൻ

പാപശിലാകൂടത്തിനുമുയിരാം
കാരുണ്യത്തിൻ തൃച്ചേവടിയിൽ-
എന്നിങ്ങനെ അഹല്യയുടെ പുരാവൃത്തവും.
ചുടുകണ്ണീരോടു പാർഷതിയൊന്നു
വിളിക്കെയുഴറ്റൊടണഞ്ഞോനേ

എന്നിങ്ങനെ പാഞ്ചാലിവസ്ത്രാക്ഷേപവും സൂചിപ്പിക്കുന്നു. രണ്ടു കഥകളിലേയും നായകൻ രക്ഷകനാണ്- ഒന്ന് രാമനും മറ്റൊന്ന് കൃഷ്ണനും. പശ്ചാത്താപത്തിലൂടെ ശാപമോചനം നേടുന്ന, ആത്മവ്യഥയിലൂടെ ശാന്തിയിലെത്തിച്ചേരുന്ന ആസ്തിക്യമനസ്സിനെ അനാവരണം ചെയ്യാൻ ഗജേന്ദ്രമോക്ഷത്തിന് ഈ പുരാവൃത്തങ്ങൾകൂടി സഹായകമാകുന്നു. ഈശ്വരചിന്തയെ പാടെ മറന്നതിലുള്ള പശ്ചാത്താപബോധവും, പരാജയബോധത്തിൽ നിന്നുയർന്ന ഈശ്വരചിന്തയും അത് കൈവരിക്കുന്ന ആത്മസമർപ്പണവും ഈശ്വരസാന്നി

ദ്ധ്യത്തോളമെത്തുന്ന കാഴ്ചയാണ് സുഗതകുമാരിയുടെ ഗജേന്ദ്ര മോക്ഷം എന്നു പറയാം.

മരണത്തിന്റെ വായിലകപ്പെട്ട കവി കുഞ്ഞിരാമൻനായരുടെ താമരപ്പൂപോലെയുള്ള വാക്കുകൾ നിളയുടെ ഹൃദയത്തിൽനിന്ന് ഗദ്ഗദം പോലെ പുറത്തുവന്നതായി ഇതേ പുരാവൃത്തബിംബം ഉപയോഗിച്ച് സച്ചിദാനന്ദൻ 'രണ്ടാം വരവ്''[8] എന്ന കവിതയിൽ സങ്കൽപ്പിക്കുന്നു.

നോക്കിയിരിക്കെ കുമിളകൾ പൊന്തുന്നു
കേൾക്കുന്നു ഗദ്ഗദം, പിന്നെ പുഴയ്ക്കുമേൽ
പൂക്കുന്നു വാക്കുകൾ...
ഏതോ മുതലതൻ വായിലകപ്പെട്ടു
പോയ ഗജേന്ദ്രന്റെ തുമ്പിയിൽ നിന്നൊരു
താമര നീളുന്നതുപോലെ.

ഭൂമിയിലെ ജീവിതത്തിൽനിന്ന് കവിയ്ക്ക് കാലം ശാപമോക്ഷം നൽകുമ്പോൾ ആസ്വാദകനായി കവി നീട്ടിയ കവിതയാകുന്ന താമരപൂവ് അവശേഷിക്കുന്നു. കുഞ്ഞിരാമൻനായരുടെ കവിത കാലാതിവർത്തിയായി ശേഷിക്കുമെന്നു സൂചിപ്പിക്കാനാണ് സച്ചിദാനന്ദൻ ഈ പുരാവൃത്തബിംബം ഉപയോഗിച്ചിരിക്കുന്നത്.

ഏദനിൽനിന്ന്- പറുദീസാ നഷ്ടത്തിന്റെ കഥ

അറിവിന്റെ കനിതിന്നതിന് പറുദീസയിൽനിന്ന് പുറത്താക്കപ്പെട്ട ആദം എക്കാലത്തേയും ഒരു പുരാവൃത്ത സങ്കല്പമാണ്. മനുഷ്യൻ നടത്തിയ ഒന്നാമത്തെ നിയമലംഘനവും അതു വരുത്തിവെച്ച ദുരിതഫലങ്ങളും ആണ് ഈ പുരാവൃത്തത്തിന്റെ അടിസ്ഥാനം. പറുദീസയിൽനിന്ന് പുറത്താക്കപ്പെട്ട ആദം തന്റെ പ്രണയിനിയോട് നടത്തുന്ന ആത്മനിവേദനമാണ് സുഗതകുമാരിയുടെ 'ഏദനിൽനിന്ന്''[9] എന്ന കവിത. ആദ്യ പ്രലോഭനവും പതനവും പാപഭാരമായി മനുഷ്യനെ ഏക്കാലവും പിൻതുടർന്നിട്ടുണ്ട്. ഈ നിയമലംഘനത്തെക്കുറിച്ചുള്ള ബോധം മനുഷ്യന്റെ ധാർമ്മിക പ്രേരണയുടെ ബോധഘടകത്തെ നിയന്ത്രിക്കുന്ന ഒന്നാണ്. സുഗതകുമാരിയാകട്ടെ പാപചിന്തയെ ഒഴിച്ചുനിർത്തി ഉൽപ്പത്തിക്കഥയെ സമീപിച്ചിരിക്കുന്നു. പറുദീസ വിട്ട് പുറത്തുകടക്കുന്ന വേളയിൽ ആദത്തിന്റെ ചിന്തകളിൽ കുറ്റബോധം അനുഭവപ്പെടുന്നില്ല.

ഇടംപൊയ്പോയ വിണ്ണിന്റെ
പൊന്നണിപ്പടവൂടെ നാം
നടന്നൂ, ദുഃഖിതൻ ഞാനു-
മോമനേ, നിൻ നിരാശയും,
ആരോതല്ലുകയാൽ പൊട്ടി
ച്ചതയും ഫണവും കുനി-
ച്ചാകുലം തേങ്ങിയും തേങ്ങി-
യിഴഞ്ഞും നിന്റെ തോഴനും.

ആദം അജ്ഞാതമായ അനുഭവമണ്ഡലങ്ങൾ തേടിയുള്ള തന്റെ യാത്ര ആരംഭിക്കുന്നത് ദൈവം കനിഞ്ഞുനൽകിയ വാസസ്ഥലത്തു നിന്ന് പുറത്താക്കപ്പെട്ടതുമൂലമാണ്. ദേവകല്പന മേഘങ്ങളിൽ വെള്ളി ടിപോലെ മാറ്റൊലികൊണ്ടപ്പോൾ അനുഭവപ്പെട്ട ഭയവും അമ്പരപ്പും നീങ്ങുമ്പോൾ, കാലത്തിന്റെ അനന്തതയിൽ, സ്ഥലത്തിന്റെ അപാര തയിൽ, പകച്ചുനിന്നിരുന്ന അയാൾക്ക് സ്വാതന്ത്ര്യത്തിന്റെ ഉത്തരവാ ദിത്തം തന്നിൽ പതിച്ചിരിക്കുന്നതായി തിരിച്ചറിവുണ്ടാകുന്നു. തന്നെ കാത്തിരിക്കുന്ന വെല്ലുവിളികളുടെ ഗാംഭീര്യം അയാളെ നിശ്ചയ ദാർഢ്യത്തോടെ മുന്നോട്ടുനീങ്ങുവാൻ പ്രേരിപ്പിക്കുന്നു. നിത്യമായ ജന്മഗൃഹത്തിൽനിന്ന് നിഷ്കാസിതനായ ആദിപിതാവിന്റെ മുന്നോ ട്ടുള്ള കാൽവെപ്പുകൾ പതിഞ്ഞതാണെങ്കിലും ഇടറാത്തതാണ്.

ആദത്തിന്റെയും ഹവ്വയുടെയും മുന്നോട്ടുള്ള യാത്രയിൽ പാപ ത്തിന്റെ മനോഹരമായ ഉടൽപൂണ്ട സർപ്പം ഇണപിരിയാതെ കൂടെ യുണ്ട്. നിഴൽപോലെ ഹവ്വയെ പിൻതുടരുന്ന തോഴൻ എന്നാണ് ആദം സർപ്പത്തെ വിശേഷിപ്പിക്കുന്നത്. ഒച്ചയില്ലാതെ അകമ്പടി സേവി ക്കുന്ന കരിനാഗം ഹവ്വയിൽ ഉണർത്തുന്ന സഹാനുഭൂതിയുടെ സ്പ ന്ദനങ്ങൾ കവിതയിൽ കാണാം.

എങ്കിലും "പാവ"മെന്നാവൻ–
പാമ്പിൻപത്തി തലോടവേ
മന്ദഹാസത്തിലൂടെന്നെ–
സ്സാരമില്ലെന്നുണർത്തവേ
ആദ്യവേദനയിൽത്തന്നെ–
യാദ്യമാം ദയപൂത്തതും
ആദ്യദുഃഖത്തിലൂടുള്ളം
രണ്ടുമൊന്നായലിഞ്ഞതും
അറിഞ്ഞേൻ വിശ്വജേതാവായ്
നിവർന്നേൻ, നിന്റെ കൈത്തലം
തളർന്നീടാത്ത കൈയാലേ
പേറിനേൻ ദൃഢനിശ്ചയൻ.

സർപ്പമായിവന്ന സാത്താനെ മെരുക്കുന്ന സ്നേഹത്തിന്റെ ആദ്യ പാഠമാണിത്. അനുഗ്രഹങ്ങൾ വർഷിച്ച മഹാശക്തി ജീവിതത്തിൽ നിന്ന് അപ്രത്യക്ഷമായിട്ടും ഇണയോടുള്ള സ്നേഹംകൊണ്ടും പ രസ്പരധാരണ കൊണ്ടും ആ ശൂന്യത നിറയ്ക്കപ്പെട്ടു. ദയയെന്ന വികാരം ആദ്യമായി ഹവ്വയിൽ നാമ്പിടുന്നതും പാമ്പിന്റെ സാന്നി ദ്ധ്യത്തിലാണ്. അങ്ങനെ ദാമ്പത്യപ്രണയം ആർദ്രമധുരസംഗീതമാ വുന്നു.

പൊങ്ങിയും താണുമുള്ളൊരി–
ഷാത, കണ്ണീരൊഴുക്കുകൾ
നിന്നിളം കൈത്തലം, മാർഗ്ഗം
കാട്ടുവാൻ നിന്റെ തോഴനും!

അറുതിയില്ലാത്ത അലച്ചിലെന്ന ശിക്ഷ ഏറ്റെടുത്ത് നടന്നുനീങ്ങുന്ന ആദത്തിന് തന്നെയും തന്റെ വംശത്തെയും കാത്തിരിക്കുന്ന ഭാഗധേയത്തെക്കുറിച്ച് വ്യാമോഹങ്ങളൊന്നുമില്ല. സ്വന്തം വിയർപ്പിനെ ഉപ്പാക്കിമാറ്റി ഉപജീവനം നടത്തേണ്ടിവരുമെന്നും ക്രൂരതയും പകയും മൂത്ത് ഭൂമിയിൽ ചോരക്കറ ഒഴുക്കേണ്ടിവരുമെന്നും ആദം ദീർഘദർശനം ചെയ്യുന്നു.

ഇതോ നൊമ്പര, മീ മന്നി-
ന്നമ്മയാകേണ്ട പാവമേ,
പിതാവും ഗേഹമാം വിണ്ണും
പുറം തള്ളിയ ദുഃഖമേ,
ഇതോ വേദന, യാദ്യത്തെ
ക്കൊലയാളിയെ, യാദ്യനാം
ഹതനെ, പെറ്റു പാലൂട്ടി
വളർത്തേണ്ടും ഹൃദന്തമേ?

ഇത്തരം ദുഃഖങ്ങളെല്ലാം പേറാൻ വിധിക്കപ്പെട്ടവളാണ് ഭാവിയിൽ ഹവ്വയെന്ന് സാരം. പരിത്യക്തയാകുന്നതിനോടൊപ്പം പതനങ്ങളുടെയും ക്രൂരതകളുടെയും പിൻതുടരലും സ്ത്രീയെ പീഢിപ്പിച്ചുകൊണ്ടിരിക്കുന്നു എന്ന് കവി വെളിപ്പെടുത്തുന്നു.

നീണ്ടരാവുക, ളോട്ടേറെ
നീണ്ടതാം പകൽവേളകൾ
നീണ്ടനീണ്ടൊരു ദുഃസ്വപ്നം
പോലെയാം മർത്ത്യജീവിതം

അതിൽ പൊങ്ങിയും താണും മുന്നോട്ടുപോകുമ്പോൾ പരസ്പരസഹായത്തിന്റെ ആവശ്യകത ഉരുത്തിരിയുന്നു. വിവാഹത്തെ തുടർന്ന് തറവാട്ടിൽനിന്ന് വേറിട്ട് പോയ ദമ്പതികൾ പരസഹായം കൂടാതെ അദ്ധ്വാനിച്ച് വിളയിറക്കി ഭൂമിയിൽ സ്വർണ്ണം വിളയിക്കുകയും പരസ്പരം സുഖദുഃഖങ്ങൾ പങ്കിടുകയും ചെയ്യുന്നതിന്റെ അർത്ഥതലമായി ഈ കവിത മാറുന്നുണ്ട്.

അറിവിന്റെ കനിതിന്നേണ്ടിവന്ന ഓരോ മനുഷ്യനും ജനിമൃതികളും സുഖദുഃഖങ്ങളും ഏറ്റുവാങ്ങാൻ വിധിക്കപ്പെട്ടവരാണ്. സുഖദുഃഖങ്ങൾ പങ്കിടുന്നതിലൂടെ ആദം വിശ്വജേതാവായി മാറുകയും ഹവ്വയുടെ കൈത്തലം പിടിച്ച് മുന്നേറുകയും ചെയ്യുന്നു.

സുഗതകുമാരിയുടെ കവിതയിലെ ആദവും ഹവ്വയും പാമ്പും കനിതിന്നതിന്റെ ഉത്തരവാദിത്വത്തിന് പരസ്പരം പഴിചാരുന്നില്ല. ഏദനിലെ സൗവ്വർണയുഗം മിന്നൽ വാൾ ധരിച്ച കാവൽ മാലാഖയുടെ പിടിയിലമർന്നപ്പോൾ കേവലം മൺകട്ടകളാണെന്ന യാഥാർത്ഥ്യത്തോട് വേഗം ഇഴുകിച്ചേരലാണ് കർത്തവ്യമെന്ന് ആദം ഹവ്വയെ ഉദ്ബോധിപ്പിക്കുന്നു.

ഇക്കരിമ്പാറ ചിന്നുന്ന
ഭൂവിൻമാർത്തട്ടിലാണു ഞാൻ

വിത്തിറക്കേണ, മെൻ വേർപ്പാ-
ലീ മണൽക്കാടുയിർക്കണം.

....

മിഴിതാഴ്ത്തുക, കാല്ക്കീഴി-
ലമരും പൊടിമണ്ണിലേ
മിഴിചേർക്കു; കിതേ നമ്മൾ-
ക്കാശ്രയം, ജീവിതം, ലയം.

അങ്ങനെ മനുഷ്യാ നീ മണ്ണാകുന്നു എന്ന വചനത്തോട് അവൻ ഇഴുകിച്ചേരുന്നു. വർണ്ണാഭമായ ഭൂതകാലത്തെ മറക്കുന്നതിലൂടെ നഷ്ടസ്വർഗ്ഗവിലാപം അവസാനിക്കണമെന്നും പരസ്പരം ആശ്വസിപ്പിക്കാനും ആശ്വാസം പകരാനും സുഖങ്ങൾ തൃജിക്കണമെന്നും അത്തരക്കാർക്കുമാത്രമെ ഈ കർമ്മഭൂമിയിൽ വിജയം വരിക്കാൻ കഴിയുകയുള്ളുവെന്നും ഈ പുരാവൃത്തത്തിന്റെ പുനർവ്യാഖ്യാനത്തിലൂടെ സുഗതകുമാരി വെളിപ്പെടുത്തുന്നു.

അറിവിൻ കനി തിന്നോനാ-
ണിവൻ, ദുഃഖസുഖങ്ങളും
മൃതിയും ജന്മവും നെഞ്ചാൽ
താങ്ങുവാനർഹനായവൻ

അറിവിന്റെ കനിതിന്ന് നന്മതിന്മകളെ അറിയാൻ തക്കവണ്ണം ദൈവത്തിനെപ്പോലെ ആയ മനുഷ്യനുമുന്നിലാണ് വർത്തമാനകാലം വെല്ലുവിളി ഉയർത്തുന്നത്. അതിനെ നേരിടാനുള്ള കരുത്ത് ''ജീവിതം മുന്നിൽ ഓമനേ വിണ്ണ് നിന്നിലും'' എന്ന മുദ്രാവാക്യത്തിൽ കൊരുത്തിട്ടിരിക്കുന്നു. സ്ത്രീപുരുഷബന്ധത്തിന്റെ ഐക്യം സമ്മാനിക്കുന്ന കരുത്ത് പുതിയ സ്വർഗ്ഗങ്ങളെ സൃഷ്ടിക്കാൻ അവനെ പ്രാപ്തനാക്കുമെന്ന വിശ്വാസപ്രഖ്യാപനമാണ് ഈ പുരാവൃത്ത പുനർവ്യാഖ്യാനം.

ഏദൻ പുരാവൃത്തം ഇതരകവിതകളിൽ

നഷ്ടസ്വർഗ്ഗത്തെക്കുറിച്ച് ഓണത്തെപോലെയുള്ള ക്രിസ്തീയ പുരാവൃത്തമാണ് ഏദൻ. ആദിമമനുഷ്യനും അവന്റെ വാരിയെല്ലിൽ നിന്നും ദൈവം സൃഷ്ടിച്ച ഹവ്വയ്ക്കും വേണ്ടി ദൈവം നൽകിയ സ്വർഗ്ഗതുല്യമായ വാസസ്ഥലമാണ് ഏദൻതോട്ടം. എല്ലാ അനുഗ്രഹങ്ങൾക്കും ശാപത്തിന്റെ ഒരു പഴുതും എല്ലാ ശാപങ്ങൾക്കും ശാപമോക്ഷത്തിന്റെ ഒരു പരിഹാരവും ഉണ്ടായിരിക്കും. സന്തുഷ്ടനായ മനുഷ്യനെ ദൈവം വിലക്കിയത് തോട്ടത്തിലെ മധ്യവൃക്ഷത്തിന്റെ കനിതിന്നരുതെന്നാണ്. സർപ്പരൂപം ധരിച്ച സാത്താൻ ഹവ്വയെ പ്രലോഭിപ്പിക്കുകയും നിഷിദ്ധകനി തീറ്റുകയും ചെയ്തു. ഹവ്വയുടെ പ്രേരണയാൽ ആദവും കനി തിന്നു. അതോടെ ദുഃഖങ്ങളില്ലാത്ത സ്വർഗ്ഗത്തിൽനിന്ന് സുഖദുഃഖസമ്മിശ്രമായ ഭൂമിയിലേക്ക് അവർ പുറംതള്ളപ്പെട്ടു. തിന്മയുടെ മൂർത്തരൂപമായാണ് സാത്താൻ ഈ

പുരാവൃത്തത്തിൽ പ്രതീകവൽക്കരിക്കപ്പെടുന്നത്. ഹിന്ദു മിത്തോള ജിയിലും ഗ്രീക്ക് പുരാവൃത്തങ്ങളിലും ശാപഗ്രസ്ഥരായി ഭൂമിയിലേക്ക് പുറംതള്ളപ്പെട്ട കഥാപാത്രങ്ങളുണ്ട്.

ഒ. എൻ. വി കുറുപ്പിന്റെ 'സൃഷ്ടാവിന്റെ ദുഃഖം'[10] ബൈബിളിലെ സൃഷ്ടികഥയെ അടിസ്ഥാനമാക്കി രചിച്ച കവിതയാണ്. സൃഷ്ടിക ഥയും പതനകഥയും ഇടകലർത്തിയാണ് ഇതിന്റെ രചനാരീതി.

സ്രഷ്ടാവ് മർത്ത്യനോടിന്നലെ ചോദിച്ചു:
സൃഷ്ടിച്ചതെന്തിനു നിന്നെ ഞാനിങ്ങനെ?
തൻ പ്രതിച്ഛായയിൽ പണ്ടുതാൻ സൃഷ്ടിച്ച
തൻ പ്രിയപുത്രനല്ലേയിവൻ? സൃഷ്ടിതൻ
ആദിമുഹൂർത്തങ്ങളോർത്തുപോയീ ദൈവം:

ഭൂമിയുടെ സൃഷ്ടിയിൽനിന്ന് മാനവന്റെ സൃഷ്ടിയിലേക്കും അവന്റെ വിഷാദത്തിന് ഭംഗം വരാനായി നാരിയെ സൃഷ്ടിച്ചതിലേക്കും കവിത നീളുന്നു.

ഏദനിലേകാകിയായിക്കഴിഞ്ഞ നാ–
ളേതോ വിഷാദത്തിലാണ്ടൊരെൻ പുത്രന്
നാരിയെ സൃഷ്ടിച്ചു, പങ്കാളിയായ് നല്ല–
പാതിയായ് നല്കി ഞാൻ! സന്തുഷ്ടനായവൻ
പിന്നെയെൻ ചൊല്ലിനും മീതെയപ്പാമ്പിന്റെ
ചൊല്ലുകൾ കേട്ടവർ പാപക്കനിതിന്നു
നഗ്നതാ ബോധമുണർന്നതും, ഏദനും
നഷ്ടമായ് ഭൂമിയിലേക്കവർ പോന്നതും
എന്നിലുണർത്തീല ദുഃഖം! അവർ മണ്ണു
പൊന്നാക്കി മാറ്റി, വിയർപ്പിൻ കനികളാൽ
ഭൂമിക്കനഘനവരത്ന രാജിത–
ഭൂഷകൾ ചാർത്തവേ, സന്തുഷ്ടനായി ഞാൻ.

നീതിമാനായ ദൈവം തന്നെ ധിക്കരിച്ചവനോട് പൊറുക്കുകയും അവന്റെ സന്തോഷത്തിൽ പങ്കാളിയാവുകയും ചെയ്തു. അവിടെ നിന്ന് സഹോദരഹത്യയിലേക്ക് നീങ്ങിയപ്പോൾ മനുഷ്യൻ ആദ്യമായി ദൈവത്തിന്റെ ദുഃഖമായിത്തീർന്നു. മർത്ത്യപാപത്താൽ ഭൂമി മുഴുവൻ ശപിക്കപ്പെട്ടതായി മാറി. മർത്ത്യന്റെ പാപക്കറ പുരളാത്ത ഒരിറ്റു വെള്ള ത്തിനായി ദൈവത്തോട് യാചിക്കുന്ന മത്സ്യം പാപപങ്കിലമായ മർത്ത്യ ജീവിതത്തെ നിരാകരിക്കുന്നു. അനീതിക്കും അധർമ്മത്തിനും എതി രെ, ചൂഷണത്തിനും സമകാലിക വ്യവസ്ഥയ്ക്കുമെതിരെ പ്രതിക രിക്കാൻ മനുഷ്യസ്നേഹിയായ കവി ഈ പുരാവൃത്തത്തെ പുനരാ ഖ്യാനം ചെയ്യുകയും പീഡിതസത്തയുടെ സഹനശീലത്തിൽ ആത്മബ ലം കണ്ടെത്തുകയും ചെയ്യുന്നു. നഷ്ടസ്വർഗ്ഗത്തെക്കുറിച്ചുള്ള ഈ സൗഭാഗ്യസ്മൃതി ജോൺമിൽട്ടൺ ''പറുദീസാനഷ്ട''മെന്ന കവിത യിൽ ഏറ്റവും മനോഹരമായി ആവിഷ്കരിച്ചിട്ടുണ്ട്.

ഒ. എൻ. വി. 'പ്രാവുകൾ'[11] എന്ന കവിതയിലും ഈ പുരാവൃ ത്തത്തെ പ്രതീകമാക്കി സ്വീകരിക്കുന്നുണ്ട്.

.....സ്വന്തം
ഏദനിലൊതുങ്ങുന്നീ
യാദവും തൻഹവ്വയും
....
ഇത്തടവറയ്ക്കുള്ളിൽ–
പ്പെട്ടതേ ദുഃഖം! പുറ–
ത്തെത്തുവാൻ ഭയം! ഞങ്ങ–
ളറിവിൻ കനി തിന്നോർ
ശപിക്കപ്പെട്ടോരല്ലോ.

ജനനമരണങ്ങൾക്കിടയിലെ തടവറയെ സന്തോഷപ്രദമാക്കുവാൻ അറിവിന്റെ കനി തിന്ന മനുഷ്യരുടെ ശപ്തജന്മത്തെ വെളിപ്പെടുത്തുന്നതിനാണ് ഈ പുരാവൃത്തബിംബം കവി ഉപയോഗിച്ചിരിക്കുന്നത്.

'ശ്യാമഗീതം'[12] എന്ന സച്ചിദാനന്ദന്റെ കവിത ശാപകഥയില്ലാത്ത സ്വർഗ്ഗസങ്കല്പത്തെ ഗൃഹാതുരതയോടെ അന്വേഷിക്കുകയാണ്. ഏദൻ പുരാവൃത്തത്തിന്റെ തുടർച്ചയാണ് ഈ കവിത. ആദത്തിന്റെയും ഹവ്വയുടെയും മക്കളായ കായേലും ആബേലും ഇതിൽ കഥാപാത്രങ്ങളായി വരുന്നു. ആട്ടിടയനായ ആബേലിന്റെ ഭക്തിയിലും ബലിയിലും ദൈവം സംപ്രീതനായപ്പോൾ കായേലിന് ദൈവത്തെ പ്രീതിപ്പെടുത്താൻ കഴിയുന്നില്ല. അസൂയാലുവായിത്തീർന്ന കായേൽ ആബേലിനെ വധിച്ചു. മാനവചരിത്രത്തിലെ സഹോദരവൈരത്തിന്റെ ആദ്യരക്തസാക്ഷി പിറന്നു. പാപത്തിന്റെ കുറി നെറ്റിയിൽ പതിച്ച് കായേൽ വധിക്കപ്പെട്ടു.

ആദ്യത്തെ ഭ്രാതൃഹത്യയുടെ ഈ കഥ ഇന്നും ആവർത്തിക്കപ്പെടുന്നു. മനുഷ്യന്റെ സൃഷ്ടിയുമായി ബന്ധപ്പെട്ട പുരാവൃത്തത്തിലെ സങ്കൽപ്പം തന്നെ പാപവും അസൂയയും ദുഷ്ടതയും നിറഞ്ഞതായിരുന്നു. ഇത് പരമ്പരകളിലൂടെ തുടരുന്നതിന്റെ സൂചന കവി നൽകുന്നു.

എവിടെയൊരു നരകത്തിൽ വീഴാത്ത സാത്താൻ
നിലമുഴുതു പിന്നെയും വിളയിച്ച കായീൻ

പാപം സ്പർശിക്കാത്ത ഭൂമി അന്വേഷിക്കുകയാണ് കവി. സഹോദരനെക്കൊന്ന കായേൽ മറ്റുള്ളവരാൽ വധിക്കപ്പെടാതിരിക്കാൻ സംരക്ഷണത്തിന്റെ അടയാളം ദൈവം അവന്റെ മേൽ പതിച്ചിരുന്നു.

നെറ്റിയിലാപഴകിയ പാപത്തിൻ കുറി
കയ്യിലുണങ്ങിയ രക്തം

സ്വാർത്ഥതയുടെ മൂർദ്ധന്യത്തിൽ തനിക്കു തുല്യരായവരെയും തന്നെ ആശ്രയിക്കുന്നവരെയും നശിപ്പിക്കുന്ന മനുഷ്യന്റെ ദുഷ്ടബുദ്ധി ചിത്രീകരിക്കുന്ന ഈ പുരാവൃത്തബിംബം പ്രകൃതിയെ ധിക്കരിച്ച് ദുരമൂത്ത് കൊലവിളി നടത്തുന്ന ആധുനിക സമൂഹത്തിന് പുതിയ പാഠം പകരാനുപകരിക്കുംവിധം സച്ചിദാനന്ദൻ അവതരിപ്പിക്കുന്നു.

അയ്യപ്പപ്പണിക്കരുടെ ''ആദവും ഹവ്വയും ആപ്പിൾ വിഴുങ്ങുന്നു''[13] എന്ന കവിതയിലെ ആദവും ഹവ്വയും സ്വതസിദ്ധമായ നിഷേധത്തിന്റെ പ്രതീകങ്ങളാണ്. ആധുനിക മനുഷ്യൻ അവന്റെ ജീവിതത്തിന്റെ കടിഞ്ഞാൺ ധിക്കാരപൂർവ്വം കൈക്കൊണ്ടതോടെ ദൈവം തൊഴിലില്ലാത്തവനായെന്നും, ആധുനിക ജീവിതത്തിലെ തൊഴിലന്വേഷണത്തിന് ദൈവവും വിധിക്കപ്പെട്ടുവെന്നും കവി കണ്ടെത്തുന്നു.

ആദവും ഹവ്വയും ആപ്പിൾ വിഴുങ്ങുന്നു
തേടുന്നു ദൈവം തൊഴിൽ, പരസ്യം വഴി

തൊഴിലില്ലായ്മയടക്കം വർത്തമാനകാല ഇന്ത്യയിലെ യാഥാർത്ഥ്യങ്ങളെ അനാവരണം ചെയ്യാനാണ് അയ്യപ്പപ്പണിക്കർ ഈ പുരാവൃത്തത്തിന് പുതിയ വ്യാഖ്യാനം നൽകിയിരിക്കുന്നത്.

'മൃത്യുപൂജ'[14] എന്ന കവിതയിൽ അയ്യപ്പപ്പണിക്കർ കല്പാന്തങ്ങളിൽ വീണ്ടും ആവർത്തിച്ചു പൊട്ടിത്തിളിർക്കുന്ന പുരാവൃത്തമായി ഏദനെ കാണുന്നുണ്ട്. മൃത്യു ലോകത്തെ മുഴുവൻ ആവേശിച്ചുകഴിഞ്ഞാൽ ഏദൻതോട്ടം വീണ്ടും പിറക്കും.

വീണ്ടും ജനിക്കുമൊരു
തോട്ടം നിറച്ചു ഫല-
വൃക്ഷം നിറച്ചു വിഷപുഷ്പം
ദൈവം ചതിക്കുമൊരു
സർപ്പം ചതിക്കുമൊരു
പെണ്ണും ചതിക്കുമൊരു മർത്ത്യൻ

പഴയപോലെ ദൈവത്തിന്റെയും സർപ്പത്തിന്റെയും പെണ്ണിന്റെയും തന്ത്രംമൂലം ആദത്തിന് സ്വർഗ്ഗം നഷ്ടപ്പെടും. ഭൂതകാലത്തെപ്പോലെത്തന്നെ പ്രത്യാശ നൽകാത്തതാണ് വർത്തമാന ഭാവികാലങ്ങളെന്നതിനാൽ മൃത്യുവിനെ ഉപാസിക്കാൻ കവി തയ്യാറാകുന്നു. മനുഷ്യജീവിത പരിണാമചക്രത്തിൽ പുരാവൃത്തങ്ങളുടെ ആവർത്തനം സൂചിപ്പിക്കാനാണ് കവി ഇതിലൂടെ തുനിയുന്നത്.

കടമ്മനിട്ട രാമകൃഷ്ണൻ 'ഇരുട്ട്'[15] എന്ന കവിതയിൽ സുഖാന്വേഷിയായ മനുഷ്യന് അത് ലഭിക്കാതെ അലയേണ്ടിവരുമ്പോഴുള്ള അനുഭവയാഥാർത്ഥ്യം സൂചിപ്പിക്കാൻ ഈ പുരാവൃത്തം ഉപയോഗിച്ചിരിക്കുന്നു.

വേദശാഖിയിൽത്തൂങ്ങും കാഫലമാശിച്ചു ഞാൻ
നേദ്യചേതസ്സാ പൊങ്ങി നിപതിച്ചു പോയ്ത്താഴെ

ദൈവത്തെ പോലെയാകാൻ മനസ്സുകൊണ്ട് ചിന്തിച്ചപ്പോൾ ശാപഭൂമിയിലേക്കാണ് മനുഷ്യൻ പതിച്ചത്.

ഏദനിലെത്തി കണ്ടു കാകോളമൊരുകപ്പ്
നിറയെപ്പതയുന്നു പന്തിയല്ലവിടെയും

എന്ന് മരണകരമായ വിഷക്കനിയെ സൂചിപ്പിക്കുന്ന കവി ദൈവസാന്നിദ്ധ്യത്തിലും സന്നിഹിതമായിരിക്കുന്ന ചതിയെക്കുറിച്ചും മരണത്തെക്കുറിച്ചുമുള്ള നിത്യസത്യത്തെ സൂചിപ്പിക്കുന്നു.

കേരളചരിത്രത്തിൽ ആദ്യം വിജ്ഞാനത്തിന്റെയും പിന്നീട് വ്യാപാരത്തിന്റെയും ഒടുവിൽ ആധിപത്യത്തിന്റെയും മേഖലകളിൽ വിഹരിച്ച സാമ്രാജ്യത്വശക്തികളെ കെ. ജി. ശങ്കരപ്പിള്ള ജ്ഞാനപ്പഴവുമായി വന്ന പാമ്പ് എന്നു വിശേഷിപ്പിക്കുന്നു; 'കൊച്ചിയിലെ വൃക്ഷങ്ങൾ'[16] എന്ന കവിതയിൽ

പണ്ടാണ്
ടിപ്പു
ഗാമ
കൊച്ചിവാണ വർമ്മമാർ
കള്ളൻ ചതിയൻ പൊളിവചനം
ജ്ഞാനപഴവുമായി വന്ന പാമ്പ്
തുടങ്ങിയ വളവുകൾക്കും മുമ്പ്

ഏദൻതോട്ടത്തിലെ അറിവിന്റെ വൃക്ഷവും അത് ചൂണ്ടിക്കാണിച്ച പാമ്പും ഇവിടെ അധിനിവേശത്തെ സൂചിപ്പിക്കുന്ന അക്ഷരഭാഷ്യമായി മാറുന്നു.

'നഷ്ടസ്വർഗ്ഗം' ഏറ്റവും സുന്ദരമായി ആവിഷ്കരിച്ച മറ്റൊരു കവിതയാണ് വിഷ്ണുനാരായണൻ നമ്പൂതിരിയുടെ 'ആദമും ദൈവവും'[17] ബോധിവൃക്ഷവും ജ്ഞാനപ്പഴവും കല്പനകളാക്കി മനുഷ്യന്റെ അഹത്തിനുണ്ടായ വികാസവും ദുഃഖങ്ങൾ പിറക്കുന്നതും ചിത്രീകരിച്ചിരിക്കുന്നു ഈ കവിതയിൽ. ഇതിൽ ദൈവം ആദത്തെ സമീപിക്കുന്നത് സ്വർഗ്ഗത്തിൽ നിന്നിറക്കി വിട്ട് അനേകായിരം വർഷങ്ങൾക്കുശേഷമാണ്. അപ്പോൾ ആധുനിക നരവർഗ്ഗത്തിന്റെ പ്രതീകമായി ആദം മാറിയിരിക്കുന്നു. രണ്ടുപേരെയും തിരിച്ചുവിളിക്കാൻ ദൈവം സന്നദ്ധനായിട്ടും സ്വർഗ്ഗത്തിലേക്കില്ലെന്ന് ആദം ശഠിക്കുന്നു. സ്വർഗ്ഗനഷ്ടത്തോടൊപ്പം വന്നുചേർന്ന ശക്തമായ മനനശീലത്താൽ രൂപപ്പെടുത്തിയ മനുഷ്യന്റെ ജീവിതദർശനം രൂപപ്പെട്ടതിന്റെ കഥകൂടിയാണ് ഈ പുതിയ വ്യാഖ്യാനം. ശാസ്ത്രാവബോധവും ദൈവാവബോധവും ഇണക്കിച്ചേർത്ത് ആധുനിക മനുഷ്യന്റെ മനസ്സിലെ മൗലികഭാവങ്ങളെ അപഗ്രഥിക്കാനാണ് പുരാവൃത്തത്തിന് വിഷ്ണുനാരായണൻ നമ്പൂതിരി പുനർവ്യാഖ്യാനം നൽകിയിരിക്കുന്നത്.

എവറസ്റ്റ് കൊടുമുടി കീഴടക്കിയ മനുഷ്യന്റെ കർമ്മവീര്യത്തിന്റെ വിജയത്തിൽ അത്ഭുതം കൂറിക്കൊണ്ട് വയലാർ രാമവർമ്മ 'നല്ല ഹൈമവതഭൂവിൽ'[18] എന്ന കവിതയിൽ ഈ പുരാവൃത്തം അനുസ്മരിക്കുന്നുണ്ട്.

ധൂമിലദിങ്മുഖദേവാലയാങ്കണ-
പ്പൂമുഖത്തെത്തി യഹോവ, വിഷണ്ണനായ്
പാശ്ചാത്തപിച്ചൂ, 'പറുദീസയിൽ നിന്നു
തച്ചിറക്കേണ്ടതായിരുന്നു മനുഷ്യനെ!'

ആദിമസ്വർഗ്ഗത്തിൽനിന്ന് പുറംതള്ളപ്പെട്ട മനുഷ്യൻ അറിവിന്റെയും കർമ്മമാർഗ്ഗത്തിന്റെയും കാര്യത്തിൽ ദൈവത്തിനുപോലും അസൂയയുണ്ടാക്കുന്ന വിധത്തിൽ വളർന്നിരിക്കുന്നു എന്നും അതിനാൽ

ആ പഴയ പാപകർമ്മത്തിൽ ദൈവം പശ്ചാത്തപിക്കുന്നുവെന്നും കവി സൂചിപ്പിക്കുന്നു.

ബാലചന്ദ്രൻ ചുള്ളിക്കാട് ''ദുഃഖവെള്ളിയാഴ്ച''[19] എന്ന കവിതയിൽ 'മറവിയുടെ പറുദീസയിൽനിന്ന് കുടിയിറക്കപ്പെട്ട ഭ്രാന്തൻ കവി' എന്ന് പ്രയോഗിച്ചത് ഓർമ്മകൾ വേട്ടയാടിക്കൊണ്ടിരിക്കുന്ന ആധുനിക മനുഷ്യനെ ചിത്രീകരിക്കുവാനാണ്. മറവി ആധുനികയുഗത്തിൽ പറുദീസയും ഒരർത്ഥത്തിൽ അനുഗ്രഹവും ആയിമാറുന്നുണ്ട്. സുഷുമ്നയിൽ കൊത്തിയ സർപ്പം കവിതയുടെ മകുടിയൂത്ത് കേട്ട് തിരിച്ചുപോകുന്നത് ''ശിരോലിഖിതത്തിന്റെ കാർബൺപതിപ്പു'[20] കളിൽ എ. അയ്യപ്പൻ ആവിഷ്കരിക്കുന്നു. പാപവും തിരിച്ചറിവും സംബന്ധിച്ച ബോധം ആദിപിതാക്കൾക്കുണ്ടായത് പാമ്പിന്റെ സഹായത്താലാണെന്ന് കവിതയിൽ പ്രതീകവൽക്കരിക്കപ്പെടുന്നു. കുറ്റബോധംകൊണ്ട് സങ്കീർണമായ കവിമനസ്സിനെ പ്രതിനിധാനം ചെയ്യുന്നു ഏദനിലെ ഈ പാമ്പ്.

സുഗതകുമാരിയുടെ കൃഷ്ണകവിതകൾ

ആധുനികമായ കാഴ്ചപ്പാടിൽ കൃഷ്ണനോടുള്ള രാധയുടെ അഗാധവും ആത്മാർത്ഥവും ദുരന്തപൂർണ്ണവുമായ പ്രേമം കവിതാവിഷയമാക്കി ഇരുപതോളം കവിതകൾ സുഗതകുമാരി എഴുതിയിട്ടുണ്ട്. അത്തരത്തിലുള്ള പുതിയ സങ്കല്പങ്ങളുടെ പശ്ചാത്തലത്തിൽ പുരാവൃത്തങ്ങളെ സവിശേഷ മനോഭാവമാക്കി മാറ്റുന്ന കവിതകളിൽ ഒന്നാണ് സുഗതകുമാരിയുടെ ''കൃഷ്ണ, നീയെന്നെയറിയില്ല''[21] എന്ന കവിത. തന്റെ മാനസേശ്വരനായ കണ്ണനെ വാഴ്ത്തി ഹൃദയത്തിൽ സൂക്ഷിക്കുന്ന നിത്യവിരഹിണിയുടെ പ്രതീകമാണ് സുഗതകുമാരിയുടെ രാധ. കൃഷ്ണന്റെ പ്രേമലാളനകൾക്കായി തുടിച്ചുകൊണ്ടിരിക്കുമ്പോഴും 'ഇല്ല' എന്ന നിഷേധപദത്തിലൂടെ രാധയുടെ അടങ്ങാത്ത വികാരങ്ങൾ ബഹിസ്ഫുരണം ചെയ്യുന്നുണ്ട് ഈ കവിതയിൽ.

ഇവിടെയമ്പാടിതൻ
ഒരു കോണിലരിയ മൺ
കുടിലിൽ ഞാൻ മേവുമൊരു പാവം,
കൃഷ്ണ, നീയെന്നെയറിയില്ല
ശബളമാം പാവാട
ഞൊറികൾ ചുഴലുന്ന കാൽ
ത്തളകൾ കളശിഞ്ജിതം പെയ്കെ
അരയിൽ തിളങ്ങുന്ന
കുടവുമായ്, മിഴികളിൽ
അനുരാഗമഞ്ജനം ചാർത്തി
ജലമെടുക്കാനെന്ന
മട്ടിൽ ഞാൻ തിരുമുമ്പി
ലൊരുനാളു മെത്തിയിട്ടില്ല,
കൃഷ്ണ, നീയെന്നെയറിയില്ല.
ചപലകാളിന്ദിതൻ

കുളിരലകളിൽ പാതി
മുഴുകി നാണിച്ചു മിഴികൂമ്പി
വിറപൂണ്ട കൈനീട്ടി
നിന്നോടു ഞാനെന്റെ
യുടയാടവാങ്ങിയിട്ടില്ല

രതിയുടെ ബിംബങ്ങളുമായി ബന്ധപ്പെട്ടാണ് കവിതയുടെ ആഖ്യാനം. കൃഷ്ണന്റെ ജീവിതത്തിലെ ഒട്ടേറെ സംഭവങ്ങൾ വിവരിച്ച് ഇവയുടെയൊന്നും സാക്ഷിതാനല്ലെന്ന് രാധ പറയുന്നു. ഉടുചേലയഴിയുന്നതും മുടിയഴിയുന്നതും ശ്രദ്ധിക്കാതെ കൃഷ്ണന്റെ സവിധത്തിലേക്ക് ഓടുന്ന ഗോപികയും, ഓടക്കുഴൽ വിളിക്കുന്ന കൃഷ്ണന്റെ ചാരത്ത് മുടിയഴിഞ്ഞ് അണിമലർക്കുല പൊഴിച്ച് ലാസ്യനൃത്തം ചെയ്യുന്ന ഗോപികയും, കൃഷ്ണന്റെ നീലവിരിമാറിൽ തലചായ്ച്ചു നിൽക്കുന്ന ഗോപികയും ആഗ്രഹസാഫല്യത്തിനായി കാത്തുസൂക്ഷിക്കുന്ന രാധയുടെ മനസ്സിലെ നൊമ്പരങ്ങളാണ്.

എന്റെ ചെറുകുടിലിൽ നൂറായിരം പണികളിൽ
എന്റെ ജന്മം ഞാൻ തളച്ചു.

എന്ന വരികളിലെ "തളച്ചു" എന്ന പദത്തിന് കൃഷ്ണനുവേണ്ടി മനസ്സു തുറന്നിട്ടു എന്ന ലാക്ഷണികമായ അർത്ഥം കല്പിക്കേണ്ടി വരുന്നു. തീവ്രമായ അഭിനിവേശം തളയ്ക്കാൻ കഴിയുന്നതിനുമപ്പുറമായിരുന്നു. ആത്മസംയമനത്തിലൂടെ, അമൂല്യമായ നിഗൂഢപ്രേമം സാക്ഷാത്കരിക്കാനുള്ള വ്യഗ്രത ഇവിടെ കാണാം. പ്രദർശനപരതയ്ക്ക് സ്ഥാനമില്ലാത്തതിനാൽ മറ്റ് ഗോപികമാരിൽ നിന്ന് വേറിട്ട് ഒറ്റപ്പെട്ടാണ് അവളുടെ സ്ഥാനം. ആരാധ്യദേവന്റെ സാന്നിദ്ധ്യമറിഞ്ഞിട്ടും ഓടിക്കിതച്ചെത്തുവാനോ ആ വിരിമാറിൽ തലചായ്ക്കുവാനോ നിർവൃതികൊള്ളുവാനോ അവൾ വെമ്പുന്നില്ല-ഇതെല്ലാം മനസ്സിന്റെ ആഗ്രഹങ്ങളായിരുന്നിട്ടുപോലും!

തന്റെ ഉള്ളിൽ കണ്ണനെകുടിവെച്ച്, സ്വപ്നങ്ങൾ നെയ്ത്, ഒരു ശിലാബിംബമായി, മനസ്സിന്റെ വിഹ്വലതകളെ അടക്കി, ഒന്നു കരയാൻ പോലുമാകാതെ നിർവ്വികാരയായി നിശ്ചലയായി രാധ നിൽക്കുന്നു. മധുരയ്ക്കു പോകുന്ന കണ്ണന്റെ രഥം അവളുടെ പാഴ്ക്കുടിലിനുമുന്നിൽ ഒരു നിമിഷം നിൽക്കുകയും കണ്ണൻ അവളെനോക്കുകയും ചെയ്യുന്നിടത്ത് കവിത അവസാനിക്കുന്നു.

അറിയില്ലയെന്നെ നീ
യെങ്കിലും കൃഷ്ണ, നിൻ
രഥമെന്റെ കുടിലിന്നുമുന്നിൽ
ഒരു മാത്ര നിൽക്കുന്നു!
കണ്ണീർ നിറഞ്ഞൊരാ
മിഴികളെൻ നേർക്കുചായുന്നു!
കരുണയാലാകെത്തളർന്നൊരാ
ദിവ്യമാം
സ്മിതമെനിക്കായി നൽകുന്നു!

കൃഷ്ണ, നീയറിയുമോ എന്നെ?
കൃഷ്ണ, നീയറിയുമോ എന്നെ !!

ഈ ദിവ്യസ്മിതം ജന്മസാഫല്യമായി അവൾ തിരിച്ചറിയുന്നു. കേവലം ഒരു നിമിഷം കൊണ്ടുണ്ടായ ഈ ദിവ്യാനുഭൂതിയുടെ ധന്യത മറ്റ് ഗോപികമാരുടേതിൽ നിന്ന് വ്യത്യസ്തവുമാണ്. അതുകൊണ്ടുതന്നെയാണ് കൃഷ്ണൻ തന്നെ അറിയുമോ എന്ന സംശയത്താൽ സാക്ഷാത്കാരതീതമായി നിൽക്കുന്ന പ്രേമത്തിന്റെ മാധുര്യലാവണ്യങ്ങൾ നിറഞ്ഞ കാല്പനിക സ്വർഗ്ഗത്തിന്റെ കാന്തിമത്തായ ഒരു ഖണ്ഡമായി ഈ കവിത പുനർനിർണ്ണയിക്കപ്പെടുന്നത്.[22]

സുഗതകുമാരിയുടെ കവിതകളിൽ നിറഞ്ഞുനിൽക്കുന്ന സാന്നിദ്ധ്യമാണ് രാധാകൃഷ്ണ സങ്കല്പം. ഊഴിയും യാമിനിയും രാധികാഭാവമണിയുന്നതായി 'ശ്യാമരാധ'[23] യിൽ ചിത്രീകരിക്കുന്നു. അത്യന്തം തരളിതമായ രാധ അരണ്ടനിലാവിൽ, വസന്തകരാഗമുണർത്തുന്ന വനാന്തനിശീഥത്തിൽ, നിറയുന്ന മിഴികളോടും വിറയ്ക്കുന്ന കഴലോടും കൂടി നഷ്ടപ്പെട്ട വസന്തത്തെ തേടിയലയുന്ന കാഴ്ച 'മറ്റൊരു രാധിക'[24] യിൽ അവതരിപ്പിക്കുന്നു. ഏകാന്തതയിൽ സഖിമാരെ പറഞ്ഞയച്ച് കണ്ണനെ സ്വപ്നം കാണുന്ന രാധികയുടെ വിരഹവിഷാദത്തിൽ കാല്പനികമായ മധുരോദാരമായ അനുഭവം കവി പങ്കുവെയ്ക്കുന്നു. ജന്മത്തിന്റെ വലിയൊരു ഭാഗവും കണ്ണനെത്തേടിയുള്ള യാത്രയാണ് ജീവിതം രാധയ്ക്കെന്നപോലെ കവിയ്ക്കും.

ഈ രാധയുള്ളിൽ പ്രതിഷ്ഠിതയാകയാൽ
തീരാത്തതേടലാകുന്നു ജന്മം

എന്ന് സുഗതകുമാരി ഒരു ''വൃന്ദാവനരംഗം'[25] എന്ന കവിതയിൽ പ്രഖ്യാപിക്കുന്നുണ്ട്.

'വഴിയമ്പലത്തിലെ പാട്ട്'[26] എന്ന കവിതയിൽ പ്രകൃതിക്ഷോഭഭരിതമായ രാത്രിയിൽ വഴിയമ്പലത്തിൽ, തിരുനാമങ്ങളുടെ മാല കൊരുത്തുകൊണ്ട് പ്രതീക്ഷാനിർഭരയായി കൃഷ്ണനെ കാത്തിരിക്കുന്ന മീരയായി രാധ പ്രത്യക്ഷപ്പെടുന്നു. നിത്യപ്രണയത്തെ ആവിഷ്ക്കരിക്കുന്ന ആദിപ്രരൂപമാണ് രാധാകൃഷ്ണസങ്കല്പം. സമഷ്ടിമനസ്സിലുള്ള ഇതിന്റെ മൗലികഘടകങ്ങൾ വ്യക്തിമനസ്സിൽ പതിയുക ജന്മസിദ്ധമാണ്. അതുതന്നെയാണ് സുഗതകുമാരിയുടെകവിതകളെയും ഇവ സ്വാധീനിച്ചിരിക്കുന്നത്. ഈ ആദിപ്രരൂപങ്ങൾ സുഗതകുമാരിയുടെ കവിതകളിൽ ആവർത്തിച്ചുവരുന്നുണ്ടെങ്കിലും ഈ ആവർത്തനം പുനരനുഭവവും ആനന്ദബീജവും ആവുന്നുണ്ടെന്നും കാലംകടന്നുപോയിക്കൊണ്ടിരിക്കെ നാം ചെന്നടിയുന്ന ഓരോ പ്രതിസന്ധിയിലും ഈ പ്രരൂപങ്ങൾ അനിവാര്യമായി നമ്മെ തുണയ്ക്കാനെത്തുന്നുണ്ടെന്നും വിഷ്ണുനാരായണൻ നമ്പൂതിരി നിരീക്ഷിക്കുന്നു.[27]

തന്റെ മനസ്സിന്റെ ശ്രീകോവിലിൽ പ്രതിഷ്ഠിതമായ ദിവ്യരൂപത്തെ ഹൃദയാഗ്നിയിൽ നിന്ന് രക്ഷിക്കാൻ വെമ്പൽകൊള്ളുന്ന കവിഹൃദയമാണ് 'എന്റെ മനസ്സിന്റെ പൊന്നമ്പലത്തിലും'[28] എന്ന കവിതയിൽ

കാണുന്നത്. ശിലാരൂപിയായ കാരുണ്യമൂർത്തി പ്രേമത്തിന്റെ, ഭക്തിയുടെ വിലാപത്തെ ഗൗനിക്കാതിരിക്കവെ, കാമുകിയും പത്നിയും അമ്മയുമായി തപിക്കുന്ന സ്ത്രീത്വം യുഗയുഗാന്തരമായി കണ്ണീർ വാർക്കുന്നു.

നാഥ, യുഗയുഗാന്തരങ്ങളായ് നിൻ പ്രേമ
ചാതകിയായ്, നിൻ കഴലിണയൊന്നുതാൻ
തേടി നടന്നേൻ യശോദയായ്, രാധയായ്
കാതരയാം ഗോപനാരിയായ് മീരയായ്
ഇന്നുമീയമ്പലം കത്തവേ, കണ്ണുനീർ
ചിന്നിയെത്തുന്നേൻ വരികെന്റെ ജീവനേ,

കാളിന്ദീതീരത്തെ കടമ്പിന്റെ ചാഞ്ഞ കൊമ്പിലിരുന്ന കണ്ണൻ, അരുണാഭമാർന്ന കവിൾത്തുടുപ്പോടെ നറുംചുണ്ടത്തൊരു മന്ദഹാസവുമായി കുനിഞ്ഞതും, നക്ഷത്രം പോലൊരു നിമിഷത്തെ സ്പന്ദനം' സമ്മാനിച്ചതും മറക്കാത്ത അനുഭവമായി കാണുന്ന ഗോപികയെ 'ഒരു നിമിഷം' എന്ന കവിതയിൽ കാണാം. ആ ധന്യനിമിഷത്തിൽ ആകാശം താണുതാണുവന്നതായും താനലിഞ്ഞില്ലാതാവുന്നതായും അവൾക്കു തോന്നുന്നു.

സുഗതകുമാരിയുടെ കവിതകളിലൂടനീളമുള്ള ഈ തീരാത്ത തേടൽ ഭൗതികവും ആത്മീയവുമായ അനിഷേധ്യ യാഥാർത്ഥ്യമാണ്. ആസ്തിക്യബോധത്തിന്റെയും അനശ്വരപ്രേമത്തിന്റെയും വാത്സല്യത്തിന്റെയും പ്രഭവസ്ഥാനം ഈ അവിരാമമായ അന്വേഷണമാണ്. ഭക്തിയും പ്രേമവും വാത്സല്യവുമൊക്കെ രതിജന്യമായ ഭാവങ്ങളാണ്. പ്രേമഭംഗം വിരഹത്തിലും വിരഹം ദുഃഖത്തിലും ചെന്നെത്തുന്നു. സഫലീകൃതമാകാത്ത സ്വന്തം മോഹങ്ങളുടെ ആവിഷ്ക്കാരത്തിന് രാധാമാധവസങ്കല്പം കവിക്ക് കൂട്ടായി എത്തുന്നു.

കൃഷ്ണപ്രേമം ഒരു ആദിപ്രതീകാത്മക സത്തയായി സമൂഹചേതസ്സിൽ വിലയിച്ചിരിക്കുന്നിടത്തോളം അമൃതമായ പ്രേമം തേടിയലയുന്ന സ്ത്രീയുടെ മുഖം രാധയ്ക്കു ലഭിക്കുമെന്ന് സുഗതകുമാരി 'രാധയെവിടെ?'[29] എന്ന കവിതയിലും വ്യക്തമാക്കുന്നു. സത്യാന്വേഷിയും നിത്യാന്വേഷിയുമായ രാധയുടെ അനന്തമായ അലച്ചിലിലും,

ഇവജഭിമാനിനി, ഹേകണ്ണ, നിൻമുന്നി
ലിനിയിവൾ കൈനീട്ടി നില്ക്കയില്ല
തനിയെ നടക്കുവോൾ, പാൽക്കുടം പോലെയീ
കഠിനമാം ദുഃഖം ചുമന്നിടേണ്ടോൾ
അറിയില്ല നിന്നനുരാഗമെന്നാകിൽ നിൻ
കരുണയും വേണ്ടെന്നു പിന്തിരിഞ്ഞോൾ
ഇവൾ നിന്റെ പണ്ടത്തെ രാധ, നീ കാണുകി
ലറിയില്ലയിന്നവളെത്രമാറി
ഇവൾ മരിക്കില്ല, ഇവൾക്കില്ല ശാന്തിയീ
യിരുൾ നിലം തോറുമലഞ്ഞുപാടി

തനിയേ നടന്നിവൾ വീണോട്ടേ ,കണ്ണ,നിൻ
തിരുനാമമാണിവൾക്കന്ത്യ തീർത്ഥം...

എന്നിങ്ങനെ ഏതൊരു ഭാരതീയ സ്ത്രീസങ്കല്പത്തിനും യോജിച്ച രീതിയിൽ അവൾ ഉയർന്നു ചിന്തിക്കുന്നു. രാധയെവിടെപ്പോയി എന്ന ഒന്നാം ഭാഗത്തിൽ നിന്നാരംഭിക്കുന്ന അന്വേഷണം എവിടെ നോക്കിയാലും രാധയുടെ മുഖം കണ്ടുകൊണ്ട്, യുഗങ്ങൾക്കപ്പുറത്ത് ഉദിച്ചസ്തമിച്ച ഒരു താരകതേജസ്സായി രാധ ഓരോ ഭാരതനാരിയിലും ജീവിക്കുന്നതായി സങ്കല്പിച്ചുകൊണ്ട് ഒമ്പതാമത്തെ ഖണ്ഡത്തിൽ അവസാനിക്കുന്നു.

ജനസാമാന്യത്തിന്റെ അന്തരംഗത്തിലാണ് സുഗതകുമാരി രാധയ്ക്ക് അഗ്രപീഠം കണ്ടെത്തുന്നതെന്ന് എം. ലീലാവതി അഭിപ്രായപ്പെടുന്നു. 'ഈ കാവ്യം സംസ്കാരോദയ ചരിത്രത്തിലെ ഒരു സംഭവമാണ്- കുമാരസംഭവം പോലെ. ഭാരതമനസ്സിന്റെ ഏകത ധ്വനിപ്പിക്കുന്ന സംഭവം. അഹത്തെ യജനം ചെയ്യുന്ന പ്രേമത്തിന്റെ സന്ദേശമാകട്ടെ ഊഷരതയുടെ ഈ കാലഘട്ടത്തിൽ ലോകമൊട്ടാകെ മുഴങ്ങേണ്ടതുമാണ്. സമൂഹചേതസ്സിന്റെ കാലോചിത തൃഷ്ണകൾ പൂരിപ്പക്കുകയും വൈകാരികമായ വിടവുകൾ നികത്തുകയും ചെയ്യുന്ന കലാസൃഷ്ടികൾ അതാതു യുഗങ്ങളിൽ സംഭവിക്കുന്നു.[30] ഇങ്ങനെ ഭാരതസ്ത്രീകളുടെ ഉള്ളിൽ ഈ ആദിരൂപം വീണ്ടും പ്രതിഷ്ഠിതമാക്കുന്നതിലൂടെ സഹനത്തോടെ താൻ അടിമയല്ലെന്നും അഭിമാനിനിയാണെന്നും പറയാൻ ഓരോരുത്തർക്കും കഴിയും. ഇതിനെ പ്രബലതയായി കാണാൻ കവിക്ക് കഴിയുന്നത് അതുകൊണ്ടാണ്.

കൃഷ്ണസങ്കല്പം ഇതരകവികളുടെ കവിതകളിൽ

അനശ്വരപ്രേമമിഥുനങ്ങളായ രാധാകൃഷ്ണന്മാരുടെ സാന്നിദ്ധ്യത്തിൽ ധന്യമായ വൃന്ദാവനത്തെ ജി. ശങ്കരക്കുറുപ്പ് 'വൃന്ദാവനം'[31] എന്ന കവിതയിൽ അവതരിപ്പിക്കുന്നത് ഇങ്ങനെയാണ്.

മർമ്മരവ്യാജത്താൽ ഗോപികാമാധവ-
നർമ്മസംഭാഷണം ചൊല്ലിച്ചൊല്ലി
ചാരുവൃന്ദാരണ്യം ചേർക്കട്ടേ നൽത്തീർത്ഥ
ചാരികൾക്കെന്നു മമന്ദാനന്ദം!

'രാഗലഹരി', 'പ്രേമഭിഷ', 'വൃന്ദാവനത്തിലെ രാധ' തുടങ്ങിയ കവിതകളിലും രാധയെന്ന ഗോപനാരിയുടെ പ്രതീക്ഷാനിർഭരയായ കാത്തിരിപ്പും അതിന്റെ ആഹ്ലാദകരമായ സാഫല്യവും വിഷയമാകുന്നു. ഈ കവിതകളൊക്കെത്തന്നെ പുരാവൃത്ത സന്ദർഭങ്ങളെ ഉയർത്തിപ്പിടിക്കുന്നുവെന്നല്ലാതെ അതിന് പ്രകടമായ വ്യതിയാനങ്ങളോ വ്യാപ്തിയുള്ള അർത്ഥതലങ്ങളോ നൽകുന്നില്ല. പുരാവൃത്തസന്ദർഭങ്ങളുടെ കേവല പുനരാഖ്യാനം മാത്രമാണീ കവിതകൾ.

മൂല്യങ്ങളുടെ കുഴമറിച്ചിൽ മാനവിക ജീവിതത്തിൽ ചെലുത്തിയ പരിവർത്തനങ്ങൾ ആധുനിക കവികളുടെ രചനയെ സ്വാധീനിച്ചിട്ടുണ്ട്. വെറുമൊരു സാധാരണാനുഭവത്തെ ഉദാത്തീകരിക്കാനോ അമാനുഷികതയെ ജനമധ്യത്തിൽ പ്രതിഷ്ഠിക്കാനോ ഉപയോഗിച്ചിരുന്ന പുരാവൃത്തങ്ങൾ ഏറ്റവും സ്വാഭാവികമായി ആധുനിക മനുഷ്യന്റെ പ്രശ്നങ്ങളെ ആവിഷ്ക്കരിക്കാൻ ഉപയോഗിച്ചു തുടങ്ങി. ജി. ശങ്കരക്കുറുപ്പിന്റെ 'ഓടക്കുഴൽതേടി'[32] കൃഷ്ണസങ്കൽപ്പത്തിൽ ഈ പരിവർത്തനം കാണിക്കുന്ന കവിതയാണ്.

ചുളിവാർന്ന കവിൾ കൂമ്പു
ചുടുകണ്ണീരിലാർദ്രമായ്
മാൺപോടെ മുടിയിൽകോർക്കും
മയിൽപ്പീലി കൊഴിഞ്ഞുപോയ്
മഞ്ഞപ്പൂന്തുകിൽ പിഞ്ഞിപ്പോയ്
മങ്ങിപ്പോയ് പൂവൽമേനിയും
ആലിൻമുകളിലെ പൊത്തി-
ലത്യുൽകണ്ഠയൊടെൻ പുരാൻ
താൻവെച്ചുപോയ മുരളി
തപ്പിനോക്കുകയാണുപോൽ.

കുരുക്ഷേത്രത്തിലെ പാഞ്ചജന്യ സുദർശനങ്ങളുടെ കർമ്മകാഹളത്തിൽ ഭ്രാതൃരക്ത നിരാട്ടുകൊണ്ട് സർവ്വും നഷ്ടപ്പെട്ടപ്പോൾ കണ്ണന്റെ ഓടക്കുഴലിന് മംഗലസ്നേഹനാദം നഷ്ടപ്പെട്ടു. കീർത്തിയും വിജയവും നേതൃത്വവും നിസ്സാരമാണെന്നു ബോധ്യം വന്നപ്പോഴേക്കും ഓടക്കുഴൽ അപ്രത്യക്ഷവുമായി. ധാർമ്മികത കർമ്മവ്യഗ്രനാക്കാൻ നിർബന്ധിച്ചാലും, സമരം സംഹാരപരമാണെന്നും, പാഞ്ചജന്യസുദർശനങ്ങളേക്കാൾ ജീവിതത്തിന് ആർദ്രത നൽകുന്നത് പ്രേമത്തിന്റെ പ്രതീകമായ മുരളിയാണെന്നും കവി കരുതുന്നു. ഈ മുരളി സർഗ്ഗകലയാണ്. ശാസ്ത്രയുഗത്തിലെ നിസ്സാരനായ ആധുനികമനുഷ്യന്റെ ജീവിതസമസ്യകളെ കൃഷ്ണബിംബത്തിലൂടെ കവി വ്യാഖ്യാനിച്ചിരിക്കുന്നു.

കണ്ണൻ മണ്ണു തിന്നുന്നതും അതുകണ്ട് അമ്മ കുഞ്ഞിനെ ശാസിച്ച് വാ തുറപ്പിച്ചപ്പോൾ അതിൽ ലോകംകണ്ട് അത്ഭുതപരതന്ത്രയായതുമായ പുരാവൃത്ത സന്ദർഭത്തെ അടിസ്ഥാനമാക്കിയാണ് ജി. യുടെ 'വിശ്വദർശനം'[33] രൂപപ്പെട്ടിരിക്കുന്നത്.

ചിന്മകൻ കുഞ്ഞു വാ തുറന്നപ്പോൾ ധന്യ
ജന്മമായൊരു ഗോപിയീ മഹാവിശ്വാകാരം
ഭീകരമനോഹരം ദർശിച്ചു ഹർഷാശ്ചര്യ-
മൂകയായ് ക്ഷണം നിന്നുപോയി; പോലതുപോലെ,
എന്നിലെ വിവശയാം ജിജ്ഞാസ നില്പൂ; പക്ഷെ
മുന്നിലിക്കാണും സത്യം മൂടൊല്ലെന്നർത്ഥിക്കട്ടെ.

വാ തുറന്നുകാണിക്കാൻ ആവശ്യപ്പെട്ട യശോദയ്ക്കു മുമ്പിൽ കൃഷ്ണൻ പ്രപഞ്ചം മുഴുവൻ കാണിച്ച വിസ്മയാധിക്യത്തെ വിശ്വ

ദർശനമായി ചിത്രീകരിക്കുന്ന കവി യശോദയെപ്പോലെയാവുന്നു. യശോദ വായ മൂടുവാൻ കണ്ണനോടാവശ്യപ്പെട്ടപ്പോൾ ആ അപാരത യുടെ നൈമിഷികാവരണം ജിജ്ഞാസയാൽ തുടർന്നു നിൽക്കുവാൻ കവി ആഗ്രഹിക്കുന്നു. വികസ്വര പ്രപഞ്ചത്തിൽ തന്റെ നിസ്സാരത ദർശിച്ച് അഹന്ത നശിച്ച മനുഷ്യന്റെ അവസ്ഥയാണ് ഈ പുരാവൃത്ത സാന്നിദ്ധ്യംകൊണ്ട് കവി വരച്ചിടുന്നത്.

സ്നാനഘട്ടത്തിൽ വസ്ത്രാപഹരണം നടത്തി ആലിന്മുകളിലി രിക്കുന്ന കൃഷ്ണനെയാണ് ജി. ''തിരുമുമ്പിൽ'[34] എന്ന കവിതയിൽ പുരാവൃത്തബിംബമായി സ്വീകരിക്കുന്നത്.

കുന്നും മലയും ചെവികൾ വട്ടം പിടി-
ക്കുന്നു; വിളികേട്ട ദിക്കിലേക്കോടുമോ!
കെട്ടിയകുറ്റി പറിക്കുമോ, വെൺനുര-
ച്ചുട്ടിനെറ്റിക്കും തിളങ്ങും തരംഗങ്ങൾ?

ഉടുപുടവ നേടാൻ നിന്ന ഗോപികമാരെപ്പോലെ കോവിലിന്റെ നടയിലേക്ക് കൂപ്പുകൈകളുയർത്തി നാമ്പിലകളുമായി പുൽച്ചെടി നിൽക്കുന്നു. വ്യാമുഗ്ദവും പക്ഷെ ഈശ്വര സാക്ഷാത്കാരത്തിന് ഉഴറുന്നതുമായ മനസ്സിനോട് ലജ്ജമാറ്റി സാക്ഷാത്ക്കാരത്തിന്റെ തുകി ലുകൾ വാങ്ങിയുടുക്കാൻ കവി ഉപദേശിക്കുന്നു.

സഞ്ചിതവംശസംസ്കാരത്തിനൊത്ത താ-
മഞ്ചിതവർണ്ണം, വടിവു, വൈചിത്ര്യവും
തഞ്ചിന വസ്ത്രം ഘനശ്യാമസുന്ദരൻ
പുഞ്ചിരിയിൽ പൊതിഞ്ഞിങ്ങോട്ടു നീട്ടുന്നു.
പിഞ്ചിതൾ കൈകാട്ടി നീയതു വാങ്ങുക!
നെഞ്ചിലഭിമാനമാർന്നു നീ നിർത്തുക.

ഇടശ്ശേരിയുടെ കവിതകളിലും ഈ കൃഷ്ണസങ്കൽപ്പം ആധു നിക ജീവിതാവസ്ഥകളുടെ നടുവിൽ വീർപ്പുമുട്ടുന്ന മനുഷ്യന്റെ ആശയും അഭിലാഷവുമായി അവതരിപ്പിക്കപ്പെടുന്നുണ്ട്. ജന്മാന്തര ങ്ങളുടെ സുകൃതഫലമായി കൃഷ്ണനെ തിരിച്ചറിയുന്ന വസുദേവനെ ''വസുദേവൻ'[35] എന്ന കവിതയിൽ കാണാം.

ഒടുവിൽക്കല്ലോലത്തിൻ നീട്ടിയ
മൃദുവാം കൈകളിൽ ഞാനേ, ഞാനേ
നീലക്കടലു കരഞ്ഞു കിടക്കുമൊ-
രോലക്കത്തിൻ മാധുരി കണ്ടേൻ

ചിരകാമിതമായ ഈ പുണ്യസാഫല്യം കൈവരുന്നതോടെ എല്ലാ തടസ്സങ്ങളും മാറിക്കിട്ടുമെന്ന് വസുദേവൻ തിരിച്ചറിയുന്നു. പുത്ര പ്രാപ്തിയെ പ്രാണവായുവൂതി പാകമാക്കുന്ന സാക്ഷാത്കാരമായി കാണുന്ന കൃഷ്ണഭക്തനെ പ്രതിനിധീകരിക്കാൻ ഈ ബിംബത്തിന് കഴിയുന്നു.

'അമ്പാടിയിലേക്ക് വീണ്ടും'[36] എന്ന ഇടശ്ശേരിക്കവിത കവിയുടെ കർമ്മനിരതമായ ജീവിതത്തെ സാക്ഷ്യപ്പെടുത്താൻ പുരാവൃത്ത

സാധ്യത ഉപയോഗപ്പെടുത്തുന്നു. ജീവിതത്തിന്റെ നദി നിശ്ചലമോ നിരുന്മേഷമോ ആവരുത്, തട്ടിത്തടഞ്ഞും മുട്ടിത്തിരിഞ്ഞും അതങ്ങനെ തകർത്തലച്ച് ഒഴുകണം.

എനിക്കു രസമീ നിമ്നോന്നതമാം
വഴിക്കു തേരുരുൾ പായിക്കൽ;
ഇതേതിരുൾക്കുഴിമേലുരുളട്ടേ,
വിടില്ല ഞാനീ രശ്മികളെ.

ഇത്യാദി ദാരുകന്റെ വിചാരഗതിയിലൂടെ കവിതയുടെ ആദ്യ ഭാഗവും.

കൃഷ്ണാ, മുന്നേപ്പോലേ നീയി–
ക്കാളിന്ദീതട വിടപത്തിൽ
പ്രഭാതകിരണപ്പൂക്കൾ വിരിച്ചൊരു
കൊമ്പിലിരുന്നിക്കുളിർകാറ്റിൽ
ഭ്രുകുടിതാളലയാന്വിതമാമൊരു
ഗാനം പാടുകവേണുവിൽ
ചേലകളല്ലോവാരിയെടുക്കുക
ഞങ്ങടെ ചേതന പാടേ,....

എന്നിങ്ങനെ ഗോപികമാരുടെ വിചാരഗതിയിലൂടെ രണ്ടാം ഭാഗവും കടന്നുപോകുന്നു. കൃഷ്ണപ്പാട്ടിലെ രാസക്രീഡ വായിച്ചുതീർത്തതിന്റെ ഫലമായി ദുഃഖപര്യവസായിയായ കവിത പിറന്നതിന്റെ നേർക്കാഴ്ചയാണ് ഈ കവിത.[37]

ഒ. എൻ. വി. കുറുപ്പിന്റെ 'രാഗം ലയം ലഹരി'[38] എന്ന കവിതയിൽ കൃഷ്ണബിംബം ചിത്രീകരിച്ചിരിക്കുന്നത് പ്രഭാതത്തിൽ വിടർന്നുല്ലസിക്കുന്ന മാതളപ്പൂവ് കവിയിലുണർത്തിയ മധുരാനുഭൂതിയെ ആവിഷ്ക്കരിച്ചുകൊണ്ടാണ്.

... . . എന്റെ നെറുകയിൽ
ഇന്ദ്രധനുസ്സുമുഷസ്സും തെരുതെരെ
പൊൻപീലിച്ചാർത്തും; മധുരലയത്തിൽ ഞാൻ
പള്ളികൊള്ളും; കാൽവിരൽ നുണഞ്ഞാലില–
യ്ക്കുള്ളിലുറങ്ങീടും കാർവർണ്ണനുണ്ണിപോൽ.

പൈതൃകത്തെ കൈയടക്കുന്നതിലുള്ള പ്രതിഷേധമാണ് 'കൃഷ്ണപക്ഷത്തിലെ പാട്ട്'[39] എന്ന കവിതയിലെ പ്രമേയം. ഭാരതീയ പൈതൃകത്തെ ആരോ കവർന്നെടുക്കുന്നു എന്ന വ്യഥ കൃഷ്ണസങ്കല്പം പ്രതീകമാക്കി കവി അവതരിപ്പിക്കുന്നു. ഒരു സമൂഹത്തിന്റെ, മാനവരാശിയുടെതന്നെ, കദനകഥ ആലേഖനം ചെയ്യാൻ ഇതിൽപ്പരം നല്ലൊരു സങ്കല്പം തിരഞ്ഞെടുക്കാനാവില്ല.

ഞങ്ങളുടെ കണ്ണനെയുമപഹരിച്ചൂ നിങ്ങൾ
ഞങ്ങളുടെ സർവ്വസ്വമപഹരിച്ചൂ!
ചൂട്ടെരിച്ചു നിങ്ങൾ ഗോഗുലം! ഞങ്ങളുടെ
പൈക്കളെയുമാട്ടിത്തെളിച്ചൂ!

എന്നിങ്ങനെ തുടങ്ങുന്ന കവിത കൃഷ്ണ പുരാവൃത്തത്തിലെ സംഭവ പരമ്പരകളിലൂടെ കടന്നുപോയി ഭാരതീയ സംസ്കാരത്തിന് സംഭവിച്ചുകൊണ്ടിരിക്കുന്ന അപചയങ്ങളിലേക്ക് വിരൽ ചൂണ്ടുന്നു. പടിഞ്ഞാറൻ സംസ്കാരത്തിന്റെ ആധിപത്യവും മൂല്യച്യുതിയും നികത്താനാവാത്ത നഷ്ടമായി കവി കാണുന്നു. ആ ദുഃഖസത്യത്തെ വിളിച്ചറിയിച്ചുകൊണ്ടുള്ള രോദനമാണ് ഈ കവിത.

എന്നിട്ട് നിങ്ങൾ മണിഹർമ്യങ്ങൾ തീർത്തു
മദരമ്യങ്ങളാം കനകമഞ്ചങ്ങൾ തീർത്തവിടെ
ഞങ്ങളുടെ ഇടയനിളവേല്കാൻ

അന്യാധീനപ്പെട്ട കൃഷ്ണനും നഷ്ടബോധത്തിൽ ഉഴലുന്ന ഗോകുലവും മൂർത്തമായ സമകാലീന പ്രതീകങ്ങളാണ് ഈ കവിതയിൽ. കാലത്തിന്റെ വിളി കണ്ണനെ തേടുകയാണ്-

വീണ്ടുമൊരു കാറ്റായ് വരൂ നീ
വരൂ ഞങ്ങൾ പാടാൻ മറന്നൊരീണങ്ങളിൽ!
വരൂ ഞങ്ങൾ തേടും പ്രഭാതമാർഗ്ഗങ്ങളിൽ!
തിരികെടും ഞങ്ങളുടെ മൺചെരാതുകളിൽ നീ
വരൂ ഞങ്ങളാം ശൂന്യപാത്രങ്ങളിൽ?

കൃഷ്ണപക്ഷം കറുത്തപക്ഷമാണെങ്കിലും കൃഷ്ണന്റെ പക്ഷമാണ്. കറുത്തവന്റ പക്ഷത്തുനിന്നാണ് കവി ഈ കവിതയുടെ രചന നിർവ്വഹിച്ചിരിക്കുന്നത്. ഈ കവിതയുടെ തുടർച്ചയായാണ് 'മുളങ്കാടുകൾ'[40] എന്ന കവിത തുടങ്ങുന്നത്.

ഒടുവിൽ നിന്നോടക്കുഴലും വലിച്ചെറി-
ഞ്ഞൊരുനാൾ നീയെങ്ങുപോയ് കൃഷ്ണാ!
കാലിക്കുടമണികൾ പാടുമീ ഗോകുല-
ഗ്രാമം വെടിഞ്ഞെങ്ങുപോയ് നീ?

ആധുനികസമൂഹത്തിന് നഷ്ടപ്പെട്ട കൃഷ്ണസങ്കല്പവും ഓടക്കുഴലും തേടിയലയുന്ന കവിയെ ഇതിൽകാണാം. പൊന്നുകൊണ്ടല്ല കൃഷ്ണന്റെ ഓടക്കുഴൽ എന്നും അത് മണ്ണിൽ കുരുത്ത മുളകൊണ്ടുള്ളതാണെന്നും അതു പാടിയത് മനുഷ്യസ്നേഹബന്ധങ്ങളുടെ കഥയായിരുന്നെന്നും കവി പറയുന്നു. ഇടയനെ സ്നേഹിച്ച പെണ്ണിന്റെ രാഗാർദ്രമായ ഹൃദയത്തുടിപ്പുകളും, അമ്മയുടെ വാത്സല്യവും, പാൽക്കുടമേറ്റിയ ആയർപെൺകൊടിയുടെ പായാരവും പകർന്നുതന്ന മുളന്തണ്ട് കൃഷ്ണൻ എന്തിന് വലിച്ചെറിഞ്ഞു എന്ന് കവി പരിതപിക്കുന്നു.

കൃഷ്ണന്റെ കാലശേഷം ഉണ്ടായ പരിവർത്തനമാണ് പിന്നീട് സൂചിപ്പിക്കുന്നത്. രാജപുരി കടലെടുത്തു. രാജവാഴ്ചയുടെ എല്ലാ പ്രതീകങ്ങളും ചെങ്കോലും കടലിനടിയിൽ ശയിക്കുന്നു.

അപരജന്മത്തിന്നപാരതീരത്തുനി-
ന്നണയുന്നുവോ കൃഷ്ണ! വീണ്ടും?
ഇവിടെ നിന്നോടക്കുഴൽ നീ വലിച്ചെറി-
ഞ്ഞിടമാകെയൊരുമുളം കാടായ്

തുമ്പികൾ തുളച്ചപൊൻ മുളകൾതൻ മുറിവുകളിൽ
അൻപാർന്നു മൂളുന്നതാരോ!
കാറ്റോ? അരൂപിയായെന്തോ തിരഞ്ഞു വിര-
ഹാർത്തനായെത്തുന്ന നീയോ?

കൃഷ്ണന്റെ ഗാനം ജനസാമാന്യത്തിനും സമൂഹമനസ്സാക്ഷിക്കും വേണ്ടിയുള്ളതാണ്. പെരുകിവരുന്ന വനസ്ഥലിയിൽ മുളങ്കാടുകൾ വളരുമ്പോൾ ഓരോ ഉണ്ണികളും മുളന്തണ്ടുകൾ പെറുക്കി എടുക്കുമ്പോൾ കവിവചനം കൃഷ്ണവചനമായി മാറുന്നു-

എരകപുല്ലിനാൽ തമ്മിലടിച്ചധി-
കാരത്തിനായ് നശിക്കായ്ക!
പോകുവിനീമുളന്തണ്ടുമായ്, പാടുവിൻ
ലോകാനുരാഗത്തിൻ രാഗം.

തമ്മിലടിച്ചുനശിക്കാതിരിക്കാൻ ആധുനിക സമൂഹത്തോട് ആഹ്വാനം ചെയ്യുന്ന കവി പുരാവൃത്ത പുനരാവിഷ്കാരത്തിലൂടെ തന്റെ സമൂഹദർശനം ആവിഷ്കരിക്കുന്നു.

വള്ളത്തോൾ കവിതയിലെ അനുപമമായ പ്രപഞ്ചസൗന്ദര്യദർശനത്തെ പ്രകീർത്തിക്കാൻ കൃഷ്ണപുരാവൃത്തം ബിംബമായി പി. കുഞ്ഞിരാമൻനായർ ഉപയോഗിക്കുന്നത് 'വെട്ടത്തുനാട്ടിലെ രാത്രി'[41] യിൽ കാണാം.

കൊച്ചു കവിതതൻ വായ്ക്കകം പൂർണ്ണമാം
വിശ്വരൂപം കാട്ടി നിൽക്കും മഹാകവി.

എന്നാണ് വള്ളത്തോൾ കവിതയുടെ വിശ്വരൂപദർശനം കവി ചിത്രീകരിക്കുന്നത്. കാവ്യാസ്വാദകന്റെ വിസ്മയപാരവശ്യം അവതരിപ്പിക്കാൻ ഇതിൽപ്പരം മികച്ച ഒരു ബിംബം ഈ കവിയ്ക്ക് വേറെയില്ല.

പാവനമാമേതോ ദിവ്യപ്രേരണമൂലം ലോല-
ജീവിതമുരളിയിൽ ഗാനങ്ങൾ തുളുമ്പുമ്പോൾ
ഒന്നുമില്ലാത്താക്കുന്നും താഴ്വര പ്രദേശവും
സുന്ദരവൃന്ദാവന രൂപമേന്തിടും മന്ദം
പാടത്തിൻവക്കിൽ കൊച്ചുകിന്നരിവെക്കും തോടോ
പാവനമായുള്ളൊരു കാളിന്ദിപ്പുഴയാകും.

എന്ന് 'വേണുഗോപാലൻ'[42] എന്ന കവിതയിൽ കുഞ്ഞിരാമൻനായർ ഇടയന്റെ വേണുഗാനം ദരിദ്രപ്രദേശത്തെ വൃന്ദാവനമാക്കുന്നതായി സൂചിപ്പിക്കുന്നു. 'ദൂരദർശിനിയിൽകൂടി'[43] എന്ന കവിതയിൽ സുദൃഢമായ സൗഹൃദബന്ധങ്ങളെയും വിദ്യാർത്ഥി ജീവിതത്തെയും ചിത്രീകരിക്കാൻ 'കാളിന്ദി നെടുവീർപ്പിടുന്ന വൃന്ദാവന' മെന്ന ബിംബം കവി സ്വീകരിക്കുന്നുണ്ട്.

പി. കുഞ്ഞിരാമൻനായരുടെ 'പ്രണയപ്രതീക്ഷ'[44] കൃഷ്ണനിൽ വിശ്വകവിരൂപം സാക്ഷാത്കരിച്ച കവി നടത്തുന്ന സത്യാന്വേഷണമാണ്. രാധയുടെ ഭാവത്തിലാണ് ഈ അന്വേഷണം ചിത്രീകരിക്കപ്പെടുന്ന

ത്. പ്രകൃതി സൗന്ദര്യത്തിന്റെ കൈവഴികളിൽകൂടി ഈശ്വരാനുഭൂതിയുടെ അഴിമുഖത്തണഞ്ഞ മനുഷ്യാത്മാവ് തന്നെയാണ് കൃഷ്ണസംഗമത്തിനായി കാത്തുനിൽക്കുന്ന വിരഹിണിയായ രാധ.

കുഞ്ഞിരാമൻനായരെ സംബന്ധിച്ചിടത്തോളം പ്രണയസാക്ഷാത്കാരം ഒരു മരീചികയായിരുന്നു. അവിരാമമായ യാത്രയും നീണ്ട കാത്തിരിപ്പും അദ്ദേഹത്തിന്റെ കവിതകളുടെയും പൊതുസ്വഭാവമാണ്. ഇതിന്റെ മൂർത്താവിഷ്കാരത്തിനാണ് രാധാകൃഷ്ണ പുരാവൃത്ത ബിംബങ്ങൾ കവി സ്വീകരിച്ചിരിക്കുന്നത്.

അയ്യപ്പപ്പണിക്കരുടെ 'ഗോപികാദണ്ഡകം'[45] സുഗതകുമാരിയുടെ കൃഷ്ണ, നീയെന്നെയറിയില്ല' എന്ന കവിതയ്ക്ക് ഒരു മറുപടിയായി തോന്നും. ഗോപികയോടുള്ള അഗാധമായ പ്രേമകഥനമാണ് ഈ കവിത. പോരൂ വസന്തമായ് എന്ന കുഴൽവിളിക്കുപോലും സ്വകാര്യാരാധനയിൽ നിന്ന് പുറംലോകത്തേക്ക് ആനയിക്കാൻ കഴിയാത്ത ഗോപികയുടെ വാചാലമായ മൗനപ്രണയം കൃഷ്ണൻ തിരിച്ചറിയുന്നതായി സൂചിപ്പിക്കുന്നു. അവളുടെ പ്രണയം കല്പാന്തത്തിലും അവളെ അനശ്വരയാക്കി നിർത്തുമെന്ന് ഈ നിത്യകാമുകീ സങ്കല്പത്തിലൂടെ സമർത്ഥിക്കുന്നു.

ഭക്തിയിലുപരിയായി മതഭൂതകാല നിഷേധമായി വളർന്ന ആധുനിക കവികളുടെ പുരാവൃത്തസ്വീകരണം ഇരുപതാം ശതകത്തിന്റെ പ്രത്യേകതയായി എൻ. മുകുന്ദൻ നിരീക്ഷിക്കുന്നുണ്ട്.[46] പൗരാണികേതിവൃത്തം ആസ്വാദകനെ പുതിയ അർത്ഥതലങ്ങളിലേക്കാണ് നയിക്കുന്നത്. വിശുദ്ധിയുടെ നഷ്ടബോധത്തിൽനിന്നുകൊണ്ട് പുതിയ കാഴ്ചപ്പാടോടെ പഴയതിനെ സമീപിക്കാനും അതിന് പുതിയ അർത്ഥധ്വനികൾ കണ്ടെത്താനും കഴിയണം. പുരാവൃത്തങ്ങൾ തിരഞ്ഞെടുക്കുമ്പോൾ കവികളും, വായനയിൽ ആസ്വാദകനും അറിയാതെ ഈ ദിശാബോധം കൈവരിച്ചവരാകുന്നുണ്ട്. അതുകൊണ്ടാണ് ആധുനിക കാലഘട്ടത്തിലും ഭക്തിയുടെ നിറവില്ലാതെ കൃഷ്ണകവിതകൾ നാം വായിച്ചുപോകുന്നത്.

വിജനത്തിലേകാന്തഭവനത്തിലൊറ്റയ്ക്കു
തഴുതിട്ട കതകിന്റെ പിറകിൽ തളർന്നിരു-
ന്നിടുന്ന മിഴികളാൽ സ്വന്തം മനസ്സിനെ
മുകരുന്ന ഗോപികേ, വിരലാൽ മനസ്സിന്റെ
യിതളുകൾ തടവുമ്പൊഴിട നെഞ്ചി-
ലിടിവെട്ടുമേകാന്തശോകത്തിലിടയുന്ന
കൺപോള നനയുന്ന ഗോപികേ.

എന്നിങ്ങനെയുള്ള കൃഷ്ണന്റെ ക്ഷണം സാക്ഷാത്കരിക്കാൻ കഴിയാത്ത സ്വപ്നമായി അയ്യപ്പപ്പണിക്കർ ആവിഷ്കരിച്ചിരിക്കുന്നു. അനിവാര്യമായ വേർപാടിന്റെ ആവശ്യകത വിളംബരം ചെയ്യുന്നുണ്ടെങ്കിലും അന്യോന്യം അറിയുന്നു എന്ന് സ്ഥാപിക്കുന്നു. കൃഷ്ണകഥയുടെ പല ഘട്ടങ്ങളിലൂടെ ഭൂമിയിലെ മർത്ത്യവർഗ്ഗവികാസത്തിന്റെ

പല ഘട്ടങ്ങളെ ഈ കവിത അവതരിപ്പിക്കുന്നു. കൃഷ്ണസങ്കല്പം വ്യക്തിമാനത്തിനപ്പുറം വർഗ്ഗമാനം കൈക്കൊള്ളുകയും ചെയ്യുന്നു. കവിതയിലുടനീളം യാത്ര മരണത്തിന്റെ പ്രതീകമാവുകയും ഒരു ദാർശനികവ്യഥയായി വളരുകയും ചെയ്യുന്നു.

എം. ലീലാവതി സുഗതകുമാരിയുടെ ഗോപികയ്ക്ക് 'കാമന'യെന്ന പേർ നൽകുന്നു.[47] കൈനീട്ടിയാൽ തുറക്കാവുന്ന വാതിൽ തുറക്കാതെ ധർമ്മബോധത്തിന്റെ തടവറയിലേക്ക് സ്വയം തള്ളിയിടുകയും അവിടെക്കിടന്ന് പിടയ്ക്കുകയും ചെയ്യുന്ന ഐന്ദ്രിയകാമന ഭാരതീയ ബോധമനസ്സിന്റെ ഒരു സാമാന്യധർമ്മമെന്ന നിലയിൽ എല്ലാവരുടെയും ഉള്ളിൽ ഉറങ്ങിക്കിടക്കുന്നതായും കണ്ടെത്തുന്നു. ഇതിൽ നിന്ന് അൽപ്പം വ്യതിചലിക്കുന്ന ചിന്തയാണ് അയ്യപ്പപ്പണിക്കർക്കുള്ളത്. പണിക്കരുടെ ഗോപിക

അഴലും പരാതിയും കൈമലർക്കുമ്പിളിൽ
തൂവാതെ നിർത്തിനുകരുന്ന-

ഗോപികയാണ്. സുഗതകുമാരിയുടെ ഗോപികയിലെ ദുഃഖാഭിരതിയുടെ സൗന്ദര്യത്തെ മായാതെ നിർത്തുകയും അവളിലെ സ്വത്വബോധത്തെ ഉയിർപ്പിക്കുകയുമാണ് അയ്യപ്പപ്പണിക്കർ ചെയ്യുന്നത്. വിലക്കുകൾ പൊട്ടിച്ചെറിയുന്നതിന്റെ നിർവൃതിപോലെ അതിന്റെ നശ്വരത അറിയുന്നതിലെ നിർവൃതിയും അയ്യപ്പപ്പണിക്കരുടെ ഈ കവിതയിലുണ്ട്. ഇങ്ങനെ അപൂർണ്ണമായ ജീവിതത്തിലെ പൂർണ്ണതയ്ക്കായുള്ള അന്വേഷണമായി കവിത മാറുകയും ചെയ്യുന്നു. കൃഷ്ണ പുരാവൃത്തത്തിന്റെ സാർവ്വജനീനത കവിതയുടെ ഭാവപ്രപഞ്ചത്തെ ഉണർത്തുകയും അപൂർണതയിലെ പൂർണത കാട്ടുകയും ചെയ്യുന്നു.

എൻ. വി. കൃഷ്ണവാരിയരുടെ 'കൃഷ്ണവധം'[48] എന്ന കവിത ആധുനിക ഇന്ത്യൻ യാഥാർത്ഥ്യങ്ങൾക്കുമുൻപിൽ കംസവധത്തിന്റെ പുരാവൃത്തത്തെ തിരിച്ചിടുന്നു. തിന്മ ആകാശത്തോളം പെരുത്ത ഒരു സമൂഹത്തിൽ ഒരു മുട്ടപോലെ നന്മ ഞെരിഞ്ഞമരുകയാണെന്ന ബോധമാണ് കവിയെക്കൊണ്ട് ഇങ്ങനെ ചെയ്യിക്കാൻ കാരണം. കൃഷ്ണവധം വർത്തമാനകാലത്തിലൂടെ ആവർത്തിച്ചുകൊണ്ടിരിക്കുന്നു എന്ന് കവി സൂചിപ്പിക്കുന്നു.

കംസനെക്കൃഷ്ണൻ വധിച്ചകഥ, കവി
കണ്ട പകൽക്കിനാവൊന്നുമാത്രം;
കൃഷ്ണനെക്കംസൻ വധിപ്പ, തെന്നും നമ്മൾ
കാണും കഠോരമാം സത്യമത്രേ!

അന്യാപദേശരൂപേണ ഒരു പുരാവൃത്തത്തെ ഫലപ്രദമായി കവി കൈകാര്യം ചെയ്യുന്നതിന്റെ ഉത്തമദൃഷ്ടാന്തമാണ് ഈ കവിത.

എൻ. എൻ. കക്കാടിന്റെ ബാല്യസ്മരണകൾക്ക് മിഴിവേകി കൃഷ്ണന്റെ ചിത്രം തെളിഞ്ഞുനിൽക്കുന്നത് 'മങ്ങാത്ത മയിൽപ്പീലി'[49] എന്ന കവിതയിൽക്കാണാം.

നീലച്ചുരുൾമുടി കെട്ടിച്ചാർത്തിയ
പീലിക്കണ്ണു ചലിച്ചൂ;
ഇളകും ചുരുൾമുടി നെറ്റിയിൽ വീഴ്കേ
തിലകമൊരൽപ്പം മാഞ്ഞൂ;
വളകൾചിരിക്കും കൈത്താരുകളിൽ
തളകൾചലിക്കും കാലിൽ,
കിങ്ങിണികൂകിടുമരയിൽ, തൂമണി
മാലകളിളകും മാറിൽ,
താളം കുത്തിമറിഞ്ഞുനുരഞ്ഞതി-
ലോളം തള്ളി മദിച്ചൂ;
നീണ്ടു വിടർന്ന മിഴിക്കോണിൽ, ചെ-
ഞ്ചുണ്ടുകൾ വിരിവതിനിടയിൽ,
അസ്പഷ്ടം നിന്നിളകീ മോഹന-
നിഷ്കള ഹാസമൊരൽപ്പം.

ബാല്യത്തിന്റെ ഗൃഹാതുരത ഉണർത്തുന്ന ഈ വർണ്ണന എഴുത്തച്ഛന്റെ 'നിറന്ന പീലികൾ നിരക്കവെ കുത്തിയ''കൃഷ്ണനെ കവച്ചുവെക്കുന്നതാണ്.

വർത്തമാനകാലയാഥാർത്ഥ്യങ്ങളോട് ബന്ധപ്പെടുത്തി രാധാകൃഷ്ണസങ്കൽപ്പം പുനരാവിഷ്കരിച്ചതിൽ സച്ചിദാനന്ദന്റെ കവിതകളും ഉൾപ്പെടുന്നു. 'മരീചിക'[50] എന്ന കവിതയിൽ കൃഷ്ണനെ തൊഴിലാളിവർഗ്ഗത്തെ ചൂഷണം ചെയ്യുന്ന മുതലാളിത്തത്തോടൊപ്പമിരുത്തുന്നു.

കണ്ണാ നീയുണ്ണും വെണ്ണയെൻ മജ്ജ, കാൽ മുത്തും
ചെമ്പനീർ മലരെന്റെ കണ്ണുനീർ, കിരീടത്തിൻ
മാണിക്യം മമഘനരക്തം, നിൻമിഴിനീല-
യെന്നുടെ വിരഹത്തിൻ വേപഥു, പീലിക്കെട്ടിൽ
മൃതമെൻ മയൂരത്തിന്നോമന നൃത്തം, പുല്ലാ-
ങ്കുഴലിൽ പണ്ടേപോയ, വസന്തത്തിലെൻ കുയിൽ
മൊഴിഞ്ഞ കളഗാനം, നിർത്തൂനിർത്തൂനിൻ കള്ള-
ച്ചിരി, ആലിലയില്ല, അമ്പുമില്ലിന്നെൻ കയ്യിൽ.

തീവ്രവേദനകളിൽ കൃഷ്ണസങ്കൽപ്പം കൊണ്ട് വിസ്മൃതിയടയാമെന്ന കവിയുടെ മോഹം പരാജയപ്പെടുന്നു. ഒഴുക്കിൽപ്പെട്ട പൊങ്ങുതടിയായി തകർന്ന ജീവിതത്തിൽ അത് ഒഴുകി നടക്കുന്നു.

.... അസ്ഥിശൂന്യം നീല-
നിഴലേ, നിൽക്കൂ, ഞാനുണ്ടിവിടെ; നിരാലംബ-
മൊരു ദ്വീപിലെത്തോണി തകർന്ന യാത്രക്കാരൻ
നിൻപൊങ്ങുതടിയുമായ് പാറകൾക്കിടയ്ക്കെത്തു-
കെൻ മുറിമൂലയ്ക്കെത്തുമെട്ടുകാലിയെപ്പോലെ.

തകർച്ചയുടെ വക്കിൽനിന്ന് ഇങ്ങനെ പ്രതികരിക്കാനേ കവിയെ ഈ സങ്കല്പം അനുവദിക്കുന്നുള്ളൂ.

ധർമ്മം അനാഥമാവുകയും അധർമ്മം കൊടികുത്തിവാഴുകയും ചെയ്യുന്ന ആധുനികയുഗത്തിൽ ഒരു അവതാരവും പിറവിയെടുക്കുന്നില്ലെന്ന് 'മൂന്നുപേർ പാടുന്നു'[51] എന്ന കവിതയിൽ സച്ചിദാനന്ദൻ പറയുന്നു. പാഞ്ചാലിമാർ നിരന്തരം കരഞ്ഞുവിളിച്ചിട്ടും ഒരു കൃഷ്ണനും വിളികേൾക്കാനെത്തുന്നില്ല.

ചപലമായ നൂറുകൺമുനകളൊന്നിച്ച്
പാട്ടുകാരിയുടെ മുഷിഞ്ഞ വസ്ത്രങ്ങൾ കുത്തിക്കീറുന്നു.
കൃഷ്ണൻ സഭയിൽനിന്ന് അവളുടെ നിലവിളി കേൾക്കുന്നില്ല.

കൃഷ്ണജീവിതത്തിലെ മധുരസങ്കല്പങ്ങളെ, രക്ഷകത്വത്തെ, ആധുനികജീവിതത്തിന്റെ രൗദ്രഭീകരത്വം കീഴ്പ്പെടുത്തിയതായി കവി കണ്ടെത്തുന്നു.

ഇടശ്ശേരിയുടെ കവിത്വശക്തിയെ പ്രകീർത്തിക്കാൻ കല്പാന്ത പ്രളയസങ്കല്പവും ഗോവർദ്ധനോദ്ധാരണ പുരാവൃത്തവും കൂട്ടിയിണക്കിയാണ് സച്ചിദാനന്ദൻ 'ഇടശ്ശേരി'[52] എന്ന കവിത രചിച്ചിരിക്കുന്നത്.

പ്രളയമൊടുവിൽ വരുന്നേരമൊരുവരി-
ക്കവിതമേൽ പൊന്തിക്കിടക്കുന്ന-

ഇടശ്ശേരി ഏതു പ്രളയത്തേയും സർവ്വനാശത്തെയും അതിജീവിക്കുന്ന കവിത്വസിദ്ധിയുടെ ഉടമയാണെന്ന് വ്യക്തമാക്കുന്നു.

നഗരം ലളിതചമയുമ്പോഴാവിഷ-
മുലയൂറ്റി ജീവനെടുക്കുന്നു
മഴയായിമാറ്റാൻ വന്നലയുമ്പോൾ
മലയെക്കുടയാക്കി നിൽക്കുന്നു
മരമായി മാറ്റാൻ വളരുമ്പോൾ പാറുവി-
ന്നുരലും വലിച്ചവനെത്തുന്നു.

എന്നിങ്ങനെ കൃഷ്ണന്റെ ജീവിതത്തിലെ പ്രധാന സംഭവങ്ങളെ കോർത്തിണക്കി ഇടശ്ശേരിയെ കൃഷ്ണസാന്നിദ്ധ്യമാക്കി അവതരിപ്പിക്കുന്നു. പ്രതികൂല സാഹചര്യങ്ങളെ ഇടശ്ശേരിക്കവിത അതിശയകരമായ ശക്തിയോടെയും അനായാസതയോടെയും ജയിക്കുന്നതായി ചിത്രീകരിക്കുന്നു.

ജീവിതാനുഭവങ്ങളെ ആവിഷ്ക്കരിക്കുന്നതിന്റെ തീക്ഷ്ണതയ്ക്കായാണ് ആധുനികകവികൾ പുരാവൃത്തങ്ങൾ തേടിയിരിക്കുന്നത്. ചിലപ്പോൾ സൂചനകളിലൂടെ പുരാവൃത്തത്തിന്റെയും കഥാപാത്രത്തിന്റെയും സമഗ്രമായ സാന്നിദ്ധ്യം പ്രത്യക്ഷപ്പെടുത്താനും ശ്രമിക്കുന്നുണ്ട്. മൂല്യങ്ങളെ സംക്രമണം ചെയ്യുന്നതിനും, വൈകാരിക തീവ്രത ഉറപ്പുവരുത്തുന്നതിനും, കവിയുടെ സവിശേഷമായ അനുഭൂതിമണ്ഡലം ആവിഷ്ക്കരിക്കുന്നതിനുമാണ് ഈ പുരാവൃത്ത പരാമർശങ്ങൾ ഉപയോഗിച്ചിരിക്കുന്നത്. കാലികപ്രസക്തിയുള്ള സങ്കല്പങ്ങൾ കലർത്തി ആധുനിക ജീവിതത്തോട് സംവദിക്കുന്ന തരത്തിലാണ് ഇവ പുനരാവിഷ്കൃതമാകുന്നത്.

കുരുക്ഷേത്രം – മനുഷ്യമനസ്സിലെ ധർമ്മാധർമ്മങ്ങളുടെ സംഘർഷം

മനുഷ്യമനസ്സിൽ അതീതകാലം മുതലേയുള്ള ദേവാസുര സംഘർഷ ത്തിന്റെ പ്രതീകമാണ് കുരുക്ഷേത്രം. ഇവിടെ ധർമ്മവും അധർമ്മവും തമ്മിലുള്ള പോരാട്ടം നടക്കുന്നു. പൗരാണിക മിത്തി ലേക്ക് ആഴ്ന്നിറങ്ങുന്ന വ്യക്തിയെ സംബന്ധിച്ചിടത്തോളം ധർമ്മാ ധർമ്മ സംഘട്ടനങ്ങൾ അരങ്ങേറുന്ന മാനസിക യുദ്ധക്കളമാണ് കു രുക്ഷേത്രം. സുഗതകുമാരി 'കുരുക്ഷേത്രത്തിൽ'[53] എന്ന കവിതയിലൂടെ ധർമ്മാധർമ്മ വിവേചനം സാധ്യമാകാത്ത ആധുനികമനുഷ്യന്റെ സന്ദേഹത്തെ ആവിഷ്ക്കരിക്കുന്നു.

എവിടെയെൻ മിന്നൽ വാൾ? പൊന്നലുക്കാടുന്ന
കൊടികൾ? ഉച്ചണ്ഡമാമെൻ പടഹം?
എവിടെയെൻ വെളുത്തു മദിച്ചു തുള്ളും പട–
ക്കുതിര? വൻ പാമ്പൊത്തൊരെന്റെ ചാപം?
അൻപൊടെൻ ദുർഗ്ഗേ, പറഞ്ഞാലുമെങ്ങെന്റെ–
യമ്പൊടുങ്ങാതുള്ളൊരാവനാഴി?
കട്ടിയിരുമ്പിൻ ചിരിമുനയേല്ക്കിലും
പൊട്ടിപ്പിളരാത്തപൊൻ കവചം?
ഹാ! പറഞ്ഞാലും, കനിഞ്ഞു നീയെങ്ങെന്റെ
സാഹസോന്മത്തമാം വീര്യബോധം?

എന്നിങ്ങനെ വിലപിക്കുന്ന അഭിനവപാർത്ഥനെ അവതരിപ്പിച്ചു കൊണ്ടാണ് കവിത ആരംഭിക്കുന്നത്. ജീവിതസംഘർഷങ്ങളുടെ മധ്യത്തിൽ നിസ്സഹായനായി നിൽക്കാൻ വിധിക്കപ്പെട്ടവനാണ് ഈ അർജ്ജുനൻ.

ദുഃസ്സഹമല്ലോ കുരുക്ഷേത്രഭൂമിലീ
നിസ്സഹായത്വം; നിറഞ്ഞ ദുഃഖം.

നിഷ്ക്രിയതയുടെ തേർത്തട്ടിൽ തളർന്ന് വിഷാദമഗ്നനായി നിൽക്കുമ്പോൾ ഗീത ചൊല്ലിത്തരാനുള്ള ആത്മമിത്രത്തെ മനുഷ്യൻ അന്വേഷിച്ചുകൊണ്ടിരിക്കുകയാണ്.

വേണുന്നതെന്തെന്നു ചൊല്ലിത്തരാനെന്റെ
പ്രാണനാം തേരാളി കൂടെയില്ലാ!

ഇങ്ങനെ ഉള്ളിൽ പാഞ്ചജന്യധ്വനിയുണരാതെ കൈതളരുമ്പോൾ കണ്ണീരൊഴുക്കുന്ന അർജ്ജുനൻ ഇന്നിന്റെ പ്രതിനിധിയാണ്. ആസ ക്തി തന്നെയാണ് ഇവിടെ അർജ്ജുനനെ വലയ്ക്കുന്നത്. ആഗ്രഹത്തെ നശിപ്പിച്ച് ജീവിത സാക്ഷാത്കാരം നേടുകയല്ല സ്വജനാസക്തി നിറച്ച് യുദ്ധം ചെയ്യാൻ പ്രേരിപ്പിക്കുകയാണ് തേരാളി ചെയ്തതെ ങ്കിലും ആ സാന്നിദ്ധ്യംപോലും ഇന്ന് അന്യമാണ്. മൂല്യച്യുതിയോ ടുള്ള കടുത്ത പ്രതികരണമാണ് സുഗതകുമാരിയുടെ ഈ അർജ്ജു നൻ നടത്തുന്നത്. മനുഷ്യൻ നിസ്സഹായനും നിസ്സാരനുമായിട്ടും മനസ്സിൽ സൂക്ഷിക്കുന്ന മാനവമൂല്യങ്ങൾ അർത്ഥമില്ലായ്മയായി പ

രിണമിക്കുന്നതിന്റെ വേദന ഈ കവിത ഉൾക്കൊള്ളുന്നുണ്ട്. ഭാരതീയന്റെ അബോധമണ്ഡലത്തിലെ പുരാവൃത്ത സ്മൃതി ഉണർത്തി അതിൽ വർത്തമാനകാലത്തിന്റെ പ്രതിഫലനങ്ങൾ അവതരിപ്പിക്കുകയും ചെയ്യുന്നതിൽ ഈ കവിത വിജയം കണ്ടിരിക്കുന്നു.

'ഇതു മഹാഭാരതം'എന്ന സുഗതകുമാരിയുടെ കവിതയും ആധുനികജീവിതത്തിന്റെ ശാസ്താവബോധത്തിൽ മഹാഭാരതകഥയെ പുനരാഖ്യാനം ചെയ്യുന്നുണ്ട്. അർജ്ജുനന്റെ ജീവിതം ആധുനിക മനുഷ്യന്റേതുപോലെ ധർമ്മസങ്കടങ്ങളുടെ ആകെത്തുകയാണ്. ജീവിതത്തിന്റെ സങ്കീർണ്ണഭാവം ഇതികർത്തവ്യാമൂഢതയാണ്. അധർമ്മം പെരുങ്കടലായി പരക്കുമ്പോൾ ധർമ്മിഷ്ഠന്റെ ജീവിതം പ്രാണനുവേണ്ടിയുള്ള പലായനമാകുന്നു. ഇവിടെ പൊരുതിക്കൊണ്ടിരിക്കുക എന്നതാണ് തന്ത്രം. രക്ഷിക്കേണ്ടവരെ രക്ഷിക്കാൻ കഴിയാതെ വരിക, ഗുരുക്കന്മാരോടും ബന്ധുക്കളോടും യുദ്ധം ചെയ്യേണ്ടിവരിക തുടങ്ങിയ പൊള്ളുന്ന അനുഭവങ്ങളിലൂടെ ആധുനികമനുഷ്യന്റെ പ്രതിനിധിയായി അർജ്ജുനൻ മാറുന്നു. വാക്കുകളുടെ അമ്പൊടുങ്ങാത്ത ആവനാഴിയും, പരിഹാസങ്ങളേറ്റു പിളരാത്ത മനഃശക്തിയുടെ കവചവും തേടുകയാണ് ഈ പാർത്ഥൻ.

അറിയാതെ പിന്നിലൂടെത്തി ത്തറയ്ക്കുവോ-
രൊളിയമ്പുകൊണ്ടെൻ കരൾ നുറുങ്ങി,
ഒരു വാളുപോലും കരത്തിലില്ലാതെ, പാഴ്-
ചിരികൾക്കു മേകശരവുമായി,
ഉഴറിത്തളർന്നു നില്ക്കുന്നൊരിക്കയ്യുക-
ളുയരാത്ത പാർത്ഥനെയൊന്നു നോക്കൂ!

ധർമ്മാധർമ്മങ്ങൾ തിരിച്ചറിയാനാകാതെ വിഭ്രമിപ്പിക്കുന്ന ആധുനിക കുരുക്ഷേത്രത്തിൽ, പരമമായ വിശ്വാസമർപ്പിച്ച് ദീനനായി കൈനീട്ടുന്നവർക്കുമുമ്പിൽ രക്ഷകനാകേണ്ട പാർത്ഥൻ നിസ്സഹായനായിത്തീരുന്ന കാഴ്ച 'ബയാഫ്ര'[54] എന്ന കവിതയിലുണ്ട്.

ആരേ കൊലയാളി? ആരേ ഹതൻ? വില്ലു
കൂരമ്പു ചേർത്തു തൊടുക്കുവാനായുമെൻ
കൈകൾ തളർന്നു തൂങ്ങുന്നു, നിൽക്കുന്നു ഞാൻ,
ഷണ്ഡനാം അർജ്ജുനനായി... .

അപരാധിയേയും നിരപരാധിയേയും തിരിച്ചറിയാൻ കഴിയാത്തതിന്റെ, മാർഗ്ഗനിർദ്ദേശമേകാൻ തേരാളിയില്ലാത്തതിന്റെ, ദുഃഖം ആധുനിക ജീവിതത്തിന്റെ ദൈന്യമാണെന്ന തിരിച്ചറിവാണ് ഈ പുരാവൃത്ത പുനരാഖ്യാനത്തിന്റെ പൊരുൾ.

ഈ ആധുനിക കുരുക്ഷേത്രത്തിലെ ഗാന്ധാരിയുടെ ചിത്രവും വ്യത്യസ്തമല്ല.

അമ്മയെവിടെ? ഈ നൂറു നൂറോമന-
ക്കുഞ്ഞുങ്ങൾ തന്നമ്മയെങ്ങുപോയ്?
....

കുരുക്ഷേത്രഭൂമി തന്നമ്മയായ് കൈക-
ളുയർത്തിശ്ശപിക്കുമേ ഞങ്ങളെ, യിക്കേളി
കേട്ട നൂറ്റാണ്ടിനെ?
"കൊല്ലാതെ കൊള്ളാഞ്ഞ
തെന്തിവർ തന്നെ നീ കൊല്ലിക്കയത്രേ
നിനക്കുരസമെടൊ!"'

എന്ന ശാപവചസ്സിന്റെ അറ്റത്തുതന്നെയാണ്. ആ ശാപപർവ്വത്തെ 'ഇതു മഹാഭാരതം'[55] എന്ന കവിതയിലും ആവർത്തിച്ചിട്ടുണ്ട്.

.... മക്കൾ തൻ
ചുടുചോര ചിതറുന്ന,
കണ്ണീരൊലിക്കുന്നൊ-
രിതുമഹാഭാരതശാപപർവ്വം!
കരിപോൽ കലങ്ങിമെലി
ഞ്ഞൊലിച്ചീടുന്നു
യമുന, കണ്ണന്റെ പഴയതോഴി
കളവാണ് കാളിയൻ
പോയില്ലയില്ലയെ
ന്നൊരു വിഷക്കാറ്റു വന്നൂതിടുന്നൂ
ചിതയൊന്നുമങ്ങി
യെരിഞ്ഞിടുന്നു വീണ്ടും...
അതു കണ്ടിരിക്കുന്നു വൃദ്ധനേകൻ
എവിടെയോ കണ്ടതാ
ണീമുഖം! ശാന്തമാ
യവിടുന്നു മെല്ലെപ്പറഞ്ഞിടുന്നൂ
തളരൊല്ല, പതിവുള്ള
താണിതെല്ലാം, നൂറു
തവണയാവർത്തിച്ചതാണിതെല്ലാം.

എങ്കിലും ഇത് ശാന്തിപർവ്വത്തിലേക്ക് നീളുമെന്ന് കവി പ്രതീക്ഷിക്കുന്നുണ്ട്. ആധുനിക ഇന്ത്യയുടെ അവസ്ഥകളെയാണ് ചരിത്രമുഹൂർത്തങ്ങളിലൂടെ മഹാഭാരതകഥയുടെ സാന്നിദ്ധ്യത്തിൽ അവതരിപ്പിക്കുന്നത്.

അർജ്ജുനനും കൃഷ്ണനും കുരുക്ഷേത്രവും

അയ്യപ്പപ്പണിക്കരുടെ 'കുരുക്ഷേത്രം''[56] കവിയുടെ മാനസികമായ യുദ്ധക്കളിത്തിൽ വർത്തമാനകാല ജീവിതാവസ്ഥ പ്രതിഫലിപ്പിക്കുന്ന കവിതയാണ്. സാമൂഹികജീവിതത്തെ ലക്ഷ്യരഹിതമായി കാണുകയും അതിന്റെ വിലക്ഷണങ്ങൾ പ്രതിഫലിപ്പിക്കുകയും ചെയ്യുമ്പോൾ ഈ യുദ്ധക്കളത്തിൽ കവിയുടെ സ്ഥാനമെന്താണെന്ന് അന്വേഷിക്കുന്നു.

നീതിക്കുവേണ്ടി കരഞ്ഞുഴന്നീടവെ
ഗീത ചൊല്ലിക്കേട്ടൊരർജ്ജുനനല്ല ഞാൻ
വീണ്ടുമീ മന്നിൽ മുളച്ചുവളർന്നോരു
വേദനകെട്ടിയ കൊച്ചു കൂടാണു ഞാൻ

സ്മരണകൾക്കും സ്വപ്നങ്ങൾക്കുമിടയിൽ നിൽക്കുന്ന ഏകാകിയായ ഒരു യാത്രക്കാരനാണ് ഇവിടെ കവി. അതീത യാഥാർത്ഥ്യങ്ങൾ ധ്വനിപ്പിക്കുന്ന ശിഥില ചിത്രങ്ങൾ ദുഃസ്വപ്നംപോലെ പ്രത്യക്ഷപ്പെടുന്നുണ്ട്.

കണ്ണുകണ്ണുനീർകുടിക്കുന്നു, വേവും
ചെന്നിണം കുടിക്കുന്നു സിരകൾ
മജ്ജ വീണ്ടും നുണഞ്ഞിറങ്ങി-
തസ്ഥികൂടം തൊലികരളുന്നു.
പൂക്കളെ പിൻവലിക്കുന്ന വേരു-
പൂത്തുനിൽക്കുന്ന മണ്ണുവിഴുങ്ങുന്നു
ഞങ്ങൾ മർത്ത്യർ കഴിച്ചുകൂട്ടുന്ന
മന്നിടമിതാ കാണുന്നു താഴെ

സംസ്കാരത്തിന്റെ മുന്നോട്ടുള്ള യാത്രക്കിടയിൽ മതദർശനങ്ങൾ മനുഷ്യദർശനശക്തിയെ ഇല്ലാതാക്കുയും മനുഷ്യനെ പീഡിപ്പിക്കുകയും ചെയ്തതായി കവി കാണുന്നു. നാലു ഖണ്ഡങ്ങളിലായി മനുഷ്യമനസ്സിൽ ജ്വലിക്കുന്ന ധാർമ്മികവും നൈതികവുമായ മൂല്യസങ്കല്പങ്ങളെ വിചാരണ ചെയ്യുന്നു. വേദാന്തങ്ങളുംതത്വശാസ്ത്രങ്ങളും പിൻതുടർന്ന് ജീവിതം പാഴാക്കേണ്ടെന്നും, ബോധം ഉള്ളിലുദിക്കാൻ ബുദ്ധനാകേണ്ടന്നും, അൽപ്പനേരം മനുഷ്യനാകാൻ ക്രിസ്തുവാകേണ്ടന്നും പറയുന്നു.

പച്ചക്കിനാവുകൾ സർവം മറന്നോ
പഷബ്ഭ പാടുവാൻ കൂടുന്നു നീയും?
ജീവിതം നിന്നെ വിളിച്ചുകേഴുമ്പോൾ
വേദാന്തയന്ത്രം തിരിക്കുന്നു നീയും?

സ്വപ്നത്തിന്റെ നാഭിയിൽനിന്ന് ഉയിർകൊള്ളുകയാണ് ഇതിനൊരു പോംവഴി. ഇന്നുവരെ നടന്നെത്തിയ ഇരുണ്ട വീഥിയിൽ വഴിവിളക്കായി എരിഞ്ഞുനിന്നത് ഈ സ്വപ്നങ്ങളാണ്.

നീളട്ടെ കാലം, വഴിക്കവലയ്ക്കിരുന്നു നാം
കാണുക സ്വപ്നം, കാലം കൊത്തിവച്ചീടും സ്വപ്നം

എന്നും,

നാം പുണരും കിനാവിന്റെ ദിവ്യ-
നാഭിയിൽ നാമുയിർകൊള്ളുമെങ്കിൽ

എന്നും പ്രപഞ്ചത്തിലെ ഉദാത്താനുഭൂതികളുടെ സ്വപ്നത്തെ വിശേഷിപ്പിക്കുന്നു. മനുഷ്യമനസ്സിന്റെ ആന്തരിക വൈരുദ്ധ്യങ്ങളെയും കവിതയുടെ സാകല്യഘടനയെയും ഏകോപിപ്പിക്കുന്ന ഒരു ബൗദ്ധിക പ്രതീകമായി കുരുക്ഷേത്രം ഈ കവിതയിലുടനീളം നിറഞ്ഞു നിൽക്കുന്നു.

പ്രാചീനഭാരതത്തിലെ സിന്ധുനദീതീരം മുതൽ കാബൂൾവരെ വ്യാപിച്ചുകിടന്നിരുന്ന ദേശമാണ് ഗാന്ധാരം. ഇവിടുത്തെ രാജാവായിരുന്ന സുബലന്റെ പുത്രിയാണ് ഗാന്ധാരി. അന്ധനായ ധൃതരാ

ഷ്ട്രരുടെ ഭാര്യയായ ഗാന്ധാരിക്ക് നൂറുപുത്രന്മാരും ഒരു പുത്രിയുമാണ് ഉണ്ടായിരുന്നത്. ഭർതൃഭക്തിയാൽ പ്രേരിതയായി സ്വന്തം കണ്ണുകൾ പട്ടുവസ്ത്രംകൊണ്ട് മൂടിക്കെട്ടിയിരുന്നു അവർ. മഹാഭാരതയുദ്ധത്തിൽ ധർമ്മമുള്ളിടത്ത് വിജയമുണ്ടാകുമെന്ന് അനുഗ്രഹിക്കുകയുണ്ടായി. ഭാരതയുദ്ധം തീർന്നശേഷം ഗാന്ധാരി ബന്ധുക്കളോടും ശ്രീകൃഷ്ണനോടും കൂടി യുദ്ധഭൂമി സന്ദർശിച്ചു. അവിടെ വെച്ചുണ്ടായ അസഹ്യവേദനയാൽ ശ്രീകൃഷ്ണനെ ശപിക്കുകയും അത് യദുവംശത്തിന്റെ നാശത്തിന് കാരണമായിത്തീരുകയും ചെയ്തു. ധൃതരാഷ്ട്രരും ഗാന്ധാരിയും അവസാനകാലം കഴിച്ചുകൂട്ടിയത് ഗംഗാതീരത്തിലെ തപോവനത്തിൽ ആയിരുന്നു. ഉഗ്രമായ കാട്ടുതീയിൽ ഇവർ വെന്തുമരിച്ചു. ഈ മഹാഭാരതകഥയെ അടിസ്ഥാനമാക്കി ഒ.എൻ.വി രചിച്ച കവിതയാണ് 'ഗാന്ധാരം'.[57]

ഗാന്ധാരം പുത്രദുഃഖം മാത്രമാണ് ഗാന്ധാരിയ്ക്ക് സമ്മാനിച്ചത്. ഇന്ന് ആ ദേശത്തിന്റെ പേര് ഖണ്ധഹാർ എന്നായി മാറിയിട്ടുണ്ടെങ്കിലും സ്ഥിതി അതുതന്നെ. കാശ്മീർ തീവ്രവാദത്തിന്റെ തിക്തഫലങ്ങൾ അനുഭവിച്ചുകൊണ്ടിരിക്കുകയും മണ്ണിനുവേണ്ടി പോരാടുകയും ചെയ്യുന്ന ജനങ്ങളാണ് ഇന്നവിടെയുള്ളത്. ഈ സമകാലികാവസ്ഥയിൽ ഗാന്ധാരിയുടെ പുരാവൃത്തത്തിൽ പുതിയ വ്യാഖ്യാനം നൽകുകയാണ് ഒ. എൻ. വി.

ഗാന്ധാരം ഖണ്ധഹാറായ്
മാറിയെന്നാലും പാവം
ഗാന്ധാരിക്കിന്നും പുത്ര-
ദുഃഖത്താൽ കേഴാൻ യോഗം!
മറ്റുള്ളോർക്കവകാശ
പ്പെട്ട മണ്ണിനുവേണ്ടി
വ്യർത്ഥമാമൊരു യുദ്ധം
ചെയ്തു ദുർമ്മതിപൂണ്ടോർ-
പരഭാരത്തെ, രജ-
സ്വലയായൊരു സഹോ-
ദരിയെ വസ്ത്രാക്ഷേപം
ചെയ്യുവാൻ മുതിർന്നവർ-
ചൂതിലും ചതി ചെയ്തോർ-
സഭയിൽ സമാധാന
ദൂതിനായണഞ്ഞോരെ
നീചമായ് നിന്ദിച്ചോർ-

ഗാന്ധാരി സ്വന്തം മക്കളെയും അവരുടെ ചെയ്തികളെയും വിലയിരുത്തുന്നത് ഇപ്രകാരമാണ്. ഇവരുടെ ജഡം യുദ്ധഭൂമിയിൽ കണ്ടപ്പോൾ ഗാന്ധാരിക്ക് പുത്രദുഃഖം മാത്രമാണ് ഉണ്ടായിരുന്നത്. കുരുക്ഷേത്രയുദ്ധം ആരോട് എന്തിനുവേണ്ടിയായിരുന്നെന്ന് ഓർക്കാൻ ആ അമ്മയുടെ പൊന്നുമക്കൾക്ക് ആവുമായിരുന്നില്ല. ജന്മദേശമായ ഗാന്ധാരത്തിന് ഗാന്ധാരി ഇന്ന് അന്യയായിട്ടും ഇതേ വിലാപം തന്നെ

കേൾക്കുന്നു. എല്ലാ മഹായുദ്ധങ്ങളും അവസാനിക്കുന്നത് അമ്മമാരുടെ വിലാപങ്ങളിലാണെന്ന് തിരിച്ചറിയുന്നു.

കൊല്ലിക്കയല്ലേ രസം
നിനക്കെന്നമ്മേ, നിന്റെ
പൊള്ളുന്ന മൊഴി യെയ്ത-
താരുടെ നേർക്കായാലും
മൃതിപൂകിയ ജ്യേഷ്ഠ-
ഭ്രാതാവാം ശകുനിതൻ
ജഡവും നടുങ്ങിയി
ട്ടുണ്ടാവാമതു കേൾക്കെ!

യുദ്ധഭൂമി സന്ദർശിച്ച് ശ്രീകൃഷ്ണനോട് ഗാന്ധാരി ചോദിച്ച ചോദ്യമാണ് കൊല്ലിക്കയല്ലേ രസം നിനക്കെന്ന്. ആ ചോദ്യം യഥാർത്ഥത്തിൽ ശകുനിയോടാണ് ചോദിക്കേണ്ടിയിരുന്നതെങ്കിലും ചെന്നുകൊണ്ടത് ശ്രീകൃഷ്ണനാണ്. ശകുനിയുടെ ജഡം പോലും അത് കണ്ട് നടുങ്ങിയിരിക്കും. യുദ്ധാനന്തരമുണ്ടായ തിരിച്ചറിവിന്റെ പാഠം ആരും ഉൾക്കൊണ്ടില്ല എന്നതിന്റെ തെളിവാണ് ഇപ്പോഴും ആ ഭൂമി കലാപകലുഷമായത്. അതുകൊണ്ടുതന്നെ കവി ചോദിക്കുന്നതിങ്ങനെയാണ്-

ഒന്നൊഴിയാതെ ചത്തു
മണ്ണടിഞ്ഞ നിൻ മക്കൾ
ഒന്നിനായിരമായി
വീണ്ടുമീ സഹസ്രാബ്ദ-
സായംസന്ധ്യയിൽ ജന്മം-
പൂണ്ടതെങ്ങനെ നിന്റെ
പഴയ ഗാന്ധാരത്തിൽ?

ചരിത്രവും പുരാവൃത്തവും ആവർത്തിച്ചുകൊണ്ടിരിക്കുകയാണ്. എല്ലാം നിഷ്കാസനം ചെയ്യപ്പെട്ടു എന്നത് മിഥ്യാധാരണയാണ്. ഓരോ യുദ്ധവും ഓരോ കലാപവും സമ്മാനിക്കുന്ന മുറിവുകൾ തൊട്ട് നാം സത്യം ചെയ്യുന്നത് ഇനിയൊന്ന് വേണ്ട എന്നാണ്. എന്നിട്ടും ഇങ്ങനെയാവാൻ കവി തന്നെ കാരണവും കണ്ടെത്തുന്നു.

പരഭാരത്തെ, പര
ദേശത്തെ കൈയേറുവാൻ
ചരടുവലിക്കുന്ന
പൂർവ്വവാസനാബന്ധം
പിന്നെയും ശകുനിയായ്
വന്നിതോ ഗാന്ധാരത്തിൽ
ഇന്നു മറ്റേതോ പേരിൽ
മറ്റൊരു വേഷത്തിലും?

മഹാഭാരതയുദ്ധത്തിന്റെ കാരണങ്ങളിൽ ഒന്ന് അന്യന്റെ ഭാര്യയെ അപമാനിച്ച് സ്വന്തമാക്കാൻ ശ്രമിച്ചതാണ്. പാഞ്ചാലി വസ്ത്രാക്ഷേപം പൊറുക്കാൻ കഴിയാഞ്ഞതാണ്. മറ്റൊന്ന് സഹോദരന്മാർക്കവ

കാശപ്പെട്ട ഭൂമി ഗാന്ധാരദേശക്കാർ (കൗരവർ) പാണ്ഡവർക്കു നൽകിയില്ല എന്നതാണ്. ആ പൂർവവാസനാബന്ധം തന്നെയായിരിക്കും ഇന്നത്തെ ഗാന്ധാരത്തിൽ ശകുനിയായി കലാപങ്ങൾക്ക് ചരടുവലിക്കുന്നത്. പാരമ്പര്യമായിക്കിട്ടിയ സ്വഭാവം മായ്ച്ചുകളയാനൊക്കില്ല. ഇന്നത് പുതിയ രൂപത്തിലും ഭാവത്തിലും മണ്ണിന്റെ മക്കൾവാദമായി പ്രത്യക്ഷപ്പെടുകയും ഗാന്ധാരത്തിൽ മരിച്ചുവീഴുന്ന ഓരോ മക്കളുടെയും അമ്മമാരായ ഗാന്ധാരിമാർ വിലപിക്കുകയും ചെയ്യുന്നു.

കൊല്ലിക്കയല്ലേ രസം
നിനക്കെന്നമ്മേ നിന്റെ
പൊള്ളുന്ന മൊഴി ഗാന്ധാ-
രത്തിൽ ചെന്നലയ്ക്കുമോ?

എന്ന് കവി സംശയിക്കുന്നു. ഗാന്ധാരിയുടെ കുരുക്ഷേത്രയുദ്ധാവസാനമുള്ള വിലാപത്തെ പുനഃസൃഷ്ടിക്കാൻ ശ്രമിക്കുകയും ഈ പുരാവൃത്തത്തെ ഉപയോഗിച്ച് വർത്തമാനകാല ഇന്ത്യൻ രാഷ്ട്രീയ പശ്ചാത്തലത്തെ മാനവികതയുടെ തലത്തിൽ വിശകലന വിധേയമാക്കുകയും ചെയ്യുകയാണ് ഒ. എൻ. വി. മക്കൾ മരിക്കുന്ന അമ്മമാരുടെ ദീനവിലാപം കൊണ്ട് ഖണ്ഡഹാർ മുഴങ്ങുമ്പോൾ ഗാന്ധാരിമാർക്ക് ശാപമെറിയാൻ ഇന്ന് ആരും അവശേഷിക്കുന്നില്ല. പുതിയ ശത്രു പുതിയ ഭാവത്തിലും രൂപത്തിലും വേഷം മാറി വന്നിരിക്കുകയാണ്. ഇങ്ങനെ ആധുനിക ഗാന്ധാരീവിലാപത്തിന് വേദിയൊരുക്കുകയാണ് കവി.

തന്റെ ചുറ്റുപാടും നടക്കുന്ന സംഭവവികാസങ്ങളെ സസൂക്ഷ്മം നിരീക്ഷിക്കുന്ന കവിയുടെ സാമൂഹിക പ്രതിബദ്ധതയുടെ അടയാളമാണ് 'ഗാന്ധാരം'. ഇവിടെ വാക്കുകളേക്കാൾ അർത്ഥസംവേദനം സാധ്യമാക്കുന്ന ഘടകമായി കവികൾ പുരാവൃത്തത്തെ ഉപയോഗിക്കുന്നു. അപ്പോൾ തീക്ഷ്ണമായ കാവ്യാനുഭവം പ്രധാനം ചെയ്യുവാൻ കഴിയുമെന്ന് ഈ കവിത തെളിയിക്കുന്നു. ഒരു പാട് പരത്തിപറയാത ബിംബങ്ങളിലൂടെയും സൂചനകളിലൂടെയും എത്രയും പെട്ടെന്ന് സംവേദനം സാധ്യമാക്കുക എന്നതും ഈ ആഖ്യാനരീതിയുടെ മെച്ചം കൊണ്ട് സിദ്ധിക്കുന്നു.

കൗരവരുമായുള്ള ചൂതുകളിയിൽ പാണ്ഡവരുടെ സർവ്വവും നശിച്ചു. ഒടുവിൽ പാഞ്ചാലിയെ പണയം വെച്ച് തോറ്റു. കരു സഭയിൽവെച്ച് ദുഃശ്ശാനൻ പാഞ്ചാലിയുടെ തലമുടി പിടിച്ചുവലിച്ചു. വസ്ത്രം വലിച്ചഴിച്ചു. അവിടെവെച്ച് ദുഃശ്ശാസനനെകൊന്ന് അവന്റെ രക്തം പുരണ്ട കൈകൊണ്ട് കെട്ടിവയ്ക്കുന്നതുവരെ അഴിഞ്ഞ മുടി കെട്ടിവെയ്ക്കില്ലെന്ന് പാഞ്ചാലി ശപഥം ചെയ്തു. ഈ പുരാവൃത്തമാണ് ഒ. എൻ. വി. കുറുപ്പിന്റെ ''കേശമിതു കണ്ടുവോ''[58] എന്ന കവിതയ്ക്ക് ആധാരം. ദുര്യോധനവധം കഥകളിയുടെ പശ്ചാത്തലത്തിലാണ് കവിയുടെ ഉപബോധമനസ്സിലെ ഈ പുരാവൃത്തം ഉയിർത്തെഴുന്നേൽക്കുന്നത്.

"കേശമിതു കണ്ടുവോ?"'
ചോദിപ്പു പാർഷതി
കേശവൻ സ്തബ്ധനായ്
നിന്നുപോയക്ഷണം
മോഹിച്ച കല്യാണ–
സൗഗന്ധികം വേണ്ട;
സ്നേഹസംസ്പർശമി–
ല്ലാതെയേതോ ശ്യാമ–
മേഘം കണക്കെ–
യഴിഞ്ഞു പാറുന്നതൻ
കേശഭാരത്തി–
ലൊരുദിനംതന്നുടു–
ചേലയഴിച്ചോന്റെ
ചോരപുരട്ടാതെ
മേലിൽ നീ ബന്ധിക്ക–
യില്ലെന്ന നിശ്ചയം
ഇന്നും നിറവേറി
യില്ലെന്ന നേരിന്റെ
ഖിന്നമുഖം തൊട്ടു–
കാട്ടുന്ന മാതിരി
പാർഷതിതൻ മൊഴി
കേൾക്കുന്നു ദീനമായ്:
"കേശമിതു കണ്ടു നീ
കേശവ! ഗമിക്കണം..."

ദുര്യോധനവധം കഥകളി കണ്ടുകൊണ്ടിരിക്കെ പാഞ്ചാലി തന്റെ പ്രതിജ്ഞ നിറവേറ്റുന്ന കാര്യം ശ്രീകൃഷ്ണനോട് പറഞ്ഞ വാക്കുകൾ വർത്തമാനകാലഭാരതത്തിലെ സ്ത്രീയുടെ ശബ്ദമായി മാറുന്നതായി കവിയ്ക്കു തോന്നുന്നു പിന്നീട്. ഏത് അപമാനിതയായ പെങ്ങളുടെ സ്വരമാണിത് എന്ന് കവിയ്ക്ക് തിരിച്ചറിയാനാകുന്നില്ല. പാതയോരത്തെ മൺകൂരയിൽ നിന്നോ, പുതുകാശിന്റെ നിശാമന്ദിരത്തിൽ നിന്നോ, ഏതു വാരിക്കുഴിയിൽനിന്നോ ഈ സ്വരം ഉയർന്നു പൊങ്ങുന്നുണ്ട്. അവിടെ മുടിക്കുത്തും മടിക്കുത്തും അഴിക്കാൻ തുനിയുന്ന കൈ തട്ടിമാറ്റാൻ കഴിയാതെ പകച്ച് നിസ്സഹായതയോടെയും നിഷ്ക്രിയതയോടെയും ധർമ്മഭീരുത്വം നിശ്ശബ്ദമായി നിൽക്കുകയാണെന്ന് കവി സൂചിപ്പിക്കുന്നു.

'കേശമിതു കണ്ടുവോ?'
എന്നിലെ ഷാതിതൻ
രോഷമായ്, ദുഃഖമായ്
നിസ്സഹായത്വമായ്
കേശവനെത്തേടി–
യെത്തുമിച്ചോദ്യമി–

ന്നാർത്തലച്ചെന്നെ–
പൊതിഞ്ഞു ഞെരിക്കവേ,
ഈ പഴയ വീട്ടി–
ലുണർന്നിരുന്നാ 'വിശ്വ–
രൂപത്തെയെന്നിൽ ഞാൻ
തോറ്റുന്നു പിന്നെയും!

കവിയുടെ പാതിയിൽ നിന്നാണ് ആ ശബ്ദം പുറത്തുവരുന്നതെന്ന് തിരിച്ചറിയുകയും ആ ചോദ്യം കേശവനെത്തേടി ആർത്തലയ്ക്കുകയും ചെയ്യുമ്പോൾ തന്റെയുള്ളിലെ വിശ്വരൂപത്തെ ഉണർത്താൻ ശ്രമിക്കുകയാണ് കവി. ആധുനിക ഇന്ത്യൻ സമൂഹത്തിലെ സ്ത്രീകൾ അനുഭവിക്കുന്ന മാനാപമാനങ്ങളുടെ കണക്കുതീർക്കാൻ കേശവന്റെ സാന്നിദ്ധ്യം അനിവാര്യമാണെന്നും അവൻ ഓരോരുത്തരുടെയും ഉള്ളിൽ തന്നെയുണ്ടെന്നും ഉള്ള തിരിച്ചറിവിലേക്കാണ് കവിത ചെന്നെത്തുന്നത്. സാമൂഹ്യവിമർശനത്തിനായി പുരാവൃത്ത സന്ദർഭം പുനർസൃഷ്ടിക്കുകയാണ് ഒ. എൻ. വി. ഇവിടെ.

ശിശുശാപത്തിൽനിന്ന് ദ്വാരകയെ രക്ഷിക്കാൻ കഴിയാതെ തളർന്നുനിന്ന അർജ്ജുനന്റെ സ്ഥാനത്ത് ആധുനിക സമൂഹമനുഷ്യനെ കാണുന്ന കവിതയാണ് മധുസൂദനൻനായരുടെ 'സന്താനഗോപാലം'.[59]

ഞാനൊരുത്തനോ,വ്യർഥശപഥം ലക്ഷ്യം തെറ്റി
ഞാണഴിഞ്ഞൊരീഗർവഗാണ്ഡീവം ചുമലിലേറ്റി
നിന്നെയും വലംവച്ചു നില്ക്കയാണഗ്നിത്തിര
വന്നു മാന്തുകയാണെൻ ചിതറും പാദങ്ങളിൽ'

എന്നു വിലപിക്കാനേ ആധുനിക അർജ്ജുനനു കഴിയുന്നുള്ളൂ. തന്റെ വീരചരിതങ്ങളും വനജീവിതസ്മൃതികളും രാജസൂയാദിയാഗങ്ങളുടെ സുകൃതങ്ങളെ പറ്റിയുള്ള സങ്കല്പങ്ങളും നിസ്സഹായത സമ്മാനിക്കുകയാണ് അർജ്ജുനന്. ഗീതാജ്ഞാനം വരെ നേടിയിട്ടും ഞാൻ തന്നെ വിശ്വരൂപൻ എന്ന സ്വന്തം വീരത്വമാണ് അർജ്ജുനനിൽ വളർന്നത്. ആ അർജ്ജുനനു മുമ്പിൽ

പാഞ്ഞടുക്കുന്നൂ പതിനായിരമക്ഷൗഹിണി–
പൈതങ്ങളവരെൻ നേർക്കമ്പുകൾ തൊടുക്കുന്നു.
വറുതിപ്പല്ലിൽക്കോർത്ത മൺമേനി കരുത്തിന്റെ
വരുതിക്കമർന്നു പെറ്റെറിഞ്ഞ തൈക്കൂണുകൾ
മുടിയും മിഴിയും പാറി ജീവിതത്തിന്റെ
മുടിയും വരാന്തയിൽ ക്കൊറ്റുകാത്തിരിക്കുന്നു.
ഉണ്ണുവാനുടുക്കുവാനില്ലാതെയൊരു പൈതൽ
ദണ്ഡനീതിക്കായ് വീടവേല ചെയ്തിഴയുന്നു.
കണ്ണുപൊട്ടിച്ചും നാവുകെട്ടിയുമങ്ങേക്കട–
ത്തിണ്ണയിലൊരു പൈതലന്ധനായ് ഇരക്കുന്നു.
യന്ത്രശാലകൾ നീട്ടും കബന്ധഹസ്തങ്ങളിൽ–
ച്ചിന്തുന്ന പൈതൽച്ചോര പുകയായ്ത്തെറിക്കുന്നു'.

ആധുനിക ജീവിതത്തിലെ ബാലന്മാരുടെ ചിത്രം രൂക്ഷതയോടെ തെളിയുമ്പോൾ അയാൾ നിസ്സഹായനായി കൈമലർത്തുന്നു. പ്രളയാഗ്നി തിരമേൽ ഒരു മയിൽപ്പീലി സംരക്ഷകബിംബമായി ഉയർത്തിക്കൊണ്ട് കവിത അവസാനിക്കുന്നു.

കാലകാളിന്ദിക്കില്ല കാർവർണഭാവം, ഹ്രദ-
നീലിമയ്ക്കുള്ളിൽ, മാതൃഹൃദയങ്ങളിൽ കണ്ണൻ
കടയുന്നീലാ സ്വരമൂലകം, മേഘങ്ങളിൽ
വിടരുന്നീലാ വർണസാധകം, എന്നാൽ, ശാന്ത-
മൊരു പൈതലിൻ മുടിപ്പീലിയീ പ്രളയാഗ്നി-
ത്തിരമേലുയർന്നാദിതാളമാവുകയല്ലോ!'

കൺമുമ്പിലെ തലമുറകളുടെ കെടുതികാണുമ്പോൾ ഇനിപിറക്കുന്ന കുഞ്ഞ് പൂർണതയുടെ നിറകുടമാവുമെന്ന പ്രത്യാശയാണ് ഈ പ്രളയസങ്കല്പത്തിലുണരുന്നത്.

പാദപ്രതിഷ്ഠ- പരിത്യക്തയുടെ ആത്മവീര്യം

പരിത്യക്തയായ സീതയുടെ കദനകഥയാണ് 'പാദപ്രതിഷ്ഠ'[60] എന്ന സുഗതകുമാരിക്കവിത. സീതയെ അറിയുന്നതിലൂടെ കവി സ്ത്രീയെ, പ്രകൃതിയെ, ഭൂമിയെ, തന്നെത്തന്നെ തിരിച്ചറിയുകയാണ്.

എന്റെ ഹൃദയത്തിൽ ഞാൻ
രണ്ടുപാദങ്ങളെ
പണ്ടേ പ്രതിഷ്ഠിച്ചിരിപ്പൂ!

എന്നിങ്ങനെയാണ് കവിത തുടങ്ങുന്നത്. സീതയുടെ എട്ട് അവസ്ഥകളിലുള്ള പാദങ്ങൾ വർണ്ണിക്കുകയും ഇവയൊന്നുമല്ല തന്റെ ഹൃദയത്തിൽ പ്രതിഷ്ഠിച്ചവ എന്ന് വ്യക്തമാക്കുകയും ചെയ്യുന്നു. കിളിക്കൊഞ്ചലിൽ വർണ്ണിച്ച അഞ്ചുവയസ്സായ പെൺകിടാവിന്റെ കുഞ്ഞുതളയിട്ട പാദങ്ങളല്ല. രാമൻ വില്ലൊടിച്ച ശബ്ദം മയിൽപ്പേടയെപ്പോല കേട്ടുനടുങ്ങിയ വധുവിന്റെ കോമള പാദങ്ങളല്ല. രാജ്യമുപേക്ഷിച്ച് കാട്ടിലേക്ക് പുറപ്പെട്ട രാമൻ കാലിൽ കാട്ടുമൈലാഞ്ചിച്ചുവപ്പ് ചാർത്തിയ സീതയുടെ പാദങ്ങളല്ല. പ്രേമാഭ്യർത്ഥനയുമായിവന്ന ലങ്കാധിപന്റെ കിരീടം തൊടാതിരിക്കാൻ പിൻവലിച്ച തപ്തപാദങ്ങളല്ല. അനുജനൊരുക്കിയ അഗ്നികുണ്ഡത്തിലേക്ക് പാതിവ്രത്യം തെളിയിക്കാൻ ഇറങ്ങിത്തിരിച്ച സീതയുടെ അഗ്നിയേക്കാൾ വിശുദ്ധമായ പാദങ്ങളല്ല. പരിത്യക്തയായി വാല്മീകിയുടെ ആശ്രമത്തിൽ കഴിയവെ വനത്തിൽവെച്ച് മുറിവേറ്റ പാദങ്ങളല്ല. പട്ടുവിരിച്ചു പ്രതിഷ്ഠിച്ച കാഞ്ചന വിഗ്രഹ പാദങ്ങളല്ല. പ്രതിഷ്ഠിച്ച പാദം ഏതെന്ന് കവി തുടർന്ന് വ്യക്തമാക്കുന്നു.

ചുരുൾ വീണുതാഴും
മഹാദുഃഖനാടക
കഥയുടെ ഭരതവാക്യത്തിൽ
ഒടുവിൽ മഹർഷിയെപ്പിന്തുടർ
ന്നെത്തിയോ

രതിതാന്തമായ പാദങ്ങൾ
വഴിനടന്നേറെക്കരിഞ്ഞു
പൊടി നിറ
ഞ്ഞിരുളുന്ന നഗ്നപാദങ്ങൾ
അശ്രുപൂർണ്ണം രാമനേത്രങ്ങൾ
ദൂരെ നി
ന്നർപ്പിച്ചിടുന്ന പാദങ്ങൾ
പിളരുവാൻ വെമ്പുമാ
ഭൂവിലേയ്ക്കാദ്യമായ്
മറയുവാനുള്ള പാദങ്ങൾ
"മതി മതി"' യെന്നു പിൻവാങ്ങുന്ന ശാന്തമാം
മെലിവാർന്ന
രണ്ടുപാദങ്ങൾ

വിശ്വമഹാദുഃഖത്തിലവസാനിക്കുന്ന കഥാന്ത്യത്തിൽ, വാല്മീകി മഹർഷിയുടെ ആശ്രമത്തിൽ നിന്ന് നടന്നുതളർന്നെത്തിയ സീതയുടെ പൊടിനിറഞ്ഞ പാദങ്ങളിലേക്ക് കണ്ണീരോടെ നോക്കുന്ന രാമന്റെ മുന്നിൽ ഭൂമി പിളർന്നു സീത മറയുമ്പോൾ ആദ്യം മറയുന്ന ആ രണ്ടുപാദങ്ങൾ ആണ് തന്റെ മനസ്സിൽ കവി പ്രതിഷ്ഠിച്ചിരിക്കുന്നത്. ആ പാദങ്ങൾ രാമൻ കണ്ണീർകൊണ്ട് അർച്ചന ചെയ്തതാണ് എന്ന പ്രത്യേകതയുണ്ട്. രാമന്റെ കണ്ണീരിൽ തന്നെ തനിച്ചാക്കിപോകരുതെന്ന നനവുമുണ്ട്. തിരസ്കൃതപാദങ്ങളിലൂടെ സീതയുടെ ജീവിതമഹാനാടകത്തിലെ ഏറ്റവും ഉജ്ജ്വലമായ മുഹൂർത്തം കവി കണ്ടെത്തുന്നു.

അവയെ ഞാനെന്നുള്ളി
ലഗ്നിയാലശ്രുവാൽ
ഇളകാതുറപ്പിച്ചിരിപ്പൂ
അവയിൽ മുറുകെ മുറുകെ
ഞാൻ കൈകളാൽ
തളരാതണച്ചു പിടിപ്പൂ
പാവമപ്പാദങ്ങൾ
തൊട്ടാൽ കരിയാത്ത
താവട്ടെയെന്നുമി
കൈകൾ!...

തീയും കണ്ണീരും ചേർത്താണ് കവി ഈ പാദപ്രതിഷ്ഠ നടത്തിയിരിക്കുന്നത്. മനുഷ്യത്വത്തിന്റെ പാപം പുരണ്ട തന്റെ കൈകൾ ഈ അഗ്നിവിശുദ്ധിയിൽ കരിഞ്ഞുപോകുമോ എന്നു കവി സംശയിക്കുന്നു. ദുരന്തവും വിജയവും ഒരുപോലെ മേളിക്കുന്ന മുഹൂർത്തത്തിലെ പാദങ്ങൾ സ്ത്രീത്വത്തിന്റെ ശുഭപ്രതീക്ഷയാണ്.

രാമായണത്തെ കാച്ചികുറുക്കിയെടുത്ത ഒരാധുനിക സീതായനം എന്ന് ഈ കവിതയെ മേലേത്ത് ചന്ദ്രശേഖരൻ വിശേഷിപ്പിച്ചത് ഈ അർത്ഥത്തിലാണ്.[61] പീഡിത സ്ത്രീത്വത്തിന്റെ ഉയിർത്തെഴുന്നേൽപ്പും

വിജയാഹ്ലാദവുമാണ് ഈ കവിതയുടെ സത്ത. രാധയെപ്പോലെ സീതയും പ്രതിഷ്ഠിതയാകയാൽ സുഗതകുമാരിയുടെ കവിത ആർജ്ജവവും ഒപ്പം വൈകാരികക്ഷമതയും കൈവരിക്കുന്നു.

'പെൺകുഞ്ഞ് 90'[62] എന്ന കവിതയിൽ സീതയുടെ ഉൽപ്പത്തി പുരാവൃത്തത്തിന്റെ സൂചനകൾ നൽകി ഭാരതത്തിൽ പെൺകുഞ്ഞുങ്ങൾക്കുനേരെ നടക്കുന്ന അതിക്രമങ്ങളെ സുഗതകുമാരി ചൂണ്ടിക്കാട്ടുന്നുണ്ട്.

ഇവളെപ്പാവമീ കുഞ്ഞു
സീതയെ, ജഗദംബയെ, നിൻ
ഉഴവിൻ ചാലിലായ് മെല്ലെ
ക്കിടത്തുന്നേൻ, അനാഥയായ്.

സ്ത്രീജന്മങ്ങൾ അനാഥമാക്കപ്പെടുന്നതിനെയും സ്ത്രീജന്മമേ കേണ്ടിവരുന്നതുകൊണ്ട് നേരിടേണ്ടിവരുന്ന ദുരിതങ്ങളെയും കവി ഒരു സമസ്യപോലെ ചോദ്യശരങ്ങളായി കവിതയിലുടനീളം എയ്തുവിടുന്നു.

പുരാവൃത്തങ്ങളെ അടിസ്ഥാനമാക്കിയുള്ള കേവലബിംബങ്ങൾ കൊണ്ട് നിറഞ്ഞ കവിതയായ 'അമ്മ'[63]യിലും സീതയുടെ സാന്നിദ്ധ്യമുണ്ട്. ഏഴുമക്കളെ ക്രൂരമായ വിധിയ്ക്ക് ബലിനൽകേണ്ടിവന്ന ഇതിലെ അമ്മ നീറുന്ന ആധുനിക സ്ത്രീത്വത്തിന്റെ പ്രതിനിധിയാണ്. കംസന്റെ തടവറയിൽക്കിടക്കുന്ന ദേവകിയിലൂടെ കവിത പ്രതീകവൽക്കരിക്കപ്പെടുന്നു.

മൃത്യുവേക്കാൾ മഹാദുഃഖ
ഭീതികൾ, മാനഹാനികൾ
വിഴുപ്പലക്കുവോർ ചൂണ്ടു–
മെത്ര ചാരിത്രശങ്കകൾ
പിളർക്കട്ടെ ഭൂമിയെന്ന
വിളിതൻ മാറ്റൊലി!
എത്രവട്ടം കൊടുംകാട്ടിൽ
തള്ള, ലഗ്നിപരീക്ഷകൾ
എത്രവട്ടം വാതിൽ കൊട്ടി–
യടയ്ക്കൽ, പിണ്ഡമൂട്ടുകൾ,
നീതിവേദിയിൽ നിർത്തിക്കൊ–
ണ്ടുടയാടയഴിക്കൽ...

ഇങ്ങനെ ഭാരതീയ സ്ത്രീത്വത്തിന്റെ പതിവ്രതാരൂപങ്ങളായ സീതയും പാഞ്ചാലിയും ഈ കവിതയിൽ ബിംബരൂപേണ കടന്നുവരുന്നു. ആദിപാപത്തിനു ഹേതുവായ പെണ്ണും, അഹല്യയുടെ മോചനകഥയും, രാജസഭയിൽ സീതയുടെ കഥപാടിയ ബാലരും ഈ കവിതയിലുണ്ട്. രക്ഷകബിംബത്തിനുവേണ്ടിയുള്ള സ്ത്രീത്വത്തിന്റെ കാത്തിരിപ്പിലാണ് കവിത അവസാനിക്കുന്നത്.

ഭാരതീയ സ്ത്രീ അനുഭവിക്കുന്ന ആത്മവ്യഥകളും വൈകാരിക സമസ്യകളും ആവിഷ്കരിക്കുന്നതിനാണ് സീതയുടെ പുരാവൃത്തം സുഗതകുമാരി ഉപയോഗിച്ചിരിക്കുന്നത്. അഗ്നിപരീക്ഷകളിലൂടെ കടന്നുപോകാൻ വിധിക്കപ്പെട്ടവളാണ് ഇന്നും ആധുനിക ഭാരതസ്ത്രീ. അവളുടെ ആത്മനൊമ്പരങ്ങൾ ആവിഷ്കരിക്കുമ്പോൾ ചെറുത്തുനിൽപ്പിനുള്ള ആത്മവീര്യം പകരാനും ഈ പുരാവൃത്ത സാന്നിദ്ധ്യം കവിതയെ ശക്തമാക്കുന്നുണ്ട്.

ആധുനിക മലയാള കവിതയിലെ സീതായനങ്ങൾ

അപത്യവാത്സല്യത്തിന്റെ കഥയാണ് വയലാറിന്റെ 'രാവണപുത്രി'.[64] കമ്പരാമായണവും ഒരു തമിഴ് നാടോടിപ്പാട്ടും ഇതിന്റെ രചനയിൽ കവിയെ സ്വാധീനിച്ചിട്ടുണ്ട്. രാവണൻ സ്വന്തം പുത്രിയായി സീതയെ കാണുന്നതാണ് കവിതയുടെ ഇതിവൃത്തം. രാവണന് വേദവതിയിൽ ജനിച്ച പുത്രിയാണ് സീതയെന്ന സങ്കല്പത്തെ കവിതയിൽ വയലാർ ഉയർത്തിക്കൊണ്ടുവരുന്നു. ദ്രാവിഡദേശാധിപതിയായ കുശധ്വജന് ബ്രഹ്മാവിന്റെ അനുഗ്രഹപ്രകാരം ജനിച്ച മകളാണ് വേദവതി. മകൾക്ക് നാരായണസ്വാമി വരനാകണമെന്ന് ആഗ്രഹിച്ച കുശധ്വജൻ തപസ്സു ചെയ്തു. ശംഭു എന്ന അസുരൻ വേദവതിയെ സ്വന്തമാക്കാൻ നിന്നപ്പോൾ വിസമ്മതിച്ച കുശധ്വജനെ ശംഭു കൊലപ്പെടുത്തി. ഭർത്താവ് മരിച്ചതിൽ മനംനൊന്ത് കുശധ്വജന്റെ പത്നിയും പ്രാണത്യാഗം ചെയ്തു. അച്ഛനമ്മമാരുടെ ആഗ്രഹപൂർത്തിക്കായി വേദവതി നാരായണനെ തപസ്സുചെയ്തു. അതുവഴിവന്ന രാവണൻ അവളെ കീഴ്പ്പെടുത്തി. ഇത് രാവണൻ കവിതയിൽ ഓർക്കുന്നുണ്ട്.

അന്നാദ്യമെത്തിപ്പിടിച്ചുകശക്കിയ
മന്ദാരപുഷ്പത്തെയോർത്തുപോയ് രാവണൻ
വേദവതിയെ,- മലർശരസായകം
വേദനിപ്പിക്കാത്ത പൂജാമലരിനെ,-
അന്നാക്രമിച്ചു തളച്ചിടാനാവാത്ത
തന്നഭിലാഷം, മദഗജം മാതിരി.

രാവണനെ ശപിച്ചുകൊണ്ട് വേദവതി പ്രാണത്യാഗം ചെയ്തു. ആ ശാപോക്തിയാണ് രാവണനെ നടുക്കുന്നത്.

"എന്നിലെക്കന്യകാത്വത്തെ
നശിപ്പിച്ച നരാധമ,
നീ മരിക്കും, നിനക്കെന്നിൽ-
ജനിക്കും പെൺകിടാവിനാൽ..."

വേദവതിയുടെ പ്രാണത്യാഗവും തുടർന്ന് നാരദൻ അവിടെയെത്തിയതും വേദവതിയെ ദഹിപ്പിച്ച സ്ഥലത്തുനിന്നെടുത്ത അവളുടെ അസ്ഥി യോഗദണ്ഡിൽവെച്ചത് രാവണന്റെ കൊട്ടാരത്തിലെത്തിയതും അതിൽ നിന്ന് പെൺകുഞ്ഞു പിറന്നതും, ജാതകവശാൽ ലങ്കയുടെ ആപത്ത് തിരിച്ചറിഞ്ഞ് പെട്ടിയിലാക്കി കുട്ടിയെ സമുദ്രത്തിൽ കളഞ്ഞതും ഒക്കെ ഒരു ഫ്ളാഷ്ബാക്ക് പോലെ രാവണന്റെ മനസ്സി

ലൂടെ കടന്നുപോകുന്നത് രാമരാവണയുദ്ധത്തിന്റെ അവസാനത്തിലാണ്. മാറിൽ തുളഞ്ഞുകയറിയ രഘുരാമബാണം വലിച്ചെടുക്കുമ്പോഴാണ്.

പെറ്റുവീണപ്പെഴെ തൻമണിക്കുഞ്ഞിനെ
പെട്ടിയിലാക്കിയൊഴുക്കീ ജലധിയിൽ

എന്ന ഒറ്റ പരാമർശത്തിൽ പൂർവ്വകഥകൾ ഒതുക്കിയിരിക്കുകയാണ് വയലാർ. സീതയുടെ കഥ രാവണനെ ഓർമ്മപ്പെടുത്തുന്നത് വിഭീഷണനാണ് എന്നതടക്കം.

രാമനോടൊപ്പം രാവണന്റെ നന്മയും അഗ്രസ്ഥാനത്തു പ്രതിഷ്ഠിക്കുക എന്നതാണ് വയലാറിന്റെ ഈ കവിതയിലെ ദൗത്യം. ദ്രാവിഡരാജാവായതുകൊണ്ടുമാത്രം രാവണന്റെ കഴിവുകൾ കാണാതെ പോയ ആര്യനീതിക്കുനേരെയുള്ള പ്രതിഷേധം കൂടിയാണ് ഈ കവിത.

രാവണന്റെ മനസ്സിലെ പുത്രസ്നേഹത്തെ വയലാർ മനോഹരമായി ചിത്രീകരിച്ചിട്ടുണ്ട്.

ഇങ്കുചോദിച്ചു മണിത്തൊട്ടിലിൽ കിട-
ന്നിന്ദ്രജിത്തായിരം വട്ടം ചിരിക്കിലും
മല്ലീശരന്റെ പുതിയ പൂവൻപുമായ്
മണ്ഡോദരി വന്നടുങ്ങിക്കിടക്കിലും
കണ്ണൊന്നടച്ചാൽ കരളന്നികത്തൊരു
പൊന്നും ചിലമ്പു കിലുക്കും കുമാരിക.

സീതയെക്കുറിച്ച് നാരദനിൽനിന്നാണ് രാവണൻ കേട്ടറിഞ്ഞത്. അന്നുമുതൽ ഒന്നു കാണാൻ ആഗ്രഹിച്ചു. ഒരു പിതാവിന്റെ പുത്രവാത്സല്യത്തോട അവളെ ലങ്കയിലേക്ക് കൂട്ടിക്കൊണ്ടുവന്നു.

എല്ലാം പറഞ്ഞു, മകളുടെ കാൽ പിടി
ച്ചെല്ലാം പറഞ്ഞു മടങ്ങിത്തിരിക്കവേ
തൻ നെഞ്ചിൽ വീണ കുമാരിതൻ മായാത്ത
കണ്ണീരിനുള്ളിൽ പിതൃത്വം തളിർത്തു...

സീതയോട് എല്ലാം തുറന്നുപറഞ്ഞശേഷം യുദ്ധമുഖത്തെത്തിയ രാവണൻ രാമബാണമേറ്റ് പിടഞ്ഞുമരിക്കാൻ പോകുമ്പോൾ കേൾക്കുന്നത്.

... . മൈഥിലിയെക്കൊണ്ടു-
പോരുവാൻ വൈകീ; വിട തരൂ, പോട്ടെ ഞാൻ.

എന്ന സീതയെ ശുദ്ധീകരിക്കാൻ കാട്ടുതീ ഊതിപ്പിടിപ്പിച്ച വാനരസേനയുടെ അധിപനായ മാരുതിയുടെ ശബ്ദമാണ്. ആര്യവംശം സ്ത്രീകൾക്കുമേൽ നടത്തിയ അശ്വമേധത്തിന്റെ കഥ ദ്രാവിഡരാജകുമാരിയെപ്പോലെ രാവണപുത്രിയും തുറന്നുകാട്ടുന്നു. സീതയുടെ പുരാവൃത്തത്തിന്റെ മറ്റൊരു തലം ഉയർത്തിക്കൊണ്ടുവരുന്നതിലൂടെ വയലാർ ആര്യദ്രാവിഡ സംഘട്ടനത്തിന്റെ കഥ കൂടി സൂചിപ്പിക്കുന്നു.

സീതയെ ഉർവ്വരയായ ഭൂമിയായിക്കണ്ട് അതിന്റെ സസ്യഫലസമൃദ്ധിയ്ക്കുണ്ടായ സമകാല ദുരവസ്ഥ ചിത്രീകരിക്കുന്ന കവിതയാണ് മധുസൂദനൻ നായരുടെ 'സീതായനം.' [65]

ഇനിയെന്തെൻ സീതേ, വസുധേ,
ഇമയറ്റുമിഴിപ്പവളേ
ഇതൾകൊഴിയും പൂവായ് വിണ്ണി-
ന്നിറയത്തു കിടപ്പവളേ
ഇടറുന്ന നിലാവിൻ ചന്ദന
മെരിയുന്നൂ നിന്നുടെമുന്നിൽ
ഇഴപൊട്ടിപ്പിടയും കാറ്റല
കരയുന്നൂ നിന്നുടൽചുറ്റി
ശൂന്യതയുടെ ഹൃദയച്ചിമിഴിൽ
വിൺഗംഗാബാഷ്പവുമായി
അന്ത്യോദകമരുളാനാവാം
വിങ്ങുന്നൂ വിശ്വപ്രകൃതി.

മരിച്ചുകൊണ്ടിരിക്കുന്ന ഭൂമിയുടെ ദൈന്യം കവിയിൽ സീതയുടെ പുരാവൃത്തത്തിലൂടെ പുനർജ്ജനിപ്പിക്കുന്നു. ഇന്ദ്രപത്നിയായ സീതയെ സൂര്യൻ പാലിക്കുകയും കലപ്പവെച്ചുഴുമ്പോൾ കർഷകർ ആദരിക്കുകയും ചെയ്തിട്ടും ആധുനികാവസ്ഥ ദയനീയവും വിചിത്രവുമാണെന്നതാണ് കവിയെക്കൊണ്ട്.

ഈ സീതാബാഷ്പംപേറി
ഇന്ദ്രസദസ്സിൽ ഞാനെത്തും
വസുധേ, ഭഗവതി, നിൻചേതന
വിശ്വാബ്ധിയിൽ വീണ്ടുമുയർത്തും

എന്നു പറയിപ്പിക്കുന്നത്. വാല്മീകി സീതാബാഷ്പം പേറിരാമസദസ്സിൽ ലവകുശന്മാരൊരൊടൊപ്പം എത്തിയതുപോലെ കവി ഇന്ദ്രസദസ്സിൽ ചെല്ലാൻ തയ്യാറാവുകയാണ്. മനുഷ്യൻ ഭൂമിയ്ക്കുമേൽ ആധിപത്യമുറപ്പിക്കുകയും അളവറ്റ് അവളെ ചൂഷണം ചെയ്യുകയും ചെയ്യുന്ന ആധുനിക ജീവിതാവസ്ഥയോടുള്ള ശക്തമായ പ്രതിഷേധമാണ് ഈ പുരാവൃത്ത സാമീപ്യം.

പി. കെ. ഗോപിയുടെ 'ഹൃദയത്തിലെപക്ഷി'[66] എന്ന കവിതയിൽ പരിത്യക്തമാക്കപ്പെടുന്ന സ്ത്രീത്വത്തിന്റെ പ്രതീകമായി സീതയുടെ പുരാവൃത്തബിംബം പ്രത്യക്ഷപ്പെടുന്നു.

ഹൃദയത്തിലെ പക്ഷി
ജാതകച്ചിത്രം
കൊത്തിയെടുക്കുന്നു.
അഗ്നിച്ചിതയ്ക്കുമുമ്പിൽ
കണ്ണീർ തൂകുന്ന
സീതയുടെ ചിത്രം കണ്ട്
പക്ഷി കൂട്ടിലേക്കു മടങ്ങുന്നു.

ചുറ്റുമുള്ള രാക്ഷസീയമായ അട്ടഹാസങ്ങളിൽ അഭിനവ സീത മാരുടെ രോദനം ആരും കേൾക്കാതെ പോവുകയാണ്.

ഭൂമിപിളരുന്ന
പ്രകമ്പനം കേട്ട്
ഞാൻ തിരിഞ്ഞു
നോക്കുമ്പോൾ
സീതയുടെ ചിത്രം അപ്രത്യക്ഷമാകുന്നു.

ഭൂമിപിളരുന്നതും കാത്ത് സീതയുടെ ജന്മംപോലെ കവി ഇരിക്കു കയാണ്. രക്ഷക സങ്കൽപ്പത്തെക്കുറിച്ചുള്ള ശുഭാപ്തി വിശ്വാസം ധ്വനിപ്പിക്കുന്നതാണ് കവിത. നാശത്തിലേക്ക് വലിച്ചെറിയപ്പെടുന്ന സ്ത്രീജനങ്ങളെക്കുറിച്ചുള്ള കഠിനമായ വ്യഥയാണ് ഈ പുരാ വൃത്തബിംബം സ്വീകരിക്കാൻ കവിയെ നിയുക്തനാക്കിയിരിക്കുക.

തികച്ചും പൗരസ്ത്യമായ ജീവിതവീക്ഷണത്തിന് തേജസ്സു നൽകുവാൻ തന്റെ കവിതയിലുടനീളം സുഗതകുമാരി പുരാവൃത്ത ങ്ങളെ തേച്ചുമിനുക്കി വിളക്കിച്ചേർത്തിരിക്കുന്നതായി കാണാം. സുഗ തകുമാരിയുടെ കവിതകളിലെ പുരാവൃത്ത സ്വാധീനത്തിന്റെ പട്ടിക ചുവടെ ചേർക്കുന്നു

സുഗതകുമാരിയുടെ കവിതകളിലെ പുരാവൃത്തങ്ങൾ

കവിതകൾ	പുരാവൃത്തങ്ങൾ
പുതിയൊരു നാർസിസസ്സ്	നാർസിസസ്സ് (ഗ്രീക്ക് പുരാവൃത്തം)
അഭയാർത്ഥിനി	കൃഷ്ണകഥ
കുരുക്ഷേത്രത്തിൽ	കുരുക്ഷേത്രം
മഹാബലിയുടെ മുന്നിൽ	മഹാബലി
ഏദനിൽനിന്ന്	ആദിപാപം
അത്രമേൽ സ്നേഹിക്കയാൽ	പാണനാർ
പാവം മാനവഹൃദയം	മഹാബലി
ഹാ രാമ!	കൃഷ്ണകഥ
പുതിയ പാതാളം	മഹാബലി
ബയാഫ്ര	കുരുക്ഷേത്രം
പുണ്യരാത്രി	തിരുപ്പിറവി
ഫെയ്ത്തോൺ	ഫെയ്ത്തോൺ (ഗ്രീക്ക് പുരാവൃത്തം)
യമുനാതീരേ	കൃഷ്ണൻ
ഇന്നത്തെ സന്ധ്യയോ	സീത
തെംസ് നദിയോട്	കാളിന്ദി
പാദപ്രതിഷ്ഠ	സീത
ശ്യാമരാധ	രാധ
ഗജേന്ദ്രമോക്ഷം	ഗജേന്ദ്രമോക്ഷം

കവിതകൾ	പുരാവൃത്തങ്ങൾ
ഒരു വൃന്ദാവനരംഗം	കൃഷ്ണൻ
രാധയെവിടെ?	രാധ
പെൺകുഞ്ഞ് 90	സീത
കൃഷ്ണ, നീയെന്നെയറിയില്ല	രാധാകൃഷ്ണ സങ്കൽപം
മറ്റൊരു രാധിക	രാധ
അമ്മ	യശോദ, സീത, പാഞ്ചാലി
നയാഗ്ര	ശിവൻ ഗംഗയെ തലയിലേറ്റു വാങ്ങിയ കഥ
ഇതു മഹാഭാരതം	മഹാഭാരതകഥ
ഒരു രാമായണരംഗം	ഊർമ്മിള
ഒരു നിമിഷം	രാധാകൃഷ്ണ സങ്കൽപം
കണ്ണനെത്തേടി	രാധാകൃഷ്ണ സങ്കൽപം
കണ്ണന്റെ അമ്മ	യശോദ
ഒരു പുരാവൃത്തം	അവതാരകഥ
ധർമ്മം എന്ന പശു	ദിലീപകഥ
ഒരു ദർശനം	കൃഷ്ണകഥ
പാഥേയം	കൃഷ്ണകഥ

സുഗതകുമാരിയുടെ കവിതകളിൽ ഏറ്റവുമധികം ആവർത്തിക്കുന്ന പുരാവൃത്തബിംബം കൃഷ്ണനും രാധയുമാണ്. ആത്മാന്വേഷണത്തിന്റെയും അനശ്വര പ്രേമത്തിന്റെയും സാക്ഷാത്കാരത്തിനായി അലയുന്ന കവി മനസ്സിന്റെ ആവിഷ്കാരമാണ് ഇവ.

മനുഷ്യന്റെ അഹന്താ നിരാസവും ആത്മസമർപ്പണവുമാണ് അവന്റെ ആസ്തിക്യമനസ്സിൽ കരുത്താർജ്ജിക്കുന്ന ആത്മസാക്ഷാത്കാരമാർഗ്ഗങ്ങൾ. പീഢനത്തിൽ നിന്നനുഭവിക്കുന്ന ആത്മനിർവൃതി രതിപോലെ, ഭക്തിപോലെ, ആളിപ്പടരുന്നതും വിധേയത്വത്തിലൂടെ അനശ്വരതയിലെത്തുന്നതും ആവിഷ്കരിക്കാനാണ് കാളിയമർദ്ദനം, ഗജേന്ദ്രമോക്ഷം തുടങ്ങിയ പുരാവൃത്തങ്ങൾ കവി ഉപയോഗിച്ചിരിക്കുന്നത്.

കൃഷ്ണന്റെ ജീവിതത്തിലെ നാനാത്വങ്ങളെ ഏകത്വമായി കാണുന്ന കവിതകളാണ് സുഗതകുമാരിയുടെ കൃഷ്ണകവിതകൾ. രക്ഷകബിംബത്തിനുവേണ്ടി കാത്തിരിക്കുന്ന ആധുനിക ഇന്ത്യൻ സ്ത്രീയെ ചിത്രീകരിക്കാനും, രാധയിലൂടെ സുഗതകുമാരി ശ്രമിക്കുന്നു. ഇതിൽ നിന്ന് വ്യത്യസ്തമായി സ്ത്രീത്വത്തിന്റെ വേദനകളത്രയും ആർജ്ജവമാക്കിമാറ്റാനുള്ള തന്റേടം സീതയുടെ പുരാവൃത്തത്തിലൂടെ പാദപ്രതിഷ്ഠ എന്ന കവിതയിലേക്ക് പകരുന്നു.

മൂല്യവിവേചനം അസാധ്യമായ ആധുനിക ഇന്ത്യൻ പൗരന്റെ പകച്ചുനിൽപ്പിനെ ആവിഷ്കരിക്കുന്നതിനാണ് കുരുക്ഷേത്രത്തിൽ,

ഇതു മഹാഭാരതം തുടങ്ങിയ കവിതകളിൽ പുരാവൃത്തത്തെ കവി ഉപയോഗിക്കുന്നത്.

പറുദീസാ നഷ്ടത്തിന്റെ പാപബോധത്തിൽനിന്ന് ഉയിർത്തെഴുന്നേറ്റ് വിശ്വജേതാവായി പുതിയ യുഗങ്ങൾ കീഴടക്കുന്ന മനുഷ്യനെ അവതരിപ്പിക്കാനാണ് ആദിപാപത്തിന്റെ പുരാവൃത്തം ഏദനിൽ നിന്ന് എന്ന കവിതയിൽ ഉപയോഗിച്ചിരിക്കുന്നത്. ഒ.എൻ.വി, സച്ചിദാനന്ദൻ തുടങ്ങിയ കവികൾക്കും ഈ പുരാവൃത്തം ആദിപാപത്തിന്റെയും മാനവധാർമ്മികചിന്തയുടെയും പ്രതീകമായി ഉപയോഗിക്കാൻ കഴിഞ്ഞിട്ടുണ്ട്. സമകാലിക യാഥാർത്ഥ്യങ്ങളോട് ശക്തമായ രീതിയിൽ പ്രതികരിക്കാൻ പുരാവൃത്തങ്ങൾ സുഗതകുമാരിയുടെ കവിതകളെ സഹായിച്ചിട്ടുണ്ട്.

പ്രമേയത്തിന്റെ നവീനതയിലും ആവിഷ്കാരത്തിന്റെ വശ്യതയ്ക്കും പുരാവൃത്തങ്ങൾ സുഗതകുമാരിയുടെ കവിതയിൽ തടസ്സം നിൽക്കുന്നില്ല. സ്ത്രീകളെക്കുറിച്ചും അവരുടെ നൊമ്പരങ്ങളെക്കുറിച്ചും പ്രേമം, ദാമ്പത്യം, സ്വാതന്ത്ര്യം തുടങ്ങിയ വിഷയങ്ങളെക്കുറിച്ചും ആവിഷ്കരിക്കാനുതകുന്ന തരത്തിലുള്ള പുരാവൃത്തങ്ങൾ മാത്രമാണ് അധികമായും സുഗതകുമാരി സ്വീകരിച്ചിരിക്കുന്നത്. ബൈബിൾ പുരാവൃത്തങ്ങളിൽനിന്ന് സുഗതകുമാരി ബിംബകല്പനകൾ സ്വീകരിച്ചിട്ടുണ്ട്.

നിത്യപ്രണയത്തിന്റെ അവതരണത്തിനും, അടങ്ങാത്ത പ്രേമാന്വേഷണത്തിനും ജി. ശങ്കരക്കുറുപ്പ്, സുഗതകുമാരി, ഒ. എൻ. വി. സച്ചിദാനന്ദൻ തുടങ്ങിയവർ കൃഷ്ണപുരാവൃത്തസങ്കല്പങ്ങൾ ഉപയോഗിച്ചിരിക്കുന്നു. കോളണിവൽക്കരണത്തിന്റെ പശ്ചാത്തലത്തിൽ സാംസ്കാരികരംഗത്തുപോലുമുള്ള കടന്നുകയറ്റത്തെ കൃഷ്ണപുരാവൃത്തത്തിന്റെ പ്രതീകല്പനയാൽ ഒ. എൻ. വി ചിത്രീകരിക്കുന്നു.

പരിത്യക്തയായ സ്ത്രീയുടെ ആത്മവ്യഥ ചിത്രീകരിക്കാൻ പി. കെ. ഗോപി സുഗതകുമാരിയെപ്പോലെ സീതയുടെ പുരാവൃത്തം ഉപയോഗിച്ചിരിക്കുന്നു. വയലാർ ദ്രാവിഡനുനേരെയുള്ള ആര്യന്റെ കടന്നാക്രമണത്തെ സൂചിപ്പിക്കാനാണ് സീതയെ രാവണപുത്രിയായി ചിത്രീകരിക്കുന്നത്. സീതയെ ഉർവ്വരയായ ഭൂമിയായി കാണുകയാണ് മധുസൂദനൻ നായർ.

കുരുക്ഷേത്രം എക്കാലത്തെയും ധർമ്മാധർമ്മങ്ങളുടെ മനുഷ്യമനസ്സിലെ സംഘട്ടനങ്ങളിൽ പ്രതീകമാണ്. ഒ.എൻ.വി., അയ്യപ്പപ്പണിക്കർ തുടങ്ങിയവരുടെ കവിതകളിൽ ഈ അർത്ഥതലം പൂർണ്ണമാണ്. ആധുനിക മനുഷ്യന്റെ ധർമ്മസങ്കടം ആവിഷ്കരിക്കാൻ മധുസൂദനൻ നായരും സുഗതകുമാരിയെപ്പോലെ അർജ്ജുനനെ പ്രതീകമാക്കുന്നു.

അടിക്കുറിപ്പുകൾ

1.സുഗതകുമാരി, കാളിയമർദ്ദനം, സുഗതകുമാരിയുടെ കവിതകൾ,ഡി. സി.ബുക്സ്, കോട്ടയം 2006. പുറം. 741-743

2.രാമകൃഷ്ണൻ, ഇ. പി., രക്ഷകബിബം ആധുനിക കവിതയിൽ, അക്ഷരവും ആധുനികതയും, പുറം. 46

3.സച്ചിദാനന്ദൻ, കെ., പാഠങ്ങൾ പഠനങ്ങൾ, വിദ്യാർത്ഥിമിത്രം, കോട്ടയം 1991. പുറം. 52.

4.സൗമ്യകൃഷ്ണ, ആർ., ആസ്തക്യബോധം സുഗതകുമാരിയിൽ, വിജ്ഞാനകൈരളി വാല്യം. 37, ലക്കം 3, മാർച്ച് 2006.

5.നാരായണമേനോൻ, വള്ളത്തോൾ, കർമ്മഭൂമിയുടെ പിഞ്ചുകാൽ, സാഹിത്യ മഞ്ജരി, ഡി.സി. ബുക്സ്, കോട്ടയം 2003. പുറം. 191.

6.സച്ചിദാനന്ദൻ, ഇന്ത്യൻ സ്കെച്ചുകൾ, സച്ചിദാനന്ദന്റെ കവിതകൾ, വാല്യം. 3, ഡി. സി. ബുക്സ്, കോട്ടയം 2006. പുറം. 77.

7.സുഗതകുമാരി, ഗജേന്ദ്രമോക്ഷം, സുഗതകുമാരിയുടെ കവിതകൾ, ഡി. സി. ബുക്സ്, കോട്ടയം 2006. പുറം. 755-758.

8.സച്ചിദാനന്ദൻ, രണ്ടാം വരവ്, വീടുമാറ്റം, ഡി.സി. ബുക്സ്, കോട്ടയം 1998. പുറം. 30.

9.സുഗതകുമാരി, ഏദനിൽനിന്ന്, മുത്തുചിപ്പി,മാതൃഭൂമി,കോഴിക്കോട് 1986. പുറം. 25.

10.കുറുപ്പ്, ഒ.എൻ.വി., സ്രഷ്ടാവിന്റെ ദുഃഖം, ഒ. എൻ. വി. യുടെ കവിതകൾ, ഡി. സി. ബുക്സ്, കോട്ടയം 2001. പുറം. 769.

11.ടി. പു. പുറം. 188.

12.സച്ചിദാനന്ദൻ, ശ്യാമഗീതം, സച്ചിദാനന്ദന്റെ കവിതകൾ, വാല്യം. 3, ഡി. സി. ബുക്സ്, കോട്ടയം 2006. പുറം. 66.

13.അയ്യപ്പപ്പണിക്കർ, പകലുകൾ രാത്രികൾ, അയ്യപ്പപ്പണിക്കരുടെ കൃതികൾ, ഭാഗം. 2, ഡി.സി. ബുക്സ്, കോട്ടയം 2006. പുറം. 15.

14.ടി. പു. വാല്യം. 1, പുറം. 121.

15.കടമ്മനിട്ട, ഇരുട്ട്, കടമ്മനിട്ടയുടെ കവിതകൾ, ഡി. സി. ബുക്സ്, കോട്ടയം, 1983. പുറം. 39.

16.ശങ്കരപ്പിള്ള, കെ. ജി., കൊച്ചിയിലെ വൃക്ഷങ്ങൾ, മൾബറി പബ്ലിക്കേഷൻസ്, കോഴിക്കോട് 1993. പുറം. 23.

17.വിഷ്ണുനാരായണൻ നമ്പൂതിരി, ആദാമും ദൈവവും, ഭൂമിഗീതം, എൻ. ബി. എസ്. കോട്ടയം 1975, പുറം. 32.

18.രാമവർമ്മ, വയലാർ, നല്ല ഹൈമവതഭൂവിൽ, വയലാർ കൃതികൾ, ഡി. സി. ബുക്സ്, കോട്ടയം 1995, പുറം. 371.

19.ചുള്ളിക്കാട്, ബാലചന്ദ്രൻ, ദുഃഖവെള്ളിയാഴ്ച, പതിനെട്ടു കവിതകൾ, ഡി. സി. ബുക്സ്, കോട്ടയം 1990. പുറം 61.

20.അയ്യപ്പൻ, എ., ചിത്തരോഗാസ്പത്രിയിലെ ദിവസങ്ങൾ, ബോധി പബ്ലിക്കേഷൻസ്, കോഴിക്കോട് 1992.

21.സുഗതകുമാരി, കൃഷ്ണ നീയെന്നെയറിയില്ല, സുഗതകുമാരിയുടെ കവിതകൾ, ഡി. സി. ബുക്സ്, കോട്ടയം 2006. പുറം. 745-748.

22.രാജലക്ഷ്മി, ആർ. ബി., കൃഷ്ണസങ്കല്പം സുഗതകുമാരിയുടെ കവിതകളിൽ, വിജ്ഞാനകൈരളി, വാല്യം. 23, ലക്കം, 2, ഫെബ്രുവരി, 1995.

23.സുഗതകുമാരി, ശ്യാമരാധ, സുഗതകുമാരിയുടെ കവിതകൾ, ഡി. സി. ബുക്സ്, കോട്ടയം 2006. പുറം. 744.

24.ടി. പു. പുറം.763.

25.ടി. പു. പുറം. 761.
26.ടി. പു. പുറം. 797.
27.വിഷ്ണുനാരായണൻ നമ്പൂതിരി, ഒരു മയിൽപ്പീലിയും ഒരു രാഷ്ട്രവും, അവതാരിക, കൃഷ്ണകവിതകൾ, സുഗതകുമാരി, ഡി. സി. ബുക്സ്, കോട്ടയം 2003.
28.സുഗതകുമാരി, എന്റെ മനസ്സിന്റെ പൊന്നമ്പലത്തിലും, സുഗതകുമാരിയുടെ കവിതകൾ, ഡി. സി. ബുക്സ്, കോട്ടയം 2006. പുറം. 786.
29.ടി. പു. പുറം. 711.
30.ലീലാവതി, എം., അവതാരിക, രാധയെവിടെ, ടി. പു. പുറം. 713.
31.ശങ്കരക്കുറുപ്പ്, ജി., വൃന്ദാവനം, ജി. യുടെ കവിതകൾ, ഡി. സി. ബുക്സ്, കോട്ടയം 1999, പുറം. 124.
32.ടി. പു. പുറം. 970.
33.ടി. പു. പുറം. 678.
34.ടി. പു. പുറം. 834.
35.ഇടശ്ശേരി, വാസുദേവൻ, ഇടശ്ശേരിയുടെ കവിതകൾ, ഇടശ്ശേരി പബ്ലിക്കേഷൻസ്, കൊച്ചി 1998. പുറം. 806.
36.ടി. പു. പുറം. 588.
37.കുറിപ്പ്, അമ്പാടിയിലേക്ക് വീണ്ടും, ടി. പു. പുറം. 588.
38.കുറുപ്പ്, ഒ. എൻ. വി., രാഗം ലയം ലഹരി, ഒ. എൻ. വി യുടെ കവിതകൾ, ഡി. സി. ബുക്സ്, കോട്ടയം 2001. പുറം. 105.
39.ടി. പു. പുറം. 396.
40.ടി. പു. പുറം. 66.
41.കുഞ്ഞിരാമൻനായർ, പി., വെട്ടത്തുനാട്ടിലെ രാത്രി, പി. യുടെ കവിതകൾ, വാല്യം. 1, ഡി. സി. ബുക്സ്, കോട്ടയം 2006, പുറം. 102.
42.ടി. പു. വാല്യം. 2, പുറം. 1497.
43.ടി. പു. പുറം. 1480.
44.ടി. പു. വാല്യം 1, പുറം. 584.
45.അയ്യപ്പപ്പണിക്കർ, ഗോപികാദണ്ഡകം, അയ്യപ്പപ്പണിക്കരുടെ കൃതികൾ, വാല്യം. 2, ഡി. സി. ബുക്സ്, കോട്ടയം 2006. പുറം. 199.
46.മുകുന്ദൻ, എൻ., ഇതിവൃത്ത പരിണാമം കൃഷ്ണകവിതകളിലൂടെ, ഭാഷാസാഹിതി, കേരളസർവ്വകലാശാല മലയാള വിഭാഗം, പുസ്തകം 1, ലക്കം 4, ഒക്ടോബർ, ഡിസംബർ 1997. പുറം. 68.
47.ലീലാവതി, എം., ഗോപികേ! രാധികേ!, കവിതാധ്വനി, എൻ. ബി. എസ്. കോട്ടയം 1985. പുറം. 183.
48.കൃഷ്ണവാരിയർ, എൻ. വി., കൃഷ്ണവധം, എൻ. വി. യുടെ കവിതകൾ, എൻ. വി. ട്രസ്റ്റ്, കോട്ടക്കൽ 2006. പുറം. 249.
49.കക്കാട്, എൻ. എൻ., മങ്ങാത്ത മയിൽപ്പീലി, കക്കാടിന്റെ കൃതികൾ, കറന്റ് ബുക്സ്, തൃശൂർ 2002. പുറം. 260.
50.സച്ചിദാനന്ദൻ, മരീചിക, സച്ചിദാനന്ദന്റെ കവിതകൾ, വാല്യം. 2, ഡി. സി. ബുക്സ്, കോട്ടയം 2006. പുറം. 219.
51.ടി. പു. വാല്യം. 3, പുറം. 52.
52.ടി. പു. വാല്യം. 2, പുറം. 324.
53.സുഗതകുമാരി, കുരുക്ഷേത്രത്തിൽ, സുഗതകുമാരിയുടെ കവിതകൾ, ഡി. സി. ബുക്സ്, കോട്ടയം 2006. പുറം. 58–59.
54.ടി. പു. പുറം. 352.
55.ടി. പു. പുറം. 826.

56.അയ്യപ്പപ്പണിക്കർ, കുരുക്ഷേത്രം, അയ്യപ്പപ്പണിക്കരുടെ കൃതികൾ, വാല്യം. 1, കോട്ടയം 2006. പുറം. 1498.
57.കുറുപ്പ്, ഒ. എൻ. വി, ഗാന്ധാരം, ഒ. എൻ. വി. യുടെ കവിതകൾ, ഡി. സി. ബുക്സ്, കോട്ടയം 2001. പുറം. 1091–1092.
58.ടി. പു. പുറം. 1057–1059.
59.മധുസൂദനൻനായർ, വി., സന്താനഗോപാലം, നാറാണത്തുഭ്രാന്തൻ, ഡി. സി. ബുക്സ്, കോട്ടയം 1992. പുറം. 105.
60.സുഗതകുമാരി, പാദപ്രതിഷ്ഠ, സുഗതകുമാരിയുടെ കവിതകൾ, ഡി. സി. ബുക്സ്, കോട്ടയം 2006. പുറം. 611.
61.ചന്ദ്രശേഖരൻ, മേലേത്ത്, തീയും കണ്ണീരും, ഒറ്റയൊറ്റ ഇതളുകൾ, ലിപി പബ്ലിക്കേഷൻസ്, കോഴിക്കോട് 2004. പുറം. 80.
62.സുഗതകുമാരി, പെൺകുഞ്ഞ് 90, സുഗതകുമാരിയുടെ കവിതകൾ, ഡി.സി. ബുക്സ്, കോട്ടയം 2006. പുറം. 673.
63.ടി. പു. പുറം. 774.
64.രാമവർമ്മ, വയലാർ, രാവണപുത്രി, വയലാർ കൃതികൾ, ഡി. സി. ബുക്സ്, കോട്ടയം 1995. പുറം. 365–368.
65.മധുസൂദനൻ നായർ, വി., സീതായനം, നാറാണത്തുഭ്രാന്തൻ, ഡി. സി. ബുക്സ്, കോട്ടയം 1992. പുറം. 31–36.
66.ഗോപി, പി. കെ, ഹൃദയത്തലെ പക്ഷി, സുഷുമ്നയിലെ സംഗീതം, കാവ്യ ബുക്സ്, ആലുവ 2007, പുറം 51–52.

അധ്യായം ഏഴ്

ആധുനിക മലയാള കവിതയിലെ പുരാവൃത്ത ദർശനം

വ്യക്തിയുടെ അബോധമനസ്സിൽ വ്യക്തിനുഭവങ്ങളിൽ നിന്ന് രൂപം കൊള്ളാത്തതും ജന്മസിദ്ധവുമായ അഗാധതലത്തെയാണ് നാം സാമൂഹികാവബോധമനസ്സ് (Collective Unconscious) എന്നു വിളിക്കുന്നത്. കൂട്ടായ മാനസികാനുഭവത്തിൽ നിന്നും ഉയിർക്കൊണ്ട പ്രതീകങ്ങൾ സാമൂഹികമാനത്തിൽ ആവിഷ്ക്കരിക്കുന്നതിനുള്ള ഉപാധികളായിത്തീരുമ്പോൾ അവ പുരാവൃത്തങ്ങളാവുന്നു. ഫ്രോയിഡ് ജന്മവാസനകളുടെ പ്രകാശനമായിട്ടും സാമൂഹികവും മതപരവും അനുഷ്ഠാനപരവുമായ വ്യവഹാരമായും പുരാവൃത്തങ്ങളെ കണ്ടു. പ്രത്യേകരീതിയിലുള്ള പ്രതീകാത്മക ഭാഷകൂടിയാണ് യുങിന് പുരാവൃത്തങ്ങൾ. ആദിമ ഗോത്രജീവിതത്തിന്റെ നഷ്ടപ്പെട്ടുപോയ മാനസിക ജീവിതം പുരാവൃത്തരൂപത്തിൽ ആധുനിക മനുഷ്യനിലും അമർന്നുകിടക്കുന്നു. ഇവ ആധുനിക കവികൾ ആവിഷ്ക്കരണോപാധി എന്ന നിലയിൽ കവിതയിലുടനീളം പ്രയോഗിച്ചതായി കണ്ടെത്താം. അമൂർത്തമായ ആശയങ്ങളെ മൂർത്തമാക്കുക എന്ന ദൗത്യം ഇവ ഏറ്റെടുക്കുന്നു. പുരാവൃത്തങ്ങളിൽ നിന്ന് ജന്മം കൊള്ളുന്ന ഇത്തരം കാവ്യ ബിംബങ്ങൾ വ്യക്ത്യനുഭവങ്ങളെ പ്രകാശിപ്പിക്കുന്നതോടൊപ്പം സമൂഹത്തിന്റെ ആന്തരിക ബോധവുമായി സംവദിക്കുകയും ചെയ്യുന്നുണ്ട്. വ്യക്തികളുടെ വൈകാരിക ജീവിതത്തെ സ്പർശിച്ചുണർത്തുകയും സാമൂഹിക ചേതനയുമായി കണ്ണിചേർക്കുകയും ചെയ്ത് അപമാനവീകരണത്തിന്റെ ശൂന്യതയിൽ നിന്ന് രക്ഷ നേടാൻ കവികൾ അബോധപൂർവ്വം നടത്തുന്ന ഒരു പ്രവർത്തനമായി ഇതിനെ കാണാം.

കാവ്യബിംബങ്ങൾ കവിയുടെ സ്വകാര്യാനുഭവങ്ങളിൽ നിന്ന് ഉയിർക്കുമ്പോൾ പുരാവൃത്തങ്ങൾ സാമൂഹിക ബോധത്തിന്റെയും സംസ്കൃതിയുടെയും ശേഖരണത്തിൽ നിന്നാണ് ഉയിർക്കൊള്ളുന്നത്. പൂർവ്വകാലസ്മൃതികളുമായി ബന്ധപ്പെട്ടും ആധുനിക ജീവിതത്തിന്റെ സമസ്യാപൂരണത്തിനുള്ള ഉപാധിയായും ജന്മാന്തര സൗഹൃദസ്മൃതികളായും കവിതയിൽ ഇവ സംക്രമിക്കുന്നു. അബോധമനസ്സിനെ സാമൂഹികാവബോധമനസ്സുമായും സർഗ്ഗാത്മകതലമുള്ള കവിമനസ്സുമായും ബന്ധപ്പെടുത്തുമ്പോൾ ഇവയക്ക് ആദിരൂപാത്മക

സ്വഭാവം കൈവരുന്നുണ്ട്. വ്യക്തികളായി സമൂഹത്തെ വിഘടിപ്പിക്കുന്ന ആധുനിക നാഗരികതയിൽ സംഘബോധത്തിനും കൂട്ടായ്മയ്ക്കും മതനിരപേക്ഷമായ മാനവിക സംസ്കാരബോധത്തിനുവേണ്ടി കവികൾ ഇവയെ ഉപയോഗിച്ചിരിക്കുന്നതായി മനസ്സിലാക്കാം.

പുരാവൃത്തങ്ങൾ രചനാതന്ത്രമായി കവിതയിൽ ആവിഷ്ക്കരിക്കുമ്പോൾ കവിയുടെ ദർശനം ഇതിവൃത്തഘടന സൃഷ്ടിക്കുന്നതിൽ പങ്കുവഹിക്കുന്നുണ്ട്. പഴയഅർത്ഥത്തിൽ പുരാവൃത്തത്തെ ആവർത്തിക്കുന്നതിനുപകരം പുതിയ അർത്ഥതലങ്ങൾ നൽകുന്നതിനും രചനയുടെ ഭാഷാവ്യവസ്ഥ (discourse) എന്ന നിലയ്ക്കും ഇവ കവിതയിൽ രചനാതന്ത്രത്തിന്റെ ഭാഗമായി നിൽക്കുന്നു. ആധുനിക മനുഷ്യന്റെ സങ്കീർണഭാവങ്ങളും ജീവിതത്തിന്റെ നൈരന്തര്യവും മനോഗതിയിലെ വ്യതിയാനങ്ങളും പ്രപഞ്ചബോധവും സ്വത്വപ്രതിസന്ധികളും ആവിഷ്ക്കരിക്കുവാൻ ആധുനിക കവികൾക്ക് പുരാവൃത്തങ്ങൾ സഹായകമായിത്തീർന്നിട്ടുണ്ട്. സ്വത്വാന്വേഷണത്തിന്റെയും തിരസ്കാര വാസനയുടെയും ഫലമായി ഉടലെടുത്ത പുതിയ കാവ്യഭാഷയും കാവ്യസങ്കേതവും ആധുനിക കവിതയ്ക്ക് പുരാവൃത്തങ്ങൾ തേടിപ്പോകുന്നതിന് കാരണമായിട്ടുണ്ട്.

ആധുനിക മലയാള കവിതയുടെ ആന്തരിക ശക്തകളിൽ പുരാവൃത്തങ്ങൾ മുഖ്യസ്ഥാനം വഹിക്കുന്നുണ്ട്. നഷ്ടമൂല്യവിഷാദത്തിൽ ഉഴലുന്ന പുതിയ കാലഘട്ടം സ്വത്വം തിരിച്ചറിയാൻ പുരാവൃത്തങ്ങളെ തേടിപ്പോകുന്നു. ആധുനിക ജീവിതത്തിന്റെ തീവ്രവികാരങ്ങൾ ആവിഷ്ക്കരിക്കുന്നതിൽ ഭാഷയ്ക്കുള്ള പരിമിതികളെ മറികടക്കാൻ കവികൾ പുരാവൃത്തങ്ങൾ സ്വീകരിക്കുന്നതായി കാണാം. പൊതുവിൽ ആധുനിക മലയാള കവിതസുലഭമായി പ്രയോഗിക്കുന്ന പ്രതീകങ്ങളും ബിംബങ്ങളുമെല്ലാം പുരാവൃത്ത കേന്ദ്രീകൃതമാണെന്നു പറയാം.

കേവലബിംബങ്ങളുടെ രൂപത്തിലാണ് പുരാവൃത്തങ്ങൾ ഏറ്റവും കൂടുതൽ സ്വീകരിക്കപ്പെട്ടുകാണുന്നത്. പുരാവൃത്തിന്റെ അന്തർഭാവം അവതരിപ്പിക്കാൻ സാദൃശ്യമുള്ള കഥാപാത്രങ്ങളും സന്ദർഭങ്ങളും ഇത്തരം കവിതകളിൽ ഉപയോഗിച്ചിരിക്കുന്നതായി കാണാം. അതുപോലെ ആവിഷ്ക്കരണം ഏറ്റവും ശക്തമാക്കാൻ കവി സമാനമായ അനുഭൂതിമണ്ഡലത്തിലുള്ള പുരാവൃത്തങ്ങളെ കേവലബിംബരൂപത്തിലും, പ്രതീകാത്മകരൂപത്തിലും, പുനർവ്യാഖ്യാനരൂപത്തിലും സ്വീകരിക്കുന്നതും കാണാം. ആഴത്തിലുൾക്കൊണ്ട അനുഭവകഥകളുടെ ഗുണപാഠങ്ങളുൾക്കൊള്ളുന്നതിനാൽ ഇവ ആസ്വാദകനിലേക്ക് വളരെപ്പെട്ടെന്ന് സംക്രമിക്കുകയും ചെയ്യുന്നു. പരമ്പരയായി മനുഷ്യജീവിതം ആർജ്ജിച്ച അനുഭവപാഠങ്ങൾ പുരാവൃത്തങ്ങൾ ഉൾക്കൊള്ളുന്നതിനാൽ പരാമർശമാത്രയിൽ തന്നെ അവയുടെതായ ഭാവമണ്ഡലം ഉണർത്താൻ ഈ കവിതകൾക്ക് കഴിയുകയും ചെയ്യുന്നു. ശക്തമായ ഭാവനാസിദ്ധിയാണ് ആധുനിക മലയാള കവിതയിലെ പുരാവൃത്തങ്ങളുടെ വർദ്ധിച്ച പ്രയോഗങ്ങൾക്ക് വഴി തെളിയിക്കുന്നത്.

പുരാവൃത്തങ്ങൾ പ്രമേയമായ കവിതകളിൽ അതിന്റെ പ്രയോഗം പ്രധാനമായും മൂന്നു വിധത്തിലാണ് കാണുന്നത്. പുരാവൃത്തങ്ങൾ നേരിട്ട് പ്രമേയമായി സ്വീകരിക്കുകയും അവയ്ക്ക് കാര്യമായ മാറ്റം വരുത്താതെ സ്വന്തമായ ഭാവനയിലൂടെ പ്രതിപാദിക്കുകയും ചെയ്യുന്നതാണ് ഒന്നാമത്തെ രീതി. രണ്ടാമത്തെ രീതി പുരാവൃത്ത പ്രമേയങ്ങൾക്ക് സ്വന്തം സാഹിത്യദർശനത്തിന്റെ മാനം നൽകി അവതരിപ്പിക്കലാണ്. പ്രമേയം സ്വീകരിക്കാതെ സന്ദർഭോചിതമായി കഥാസന്ദർഭങ്ങളും കഥാപാത്രങ്ങളും കല്പനകളും ഔചിത്യപൂർവ്വമായി സന്നിവേശിപ്പിക്കുകയും രചനകളെ സമ്പുഷ്ടമാക്കുകയും ചെയ്യുന്നതാണ് മൂന്നാമത്തെ രീതി. പദങ്ങളുടെയും ബിംബങ്ങളുടെയും പൂർവ്വാവസ്ഥയായി കരുതപ്പെടുന്ന പുരാവൃത്തങ്ങൾ പദങ്ങളുടെ അപര്യാപ്തത നികത്താൻ കവിതകളിലേക്ക് തിരിച്ചെത്തുന്നതായി കാണാം. പുരാവൃത്തങ്ങളുടെ പൗരാണിക പരിവേഷവും വിശദാംശങ്ങളും ഇല്ലാതാവുകയും അതിലേക്ക് അനുഭൂതിപ്രദായങ്ങളായ ചലനാത്മകചിത്രങ്ങൾ കടന്നുവരികയും ചെയ്തപ്പോൾ ബിംബങ്ങളായി അവ മാറി.

ആധുനിക മലയാളകവിതയിൽ പുരാവൃത്തങ്ങളെ താഴെ പറയുന്ന രീതിയിൽ വിഭജിക്കാം.

ആധുനിക മലയാള കവിതയിലെ പുരാവൃത്തങ്ങളുടെ വിഭജനം.

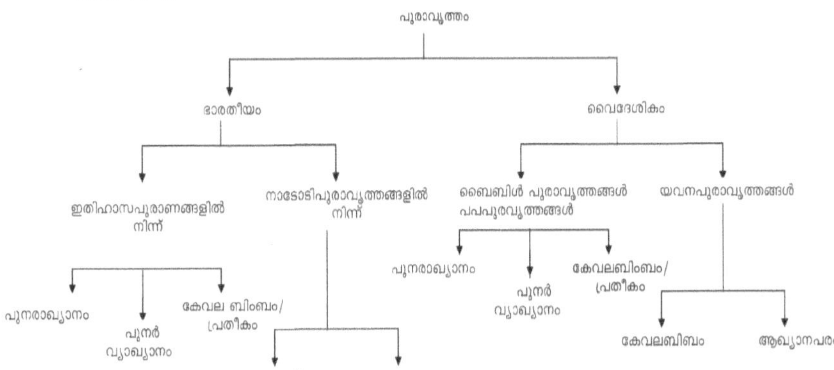

അപൂർണ്ണത തികഞ്ഞ മനുഷ്യന്റെ പൂർണ്ണത തേടിയുള്ള പ്രയാണം എന്നും നിലനില്ക്കുന്നു. പരാധീന ജീവിതം നയിക്കുന്ന മനുഷ്യന്റെ പ്രതിനിധിയായി ഇടശ്ശേരി ഹനുമാനെ കാണുന്നു. എന്തിനേയും നേരിടാനുള്ള മനോഭാവത്തോടെ ജീവിതത്തെ സമീപിക്കാൻ കഴിയണമെന്ന സന്ദേശം ഹനുമാന്റെ നാവിലൂടെ ഇടശ്ശേരി പ്രഖ്യാപിക്കുന്നതാണ് മാവിൻചോട്ടിലെ നാടകം. മനുഷ്യവിജയത്തെയും വീര്യത്തേയും പ്രകീർത്തിക്കുവാൻ ഹനുമാനെന്ന പുരാവൃത്ത സാന്നിദ്ധ്യം 'ലവണാസുരവധത്തിലെ ഹനുമാനി'ൽ സഹായകമായി

നിൽക്കുന്നു. മാനവസ്നേഹത്തിലൂടെയും സേവനത്തിലൂടെയും ചിര ഞ്ജീവിയാകുമെന്ന കവിയുടെ വിശ്വാസത്തിന്റെ പ്രഖ്യാപനമാണ് 'ഹനുമത്സേവ തുഞ്ചൻ പറമ്പിൽ', സ്നേഹവും ഭക്തിയും ആദരവും നശിച്ചു പോകാതിരിക്കാൻ ആധുനിക സമൂഹം ഹനുമാനെ ഓർക്കേ ണ്ടിയിരിക്കുന്നു. അധർമ്മത്തോട് വിട്ടുവീഴ്ചയില്ലാതെ സമരം ചെയ്യേ ണ്ടവനാണ് കവിയെന്ന തത്വശാസ്ത്രം പുരാവൃത്ത നിബന്ധമായി കവി ആവിഷ്ക്കരിച്ചിരിക്കുന്നു.

പ്രകൃത്യാരധനയിൽ നിന്നാണ് മനുഷ്യന്റെ ബിംബകൽപ്പനകൾ രൂപപ്പെട്ടത്. മനുഷ്യന്റെ മാനസിക ജീവിതത്തിൽ പ്രകൃതിയിൽ നിന്ന് ആദ്യം കടന്നുവന്ന പക്ഷികളും മൃഗങ്ങളും ബിംബങ്ങളായി രൂപപ്പെട്ടിട്ടുണ്ട്. ഈശ്വരനുപോലും മനുഷ്യന്റെ ശരീരവും പക്ഷിമൃ ഗാദികളുടെ ശിരസ്സും നൽകി ആരാധിച്ചിരുന്നു. പ്രകൃതിശക്തികൾ അനിയന്ത്രിതമായതിനാൽ അവയും ആരാധനമൂർത്തികളായിരുന്നു. വായു, ജലം, സൂര്യൻ ഇവയെല്ലാം ഇതിൽപ്പെടുന്നു. മരുത്തിന്റെ പുത്രനായ ഹനുമാൻ മനുഷ്യന്റെ ശരീരവും കുരങ്ങന്റെ മുഖവുമുള്ള ഒരു പ്രതീകമായത് ഇങ്ങനെയായിരിക്കും. ദാസ്യത്തിന്റെയും ശക്തി യുടെയും മൂർത്തരൂപമെന്ന നിലയിലാണ് ഇടശ്ശേരി ഹനുമാനെ കാ ണുന്നത്. കൃത്രിമവും അമാനുഷികവുമായ പരിവേഷത്തെ തകർത്ത് അവപുരാവൃത്തീകരണത്തിന് (Demythyfication) വിധേയനായ ഇടശ്ശേരിയുടെ ഹനുമാൻ തനിക്കുചുറ്റും നിറഞ്ഞുനിൽക്കുന്ന ദിവ്യ പരിവേഷത്തെ നിരാകരിച്ച് അതിനടിയിലമർന്നു കിടക്കുന്ന മറ്റൊരു അർത്ഥത്തെ (സന്ദേശത്തെ) തുറന്നു കാണിക്കുകയും ചെയ്യുന്നു.

കവി സ്വയം പുരാവൃത്തങ്ങൾ സൃഷ്ടിക്കുകയും പ്രാദേശിക സമൂ ഹത്തിൽനിന്ന് കണ്ടെത്തുകയും ചെയ്യുന്നതിന്റെ ഉദാഹരണാണ് ഇടശ്ശേരിയുടെ കാവിലെപ്പാട്ടും പൂതപ്പാട്ടും. മനുഷ്യവംശത്തെ നിലനിർത്തുന്ന നല്ല അമ്മ, (Good mother) അവരുടെ തന്നെ വന്യ മായ പൈശാചിക ഭാവമായ കറുത്ത മാതൃത്വം (Black mother) തുടങ്ങിയ ദ്വന്ദ്വസ്വഭാവങ്ങളെ സമന്വയിപ്പിക്കുകയാണ് ഈ കവിത. മാതൃദായ കുടുംബവ്യവസ്ഥയും കാർഷികവൃത്തിയുമടങ്ങിയ ഇട ശ്ശേരികവിതകളുടെ സാംസ്കാരിക പശ്ചാത്തലം ഈ കവിതകൾ വെളിപ്പെടുത്തുന്നു. സ്ത്രീയുടെ സാമൂഹികമാനം ലിംഗപരം എന്നത ിലുപരി മാതൃത്വപരമാണെന്ന് ഈ കവിതകൾ സ്ഥാപിക്കുന്നു. സ്വയം ത്യാഗത്തിലൂടെയും ബലിയിലൂടെയും ജീവിതത്തെ കൊയ്യാൻ വരുന്ന ഹിംസയെ ചെറുത്ത് ഭാവി സമൂഹത്തിന്റെ സുരക്ഷിതത്വവും സ്വാതന്ത്ര്യവും ഉറപ്പാക്കുകയെന്ന ദാർശനികതലം വിളംബരം ചെയ്യാൻ കവിക്ക് ഈ പുരാവൃത്തങ്ങളിലൂടെ കഴിഞ്ഞിട്ടുണ്ട്.

മാതൃത്വത്തിന് അസുരതയുടെമേലുണ്ടാവുന്ന ആധിപത്യം ചിത്രീ കരിക്കാനാണ് ഇടശ്ശേരി ഈപുരാവൃത്തങ്ങളെ ആശ്രയിക്കുന്നത്. കാവിലെപ്പാട്ടിൽ കേരളത്തിലെ ഉഗ്രദേവി ത്യാഗമൂർത്തിയായി മാറു ന്നതിന്റെ സങ്കല്പം ഒരു നാടോടിപുരാവൃത്തത്തിലൂടെ അനാവരണം ചെയ്യുന്നു. പൂതപ്പാട്ടിൽ നങ്ങേലിയെന്ന മാതൃബിംബത്തിലൂടെ മാതൃ

സ്നേഹത്തിന്റെയും മാനവസംസ്കാരത്തിന്റെയും ശക്തിവിശേഷം വിജയിക്കുന്ന കഥ നാടോടിപുരാവൃത്തഘടനയോടേ ആവിഷ്ക്കരിക്കുന്നു. മനുഷ്യന്റെ സ്വാധീനശക്തിയിൽ അസുരത ദൈവികതായി ഉയർത്തുന്നതിലും, ദൈവികതയുടെ പ്രകടസ്വഭാവമായ ത്യാഗം അല്ലെങ്കിൽ ആത്മബലി പുനരവതരിക്കണമെന്ന് ആഹ്വാനം ചെയ്യുന്നതിലും ഈ പുരാവൃത്തം ഇടശ്ശേരിയെ സഹായിച്ചിരിക്കുന്നു.

കേരളീയസംസ്കാരത്തിലെ ചില സങ്കല്പങ്ങളും പരമ്പരാഗത കലാരൂപങ്ങളും, അവയിലെ പുരാവൃത്തത്തിന്റെ അനുഷ്ഠാനങ്ങളും ഇടശ്ശേരിയെ സ്വാധീനിച്ചിട്ടുണ്ട്. പടിഞ്ഞാറ്റയിൽ കുടിവെച്ച ഭഗവതി, പനകളിൽ കയറ്റി പുരുഷന്റെ രക്തം കുടിക്കുന്ന യക്ഷി, ലോകരക്ഷകയായ അമ്മ, സർവ്വസംഹാരിണിയായ കൊടുംകാളി, ചുരന്നൊഴുകുന്ന വാത്സല്യം, അടങ്ങാത്ത ചോരക്കൊതി, വെളിച്ചപ്പാടിന്റെ ഉറഞ്ഞുതുള്ളലും തലയിൽ വെട്ടലും, താലപ്പൊലി മഹോത്സവം - ഇങ്ങിനെ പലതും ചേർന്നതാണ് ഇടശ്ശേരിയുടെ കാവിലെപ്പാട്ട്, പൂതപ്പാട്ട്, പൊട്ടിപുറത്ത് ശീവോതി അകത്ത് തുടങ്ങിയ കവിതകൾ. വിരുദ്ധദ്വന്ദ്വങ്ങളെ സമന്വയിപ്പിക്കുന്നതിനാണ് ഇടശ്ശേരി ഈ പുരാവൃത്തഭാഷ ഉപയോഗിച്ചിരിക്കുന്നത്.

മനസ്സിന്റെ വിരുദ്ധശക്തികളെ സന്തുലനക്രമത്തിൽ ആക്കിത്തീർക്കുന്നതിന് മിത്തിലെ അനുഷ്ഠാന ഘടകം സദാജാഗരൂകമാണ്. കവിക്രിയ അനുഷ്ഠാനത്തിന്റെ പൊരുൾ തേടലാണ്. ഇടശ്ശേരിയുടെ പൂതപ്പാട്ടിലും കാവിലെപ്പാട്ടിലും ഈ രാസപ്രവർത്തനം നടക്കുകയും വിരുദ്ധദ്വന്ദ്വങ്ങളെ സംതുലിതമാക്കുകയും ചെയ്യുന്നു.

കാമത്തേയും മരണത്തേയും കുറിച്ചുള്ള പുരാവൃത്തങ്ങൾ മനുഷ്യന്റെ അന്യവൽക്കരണത്തോടാണ് യോജിക്കുന്നത്. മൃത്യുകാമനയും മൃത്യഭീതിയും വിരുദ്ധ ദ്വന്ദ്വങ്ങളായി ആവിഷ്ക്കരിക്കപ്പെടുന്ന കവിതകളുമുണ്ട്. അയ്യപ്പപ്പണിക്കരുടെ കുരുക്ഷേത്രം ഇടശ്ശേരിയുടെ മാർക്കണ്ഡേയൻ ജി. യുടെ മറ്റൊരു നചികതേസ്സ് തുടങ്ങിയകവിതകൾ ഇതിന് ഉദാഹരണമാണ്.

ബോധമനസ്സിന്റെയും പ്രകൃത്യാതീതശക്തികളുടെയും ഇടയിലുള്ള ഒരിടത്താവളമായിട്ടാണ് പുരാവൃത്തത്തെക്കാണുന്നത്. ആധുനികകവിതയിൽ വ്യക്തിമനസ്സും സമൂഹമനസ്സും നേരിടേണ്ടി വരുന്ന സംഘർഷങ്ങൾക്കും സമസ്യകൾക്കും ഇടയിലുള്ള സ്വത്വാന്വേഷണമായി ഇത് പരിണമിക്കുന്നുണ്ട്. അധിനിവേശവുമായി ബന്ധപ്പെട്ട സങ്കരപുരാവൃത്ത രീതിവരെ ഇതിനായി കവികൾ അവലംബിക്കുന്നുണ്ട്. ഒരു പുരാവൃത്ത പരാമർശത്തിനിടെ അനേകം പുരാവൃത്ത ബിംബങ്ങൾ കടന്നുവരികയും, ഹൈന്ദവദർശനവും ക്രൈസ്തവ ദർശനവും കൂട്ടിക്കുഴക്കുകയും ചെയ്യുന്നതായി കാണുന്നുണ്ട്.

മനുഷ്യമനസ്സിന്റെ അടിസ്ഥാന ഭാവങ്ങളിലൊന്നായ 'അസൂയ' സൃഷ്ടിക്കുന്ന സംഘർഷാവസ്ഥയാണ് പെരുന്തച്ചന്റെ പുരാവൃത്തം. അരനൂറ്റാണ്ടിനിടയിലുള്ള കാലഘട്ടത്തിൽ പ്രധാനമായും മൂന്നു കവി

തകൾ ഈ പുരാവൃത്തവുമായി ബന്ധപ്പെട്ട് ഉണ്ടായി. അഹന്തയും, അസൂയയും അസഹിഷ്ണുതയും മനുഷ്യമനസ്സിനെ തീരാത്ത പാപത്തിലെത്തിക്കുകയും, കുറ്റബോധത്തിൽ സ്വയം വെന്തുരുകി നശിക്കുകയും ചെയ്യുന്ന അവസ്ഥയുടെ അനാവരണം ജി. ശങ്കരക്കുറുപ്പ് പെരുന്തച്ചനിലൂടെ സാധിക്കുന്നു പുതിയ നീതിബോധത്തിന്റെ സാന്ത്വനത്തിൽ പാപഭാരം കഴുകിക്കളഞ്ഞ് ശുദ്ധമായ ആത്മാവും ശരീരവുമായി ഉയിർത്തെഴുന്നേൽക്കുന്ന തച്ചനാണ് വൈലോപ്പിള്ളിയുടെ തച്ചന്റെ മകനിലെ പെരുന്തച്ചൻ. പുരുഷനീതിക്ക് ഇടമില്ലാത്ത പുതിയൊരു ലോകത്തിന്റെ സൃഷ്ടിയാണ് വിജയലക്ഷ്മി തച്ചന്റെ മകളിലൂടെ സാധിക്കുന്നത്. ലോകത്തിന്റെ മാലിന്യങ്ങളെ മുഴുവൻ തന്റെ ഹൃദയത്തിലാവാഹിച്ച് പുതിയൊരു ലോകക്രമം മെനയാൻ പുരാവൃത്തത്തിന്റെ സ്ത്രീപക്ഷ വായനയിലൂടെ വിജയലക്ഷ്മിക്ക് കഴിയുന്നു. ഈ മൂന്നു കവിതകളും ചേർത്തു വായിക്കുമ്പോൾ പുരാവൃത്തങ്ങളുടെ ഈ പുനഃസൃഷ്ടി ജീവിതത്തെക്കുറിച്ചും കവിതയെക്കുറിച്ചുമുള്ള കവി മനസ്സിന്റെ വെളിപാടും പുതിയ ദർശന പ്രഖ്യാപനവുമായി മാറുന്നു.

വിശ്വരൂപം കൈക്കൊണ്ട പിതൃസങ്കല്പത്തെ ആവിഷ്ക്കരിക്കാൻ 'ശിവതാണ്ഡവം' എന്ന പുരാവൃത്തപ്രതീകം ജി. ഉപയോഗിച്ചിരിക്കുന്നു. വൈരുദ്ധ്യങ്ങളുടെ സംയോജനത്തിലൂടെയുള്ള പൂർണ്ണത, ശാസ്ത്രജ്ഞാനവുമായി ബന്ധപ്പെട്ട കാഴ്ചപ്പാട് തുടങ്ങിയവ വ്യക്തമായി അനാവരണം ചെയ്യപ്പെടുന്നുണ്ട്. വിശ്വമെന്ന അമൂർത്തതയെ ആവിഷ്ക്കരിക്കാൻ ഏറ്റവും ശക്തമായ പ്രതീകമായി ശിവതാണ്ഡവത്തെ കവി കാണുന്നു. ജി. എന്ന കവിയുടെ, ജ്ഞാനിയുടെ, പ്രപഞ്ച സങ്കല്പത്തെക്കുറിച്ചുള്ള വെളിപാടായി ഈ കവിത എന്നും നിലനില്ക്കുന്നു.

പുരാവൃത്ത നിബന്ധമായ ചില ആധുനിക കവിതകൾ അവ സംവദിക്കുന്ന അർത്ഥ ബോധത്തിനപ്പുറമുള്ള വൈകാരിക പ്രധാന്യം കൂടി ആർജ്ജിക്കുന്നു. ജിയുടെ പെരുന്തച്ചൻ, അയ്യപ്പപ്പണിക്കരുടെ കുരുക്ഷേത്രം, വൈലോപ്പിള്ളിയുടെ ഓണപ്പാട്ടുകാർ തുടങ്ങിയ കവിതകൾ അനുവാചകന്റെ മനസ്സിൽ ചനലമുണ്ടാക്കുവാൻ അവയിലുപയോഗിച്ച പുരാവൃത്ത ബിംബങ്ങൾക്ക് കഴിയുന്നുണ്ട്. ആധുനിക മനുഷ്യന്റെ സ്വപ്നങ്ങളിലും ഭ്രമകല്പനകളിലും ആവർത്തിക്കപ്പെടുന്ന 'മോട്ടീഫു'കൾ പുരാവൃത്തങ്ങളിലേതുതന്നെയാണ്. അതുകൊണ്ട് സമകാലിക ചരിത്രം സമൂഹാവസ്ഥയെ ആവിഷ്ക്കരിക്കാൻ പുരാവൃത്തങ്ങൾ കവിയെ സഹായിക്കുന്നു. പുരാവൃത്തത്തിലെ ഇതിവൃത്തം അപ്രകാരം തന്നെ പ്രതീകാത്മകത കൈവരിക്കുകയോ കഥപാത്രങ്ങൾ പ്രതീകങ്ങളായി പ്രത്യക്ഷപ്പെടുകയോ ഏതെങ്കിലും വർത്തമാനകാല സന്ദർഭങ്ങളെക്കുറിച്ചുള്ള സൂചനകൾ പ്രതീകങ്ങളാവുകയോ ചെയ്യുന്നതായി കാണാം. ഇടശ്ശേരിയുടെ ഹനുമത്സേവ തുഞ്ചൻ പറമ്പിൽ, ലവണാസുരവധത്തിലെ ഹനുമാൻ, മൈനാകശൃംഖം, പാൽക്കടൽ കടയുമ്പോൾ തുടങ്ങിയവ ഇതിന് ഉദാഹരണമാണ്. ഒ. എൻ.വി.

യുടെ ശാർങ്കപക്ഷികൾ, സരയുവിലേക്ക് വൈലോപ്പിള്ളിയുടെ ഉജ്ജ്വലമുഹൂർത്തം തുടങ്ങിയവയും ഇതിൽപ്പെടുന്നു.

ആധുനിക മനുഷ്യൻ നേരിടുന്ന ധർമ്മാധർമ്മങ്ങളുടെ മാനസിക സംഘർഷം ചിത്രീകരിക്കാൻ മിക്കകവികളും കുരുക്ഷേത്രമെന്ന സംജ്ഞയോ ആ പുരാവൃത്തകഥാസന്ദർഭങ്ങളോ കഥാബിംബങ്ങളോ ഉപയോഗിച്ചിരിക്കുന്നതായി കാണാം. സുഗതകുമാരിയുടെ ഇതു മഹാഭാരതം, കുരുക്ഷേത്രത്തിൽ, അയ്യപ്പപ്പണിക്കരുടെ കുരുക്ഷേത്രം തുടങ്ങിയ കവിതകൾ ഇതിന് ഉദാഹരണമായി എടുക്കാം.

നിത്യമായ സ്ത്രീപരുഷാകർഷണത്തിന്റെ പ്രതീകമായും നിഷ്കളങ്ക സ്നേഹത്തിന്റെ ആവിഷ്ക്കാരമായും രാധാകൃഷ്ണസങ്കല്പം സുഗതികുമാരിയുടെ കവിതകളിൽ കടന്നുവരുന്നു. സച്ചിദാനന്ദനിൽ കൃഷ്ണസങ്കല്പം സംരക്ഷകബിംബമാണെങ്കിലും ചിലപ്പോഴൊക്കെ തൊഴിലാളി വർഗ്ഗത്തെ ചൂഷണം ചെയ്യുന്ന വ്യവസ്ഥിതിയുടെ ഭാഗമായി മാറുന്നതിലുള്ള പരിദേവനവുമുണ്ട്. വൈലോപ്പിള്ളി തുറുങ്കുകൾ പൊട്ടിക്കുന്ന സ്വാതന്ത്ര്യത്തെ ആവിഷ്ക്കരിക്കാനാണ് ഈ പുരാവൃത്തത്തെ കൂട്ടുപിടിക്കുന്നത്. ആധുനിക ജീവിതാവസ്ഥയിൽ സ്ത്രീകൾക്ക് സഹിക്കേണ്ട അപമാനങ്ങളിൽനിന്ന് രക്ഷപ്പെടുത്താൻ കൃഷ്ണന്റെ സാന്നിദ്ധ്യമായി അവതാരപുരുഷന്മാർ ഉണ്ടാവണമെന്ന സാമൂഹ്യപ്രതിബദ്ധതയുടെ വിളംബരവും സച്ചിദാനന്ദൻ, വൈലോപ്പിള്ളി, ഒ.എൻ.വി. തുടങ്ങിയവരുടെ കവിതകളിലുണ്ട്. ജി. ശങ്കരക്കുറുപ്പിന് വിശ്വദർശനത്തെ കാട്ടുന്ന പ്രതിരൂപമായും, ഇടശ്ശേരിക്ക് വിഘ്നങ്ങളെ നീക്കുന്ന പുത്രപ്രാപ്തിയായും കൃഷ്ണൻ പരിണമിച്ചിട്ടുണ്ട്. കവികളുടെ കവിത്വശക്തിയെ അതിജീവനത്തിന്റെയും അപാരവിസ്മയദർശനത്തിന്റെയും ഭാഗമാക്കി ആവിഷ്ക്കരിക്കാൻ സച്ചിദാനന്ദൻ ഇടശ്ശേരിയിലൂടെയും പി. കുഞ്ഞിരാമൻനായർ വെട്ടത്തുനാട്ടിലെ രാത്രിയിലൂടെയും ശ്രമിക്കുന്നത് കൃഷ്ണപുരാവൃത്തത്തിന്റെ സഹായത്തോടെയാണ്. പ്രതീക്ഷയോടെയുള്ള കാത്തിരിപ്പിന്റെ ബിംബമാണ് രാധ ഒട്ടുമിക്ക ആധുനിക കവിതകളിലും. പ്രേമത്തിന്റെ അനശ്വരമായ അനുഭൂതിയെ ചിത്രീകരിക്കാനാണ് രാധാകൃഷ്ണ സങ്കൽപം ആധുനിക കവിതയിൽ അധികവും ഉപയോഗിച്ചിരിക്കുന്നത്. കൃഷ്ണഗോപികാബന്ധത്തെ പ്രകൃതിശാസ്ത്രപരമായിത്തന്നെ ജൈവികബന്ധമായി കാണുന്നുണ്ട് സുഗതകുമാരിയും അയ്യപ്പപ്പണിക്കരും.

ഹിംസ വിനോദമാക്കുമ്പോൾ പാപമായിത്തീരുന്നു എന്നും അപ്പോൾ അത് മോചനമില്ലാത്ത ശാപമർഹിക്കുന്നു എന്നുമുള്ള വിവേചനമാണ് 'മൃഗയ' എന്ന പുരാവൃത്തകവിതയിലൂടെ ഒ.എൻ.വി പ്രകാശിപ്പിക്കുന്നത്. ആധുനിക മനുഷ്യന്റെ അധീശത്വത്തിനേൽക്കുന്ന പതനത്തിന്റെ ആഘാതം സൂചിപ്പിക്കുന്നതിനാണ് ഈ പുരാവൃത്ത സന്നിവേശം.

അധികാരസ്ഥാനങ്ങൾ ആത്മപരിശോധനയ്ക്കും പശ്ചാത്താപത്തിനും തയ്യാറാവണം എന്ന ആശയം ആവിഷ്ക്കരിക്കാനായി രാമന്റെ

സരയൂപ്രവേശം കവിതാവിഷയമാക്കുകയാണ് ഒ.എൻ.വി. തന്നിലേക്ക് തന്നെ നോക്കാനും പശ്ചാത്തപിക്കാനും ലഭിക്കുന്ന അവസരത്തെ ആവിഷ്ക്കരിക്കാൻ കവിയ്ക്ക് ഇതിലൂടെ കഴിയുന്നുണ്ട്. രാമരാജ്യത്തിലെ നീതിബോധത്തെ വിശകലനവിധേയമാക്കിക്കൊണ്ടുള്ള സ്ത്രീപക്ഷചിന്തകളാണ് ചിന്താവിഷ്ടയായ സീതയും ഒരു രാമായണരംഗവുമൊക്കെ. രാമായണത്തിൽ ആത്മ പ്രകാശനത്തിന് അവസരം കിട്ടാതെ അമർന്നടിഞ്ഞ ജന്മങ്ങളെ ഉയർത്തിക്കൊണ്ടുവരികയും അവരുടെ വിചാരധാരകൾ ആവിഷ്ക്കരിക്കുയും ചെയ്യുമ്പോൾ കവിത ആസ്വാദകശ്രദ്ധപിടിച്ചുപറ്റുന്നതാവുകയും ചെയ്യുന്നു. പുരാവൃത്തത്തിലെ കഥാതന്തുവിനെ മറിച്ചിട്ടാലും സംഭവിക്കുക ഇതുതന്നെയാണ് പെരുന്തച്ചനിലൂടെ ജി. നിർവ്വഹിച്ചത് ഇതാണ്. സ്ത്രീ സമൂഹത്തിൽനിന്ന് അനുഭവിക്കുന്ന പീഡനങ്ങളെക്കുറിച്ച് സ്വയം ബോധവതിയായി തന്നെപ്പറ്റിയും സമൂഹത്തെപ്പറ്റിയും സ്വരൂപിക്കുന്ന ധാരണകളുടെ ബലത്തോടെ ഉണരുന്നതിനെ ആവിഷ്ക്കരിക്കാനാണ് രാമായണരംഗവും പാദപ്രതിഷ്ഠയും സുഗതകുമാരി എഴുതിയത്. പീഡിതസ്ത്രീത്വത്തിന്റെയും ചിരന്തനസഹനത്തിന്റെയും പ്രതീകമായ സീത ചരിത്രത്തിലൂടെ ആവർത്തിക്കപ്പെടുന്ന സ്ത്രീപീഡനകഥകൾക്ക് പ്രതിബിംബമാവുന്നത് ആധുനിക കവിതയിൽ സുലഭമാണ്. അമ്മ, പെൺ കുഞ്ഞ്, കൊല്ലേണ്ടതെങ്ങനെ, ഊർമ്മിള തുടങ്ങിയ കവിതകളും ഇതേ ആശയപ്രകാശത്തിന് പുരാവൃത്ത ബിംബങ്ങൾ സ്വീകരിച്ച കവിതകളാണ്.

ജീവത്തായ ഏതൊരു സംസ്കൃതിക്കും ആദിപ്രരൂപങ്ങൾ ഉണ്ടായിരിക്കും. ഭാരതത്തിന്റെ ഏറ്റവും സാർവ്വജനീനമായ ബിംബം കൃഷ്ണൻ ആണ്. മോചനത്തിന്റെ ഉറച്ച വാഗ്ദാനമായാണ് സുഗതകുമാരി കൃഷ്ണ പുരാവൃത്തങ്ങൾ കാണുന്നത്. കാളിയമർദ്ദനവും ഗജേന്ദ്രമോക്ഷവും പുനർവ്യാഖ്യാനം ചെയ്യപ്പെട്ട പുരാവൃത്തങ്ങളാണ്. സുഗതകുമാരിയുടെ കാളിയൻ തന്റെ അഹങ്കാരം ശമിപ്പിക്കുവാനുള്ള വൃത്തിയായാണ് കൃഷ്ണന്റെ നൃത്തത്തെ കാണുന്നത്. കാളിയന്റെ അതേ മാനോവികാരമാണ് ഗജേന്ദ്രമോക്ഷത്തിലെ ഗജേന്ദ്രനും. ആന്തരിക സമ്മർദ്ദത്തിനടിപ്പെട്ട് മാനസിക ശുദ്ധീകരണം ഈ രണ്ട് മഥനപ്രക്രിയകളിലും കവി ആവിഷ്ക്കരിക്കുന്നു. സമൂഹ മനസ്സിന്റെ അപഥ മനോവികാരങ്ങളുടെ വിമലീകരണത്തിനായി ഈ പുരാവൃത്തങ്ങളെ പുനരാഖ്യാനം ചെയ്യുകയാണ് കവി ചെയ്തത്.

കൃഷ്ണകവിതകളിലധികവും രാധയുടെ ദൃഷ്ടിയിലൂടെ കൃഷ്ണനെ കാണുന്നതായി ചിത്രീകരിച്ചിരിക്കുന്നു. ആവർത്തന വൈരസ്യം ഒട്ടുമില്ലാതെ സമകാലിക പ്രസക്തി നഷ്ടപ്പെടാതെ ആധുനിക ജീവിത സമസ്യകളിലേക്ക് ഈ പുരാവൃത്ത സന്ദർഭങ്ങൾ ഇണക്കിച്ചേർത്തിരിക്കുന്നു. പ്രേമൈകമൂർത്തിയായ കണ്ണനെത്തേടുന്ന പെൺമനം മർദ്ദിതവും പീഡിതവുമായ മഹാഭൂരിപക്ഷം വരുന്ന ഇന്ത്യൻ ജനതയെ മുഴുവൻ പ്രതിനിധാനം ചെയ്യുന്നു.

പ്രകൃതി, ഭൂമി, ഇവയക്ക് സ്ത്രീ സ്വത്വം കല്പിച്ചാണ് ആധുനിക കവിതകൾ ഏറെയും പിറന്നിട്ടുള്ളത്. പരിലാളിക്കപ്പെടുക, പരിപാലിക്കപ്പെടുക, തുടങ്ങിയവ ഈ സമീകരണത്തിന് നിദാനമാണ്. ക്ഷമ, സഹനം, സംരക്ഷണം തുടങ്ങിയവയിൽ ഊന്നി നിന്നാണ് പുരാവൃത്തങ്ങളെ സുഗതകുമാരി കാണുന്നത്. ആഗോളീകരണത്തിന്റെ ഇരയായി പ്രകൃതിയും, ഭൂമിയും, സ്ത്രീയും മാറുമ്പോൾ ചെറുത്തു നിൽപ്പിന്റെ പ്രതിരോധമായി ഇത്തരം പുരാവൃത്തങ്ങളെ കവിതയിൽ ഉപയോഗിച്ചിരിക്കുന്നതായി കാണാം.

ഭാരതീയ സംസ്കൃതിയുടെ ആഴങ്ങളിൽ നിന്നു മുങ്ങിയെടുത്ത മിത്തുകളുടെ സാന്നിദ്ധ്യം സുഗതകുമാരിയുടെ കവിതകളെ ദർശനപരമായ പക്വതയും സംവേദനഗാഢതയും ആർജ്ജിക്കാൻ പര്യാപ്തമാക്കിയിട്ടുണ്ട്. രാധാകൃഷ്ണബന്ധത്തിന്റെ അടിസ്ഥാനഘടനയിൽ നിരാകൃതയാകുന്ന സ്ത്രീയുടെ പക്ഷത്തുനിന്നുള്ള സൂക്ഷ്മരാഷ്ട്രീയം അന്തർധാരയായി വർത്തിക്കുന്നുണ്ട്. രാമകഥാസന്ദർഭത്തെ പുനരാഖ്യാനം ചെയ്യുന്ന സന്ദർഭത്തിൽ സ്ത്രീയെ തിരസ്കൃത സ്ത്രീത്വത്തിന്റെ ബിംബമാക്കിയാണ്. 'ഒരു രാമായണരംഗ'ത്തിലും 'പാദപ്രതിഷ്ഠ'യിലും കവി ചിത്രീകരിച്ചിരിക്കുന്നത്.

മനുഷ്യമനസ്സിലെ തന്മതിന്മകളുടെ സംഘട്ടനത്തെ ആവിഷ്ക്കരിക്കാനാണ് കുരുക്ഷേത്രത്തിന്റെ പുരാവൃത്തം ആധുനിക കവികൾ ഉപയോഗിച്ചിരിക്കുന്നത്. സുഗതകുമാരിയും അയ്യപ്പപ്പണിക്കരും, ഒ.എൻ.വിയും. മധുസൂദനൻ നായരുമൊക്കെ സമകാലിക ഇന്ത്യൻ അവസ്ഥയുടെ പശ്ചാത്തലത്തിൽ കുരുക്ഷേത്രത്തെയും മഹാഭാരതത്തെയും വിശകലനം ചെയ്യുന്നു. നിസ്സഹായനായ മനുഷ്യന്റെ ഒറ്റപ്പെടലും വ്യഥയും ചിത്രീകരിക്കാൻ അർജ്ജുനനും ഗാന്ധാരിയുമൊക്കെ പുനരവതരിക്കുന്നതായി ഇവരുടെ കവിതകളിൽ കാണാം.

ബൈബിൾ പുരാവൃത്തങ്ങളിൽ ഏറ്റവുമധികം ഉപയോഗിക്കപ്പെട്ടത് ആദിപാപത്തിന്റെ കഥയാണ്. ആദിപാപം ബൈബിൾ പ്രകാരം മനുഷ്യസാകല്യത്തിന്റെ പുരോഗതിയിലേക്കു നയിക്കുന്ന മാനുഷികമായ പുരാവൃത്തമാണ്. ഇത് കേവലമൊരു ലിംഗപ്രശ്നംമാത്രമല്ല. പൗരോഹിത്യം ഇതിനെ ആയുധമാക്കി ആധുനിക മനുഷ്യന്റെ വിശാലമായ മതാവബോധത്തെ പരിക്കേൽപ്പിച്ചിട്ടുണ്ടെങ്കിലും ഇതിനോടുള്ള പ്രതിഷേധമായാണ് സുഗതകുമാരിയുടെ ഏദനിൽ നിന്നും, വിഷ്ണുനാരായണൻ നമ്പൂതിരിയുടെ അഹല്യാമോക്ഷവും പിറവിയെടുക്കുന്നത്. നവകോളനീകരണത്തിനെതിരെയുള്ള പ്രതിഷേധസൂചകമായി കെ.ജി. ശങ്കരപ്പിള്ളയും ഈ പുരാവൃത്തത്തെ ഉപയോഗിക്കുന്നു. ഒ.എൻ.വി. കൃഷ്ണപക്ഷത്തിലെപ്പാട്ടിൽ സംസ്കാരികരംഗത്തെ കടന്നുകയറ്റത്തെ ചെറുക്കാൻ കൃഷ്ണ സങ്കല്പത്തെയാണ് ആധാരമാക്കുന്നത്.

ബൈബിൾ പുരാവൃത്തങ്ങൾ ആധുനിക മലയാളകവിതയിൽ നേരാഖ്യാനമായും ബിംബരൂപത്തിലും ആവിഷ്ക്കരിക്കപ്പെട്ടിട്ടുണ്ട്. ചില പുരാവൃത്തങ്ങൾ പുനർവ്യാഖ്യാനം ചെയ്യപ്പെട്ടിട്ടുമുണ്ട്. സുഗതകു

മാരിയുടെ ഏദനിൽനിന്ന് ആദിപാപത്തിന്റെ പുരാവൃത്തത്തെ പുനർവ്യാഖ്യാനിക്കുന്നു. മനുഷ്യന്റെ കർമ്മവീര്യത്തെ ഉണർത്താനാണ് ഇത് സഹായിക്കുന്നത്. പശ്ചാത്താപം, സ്വർഗ്ഗനഷ്ടം തുടങ്ങിയ ആശയങ്ങൾ അവതരിപ്പിക്കുന്നതിനും സുഗതകുമാരി, ഒ.എൻ.വി. സച്ചിദാനന്ദൻ, അയ്യപ്പപ്പണിക്കർ തുടങ്ങിയവർ ഈ പുരാവൃത്തത്തെ ഉപയോഗിച്ചിട്ടുണ്ട്.

പീഡനം ഏറ്റുവാങ്ങുന്നതിന്റെ ആത്മനിർവൃതിയും പീഡിതന്റെ വ്യഥയും ചിത്രീകരിക്കുന്നതാണ് ഉയിർത്തെഴുന്നേൽപ്പിന്റെ പുരാവൃത്തം. ആധുനിക കവിതയിൽ ഈ പുരാവൃത്തം ഉയിർത്തെഴുന്നേൽക്കുന്ന മനുഷ്യന്റെ, രാജ്യത്തിന്റെ, ചിന്തയുടെ ഒക്കെ പ്രതീകങ്ങളായി ഉപയോഗിച്ചിട്ടുണ്ട്. ഒ.എൻ.വി., സുഗതകുമാരി, സച്ചിദാനന്ദൻ, ബാലചന്ദ്രൻ ചുള്ളിക്കാട് തുടങ്ങിയ കവികളെയാണ് ബൈബിൾ പുരാവൃത്തങ്ങൾ ഏറ്റവുമധികം സ്വാധീനിച്ചതായിക്കാണുന്നത്. കവിയെ മഹത്വവത്ക്കരിക്കുന്നതിനും ആത്മബലിയുടെ സ്വയം സമർപ്പണ മനോഭാവത്തെ മനുഷ്യനിലേക്ക് വീണ്ടുമാവാഹിക്കുന്നതിനും അബ്രഹാമിന്റെ ബലിയും, മഹാബലിയും കവിതയിൽ സ്ഥാനം നേടിയിരിക്കുന്നു. സർവ്വനാശത്തേയും അതിൽനിന്നുള്ള ഉയിർത്തെഴുന്നേൽപ്പിനെയും അവതരിപ്പിക്കാൻ അന്ത്യപ്രളയവും, നോഹയും, ആലിലയിൽ കാൽവിരലുണ്ണുന്ന കൃഷ്ണനും ആധുനിക മലയാള കവിതയിൽ പ്രതീകങ്ങളായി എത്തുന്നുണ്ട്. സംരക്ഷകത്വത്തിനുള്ള അടങ്ങാത്ത ത്വരയുടെ ആവിഷ്ക്കാരവുമാണ് ഈ കവിതകൾ. സുഗതകുമാരി, സച്ചിദാനന്ദൻ, ഒ.എൻ.വി, ജി. ശങ്കരക്കുറുപ്പ് തുടങ്ങിയവർ കവിതയിൽ ഈ ബിംബങ്ങളെ ഇത്തരത്തിൽ ഉപയോഗിച്ചിരിക്കുന്നു. വാഗ്ദാനങ്ങളുടെ നിറം പിടിപ്പിച്ച മഴവില്ല്, വാഗ്ദത്തഭൂമി, നോഹയുടെ പെട്ടകം തുടങ്ങിയ പ്രതീകങ്ങൾ ധാരാളമായി ആധുനിക മലയാളകവിതയിൽ കാണുന്നുമുണ്ട്.

സഹോദരവിദ്വേഷത്തിന്റെ കഥ ഇന്നും തുടരുന്നതിന്റെ സൂചന ആബേലിന്റെ കഥയിലൂടെ കവികൾ വ്യക്തമാക്കുന്നു. മാനവസമുദായം പരസ്പരം അസൂയമൂത്ത് തമ്മിൽ തല്ലിമരിക്കുന്നതിന്റെ പ്രതീകമായി കുരുക്ഷേത്രവും ഈ പുരാവൃത്തം പോലെ കവിതയിൽ സ്ഥാനം പിടിക്കുന്നുണ്ട്. സുഗതകുമാരി, ഒ.എൻ.വി., സച്ചിദാനന്ദൻ, അയ്യപ്പപ്പണിക്കർ തുടങ്ങിയവർ ഇതിനെ ധാരാളമായി കവിതയിൽ ഉപയോഗിച്ചിരിക്കുന്നു. പീഡനമേൽക്കുന്നവന്റെ ആത്മത്യാഗത്തിന്റെ അനശ്വരതയെ മൂർത്തവൽക്കരിക്കാൻ ക്രിസ്തുവിന്റെ കുരിശാരോഹണവും ഉയിർത്തെഴുന്നേൽപ്പും ആധുനികകവികൾ കവിതയിൽ ഉപയോഗിച്ചിട്ടുണ്ട്. ഒ.എൻ.വി., സച്ചിദാനന്ദൻ, തുടങ്ങിയവരാണ് ഇതിൽ പ്രമുഖർ.

അത്യന്തികമായി മനുഷ്യനന്മയിൽ വിശ്വസിക്കുന്ന കവികൾ പുതുയൊരു പുലരിയുടെ ഉണർച്ചയ്ക്കായി ബൈബിൾ പുരാവൃത്തങ്ങൾ സ്വീകരിക്കുന്നതായികാണാം. സുഗതകുമാരിയും ഒ.എൻ,വിയും സച്ചിദാനന്ദനുമൊക്കെ ഈ രീതിയിലാണ് അവയെ സമീപിച്ചിരിക്കു

ന്നത്. നിസ്വവർഗ്ഗത്തിന്റെ വിമോചനത്തിനായി പുതിയ പുലരി പിറക്കുമെന്ന സ്വപ്നം ഒ.എൻ.വി.ക്കും സച്ചിദാനന്ദനുമുണ്ട്. അതു തന്നെയാണ് സ്വർഗ്ഗരാജ്യത്തിനു വേണ്ടി കുരിശേറിയ ക്രിസ്തുവിന്റെ പുരാവൃത്തം ഇവരെ സ്വാധീനിക്കാനും കാരണം. ഒ.എൻ.വി. സച്ചിദാനന്ദൻ, സുഗതകുമാരി തുടങ്ങിയവരെയാണ് ബൈബിൾ പുരാവൃത്തങ്ങൾ ഏറ്റവുമധികം സ്വാധീനിച്ചിരിക്കുന്നത്. ഒ.എൻ.വി. കവിതകൾ ബൈബിൾ ഇമേജുകളുടെ ധാരാളിത്തം കൊണ്ട് അർത്ഥസാന്ദ്രവുമാണ്.

രതിസംബന്ധമായ വിമോചനത്തിനുള്ള പ്രേരണ ആധുനിക കവികളെ ആഴത്തിൽ ചലിപ്പിക്കുന്ന ഒന്നാണ്. പരമ്പരാഗതമായ ധാർമ്മിക സങ്കൽപ്പങ്ങളിൽ നിന്നും നൈതിക മൂല്യങ്ങളിൽനിന്നും ഒഴിഞ്ഞുമാറി ഈ സ്വാതന്ത്ര്യം നേടിയെടുക്കാൻ ശ്രമിക്കുന്നതിന്റെ ഭാഗമാണ് സുഗതകുമാരിയുടെ ഏദനിൽനിന്നും വിഷ്ണുനാരായണൻനമ്പൂതിരിയുടെ അഹല്യാമോക്ഷവും അയ്യപ്പപ്പണിക്കരുടെ പൂരൂരവസ്സും പിറക്കുന്നത്. ആധുനിക കാലഘട്ടത്തിന്റെ ആവശ്യങ്ങൾക്കും പ്രേരണകൾക്കുമനുസരിച്ചാണ് ഈ പുനർവ്യാഖ്യാനങ്ങൾ.

ഹർഷപ്രദവും മുക്തിപ്രദവുമായ സ്ത്രീപുരുഷബന്ധത്തിൽ അന്തർലീനമായ നിർവൃതിയുടെ അനുഭവത്തെ ആവിഷക്കരിക്കാൻ കവി പുരാവൃത്തം തേടിയതിന്റെ തെളിവായി 'ഉജ്ജ്വലമുഹൂർത്തം' എന്ന കവിതയെ കാണാം. ലൗകിക സ്നേഹത്തിന്റെ പരമാവസ്ഥ ചിദാനന്ദത്തെപ്പോലും നിർഗന്ധമാക്കിക്കളയുന്നതിന് ഏറ്റവും നല്ല ഉദാഹരണസന്ദർഭം പകർത്തുവാൻ കവി ആശ്രയിച്ചത് പുരാവൃത്തത്തെയാണ്. വള്ളത്തോളിന്റെ 'അച്ഛനും മകളും' ഇതുപോലെ ആവിഷ്കൃതമായ കവിതയാണ്.

കലപ്പ മനുഷ്യന്റെ സാമൂഹ്യജിവിതത്തെ സ്വാധീനിച്ച ആയുധമാണ്. ഇടയജീവിതത്തിൽനിന്ന് ഭക്ഷ്യോത്പാദന സമൂഹത്തിലേക്കുള്ള വളർച്ചയുടെ അടയാളം കൂടിയാണ് കലപ്പ. ഈ കലപ്പ ആയുധമാക്കിയ ബലരാമന്റെ പുരാവൃത്തം മണ്ണിലെ ജീവിതം സുന്ദരമാക്കാനുള്ള കർമ്മപദ്ധതിയിലേക്ക് മനുഷ്യൻ ഉയരണമെന്ന കർമ്മമാർഗ്ഗമാണ്. ഇതാണ് വൈലോപ്പിള്ളിയുടെ ജലസേചനം എന്ന കവിത. ചോരയും നീരും വലിഞ്ഞ ഗോകുലത്തെ രക്ഷിക്കാൻ വേണ്ടി ഇറങ്ങിത്തിരിച്ച ബലരാമന്റെ പുരാവൃത്തം ജീവിതത്തിൽ നിന്ന് ഒളിച്ചോടാതേ, മരവിച്ച മനുഷ്യനെ കർമ്മമാർഗ്ഗത്തിലേക്ക് ആനയിക്കുന്നതിനുള്ള യത്നത്തിന്റെ ഭാഗമാണ്. മാനവവീര്യവിജയത്തിന്റെ ഗാഥയാണ് ഈ സങ്കീർത്തനം.

ഭൂതകാലത്തിന്റെ മധുരോദാരമായ സുന്ദരസ്വപ്നമാണ് ഓണം. മഹാബലിയുടെ പുരാവൃത്തവുമായി ബന്ധപ്പെട്ട ഈ സങ്കല്പമാണ് ആധുനിക കവിതയക്ക് ഏറ്റവും കൂടുതൽ വിഷയമായിത്തീർന്നത്. കേരളീയ സമൂഹത്തിൽ ഈ പുരാവൃത്തത്തിനുള്ള സ്വാധീനം തന്നെയാണ് ആധുനിക മലയാളകവിതയിലേക്കും ഇതിനെ സംക്രമിപ്പിച്ചത്. ചവിട്ടിത്താഴ്ത്തലുകളിൽ നിന്ന് സ്വഭാവികമായ ആത്മാ

വബോധത്തോടെയുള്ള ഉയിർത്തെഴുന്നേൽപ്പിനെയും, ശുഭാപ്തിവിശ്വാസത്തെയും, സമത്വസുന്ദരമായ ലോകത്തിന്റെയും ആവിഷ്ക്കാരത്തിനാണ് പ്രധാനമായും ആധുനിക കവികൾ ഈ പുരാവൃത്തത്തെ ഉപയോഗിച്ചിരിക്കുന്നത്.

കാളിയമർദ്ദനത്തിന്റെ പുരാവൃത്തം മനുഷ്യന്റെ അഹന്തയെ ഉന്മൂലനം ചെയ്യാനുള്ള താണ്ഡവമായി കാണുകയാണ് സുഗതകുമാരിയും കടത്തനാട്ട് മാധവിയമ്മയും അധികാരത്തിന്റെ പത്തിമേൽ ആധുനിക കാളിയമർദ്ദനം നടക്കണമെന്ന് ഈ പുരാവൃത്ത ബിംബമുപയോഗിച്ച് സച്ചിദാനന്ദൻ ആവിഷ്ക്കരിക്കുന്നു. ബ്രിട്ടീഷ് അധിനിവേശത്തിന്റെ സാമ്രാജ്യത്തിന്മേൽ കാളിയമർദ്ദനമാടാൻ പിഞ്ചുകാലിനെ തേടിയ വള്ളത്തോൾ കവിത ജീവിതാവസ്ഥകളോടുള്ള പ്രതിഷേധത്തെ സൂചിപ്പിക്കാൻ പുരാവൃത്തം നിമിത്തമായതിന്റെ ഉദാഹരണമാണ്.

പറയിപെറ്റ പന്തിരുകുലത്തിന്റെ പുരാവൃത്തം ആധുനിക മലയാളകവിതയിൽ നിറഞ്ഞുനിൽക്കുന്നുണ്ട്. മാനവസാഹോദര്യത്തലൂന്നി മനുഷ്യജീവിതത്തിന്റെ പിടികിട്ടാത്ത സമസ്യകൾക്കുള്ള ഉത്തരങ്ങളായി ഇതിലെ പല കഥാപാത്രങ്ങളും കവിതയിൽ പ്രത്യക്ഷപ്പെടുന്നു. പെരുന്തച്ചന്റെ പുരാവൃത്തം പോലെ പാണനാരുടെ പുരാവൃത്തവും ജി. ശങ്കരക്കുറുപ്പ് കവിതയ്ക്ക് വിഷയമാക്കിയിട്ടുണ്ട്. മനുഷ്യന്റെ ഉള്ളിലെ ആത്മചൈതന്യത്തെ ആവാഹിക്കുന്ന മാനവികതയെ വിളിച്ചുണർത്താനും ഈ പുരാവൃത്തംകൊണ്ട് കവിക്ക് കഴിഞ്ഞു. ഇതേ അർത്ഥതലത്തിൽ തന്നെയാണ് സച്ചിദാനന്ദനും ഈ പുരാവൃത്തബിംബത്തെ കാണുന്നത്. മധുസൂദനൻ നായരുടെ കവിതയിൽ ഈ പുരാവൃത്തം ആധുനികജീവിതാവസ്ഥയുടെ നേർക്കാഴ്ചയിലേക്ക് വിരൽചൂണ്ടുമ്പോൾ കക്കാടിന്റെ കവിതയിലും ഇതേ അർത്ഥത്തിൽ അത് ഉപയോഗിക്കപ്പെട്ടിരിക്കുന്നു.

ഹിംസയിൽ നിന്നും അന്ധാനുഷ്ഠാനങ്ങളിൽ നിന്നും മനുഷ്യനെ മാറ്റിയ ബൗദ്ധപുരാവൃത്തത്തിൽ ഊന്നിയ കവിതയാണ് 'ബിംബിസാരന്റെ ഇടയൻ', സിദ്ധാന്തപരമായ ഒരു കാര്യത്തെ അസാധാരണാംവിധം നാടകീകരിക്കാൻ ഈ പുരാവൃത്തം കവിയെ സഹായിച്ചിട്ടുണ്ട്. 'ബുദ്ധനും ഞാനും നരിയും' എന്ന കവിത ലക്ഷ്യം മാർഗ്ഗത്തെ സാധൂകരിക്കുന്നു എന്നു വെളിപ്പെടുത്തുന്നു. ആദർശത്തെ ബലികഴിക്കുന്ന പ്രായോഗികതയെക്കുറിച്ചാണ് ഇവിടെ പരാമർശം. പ്രലോഭനങ്ങളെയും സ്വാർത്ഥതയെയും അതിജീവിക്കാൻ ആഹ്വാനം ചെയ്യുന്ന ഈ പുരാവൃത്തം ജി. ശങ്കരക്കുറുപ്പിന്റെ 'യശോധര', 'ഗൗതമനും രാജാവും' തുടങ്ങിയ കവിതകളിലും ആവർത്തിക്കുന്നുണ്ട്. നിസ്വാർത്ഥമായ ദാനത്തിന്റെ മാഹാത്മ്യം വാഴ്ത്താൻ പി. കുഞ്ഞിരാമൻ നായരും ചരിത്രത്തിന്റെ രക്തച്ചൊരിച്ചിലിൽ നിസ്സഹായനായ ആധുനിക മനുഷ്യന്റെ വ്യഥയെ ആവിഷ്ക്കരിക്കുന്നതിന് സച്ചിദാനന്ദനും വീണ്ടുമൊരു ബുദ്ധന്റെ മൊഴികൾക്കായി ഒ.എൻ.വിയും ഈ പുരാവൃത്തത്തെ ആലംബമാക്കിയിട്ടുണ്ട്. നിന്ദിതരെയും പീഡി

തരെയും ചൂഷണം ചെയ്യുന്ന സാമൂഹ്യനീതിയ്ക്കു നേരെയുള്ള പ്രതിഷേധത്തിന് സംഘസത്തയുടെ ആദിപ്രരൂപമായ ബുദ്ധൻ സാന്നിദ്ധ്യമാകുന്നുണ്ട് ആധുനികകവിതകളിൽ. മനുഷ്യന്റെ ഏകോദരസോദരത്വത്തിലൂന്നുന്ന ആദിമവിശ്വാസമാണ് ഈ പ്രതീകം വിളംബരം ചെയ്യുന്നത്. ഭൂതദയ, കാരുണ്യം, ജീവിത ദു:ഖത്തെക്കുറിച്ചുള്ള അന്വേഷണം, അഹിംസ തുടങ്ങിയവയുടെ ആവിഷ്ക്കാരത്തിന് വാക്കുകളേക്കാൾ ആർജ്ജവം നൽകാൻ ഈ പുരാവൃത്തത്തിന് കഴിയുന്നുണ്ട്. കീഴാളവർഗ്ഗ ദേശീയത ഉയരുന്നത് ബുദ്ധന്റെ കാലഘട്ടത്തിലാണെന്നതിനാൽ കീഴാളരുടെ ആത്മബോധം വെളിപ്പെടുത്താനും ശുഭാപ്തിവിശ്വാസം, മനുഷ്യസ്നേഹം, പുരോഗമന ചിന്ത എന്നിവ പ്രസരിപ്പിക്കാനും ഈ പുരാവൃത്തം സഹായകമായിട്ടുണ്ട്. ദു:ഖമെന്ന ആശയവുമായി ബന്ധപ്പെട്ടാണ് ബുദ്ധന്റെ പ്രതീകങ്ങൾ കവിതയിൽ അധികവും വർത്തിക്കുന്നത്. സുഖത്തെ ശാശ്വതീകരിക്കുന്ന സത്യമാണ് ദു:ഖം എന്ന ബുദ്ധദർശനം തന്നെയാവും ഇതിനുകാരണം.

യവനപുരാവൃത്തങ്ങളുടെ സ്വാധീനവും മലയാളകവിതയിൽ ധാരാളമായി കണ്ടുവരുന്ന ഒരു പ്രവണതയാണ്. ഒ.എൻ.വി, സുഗതകുമാരി തുടങ്ങിയവരുടെ കവിതകൾക്ക് ഈ പുരാവൃത്തങ്ങളുടെ ആർജവം സിദ്ധിച്ചിട്ടുണ്ട്. തന്നിലേക്കുതന്നെ ഒതുങ്ങിക്കൂടേണ്ടിവരുന്ന ആധുനിക മനുഷ്യന്റെ നിസ്സഹായത്വം പ്രകടിപ്പിക്കാൻ നാർസിസ്സസിന്റെ പുരാവൃത്തം ഒ.എൻ.വിയും സുഗതകുമാരിയും ഉപയോഗിച്ചിരിക്കുന്നു. ആത്മരതിയുടെ ഈ ബിംബം ഒറ്റപ്പെടലിന്റെ ജീവിതയാഥാർത്ഥ്യമാണ്. ആത്മവീര്യത്തിന്റെയും ആർജവത്തിന്റെയും പ്രതീകമായ ഫെയ്ത്തൺ, മാതൃരതിയുടെ പ്രതീകമായ ഈഡിപ്പസ് തുടങ്ങിയ പുരാവൃത്തങ്ങളും ഇവരുടെ കവിതകളിൽ കാണുന്നു. യവനസംസ്കൃതിയോടുള്ള അടുപ്പവും പുരാവൃത്തത്തിന്റെ ശക്തിയുമാവാം ഇവരെ ഈ തിരഞ്ഞെടുപ്പിന് സഹായിച്ചിരിക്കുക.

ശാപത്തിന്റെയും ശാപമോക്ഷത്തിന്റെയും പുരാവൃത്തങ്ങൾ അഭിശപ്തമായ മനുഷ്യജീവിതങ്ങളുടെ ചിത്രീകരണത്തിനായി ആധുനിക കവികൾ ഉപയോഗിച്ചിരിക്കുന്നതായിക്കാണാം. ഇടശ്ശേരിയുടെ അഹല്യ സച്ചിദാനന്ദന്റെ അഹല്യ, വിഷ്ണുനാരായണൻ നമ്പൂതിരിയുടെ അഹല്യാമോക്ഷം തുടങ്ങിയ കവിതകൾ ഇതിൽപ്പെടുന്നു. അടിച്ചമർത്തപ്പെടുന്ന സ്ത്രീത്വത്തിന്റെ വിഹ്വലതകൾ ആവിഷ്ക്കരിക്കുകയാണ് ഈ കവിതകളുടെ ധർമ്മം. വിധിനിയോഗങ്ങളുടെ പുരാവൃത്തത്തിന്റെ തീക്ഷ്ണമായ ആവിഷ്ക്കാരമാണ് ഒ.എൻ.വിയുടെ ഏകലവ്യനും, മൃഗയയും. ചെയ്തകുറ്റത്തിന് ശിക്ഷയേറ്റുവാങ്ങിയ പാണ്ഡുവും ചെയ്യാത്തകുറ്റത്തിന് ശിക്ഷ ഏറ്റുവാങ്ങിയ ഏകലവ്യനും വിധിയുടെ മുൻപിൽ സമന്മാരാണ്. മനുഷ്യാവസ്ഥകളുടെ വിരുദ്ധതലങ്ങളെയാണ് ഇവ ചിത്രീകരിക്കുന്നത്.

ആദിപത്യമുറപ്പിക്കാനെത്തുന്ന അധിനിവേശശക്തികളെ ചെറുത്തുതോൽപ്പിക്കാൻ പുരാവൃത്തത്തെ ആയുധമാക്കുന്നുണ്ട് ആധു

നിക കവിത. അധികാരത്തിന്റെ വംശീയമായ ഗതിയെയും അതിനോടുള്ള വർഗ്ഗപരമായ എതിർപ്പിനെയും ചിത്രീകരിക്കാൻ കവികൾ പുരാവൃത്തത്തെ ആധാരമാക്കുന്നു. കൃഷ്ണന്റെയും ബുദ്ധന്റെയും ക്രിസ്തുവിന്റെയും അഹല്യയുടെയും കഥ ഇത്തരത്തിൽ ഒ.എൻ.വി. സച്ചിദാനന്ദൻ തുടങ്ങിയവർ ഉപയോഗിച്ചിരിക്കുന്നു.

വാക്കുകൾക്ക് പുതിയ അർത്ഥങ്ങൾ നിർമ്മിക്കുന്നതോടൊപ്പം സംസ്കാരത്തിന്റെ അർത്ഥതലങ്ങളെ പുതുക്കി പണിയുക കൂടി ആധുനിക കവിതയിലെ പുരാവൃത്തങ്ങൾ ചെയ്യുന്നുണ്ട്. സച്ചിദാനന്ദന്റെ കവിതകളിലും അയ്യപ്പപ്പണിക്കരുടെ കവിതകളിലും ഇത് ഏറ്റവും കൂടുതൽ കണ്ടുവരുന്നു. കാലാതീതമായ പുരാവൃത്തങ്ങൾക്ക് നൽകുന്ന പുതുമയുള്ള ഈ അർത്ഥതലങ്ങൾ കവിയുടെ അന്തർദർശനത്തിന്റെ പരിണിതഫലമാണ്. ഇത്തരം ആദിബിംബങ്ങൾക്ക് രൂപം നൽകുമ്പോൾ ഇടശ്ശേരിയ്ക്കും കടമ്മനിട്ടയ്ക്കും സർഗ്ഗചേതനയിൽ നാടോടിക്കലയുടെ ചൈതന്യത്തെ ആവാഹിക്കേണ്ടിവരുന്നുണ്ട്. പൂതപ്പാട്ടിലും കുറത്തിയിലും ഇതിന്റെ സാന്നിദ്ധ്യമുണ്ട്. പുതിയ പുരാവൃത്ത സൃഷ്ടികളായും ഇവ മാറുന്നുണ്ട്.

ജീവിതത്തോടും കലയോടും ലോകത്തോടും പുലർത്തുന്ന മനോഭാവമാണ് ആധുനിക കവിതയിലെ പുരാവൃത്തങ്ങളുടെ സാന്നിദ്ധ്യം നിർണ്ണയിക്കുന്നത്. കാലവും വ്യക്തിയും മാറുന്നതിനുസരിച്ച് ഈ മനോഭാവത്തിലും മാറ്റം സംഭവിക്കുന്നുണ്ട്. പ്രാചീന കവിത്രയങ്ങളും ആധുനിക കവിത്രയങ്ങളും പുരാവൃത്തത്തെ കണ്ടതുപോലെയോ ഉപയോഗിച്ചതുപോലെയോ അല്ല ആധുനിക കവിതയിൽ അവയുടെ സ്ഥാനം. ജി. ശങ്കരക്കുറുപ്പിൽ നിന്ന് സുഗതകുമാരിയിലേക്ക് എത്തുമ്പോഴേക്കും ഇവയിൽ പ്രകടമായ മാറ്റം കാണുന്നുണ്ട്. അയ്യപ്പപ്പണിക്കർ, സച്ചിദാനന്ദൻ, കെ.ജി. ശങ്കരപ്പിള്ള, വിജയലക്ഷ്മി തുടങ്ങിയവർ ഈ ആവിഷ്ക്കരണോപാധിയ്ക്ക് പുതിയ മാനം സൃഷ്ടിച്ചവരാണ്. പ്രമേയം, സമീപനം, ഭാഷ, വിശ്വാസം, സങ്കേതങ്ങൾ, താളം എന്നിവയെല്ലാം ഇതുമായി ബന്ധപ്പെട്ടുകിടക്കുന്നുണ്ട്.

സാമൂഹിക പെരുമാറ്റരീതിക്ക് ഏറ്റവും പ്രമുഖമായത് പുരാവൃത്തമാണെന്ന് ആധുനിക മലയാളകവിതയിലെ ഈ പുരാവൃത്തങ്ങളുടെ പ്രയോഗം സാക്ഷ്യപ്പെടുത്തുന്നുണ്ട്. സാമൂഹിക മൂല്യങ്ങളുടെ സംരക്ഷണമാണ് പുരാവൃത്തങ്ങളിലൂടെ ഈ കവികൾ ലക്ഷ്യമിടുന്നത്. പുരാവൃത്തങ്ങൾ മാനുഷികാനുഭവങ്ങളുടെ ബിംബമായും അവയെ ആവിഷ്ക്കരിക്കുന്നതിനുള്ള മാധ്യമങ്ങളായും ഉപയോഗിച്ചിരിക്കുന്നു. ആഗോളവൽക്കരണത്തിന്റെയും പുതിയ ആധുനികത ഉയർത്തുന്ന വെല്ലുവിളികളുടെയും പശ്ചാത്തലത്തിൽ മനുഷ്യ ജീവിതത്തിനു സംഭവിച്ചുകൊണ്ടിരിക്കുന്ന മൂല്യനാരാസവും മാനവികതയുടെ നഷ്ടവും തിരിച്ചു പിടിക്കാൻ കവിതയിൽ ഇവ സഹായകമാവുമെന്ന് ഈ കവികൾ പ്രത്യാശിക്കുന്നുണ്ട്. സാർവ്വലൗകിക ഘടനയുടെ അടിസ്ഥാനത്തിലാണ് ഈ പുരാവൃത്തങ്ങളെ ഓരോ

കവിയും തിരഞ്ഞെടുത്തിരിക്കുന്നത്. ഒ.എൻ.വി.യും സച്ചിദാനന്ദ നും എൻ. എൻ. കക്കാടും അയ്യപ്പപ്പണിക്കരുമൊക്കെ പുരാവൃത്ത ങ്ങളെ അലിഗറിയായി ഉപയോഗിക്കുന്ന രചനാതന്ത്രങ്ങളും സ്വീക രിക്കുന്നുണ്ട്. ഇത് ആധുനിക മലയാളകവിതയ്ക്ക് നവീനായ ഭാവുക ത്വം പ്രധാനം ചെയ്യുന്നുണ്ട്.

പുരാവൃത്ത കാവ്യബിംബങ്ങൾ സമൃദ്ധമായി വാരിക്കോരിച്ചൊ രിഞ്ഞ കവികളാണ് സച്ചിദാനന്ദനും ഒ. എൻ. വി. കുറുപ്പും. കേരളീയ ജീവിതം, കേരളീയ പ്രകൃതി, ഭാരതസംസ്കാരം, ആഗോള പരിത സ്ഥിതി തുടങ്ങിയവ ഈ പുരാവൃത്തബിംബങ്ങളുമായി കൂട്ടിയിണ ക്കാൻ ഇവർക്ക് കഴിയുന്നുണ്ട്. കാലം, ദേശം, സമുദായം, വ്യക്തി ത്വം ഇവയുടെ സവിശേഷതകളെ ഉലംഘിക്കുവാൻ ഇവയ്ക്ക് കഴി യുന്നുണ്ട്. നിസ്വന്റെ വേദനമാറ്റുക, വ്യക്തിയുടെ സ്വാതന്ത്ര്യം കാ ക്കുക എന്നീ ലക്ഷ്യങ്ങൾക്കൊപ്പം പുതുലോകക്രമം സൃഷ്ടിക്കൽ, ഉടച്ചു വാർക്കൽ, പടുത്തുയർത്തൽ, രൂപാന്തരപ്രാപ്തി എന്നിവയും ഈ കാവ്യബിംബങ്ങളിലേക്ക് ആവാഹിക്കാൻ ആധുനിക കവികൾക്ക് കഴിയുന്നു. ഇവിടെ സംവേദനത്തിന്റേതായ ചെറിയ ചില പ്രശ്ന ങ്ങൾ ഉദിക്കുന്നുണ്ട്. പുരാവൃത്തങ്ങളെ സംബന്ധിക്കുന്ന ആസ്വാദ കന്റെ ധാരണകളെ ഈ പ്രയോഗങ്ങൾ കുഴച്ചുമറിക്കാനിടവരുത്തുന്നുണ്ട്. ഹൈന്ദവ ക്രൈസ്തവ യവന പുരാവൃത്തങ്ങളെക്കുറിച്ചുള്ള വ്യക്ത മായ കാഴ്ചപ്പാട് ആസ്വാദകന് ആവശ്യമായി വരുന്ന സന്ദർഭം ആധു നിക മലയാളകവിതയിൽ വർദ്ധിച്ചുവരുന്നതായി കാണാം.

പുരാവൃത്തത്തിന്റെ ചിരന്തനമായ ലക്ഷ്യം ലോകത്തെ മനു ഷ്യന്റെ ആഗ്രഹങ്ങൾക്കനുസരിച്ച് രൂപപ്പെടുത്തുക എന്നതല്ല. അടി സ്ഥാനതത്വങ്ങളെ ഗൗരവാവഹമായി അഭിമുഖീകരിക്കാൻ മനുഷ്യനെ സന്നദ്ധനാക്കുക എന്നതാണ്. ആധുനിക കവിതയിൽ അവ മനു ഷ്യന്റെ ആഗ്രഹങ്ങളും ലക്ഷ്യങ്ങളും നിറവേറ്റാനുള്ള പ്രതിരൂപങ്ങ ളായിത്തീരുന്നുണ്ട്. വസ്തുനിഷ്ഠയാഥാർത്ഥ്യത്തിന്റെ പുറന്തോട് പൊട്ടിച്ച് വിശാലവും സൂക്ഷ്മവുമായ സത്യങ്ങളിലേക്ക് ഇറങ്ങിച്ചെ ല്ലാൻ ഇവയ്ക്ക് കഴിയുന്നുണ്ട്. മനുഷ്യന്റെ ബോധതലത്തെ ഉണർ ത്താൻ കഴിയുന്ന ഒരു വൈകാരിക സംയോഗം പുരാവൃത്തം കൊണ്ട് സിദ്ധിക്കാമെന്നതിനാലാണ് ആധുനിക കവികൾ ഇത്തരം പുരാവൃ ത്തങ്ങൾ തേടിപ്പോകുന്നത്. മനുഷ്യന്റെ വർഗ്ഗ ബന്ധസ്മരണകൾക്ക് കവിതയിൽ ഒരു പ്രത്യേക ഉൾവെളിച്ചം പ്രധാനം ചെയ്യാൻ കഴിയുന്നു മുണ്ട്. ഈ ജീവിതബോധത്തോട് ബന്ധപ്പെടുന്നവർക്കും അതി നോട് പ്രതിബദ്ധതയുള്ളവർക്കും ഈ കവിതകളുമായി വളരെവേഗം ഹൃദയസംവാദം നടത്താൻ കഴിയും.

www.ingramcontent.com/pod-product-compliance
Lightning Source LLC
LaVergne TN
LVHW090302051026
849518LV00005B/1620
* 9 7 8 9 3 5 5 1 7 3 7 7 5 *